STIEG LARSSON

CÔ GÁI
CHỌC TỔ ONG BẦU

STIEG LARSSON

CÔ GÁI
CHỌC TỔ ONG BẦU

TIỂU THUYẾT

(In lần thứ ba)

Người dịch: TRẦN ĐĨNH

NHÀ XUẤT BẢN PHỤ NỮ

PHẦN I

Khúc Intermezzo trong một hành lang

8 - 12 THÁNG TƯ

Người ta ước chừng có sáu trăm phụ nữ phục vụ trong Nội chiến Mỹ. Họ cải trang nam giới để tòng quân. Hollywood đã bỏ sót ở đây một chương lý thú về lịch sử văn hóa - hay vì xử lý về ý thức hệ với đoạn lịch sử này khó quá? Các sử gia vẫn hay đấu tranh để xử lý những phụ nữ không tôn trọng sự phân biệt giới tính, mà sự phân biệt này thì không ở đâu sắc nét bằng trong chiến đấu vũ trang. (Ngay bây giờ, việc một phụ nữ săn nai sừng tấm theo kiểu điển hình Thụy Điển cũng có thể gây tranh cãi rồi).

Nhưng từ cổ chí kim đã có rất nhiều câu chuyện về các nữ chiến binh, về các Amazon. Những người nổi tiếng nhất đã tìm đường đi vào sử sách như những nữ hoàng chiến đấu, những nhà cai trị cũng như những nhà lãnh đạo. Họ là: các Semiramis ở Niveheh, những người từng định hình nên Đế quốc Assyria; và Boudicca, người đã lãnh đạo một trong những cuộc nổi dậy đẫm máu nhất của người Anh chống lại các lực lượng La Mã chiếm đóng. Hãy kể hai việc đó thôi, họ đã bị buộc phải hành động như bất kỳ Churchill, Stalin hay Roosevelt nào. Boudicca đã được vinh danh bằng một pho tượng trên sông Thames, đặt ở cầu Westminster, đối diện ngay với tháp đồng hồ Big Ben. Hãy nhớ chào bà ấy nếu bạn có tình cờ qua đó nhé.

Mặt khác, lịch sử lại khá xén lời với những phụ nữ là lính tráng bình thường, những người mang vũ khí, ở trong các trung đoàn và cũng góp phần đánh chác ngang thưng như đàn ông. Hiếm có một cuộc chiến tranh nào được tiến hành mà lại thiếu vắng nữ binh trong các hàng quân.

CHƯƠNG 1

Thứ Sáu, 8 tháng Tư

Nữ y tá Nicander đánh thức bác sĩ Jonasson năm phút trước lúc chiếc máy bay lên thẳng hạ xuống theo hẹn. Đúng 1 giờ 30 sáng.

- Gì vậy? - Ông hỏi, ngơ ngác.

- Trực thăng của Sở Cấp cứu đang đến. Hai người bệnh. Một đàn ông bị thương và một phụ nữ trẻ. Người phụ nữ bị súng bắn.

- Được, - Jonasson mệt mỏi nói.

Ông cảm thấy váng vất tuy mới chỉ ngủ nửa giờ. Ông làm ca đêm trong bộ phận Sơ cứu & Cấp cứu tại bệnh viện Sahlgrenska ở Goteborg. Buổi tối ấy vất vả. Do ông đến làm việc vào lúc 6 giờ tối, bệnh viện đã nhận bốn nạn nhân của một vụ đâm xe ở ngoài Lindome. Một người đã tắt thở trên đường đến bệnh viện. Ông đã chữa chạy cho một nữ chiêu đãi viên bị bỏng chân trong tai nạn ở một khách sạn trên đường Avenin và ông đã cứu sống một bé trai bốn tuổi nhập viện trong tình trạng khó thở vì nuốt phải một cái bánh xe hơi đồ chơi. Ông đã khâu vá cho một cô gái đạp xe vào một cái rãnh mà thợ làm đường đã đào lên ở gần đoạn cuối của con đường dành cho xe đạp; hàng rào cảnh báo đã đổ xuống hố. Cô bị khâu mười bốn mũi ở mặt và sẽ cần đến hai chiếc răng cửa mới. Jonasson cũng đã khâu trở lại ngón tay cái cho một thợ mộc hăng hái chẳng hiểu xoay xở thế nào mà đã tự chặt vào tay mình.

Đến 12 giờ 30, luồng các ca cấp cứu dồn dập đã vãn. Ông làm một vòng kiểm tra tình hình các bệnh nhân của mình rồi quay về phòng ngủ của nhân viên, cố nghỉ ngơi chốc lát. Ông trực cho đến 6 giờ sáng, không ngủ mấy dù không có bệnh nhân cần cấp cứu. Nhưng lần này vừa tắt đèn, ông lăn ra ngủ ngay.

Cô y tá Nicander đưa cho ông tách trà. Cô không được biết một chi tiết nào về các ca vừa đến.

Jonasson nhìn thấy ánh chớp trên biển. Ông biết máy bay trực thăng đang đến đúng hẹn. Thình lình một trận mưa nặng hạt quất lên cửa sổ. Cơn dông đang chuyển dịch đến Goteborg.

Ông nghe thấy tiếng trực thăng và nhìn nó hạ xuống bãi đỗ trong cơn dông. Ông nín thở một thoáng giây khi viên phi công có vẻ khó kiểm soát chiếc máy bay. Rồi nó biến khỏi tầm mắt ông và ông nghe thấy động cơ chậm lại để hạ cánh. Ông uống vội một ngụm trà và đặt tách xuống.

Jonasson gặp họ ở khu tiếp nhận cấp cứu. Bác sĩ trực cùng ông, Katarina Holm, đón một bệnh nhân ngồi xe lăn vào - một ông già đầu băng bó, mặt có vẻ bị một vết thương nặng. Bệnh nhân thứ hai, cô gái bị bắn, thì dành cho Jonasson. Ông lướt mắt xem xét nhanh: nom cô ta trạc mười mấy, đầy đất cát và máu me, bị thương nghiêm trọng. Ông nhấc tấm chăn Sở Cấp cứu quấn quanh người cô ra, nhìn thấy các vết thương ở hông và đùi cô đã được băng bó bằng băng dính vải, ông coi việc này là một ý khá thông minh. Kiểu băng này ngăn vi trùng ở ngoài vào và giữ máu ở trong chảy ra. Một viên đạn đã vào phía ngoài của hông cô gái rồi đi thẳng qua bắp. Ông nhè nhẹ nâng vai cô gái lên tìm đầu vào của vết thương ở lưng. Vết thương không có đầu ra: viên đạn vẫn còn ở trong vai cô gái. Ông hy vọng nó không vào phổi: cô và do không thấy miệng người phụ nữ có máu, ông kết luận chắc là nó không vào.

- X-quang, - ông bảo cô y tá chờ bên. Ông chỉ cần nói có thế.

Rồi ông cắt bỏ lớp băng mà đội cấp cứu đã quấn quanh sọ cô gái. Ông rợn người khi trông thấy đầu vào một vết thương khác. Cô gái bị bắn vào đầu và ở đây vết thương cũng không có đầu ra.

Bác sĩ Jonasson ngừng một giây, nhìn xuống cô gái. Ông thấy nản. Ông thường mô tả công việc của mình giống như việc của người giữ gôn bóng đá. Ngày ngày người ta đến chỗ ông làm việc với những nổi những cảnh khác nhau nhưng đều chung một mục đích: được cứu giúp. Có thể đó là một bà già lên cơn đau tim mà gục xuống ở trong khu mua sắm Nordstan, hay một cậu bé mười bốn tuổi bị chiếc tua vít xuyên thủng phổi trái, hay một cô gái mười mấy tuổi nổi cơn cuồng vui lên nhảy nhót liền suốt mười tám tiếng đồng hồ rồi đổ quỵ, mặt tím bầm. Họ là nạn nhân của các tai nạn lao động hay lạm dụng thô bạo ở nhà. Họ là những đứa bé bị chó tấn công trên Vasaplatsen hay những ông anh tháo vát, chỉ muốn cưa một ít ván gỗ bằng máy cưa Black & Decker, nhưng rồi loay hoay thế nào lại xén thẳng ngay vào cổ tay mình.

Vậy bác sĩ Jonasson là người đứng giữa bệnh nhân và Nhà Tang lễ Fonus. Việc của ông là quyết định cần làm gì. Nếu ông quyết định sai, người bệnh có thể chết hay có thể tỉnh dậy tàn phế hết đời. Nói chung ông thường ra quyết định đúng vì đại bộ phận người bị thương có vấn đề rõ ràng và đặc biệt. Một nhát đâm vào phổi hay một vết thương nát nhừ sau một vụ đâm xe đều là những vấn đề vừa đặc biệt vừa có thể nhận ra được mà ông có thể xử lý. Sự sống còn của người bệnh trông vào mức độ tổn thương và tài năng của bác sĩ Jonasson.

Có hai loại vết thương ông ghét. Một là những ca bỏng nặng, vì bất kể ông có dùng đến biện pháp gì đi nữa thì vẫn gần như không thể tránh khỏi là nó cứ sẽ dẫn đến đau đớn hết đời. Loại thứ hai là vết thương ở não.

Cô gái trên bàn mổ có thể sống với một cục chì ở hông và một cục chì ở vai. Nhưng một cục chì ở não thì xét về mức độ nghiêm trọng, đó lại là một chấn thương hoàn toàn khác. Ông chợt nhận ra nữ y tá Nicander vừa mới nói gì đó.

- Xin lỗi, tôi không để ý nghe.

- Là cô ấy đấy.

- Cô nói gì chứ?

- Là Lisbeth Salander. Cô gái mà họ săn lùng trong vài tuần qua, vì ba vụ án mạng ở Stockholm.

Jonasson lại nhìn xuống mặt người bệnh bất tỉnh. Lập tức ông thấy nữ y tá Nicander nói đúng. Nhiều tuần qua, ông và cả Thụy Điển đã xem ảnh hộ chiếu của cô gái ở trên bảng tin bên ngoài mỗi quầy báo. Thì nay chính kẻ giết người lại bị bắn, chắc là một kiểu công bằng ta vẫn thường thấy trong thơ ca gì đây.

Nhưng ông không bận tâm chuyện đó. Việc của ông là cứu sống người bệnh, bất kể đó là kẻ đã gây nên ba vụ án mạng hay là người trúng giải Nobel. Hay cùng là cả hai.

Rồi cảnh rối rít nhưng có hiệu quả, điều tương tự như ở mọi bộ phận Sơ cứu & Cấp cứu trên khắp thế giới liền nổ ra. Các y bác sĩ thuộc ca bác sĩ Jonasson trực đã vào vị trí dành cho các nhiệm vụ định sẵn của họ. Quần áo của Salander bị cắt bỏ. Một y tá đo huyết áp cô - 100/70 - trong khi bác sĩ đặt ống nghe lên ngực cô nghe nhịp tim. Nó đập đều đến ngạc nhiên nhưng cô thở khá là không bình thường.

Jonasson không do dự xếp ngay Salander vào tình trạng nguy cấp. Với một miếng gạc ở mỗi chỗ, hay thậm chí với miếng băng dính vải mà một đầu óc ngẫu hứng nào đó đã đặt lên trên, các vết thương ở vai và hông cô có thể chờ sau. Cái quan trọng là đầu cô. Jonasson lệnh chụp điện não đồ với máy quét CT mới và đã cải tiến mà bệnh viện vừa nhận được.

Bác sĩ Anders Jonasson tóc vàng mắt xanh, quê ở Umea bắc Thụy Điển. Ông đã làm việc hai mươi năm ở các bệnh viện Sahlgrenska và Miền Đông, lần lượt là nhà nghiên cứu, nhà bệnh lý học và thuộc bộ phận Sơ cứu & Cấp cứu. Ông đã làm được những việc khiến đồng nghiệp kinh ngạc và các y bác sĩ thì tự hào được làm việc cùng với ông; ông đã thề không để người bệnh nào chết ở trong ca ông trực và nhờ một điều kỳ diệu nào đó, quả là ông đã giữ được tỉ lệ tử vong ở số không. Dĩ nhiên một vài người bệnh của ông cũng đã bị chết, nhưng luôn là về sau, khi điều trị tiếp theo hay vì những lý do hoàn toàn khác, không liên quan gì đến các mổ xẻ của ông.

Ông có một quan điểm y học đôi lúc phi chính thống. Ông nghĩ bác sĩ thường hay rút ra kết luận mà họ không thể chứng minh được.

Điều đó có nghĩa là họ quá dễ bỏ cuộc sớm; vào lúc phải cấp bách lựa chọn thì họ lại bỏ quá nhiều thì giờ ra cố tìm chính xác xem có gì lôi thôi ở người bệnh để quyết định cách chữa trị đúng. Dĩ nhiên đây là thủ tục đúng đắn. Vấn đề là người bệnh đang trong cơn nguy mất mạng mà bác sĩ thì lại cứ suy với tính.

Nhưng xưa nay Jonasson chưa gặp một người bệnh nào bị đạn vào đầu. Xem vẻ nhiều phần ông phải cần đến một bác sĩ mổ não. Ông có đủ kiến thức lý thuyết cần thiết để làm một cuộc ngao du vào não nhưng dẫu gì ông cũng không tự coi mình là một nhà phẫu thuật não. Ông cảm thấy mình không thích hợp nhưng thình lình lại thấy có thể ông sẽ may mắn hơn là ông tưởng. Trước khi cọ rửa tay và mặc quần áo mổ, ông gọi y tá Nicander đến.

- Có một giáo sư Mỹ ở Boston tên là Frank Ellis, làm việc tại bệnh viện Karolinska ở Stockholm. Tình cờ đêm nay ông ta lại ở Goteborg, trú tại Radisson trên đường Avenyn. Ông ta vừa mới thuyết trình về nghiên cứu não. Ông là bạn hẩu của tôi. Cô có thể tìm số điện thoại chỗ ông ấy không?

Jonasson đang chờ kết quả X-quang thì y tá Nicander quay lại với số điện thoại của Radisson. Jonasson nhấc điện thoại. Người gác đêm ở Radisson rất ngại đánh thức khách vào lúc khuya khoắt thế này và Jonasson đã phải lộ danh tính với một ít lời nói năng chọn lựa về tình hình nghiêm trọng để cho ông có thể gọi được máy.

- Chào Frank, - Jonasson nói khi cuối cùng đầu dây trả lời. - Anh có thích đến Sahlgrenska đây giúp tôi mổ một ca ở não không?

- Anh đang chọc tức tôi đấy ư?

Ellis đã sống ở Thụy Điển nhiều năm và nói lưu loát tiếng Thụy Điển - tuy vẫn có giọng Mỹ - nhưng khi Jonasson nói tiếng Thụy Điển với ông thì Ellis luôn đáp lại bằng tiếng mẹ đẻ của mình.

- Tôi tiếc đã bị lỡ mất bài giảng của anh, Frank, nhưng tôi hy vọng sẽ được anh giảng riêng cho tôi. Tôi có một phụ nữ trẻ ở đây, bị bắn vào đầu. Vết thương vào ở trên mang tai trái. Tôi rất cần một ý kiến thứ hai mà không biết hỏi ai tốt hơn.

- Nghiêm trọng như thế sao? - Ellis ngồi lên, tung hai chân ra khỏi giường. Ông dụi mắt.

- Cô ấy hăm tư hăm lăm, vết thương có đầu vào, không có đầu ra.

- Mà vẫn sống?

- Yếu nhưng mạch đều, thở không được đều, huyết áp 100/70. Cô ấy cũng bị một viên đạn vào vai và một viên khác vào hông. Nhưng hai cái này tôi quản được.

- Nghe có hứa hẹn đấy.

- Hứa hẹn ư?

- Nếu một người bị bắn vào đầu mà vẫn sống thì có dấu hiệu hy vọng.

- Tôi hiểu... Frank, anh có thể kéo tôi ra khỏi được đận này không?

- Lúc tối tôi đi chơi cùng với các bạn thân, Anders. 10 giờ tôi đi ngủ và chắc là trong máu tôi đang có một lượng rượu đáng kể.

- Tôi sẽ tự quyết định lấy và tự mổ. Nhưng tôi cần một ai đó bảo cho nếu như tôi làm phải một chuyện gì đó ngu ngốc. Khi đụng đến vấn đề đánh giá tổn thương của não, một giáo sư Ellis dù có say ngả say nghiêng vẫn cứ là cao hơn tôi mấy bậc.

- OK.

- Tôi gọi taxi chờ ở ngoài lúc anh xuống gian sảnh. Người lái sẽ biết để anh xuống đâu và nữ y tá Nicander sẽ ở đó đón anh rồi trang bị các thứ cho anh.

Ellis có mái tóc đen nhánh với một thoáng muối tiêu và một gợn xế chiều. Ông nom giống một tay chơi trong phòng mổ. Vẻ rắn chắc của cơ bắp chứng nhận mỗi tuần ông vẫn bỏ ra vài giờ ở nhà thể dục. Ông đẩy kính lên, gãi cổ. Ông chăm chú nhìn màn hình máy tính, nó cho thấy từng xó xỉnh, từng nếp gấp của não bệnh nhân Salander.

Ellis thích sống ở Thụy Điển. Ông đến đây lần đầu tiên hồi cuối thập kỷ 70 theo một chương trình trao đổi nhà nghiên cứu và ở lại hai năm. Rồi ông đều đặn trở lại cho tới một ngày được mời làm việc thường xuyên tại Karolinska ở Stockholm. Lúc này ông đã nổi tiếng trên thế giới.

Ông gặp Jonasson lần đầu ở một hội thảo tại Stockholm mười bốn năm trước và phat hiện ra cả hai đều cùng mê câu cá bằng mồi giả.

Họ tiếp xúc với nhau, đã làm những chuyến đi câu đến Na Uy và đâu đó khác nữa. Nhưng họ chưa cùng làm việc với nhau.

- Tôi xin lỗi đã quấy quả anh, nhưng...

- Không thành vấn đề, - Ellis xua xua tay. - Nhưng lần đi câu sau anh phải mất một chai Cragganmore cho tôi đấy.

- OK. Lệ phí đó tôi vui lòng thanh toán.

- Mấy năm trước tôi có một bệnh nhân ở Boston - tôi đã viết về vụ này trên tờ *New England Journal of Medicine*[1]. Đấy là một cô gái trạc tuổi cô bệnh nhân này của anh. Cô ấy đang đi đến trường đại học thì bị trúng nỏ của ai đó. Mũi tên đi vào góc ngoài lông mày bên trái rồi xuyên thẳng qua đầu cô ấy, đi ra gần như ở sau gáy.

- Và cô ấy sống?

- Khi vào viện cô ấy nom không ra một cái thứ gì ở trên đời này. Chúng tôi cắt đứt thân mũi tên, cho đầu cô ấy vào máy chụp cắt lớp. Mũi tên xuyên vào thẳng não cô ấy. Mọi người đều cầm bằng cô ấy chết hay ít nhất cũng bị chấn thương nặng sẽ dẫn đến hôn mê.

- Thể trạng cô ấy sao?

- Cô ấy tỉnh táo suốt. Không chỉ thế; cô ấy sợ ghê gớm, dĩ nhiên, nhưng cô ấy hoàn toàn có lý trí. Vấn đề duy nhất của cô ấy là bị một mũi tên xuyên qua não.

- Anh đã làm thế nào?

- À, tôi lấy cặp phoóc xép rút mũi tên ra rồi băng bó vết thương lại. Thế thôi, không hơn không kém.

- Và cô ấy sống để kể lại câu chuyện?

- Rõ ràng tình trạng cô ấy nghiêm trọng chứ, nhưng sự thật là chúng tôi có thể cho cô ấy về nhà ngay trong hôm ấy. Hiếm có bệnh nhân nào của tôi khỏe hơn thế.

Jonasson nghĩ khéo tay Ellis này chọc mình.

- Mặt khác, - Ellis nói tiếp, - mấy năm trước tôi có một bệnh nhân bốn mươi hai tuổi ở Stockholm bị đập đầu vào bậu cửa sổ. Ông ta lập

---

[1] Tạp chí y học nổi tiếng của Mỹ (Trong cuốn sách này, các chú thích được đánh số là của dịch giả; các chú thích đánh dấu hoa thị (*) là của tác giả).

tức thấy khó ở và được xe cứu thương đưa đi cấp cứu. Khi tôi đến thì ông ấy đã bất tỉnh. Đầu ông ấy hơi bị bươu lên và một chút bầm tím rất nhạt. Nhưng ông ấy không bao giờ tỉnh lại rồi chết sau chín ngày được chữa chạy ráo riết. Đến hôm nay tôi vẫn không hiểu tại sao ông ấy chết. Trong bản báo cáo phẫu thuật, chúng tôi viết xuất huyết não do tai nạn nhưng bọn tôi chả ai bằng lòng với xác nhận này. Máu chảy rất ít và khu trú ở một vùng có lẽ chả ảnh hưởng tới cái gì khác cả. Thế nhưng gan, thận, tim, phổi ông ấy đã cứ theo nhau ngừng hoạt động. Càng già tôi càng nghĩ y như thể một ván cò quay vậy. Tôi không tin là chúng ta sẽ có thể hình dung ra chính xác bộ não nó hoạt động như thế nào đâu. - Ông gõ bút vào màn hình. - Chúng ta định làm gì nào?

- Tôi đang hy vọng anh bảo tôi đây.

- Hãy nghe hội chẩn về cô ấy nhỉ?

- Được, trước nhất, hình như là một viên đạn cỡ nhỏ. Nó vào đằng thái dương, vào não chừng bốn phân thì dừng lại. Nó nằm ở cạnh não thất ngang. Ở đấy có xuất huyết.

- Anh sẽ làm thế nào?

- Dùng thuật ngữ của anh - lấy một cặp phoóc xép kéo viên đạn ra bằng chính cái lối nó đã vào.

- Giỏi. Nếu là tôi thì sẽ dùng cái phoóc xép mảnh nhất mà các anh có đấy.

- Đơn giản thế?

- Chúng ta làm gì được trong trường hợp như thế này? Chúng ta có thể để viên đạn tại đó và cô ấy có thể sống đến cả trăm tuổi nhưng đó vẫn cứ là một nguy cơ. Cô ấy có thể bị động kinh, đau nửa đầu, mọi thứ oán thán khác. Và một điều mà anh thật tình không muốn làm là khoan vào sọ cô ấy rồi một năm sau, khi vết thương tự nó đã lành thì mổ. Viên đạn nằm xa các động mạch lớn. Nên tôi sẽ bảo anh là rút nó ra... nhưng...

- Nhưng sao?

- Tôi không lo ngại nhiều về viên đạn. Cô ấy sống đến giờ này và đó đã là một dấu hiệu tốt cho thấy cô ấy sẽ ổn khi chúng ta rút được viên đạn ra. Vấn đề thật sự ở đây. - Ông chỉ vào màn hình. - Quanh đầu vào của vết thương anh thấy những mảnh xương. Tôi có thể thấy ít nhất một tá mảnh dài đến hai li. Một số đã nằm vào trong mô não. Chúng có thể giết chết cô ấy nếu anh không cẩn thận.

- Có phải các con số và năng lực toán liên quan đến chỗ này của não không? - Jonasson hỏi.

Ellis nhún vai.

- Vớ vẩn. Các tế bào màu xám đặc biệt kia dùng cho cái gì, tôi không hề biết đâu. Anh chỉ có thể làm cho hết sức anh thôi. Anh mổ. Tôi sẽ nhìn qua vai anh.

Mikael Blomkvist ngước nhìn lên đồng hồ và thấy nó vừa chỉ qua 3 giờ sáng. Anh bị còng tay và càng lúc càng thấy khó chịu hơn. Anh nhắm mắt lại một lúc. Anh mệt chết người nhưng còn trụ được nhờ adrenalin. Anh lại mở mắt, cáu kinh lườm người cảnh sát. Mặt thanh tra Thomas Paulsson có vẻ bị một cú sốc. Họ ngồi ở bàn bếp trong một nhà trại màu trắng gọi là Gosseberga, một nơi nào đó gần Nossebro. Blomkvist lần đầu tiên nghe nói đến nơi này chưa đầy mười hai tiếng trước.

Không ai phủ nhận được thảm cảnh đã xảy ra.

- Ngu xuẩn, - Blomkvist nói.

- Nào, anh nghe đây…

- Ngu xuẩn, - Blomkvist lại nói. - Tôi đã cảnh báo ông rằng hắn rất nguy hiểm, nhân danh Chúa. Tôi đã bảo ông phải túm lấy nó như một quả lựu đạn sắp nổ. Nó đã tay không giết ít nhất ba người rồi và nó thì đồ sộ như cỗ xe tăng. Mà ông lại cử hai anh cảnh sát làng đi bắt nó, làm như thể nó bị say rượu tối thứ Bảy vậy.

Blomkvist lại nhắm mắt, nghĩ đêm nay liệu sẽ còn xảy ra chuyện gì khác nữa không đây.

Anh tìm thấy Salander đúng ngay sau nửa đêm. Cô bị thương rất tệ hại. Anh đã gọi cảnh sát và Sở Cấp cứu. Điều duy nhất anh làm đúng là đã thuyết phục họ đưa trực thăng đến mang cô gái tới bệnh viện Sahlgrenska. Anh đã tả rõ cho họ về các vết thương của cô cùng vết đạn bắn vào đầu và một nhân viên nghe đài tài ba nào đó ở Sở Cấp cứu đã nhận được tin anh báo.

Dù thế, toán Puma của đơn vị trực thăng ở Save cũng phải mất nửa giờ mới đến nơi được. Blomkvist đã cho hai chiếc xe ra khỏi nhà kho. Anh bật đèn mũi xe soi cho vùng hạ cánh ở đằng trước ngôi nhà.

Tốp lái trực thăng và hai phụ tá y tế đã làm việc với cung cách quen thuộc và chuyên nghiệp. Một phụ tá săn sóc Salander còn người kia coi Alexander Zalachenko, địa phương đây biết tên là Karl Axel Bodin. Zalachenko là bố Salander và kẻ thù nguy hại nhất của cô. Hắn đã toan giết cô nhưng không thành. Blomkvist tìm thấy hắn trong lán củi ở trang trại với một vết chém ghê rợn - chắc bởi một búa rìu - vào giữa mặt và một vài thương tổn rải rác ở một chân hắn mà anh xem xét chả ngại ngùng gì.

Trong khi chờ trực thăng, anh đã làm cho Salander những gì có thể. Anh lấy một chiếc chăn sạch ở trong tủ áo, cắt ra làm băng cứu thương. Ở vết thương trên đầu máu đã khô, anh không biết có nên băng bó lên đó hay không. Cuối cùng anh quấn rất lỏng miếng vải quanh đầu cô, phần lớn cốt để cho vết thương không phơi ra với vi trùng và đất cát. Nhưng anh đã cầm được máu ở các vết thương trên hông và vai cô bằng cách đơn giản nhất mà anh có thể làm. Anh đã tìm thấy một cuộn băng dính vải và anh dùng nó để bít các vết thương lại. Các phụ tá y tế nhận xét thấy chỗ này, theo kinh nghiệm của họ thì đây là một hình thức băng bó mới toanh. Anh cũng lấy khăn ướt rửa mặt cho Salander, cố sức làm sạch hết đất cát.

Anh không quay về lán củi trông nom Zalachenko. Thật bụng anh chả thiết đoái đến con người này chút nào. Nhưng anh gọi di động cho Berger, nói với chị tình hình.

- Anh ổn chứ? - Berger hỏi anh.

- Ổn, - Blomkvist nói. - Lisbeth là người bị nguy thật sự.

- Cô gái tội nghiệp, - Berger nói. - Em đọc báo cáo Sapo của Bjorck hồi tối. Em nên làm việc này như thế nào?

- Lúc này anh chả còn hơi sức nào mà nghĩ ra được cái gì đâu, - Blomkvist nói. Những việc liên quan đến Cảnh sát An ninh đều phải chờ đến ngày hôm sau.

Trong khi nói với Berger, anh ngồi lên sàn cạnh chiếc ghế dài, không ngừng theo dõi Salander. Anh đã cởi giầy và quần cô ra để băng bó vết thương ở hông và bây giờ tay anh đang đặt lên chiếc quần anh vất xuống sàn cạnh ghế dài. Có cái gì ở trong một túi quần. Anh lấy ra một chiếc Palm Tungsten T3.

Anh cau mày nhìn chăm chú khá lâu vào chiếc máy tính cầm tay. Khi nghe thấy tiếng trực thăng đến gần, anh nhét nó vào túi trong áo jacket của mình rồi lục hết các túi quần của Salander. Anh tìm thấy chùm chìa khóa của căn hộ ở Mosebacke và hộ chiếu mang tên Irene Nesser. Anh để vội tất cả vào một ngăn túi đựng máy tính của anh.

Đi từ đồn cảnh sát ở Trollhattan, xe tuần tra của Torstensson và Ingermarsson đến nơi sau khi trực thăng đỗ xuống một ít phút. Đến sau nữa là thanh tra Paulsson, ông bắt tay ngay vào việc. Blomkvist bắt đầu nói rõ những gì xảy ra. Rất nhanh anh nhận thấy Paulsson huênh hoang, kiểu thầy đội được huấn luyện cứng queo. Có vẻ ông ta chả chú ý gì đến những điều Blomkvist nói. Chính là từ khi Paulsson đến mà mọi sự bắt đầu hóa ra lăng nhăng.

Điều duy nhất ông ta có vẻ đủ sức nắm được là cô gái bị thương tồi tệ đang được các nhân viên y tế trông nom ở trên sàn cạnh chiếc ghế dài kia chính là Lisbeth Salander, kẻ đã giết chết ba mạng người. Và quan trọng hơn hết là ông bắt được cô gái. Ba lần Paulsson hỏi nhân viên y tế đang bận bù đầu liệu có thể bắt cô gái đi ngay được không. Cuối cùng nhân viên y tế đứng lên quát bảo Paulsson cuốn xéo.

Paulsson bèn lại quay sang chú ý đến người đàn ông bị thương ở lán củi; Blomkvist nghe thấy ông ta báo cáo trong máy bộ đàm rằng Salander rõ ràng lại định giết thêm một người nữa.

Đến lúc ấy thì Blomkvist thực sự nổi xung với Paulsson, vì ông ta không đoái hoài đến một câu nào của anh hết, dù anh hết bảo ông ta hãy gọi ngay thanh tra Bublanski ở Stockholm, thậm chí còn lấy cả di động ra bấm số hộ nhưng Paulsson vẫn kệ.

Blomkvist khi ấy đã phạm phải hai cái lỗi.

Thứ nhất, anh chịu khó nhưng kiên quyết giải thích rằng người gây ra ba vụ án mạng ở Stockholm là Ronald Niedermann, hắn vạm vỡ như một cỗ robot bọc thép dày cộp và bị một bệnh gọi là chứng vô cảm bẩm sinh, mình mẩy hắn không biết đau đớn, hắn hiện đang ngồi trong một con mương ở gần đường đi Nossebro, bị trói vào một cột báo hiệu giao thông. Blomkvist bảo Paulsson chỗ tìm Niedermann đích xác ở đâu, giục ông cho một tiểu đội mang súng tự động đi bắt hắn. Cuối cùng Paulsson hỏi làm sao mà Niedermann lại ở trong con mương. Blomkvist thoải mái nhận chính anh đã để hắn ở đó, anh làm được thế là nhờ đã chĩa súng vào hắn suốt.

- Tấn công bằng vũ khí sát thương, - Paulsson lập tức đáp lại.

Đến bước này Blomkvist phải nhận rằng Paulsson ngu tới mức nguy hiểm. Lẽ ra nên tự mình gọi Bublanski nhờ ông can thiệp, xua hết đi màn sương mù bao bọc Paulsson thì anh lại phạm phải cái lỗi thứ hai: trao nộp khẩu súng mà anh có ở trong túi - khẩu Colt.45 kiểu 1911 Government anh tìm thấy tại căn hộ của Salander ở Stockholm sáng sớm hôm nay. Anh đã dùng nó để tước vũ khí của Niedermann và làm cho hắn bất lực - một chuyện không thể đằng thằng làm được với tên khổng lồ ấy.

Phản ứng lại, Paulsson vội bắt ngay Blomkvist vì sở hữu vũ khí bất hợp pháp. Rồi ông ta ra lệnh cho hai sĩ quan, Torstensson và Ingemarsson lái xe đến đường Nossebro. Họ phải xác minh xem liệu chuyện Blomkvist nói tại đó có một người ngồi ở trong mương, bị trói vào bảng báo NAI SỪNG TẤM QUA LẠI là đúng hay sai. Nếu đúng, hai viên sĩ quan sẽ phải còng tay người đó giải về trang trại Gosseberga.

Blomkvist lập tức phản đối, nhắc cho ông biết rằng Niedermann không phải loại người để cho bị còng tay mà bắt đâu: hắn là một tên sát nhân bệnh hoạn, xin hãy vì mạng của hai anh cảnh sát. Mệt phờ suốt ngày rồi nên khi Paulsson phớt lờ lời phản đối của anh thì Blomkvist hết cả giữ gìn. Anh bảo Paulsson là đồ ngu bất tài, quát với ông ta rằng Torstensson và Ingemarsson hãy quên bố nó cái chuyện cởi trói cho Niedermann đi khi mà họ chưa gọi được thêm quân. Kết quả của cơn nổi nóng này là anh bị còng tay và đẩy vào ghế sau xe của Paulsson. Vừa rủa anh vừa nhìn Torstensson lái chiếc xe tuần tra. Chỉ ánh đèn rhấp nháy trong đêm mới cho hay trực thăng đang mang Salander đi, vừa khuất sau các ngọn cây theo hướng Goteborg. Blomkvist cảm thấy hoàn toàn bất lực: anh chỉ có thể hy vọng Salander sẽ được chữa chạy tốt nhất. Cô cần như thế, không thì chết.

Jonasson rạch hai đường sâu xuống suốt tới sọ, lật da ở quanh miệng vết thương lên. Ông dùng panh để banh vết thương ra. Một y tá phòng mổ tra một ống hút vào để lấy hết máu ra. Rồi phần gay go đến, khi ông phải dùng một mũi khoan để mở rộng cái lỗ ở sọ. Việc làm này phải cực kỳ chậm.

Cuối cùng ông đã có một cái lỗ đủ to để có thể xâm nhập vào não Salander. Hết sức thận trọng, ông lùa một que dò vào não, mở rộng vùng tổn thương ra vài li. Rồi ông lùa một que dò mảnh hơn vào tìm vị trí viên đạn. Qua X-quang ông có thể thấy viên đạn đã quay chiều, nằm ở một góc bốn mươi lăm độ so với miệng vết thương. Ông thận trọng dùng que dò nậy nậy vào gờ viên đạn, sau vài lần làm không kết quả ông đã hẩy nhẹ được nó lên để quay nó về đúng hướng.

Cuối cùng ông lùa cặp phoóc xép có đầu khắc răng cưa vào. Ông bấm lấy đuôi viên đạn, giữ chặt nó rồi kéo giật phoóc xép. Viên đạn xem vẻ dễ dàng chui ra. Ông giơ nó lên ánh sáng mấy giây, thấy nó có vẻ nguyên vẹn thì ông vứt nó vào trong một cái bát.

- Gạc, - ông nói. Yêu cầu của ông lập tức được đáp ứng.

Ông liếc vào điện tâm đồ, nó cho thấy tim bệnh nhân vẫn hoạt động bình thường.

- Phoóc xép.

Ông kéo chiếc kính hiển vi với độ phóng đại mạnh treo ở trên đầu xuống, chĩa tiêu điểm kính vào khu vực đang bày ra.

- Cẩn thận, - Ellis nói.

Trong vòng bốn mươi lăm phút tiếp theo, Jonasson nhặt ra khỏi đầu vào của vết thương không dưới ba mươi hai mảnh xương nhỏ tí. Mảnh nhỏ nhất khó lòng nhìn thấy bằng mắt thường.

Trong khi Blomkvist tuyệt vọng cố lấy di động ra khỏi túi ngực áo jacket của anh - với hai bàn tay còng quặt ra sau lưng, việc này tỏ ra là bất khả thi và anh cũng không rõ làm sao anh sẽ dùng nổi được di động nữa - thì nhiều xe chở cả cảnh sát đồng phục lẫn nhân viên kỹ thuật đã đến trang trại Gosseberga. Paulsson đã cho họ chi tiết để dò tìm bằng chứng pháp lý ở trong lán củi và tiến hành khám xét kỹ lưỡng ngôi nhà trại, qua đó họ đã tịch thu được một số vũ khí. Bây giờ chịu cảnh vô dụng, Blomkvist đành từ cái thế cao hơn ở trên xe hơi của Paulsson, quan sát hoạt động của họ.

Một tiếng trước khi trời hừng sáng, Paulsson chợt nhớ ra Torstensson và Ingemarsson có nhiệm vụ đi thu nhặt Niedermann vẫn chưa trở về. Ông bảo đưa Blomkvist vào bếp, ở đây ông lại yêu cầu anh cung cấp thêm chỉ dẫn chính xác về chỗ trói Niedermann.

Blomkvist nhắm mắt lại.

Anh vẫn đang ở trong bếp với Paulsson thì toán ứng cứu vũ trang được cử đi giúp Torstensson và Ingemarsson trở về báo cáo. Tìm thấy Ingemarsson, chết gãy cổ, Torstensson còn sống nhưng bị đánh dã man. Phát hiện ra họ ở gần bảng báo NAI SỪNG TẤM QUA LẠI bên đường. Vũ khí công vụ và chiếc xe cảnh sát của họ thì không còn.

Thanh tra Paulsson bắt tay vào với một tình huống tương đối dễ thu xếp điều hành: nay ông đã giết chết một cảnh sát viên còn tên sát nhân có vũ trang thì sống.

- Đồ ngu, - Blomkvist lại nói.

- Chửi cảnh sát thì chả có giúp được gì đâu.

- Xem ra với ông thì chắc tôi chửi là đúng đấy. Nhưng tôi sẽ báo cáo ông đã bỏ bê nhiệm vụ và thậm chí ông không biết cả rằng ông còn giơ lưng ra cho bị đánh. Khi tôi dứt nợ với ông, ông sẽ được mọi thứ báo chí tin tức cả nước chào mừng như là một cảnh sát viên đần độn nhất Thụy Điển.

Thanh tra Paulsson cuối cùng đã bị lung lay bởi ý nghĩ trở thành đối tượng pha trò hề cho công chúng. Lo lắng hiện lên trên mặt ông.

- Ông đề nghị cái gì?

- Tôi không đề nghị, tôi *yêu cầu* ông gọi thanh tra Bublanski ở Stockholm. Ngay lập tức. Số điện thoại của ông ấy ở máy di động trong túi ngực tôi.

Thanh tra Modig giật mình thức dậy khi di động reo lên ở đầu kia phòng ngủ. Chị ngán ngẩm thấy chỉ mới hơn 4 giờ sáng một ít. Rồi chị nhìn chồng đang ngáy ngon lành. Anh ấy chắc ngủ được ở giữa cả một trận địa pháo. Chị loạng choạng ra khỏi giường, rút sạc khỏi di động rồi dò bấm nút trả lời.

Jan Bublanski, chị nghĩ. *Còn ai nữa?*

- Mọi chuyện đang khốn nạn to ở Trollhattan đây, - viên sĩ quan cấp trên của chị nói, chả thiết chào hỏi hay xin lỗi gì. - Chuyến X2000 đi Goteborg rời ga lúc 5 giờ 10. Đi taxi mà đến.

- Xảy chuyện gì thế chứ?

- Blomkvist tìm thấy Salander, Niedermann *cùng với* Zalachenko. Blomkvist lại bị bắt vì chửi một sĩ quan cảnh sát, chống lệnh bắt giữ và sở hữu vũ khí bất hợp pháp. Salander bị bắn vào đầu đã được mang đến Sahlgrenska. Zalachenko cũng ở đấy thì bị một vết thương bằng búa rìu vào sọ. Niedermann thoát. Và đã giết một cảnh sát đêm nay.

Modig hấp háy mắt, nhận thấy mình kiệt quệ đến dường nào. Chị muốn hơn cả là lại bò vào giường làm một kỳ nghỉ cuối tháng.

- Chuyến X2000, 5 giờ 10. OK. Anh muốn tôi làm gì đây?

- Gặp Jerker Holmberg ở Ga Trung tâm. Cô sẽ liên hệ với thanh tra Thomas Paulsson ở trụ sở cảnh sát Trollhattan. Có vẻ ông ta chịu trách nhiệm về mọi cái rối ren của đêm nay đấy. Blomkvist tả ông ta là đồ ngu cỡ Olympic.

- Anh đã nói chuyện với Blomkvist à?

- Anh ta bị còng tay và bắt giữ công khai. Tôi đã cố thuyết phục Paulsson cho tôi nói chuyện với anh ấy một lúc. Ngay lúc này tôi đang đến Kungsholmen, tôi sẽ cố tìm hiểu xem đã xảy ra chuyện gì. Chúng ta sẽ liên hệ với nhau qua di động.

Modig lại xem đồng hồ. Rồi gọi một taxi, nhảy vào vòi sen tắm một hồi. Chị đánh răng, rê lược kỹ càng vào tóc rồi mặc quần jean đen, áo phông đen và jacket xám. Chị để khẩu súng cảnh sát vào trong túi quàng vai rồi nhặt lấy một áo da đỏ sẫm. Rồi lay đẩy cho sự sống nhập đủ được vào ông chồng để giải thích rằng chị đi công tác, sáng nay ông phải trông nom trẻ con. Chị ra cổng ngoài đúng lúc taxi đến.

Chị không phải tìm người đồng nghiệp, thanh tra hình sự Holmberg. Đoán chừng ông ở toa ăn, chị thấy ông ở đấy thật. Ông đã mua cà phê và sandwich cho chị.

Họ ngồi lặng lẽ năm phút ăn điểm tâm. Cuối cùng Holmberg gạt tách cà phê sang bên.

- Có lẽ tôi cũng nên được huấn luyện chút ít ở trong vài lĩnh vực khác nữa, - ông nói.

Quá 4 giờ sáng một lúc, thanh tra hình sự Marcus Erlander ở Vụ Trọng án Goteborg đến Gosseberga tiếp nhận công việc điều tra từ tay Paulsson đã quá tải. Erlander là một người thấp, tròn, tóc hoa râm, quãng năm chục tuổi. Một trong những việc đầu tiên ông làm là tháo còng cho Blomkvist rồi đưa cái bánh cuộn và lấy cà phê ở phích ra cho anh. Hai người ngồi riêng trong phòng khách nói chuyện.

- Tôi đã nói chuyện với Bublanski, - Erlander nói. - Bong Bóng[1] và tôi quen biết nhau đã nhiều năm. Cả hai chúng tôi ân hận là anh đã phải chịu cái kiểu làm việc khá nguyên thủy của Paulsson.

- Ông ta đã có thành tích giết chết một cảnh sát đêm nay, - Blomkvist nói.

---

[1] Biệt danh của Bublanski. Trong tiếng Anh, *bubble* (bong bóng) đọc và viết hơi giống tên Bublanski.

Erlander nói:

- Cá nhân tôi quen biết anh cảnh sát Ingemarsson. Anh ấy làm việc ở Goteborg trước khi chuyển đến Trollhattan. Anh ấy có một con gái lên ba.

- Tôi ân hận. Tôi đã cố cảnh báo ông ấy.

- Tôi có nghe nói như thế. Anh rất nhiệt tình, xem thì thấy đó, thế cho nên anh đã bị còng tay. Anh là người năm ngoái đã vạch trần Wennerstrom. Bublanski nói anh là một tay nhà báo bố lếu không biết xấu hổ và một kẻ điều tra tư nhân điên rồ nhưng là người có biết thì mới nói. Anh có thể giúp tôi nắm bắt nhanh được những gì đang xảy ra không?

- Chuyện xảy ra ở đây đêm nay là hậu quả của các vụ giết hai người bạn tôi ở Enskede, Dag Svensson và Mia Johansson. Và vụ giết một người không phải là bạn tôi..., luật sư Bjurman, cũng là người giám hộ Salander.

Erlander vừa nhấm nháp cà phê vừa ghi chép.

- Như chắc ông có biết, từ lễ Phục sinh cảnh sát đang sục tìm Salander. Cô ấy là nghi can trong cả ba vụ án mạng. Trước hết, ông cần biết rằng Salander là nạn nhân từ đầu đến đuôi trong vụ này chứ không hề là thủ phạm của ba án mạng kia.

- Tôi không có chút quan hệ nào với giới làm ăn ở Enskede nhưng sau mọi cái báo đài từng nói về cô ấy mà bảo rằng Salander hoàn toàn vô tội thì có lẽ là hơi khó nuốt đấy.

- Nhưng việc nó là như thế. Cô ấy vô tội. Chấm hết. Kẻ giết người là Ronald Niedermann, hắn đã giết cảnh sát viên của ông đêm nay. Hắn làm việc cho Karl Axel Bodin.

- Bodin bị đánh bằng rìu vào đầu ở Sahlgrenska?

- Cái rìu không còn ở đầu hắn nữa rồi. Tôi cho là Salander đã chẹn hắn lại được. Hắn tên thật là Alexander Zalachenko và chính là bố của Lisbeth. Hắn là dân sát thủ của tình báo quân đội Nga. Hắn đào ngũ hồi những năm 70 và rồi lọt vào nằm trong sổ sách của Sapo cho đến khi Liên Xô sụp. Từ đấy hắn mở mạng lưới tội ác của riêng hắn.

Erlander quan sát tỉ mỉ người đối diện ông. Mặt Blomkvist bóng nhẫy mồ hôi nhưng nom anh lại vừa rét run vừa mệt nhoài. Cho tới nay anh nói hoàn toàn hợp lý nhưng Paulsson - mà ý kiến rất ít có ảnh hưởng đến Erlander - đã báo động ông rằng Blomkvist đang huyên thiên về những điệp viên Nga với dân dao búa Đức gì đó - những yếu tố hầu như khó mà tìm thấy trong công việc của cảnh sát Thụy Điển. Trong chuyện này Blomkvist rõ ràng đã chạm vào cái điểm nó khiến cho Paulsson quyết định phải lờ đi mọi cái anh có thể nói thêm ra nữa. Nhưng một cảnh sát đã bị chết và một người nữa bị thương nặng trên đường đi Nossebro, cho nên Erlander muốn nghe. Nhưng ông không thể giấu nổi một chút dấu vết hoài nghi lộ ra trong giọng nói của mình.

- OK, một điệp viên Nga.

Blomkvist mỉm cười mệt mỏi, quá biết rằng câu chuyện mình nói nghe nó kỳ dị đến thế nào.

- Một *cựu* điệp viên Nga. Tôi nói gì là đều có thể đưa ra tài liệu đấy.

- Anh nói tiếp đi.

- Zalachenko là một điệp viên hàng đầu trong những năm 70. Hắn bỏ trốn và được Sapo cho cư trú chính trị. Về già hắn trở thành một tên cướp. Như tôi biết, đây không phải là cảnh ngộ duy nhất lúc Liên Xô bắt đầu sụp đổ.

- OK.

- Như tôi đã nói, tôi không biết chính xác chuyện gì xảy ra ở đây đêm nay nhưng Lisbeth đã mò ra được bố cô ấy, người bố mà cô ấy chưa gặp suốt mười lăm năm qua. Zalachenko đã lạm dụng mẹ cô một cách quá đểu cáng đến nỗi phần lớn đời bà ấy là nằm trong bệnh viện. Hắn đã cố giết Lisbeth, hắn đã mượn tay Niedermann sát hại Svensson và Johansson. Thêm nữa, hắn đứng đằng sau vụ bắt cóc Miriam Wu, bạn của Salander - chắc ông đã nghe trận đánh sống mái của Paolo Roberto ở Nykvarn mà nhờ đó Wu mới sống chứ không ngờ đã chết đứt rồi.

- Nếu đã nện búa rìu vào bố mình thì cô ấy đâu có hoàn toàn vô tội nữa chứ nhỉ.

- Cô ấy đã bị bắn ba lần. Tôi cho rằng chúng ta có thể coi hành động của cô ấy ở một mức độ nào đó là tự vệ. Tôi nghĩ...

- Vâng?

- Người cô ấy đầy đất đầy bùn, tóc cô ấy là một tảng đất sét khô to tướng. Quần áo trong ngoài toàn là cát. Xem vẻ cô ấy đã bị vùi chôn xuống ban đêm. Niedermann có tiếng là hay chôn người. Cảnh sát ở Sodertalje đã tìm thấy hai ngôi mộ ở một nơi thuộc sở hữu của Câu lạc bộ Xe máy Svavelsjo, ngoài Nykvarn.

- Đúng ra là ba. Đến khuya, họ đã tìm ra một cái nữa. Nhưng nếu Salander đã bị bắn và chôn thì sao cô ấy lại leo ra mà đi la cà với một cây búa rìu được?

- Dù xảy ra cái gì nữa ở đây đêm nay thì ông cũng nên biết là Salander cực kỳ tháo vát xoay xở. Tôi đã cố thuyết phục Paulsson đưa một đơn vị chó đến...

- Đang trên đường đến đấy.

- Tốt.

- Paulsson bắt anh vì đã chửi cảnh sát...

- Tôi sẽ cãi phăng chỗ ấy. Tôi bảo ông ta là đồ ngu và đồ rồ bất tài. Trong hoàn cảnh tôi, cả hai tính từ này đều có thể coi là không bị chệch mục tiêu.

- Hừm... Mô tả như anh cũng không phải là hoàn toàn thiếu chính xác đâu. Nhưng anh còn bị bắt vì mang vũ khí bất hợp pháp.

- Tôi sai là đã toan trao vũ khí cho ông ta. Trước khi nói chuyện với luật sư của tôi, tôi không muốn nói gì hơn về chuyện này.

- Được. Chúng ta cứ để thế đã. Chúng ta có nhiều chuyện quan trọng để bàn hơn. Anh biết gì về tay Niedermann này?

- Hắn là một tên giết người. Có một cái gì dị thường ở hắn. Hắn cao hơn hai mét và to như một cỗ xe tăng. Hãy hỏi Paolo Roberto từng đấu bốc với hắn. Hắn bị một chứng bệnh bẩm sinh gọi là vô cảm với đau đớn thể xác, tức là chất chuyển tải cảm giác đau ở các đầu nối thần kinh của hắn không vận hành. Hắn không biết đau. Hắn là người Đức, sinh ra ở Hamburg, lúc mười mấy đã ở trong đám trọc đầu. Hiện nay hắn đã sống và sẽ hết sức nguy hiểm cho bất cứ ai gặp phải hắn.

- Anh có nghĩ hắn chạy đến đâu không?

- Không. Tôi chỉ biết rằng tôi đã trói gô nó lại rồi, sẵn sàng cho các vị tóm đi đi thì cha ngu ngốc ở Trollhattan kia đến nắm lấy tình hình.

Jonasson tháo đôi găng tay loang lổ máu ném vào thùng đựng rác thải sinh học. Một nữ y tá phòng mổ đang băng bó vết thương đạn bắn ở hông Salander. Ca mổ kéo dài ba giờ đồng hồ. Ông nhìn đầu cô gái bị thương và cạo trọc lóc đã được băng bó. Ông chợt cảm thấy trìu mến, như ông thường vẫn như vậy với bệnh nhân sau khi mổ. Theo báo chí, cô là một hung thủ bệnh hoạn giết người hàng loạt nhưng với ông, cô nom giống một con chim sẻ bị thương hơn.

- Anh là tay phẫu thuật giỏi đấy, - Ellis nói, mắt nhìn ông với một tình cảm trìu mến thích thú.

- Tôi đãi anh điểm tâm được không?

- Ta mua được bánh kếp với mứt ở đâu đó quanh đây không?

- Bánh quế, - Jonasson nói. - Ở nhà tôi. Để tôi gọi báo vợ tôi rồi chúng ta có thể đi taxi. - Ông dừng lại nhìn đồng hồ treo tường. - Nghĩ lại, nếu không gọi có lẽ còn tốt hơn cơ đấy.

Annika Giannini giật mình tỉnh dậy. Chị thấy đã 5 giờ 58 phút sáng... Chị phải gặp người khách đầu tiên lúc 8 giờ.

Chị quay nhìn Enrico đang ngủ ngon và chắc sẽ không thể dậy được trước 8 giờ. Chị hấp háy mắt một lúc rồi đứng lên bật máy pha cà phê và đi tắm. Chị mặc quần đen, áo polo trắng có cổ và jacket mầu đỏ gạch xỉn. Chị làm hai miếng bánh mì nướng với phomát, mứt cam và một lát quả bơ, đem bữa điểm tâm vào phòng khách cho kịp với bản tin truyền hình 6 giờ 30. Chị uống một ngụm cà phê, vừa há miệng để ăn bánh mì nướng thì nghe thấy các tin.

Một cảnh sát bị giết và một cảnh sát khác bị thương nặng. Bi kịch đêm qua khi Lisbeth Salander kẻ giết ba người đã bị bắt.

Thoạt tiên chị không thể hiểu được nó nói gì. Salander giết cảnh sát ư? Mẩu tin sơ sài nhưng gom lại từng ít một dần dần chị đã hiểu ra là một người đàn ông đang bị lùng kiếm vì gây án. Báo động đã được tung đi khắp cả nước về một người đàn ông cỡ giữa ba chục tuổi nhưng chưa nêu tên. Bản thân Salander cũng bị thương nặng, đang ở bệnh viện Sahlgrenska tại Goteborg.

Chị mở sang kênh khác nhưng không biết được gì nhiều hơn nữa về chuyện đã xảy ra. Chị với di động gọi anh ruột, Mikael Blomkvist. Chị nhận được đoạn ghi âm trả lời tự động của anh. Chị thoáng thấy hoảng. Trên đường đến Goteborg anh đã gọi. Anh đang dò theo lõng của Salander. Và một đứa sát nhân tên là Ronald Niedermann.

Khi trời hửng sáng, một cảnh sát quan sát đã tìm thấy những vết máu trên đất đằng sau lán củi. Lần theo chúng, chó cảnh sát đã đến một con hào hẹp ở một bãi quang trong một khu rừng cách nhà trại chừng bốn trăm mét về phía đông bắc.

Blomkvist đi cùng thanh tra Erlander. Họ lầm lũi nghiên cứu hiện trường. Máu nhỏ xuống nhiều hơn, rõ hơn ở trong và xung quanh con hào.

Họ tìm thấy một hộp thuốc lá bẹp nom như đã được dùng làm xẻng xúc. Erlander để nó vào túi tang vật, ghi mã số cho nó. Ông cũng thu nhặt mẫu các mảng đất thấm máu. Một cảnh sát mặc đồng phục chỉ cho ông để ý đến một đầu mẩu thuốc lá - một điều Pall Mall không đầu lọc - ở cách cái hố chút ít. Cái này cũng được cất vào túi tang vật và ghi mã số. Blomkvist nhớ đã trông thấy một gói Pall Mall ở trên quầy bếp trong nhà Zalachenko.

Erlander ngước nhìn đám mây mưa đang hạ thấp. Rõ ràng cơn dông phá phách Goteborg hồi đầu đêm qua đang chuyển xuống phía nam vùng Nossebro, và chả mấy lâu nữa là mưa. Ông bảo một người của ông lấy một miếng thảm cao su phủ lên trên con hào và các chỗ quanh nó.

- Tôi nghĩ là anh đúng, - Erlander bảo Blomkvist khi họ đi bộ về ngôi nhà trại. - Phân tích máu chắc sẽ cho thấy Salander đã bị chôn ở đây đêm qua, tôi đang bắt đầu chờ tìm thấy dấu vân tay của cô ấy ở hộp thuốc lá. Cô ấy đã bị bắn và chôn ở đây nhưng như thế nào đó cô ấy đã xoay ra được cách để sống sót, tự đào cho mình thoát khỏi và...

- Và như thế nào đó đã quay về ngôi nhà trại vung rìu bổ vào đầu Zalachenko, - Blomkvist nói tiếp hộ ông. - Cô ấy có thể là một nữ tặc u uẩn.

- Nhưng làm thế nào mà cô ấy lại khống chế nổi được Niedermann cơ chứ?

Blomkvist nhún vai. Ở mục này anh cũng lơ mơ như Erlander thôi.

CHƯƠNG 2

Thứ Sáu, 8 tháng Tư

Modig và Holmberg đến Ga Trung tâm Goteborg đúng 8 giờ sáng. Bublanski đã gọi để chỉ thị cho họ. Họ có thể dẹp đi chuyện tìm taxi để đến ban chỉ huy cảnh sát ở Ernst Fontells Plats, trụ sở của Cảnh sát Hình sự Miền tây Gotaland. Họ chờ gần một tiếng đồng hồ, thanh tra Erlander mới từ Gosseberga đến cùng Blomkvist. Blomkvist chào Modig, trước đây anh đã gặp chị, và bắt tay Holmberg mà anh chưa biết. Một đồng sự của Erlander đến đem cho họ tin mới nhất về chuyện săn lùng Niedermann. Đó là một báo cáo ngắn.

- Chúng tôi có một nhóm hoạt động với sự trợ giúp của Cảnh sát Hình sự Tỉnh. Một lệnh truy nã dĩ nhiên đã được tung đi. Sáng nay đã tìm thấy ở Alingsas chiếc xe tuần tra bị mất. Cuộc dò tìm đến nay kết thúc ở đây. Chúng tôi cần giả định là hắn đã đổi xe nhưng chúng tôi không thấy có báo cáo nào về các xe bị đánh cắp.

- Báo đài thế nào? - Modig hỏi, vẻ xin lỗi liếc nhìn Blomkvist.

- Đây là giết cảnh sát và báo chí đã ném hết quân ra rồi. Chúng tôi sẽ có một cuộc họp báo lúc 10 giờ.

- Có ai có tin gì về tình hình Salander không? - Blomkvist hỏi. Anh cảm thấy dửng dưng lạ lùng với mọi sự liên quan đến việc săn lùng Niedermann.

- Mổ cả đêm cho cô ấy. Họ lấy ở trong đầu cô ấy ra một viên đạn. Cô ấy chưa tỉnh lại.

- Có chẩn đoán gì về bệnh trạng không?

- Như tôi hiểu thì cho đến khi cô ấy tỉnh lại, chúng ta sẽ không biết gì hết. Nhưng bác sĩ mổ nói cô ấy có nhiều hy vọng sống sót, đã ngừa được các rắc rối bất trắc.

- Còn Zalachenko?

- Ai? - Đồng sự của Erlander hỏi. Ông chưa được cập nhật mọi chi tiết.

- Karl Axel Bodin.

- Tôi biết... vâng, ông ta cũng được mổ đêm qua. Ông ta bị một vết chém rất sâu vào giữa mặt và một vết nữa ở ngay dưới xương đầu gối. Ông ấy bị nặng nhưng các vết thương không đe dọa đến tính mạng.

Blomkvist đành phải nuốt cái tin này.

- Nom anh mệt, - Modig nói.

- Chị nói đúng. Tôi đã sang ngày thứ ba gần như không có ngủ nghê gì.

- Tin hay không tùy, nhưng suốt từ Nossebro xuống đây, ở trên xe anh ấy toàn ngủ, - Erlander nói.

- Không thể cố kể lại với chúng tôi từ đầu cho đến đuôi câu chuyện ư? - Holmberg nói. - Nghe cứ như giữa điều tra dân lập với điều tra của cảch sát có tỉ số là 3-0 đấy.

Blomkvist mỉm cười nhợt nhạt với ông.

- Tôi muốn nghe được điều này từ Ngài Sĩ quan Bong bóng.

Họ đi đến căng tin của cảnh sát để ăn điểm tâm. Blomkvist bỏ nửa giờ ra giải thích anh đã từng bước một xâu chuỗi lại như thế nào câu chuyện về Zalachenko. Lúc anh nói xong, các thám tử im lặng.

- Có một ít lỗ hổng trong câu chuyện của anh, - cuối cùng Holmberg nói.

- Có thể như thế, - Blomkvist nói.

- Thí dụ anh không nói làm sao anh lại có được báo cáo Tuyệt mật của Sapo về Zalachenko.

- Tôi tìm thấy nó hôm trước ở nhà Lisbeth Salander lúc tôi mò ra nơi cô ấy ở. Chắc cô ấy đã tìm thấy nó trong căn nhà nghỉ hè của Bjurman.

- Vậy anh đã phát hiện ra chỗ Salander ẩn nấp? - Modig nói.

Blomkvist gật.

- Và?

- Chỗ ấy thì các vị sẽ phải tự tìm lấy. Salander mất rất nhiều công để tạo lấy một địa chỉ bí mật cho cô ấy và tôi thì không có ý để lộ nó ra.

Modig và Holmberg lo ngại nhìn nhau.

- Mikael, đây là điều tra án mạng, - Modig nói.

- Các vị vẫn chưa hiểu, đúng không? Thực tế, Lisbeth Salander là một cô gái vô tội nhưng bằng những cách đều giả cảnh sát đã xúc phạm cô ấy, hủy hoại thanh danh cô ấy. "Băng đảng đồng tính ái nữ tôn thờ quỷ Satan"... các vị lấy ở chỗ quái nào ra cái thứ ấy? Chưa nói Salander còn bị truy nã vì dính đến ba vụ án mạng mà cô ấy chả hề liên quan gì hết. Nếu cô ấy muốn bảo các vị chỗ cô ấy ở thì tôi chắc là cô ấy sẽ bảo thôi.

- Nhưng có một khe hở nữa mà tôi thực sự không hiểu, - Holmberg nói. - Thế nào mà trong câu chuyện này Bjurman lại nổi lên hàng đầu như thế cơ chứ? Anh nói bằng việc tiếp xúc với Zalachenko và nhờ lão giết Salander, Bjurman là người gây ra tất cả cơ sự này. Tại sao hắn lại làm thế?

- Tôi cho là hắn đã thuê Zalachenko thanh toán dứt Salander. Kế hoạch là để cho cô ấy toi đời trong căn nhà kho ở Nykvarn.

- Hắn là người giám hộ của Salander. Động cơ gì khiến hắn phải thanh toán dứt cô ấy?

- Chuyện phức tạp.

- Tôi có thể hiểu được chuyện phức tạp.

- Hắn thừa động cơ cho việc này. Hắn đã làm một cái gì đó mà Salander biết. Cô ấy thành mối đe dọa cho toàn bộ tương lai và hạnh phúc của hắn.

- Hắn đã làm gì?

- Tôi nghĩ nếu ông cho Salander một cơ hội tự nói rõ ra câu chuyện thì tốt hơn. - Anh nhìn chăm chăm vào mắt Holmberg.

- Để tôi đoán, - Modig nói. - Bjurman đã cưỡng bức tính dục như thế nào đó với cô gái mà hắn giám hộ...

Blomkvist nhún vai, không nói không rằng.

- Anh không biết hình xăm ở bụng Bjurman ư?

- Hình xăm nào? - Blomkvist giật mình.

- Một hình xăm nghiệp dư chạy ngang bụng hắn với dòng chữ đề: *Tôi là một con lợn bạo dâm, một đứa sa đọa, một đứa hiếp dâm.* Chúng tôi đang nghĩ cái đó nói lên điều gì.

Blomkvist cười phá lên.

- Gì mà vui thế?

- Tôi luôn nghĩ cô ấy làm gì đây để trả thù. Nhưng xin nghe... tôi không muốn bàn đến chuyện này vì lý do thì cũng là cái tôi đưa ra lúc nãy. Ở đây cô ấy là nạn nhân thực sự. Cô ấy mới là người quyết định xem cần nói gì với các vị. Xin lỗi.

Anh nom vẻ gần như ân hận.

- Hiếp dâm thì luôn cứ là nên báo cáo với cảnh sát, - Modig nói.

- Tôi đồng ý với chị. Nhưng chuyện hiếp dâm xảy ra đã hai năm trước và Lisbeth vẫn chưa nói chuyện đó với cảnh sát. Có nghĩa là cô ấy không định nói. Về chuyện này, việc tôi không tán thành với cô ấy đến đâu không quan trọng; quyết định là do cô ấy. Dù gì thì...

- Vâng, thì sao?

- Cô ấy không có lý do hay ho nào để tin tưởng cảnh sát. Lần cuối cùng định giải thích Bjurman là một con lợn như thế nào thì cô ấy đã bị đem giam lại ở bệnh viện tâm thần.

Khi bảo thanh tra Bublanski, người cầm đầu nhóm điều tra ngồi xuống trước mặt mình, Richard Ekstrom, người chỉ huy cuộc điều tra sơ bộ, cảm thấy không vững dạ. Ông chỉnh lại kính, xoa nắn chòm râu dê vốn được ông săn sóc công phu. Ông cảm thấy tình hình rối ren và không ổn. Ông đã săn tìm Lisbeth Salander hàng tuần. Ông đã đích thân tuyên bố khắp nơi nơi rằng cô là một bệnh nhân nguy hiểm, tâm thần rối loạn. Ông đã cho lọt đi thông tin để nó sẽ yểm hộ ông trong một phiên tòa sẽ tới. Mọi sự nom đã rất tốt đẹp.

Trong đầu ông không hề nghi ngờ chuyện Salander gây ra ba vụ án mạng. Phiên tòa xét xử tới đây sẽ ngon lành, nó thuần túy là một màn xiếc thông tin đại chúng với ông ở chính giữa sân khấu. Thế rồi mọi cái đâm ra bát nháo và ông thấy mình đang đứng trước một hung thủ khác hẳn, cùng với một mớ bòng bong xem chừng như sẽ không có kết thúc ở trước mắt. *Cái con quỷ cái Salander này.*

- Được, chúng ta đã hạ cánh vào phải một bụi rậm gai góc, - ông nói. - Sáng nay các ông đã làm được những gì và đến đâu?

- Đã phát đi toàn quốc lệnh truy nã Ronald Niedermann nhưng không có dấu hiệu gì về hắn cả. Hiện hắn mới chỉ bị lùng kiếm vì vụ giết cảnh sát Gunnar Ingemarsson, nhưng tôi thấy trước là chúng ta sẽ có cơ sở để lên án hắn về ba vụ án mạng ở Stockholm. Có lẽ ông nên mở một cuộc họp báo.

Đưa ra gợi ý họp báo này hoàn toàn là do Bublanski muốn chơi ngang. Ekstrom ghét họp báo.

- Tôi nghĩ lúc này ta nên hoãn họp báo.

Bublanski không nhịn được mỉm cười.

- Trước hết đây là việc của cảnh sát Goteborg, - Ekstrom nói.

- À, chúng tôi có Modig và Holmberg tại hiện trường ở Goteborg và chúng tôi đã bắt đầu cộng tác với...

- Chúng ta hoãn họp báo cho tới khi biết được nhiều hơn, - Ekstrom cộc lốc nhắc lại. - Điều tôi muốn biết là: sao các vị lại chắc chắn rằng Niedermann liên quan thực sự đến ba vụ án mạng ở Stockholm?

- Tôi nhận xét cảm tính ư? Tôi là lý tính trăm phần trăm. Mặt khác, vụ này đúng ra không khó phá. Chúng ta không có nhân chứng về các vụ án mạng, không có bằng chứng pháp y thỏa mãn. Lundin và Nieminen ở Câu lạc bộ Xe máy Svavelsjo đang không chịu nói gì - họ tuyên bố không hề nghe đến Niedermann bao giờ. Thế mà hắn lại sắp bị tù vì giết cảnh sát Ingemarsson.

- Đúng, - Ekstrcm nói. - Vụ giết cảnh sát đang là chuyện chính lúc này. Nhưng hãy bảo tôi: có thể có cái gì đó gợi ý ra rằng Salander có thể bằng cách nào đó đã dính líu đến các vụ án mạng kia không? Có thể như thế nào đó cô ấy đã cùng với Niedermann làm các vụ án mạng kia không?

- Tôi rất ngờ điều này, và nếu là ông thì tôi không có dại nói cái lý lẽ ấy ra với công chúng đâu.

- Vậy sao cô ấy lại *đang* bị liên quan?

- Đây là một chuyện rắc rối mà ngay từ đầu Blomkvist đã sớm nói ra. Nó xoay quanh tay Zala à... Alexander Zalachenko này.

Ekstrom chột dạ nghe đến tên Blomkvist.

- Nói tiếp đi, - ông nói.

- Zala là một sát thủ chuyên nghiệp người Nga - rõ ràng không có được một chút lương tâm nào - bỏ trốn hồi những năm 70 và Salander không may đã là con gái hắn. Hắn được một cánh trong Sapo bảo lãnh hay nâng đỡ, cánh này đã thu dọn sạch sẽ mọi tội ác của hắn. Một sĩ quan cảnh sát biệt phái sang Sapo cũng đã lo được chuyện đem nhốt Salander vào một bệnh viện tâm thần của trẻ con. Cô ấy mười hai tuổi và là mối đe dọa cho tung tích của Zalachenko, bí danh của hắn, tất cả cái vỏ bọc của hắn lộ tóe loe ra.

- Cái này hơi khó tiêu đây. Khó mà trở thành một câu chuyện đưa ra cho công chúng được đây. Nếu tôi hiểu đúng thì tất cả những gì về Zalachenko đều được xếp vào hạng tuyệt mật.

- Nhưng đây là sự thật. Tôi có tư liệu.

- Tôi xem được không?

Bublanski đẩy qua bàn một tập hồ sơ, trong là một báo cáo của cảnh sát đề năm 1991. Ekstrom soi xét kỹ con dấu cho hay tư liệu này thuộc loại Tối Mật còn con số đăng ký thì ông nhận ra ngay là của Cảnh sát An ninh. Ông lật nhanh khoảng trên dưới một trăm trang giấy, đọc nhảy đây đó vài đoạn. Cuối cùng ông để tập hồ sơ sang bên.

- Cần làm cho nó nhẹ bớt đi kẻo không thì hóa ra là chúng ta đã hoàn toàn để mất kiểm soát tình hình. Vậy là vì đã cố giết bố..., tay Zalachenko này, mà Salander bị nhốt trong một bệnh viện tâm thần. Và nay thì tấn công bố bằng một búa rìu. Diễn giải thế nào thì cũng là đã có ý giết. Rồi lại còn bị khép vào tội bắn Magge Lundin ở Stallarholmen nữa chứ.

- Ông muốn bắt ai thì bắt nhưng tôi mà là ông thì tôi sẽ phải chui luồn cho cẩn thận.

- Rò rỉ ra việc Sapo dính líu thì tai tiếng cứ là phải rầm trời.

Bublanski nhún vai. Việc của ông là điều tra tội ác chứ đâu phải là dọn dẹp tai tiếng.

- Cha ba láp ở Sapo kia, gã Gunnar Bjorck. Các vị biết gì về vai trò của cha ấy?

- Hắn là một trong những vai chính. Bị lệch một đĩa cột sống, hắn đang nghỉ ốm và hiện ở Smadalaro.

- OK... Hiện thời chúng ta hãy giữ kín việc Sapo dính líu vào chuyện này. Còn ngay bây giờ thì hãy tập trung vào vụ giết sĩ quan cảnh sát.

- Sẽ khó mà giữ kín được chuyện này.

- Ý ông là sao?

- Tôi đã cử Andersson đưa Bjorck đến để thẩm vấn chính thức. Việc đó có lẽ đang diễn ra... - Bublanski nhìn đồng hồ - ... vào lúc này.

- Ông *sao*?

- Tôi mong nhất là được thú vị tự lái xe đến Smadalaro nhưng các sự kiện xung quanh việc giết người đêm hôm qua hóa ra lại thành ưu tiên mất rồi.

- Tôi chưa cho phép bất cứ ai bắt Bjorck hết.

- Đúng thế. Nhưng đây đâu có phải là bắt. Chỉ là đem hắn đến để hỏi thôi.

- Bất kể thế nào tôi cũng không thích làm thế.

Bublanski nhoài ra, gần như để tâm sự riêng.

- Richard... chuyện nó là như thế đấy. Ngay từ khi còn bé Salander đã phải chịu đựng một số vi phạm về quyền lợi. Một khi đã biết việc này, tôi sẽ không để nó tái diễn nữa. Ông định cất tôi ra khỏi việc lãnh đạo cuộc điều tra nhưng nếu ông làm thế, tôi sẽ buộc phải viết một bản ghi nhớ gay gắt về chuyện này.

Ekstrom nom như nuốt phải một cái gì rất đắng.

Gunnar Bjorck, Phó trưởng phòng Nhập cư của Cảnh sát An ninh đang nghỉ ốm, mở cửa căn nhà nghỉ mùa hè ở Smaladaro ra, ngước lên thấy một người đàn ông cao to lực lưỡng, tóc vàng, mặc jacket da đen.

- Tôi tìm Gunnar Bjorck.

- Tôi đây.

- Curt Andersson, Cảnh sát Hình sự Tỉnh. - Người đàn ông đưa thẻ căn cước ra.

- Vâng?

- Ông được yêu cầu đi với tôi đến Kungsholmen để giúp cảnh sát trong việc điều tra vụ án liên quan đến Lisbeth Salander.

- Ơ, chắc là có nhầm lẫn thế nào rồi.

- Không có nhầm lẫn, - Andersson nói.

- Ông không hiểu rồi. Bản thân tôi cũng là sĩ quan cảnh sát. Ông đừng để cho mình phạm phải một sai sót lớn đi: hãy kiểm tra lại việc này với các sĩ quan cấp trên của ông nha.

- Cấp trên của tôi đang muốn nói chuyện với ông.

- Tôi cần gọi điện thoại rồi...

- Ông có thể gọi ở Kungsholmen.

Bjorck cảm thấy người hắn thình lình mềm oặt. *Xảy ra rồi đây. Ta sắp bị bắt rồi. Thằng Blomkvist chết rấp. Và con Salander chết rấp.*

- Tôi bị bắt à? - Hắn nói.

- Lúc này thì không. Nhưng nếu ông muốn thì chúng tôi sắp xếp giúp được cho ông chuyện đó.

- Không... không, dĩ nhiên. Tôi sẽ đi với ông. Tất nhiên là tôi muốn giúp các bạn đồng nghiệp của tôi ở lực lượng cảnh sát chứ.

- Được, thế tốt, - Andersson nói, đi vào hành lang để theo dõi sát khi Bjorck tắt máy pha cà phê và nhặt lấy áo khoác.

Sáng lâu rồi Blomkvist mới chợt nhận ra chiếc xe anh thuê vẫn nằm ở trang trại Gosseberga, nhưng anh mệt phờ, không có hơi sức hay phương tiện để đi ra đó lấy nó về được, càng không thể an toàn lái đi ngần ấy đường sá. Erlander tốt bụng đã thu xếp cho một kỹ thuật viên hiện trường vụ án trên đường về nhà mang nó về hộ anh.

- Coi như bồi thường cho việc anh bị đối xử đêm qua.

Blomkvist cảm ơn rồi đi taxi đến khách sạn Thành phố trên đường Lorensbersgatan. Anh thuê một phòng 800 curon, đi thẳng vào buồng và cởi quần áo.

Anh ngồi trần truồng trên giường, lấy chiếc máy tính Palm Tungsten T3 của Salander để trong túi áo jacket ra, nhâng nhắc trong lòng bàn tay. Anh còn lạ sao khi Paulsson rờ tìm trên người anh, hắn đã không tịch thu nó, chắc nghĩ nó là của anh, sao hắn đã không chính thức bắt giam và lục khám anh. Anh nghĩ một lát rồi lùa nó vào một trong các ngăn túi đựng máy tính xách tay của anh, nơi anh để cả đĩa DVD có đánh dấu "Bjurman" của Salander mà Paulsson cũng đã để lọt. Anh biết mình đang nắm giữ bằng chứng kỹ thuật nhưng chắc Salander chẳng thích để cho thứ này rơi vào những bàn tay không tốt.

Anh mở di động, thấy pin yếu nên cắm sạc. Anh gọi cho em gái, luật sư Giannini.

- Chào, Annika.

- Anh có liên quan gì đến chuyện người cảnh sát bị giết đêm qua thế? - Chị hỏi ngay.

Anh nói vắn tắt cho chị chuyện đã xảy ra.

- OK, thế là Salander đang được chăm sóc cao độ.

- Đúng, và chúng ta sẽ không biết cô ấy bị thương nặng đến đâu cho tới khi cô ấy tỉnh lại, nhưng nay thì cô ấy thực sự đang cần luật sư.

Giannini nghĩ một lát.

- Anh nghĩ xem cô ấy có muốn em làm luật sư cho cô ấy không?

- Có thể cô ấy sẽ chả muốn luật sư nào cả. Cô ấy không phải kiểu người chịu nhờ vả người khác.

- Mikael..., nghe có vẻ như trong vụ này cô ấy cần đến một luật sư hình sự đấy, trước đây em đã nói đến điều này rồi. Anh cho em xem tư liệu mà anh có với nào.

- Bảo Erika cho em một bản sao.

Vừa tắt máy xong, Blomkvist gọi cho Berger. Di động của chị không trả lời nên anh thử gọi vào máy bàn ở văn phòng *Millennium*. Henry Cortez trả lời:

- Erika chạy đâu ra ngoài rồi.

Blomkvist giải thích vắn tắt chuyện đã xảy ra rồi nhờ Cortez chuyển thông tin đến cho Tổng biên tập *Millennium*.

- Sẽ chuyển. Anh muốn chúng tôi làm gì nào?

- Hôm nay thì chưa, - Blomkvist nói. - Tôi phải chợp mắt cái đã. Nếu không có chuyện gì xảy ra, mai tôi sẽ về Stockholm. Trong số báo tới, *Millennium* sẽ có cơ hội đưa ra bài viết của mình về câu chuyện này, nhưng phải gần cả tháng nữa mới tới số đó cơ.

Anh tắt máy, bò vào giường. Nửa phút sau đã ngủ.

Phó giám đốc Cảnh sát tỉnh Carina Spangberg gõ bút vào cốc nước của mình, yêu cầu im lặng. Chín người ngồi quanh bàn họp ở văn phòng của chị tại trụ sở công an. Ba phụ nữ, sáu đàn ông: người đứng đầu Đội Trọng án và chị đội phó của ông; ba thanh tra hình sự gồm cả Erlander và các sĩ quan báo chí cảnh sát Goteborg; người phụ trách điều tra sơ bộ Agneta Jervas ở Văn phòng Công tố viên và mới nhất là các thanh tra Modig và Holmberg ở Cảnh sát Stockholm. Họ được gom lại như là dấu hiệu thiện chí và để chứng tỏ rằng Goteborg mong muốn hợp tác với các đồng nghiệp từ thủ đô đến. Có thể cũng là để cho thấy làm một cuộc điều tra đích thực của cảnh sát thì nên như thế nào.

Luôn là người phụ nữ đơn độc giữa một khung cảnh đực rựa, Spangberg đã nổi tiếng về tác phong không phí thì giờ vào hình thức hay đơn thuần xã giao. Chị cho hay Giám đốc Cảnh sát Tỉnh đang họp Europol ở Madrid, ngay khi biết một trong các sĩ quan của ông bị giết, ông đã bỏ dở chuyến đi đó nhưng không mong ông về được trước khuya đêm nay. Rồi chị quay hẳn sang người phụ trách Đội Trọng án, Anders Pehrzon, yêu cầu ông thông báo vắn tắt tình hình với mọi người có mặt.

- Khoảng mười tiếng trước, đồng nghiệp của chúng ta bị giết trên đường Nossebrovagen. Đã biết tên kẻ giết người, Ronald Niedermann, nhưng ảnh của hắn thì chúng ta vẫn chưa có một bức nào.

- Ở Stockholm chúng tôi có một bức ảnh của hắn lúc hai mươi tuổi. Paolo Roberto có được qua một câu lạc bộ quyền Anh ở Đức nhưng gần như không thể dùng được nó, - Holmberg nói.

- Tốt. Xe tuần tra mà ta nghĩ là Niedermann lái đi thì đã được tìm thấy ở Alingsas sáng nay, như các bạn đều biết. Nó đỗ ở một phố ngách, cách ga xe lửa ba trăm năm mươi mét. Sáng nay chúng ta chưa có báo cáo nào về các vụ ăn cắp xe ở khu vực này.

- Tình hình tìm kiếm đến đâu rồi?

- Chúng tôi để ý mọi chuyến tàu đến Stockholm và Malmo. Đã phát đi lệnh truy nã toàn quốc và cũng đã báo động với cảnh sát Na Uy và Đan Mạch. Ngay lúc này chúng tôi có chừng ba chục cảnh sát đang trực tiếp điều tra và dĩ nhiên toàn bộ lực lượng đều đang chong hết mắt lên.

- Không vân mòng gì?

- Vâng, chưa có gì cả. Nhưng một người mà bề ngoài dễ nhận ra như Niedermann thì sẽ không ẩn náu được lâu đâu.

- Có ai biết Torstensson bị thương thế nào không? - Một trong mấy thanh tra ở Trọng án hỏi.

- Ông ấy đang ở Sahlgrenska. Vết thương của ông ấy giống như vết thương của các nạn nhân bị đâm xe - không tin nổi được là chỉ có bằng tay không thôi mà một người lại có thể gây ra tổn hại đến như thế: một chân gãy, xương sườn sập, chấn thương đốt sống cổ, thêm nữa có nguy cơ ông ấy sẽ bại liệt.

Mọi người suy nghĩ một lúc về nỗi khổ của đồng nghiệp cho đến khi Spangberg quay sang Erlander.

- Marcus... kể cho chúng tôi nghe thực sự chuyện gì đã xảy ra ở Gosseberga đi.

- Thomas Paulsson đã ở đấy.

Có những tiếng càu nhàu đáp lại câu này.

- Không ai đưa người này về hưu sớm được ư? Ông ấy là một tai họa di động.

- Tôi biết hết về Paulsson, - Spangberg cắt lời. - Nhưng tôi không nghe thấy có phàn nàn gì về ông ấy trong..., ừ, không phải là trong hai năm qua. Ông ấy trở nên khó quản hơn là vì sao thế nhỉ?

- Sếp cảnh sát ở trên nữa là bạn cũ với sếp của Paulsson, chắc ông này đang cố che chắn cho Paulsson. Dĩ nhiên với ý tốt thôi, và tôi không có ý phê bình ông ấy. Nhưng đêm vừa rồi Paulsson làm việc kỳ quặc quá khiến nhiều người phải nói lại với tôi.

- Kỳ quặc sao?

Erlander liếc nhìn Modig và Holmberg. Ông bối rối vì phải đem các thiếu sót của tổ chức mình ra nói trước mặt các vị khách Stockholm.

- Như tôi biết, điều lạ nhất là ông ấy đã đi dặn chi li một kỹ thuật viên làm kiểm kê về mọi thứ ở trong lán củi - nơi chúng tôi tìm thấy gã Zalachenko.

- Kiểm kê *cái gì* trong lán củi? - Spangberg muốn biết.

- Vâng... ư..., ông ấy bảo ông ấy cần biết chính xác có bao nhiêu khúc gỗ ở đó. Để báo cáo cho đúng.

Im lặng nặng nề ở bàn họp trước khi Erlander nói tiếp.

- Sáng hôm ấy té ra Paulsson đã uống ít nhất hai viên an thần khác nhau. Lẽ ra ông ấy nghỉ ốm nhưng chả ai biết ông ấy có bệnh.

- Bệnh nào? - Spangberg hỏi gắt.

- Ừm, thật là tôi không biết ông ấy có chuyện gì - bí mật của người bệnh và mọi sự... - nhưng thuốc mà ông ấy uống thì một đằng là thuốc giảm đau mạnh, một đằng là thuốc kích thích. Suốt đêm ông ấy cứ hưng phấn như diều gặp gió.

- Lạy Chúa tôi, - Spangberg cau mặt nói. Chị trông như cơn mây dông quét qua bầu trời Goteborg sáng nay. - Tôi muốn có Paulsson ở đây nói chuyện chút chút.

- Ông ấy quy sáng nay và đã nhập viện vì kiệt sức. Gặp vào giữa lúc ông ấy ốm thì chúng ta đúng là đen.

- Tôi có thể hỏi... đêm qua, Paulsson đã bắt Mikael Blomkvist phải không?

- Trong báo cáo ông ấy có nêu ra hành vi tấn công, kháng cự hung hãn các sĩ quan cảnh sát và sở hữu trái phép vũ khí.

- Blomkvist nói sao?

- Ông ấy nhận là có mắng chửi nhưng nói đó là tự vệ. Ông ấy nói ông ấy kháng cự là muốn dùng lời lẽ gay gắt để bảo Torstensson và Ingemarsson đừng có đơn độc đi bắt Niedermann, chờ cho thêm quân đã.

- Có nhân chứng không?

- À, có Torstensson. Tôi không tin tí nào là có chống cự hung hãn như Paulsson nói. Đây là kiểu trả miếng phòng vệ điển hình để chặn trước Blomkvist kiện.

- Nhưng Blomkvist lại một mình tự tay đánh bại hoàn toàn Niedermann, đúng không? - Công tố viên Jervas hỏi.

- Nhờ chĩa súng vào hắn.

- Vậy là Blomkvist có súng. Như thế cũng đã là có căn cứ gì đó để bắt ông ấy rồi. Ông ấy lấy đâu ra súng?

- Khi mà chưa có luật sư của ông ấy thì Blomkvist không bàn chuyện này. Và chính lúc Blomkvist định trao vũ khí cho cảnh sát thì Paulsson lại bắt ông ấy.

- Tôi có thể hỏi một câu nho nhỏ, không chính thức được không? - Modig nói.

Mọi người quay lại chị.

- Trong quá trình điều tra này, tôi đã có vài dịp gặp Blomkvist. Tôi thấy ông ta khá đáng yêu, dù là một nhà báo. Tôi giả định ông là người phải ra quyết định khép tội ông ấy... - Chị nhìn Jervas và ông gật đầu. - Nếu thế thì tất cả các thứ mắng chửi rồi hung hãn cưỡng chống vừa kể ra kia sẽ chả có nghĩa lý gì hết. Tôi cho rằng ông nên lờ chúng đi.

- Chắc thế. Vũ khí bất hợp pháp nghiêm trọng hơn chứ.

- Tôi mong ông sẽ nghe ngóng đã. Blomkvist đã tự mình xếp lại vào được với nhau tất cả các miếng trong trò xếp hình này; anh ta đi trước lực lượng cảnh sát chúng ta. Giữ hòa khí và cộng tác chặt chẽ với anh ấy thì chúng ta có lợi chứ đừng có để anh ấy xổ ra mà lên án toàn bộ cảnh sát trên tờ tạp chí của anh ấy cũng như trên các báo đài.

Một lát sau Erlander hắng giọng. Nếu Modig dám liều thì ông cũng có thể liều.

- Tôi đồng ý với Sonia. Tôi cũng nghĩ Blomkvist là người chúng ta có thể cùng làm việc. Tôi đã xin lỗi anh ấy về chuyện đêm q:ıa. Anh ấy hình như cũng sẵn sàng bỏ qua mọi chuyện. Ngoài ra anh ấy trung thực. Chả biết sao mà lại dò ra được chỗ ở của Salander nhưng anh ấy không cho chúng ta địa chỉ của cô ấy. Anh ấy không hề sợ phải đấu đá công khai với cảnh sát... và nhiều phần chắc chắn là anh ấy ở vào một vị trí mà tiếng nói của anh ấy phát đi cũng nặng đồng cân như bất cứ báo cáo nào của Paulsson.

- Nhưng anh ấy từ chối cung cấp cho cảnh sát thông tin về Salander.

- Anh ấy nói chúng ta cần tự hỏi lấy Salander. Anh ấy nói anh ấy sẽ không thảo luận về một người không những chỉ vô tội mà còn có những quyền lợi đã bị vi phạm nghiêm trọng đến thế.

- Vũ khí anh ấy đưa là loại gì?

- Một khẩu Colt 1911 Government. Không biết số đăng ký. Tòa án có số đăng ký ấy nhưng chúng ta không biết nó có dính dáng gì đến một vụ án nào đã được biết đến ở Thụy Điển hay không. Nếu có thì vấn đề sẽ được đặt ra dưới một ánh sáng khác.

Spangberg chống bút lên.

- Agneta... bây giờ chị phải quyết định xem có định mở một cuộc điều tra sơ bộ đối với Blomkvist hay không. Nhưng tôi khuyên chị hãy chờ báo cáo của pháp y. Vậy chúng ta hãy bàn tiếp. Cái nhân vật Zalachenko này... các đồng nghiệp ở Stockholm có cho chúng ta biết được gì về hắn không?

- Sự thật là, - Modig nói, - cho đến chiều hôm qua chúng tôi vẫn chưa nghe nói gì đến Zalachenko hay Niedermann.

- Tôi nghĩ các bạn đã quá mải mê lùng tìm một băng nhóm đồng tính ái nữ thờ quỷ Satan ở Stockholm. Tôi nói có sai không? - Một cảnh sát ở Goteborg nói.

Các đồng nghiệp của ông ta đều nhăn mặt lại. Holmberg săm soi các móng tay mình. Modig đành phải trả lời câu hỏi.

- Giữa chỉ chúng ta ở đây với nhau, tôi có thể nói với các bạn là chúng tôi cũng có một Paulsson tương tự và tất cả cái trò về nhóm đồng tính ái nữ thờ quỷ Satan kia chỉ là hỏa mù do chính ông ta tung ra thôi.

Rồi Modig và Holmberg tả lại chi tiết cuộc điều tra theo đúng với tiến triển của nó. Hai người nói xong, bàn họp im lặng hồi lâu.

- Nếu mọi chuyện về Gunnar Bjorck là đúng và lộ ra thì Sapo sẽ vỡ toang màng nhĩ mất đấy, - Đội phó Đội Trọng án kết luận.

Jervas giơ tay:

- Tôi nghe có vẻ như các vị đều dựa trên những "cho là" và những bằng chứng ngẫu nhiên mà nghi ngờ thôi. Là công tố viên, tôi sẽ không thoải mái nếu như thiếu những bằng chứng không thể nào mà đánh đổ được.

- Chúng tôi hiểu như thế đấy, - Holmberg nói. - Chúng tôi nghĩ là chúng tôi biết được những nét lớn về những gì đã xảy ra nhưng vẫn còn những câu hỏi chưa rõ cần phải trả lời.

- Tôi biết các bạn vẫn đang bận đào bới ở Nykvarn, - Spangberg nói. - Các bạn cho là có bao nhiêu người bị giết mà có dính dáng vào vụ này?

Holmberg uể oải dụi mắt.

- Bắt đầu thì chúng tôi có hai rồi ba vụ án mạng ở Stockholm. Những vụ khiến phải săn lùng gấp Salander là các cái chết của luật sư Bjurman, nhà báo Dag Svensson và nhà nghiên cứu Mia Johansson. Ở khu vực quanh nhà kho tại Nykvarn, đến nay chúng tôi đã tìm thấy ba ngôi mộ, vâng, ba cái xác. Chúng tôi đã nhận diện được một tay bán ma túy và ăn cấp vặt, tìm thấy trong một con hào, chân tay bị chặt rời. Chúng tôi tìm thấy một xác phụ nữ ở một con hào thứ hai, chưa nhận diện được. Và cái thứ ba thì chúng tôi chưa đào lên. Xem vẻ nó lâu ngày hơn hai mộ kia. Thêm vào đấy, Blomkvist đã gắn nó vào vụ giết một gái điếm mấy tháng trước ở Sodertalje.

- Vậy cùng với Gunnar Ingemarsson chết ở Gosseberga, chúng ta đang nói tới ít nhất tám cái chết. Một con số thống kê ghê rợn. Chúng ta có nghi Niedermann về tất cả các vụ này không? Nếu nghi thì chúng ta phải xem hắn như một gã điên, một tên giết người hàng loạt.

Modig và Holmberg liếc nhìn nhau. Bây giờ vấn đề là họ sẽ ủng hộ đến mức nào các xác nhận này. Cuối cùng Modig nói:

- Tuy thiếu bằng chứng cốt yếu, nhưng cấp trên của tôi, thanh tra Bublanski và tôi vẫn thiên về tin rằng Blomkvist đã đúng khi anh ta nói Niedermann đã gây ra ba vụ án mạng đầu tiên. Điều đó đòi hỏi chúng tôi phải tin là Salander vô tội. Về các ngôi mộ ở Nykvarn thì Niedermann từng đã dính dáng đến địa điểm này, qua vụ bắt cóc Miriam Wu, bạn của Salander. Rất có khả năng cô này cũng là nạn nhân của hắn. Nhưng nhà kho này lại thuộc sở hữu của một bà con của chủ tịch Câu lạc bộ Xe máy Svavelsjo, và chỉ tới khi nhận diện được cái xác thì chúng ta mới có thể rút ra kết luận.

- Tên ăn cắp vặt mà các vị nhận diện...

- Kenneth Gustavsson, bốn mươi tư, bán ma túy, hư hỏng từ thiếu niên. Tôi có thể đoán ngay được là chuyện này có liên quan đến một sự thay đổi nhân sự gì đó ở trong nội bộ. Câu lạc bộ Xe máy Svavelsjo có chung lưng với nhiều kiểu hoạt động tội ác, kể cả phân phối ma túy methamphetamine. Nykvarn có thể là bãi tha ma ở trong rừng cho những ai qua đó, nhưng...

- Vâng?

- Cô điếm bị giết ở Sodertalje... cô ấy tên là Irina Petrova. Khám nghiệm cho thấy cô ấy chết vì bị tấn công tàn bạo đến mức ghê rợn. Nom vẻ đã bị đánh tới chết. Nhưng không thể xác định được nguyên nhân thực sự của các vết thương. Blomkvist đã có một nhận xét khá sắc sảo. Những vết thương của Petrova rất có thể là do một người gây nên bằng tay không.

- Niedermann?

- Phỏng đoán nghe lôgích đấy. Nhưng không có bằng chứng.

- Vậy chúng ta làm thế nào đây nhỉ? - Spangberg nói.

- Tôi phải hội ý với Bublanski, - Modig nói. - Nhưng một bước đi lôgích là thẩm vấn Zalachenko. Chúng ta cần chú ý nghe những điều hắn cần phải nói về các vụ án mạng ở Stockholm, còn với chị thì có việc tìm ra vai trò của Niedermann trong các công việc của Zalachenko. Hắn có thể là đầu mối để chị dò ra được Niedermann.

Một trong các thám tử ở Goteborg nói:

- Chúng ta tìm thấy gì ở trang trại Gosseberga?

- Tìm thấy bốn súng lục. Một khẩu Sig Sauer đang được tháo ra lau dầu ở trên bàn bếp. Một khẩu Wanad P38 của Ba Lan ở trên sàn gần chiếc ghế dài trong bếp. Một Colt Government 1911 - đó là khẩu

Blomkvist định trao cho Paulsson. Và cuối cùng một khẩu Browning cỡ nòng 22, ở bên cạnh các khẩu kia, khẩu này đúng là súng trò chơi, bởi thế Salander vẫn còn sống với một viên đạn xíu xiu ở trong đầu.

- Còn gì khác?

- Chúng tôi tìm thấy và tịch thu một cái túi đựng khoảng 200.000 curon. Nó ở trong gian buồng trên gác của Niedermann.

- Sao các bạn biết là buồng của Niedermann?

- À, thì hắn mặc áo sống cỡ cực đại XXL mà. Zalachenko thì gần như là tầm trung bình.

- Các vị có lưu giữ được gì về Zalachenko hay Bodin không? - Holmberg nói.

Erlander lắc đầu.

- Dĩ nhiên là còn trông vào việc chúng ta đánh giá các vũ khí bị tịch thu như thế nào đã. Ngoài vũ khí hiện đại hơn và một màn hình tân kỳ khác thường quan sát khu trại ra, chúng ta không tìm được gì phân biệt nó với các trang trại khác. Bản thân tòa nhà thì sơ sài, không trang hoàng.

Đúng trưa có tiếng gõ cửa và một sĩ quan cảnh sát đồng phục đưa cho Spangberg một tài liệu.

- Chúng tôi có điện thoại gọi báo cho biết về người mất tích ở Alingsas, - chị nói. - Một nữ y tá nha khoa tên là Anita Kaspersson lái xe rời nhà lúc 7 rưỡi sáng hôm ấy. Cô ấy đem con đến nơi coi trẻ ban ngày và phải tới chỗ làm việc vào lúc 8 giờ sáng. Nhưng cô ấy không tới. Phòng khám răng ở cách chỗ tìm thấy chiếc xe tuần tra chừng một trăm năm mươi mét.

Erlander và Modig đều nhìn vào đồng hồ đeo tay.

- Vậy hắn được lợi thế sớm hơn bốn giờ đồng hồ. Xe là kiểu gì?

- Một Renault 1991 xanh dương thẫm. Đây là số đăng ký.

- Gửi ngay đi một lệnh báo động về chiếc xe này. Bây giờ hắn có thể đang ở Oslo, hay Malmo, hay thậm chí cả Stockholm nữa.

Họ kết thúc cuộc họp với quyết định Modig và Erlander sẽ cùng thẩm vấn Zalachenko.

Cortez cau mày nhìn theo Berger khi chị từ văn phòng của mình đi cắt ngang gian sảnh đến căn bếp nhỏ. Lát sau chị trở ra với một tách cà phê, về văn phòng đóng cửa lại.

Cortez không thể nói thẳng ra những gì không ổn. *Millennium* là một cơ quan nhỏ, các cộng sự đều thân nhau. Anh đã làm phụ ngoài giờ bốn năm cho tạp chí, trong thời gian đó, kíp làm việc của anh chị em đã qua vài cơn sóng gió, đặc biệt trong thời kỳ Blomkvist ngồi tù ba tháng vì tội vu cáo và tờ tạp chí gần như sập tiệm. Rồi đồng nghiệp của họ Dag Svensson bị giết, cả cô bạn gái.

Qua tất cả các sóng gió ấy, Berger đã là một tảng đá xem ra không có gì xê dịch nổi. Anh không ngạc nhiên khi Berger gọi đến đánh thức anh sớm nay, bảo anh làm việc cùng với Lottie Karim. Vụ Salander đã vỡ ra tóe loe còn Blomkvist thì chả biết sao lại dính vào vụ giết một cảnh sát ở Goteborg. Cho tới nay mọi việc vẫn còn đang kiểm soát được. Karim đã đến cắm bãi ở trụ sở cảnh sát và đang cố hết sức để lấy được vài ba thông tin chắc chắn từ một ai đó. Cortez đã gọi điện thoại cả sáng, chắp nối lại những gì xảy ra trong đêm. Blomkvist không trả lời anh nhưng từ một số nguồn Cortez đã có được một bức tranh khá rõ về các sự kiện đêm hôm trước.

Đằng mình, Berger thẫn thà thẫn thờ hết cả sáng nay. Hiếm khi chị đóng cửa văn phòng chị lại. Việc này chỉ xảy ra khi chị có khách hay phải làm việc căng về một vấn đề gì.

Sáng nay chị không có khách và không làm việc - như Cortez có thể xét thấy cho tới nay. Nhiều lần gõ cửa để đưa tiếp vài tin tức, anh thấy chị ngồi trên ghế bên cửa sổ. Nom chị xa vắng trong khi lơ mơ nhìn dòng người đi lại trên đường Gotgatan bên dưới. Chị chú ý qua loa tới các báo cáo của anh. Có cái gì đó không ổn.

Tiếng chuông cửa làm đứt mạch suy nghĩ của anh. Anh ra mở cửa thì thấy luật sư Annika Giannini. Cortez đã gặp em gái Blomkvist vài lần nhưng không biết cô lắm.

- Chào Annika, - anh nói. - Hôm nay Mikael không ở đây.

- Tôi biết. Tôi muốn nói chuyện với Erika.

Ngồi bên cửa sổ, Berger chỉ ngước lên nhìn nhưng chị đã mau mắn định thần khi nhận ra ai đang đến.

- Chào, - chị nói. - Mikael không ở đây hôm nay.

Giannini cười.

- Tôi biết. Tôi đến vì bản báo cáo của Sapo. Mikael bảo tôi xem qua nó để lỡ có khi không khéo tôi lại thay mặt cho Salander.

Berger gật đầu. Chị đứng lên, lấy một tập hồ sơ trên bàn đưa cho Giannini.

Giannini ngập ngừng một lúc, nghĩ có nên rời đi không. Rồi không đợi mời, chị quyết định ngồi xuống trước mặt Berger.

- OK... Có chuyện gì với chị không đấy?

- Tôi sắp thôi ở *Millennium* mà tôi chưa thể nói với Mikael. Anh ấy bị buộc cứng vào vụ rắc rối Salander nên chả có dịp thuận tiện nào còn tôi thì không thể nói được với ai khi chưa nói với anh ấy. Ngay lúc này tôi thấy mình không ra cái gì cả.

Giannini cắn môi dưới.

- Vậy thay vì Blomkvist, chị nói với tôi vậy nhỉ? Sao chị bỏ đi?

- Tôi sẽ làm Tổng biên tập tờ nhật báo buổi sáng *Svenska Morgon-Posten*.

- Ôi trời! Được, như thế thì chúc mừng có lẽ mới là đúng chỗ hơn khóc lóc hay nghiến răng đấy nha.

- Annika... tôi không định kết thúc thời gian của mình ở *Millennium* như thế này. Giữa lúc đang bê bối như quỷ vậy. Nhưng lời mời đột ngột quá, như sét đánh giữa trời xanh, tôi không thể từ chối... tôi muốn nói... đây là cơ hội cả đời. Tôi nhận lời mời trước khi Dag và Mia bị giết và thế rồi ở đây rối bét quá, đến nỗi tôi đã phải giấu anh chị em chuyện ấy. Bây giờ tôi cảm thấy mình là kẻ có tội xấu xa nhất thế gian này.

- Tôi hiểu. Nhưng nay chị lại sợ nói với Mikael.

- Một tai họa hoàn toàn. Tôi chưa nói với ai. Tôi nghĩ sẽ bắt đầu làm việc ở tờ báo kia sau mùa hè và lúc ấy tôi vẫn có thì giờ để nói với mọi người. Nhưng nay họ muốn tôi sang ngay tức khắc.

Chị chợt im lặng ngó Annika. Nom vẻ như sắp khóc.

- Đây đúng là tuần cuối cùng của tôi ở *Millennium*. Tuần sau tôi sẽ đi, rồi... Tôi cần nghỉ nửa tháng để lấy lại tinh thần. Ngày mùng 1 tháng Năm tôi bắt đầu ở bên kia.

- Được, nếu một xe bus đâm phải chị thì cái gì sẽ xảy ra đây? Lúc ấy tình hình của anh chị em ở đây sẽ là không có tổng biên tập với một thông báo duy nhất rằng tờ báo nhất thời tạm ngừng.

Berger ngước lên.

- Nhưng tôi không bị xe bus đâm. Tôi đang có ý giữ bình tĩnh với quyết định của mình trong mấy tuần.

- Đây là một tình cảnh khó khăn, tôi có thể thấy, nhưng tôi có cảm giác Mikael và Christer Malm cùng những người khác vẫn sẽ xoay xở được. Tôi nghĩ chị nên nói ngay với anh chị em.

- Được, nhưng hôm nay ông anh chết rấp của chị lại đang ở Goteborg. Anh ấy ngủ và tắt di động.

- Tôi biết. Những người khi cần đến thì ngang bướng không chịu ra mắt như Mikael là không có nhiều đâu. Nhưng Erika, đây không phải là chuyện của chị và Mikael. Tôi biết hai người làm việc với nhau đã hơn hai chục năm nay, hai người đã từng gian truân sóng gió nhưng chị cũng cần nghĩ đến cả Christer và những người khác trong tòa soạn nữa với chứ.

- Tôi giữ nó kín suốt thời gian qua, Mikael sẽ…

- Mikael sẽ cáu, dĩ nhiên. Nhưng nếu không chấp nhận được thực tế rằng trong hai chục năm có một lần chị làm anh ấy thất vọng, thì Blomkvist không xứng đáng với thời gian chị đã bỏ ra làm cho anh ấy.

Berger thở dài.

- Hãy bình tĩnh, - Giannini nói với chị. - Gọi Christer vào, cả anh chị em khác trong tòa báo nữa. Ngay bây giờ đi.

Malm ngồi im một lúc. Berger đã triệu tập các đồng sự vào gian phòng họp nhỏ của *Millennium*, như anh vừa ở đấy ra. Anh liếc nhìn Cortez và Karim. Họ nom cũng ngạc nhiên như anh. Malin Eriksson, Phó tổng biên tập, cũng chưa biết gì hết, cả phóng viên Monika Nilsson lẫn người phụ trách quảng cáo Magnusson. Blomkvist là người vắng mặt duy nhất tại cuộc họp. Đã là Blomkvist thì tất nhiên anh phải đang ở Goteborg thôi.

Ơn chúa. Mikael cũng không biết gì cả, Malm nghĩ. Anh ta sẽ phản ứng như thế nào đây?

Rồi anh thấy Berger ngừng nói, phòng họp im như một nấm mồ. Anh bỗng lắc đầu, đứng lên, bất giác ôm lấy Berger và hôn một cái lên má chị.

- Chúc mừng Erika, - anh nói, - Tổng biên tập của *S.M.P* [1]. Không phải là một bước tiến tồi từ cái mảnh giẻ nho nhỏ hiu hiu buồn này đâu nha.

Cortez tỉnh lại, bắt đầu vỗ tay. Berger giơ hai tay lên.

- Thôi, - chị nói. - Hôm nay tôi không đáng được vỗ tay.

Chị nhìn một lượt các đồng sự ở trụ sở tòa soạn chật chội.

- Xin nghe ạ... tôi hết sức buồn là câu chuyện nó lại ra thế này. Tôi đã muốn nói với các bạn từ rất nhiều tuần trước nhưng thế nào tất cả các sự rối ren xung quanh Dag và Mia đã làm cho cái tin đó bị chìm đi. Mikael và Malin đã làm việc như ma đuổi và... hình như quả tình cũng đều là không đúng lúc hay đúng chỗ. Do đó hôm nay chúng ta mới đi đến bước này.

Eriksson thấy rõ đến phát sợ là ban lãnh đạo của tờ báo sẽ đuối đi đến đâu và không có Berger thì tòa soạn sẽ trống trải ra sao. Bất kể xảy ra chuyện gì hay bất kỳ vấn đề nào nổi lên, Berger luôn là một người chủ mà cô có thể dựa vào. *À... thảo nào tờ nhật báo buổi sáng lớn nhất đã tuyển chị. Nhưng bây giờ sẽ xảy ra những gì đây.* Erika luôn là một phần cốt tử của *Millennium*.

- Có một ít việc mà chúng ta cần bàn thẳng thắn. Tôi hoàn toàn nhận thức thấy việc tôi đi sẽ gây ra nhiều khó khăn cho tờ báo. Tôi không muốn, nhưng sự việc nó cứ vẫn là thế. Trước hết: tôi sẽ không từ bỏ *Millennium*. Tôi vẫn ở lại với tư cách cổ đông và sẽ dự các cuộc họp của tòa soạn. Dĩ nhiên tôi sẽ không để cho các vấn đề của tòa soạn bị ảnh hưởng.

Malm trầm ngâm gật đầu.

- Thứ hai là, ngày 30 tháng Tư tôi chính thức đi. Nhưng hôm nay là ngày làm việc cuối cùng của tôi. Tuần sau tôi đi du lịch, như các bạn đã

[1] Tức tờ báo *Svenska Morgon-Posten*.

biết. Việc này đã được dự định từ lâu. Và tôi đã quyết định sẽ không trở lại làm một ngày nào ở đây trong thời kỳ quá độ. - Chị ngừng lại một lúc. - Số tới của tạp chí đã ở trong máy tính. Có một ít cái nho nhỏ cần sửa. Đây sẽ là số báo cuối cùng của tôi. Một tổng biên tập mới sẽ phải tiếp quản. Tôi thu dọn bàn làm việc của tôi tối nay.

Gian phòng im phăng phắc.

- Toàn thể tòa soạn sẽ phải thảo luận việc chọn Tổng biên tập mới. Đây là việc mà các bạn trong ban lãnh đạo sẽ phải có ý kiến rõ ràng.

- Mikael, - Malm nói.

- Không, không bao giờ là Mikael. Anh ấy chắc chắn là một tổng biên tập tệ nhất mà các bạn có thể vớ được. Anh ấy là một cây bút hoàn hảo và rất giỏi trong việc đưa các bài báo lên cũng như hoàn chỉnh các cái sẽ được đem in. Anh ấy là người để sửa sang. Tổng biên tập phải là một người chủ động đưa sáng kiến. Mikael còn có xu hướng vùi đầu vào các bài viết của mình và anh ấy thỉnh thoảng hoàn toàn mất tích khỏi rađa cả nhiều tuần liền. Lúc bốc lên, anh ấy hay nhất nhưng với các công việc kiểu lối mòn thì anh ấy tồi không thể tưởng nổi. Tất cả các bạn đều biết điều đó.

Malm lầm bầm tán thành rồi nói:

- *Millennium* chạy được nhờ có Blomkvist và chị là đối trọng tốt của nhau.

- Không phải lý do duy nhất. Các bạn đều nhớ khi Blomkvist lên Hedestad, lặn mất tăm gần như cả một năm chết tiệt, *Millennium* đã vận hành không có anh ấy, giống y kiểu bây giờ không có tôi thì tạp chí này sẽ phải vận hành như vậy.

- OK. Chị định thế nào?

- Tôi có lẽ sẽ chọn anh, Christer, nhận lấy chức Tổng biên tập.

- Chắc chắn là không rồi, - Malm giơ hai tay lên.

- Biết là anh sẽ nói thế nên tôi lại có giải pháp khác đây. Malin. Cô có thể bắt đầu làm quyền Tổng biên tập từ hôm nay.

- Tôi á? - Eriksson nói. Nghe vẻ như cô bị choáng.

- Vâng, cô. Cô đã làm Phó tổng biên tập rất tốt.

- Nhưng tôi...

- Cứ thử đi. Đêm nay tôi sẽ không ở đây. Cô có thể dọn đến văn phòng tôi sáng thứ Hai. Số tháng Năm đã làm xong - chúng ta đã vất vả với nó. Tháng Sáu sẽ ra số kép, lúc ấy có sẽ có một tháng không việc. Nếu không ăn thua thì tòa soạn sẽ tìm một ai đó khác cho tháng Tám. Henry... anh sẽ phải làm chính thức và ngồi vào chỗ Phó tổng biên tập của Malin. Rồi chúng ta sẽ phải tìm một người mới. Nhưng việc đó sẽ do các bạn và ban biên tập làm lấy.

Chị tư lự nhìn lâu các đồng sự.

- Một việc nữa. Tôi sẽ bắt đầu một ấn phẩm khác. Về mọi mặt, *SMP* và *Millennium* không cạnh tranh nhau nhưng tuy thế tôi vẫn không muốn biết gì hơn nữa ngoài việc là tôi đã dựng nội dung của hai số tới. Mọi vấn đề nên thảo luận với Malin, có hiệu lực ngay tắp lự.

- Với chuyện Salander, chúng ta nên làm gì? - Cortez nói.

- Bàn với Mikael xem. Tôi có biết chút gì đó về Salander nhưng tôi biết là cái điều mà tôi đang nói đây đã thành lạc hậu. Tôi sẽ không mang nó đến *SMP*.

Berger thình lình cảm thấy người nhẹ bỗng, hết ưu phiền.

- Việc hãy như thế nhỉ, - chị nói rồi đứng lên trở lại văn phòng chị, không nói một lời.

Anh chị em tòa soạn *Millennium* ngồi im lặng.

Không tới một giờ sau, Eriksson gõ cửa Berger.

- Chào trong đó.

- Vâng? - Berger nói.

- Tòa soạn muốn có một lời.

- Gì chứ?

- Thì ra đây.

Berger đứng lên đi ra cửa. Anh chị em đã bầy bàn bánh ngọt và cà phê chiều thứ Sáu.

- Chúng tôi nghĩ nên có chút liên hoan và tiễn chị đúng như phép tắc, - Malm nói. - Nhưng lúc này thì cà phê và bánh ngọt sẽ phải cáng lấy việc đó.

Berger mỉm cười, lần đầu tiên sau đã bao nhiêu lâu.

CHƯƠNG 3

Thứ Sáu, 8 tháng Tư
Thứ Bảy, 9 tháng Tư

Zalachenko thức dậy được tám tiếng thì hai thanh tra Modig và Erlander vào phòng hắn, lúc 7 giờ tối. Hắn đã bị mổ khá lâu, một khúc lớn của quai hàm đã được nắn lại và cố định bằng đinh ốc titan. Băng quấn quanh đầu hắn nhiều đến nỗi chỉ ló ra có mắt trái và một khe miệng hẹp. Một bác sĩ đã giải thích rằng nhát búa rìu bổ xuống đã làm hư trán và giập xương má hắn, thịt ở bên phải mặt đã bị bóc đi một phần lớn rồi lật úp lên hốc mắt. Các vết thương khiến hắn đau ghê gớm.

Hắn đã được kê nhiều thuốc giảm đau nên còn tương đối sáng suốt và có thể nói chuyện được.

Nhưng các thanh tra được nhắc là không nên làm hắn mệt.

- Chào ông Zalachenko, - Modig nói. Chị tự giới thiệu mình và người đồng sự.

- Tên tôi là Karl Axel Bodin, - Zalachenko cố nói qua hai hàm răng khép chặt. Giọng hắn bình tĩnh.

- Tôi biết đích xác ông là ai. Tôi đã đọc hồ sơ của ông ở Sapo.

Dĩ nhiên điều này là không có.

- Trước kia đã từ lâu rồi, - Zalachenko nói. - Nay tôi là Karl Axel Bodin.

- Ông đang làm gì? Ông có thể nói chuyện được không?

- Tôi muốn trình báo một vụ án nghiêm trọng. Tôi đã là nạn nhân của con gái tôi, nó toan giết tôi.

- Chúng tôi biết. Vấn đề này lúc nào thích hợp sẽ đưa ra, - Erlander nói. - Nhưng chúng tôi có nhiều vấn đề cần nói tới trước.

- Chuyện gì nghiêm trọng hơn mưu toan án mạng được nữa cơ chứ?

- Hiện chúng tôi đang cần thông tin ít nhất về ba vụ án mạng ở Nykvarn và một vụ bắt cóc.

- Tôi chả biết gì về các cái đó. Ai bị giết?

- Ông Bodin, chúng tôi có lý do tử tế để tin rằng người giúp việc ông, Ronald Niedermann, ba mươi lăm tuổi, là thủ phạm của các vụ án này, - Erlander nói. - Đêm qua hắn cũng giết một sĩ quan cảnh sát ở Trollhattan.

Modig ngạc nhiên thấy Erlander bằng lòng với ý muốn của Zalachenko là gọi hắn bằng Bodin. Zalachenko hơi quay đầu đi để có thể nhìn Erlander. Giọng hắn dịu đi một chút.

- Chuyện này... nghe không phải lúc. Tôi không biết gì hết về công việc của Niedermann. Tôi không giết một cảnh sát nào. Bản thân tôi là nạn nhân của một mưu toan án mạng đêm qua.

- Hiện trong lúc chúng tôi nói đây thì đang tiến hành săn lùng Ronald Niedermann. Ông có biết gì về chỗ hắn ẩn nấp không?

- Tôi không biết các câu lạc bộ mà hắn lui tới. Tôi..., - Zalachenko ngập ngừng đôi chút. Giọng hắn mang một vẻ tâm sự. - Tôi phải nhận là... đôi khi tôi cũng thấy lo ngại Niedermann.

Erlander cúi xuống hắn.

- Ý ông là sao?

- Tôi phát hiện ra hắn có thể hung bạo... Tôi thực sự sợ hắn.

- Ý ông nói là Niedermann làm cho ông cảm thấy sợ? - Erlander nói.

- Đúng thế. Tôi già và tàn tật. Tôi không tự vệ được.

- Ông có thể giải thích quan hệ của ông với Niedermann không?

- Tôi tàn tật, - Zalachenko chỉ xuống chân. - Đây là lần thứ hai con gái tôi toan giết tôi. Từ mấy năm trước tôi có thuê Niedermann đỡ đần. Tôi nghĩ hắn có thể bảo vệ tôi... nhưng hắn đã thực sự khống chế đời tôi. Hắn đi đi về về tùy thích... Tôi chả có gì nhiều hơn để nói về việc này.

- Hắn giúp ông những gì? - Modig xen vào. - Làm những việc ông không thể tự làm ư?

Zalachenko nhìn Modig hồi lâu với con mắt ló ra ngoài của hắn.

- Tôi biết đầu những năm 90 con gái ông đã quẳng một chai xăng vào xe của ông, - Modig nói. - Điều gì đã đẩy con ông làm như thế, ông có thể giải thích không?

- Chị nên hỏi con gái tôi ấy. Nó bị bệnh tâm thần. - Giọng hắn lại hằn học.

- Ông nói ông không thể nghĩ ra lý do gì khiến Salander tấn công ông năm 1991 ư?

- Con gái tôi bị bệnh tâm thần. Có y bạ chắc chắn.

Modig nghiêng đầu về một bên. Zalachenko trả lời lại càng sừng sộ và hằn học. Chị thấy Erlander cũng để ý đến điều đó. *OK... Cớm tốt, cớm xấu*, Modig cao giọng lên.

- Ông không nghĩ hành động của cô ấy là có liên quan đến việc ông đã đánh mẹ cô ấy tệ hại đến nỗi đầu óc bị đau kinh niên hay sao?

Zalachenko quay lại Modig.

- Chuyện ba láp hết. Mẹ nó là đồ con đĩ. Chắc là một đứa nào trong đám ngu ngốc của mụ ấy nó đã đánh mụ ấy. Tôi chỉ là tình cờ đi ngang qua.

Modig nhướng lông mày lên.

- Vậy là ông hoàn toàn vô tội?

- Vô tội dĩ nhiên.

- Zalachenko... cho tôi nhắc lại để xem tôi có hiểu ông đúng không nha. Ông nói ông không bao giờ đánh bạn gái ông, Agneta Sofia Salander, mẹ của Lisbeth Salander, mặc dù toàn bộ sự việc đã là đề tài của một báo cáo dài, đóng dấu Tối Mật, do Gunnar Bjorck, người nắm ông lúc đó ở Sapo viết.

- Tôi chưa bị tù về chuyện gì. Tôi chưa bị khởi tố bao giờ. Nếu có một thằng ngu nào đó ở Cảnh sát An ninh nó tưởng tượng láo lếu ra trong báo cáo của nó thì tôi làm gì được. Nếu tôi từng là nghi can thì ít nhất họ cũng đã thẩm vấn tôi rồi chứ.

Modig không đáp. Zalachenko hình như đang nhăn răng ra cười ở dưới lớp băng bó.

- Cho nên tôi muốn khởi tố gấp con gái tôi. Vì đã cố giết tôi.

Modig thở dài.

- Tôi bắt đầu hiểu tại sao cô ấy lại bị dồn ép đến nỗi không kiềm chế nổi phải bổ một nhát búa rìu vào đầu ông.

Erlander dặng hắng.

- Xin lỗi, ông Bodin. Chúng tôi sẽ quay lại kiếm một vài thông tin mà ông có thể có về hoạt động của Niedermann.

Modig gọi thanh tra Bublanski ở hành lang bên ngoài phòng của Zalachenko trong bệnh viện.

- Không có gì cả.

- *Không gì cả sao*? - Bublanski nói.

- Hắn đang gửi đơn đến cảnh sát kiện Salander vì hành hung và mưu sát. Hắn nói hắn chả liên quan gì đến các án mạng ở Stockholm.

- Thế hắn giải thích thế nào việc Salander bị chôn trong một con hào trên đất của hắn ở Gosseberga?

- Hắn nói hắn bị cảm và đã ngủ suốt mất gần hết ngày. Nếu Salander bị bắn ở Gosseberga thì chắc là Niedermann đã muốn làm cái gì đó.

- OK. Vậy chúng ta có gì?

- Cô ấy bị bắn bằng một khẩu Browning cỡ 22. Vì thế mà cô ấy sống. Chúng tôi đã tìm thấy khẩu súng. Zalachenko nhận nó là của hắn.

- Tôi hiểu. Nói cách khác, hắn biết chúng ta sẽ tìm vân tay hắn ở trên khẩu súng.

- Đúng thế. Nhưng hắn nói lần cuối cùng hắn thấy khẩu súng thì nó ở trong ngăn kéo bàn.

- Ý là trong khi hắn ngủ thì Niedermann cao tay đã lấy khẩu súng và bắn Salander. Cha này là một thằng đểu lì lợm. Chúng ta có bằng chứng nào trái lại không?

Modig nghĩ một lát rồi trả lời.

- Hắn thuộc luật pháp và thủ tục cảnh sát Thụy Điển. Hắn không thừa nhận gì cả và hắn có Niedermann làm bung xung. Tôi không biết chúng ta có chứng minh được cho cái gì không đây. Tôi nhờ Erlander gửi quần áo của hắn đến pháp y xét tìm dấu vết thuốc súng nhưng hắn đã nói hai hôm trước hắn mới tập bắn bia xong.

Salander thấy mùi hạnh nhân và ethanol. Vẻ như trong miệng cô có rượu và cô cố nuốt xuống nhưng lưỡi cô cứng đơ, tê bì. Cô cố mở mắt nhưng không thể. Thoang thoảng cô nghe thấy tiếng một người có vẻ như đang nói với cô nhưng cô không hiểu được lời người ấy. Rồi tiếng nói ấy bật ra rõ hoàn toàn.

- Tôi nghĩ cô ấy đang tỉnh lại.

Cảm thấy có người sờ trán mình, cô cố hẩy bàn tay động chạm đó đi. Cùng lúc ấy cô thấy vai đau nhói. Cô buộc phải thả lỏng người.

- Có nghe thấy tôi không, Lisbeth?

Xéo đi.

- Có mở mắt ra được không?

Cái đồ ngu ma quỷ gì cứ lải nhải với cô thế?

Cuối cùng cô mở mắt ra. Thoạt tiên cô chỉ nhìn thấy những ánh sáng là lạ rồi một khuôn mặt hiện ra ở chính giữa tầm nhìn của cô. Cô cố tập trung nhìn nhưng khuôn mặt cứ tròng trành. Cô cảm thấy như mình đang nôn nao kỳ lạ và chiếc giường thì có vẻ cứ ngả ật về đằng sau.

- Ơ…, - cô nói.

- Nói lại xem.

- Ngơ, - cô nói.

- Nghe tốt đấy. Cô mở mắt ra lại được không?

Cô mở ti hí mắt. Cô thấy mặt của một người hoàn toàn lạ lẫm rồi cố nhớ lấy từng chi tiết. Cách cô ba chục phân, một người đàn ông tóc vàng, mắt lơ, mặt góc cạnh quay nghiêng.

- Chào. Tôi là Anders Jonasson. Tôi là bác sĩ. Cô đang trong bệnh viện. Cô bị thương và phải phẫu thuật, cô đã tỉnh lại. Cô có thể nói với tôi tên của cô được không?

- Pshalandr, - Salander nói.

- OK. Cô có sẽ đếm giúp tôi đến mười không nào?

- Một, hai, bốn... không... ba bốn năm sáu...

Rồi cô mê đi.

Bác sĩ Jonasson thích thú với phản ứng ông vừa nhận được. Cô đã nói tên và bắt đầu đếm. Như thế có nghĩa là bằng cách nào đó cô vẫn giữ nguyên vẹn được các năng lực nhận thức chứ không phải sẽ tỉnh lại ở trạng thái thực vật. Ông viết giờ cô tỉnh dậy là 9 giờ 6 phút tối, khoảng mười sáu tiếng sau khi ông kết thúc cuộc phẫu thuật. Ông đã ngủ gần hết ngày rồi lái xe đến bệnh viện vào lúc 7 giờ. Hôm ấy ông thực sự nghỉ ngơi nhưng có một số việc giấy tờ phải làm nốt.

Ông không thể cưỡng lại ý muốn đến phòng cấp cứu nhòm xem cô bệnh nhân có bộ não đã bị ông lục đảo sớm hôm nay.

- Để cô ấy ngủ nhưng đều đặn theo dõi điện tim đồ của cô ấy. Tôi đang lo não có thể bị sưng hay chảy máu. Cô ấy có vẻ bị đau dữ ở vai trái khi cố cử động tay. Nếu cô ấy tỉnh lại, cô có thể cho cô ấy mỗi giờ hai miligam moóc phin.

Ông cảm thấy phấn chấn lạ lùng khi rời cổng chính bệnh viện Sahlgrenska.

Anita Kaspersson, một nữ y tá nha khoa sống ở Alingsas, run lẩy bẩy khi vừa đi vừa ngã dúi dụi trong rừng cây. Chị có máu hàn, thân nhiệt thấp. Chị chỉ mặc một cái quần ướt và áo phông mỏng. Hai chân trần rớm máu. Chị đã cố thoát ra khỏi gian nhà kho, một người đàn ông đã trói chị ở đó, nhưng chị không gỡ được sợi thừng trói tay chị quặt ra sau lưng. Các ngón tay chị mất hết cảm giác.

Chị cảm thấy mình bị tất cả lìa bỏ, là người sót lại cuối cùng trên quả đất.

Chị không biết mình đang ở đâu. Tối mù và chị không rõ mình đi loanh quanh luẩn quẩn đã bao lâu. Chị thấy lạ là mình còn sống.

Rồi nhìn thấy một ánh đèn trong lùm cây, chị dừng lại.

Một lúc lâu chị không dám đến gần ánh đèn. Chị đi qua vài bụi cây, bước vào trong sân một ngôi nhà một tầng bằng gạch xám. Chị ngơ ngác nhìn quanh.

Chị loạng choạng đi đến cửa, quay người đá gót chân vào nó.

Mở mắt ra, Salander thấy ánh sáng trên trần. Một lát sau cô quay đầu đi và nhận ra mình đang đeo một cái khung ở cổ. Đầu nhức buốt, ê ẩm và vai cô đau nhói. Cô nhắm mắt lại.

Bệnh viện, cô nghĩ. *Mình làm gì ở đây?*

Cô thấy kiệt quệ, khó suy nghĩ được đâu ra đâu. Rồi trí nhớ ào ạt trở lại với cô. Cô hoảng hốt một thoáng chớp khi ào ạt tràn đến các hình ảnh rời rạc về việc cô đã tự bới cho mình ra khỏi con hào như thế nào. Rồi cô nghiến răng lại, tập trung vào thở.

Cô sống, nhưng cô không thể chắc như thế là xấu hay tốt.

Cô không chấp nối nổi tất cả những gì đã xảy đến nhưng cô gọi ra được một bức tranh ghép mù mờ về cái lán củi cũng như việc cô đã giận dữ vung búa rìu lên bổ vào mặt Zalachenko như thế nào. Hắn sống hay chết?

Cô không thể nhớ rõ điều gì đã xảy ra với Niedermann. Ký ức lờ mờ ghi nhận rằng cô đã ngạc nhiên khi thấy hắn bỏ chạy, mà cô chẳng biết tại sao.

Thình lình cô nhớ lại đã trông thấy *Kalle Ba Láp Blomkvist*. Có lẽ cô đã mơ thấy đầy đủ nhưng cô chỉ nhớ có gian bếp - chắc là gian bếp trong nhà trại Gosseberga - và cô nhớ thấy anh đi đến với cô. *Ta chắc là bị ảo giác mất rồi.*

Các sự việc ở Gosseberga hình như đã là quá khứ xa vời hay có thể là một giấc mơ ngộ nghĩnh. Cô tập trung vào hiện tại và lại mở mắt.

Tình cảnh cô đang không ra làm sao cả. Cô không cần ai bảo cô điều ấy. Cô giơ tay phải lên sờ sờ đầu. Bó băng. Cổ cô đeo khung giữ. Rồi cô nhớ lại hết. *Niedermann. Zalachenko. Lão già khốn kiếp cũng có súng. Một khẩu Browning cỡ 22. So với các súng khác, phải coi nó là thứ đồ chơi. Vì thế mình mới còn sống chứ.*

Mình bị bắn vào đầu. Mình có thể dính ngón tay vào miệng vết thương và sờ thấy óc.

Cô ngạc nhiên vì mình còn sống. Nhưng cô cảm thấy dửng dưng. Nếu chết là một vùng trống không đen ngòm mà cô vừa tỉnh dậy khỏi đó thì chết có gì đáng để lo âu buồn phiền đâu nhỉ. Cô lại thiếp đi với cái ý nghĩ riêng tư này.

Cô mơ màng ngủ một ít thì thấy có gì động động nên khẽ he hé mắt. Cô thấy một nữ y tá blu trắng đang cúi xuống cô. Cô nhắm mắt lại, làm như ngủ.

- Tôi nghĩ là cô đã thức, - cô y tá nói.

- Ừm, - Salander ậm ừ.

- Chào, tôi là Marianne. Tôi nói cô có hiểu không?

Salander cố gật, nhưng cái khung nó giữ lấy đầu cô cứng khư.

- Không, đừng cố động đậy. Cô không phải sợ gì. Cô bị thương và đã được mổ.

- Cho tôi ít nước được không? - Salander lào phào.

Cô y tá cho cô một cốc to với một cái ống để hút nước.

Trong khi uống nước, cô thấy một người nữa hiện ra ở bên trái cô.

- Chào, Salander. Có nghe thấy tôi nói không?

- Ừm.

- Tôi là bác sĩ Helena Endrin. Cô có biết mình đang ở đâu không?

- Bệnh viện.

- Cô đang ở bệnh viện Sahlgrenska ở Goteborg. Cô được mổ và đang ở phòng hồi sức cấp cứu.

- Hư... ừm.

- Không có gì mà phải sợ.

- Tôi bị bắn vào đầu.

Endrin ngập ngừng một chút rồi nói:

- Đúng. Vậy là cô đã nhớ lại những gì đã xảy ra.

- Lão già chết rấp có súng.

- A..., thế nào thì một ai đó cũng có.

- Cỡ nòng 22.

- Tôi nghe rõ. Tôi không biết chuyện này.

- Tôi bị thương nặng như thế nào?

- Chẩn đoán cho cô là tốt. Tình trạng khá gay go nhưng may là cô đang hồi phục hoàn toàn.

Salander cân nhắc thông tin này. Rồi cô nhìn hắn vào mắt bác sĩ. Mắt cô bị loa lóa.

- Zalachenko bị thế nào?

- Ai cơ?

- Lão già chết rấp. Lão còn sống ư?

- Cô định nói Karl Axel Bodin phải không?

- Không, không, tôi nói Alexander Zalachenko. Lão tên thật là thế.

- Chuyện ấy tôi không biết. Nhưng ông già vào bệnh viện cùng lúc với cô thì tuy có nặng song cũng đã qua cơn nguy.

Salander rất chán. Cô ngẫm nghĩ lời bác sĩ.

- Lão đâu?

- Đang ở dưới sảnh. Nhưng cô đừng lo nghĩ về ông ấy. Cô cần tập trung giữ gìn cho khỏe.

Salander nhắm mắt lại. Cô nghĩ liệu có thể cố xoay lấy cách nào ra khỏi giường tìm một cái gì đó làm vũ khí mà đi làm nốt việc kia không. Nhưng cô hầu như không mở nổi mắt. Cô nghĩ, *Lão lại sắp thoát mất rồi đây.* Cô đã để lỡ mất dịp giết Zalachenko.

- Tôi muốn khám qua cho cô một chút. Rồi cô lại ngủ lại nha, - bác sĩ Endrin nói.

Chả hiểu sao Blomkvist thình lình tỉnh dậy. Anh không biết mình đang ở đâu, rồi nhớ ra là đang ở trong một phòng thuê tại khách sạn Thành phố. Tối như mực. Anh lần mò bấm đèn đầu giường, nhìn đồng hồ. 2 giờ. Anh đã ngủ liền tù tì mười lăm tiếng.

Anh dậy đi vào buồng tắm. Anh sẽ không thể ngủ tiếp lại. Anh cạo râu rồi tắm lâu. Anh mặc một jean xì xằng, áo chui mầu nâu đã cần phải giặt. Anh gọi quầy lễ tân hỏi có thể có cà phê và sandwich vào giờ sớm sủa này không. Người trực đêm nói có thể.

Anh mặc áo jacket thể thao và đi xuống gác. Anh gọi cà phê và sandwich phomát với patê gan. Anh mua tờ *Goteborg-Posten*. Tin bắt Lisbeth Salander lên trang nhất. Anh đem điểm tâm về phòng đọc báo. Giờ này tường thuật lên báo có phần nào đó lơ mơ nhưng họ đang đi đúng luồng. Ronald Niedermann, ba mươi lăm, đang bị săn lùng vì giết một cảnh sát. Cảnh sát muốn hỏi hắn có liên quan tới mấy vụ án mạng ở Stockholm. Cảnh sát không đưa thông tin gì về tình hình sức khỏe Salander, cũng không nhắc đến tên Zalachenko. Hắn chỉ được nói đến là một chủ đất ở Gosseberga và xem vẻ báo đài coi hắn là một nạn nhân vô tội.

Đọc báo xong, Blomkvist bấm mở di động, thấy có hai chục tin nhắn. Ba cái là Berger nhắn bảo gọi cho chị. Hai cái là của Annika em gái anh. Mười bốn cái là của phóng viên ở các báo muốn nói chuyện với anh. Một cái của Malm, gửi anh một lời khuyên ngắn: *Tốt nhất nếu anh đáp chuyến tàu đầu tiên về nhà.*

Blomkvist cau mày. Malm gửi thế này là rất lạ. Tin nhắn gửi lúc 7 giờ 6 phút tối. Anh đã dẹp ý muốn gọi gấp lại, làm một người phải thức dậy vào lúc 3 giờ sáng. Thay vào đó, anh mở iBook, cắm cáp vào giấc băng thông rộng. Anh thấy chuyến tàu đầu tiên đi Stockholm rời ga lúc 5 giờ 20 và không có gì mới ở trên tờ *Aftonbladet* điện tử.

Anh mở một file Word mới, châm thuốc lá, ngồi nhìn màn hình trống không hồi lâu. Rồi bắt đầu gõ phím.

Tên cô ấy là Lisbeth Salander. Nước Thụy Điển đã phải nhờ các báo cáo của cảnh sát và tin bài báo chí cùng đầu đề của các báo buổi chiều để biết về cô ấy. Cô ấy hai mươi bảy tuổi, cao một mét năm mươi. Cô ấy đã bị coi là bệnh nhân tâm thần, đứa sát nhân và một kẻ đồng tính nữ thờ Satan. Các chuyện hoang đường đồn thổi về cô ấy hầu như không có giới hạn. Trong số báo này, *Millennium* sẽ kể câu chuyện các quan chức Chính phủ đã âm mưu chống Salander như thế nào để bảo vệ một tên sát nhân bệnh hoạn...

Anh viết một mạch mười lăm phút, trước hết thuật lại cái đêm anh tìm thấy Dag Svensson và Mia Johansson và tại sao cảnh sát lại tập trung vào Salander và coi cô là nghi can. Anh dẫn các tít báo về băng đồng tính ái nữ Satan cùng hy vọng rõ ràng của truyền thông đại chúng muốn rằng các án mạng này là có liên quan đến tính dục S&M [1].

Xem đồng hồ, anh vội đóng iBook lại. Anh đóng gói ba lô rồi xuống quầy lễ tân. Anh thanh toán bằng thẻ tín dụng, lên taxi đi đến Ga Trung tâm Goteborg.

Blomkvist đi thẳng đến toa ăn, gọi thêm cà phê và sandwich. Anh lại mở iBook, đọc lại hết một lượt. Anh quá mải mê nên không để ý thấy thanh tra Modig cho tới khi chị hắng giọng hỏi liệu chị có thể đến cùng ngồi với anh không. Anh ngước lên, cười ngượng nghịu, đóng máy tính lại.

- Trên đường về nhà đấy chứ?

- Tôi thấy chị cũng thế.

Chị gật đầu:

- Đồng nghiệp của tôi còn ở lại đến một ngày khác.

- Chị có biết gì về tình hình Salander không? Tôi lăn quay lơ ra ngủ từ lần gặp chị vừa rồi.

- Cô ấy vừa đến bệnh viện là được mổ ngay, đến xẩm tối thì tỉnh lại. Các bác sĩ nghĩ là cô ấy sẽ phục hồi hoàn toàn. Cô ấy may không thể ngờ được.

Blomkvist gật. Anh chợt nhận ra anh không hề lo cho cô. Anh đã chắc chắn là cô sống. Không thể nghĩ là lại xảy ra một kết cục nào khác được cả.

- Có xảy ra cái gì hay khác nữa không? - Anh nói.

Modig nghĩ chị nên nói bao nhiêu với một phóng viên, thậm chí với con người biết về chuyện này còn nhiều hơn cả chị. Mặt khác, chị

---

[1] Tức tính dục bạo dâm và khổ dâm.

lại đến bàn anh, và chắc hiện nay ở trụ sở cảnh sát cả trăm phóng viên đang được thông báo tin tức.

- Tôi không muốn anh đưa những điều tôi nói lên báo đâu, - chị nói.

- Tôi hỏi chị đơn giản chỉ vì lợi ích riêng.

Chị bảo anh là hiện đang săn lùng Ronald Niedermann khắp cả nước, đặc biệt ở khu vực Malmo.

- Còn Zalachenko? Chị đã hỏi lão chưa?

- Có. Chúng tôi đã hỏi ông ta.

- Thì sao?

- Chuyện này thì tôi không thể nói gì với anh được.

- Nói tiếp đi, Sonja. Không đầy một giờ sau khi đến tòa báo là tôi sẽ biết chính xác những cái chị nói với tôi thôi mà.

Chị ngập ngừng một lát rồi nhìn anh.

- Ông ta chính thức khởi tố Salander, nói cô ấy cố ý giết ông ta. Cô ấy có cơ bị lên án hành hung nghiêm trọng hay mưu toan giết người.

- Và cô ấy hoàn toàn có thể nói là mình tự vệ.

- Tôi hy vọng cô ấy làm như thế, - Modig nói.

- Cái này nghe không giống như lời lẽ chính thức.

- Bodin... Zalachenko trơn như lươn và trả lời hết được mọi điều chúng tôi hỏi. Tôi tin các tình tiết ít nhiều đúng như anh đã nói với chúng tôi hôm qua, nghĩa là Salander đã phải chịu cả một đời bất công - từ lúc mới mười hai tuổi.

- Tôi sắp kể ra câu chuyện này đấy, - Blomkvist nói.

- Nó sẽ không hay cho một số người.

Modig lại ngập ngừng. Blomkvist đợi.

- Tôi mới nói với Bublanski nửa giờ trước. Ông ấy không đi vào chi tiết nhưng hình như đã gác lại cuộc điều tra sơ bộ đối với Salander về án mạng của các bạn anh. Tâm điểm nay chuyển sang Niedermann.

- Có nghĩa là... - Anh bỏ lửng câu hỏi không nói nốt.

Modig nhún vai.

- Ai sẽ nhận việc điều tra Salander?

- Tôi không biết. Chuyện xảy ra ở Gosseberga là chuyện của Goteborg trước hết. Tôi đoán chừng một ai đó ở Stockholm sẽ được chỉ định làm công việc thu thập tất cả tư liệu cho một chuyến công tế.

- Tôi hiểu. Chị nghĩ nếu chuyển điều tra sang cho bên Sapo thì chênh lệch sẽ là thế nào?

Modig lắc đầu.

Sắp đến Alingsas, Blomkvist ngả người sang phía chị:

- Sonja... tôi nghĩ chị hiểu tình hình đang phải chịu những gì. Sẽ tai tiếng ghê gớm nếu câu chuyện về Zalachenko lộ ra. Người của Sapo mưu mô với một bác sĩ tâm thần đã đem giam Salander vào một bệnh viện tâm thần. Việc duy nhất họ có thể làm được hiện nay là cản đường và tiếp tục nói Salander bị tâm thần để biện minh cho việc đối xử với cô ấy hồi năm 1991.

Modig gật.

- Tôi sẽ làm mọi chuyện có thể để chống lại những tuyên bố như thế. Tôi tin Salander cũng lành mạnh y như chị và tôi thôi. Nhưng kỳ lạ, chắc chắn là không thể nào bác bỏ năng lực trí tuệ của cô ấy. - Anh ngừng lại để cho lời anh thấm sâu. - Tôi sẽ cần một ai đó ở bên trong mà tôi có thể tin được.

Chị bắt gặp mắt anh:

- Tôi không có quyền nói Salander bị hay không bị bệnh tâm thần.

- Nhưng chị có quyền nói cô ấy là nạn nhân của một xét xử pháp lý sai hay đúng chứ.

- Anh gợi ý gì đây?

- Tôi chỉ xin chị cho tôi biết liệu chị có nhìn ra thấy Salander lại đang sắp phải chịu một phen xử sai về pháp lý nữa không.

Modig không nói gì.

- Tôi không cần đến các chi tiết điều tra hay cái gì đó tương tự. Tôi chỉ cần biết với các tội người ta khép cho cô ấy thì chuyện gì sẽ xảy ra.

- Nghe thì đây là cái cách hay để anh cho tôi bị đá ra khỏi cảnh sát đấy.

- Chị sẽ là nguồn tin của tôi. Tôi sẽ không bao giờ, không bao giờ nhắc đến tên chị.

Anh viết một địa chỉ thư điện tử lên một tờ giấy xé từ sổ tay anh ra.

- Đây là một địa chỉ hotmail không thể dò ra được. Chị có thể dùng nó nếu chị có gì bảo tôi. Đừng dùng địa chỉ công vụ của chị, hãy lấy một tài khoản hotmail tạm thời của riêng chị.

Modig cho tờ ghi địa chỉ vào túi trong áo jacket. Chị không hứa hẹn gì với anh cả.

Sáng thứ Bảy, thanh tra Erlander bị chuông điện thoại gọi dậy lúc 7 giờ. Ông nghe thấy tiếng tivi và ngửi thấy mùi cà phê trong bếp, vợ ông đã vào bếp với các việc vặt ban sáng của bà. Ông đã trở về căn hộ của mình ở Molndal lúc 1 giờ sáng, sau khi trực liền hai mươi tư giờ, cho nên khi cầm máy trả lời ông vẫn chưa tỉnh hẳn.

- Richardsson, ca đêm. Ông dậy chưa?

- Chưa, - Erlander nói. - Mới thôi. Gì thế?

- Có tin. Đã tìm thấy Anita Kaspersson.

- Ở đâu?

- Bên ngoài Seglora, nam Boras.

Erlander hình dung ra bản đồ ở trong đầu.

- Nam à, - ông nói. - Hắn đang đi các đường ngược lại. Hắn chắc đã lên đường 180 qua Boras rồi quặt xuống phía nam. Chúng ta báo động cho Malmo chưa?

- Rồi, cả cho Helsingborg, Landskrona và Trelleborg. Và Karlskrona. Tôi đang nghĩ tới con phà đi sang miền đông.

Erlander xoa xoa gáy.

- Hắn đã đi trước chúng ta hai mươi tư giờ. Hắn có thể đã ra khỏi nước rồi. Tìm thấy Kasperson như thế nào?

- Chị ấy tình cờ đến một ngôi nhà ở ngoại vi Seglora.

- Chị ấy *cái gì*?

- Chị ấy gõ cửa...

- Là anh muốn bảo chị ấy còn sống hả?

- Tôi xin lỗi. Tôi nói chưa đủ rõ ràng. Chị Kaspersson này đã đá vào cánh cửa của một ngôi nhà vào lúc 3 giờ 10 sáng nay, làm sợ hết hồn một cặp vợ chồng và con cái đang ngủ. Chị ấy đi chân đất mà lại bị bệnh giảm thân nhiệt nặng. Hai tay bị trói ra đằng sau. Đang ở bệnh viện Boras, gặp lại chồng rồi.

- Nhộn nhỉ. Tôi nghĩ chúng ta đã cho là chị ấy chết.

- Đôi khi ông cũng có thể bị bất ngờ. Nhưng đây là tin xấu đây, Spangberg, Phó chánh Cảnh sát Tỉnh đã ở đây từ 5 giờ sáng. Bà ấy nói trắng ra là muốn gọi ông dậy và tới Boras phỏng vấn người phụ nữ kia.

Là sáng thứ Bảy, Blomkvist cho rằng tòa soạn *Millennium* rỗng không.

Xe lửa đi vào Stockholm thì anh gọi Malm hỏi có gì mà giọng nhắn tin của anh ấy nó lại ra như thế.

- Anh ăn sáng chưa? - Malm hỏi.

- Rồi, trên tàu.

- OK. Đến chỗ tôi đi rồi tôi sẽ cho anh một cái gì đó thực chất hơn.

- Về chuyện gì chứ?

- Cứ đến rồi tôi khắc bảo anh.

Blomkvist đi xe điện ngầm đến Medborgarplatsen rồi đi bộ đến Allhelgonagatan. Bạn trai của Malm, Arnold Magnusson mở cửa cho anh. Bất kể cố gắng dữ đến mấy, Blomkvist vẫn không tài nào gạt đi được cái cảm giác đang nhìn vào một quảng cáo cho một món gì. Magnusson hay lên sân khấu ở Dramaten và là một trong những diễn viên nổi tiếng nhất Thụy Điển. Nhìn vào sát người anh Blomkvist luôn thấy bị sốc. Bình thường các tên tuổi không gây được mấy ấn tượng với Blomkvist nhưng Magnusson có một bề ngoài nổi bật và quá quen thuộc nhờ các vai của anh trên truyền hình cũng như điện ảnh, đặc biệt vì anh đóng vai thanh tra Frisk hay cáu nhưng trung thực trong một bộ phim truyền hình nhiều tập dữ dần nổi tiếng phát đi mỗi lần chín chục phút. Blomkvist luôn chờ anh ứng xử đúng như Gunnar Frisk.

- Chào, Mikael, - Magnusson nói.

- Chào, - Blomkvist nói.

- Vào bếp đi.

Malm cho anh ăn bánh kếp vừa mới làm với mứt dâu rừng và cà phê. Chưa kịp ngồi, Blomkvist đã nổi cơn thèm ngay. Malm muốn biết chuyện gì đã xảy ra ở Gosseberga. Blomkvist kể vắn tắt lại cho anh. Sang cái bánh kếp thứ ba anh mới nhớ hỏi ở nhà có chuyện gì.

- Bọn tôi có một vấn đề nho nhỏ ở *Millennium* khi anh đang tác nghiệp rất đúng kiểu Blomkvist ở tít tận Goteborg.

Blomkvist nhìn xoáy vào Malm.

- Thế là thế nào?

- À, chả có gì quan trọng. Erika nhận chức Tổng biên tập tờ *Svenska Morgon-Posten*. Chị ấy xong việc ở *Millennium* hôm qua.

Phải một lúc Blomkvist mới nuốt trôi được cái tin làm bàng hoàng này. Anh ngồi ngẩn ra đó nhưng không nghi ngờ sự thật của nó.

- Sao cô ấy không bảo ai trước chứ nhỉ? - Cuối cùng anh nói.

- Vì chị ấy định bảo anh trước nhưng chị ấy mấy tuần liền không liên hệ với anh, vì cho là anh hai tay đang ôm đầy chuyện của Salander. Chị ấy rõ là muốn bảo anh trước tiên cho nên đã không thể nói với chúng tôi mà thời gian thì cứ trôi đi thôi... Rồi chị ấy thấy lương tâm mình có lỗi không thể chịu nổi và cảm thấy hãi hùng. Mà trong bọn tôi chả ai để ý thấy cái gì cả.

Blomkvist nhắm mắt lại.

- Trời đày, - anh nói.

- Tôi hiểu. Nay hóa ra anh lại là người cuối cùng ở cơ quan biết chuyện này. Tôi muốn có dịp tự tôi bảo anh để cho anh hay chuyện gì đã xảy ra và đừng nghĩ là có ai đó đang làm gì ở sau lưng anh.

- Không, tôi không nghĩ thế. Nhưng trời ạ... cô ấy mà được thế thì tuyệt, nếu cô ấy muốn làm việc ở *SMP* nhưng còn chúng ta thì sẽ làm cái khỉ gì đây.

- Malin sẽ là quyền Tổng biên tập bắt đầu từ số báo sau.

- Eriksson à?

- Trừ khi anh muốn làm Tổng biên tập...

- Lạy Chúa, không đâu.

- Tôi nghĩ là thế. Vậy Malin sẽ là Tổng biên tập.

- Đã chỉ định Phó tổng biên tập chưa?

- Henry. Anh ấy ở với chúng ta đã bốn năm. Ít có thực tập viên nào lâu hơn thế.

- Tôi có được chọn trong chuyện này không?

- Không, - Malm nói.

Blomkvist cười khô khốc.

- Đúng. Chúng ta cứ để sự thể đi theo cách các bạn đã quyết định. Malin thì rắn nhưng không tự tin. Henry thường hay xốc nổi đôi chút. Chúng ta cần để ý hộ cho cả hai.

- Đúng, sẽ như thế.

Blomkvist ngồi im, hai tay ủ tách cà phê. Không có Berger thì trống vắng ghê lắm đây và anh không chắc công việc ở tạp chí rồi sẽ ra sao.

- Tôi cần gọi Erika và...

- Không thì tốt hơn.

- Ý anh là sao?

- Chị ấy đang ngủ ở cơ quan. Đi đánh thức hay làm cái gì đó cho chị ấy.

Blomkvist thấy Berger ngủ say trên sofa trong văn phòng chị. Chị đã làm miết việc dọn hết mọi vật dụng cá nhân ra khỏi bàn giấy và các giá sách cũng như xếp dọn các giấy tờ chị muốn giữ. Chị đã cho vào đầy năm sọt đựng đồ đạc. Anh đứng ở lối ra vào nhìn chị một lúc rồi mới đi đến ngồi xuống một đầu sofa đánh thức chị.

- Nếu cần ngủ thì sao cơn cớ gì lại không đến nhà anh mà phải ngủ trong giờ làm việc, - anh nói.

- Chào, Mikael.

- Malm đã bảo anh rồi.

Chị vừa sắp nói gì đó thì anh cúi xuống hôn vào má chị.

- Trông anh nhợt nhạt thế?

- Như điên rồ.

- Em rất tiếc. Em không thể thoái thác. Nhưng thấy cứ là không phải, bỏ tất cả anh chị em giữa lúc tình thế gay go không hay như thế này.

- Anh không thể là người phê bình em bỏ tàu được. Giữa lúc tình hình còn gay go tồi tệ hơn thế này nhiều, anh đã bỏ em.

- Hai chuyện chả liên quan gì đến nhau. Anh là nghỉ việc, còn em thì bỏ đi hẳn mà chả bảo với ai. Em rất xin lỗi.

Blomkvist cười ủ ê với chị.

- Cái lúc nó đến thì cứ là thế thôi. - Rồi anh nói thêm bằng tiếng Anh. - Một người phụ nữ phải làm những gì người phụ nữ phải làm và tất cả các trò ú ớ.

Berger mỉm cười. Anh đã nói với chị những câu này khi anh đi lên mạn Hedeby. Anh giơ tay ra âu yếm nựng tóc chị.

- Anh không hiểu tại sao em lại bỏ cái nhà điên loạn này... nhưng làm thủ lĩnh của tờ báo cao bồi lớn nhất Thụy Điển... thì chỉ một thời gian nữa là chìm.

- Có khá ít phụ nữ hiện làm việc ở đó.

- Ba láp. Hãy xem tên báo đi. Nó cứ là nguyên trạng suốt thế thôi à. Em chắc là một cô đắm đuối tự hành xác. Chúng ta có nên đi kiếm ít cà phê không?

Berger ngồi dậy.

- Em cần biết chuyện gì xảy ra ở Goteborg.

- Anh đang viết bài về nó đây, - Blomkvist nói. - Khi chúng ta đăng lên thì chiến tranh sẽ nổ. Chúng ta nói chuyện này ra cùng lúc với phiên tòa xét xử. Anh hy vọng em không nghĩ sẽ đem bài của anh sang bên *SMP*. Thực ra anh muốn em viết một cái gì về câu chuyện Zalachenko trước khi em rời đây đi.

- Mikael... Em...

- Bài xã luận cuối cùng của em. Khi nào thích thì em viết. Muốn gì thì gì gần như chắc chắn là sẽ không đăng nó trước phiên tòa.

- Em không chắc cái đó là ý hay đâu. Anh nghĩ nó nên là về vấn đề gì?

- Luân lý, - Blomkvist nói. - Câu chuyện về tại sao một đồng nghiệp của chúng ta bị giết vì mười lăm năm trước đây Chính phủ đã không làm công việc của họ.

Berger biết rất rõ anh muốn loại xã luận gì. Muốn gì thì Svensson cũng đã bị giết khi chị đang cầm lái. Thình lình chị cảm thấy tâm trạng mình dễ chịu hơn nhiều.

- OK. Bài xã luận cuối cùng của em.

CHƯƠNG 4

Thứ Bảy, 9 tháng Tư
Chủ nhật, 10 tháng Tư

1 giờ chiều thứ Bảy, công tố viên Fransson ở Sodertalje đã suy nghĩ tính toán xong. Miếng đất chôn vùi ở trong rừng cây tại Nykvarn là một chỗ bừa bộn đáng sợ, Vụ Trọng án đã phải làm một lượng lớn công việc ngoài giờ từ thứ Tư, khi Paolo Roberto có một trận đấu quyền anh với Niedermann trong căn nhà kho tại đấy. Họ phải xử lý ít nhất ba vụ án mạng với những cái xác tìm thấy vùi ở trong đống đổ nát, cùng với vụ bắt cóc và tấn công Miriam Wu, một cô bạn của Salander, và trên hết, vụ đốt phá nhà.

Vụ việc ở Stallarholmen được gắn với những phát hiện ở Nykvarn, và thực sự được quy vùng vào cảnh sát quận Strangnas ở tỉnh Sodermanland. Carl-Magnus Lundin ở Câu lạc bộ Xe máy Svavelsjo là nhân vật chính trong tất cả chuyện này nhưng hắn đang nằm bệnh viện ở Sodertalje với một chân bó bột và quai hàm bị hàm thiếc đóng cứng lại. Theo lệ thường, tất cả các tội ác này đều đặt dưới sự phán xử của cảnh sát tỉnh, tức là Stockholm sẽ có tiếng nói cuối cùng.

Thứ Sáu, tòa họp. Lundin bị chính thức khép tội có dính dáng đến Nykvarn. Cuối cùng đã biết được rằng căn nhà kho là thuộc sở hữu của Công ty Medimport, và đến lượt nó lại do Anneli Karlsson, năm mươi hai tuổi, chị em họ của Lundin sống ở Puerto Banus, Tây Ban Nha sở hữu. Bà không có tiền án, tiền sự.

Fransson đóng hồ sơ gồm các giấy tờ của cuộc điều tra sơ bộ lại. Chúng vẫn là ở các giai đoạn đầu sớm sủa, sẽ còn cần đến cả trăm trang giấy khác nữa về công việc chi tiết trước khi có thể sẵn sàng đi đến phiên tòa. Nhưng ngay bây giờ, bà phải có quyết định về mấy vấn đề. Bà nhìn lên các đồng nghiệp cảnh sát.

- Chúng ta có đủ bằng chứng để khép Lundin vào tội tham gia vụ bắt cóc Miriam Wu. Paolo Roberto đã nhận được ra hắn là người lái chiếc xe van. Tôi cũng sẽ khép hắn vào tội dính líu đến việc đốt nhà. Chúng ta hoãn việc khép tội hắn dính líu đến các vụ giết ba mạng người đã đào thấy xác ở khu bất động sản, ít nhất cho tới khi nhận diện được từng người một trong số đó.

Các cảnh sát gật đầu. Họ đang chờ đợi thế.

- Chúng ta sẽ làm gì với Sonny Nieminen?

Fransson lật các trang giấy để trên bàn đến đoạn về Nieminen.

- Người này có một lịch sử hình sự đáng kể. Trấn lột, sử dụng trái phép vũ khí, tấn công, hành hung gây tổn hại nghiêm trọng, giết người và tội ác ma túy. Hắn bị bắt cùng với Lundin ơ Stallarholmen. Tôi tin chắc hắn có dính líu nhưng chúng ta chưa có bằng chứng để thuyết phục tòa.

- Hắn nói hắn không ở trong nhà kho tại Nykvarn bao giờ, rằng tình cờ hắn cưỡi xe máy đi ra ngoài với Lundin, - viên cảnh sát nhân danh cảnh sát Sodertalje chịu trách nhiệm về Stallarholmen nói. - Hắn nói hắn không biết Lundin đi đến Stallarholmen làm gì.

Fransson nghĩ liệu bà có thể xoay sao đưa được toàn bộ vụ này lên cho công tố viên Ekstrom ở Stockholm không.

- Nieminen từ chối nói về những chuyện đã xảy ra, - viên thám tử nói tiếp, - nhưng hắn huyên thiên phủ nhận đã có dính líu với bất cứ vụ án nào.

- Ông có nghĩ hắn và Lundin cũng là nạn nhân của một vụ án ở Stallarholmen không? - Fransson nói, chán nản gõ ngón tay. - Lisbeth Salander, - bà nói thêm, giọng có nét nghi ngờ. - Chúng ta đang nói đến một cô gái nom vẻ như vừa mới đến tuổi dậy thì. Và chỉ cao có mét rưỡi. Cô ấy nom vẻ không có kích cỡ chơi nổi với hoặc Nieminen hoặc Lundin, huống chi lại là cả hai.

- Trừ phi cô ấy có vũ khí. Một khẩu súng thì sẽ bù lại được cho hình thể cô ấy.

- Nhưng như thế lại không khớp đúng với những cái đã xảy ra mà chúng ta dựng lại.

- Không. Cô ấy dùng súng điện và đá vào dái Lundin, mạnh đến nỗi hắn bị nát bét một hột dái và vỡ quai hàm. Chắc là sau khi đá rồi cô ấy mới bắn vào chân Lundin. Nhưng tôi không nuốt trôi được cái kịch bản cho rằng cô ấy đã mang súng ống đi.

- Phòng xét nghiệm đã nhận diện vũ khí dùng với Lundin. Nó là một khẩu Wanad P-38 Ba Lan dùng đạn súng Makarov. Đã tìm thấy nó ở Gosseberga bên ngoài Goteborg và có vân tay Salander ở trên. Chúng ta có thể khá chắc chắn mà cho rằng cô ấy đã mang súng đến Gosseberga.

- Chắc rồi. Nhưng số phân loại súng lại cho thấy nó đã bị đánh cắp bốn năm trước ở một cửa hàng súng tại Orebro. Bọn ăn cắp cuối cùng bị bắt nhưng chúng đã đào giấu súng đi. Bọn này là đầu gấu địa phương, dính vào ma túy và vẫn lẩn quất quanh Câu lạc bộ Xe máy Svavelsjo. Tôi thiên nhiều hơn về giả định Lundin hay Nieminen mang khẩu súng.

- Lundin mang súng và bị Salander tước mất, điều này nghe có thể là đơn giản. Ngẫu nhiên khẩu súng nổ và trúng phải chân hắn. Tôi muốn nói là không phải cô ấy có ý bắn chết hắn, vì hắn vẫn còn sống kia.

- Hay cô ấy bắn vào chân hắn hoàn toàn là do tính thích hung bạo? Ai mà biết được? Nhưng cô ấy đã xử lý Nieminen như thế nào? Hắn không có thương tích rõ ràng.

- Có một, hay đúng hơn là có hai, những vết cháy bỏng nho nhỏ ở ngực.

- Cháy bỏng kiểu gì?

- Tôi đoán là súng bắn điện.

- Vậy giả định Salander có mang một khẩu súng bắn điện, một bình xịt hơi cay Mace và một súng lục. Tất cả các cái đó cân nặng bao nhiêu? Tôi hoàn toàn tin là Lundin hoặc Nieminen đã mang theo súng. Rồi cô ấy đã tước lấy của chúng. Khi nào một bên liên quan mở miệng nói ra, chúng ta mới biết chắc được Lundin đã bị bắn như thế nào.

- Đúng.

- Như sự việc ta thấy hiện nay thì Lundin sẽ bị khép tội vì những lý do tôi đã nói trên kia. Nhưng chúng ta chả có cái quái gì về Nieminen hết. Tôi đang nghĩ thả hắn chiều nay.

Tâm trạng Nieminen suy sụp khi hắn ra khỏi xà lim ở đồn cảnh sát Sodertalje. Mồm miệng khô khốc cho nên đầu tiên hắn dừng lại ở một cửa hàng góc phố mua một chai Pepsi. Hắn ừng ực uống tại chỗ. Hắn mua một bao Lucky Strike và một hộp thiếc thuốc lá hít Rapé của Goteborg. Hắn mở di động, xem pin rồi bấm số gọi Hans-Ake Waltari, ba mươi ba tuổi và là số ba trong thang đẳng cấp của Câu lạc bộ Xe máy Svavelsjo. Chuông reo bốn lần Waltari mới nhấc máy.

- Nieminen đây. Tao ra rồi.

- Chúc mừng.

- Mày ở đâu?

- Nykoping.

- Mày làm cái đéo gì ở Nykoping?

- Chúng ta đã quyết định nếu mày và Magge gặp chuyện thì sẽ nằm mọp cho tới khi tình hình rõ ra rồi mà.

- Vậy bây giờ mày biết tình hình rồi. Mọi người ở đâu?

Waltari bảo hắn chỗ năm thành viên của Câu lạc bộ Xe máy Svavelsjo đang ở. Thông tin không làm cho Nieminen phấn chấn hay bình tâm hơn.

- Thế đứa đéo nào trông nom cửa hàng khi chúng mày ẩn đi như một lũ vịt giời ấy?

- Không công bằng rồi. Mày và Magge đã hạ cánh vào một cái vụ đéo gì bọn tao có biết chó gì đâu, thế rồi thình lình chúng mày dính vào một vụ bắn biếc làm bọn cớm quần lên lùng sục, Magge bị bắn còn mày thì lộ mặt. Chúng nó đang bắt đầu đào mấy cái xác tại nhà kho của bọn ta ở Nykvarn lên rồi đấy.

- Thế ư?

- Còn thế ư? Thế nên chúng tao đang nghĩ hay là Magge với mày đã giấu chúng tao trò gì đó.

- Giấu thì làm cái đéo gì cơ chứ? Tụi tao là những đứa nhân danh Câu lạc bộ làm cái việc này.

- Được, chả ai bảo tao rằng nhà kho lại làm kèm thêm một bãi tha ma ở xứ rừng cả. Những cái xác ấy là ai?

Câu trả miếng độc địa đã đến đầu lưỡi Nieminen rồi nhưng hắn dừng lại. Waltari có thể là một thằng ngu nhưng bây giờ không phải là lúc cãi nhau. Việc quan trọng ngay trong lúc này là củng cố lực lượng của chúng. Sau khi chống đỡ thoát năm cuộc hỏi cung của cảnh sát, nay ở cách đồn cảnh sát chưa tới hai trăm mét mà đi khoe trong di động rằng hắn thực sự biết một cái gì đó thì không có hay.

- Quên mấy cái xác đi, - hắn nói. - Chuyện ấy tao không biết gì cả. Nhưng Magge thì cứt ngập đến cổ rồi. Nó sẽ đi ấp một thời gian và trong khi nó đi thì tao trông coi câu lạc bộ.

- OK. Thế chuyện gì bây giờ đây? - Waltari nói.

- Ai đang quản tài sản?

- Benny ở ngay câu lạc bộ để giữ thành. Chúng nó đã lục soát chỗ ấy hôm chúng mày bị bắt. Không tìm thấy gì cả.

- Benny Karlsson ấy à? - Nienimen kêu lên. - Benny K mồm còn đầy hơi sữa ạ.

- Cứ hượm đã. Nó đang ở cùng với thằng cha tóc vàng mà cậu với Magge hồi nào vẫn quấn quýt ấy.

Nieminen lạnh toát người. Hắn liếc xung quanh rồi đi xa ra khỏi cửa nhà hàng góc phố.

- Mày nói *cái gì*?

Hắn thấp giọng hỏi.

- Thằng cha quái vật tóc vàng mà mày với Magge vẫn đeo kè kè ở bên ấy mà, hắn đến nói cần một chỗ ẩn náu.

- Bỏ cha rồi, Waltari! Thằng này bị truy lùng khắp trong nước đấy.

- Ờ... thảo nào nó cần chỗ núp. Chúng ta nên làm gì đây? Nó là bồ của Magge với mày mà.

Nieminen nhắm mắt lại hồi lâu. Niedermann đã đem đến cho Câu lạc bộ Xe máy Svavelsjo nhiều việc làm và tiền nong trong mấy năm qua. Nhưng hắn tuyệt đối không phải là chiến hữu. Hắn là một thằng chó đẻ nguy hiểm, một thằng mắc bệnh tâm thần - một thằng tâm thần mà cảnh sát lùng sục để trả thù. Nieminen không tin Niedermann một giây một phút nào. *Hay nhất là tìm thấy hắn với một viên đạn vào đầu. Lúc ấy ít nhất việc săn lùng của cảnh sát sẽ lỏng ra được tí chút.*

- Thế mày làm gì cho nó?

- Benny đang trông nom hắn. Nó đưa hắn đến chỗ Viktor.

Viktor Goransson là viên thủ quỹ và quản lý tài chính của Câu lạc bộ, sống ở bên ngoài Jarna. Hắn được học về kế toán và bắt đầu sự nghiệp bằng công việc cố vấn tài chính cho một người Nam Tư sở hữu một dây chuyền quán bar cho đến khi tất cả lũ vào nằm ấp vì gian lận. Hắn đã gặp Lundin ở nhà tù Kumla hồi đầu những năm 90. Hắn là thành viên duy nhất của Câu lạc bộ Xe máy Svavelsjo mặc jacket và thắt cà vạt.

- Waltari, lên xe rồi gặp tao ở Sodertalje. Bốn mươi lăm phút nữa tao sẽ ở bên ngoài ga xe lửa.

- Được. Nhưng chuyện gì mà nháo lên thế?

- Tao cần nắm tình hình. Mày có muốn tao đi xe bus không?

Waltari lén nhìn Nieminen đang ngồi im như chuột khi chúng lái xe ra ngoài Svavelsjo. Không như Lundin, Nieminen bao giờ cũng là rất khó chơi. Bộ mặt giống người mẫu, hắn nom yếu ớt nhưng dễ nổi xung và là một cha nguy hiểm, đặc biệt khi đang say. Ngay khi hắn không rượu, Waltari cũng cảm thấy không khoái nếu tương lai hắn sẽ cầm đầu. Như thế nào đó Lundin luôn có cách giữ cho Nieminen không quậy. Hắn nghĩ rồi đây Lundin bị bật đi thì công việc sẽ diễn ra như thế nào.

Ở Câu lạc bộ, không thấy Benny đâu cả. Nieminen gọi hắn hai lần đều không có trả lời.

Chúng lái xe đến chỗ Nieminen, khoảng nửa dặm ở bên dưới đường cái. Cảnh sát đã lục soát nhưng rõ ràng là không tìm thấy cái gì có giá trị cho cuộc điều tra ở Nykvarn. Vì thế họ đã thả Nieminen ra.

Hắn tắm, thay quần áo trong khi Waltari kiên nhẫn chờ trong bếp. Rồi chúng đi chừng trăm rưỡi mét vào rừng, ở sau vùng đất đai của Nieminen, bới cào một lớp đất mỏng lấy ra một hòm đựng sáu súng ngắn, gồm một AK 5, một lô đạn và khoảng hai ký thuốc nổ giấu ở dưới. Đây là chỗ Nieminen cất vũ khí. Hai khẩu trong số đó là Wanad P-38 Ba Lan. Chúng ở trong mẻ vũ khí mà Salander đã lấy của hắn ở Stallarholmen.

Nieminen lái xe mà chỉ toàn nghĩ đến Salander. Một vấn đề khó chịu. Trong xà lim ở đồn cảnh sát Sodertalje hắn đã thầm diễn đi diễn lại mãi cảnh này: sao hắn và Lundin lại đến nhà nghỉ mùa hè của luật sư Bjurman và thấy Salander rõ là vừa mới rời đi xong.

Câu chuyện diễn ra mau lẹ và không thể lường trước. Hắn cùng Lundin đến đó để đốt sập ngôi nhà nghỉ hè chết rấp kia. Theo chỉ thị của thằng quái vật tóc vàng khốn kiếp nọ. Thế rồi hai đứa vồ phải con đĩ Salander - một thân một mình, cao có mét rưỡi, quắt như cái que. Nieminen nghĩ thật ra nó nặng bao nhiêu cân chứ. Thế rồi cứ như trời phạt, một cơn điên khùng chớp nhoáng nổ ra ở con bé đến nỗi cả hai đứa chúng chả còn kịp đề phòng.

Hắn có thể khách quan tả lại chuỗi sự việc. Salander có một bình xịt hơi cay và cô đã phun nó vào mặt Lundin. Lẽ ra Lundin đã phải phòng bị nhưng cha lại không. Con bé đá cha hai cái, còn làm vỡ một cái quai hàm thì chả cần cơ bắp phải to tú ụ gì sất. *Con bé đánh hắn bất thình lình. Nói thế thì mới giải thích được.*

Nhưng rồi con bé quàng sang cả hắn, Sonny Nieminen, một người mà ngay đám đàn ông tập tành ra trò cũng tránh tay bo đọ sức. *Con bé di chuyển quá nhanh. Hắn không kịp rút súng. Con bé cho hắn ra rìa dễ như bỡn, tựa như phẩy một con muỗi. Đáng nhục. Con bé có một khẩu súng điện. Con bé có...*

Hắn không nhớ ra một điều khi nghĩ đến đó. Lundin bị bắn vào chân rồi cảnh sát hiện ra ngay lúc bấy giờ. Sau vài đận cãi nhắng cãi nhít ở quãng giữa Strangnas và Sodertalje, hắn đã bị đưa vào xà lim ở Sodertalje. Lại thêm việc cổ xe Harley của Magge bị con bé tháu mất nữa chứ.

Con bé cắt huy hiệu Câu lạc bộ ở chiếc jacket da ra - biểu tượng từng làm cho đám dân xếp hàng ở quán bar phải dạt sang bên, cái thứ đã cho hắn có một địa vị vượt quá cả những giấc mơ hung hãn nhất của rất nhiều người. Con bé đã làm nhục hắn.

Máu Nieminen sôi lên. Trong tất cả các lần cảnh sát thẩm vấn, hắn toàn là im bặt. Hắn sẽ không bao giờ kể lại được với ai câu chuyện đã xảy ra ở Stallarholmen. Cho đến lúc ấy, Salander chả có ra cái thá gì với hắn. Nó chỉ là một dự án phụ mà Lundin phải quấy phá... mà cũng lại là do thằng cha tóc vàng Niedermann kia trao cho chứ. Nay hắn phẫn nộ thù ghét cô gái đến mức ngay chính hắn cũng phải ngạc nhiên. Thường hắn lì và có đầu óc phân tích nhưng hắn biết đến mai sau một lúc nào đó hắn sẽ phải đòi nợ con bé, rửa nhục cho mình. Nhưng lúc này trước hết hắn phải kiểm soát tình hình rối loạn mà Salander và Niedermann đã đem đến cho Câu lạc bộ Xe máy Svavelsjo.

Nieminen lấy hai khẩu súng Ba Lan còn lại, lên đạn, đưa một khẩu cho Waltari.

- Đã có kế hoạch gì chưa?

- Chúng ta sẽ đến nói chuyện với Niedermann. Hắn không phải người cánh ta và hắn không có tiền án. Tao không biết hắn sẽ phản ứng thế nào khi bị tóm nhưng nếu hắn nói ra thì chúng ta vào ấp tất. Chúng ta sẽ bị hạ nhanh đến mức cái đầu mày cứ là quay tít thò lò.

- Mày định nói là chúng ta nên...

Nieminen đã quyết định phải cho Niedermann tong, nhưng chưa làm mà đã nói để cho Waltari sợ là không hay.

- Tớ không biết. Chúng ta cần xem hắn nghĩ gì. Nếu hắn định rời nước đi lẹ như bị ma đuổi thì chúng ta có thể sẽ giúp hắn một tay. Nhưng chừng nào hắn vẫn có cơ bị tóm thì hắn còn là một đe dọa của chúng ta.

Đèn nhà Goransson tắt khi Nieminen và Waltari lái xe đến trong chạng vạng. Không phải dấu hiệu tốt. Chúng ngồi trong xe chờ.

- Có thể họ đã ra ngoài rồi, - Waltari nói.

- Đúng. Họ ra quán bar với Niedermann, - Nieminen nói, mở cửa xe.

Cửa chính không khóa. Nieminen bật đèn trần. Chúng đi hết buồng này buồng nọ. Ngôi nhà được giữ gìn ngăn nắp, sạch sẽ, chắc là nhờ bà ấy, người phụ nữ mà Goransson sống cùng.

Chúng tìm thấy Goransson và người bạn gái của ông ở tầng hầm, nhét trong phòng giặt.

Nieminen cúi xuống xem hai cái xác. Hắn giơ một ngón tay sờ vào người phụ nữ hắn không nhớ nổi tên. Bà cứng nhắc và lạnh toát. Như thế có nghĩa hai người đã chết được hai mươi tư giờ.

Không cần một nhà bệnh học giúp, Nieminen cũng nhận ra là họ đã bị chết như thế nào. Cổ người đàn bà bị bẻ gẫy vì đầu bà quay đi một trăm tám mươi độ. Bà mặc áo phông và quần jean, Nieminen không trông thấy một vết thương nào trên người bà.

Đằng này, Goransson chỉ mặc quần áo trong. Ông đã bị đánh, khắp người tím bầm và đầy máu. Giống các cành cây bị bẻ, hai tay ông quặt ra hai hướng mà bình thường là không thể nào lại như thế được. Chỉ có thể định nghĩa trận đòn mà ông phải chịu là cực hình tra tấn mà thôi. Như Nieminen có thể thấy, ông đã bị giết bằng mỗi một quả đấm vào gáy. Yết hầu ông thụt sâu vào tận trong cổ họng.

Nieminen lên tam cấp ra ngoài cửa chính. Waltari theo sau. Nieminen đi năm chục mét ra nhà kho. Hắn gạt then cài ra mở cửa.

Hắn thấy một xe Renault 1991 màu xanh dương sẫm.

- Xe của Goransson kiểu gì? - Nieminen nói.

- Ông ta đi một chiếc Saab.

Nieminen gật đầu. Hắn lấy chùm chìa khóa ở túi áo jacket, ra mở một cái cửa ở đầu đằng kia nhà kho. Nhìn thoáng hắn cũng biết hai đứa đã đến quá muộn. Tủ để vũ khí hạng nặng mở toang.

Nieminen cười khẩy.

- Chừng 800.000 curon, - hắn nói.

- Gì cơ?

- Câu lạc bộ Xe máy Svavelsjo có chừng 800.000 curon găm ở trong cái tủ này. Quỹ của chúng ta.

Chỉ ba người biết Câu lạc bộ giấu tiền mặt ở đâu, món này chờ để đầu tư và rửa tiền. Goransson, Lundin và Nieminen. *Niedermann đang chạy trốn. Hắn cần tiền mặt. Hắn biết Goransson là người giữ tiền.*

Nieminen đóng cửa đi thong thả ra khỏi nhà kho. Đầu óc hắn quay cuồng khi hắn cố tiêu hóa thảm họa này. Một phần tài sản của Câu lạc bộ Xe máy Svavelsjo là ở dạng hợp đồng và hắn có thể tiếp cận, một số khoản đầu tư thì có thể nhờ Lundin giúp đỡ mà xây dựng lại được. Nhưng phần lớn lại ở trên danh sách nằm trong đầu Goransson, trừ phi ông đã chỉ dẫn rõ cho Lundin. Nieminen ngờ điều này - Lundin không bao giờ thạo chuyện tiền nong. Nieminen ước lượng Câu lạc bộ đã bị mất trên sáu mươi phần trăm tài sản từ việc Goransson chết. Đòn này đúng là khuynh gia bại sản. Trên hết, chúng cần phải có tiền mặt để chi tiêu lần hồi qua ngày.

- Chúng ta làm gì bây giờ? - Waltari hỏi.

- Chúng ta sẽ đi báo cảnh sát chuyện xảy ra ở đây.

- Báo *cảnh sát*?

- Đúng, mẹ kiếp. Dấu tay tao dính khắp ngôi nhà mất rồi. Tao muốn Goransson và con đĩ của lão được tìm ra càng sớm càng tốt, để cho đám pháp y thấy họ đã chết trong lúc tao còn đang bị giam.

- Tao hiểu.

- Tốt. Đi tìm Benny, tao muốn nói chuyện với nó. Nếu nó còn sống, mà nó còn sống đấy. Rồi chúng ta sẽ dò thằng Niedermann. Chúng ta sẽ cần mọi quan hệ vốn có với các câu lạc bộ ở khắp Scandinavia để bảo họ phải căng mắt ra. Tao muốn đầu thằng chó đẻ này đặt ở trên đĩa. Chắc nó đang lái chiếc Saab của Goransson chạy rông đây. Tìm ra số biển đăng ký nha.

Salander tỉnh dậy lúc 2 giờ chiều thứ Bảy, một bác sĩ đang sờ nắn cô.

- Chà, - ông nói. - Tôi là Benny Svantesson. Tôi là bác sĩ. Cô có đau không?

- Có, - Salander đáp.

- Tôi bảo đảm một lát nữa sẽ cho cô thuốc giảm đau. Nhưng tôi phải khám cho cô trước.

Ông nắn, sờ, ấn ấn lên thân thể rách tơi của cô. Salander cực kỳ cáu lúc ông xong việc nhưng cô nhịn; đã hết hơi hết sức rồi cô quyết định tốt nhất là giữ yên tĩnh chứ đừng làm cho những ngày cô nằm ở Sahlgrenska tối xin đi bằng một cuộc đấu đá.

- Tôi đang bị sao? - Cô nói.

- Cô đang hồi phục, - vị bác sĩ nói, ghi chép một chút rồi đứng lên. Chả cho thấy được gì khá hơn lắm.

Ông ta đi rồi, một cô y tá vào giúp Salander ngồi lên bô. Rồi cô được phép quay lại ngủ.

Zalachenko tức Karl Axel Bodin được cho ăn bữa trưa lỏng. Mỗi cử động nhỏ của cơ mặt cũng làm cho quai hàm và gò má hắn đau nhói, nhai thì miễn nói rồi. Trong ca mổ đêm qua, hai con ốc bằng titan đã được bắt vít vào xương hàm hắn.

Nhưng đau thì còn có thể quản được. Zalachenko vốn đã quen với đau đớn. Không gì so được với cái đau hắn đã nếm trải hàng tuần, thậm chí cả hàng tháng khi hắn bốc cháy đùng đùng như một ngọn đuốc trong xe hơi mười lăm năm trước. Cuộc điều trị sau đó ngang với một chuyến chạy maratông của cơn hấp hối.

Các bác sĩ quyết định rằng đời hắn đã hết nguy hiểm nhưng hắn bị thương tật nặng nề. Căn cứ vào tuổi tác hắn, các bác sĩ cho hắn ở lại phòng hồi sức cấp cứu thêm vài ngày.

Thứ Bảy, hắn có bốn người khách.

10 giờ sáng, thanh tra Erlander quay lại.

Lần này ông bảo Modig tính hăng sằng sặc ở ngoài mà đi cùng với thanh tra Holmberg, ông này dễ chịu hơn nhiều. Họ đặt khá nhiều câu hỏi về Niedermann giống như đã hỏi đêm trước. Hắn đã có sẵn câu chuyện để kể và cứ thế bám chặt lấy nó. Khi họ bắt đầu hỏi dồn về khả năng hắn dính líu vào buôn lậu cùng các hoạt động tội ác khác, hắn lại nói không biết gì về các chuyện này. Hắn sống bằng trợ cấp tàn tật, hắn không hiểu những điều mà họ đang nói. Hắn trách Niedermann về mọi chuyện và nói muốn giúp họ bằng bất cứ cách nào mà hắn có thể để tìm ra kẻ chạy trốn.

Nói đúng ra là không may, hắn không thể giúp được nhiều. Hắn không biết các nhóm mà Niedermann hay lui tới hay những người mà gã này có thể đến tìm sự che chở.

Vào khoảng 11 giờ, một đại diện của Văn phòng Công tố viên đến gặp nhanh hắn, chính thức cho biết hắn là một nghi can trong việc gây thương tổn nghiêm trọng về thể xác hay có ý định giết Lisbeth Salander. Zalachenko kiên nhẫn giải thích rằng trái lại, hắn là nạn nhân của một tội ác, và thực tế chính Salander đã có ý định giết *hắn ta*. Văn phòng Công tố viên cho hắn sự giúp đỡ chính thức về pháp lý dưới dạng một luật sư của nhà nước cấp cho bên bị. Zalachenko nói hắn sẽ cân nhắc vấn đề này.

Điều này hắn không có ý làm. Hắn đã có một luật sư, việc đầu tiên hắn cần làm sáng hôm ấy là gọi người này đến chỗ hắn càng nhanh càng tốt. Do đó người khách thứ ba đến giường bệnh của hắn hôm nay là Martin Thomasson. Ông ta lùa một tay vào mớ tóc vàng dầy nặng của mình, chỉnh ngay ngắn lại kính rồi bắt tay thân chủ. Ông người mũm mĩm, rất có duyên. Đúng, ông có bị nghi là tay điều đóm tạp vụ cho mafia Nam Tư, một vấn đề vẫn còn đang điều tra nhưng ông cũng được biết là đã cãi thắng trong nhiều vụ kiện.

Năm năm trước, một người cộng tác trong kinh doanh đã giới thiệu Thomasson với Zalachenko khi hắn cần tổ chức lại một số quỹ liên quan tới một công ty tài chính nhỏ mà hắn sở hữu ở Liechtenstein. Đó là những món tiền không lớn nhưng tài nghệ của Thomasson thì dị thường nhờ thế Zalachenko đã tránh được khoản thuế phải đóng. Hắn bèn tuyển Thomasson làm một vài việc khác. Thomasson biết rằng tiền là do các hoạt động tội ác mà có, điều này xem ra chả hề làm cho hắn bối rối tẹo nào. Cuối cùng Zalachenko quyết định cấu trúc lại toàn bộ công cuộc làm ăn của hắn thành một công ty mới mà hắn và Niedermann sẽ sở hữu. Hắn tiếp cận Thomasson, đề nghị luật sư nhập bọn như một thành viên thứ ba, câm lặng để nắm giữ phương diện tài chính của công ty. Luật sư nhận lời tức thì.

- Ông Bodin, vậy là trong chuyện này không cái gì nom có vẻ vui cho lắm.

- Tôi là nạn nhân bị tấn công thể xác nghiêm trọng và còn bị người ta định giết chết nữa, - Zalachenko nói.

- Những cái ông nói là tôi thấy được cả. Có một Lisbeth Salander nào đó, nếu tôi hiểu đúng.

Zalachenko hạ giọng:

- Chuyến này đối tác Niedermann của chúng ta thực sự để hở sườn to.

- Đúng vậy.

- Cảnh sát nghi tôi có dính líu.

- Mà dĩ nhiên là ông thì không rồi. Ông là nạn nhân mà, nhận ra được ngay ở đây cái hình ảnh đưa ra cho đám báo chí là điều quan trọng với chúng ta. Tiểu thư Salander đã nhận được nhiều quảng cáo xấu... Hãy để tôi xử lý với tình hình.

- Cảm ơn ông.

- Nhưng ngay từ đầu tôi cần nhắc ông rằng tôi không phải là luật sư hình sự. Ông phải cần một chuyên gia. Tôi sẽ thu xếp để ông mướn một người mà ông tin cậy được.

Đến vào lúc 11 giờ đêm, người khách thứ tư của hôm thứ Bảy ấy đã đi qua được các cô y tá bằng cách chìa ra một thẻ căn cước rồi khẳng định là có công việc cần kíp. Người ta chỉ cho ông ta buồng của Zalachenko. Người bệnh còn thức, đang càu nhà càu nhàu.

- Tôi là Jonas Sandberg, - ông khách tự giới thiệu, chìa tay ra nhưng Zalachenko lờ đi.

Khách chừng ba chục tuổi. Tóc nâu đỏ, ông ta mặc một quần jean bình thường, sơ mi kẻ carô và jacket da. Zalachenko xem xét kỹ khách một lúc.

- Tôi đang nghĩ khi nào thì người của các ông ló mặt ra đây.

- Tôi làm việc cho SIS, An ninh Nội địa Thụy Điển, - Sandberg nói, đưa thẻ căn cước của mình cho Zalachenko.

- Tôi là ngờ cái này đấy, - Zalachenko nói.

- Xin lỗi ông?

- SIS có thể mướn ông nhưng tôi ngờ là ông còn làm việc cho cả ai nữa.

Sandberg nhìn quanh gian buồng, rồi kéo chiếc ghế của khách đến.

- Tôi đến muộn để không bị chú ý. Chúng tôi đã bàn có thể giúp ông như thế nào và nay thì chúng ta cần phải đạt tới một loại thỏa thuận gì đó về những gì sắp diễn ra. Tôi đến đây để nghe câu chuyện theo lời ông kể và hiểu ý đồ của ông... để cho chúng tôi có thể tìm ra được một chiến lược chung.

- Trong đầu ông có cái kiểu chiến lược gì vậy nào?

- Thưa ông Zalachenko... Tôi sợ rằng hiện đang bắt đầu vận hành một quá trình mà ta không thể nhìn thấy trước các hiệu quả nguy hại của nó, - Sandberg nói. - Chúng tôi đã bàn kỹ chuyện này. Chuyện nấm mộ ở Gosseberga cùng chuyện cô gái bị bắn ba lần thì sẽ khó mà giải thích trôi được. Nhưng hãy đừng mất hết hy vọng. Có thể lấy chuyện xung đột giữa ông và con gái ra giải thích cho việc ông sợ con gái cũng như tại sao ông lại phải dùng đến các biện pháp quá quyết liệt như vậy... nhưng tôi sợ là chúng ta đang nói đến việc ông sẽ ngồi mất một ít thời gian ở trong tù.

Zalachenko thấy hào hứng và nếu như quai hàm hắn không bị chốt cứng lại thì hắn sẽ phá ra cười. Hắn chỉ cố cho môi hắn hơi lượn cong đi được một chút. Cong hơn nữa một ít là sẽ rất đau.

- Vậy chiến lược của chúng ta là thế đó hả?

- Thưa ông Zalachenko, ông đã biết khái niệm giảm thiểu thiệt hại. Chúng ta phải đi đến một chiến lược chung. Chúng tôi sẽ làm mọi cái trong quyền hạn của chúng tôi để giúp ông một luật sư vân vân... song chúng tôi cần ông hợp tác cũng như một số bảo đảm.

- Ông sẽ chỉ có một bảo đảm của tôi thôi. Thứ nhất, ông sẽ trông nom sao cho tất cả các chuyện này biến đi. - Hắn vẫy vẩy tay. - Niedermann là bung xung và tôi tin chắc sẽ không có ai mà tìm ra nổi nó đâu.

- Có bằng chứng pháp y rằng...

- Đéo mẹ nó bằng chứng pháp y với chả pháp y. Đây là chuyện tiến hành điều tra như thế nào và trình bày sự việc ra sao thôi. Bảo đảm của tôi là... nếu các anh không vung cây đũa thần lên để cho tất cả các trò này biến đi thì tôi sẽ mời truyền thông đại chúng đến một cuộc họp báo. Tôi biết các tên tuổi, các ngày giờ và các sự kiện. Tôi nghĩ không cần nhắc lại với anh rằng tôi là ai nhá.

- Ông không hiểu...

- Tôi hiểu hết. Anh là một cậu bồi sai vặt. Vậy hãy đi gặp cấp trên của anh kể lại những cái tôi vừa nói. Ông ta sẽ hiểu. Bảo ông ấy là tôi có bản sao của... mọi cái. Tôi có thể cho tất cả các anh đổ dúi đổ dụi.

- Chúng ta cần đi đến một thỏa thuận.

- Chuyện nói thế là hết. Ra khỏi đây đi. Và bảo họ lần sau thì cứ một người lớn đến mà bàn với tôi.

Zalachenko quay đầu đi, lờ ông khách. Sandberg nhìn Zalachenko một lúc. Rồi anh ta nhún vai đứng lên. Gần tới cửa anh ta lại nghe thấy Zalachenko nói:

- Một việc nữa.

Sandberg quay lại.

- Salander.

- Cô ấy thì sao?

- Nó phải biến.

- Ý ông là thế nào?

Vẻ Sandberg căng thẳng khiến Zalachenko thoáng mỉm cười, tuy quai hàm ông đau như bị khoan.

- Tôi thấy các người là đồ mật chuột quá nhạy cảm không thể giết được nó đâu, mà các anh cũng chẳng có cả cách thức lẫn đồ nghề để làm cái chuyện ấy nữa cơ. Ai sẽ làm chuyện ấy đây... anh ư? Nhưng nó dứt khoát là phải biến. Phải tuyên bố là lời khai, bằng chứng của nó đều vô giá trị hết. Nó là phải bị kết chung thân sống trong bệnh viện tâm thần.

Salander nghe thấy tiếng chân đi trong hành lang. Những bước chân cô chưa nghe thấy trước đây.

Cửa buồng cô mở suốt buổi tối và các y tá cứ mười phút lại vào kiểm tra. Cô đã nghe thấy người đàn ông giải thích ở cửa buồng cô rằng ông ta cần gặp ông Karl Axel Bodin vì một việc cấp bách. Cô đã nghe thấy ông ta trình thẻ căn cước nhưng không thấy hai bên trao đổi lời lẽ nên cô không có đầu mối qua đó hiểu ông ta là ai và thẻ căn cước của ông ta thuộc về loại gì.

Cô y tá bảo ông ta chờ một lát trong khi cô đi xem ông Bodin thức hay ngủ. Salander kết luận nói gì thì nói chứ thẻ căn cước của ông ta chắc là có sức thuyết phục.

Cô nghe thấy cô y tá đi xuôi xuống hành lang sang trái. Để tới buồng Zalachenko, cô y tá phải đi mười bảy bước nhưng với cũng khoảng cách ấy thì người khách đàn ông chỉ mất mười ba bước. Như thế là trung bình mất mười lăm bước rưỡi. Cô ước chừng mỗi bước chân dài sáu mươi phân, vậy đem nhân lên với mười lăm rưỡi, cô sẽ biết buồng của Zalachenko ở cách buồng cô khoảng chín trăm ba mươi phân bên trái dưới hành lang. OK, cho là xấp xỉ mười mét đi. Cô ước buồng cô rộng chừng năm mét, như vậy có nghĩa là buồng của Zalachenko ở dưới buồng cô hai cửa.

Theo con số màu xanh lá cây ở chiếc đồng hồ số trên tủ đầu giường cô thì cuộc thăm viếng kéo dài chính xác chín phút.

Zalachenko nằm thức hồi lâu sau khi người đàn ông tên gọi Jonas Sandberg đã rời đi. Hắn cho rằng cái tên này là thứ giả; theo kinh nghiệm hắn, các gián điệp nghiệp dư Thụy Điển đã thực sự bị ám ảnh với việc dùng tên giả, thậm chí ngay cả khi chả có cần thiết quái gì. Trong trường hợp này, Sandberg hay bất kỳ đứa quỷ nào đến gặp thì cũng là dấu hiệu đầu tiên cho thấy Bộ phận đã chú ý tới tình trạng rắc rối của Zalachenko. Tính đến sự chú ý của truyền thông đại chúng thì Bộ phận khó lòng mà tránh khỏi được sự quan tâm này. Nhưng cuộc viếng thăm cũng lại xác nhận rằng tình hình rắc rối của hắn đang là một vấn đề khiến cho họ lo ngại. Cũng có thể là đáng ngại thật.

Hắn cân nhắc được hơn, bầy ra các khả năng và vứt bỏ các thứ lựa chọn khác nhau. Hắn biết đầy đủ rằng mọi việc đã diễn ra tồi tệ như đang là thế hiện nay. Trong một thế giới rất ngăn nắp trật tự thì lẽ ra lúc này hắn đang ở Gosseberga, lẽ ra Niedermann đã yên ổn ra khỏi nước và lẽ ra Salander đã bị vùi sâu chôn chặt ở dưới lòng đất rồi. Mặc dù hắn nắm được hợp lý các điều đã xảy ra nhưng vì mạng sống của hắn, hắn vẫn không hiểu nổi làm sao con bé lại xoay xở được cách để tự bới mà ra khỏi được con hào của Niedermann, rồi tìm lối quay về trang trại và con mẹ nó suýt nữa thì cho hắn đi đời bằng hai nhát búa bổ. Phải nói là con bé tháo vát khác thường.

Mặt khác, hắn hiểu rất rõ điều gì đã xảy ra với Niedermann, hiểu tại sao nó phải chạy để tháo thân chứ không ở lại kết liễu Salander đi cho xong. Hắn biết có một cái gì đó hoàn toàn không ổn ở trong đầu Niedermann, biết là nó hay trông thấy những hình ảnh này nọ - thậm chí thấy cả ma. Zalachenko đã nhiều phen phải can thiệp khi Niedermann bắt đầu hành động trái khoáy hay kinh hoàng nằm co rúm co ró lại.

Điều này làm Zalachenko lo. Do Niedermann chưa bị bắt nên hắn tin là trong vòng hai mươi tư giờ kể từ khi chạy trốn khỏi Gosseberga chắc Niedermann đã hành động hợp lý. Chắc nó sẽ đi Tallinn, ở đấy nó sẽ tìm được sự che chở từ các mối quan hệ trong đế chế tội ác của Zalachenko. Điều làm hắn lo trước mắt là hắn không thể biết trước lúc nào Niedermann sẽ lên cơn bại liệt tâm thần rồi gục. Chuyện này nếu xảy ra trong khi nó đang cố chạy trốn và nếu phạm sai lầm thì nó sẽ vào tù. Nó sẽ không bao giờ tự nguyện đầu hàng, như thế nghĩa là các cảnh sát sẽ chết và Niedermann chắc cũng sẽ chết nốt thôi.

Ý nghĩ này làm Zalachenko suy sụp. Hắn không muốn Niedermann chết. Niedermann là con trai hắn. Nhưng dù chết có là đáng tiếc đi nữa thì Niedermann cũng không nên bị bắt sống. Nó chưa từng bị bắt bao giờ, hắn không biết trước nó sẽ phản ứng ra sao khi bị thẩm vấn. Hắn ngờ Niedermann không giữ nổi được bình tĩnh như lẽ ra cần phải thế. Vậy nếu nó bị cảnh sát giết thì âu cũng là điều hay thôi. Hắn sẽ đau khổ vì con trai nhưng nếu nó sống thì sẽ còn xấu hơn. Nếu Niedermann nói ra, bản thân Zalachenko sẽ mọt gông cả đời.

Nhưng từ lúc Niedermann chạy trốn đến nay mới có bốn mươi tám tiếng đồng hồ, và nó chưa bị bắt. Thế là tốt. Đây là dấu hiệu cho thấy Niedermann vẫn hành sự, mà khi Niedermann còn hành sự thì sẽ vô địch.

Về lâu về dài lại có một lo ngại khác. Hắn nghĩ Niedermann sẽ một thân một mình sống ra sao khi không có bố hướng dẫn chỉ bảo ở bên. Qua nhiều năm hắn đã để ý thấy nếu hắn không chỉ bảo, hoặc cho Niedermann có quá nhiều không gian để tự quyết định thì nó sẽ trượt vào một trạng thái phân vân do dự.

Zalachenko biết rõ rằng con trai hắn không có được một số đức tính nhất định thì đó là một nỗi nhục và một tội ác với hắn. Ronald Niedermann là một người rất có tài và với những đặc điểm sinh lý của mình, nó là một cá thể ghê gớm, được khiếp sợ, điều này chẳng còn phải nghi ngờ gì. Nó cũng là một tay tổ chức xuất sắc và lạnh lùng. Vấn đề của nó là nó rất thiếu bản năng lãnh đạo. Nó luôn cần một ai đó bảo ban nó cái điều mà nó cho là nó phải bắt tay vào tổ chức.

Nhưng hiện giờ, tất cả các chuyện này đều nằm ngoài tầm kiểm soát của Zalachenko. Ngay lúc này hắn phải chuyên tâm lo cho bản thân hắn. Tình cảnh hắn khốn đốn, có lẽ còn khốn đốn hơn cả trước kia.

Hắn không nghĩ rằng chuyến thăm của luật sư Thomasson sáng nay lại đáng làm cho hắn được đặc biệt yên tâm. Thomasson đang là và vẫn là một luật sư của công ty và bất kể ông ta có hiệu quả như thế nào ở mặt này thì ở trong công việc khác ông ta cũng sẽ không thể là một chỗ dựa lớn được.

Và rồi lại có cuộc viếng thăm của Jonas Sandberg, hay bất kể tên hắn có là gì đi nữa. Sandberg đưa ra cho một dây an toàn chắc khỏe hơn. Nhưng dây an toàn này cũng có thể là một cái bẫy. Hắn sẽ phải chơi ván bài này đúng và hắn phải kiểm soát tình hình. Kiểm soát là tất cả.

Cuối cùng hắn phải có tiền để mà trông vào. Lúc này hắn cần y tế chăm nom nhưng vài ba ngày, có thể một tuần nữa, hắn sẽ phải phục hồi sức khỏe. Nếu tình hình cần đến một cái đầu thì hắn chỉ có thể dựa vào bản thân hắn mà thôi. Như thế có nghĩa là hắn sẽ phải biến đi, ngay bây giờ trước mũi của các cảnh sát đang vây quanh hắn. Hắn sẽ cần một chỗ ẩn náu, một hộ chiếu và ít tiền mặt. Thomasson có thể cung cấp tất cả cái đó cho hắn. Trước hết hắn sẽ phải lấy lại sức khỏe, đủ để có thể chạy trốn.

1 giờ sáng, cô y tá trực đêm ngó vào, hắn vờ ngủ. Khi cô đóng cửa, hắn ngồi phắt lên, vung chân sang bên kia giường. Hắn ngồi im một lúc, thử xem sức giữ thăng bằng của hắn. Rồi hắn thận trọng đặt chân trái xuống sàn. May là nhát búa rìu lại đánh vào cái chân phải đã bị liệt của hắn. Hắn với lấy cái chân giả cất ở trong tủ cạnh giường, buộc nó vào mẩu chân còn lại. Rồi hắn đứng lên, đè sức nặng lên bên chân không bị thương trước khi thử đứng cả lên chân kia. Khi hắn chuyển dịch sức nặng, chân phải của hắn đau nhói.

Hắn nghiến răng bước một bước. Hắn sẽ cần đến nạng và chắc bệnh viện sẽ sớm cho hắn một cái. Hắn dựa vào tường và tập tễnh ra cửa. Hắn phải mất mấy phút và mỗi bước lại phải dừng lại để đối phó với cơn đau.

Hắn đứng trên một chân khi đẩy cửa đánh cạch và nhòm ra hành lang. Hắn không trông thấy ai cho nên thò đầu ra ngoài xa hơn. Nghe thấy những tiếng nói yếu ớt ở bên trái, hắn quay sang nhìn. Các cô y tá trực đêm đang ở chỗ của họ cách đầu đằng kia hành lang khoảng hai chục mét.

Hắn quay sang phải, nhìn thấy cửa ra ở đầu đằng này.

Sáng nay hắn đã hỏi tình hình sức khỏe của Salander. Muốn gì hắn cũng là bố. Cô y tá rõ ràng đã được chỉ thị không nói về các bệnh nhân khác. Một cô chỉ nói bằng cái giọng chung chung rằng tình hình của Salander ổn định. Nhưng cô đã bất giác liếc sang bên trái cô.

Trong một gian buồng nằm ở giữa buồng hắn và cửa ra là Lisbeth Salander.

Hắn thận trọng đóng cửa lại, cà nhắc leo lên giường, tháo chân giả. Hắn đầm đìa mồ hôi khi cuối cùng hắn luồn vào trong chăn.

Thanh tra Holmberg quay về Stockholm giờ ăn trưa Chủ nhật. Ông đói, mệt. Ông đi xe điện ngầm đến Tòa Thị chính, đi bộ đến ban chỉ huy cảnh sát trên đường Bergsgatan rồi đến văn phòng thanh tra Bublanski. Modig và Andersson đã tới đó. Bublanski gọi họp vào

Chủ nhật vì ông biết Richard Ekstrom, người chỉ huy cuộc điều tra sơ bộ đang mắc bận ở chỗ khác.

- Cảm ơn đã đến, - Bublanski nói. - Tôi nghĩ đây là lúc chúng ta yên ổn và bình tĩnh bàn luận để cố làm rõ ra cái mớ bòng bong này. Jerker, ông có thêm cái gì mới không?

- Không, tôi đã bảo ông ở trong điện thoại đấy. Zalachenko không xê xuyển một tí nào. Hắn vô tội mọi sự và chả có gì để nói. Chỉ là...

- Vâng, sao?

- Sonja, chị đúng. Hắn là đứa xấu xa nhất mà tôi từng gặp. Nói thế nghe cứ như ngu xuẩn ấy. Không hề ai bảo cảnh sát nghĩ theo cái kiểu ấy nhưng có một cái gì đáng sợ ở bên dưới bề ngoài tính toán của hắn.

- OK, - Bublanski hắng giọng. - Chị được tin gì, Sonja?

Chị mỉm cười mệt mỏi.

- Các nhà điều tra tư nhân đã thắng keo này. Tôi không tìm thấy Zalachenko ở trong bất cứ sổ sách đăng ký nào, trừ một Karl Axel Bodin có vẻ như sinh năm 1942 ở Uddevalla. Bố mẹ hắn là Marianne và Georg Bodin. Hai người chết trong một tai nạn năm 1946. Karl Axel Bodin được một người chú sống ở Na Uy nuôi. Cho nên không có ghi chép về hắn cho tới những năm 70, khi hắn chuyển đến Thụy Điển. Còn chuyện của Blomkvist nói hắn là nhân viên của GRU, tình báo quân đội Liên Xô thì có vẻ không thể kiểm tra được, nhưng tôi thiên về nghĩ anh ấy đúng.

- Được. Vậy như thế nghĩa là thế nào?

- Lời giải thích rõ ràng là hắn đã được cấp căn cước giả. Việc này chắc đã phải được cấp có thẩm quyền bằng lòng.

- Ông muốn nói là Cảnh sát An ninh?

- Blomkvist bảo thế đấy. Nhưng chính xác ra người ta làm thế nào thì tôi không biết. Tôi giả định giấy khai sinh và một số tài liệu khác của hắn đã được làm giả rồi cho tuồn vào sổ sách công cộng. Tôi không dám bình luận về các râu ria hợp pháp của một việc làm như thế này. Chắc nó dựa vào người ra quyết định. Nhưng để cho nó hợp pháp được thì phải là cấp bậc cao của Chính phủ ra quyết định.

Im lặng trong văn phòng của Bublanski khi bốn thanh tra hình sự xem xét tới các vướng mắc dây mơ rễ má này.

- OK, - Bublanski nói. - Bốn chúng ta chỉ là những đứa cảnh sát ngốc nghếch. Nếu người của Chính phủ dính vào là tôi thôi đấy, không có hỏi han gì họ đâu.

- Hừm, - Andersson nói, - việc này có thể dẫn đến một cuộc khủng hoảng về hiến pháp đây. Bên Mỹ anh có thể đối chất các thành viên Chính phủ ở một tòa án bình thường. Muốn làm thế ở Thụy Điển anh phải qua một ủy ban hiến pháp.

- Nhưng chúng ta có thể hỏi sếp, - Holmberg nói.

- Hỏi sếp? - Bublanski nói.

- Thorbjorn Falldin. Ông ta là Thủ tướng lúc ấy.

- OK. Chúng ta sẽ cứ ngoi ngược lên tới mọi chỗ nguyên Thủ tướng đã sống rồi hỏi liệu có phải ông ấy đã làm tài liệu giả cho một tên gián điệp Nga vù sang không. Tôi không nghĩ thế.

- Falldin sống ở As, tại Harnosand. Tôi lớn lên ở cách đấy ít dặm. Bố tôi là đảng viên Đảng Trung gian và có quen thân Falldin. Tôi đã gặp ông ấy mấy lần, cả khi còn bé lẫn khi trưởng thành. Ông ấy là người rất dễ gần.

Ba viên thanh tra ngớ ra nhìn Holmberg.

- Ông biết Falldin? - Bublanski ngờ vực nói.

- Nói thật ra là, - Holmberg nói, - nếu được nguyên Thủ tướng khẳng định cho một câu thì chúng ta sẽ giải quyết được một số vấn đề, ít nhất cũng sẽ biết là chúng ta đang đứng ở đâu trong tất cả câu chuyện này. Tôi có thể lên đó nói chuyện với ông ấy. Nếu ông ấy không muốn nói gì cả thì đành thôi vậy chứ sao. Nhưng nếu ông ấy nói, chúng ta sẽ tự bớt được khối thì giờ.

Bublanski cân nhắc lời gợi ý. Rồi ông lắc đầu. Liếc mắt, ông nhận thấy cả Modig lẫn Andersson đều thầm lắc ở trong đầu.

- Holmberg, ông nhận làm như thế là tốt nhưng tôi nghĩ hiện lúc này chúng ta nên gác cái ý ấy lại. Vậy, quay lại vấn đề, Sonja?

- Theo Blomkvist thì Zalachenko đến đây năm 1976. Như tôi tìm hiểu thì anh ấy chỉ có thể lấy được cái tin này ở một người mà thôi.

- Gunnar Bjorck. - Andersson nói.

- Bjorck nói gì với chúng ta?

- Không nhiều. Hắn nói đã xếp vào tài liệu mật hết rồi, hắn không thể nói một tí gì với ai nếu không được cấp trên của hắn đồng ý.

- Cấp trên của hắn là ai?

- Hắn sẽ không nói ra đâu.

- Thế hắn đang bị chuyện gì?

- Tôi bắt hắn vì vi phạm luật chống mãi dâm. Chúng ta có tài liệu rất hay ở trong các ghi chép của Dag Svensson. Ekstrom chủ yếu là ngạc nhiên nhưng do tôi đã nộp báo cáo rồi nên nếu cho kết thúc điều tra sơ bộ thì ông ấy có thể bị rắc rối, - Andersson nói.

- Tôi thấy rồi. Vi phạm luật mãi dâm. Có thể đưa đến một khoản tiền phạt bằng mười lần thu nhập một ngày của hắn.

- Chắc thế. Nhưng đã nắm được hắn rồi, chúng ta có thể gọi hắn đến hỏi thêm nữa.

- Nhưng chúng ta đang thọc quá gần vào vùng cấm của Sapo rồi đấy. Chuyện có thể gây ra một ít xáo động.

- Vấn đề là không thể xảy ra tất cả các cái này nếu như Sapo đã không dính líu vào như thế nào đó. Cũng có thể Zalachenko là gián điệp Liên Xô đào ngũ và được cho tị nạn chính trị thật. Cũng có thể hắn làm việc cho Sapo như là chuyên viên hay nguồn tin hay với bất cứ danh nghĩa nào mà ông muốn gán cho hắn và thế là ông có lý do chính đáng để cấp cho hắn một lý lịch giả và hắn trở thành ra vô danh. Nhưng có ba vấn đề ở đây. Thứ nhất, cuộc điều tra năm 1991 dẫn tới chỗ đem nhốt Lisbeth Salander lại là bất hợp pháp. Thứ hai, các hoạt động của Zalachenko từ đấy là không có liên quan chút nào tới an ninh quốc gia cả. Zalachenko là một tên cướp bình thường chắc đã có vướng vào vài ba vụ giết người và các hoạt động tội ác khác. Thứ ba, việc Lisbeth Salander bị bắn và chôn xuống ở trong vùng đất Gosseberga của hắn là không còn phải nghi với ngờ gì nữa cả.

- Nói đến đây tôi lại thực sự muốn đọc bản báo cáo tầm bậy kia của Bjorck, - Holmberg nói.

Mặt Bublanski tối lại.

- Jerker... chuyện là thế này: Ekstrom ra tuyên bố hôm thứ Sáu, khi tôi hỏi xin lại nó thì ông ta bảo sẽ cho tôi một bản sao nhưng rồi không cho gì cả. Thay vào đó ông ta gọi tôi đến bảo ông ta đã nói với Tổng Công tố viên và thế là có vấn đề. Theo Tổng Công tố viên, việc xếp loại Tối Mật có nghĩa là bản báo cáo này không được tán phát hay sao chép. Tổng Công tố viên đã thu hồi mọi bản sao cho đến khi vấn đề được điều tra. Có nghĩa rằng Sonja cũng phải trao nộp bản sao mà chị ấy có.

- Vậy là chúng ta không còn có bản báo cáo ấy nữa?

- Phải.

- Chết toi, - Holmberg nói. - Tất cả câu chuyện hóa ra bị phá thối mất rồi.

- Tôi biết, - Bublanski nói. - Xấu nhất thì nó có nghĩa là một kẻ nào đó đang ra tay chống lại chúng ta, và ra tay rất nhanh, có hiệu quả. Rút cục bản báo cáo chính lại là cái đặt chúng ta vào được đúng lõng.

- Vậy thì phải tìm ra ai chống chúng ta, - Holmberg nói.

- Khoan một chút, - Modig nói. - Chúng ta cũng có Peter Teleborian. Cho chúng ta biết sơ lược về Lisbeth Salander, ông ta đã có góp vào cuộc điều tra của chúng ta.

- Chính xác, - Bublanski nói, giọng u ám hơn. - Thế ông ta nói gì?

- Ông ta rất quan tâm đến sự an toàn của cô ấy và mong cô ấy được tốt lành. Nhưng khi bàn xong thì ông ấy lại nói cô ấy nguy hiểm chết người và nếu bị bắt thì rất có thể sẽ chống cự. Chúng ta suy nghĩ chính là dựa nhiều vào những điều Teleborian bảo chúng ta.

- Và ông ta đã chọc cho Hans Faste nổi cáu, - Holmberg nói. - Nhân thể, chúng ta có nghe thấy gì về Faste không nhỉ?

- Anh nghỉ một thời gian, - Bublanski đáp cụt lủn. - Vấn đề bây giờ là *chúng ta* nên tiến hành như thế nào đây.

Họ bàn với nhau trong hai giờ đồng hồ chọn cách tiến hành. Quyết định thực tiễn duy nhất họ đưa ra là mai Modig nên quay lại

Goteborg xem liệu Salander có gì để nói không. Cuối cùng tan họp, Modig và Andersson cùng nhau đi xuống ga ra.

- Tôi chính là đang nghĩ... - Andersson đứng lại.

- Vâng?

- Đúng là khi chúng ta nói chuyện với Teleborian, thì trong bọn ta chị là người duy nhất đưa ra một phản đối gì đó khi ông ta trả lời các câu hỏi của bọn ta.

- Vâng?

- À... ờ... bản năng cũng có nhạy đấy, - ông nói.

Andersson không biết cách khen và đây hẳn hoi là lần đầu tiên ông nói một điều gì tích cực hay khuyến khích với Modig. Ông để Modig đứng lại đó, ngơ ngác ở bên cạnh xe của chị.

CHƯƠNG 5
Chủ nhật, 10 tháng Tư

Blomkvist qua đêm thứ Bảy với Berger. Họ nằm trên giường nói hết với nhau các chi tiết của chuyện Zalachenko. Trong lòng Blomkvist tin Berger, anh không hề ngại ngùng một chút nào việc chị sẽ sang làm việc cho tờ báo đối thủ. Berger cũng không có ý đem câu chuyện sang đó theo mình. Đây là tin giật gân của *Millennium*, tuy chị phần nào cảm thấy thất vọng vì sẽ không được biên tập ra số báo đặc biệt này. Nó sẽ là kết thúc đẹp đẽ cho những năm tháng của chị ở *Millennium*. Họ cũng bàn đến tương lai của tờ tạp chí. Berger quyết giữ cổ phần của mình ở *Millennium* và ở lại ban lãnh đạo dù chị sẽ không tham gia vào nội dung của tạp chí.

- Cho em ít năm ở báo hàng ngày, rồi ra thế nào ai biết? Có thể trước khi về hưu em sẽ quay lại *Millennium*, - chị nói.

Còn về mối quan hệ phức tạp của riêng họ thì sao nó lại có thể khác đi cơ chứ? Trừ chuyện dĩ nhiên họ sẽ không được gặp nhau luôn luôn. Nó sẽ như hồi những năm 80, khi chưa lập ra *Millennium*, hai người làm việc ở hai nơi riêng rẽ.

- Em nghĩ khéo rồi nếu muốn gặp nhau chúng ta cũng phải lên lịch mất đấy, - Berger mỉm cười nhợt nhạt nói.

Sáng Chủ nhật hai người vội vã chào tạm biệt rồi Berger lái xe về nhà với chồng, Greger Beckman.

Chị đi rồi, Blomkvist gọi đến bệnh viện, cố lấy vài thông tin về tình hình Salander. Chả ai bảo được anh điều gì cho nên cuối cùng anh gọi thanh tra Erlander, ông thương tình chiếu cố cho anh hay tình hình Salander đã khá còn các bác sĩ thì lạc quan dè dặt. Anh hỏi anh có thể đến thăm cô không. Ông nói Salander đang chính thức bị bắt, công tố viên không cho phép cô có bất cứ vị khách nào, và dù sao thì cô ấy cũng không ở trong hoàn cảnh để cho anh hỏi. Ông nói ông sẽ gọi nếu tình hình của Salander xấu đi.

Khi Blomkvist kiểm tra di động, anh thấy nó có bốn mươi hai tin nhắn và văn bản, hầu hết là của các nhà báo. Sau khi lộ ra chuyện Blomkvist là người tìm thấy Salander và chắc là anh đã cứu cô, đã có những suy diễn bừa trong giới truyền thông đại chúng. Rõ ràng là anh gắn móc chặt chẽ với diễn tiến của các sự kiện.

Anh xóa tất cả tin nhắn của các phóng viên rồi gọi em gái, Annika, bảo cô hãy mời anh đến ăn trưa Chủ nhật. Rồi anh gọi Dragan Armansky, Giám đốc An ninh Milton, đang ở nhà ông tại Lidingo.

- Chắc chắn là anh có duyên với các tít báo đấy nha, - Armansky nói.

- Đầu tuần tôi đã cố liên hệ với ông. Tôi nhận được tin ông nhắn tìm tôi nhưng đúng lúc tôi bận việc khác.

- Ở Milton chúng tôi đang tự làm điều tra riêng. Holger Palmgren bảo tôi rằng anh có vài thông tin. Nhưng có vẻ anh đi trước chúng tôi xa đấy.

Blomkvist ngập ngừng rồi nói:

- Tôi tin ông được không chứ?

- Đúng ra là anh muốn nói gì đấy nhỉ?

- Ông có về bên Salander hay không đây? Tôi có thể tin rằng ông mong muốn cho cô ấy sự tốt đẹp nhất không?

- Tôi là bạn của cô ấy. Tuy nói như thế không tất yếu cũng giống như nói cô ấy là bạn của tôi.

- Tôi hiểu chỗ này. Nhưng hiện tôi đang hỏi ông là ông có muốn đứng cùng một bên với Salander, có muốn nhảy vào đánh nhau ác liệt với kẻ thù của cô ấy hay không.

- Tôi về bên cô ấy, - ông nói.

- Tôi có thể chia sẻ thông tin với ông, bàn bạc với ông mà không sợ ông để lộ nó ra với cảnh sát hay một ai đó khác chứ?

- Tôi không thể dính líu vào các hoạt động tội ác, - Armansky nói.

- Tôi không hỏi chuyện ấy.

- Anh có thể tuyệt đối tin tôi chừng nào tôi không phát hiện ra bất cứ dấu hiệu nào cho thấy anh đã nhảy vào bất cứ một hoạt động tội ác nào.

- Khá là tốt đấy. Chúng ta cần gặp nhau.

- Tôi vào thành phố tối nay. Ăn tối chứ?

- Tôi hôm nay không có thì giờ nhưng tôi sẽ biết ơn nếu tối mai ông gặp tôi. Ông và tôi, có lẽ cả một ít người nữa có thể cần ngồi nói chuyện.

- Anh được hoan nghênh ở Milton. Chúng ta nói là 6 giờ chiều chứ?

- Một điều nữa... Tôi sắp gặp em gái tôi, luật sư Annika Giannini, gần trưa nay. Cô ấy đang xem xét việc nhận biện hộ cho Salander nhưng em gái tôi không thể làm việc không công. Tôi có thể trả một phần bằng tiền của tôi. An ninh Milton có muốn góp phần vào không?

- Cô gái sắp phải cần đến một luật sư giỏi ra trò. Em gái anh có lẽ không phải là lựa chọn tốt nhất, anh thứ lỗi cho nếu như tôi phải nói ra như thế. Tôi đã nói chuyện với luật sư trưởng của Milton và ông ấy đang để mắt tới chuyện này. Tôi đang nghĩ đến Peter Althin hay một ai đó như thế.

- Thế thì sẽ sai lầm đấy. Salander cần một kiểu đỡ đần pháp lý khác hoàn toàn. Chúng ta gặp nhau nói chuyện ông sẽ hiểu ý tôi. Nhưng về nguyên tắc, ông có muốn giúp đỡ không?

- Tôi đã quyết định Milton cần thuê luật sư cho cô ấy...

- Thế là có hay không chứ? Tôi biết chuyện gì xảy ra cho cô ấy. Tôi biết giập giạp cái gì ở đằng sau tất cả chuyện này. Và tôi có một chiến lược.

Armansky cười thành tiếng.

- OK. Tôi sẽ nghe điều anh cần nói. Nếu nghe thấy thích thì tôi nhào vô.

Blomkvist hôn lên má em gái rồi hỏi ngay:

- Em sẽ cãi cho Lisbeth Salander chứ?

- Em sẽ phải nói không. Anh biết em không phải luật sư hình sự. Dù cô ấy có được vô tội giết người thì vẫn còn một lô các buộc tội khác. Cô ấy cần người có cách đánh khác hẳn và nhiều kinh nghiệm hơn em.

- Em nói không đúng. Em là luật sư và em là một quyền uy được thừa nhận trong vấn đề quyền lợi phụ nữ. Theo nhận xét của anh thì em chính là luật sư mà cô ấy cần.

- Mikael... Em nghĩ anh đã không đánh giá hết được các cái dính dáng đến chuyện này. Đây là một vụ hình sự phức tạp, không phải một vụ quấy rối tính dục hay bạo lực rõ rệt với phụ nữ. Em biện hộ cho cô ấy có khi lại quay ra thành tai họa mất ấy chứ.

Blomkvist mỉm cười.

- Em trật rồi. Nếu cô ấy bị buộc tội giết người, chẳng hạn giết Dag và Mia thì anh sẽ tìm luật sư kiểu Silbersky hay một ai đó khác trong đám luật sư hình sự có nhiều thế lực. Nhưng phiên tòa này sẽ là về những chuyện khác hoàn toàn.

- Anh giải thích rõ hơn cho em đi.

Trong gần hai giờ họ vừa bàn vừa ăn sandwich và uống cà phê. Blomkvist nói xong, Annika xuôi lòng. Mikael nhặt di động gọi một lần nữa cho thanh tra Erlander ở Goteborg.

- Chào, lại Blomkvist đây.

- Tôi không có tin gì của Salander cả, - Erlander nói, cáu ra mặt.

- Mà tôi cho thế là tin tốt! Nhưng tôi lại thực sự có vài tin.

- Là gì?

- Được, nay Salander có một luật sư tên là Annika Giannini. Luật sư hiện đang ngồi với tôi, vậy tôi để bà ấy nói.

Blomkvist chìa di động qua bàn.

- Tôi là Annika Giannini và tôi đã nhận bào chữa cho Lisbeth Salander. Tôi cần tiếp xúc với thân chủ của tôi để cô ấy có thể bằng lòng nhận tôi làm luật sư bảo vệ cho cô ấy. Và tôi cần số điện thoại của công tố viên.

- Như tôi biết thì đã chỉ định một luật sư công rồi, - Erlander nói.

- Nghe hay đấy ạ. Đã có ai hỏi ý kiến Lisbeth Salander chưa?

- Hoàn toàn thẳng thắn... chúng tôi chưa có dịp nói gì với cô ấy. Chúng tôi hy vọng có thể hỏi cô ấy ngày mai nếu cô ấy đã đủ tỉnh táo.

- Tốt. Vậy tôi nói với ông rằng trước khi Lisbeth Salander nói ra điều gì khác đi thì ông có thể coi tôi là người thay mặt hợp pháp của cô ấy. Ông không được hỏi cung cô ấy trừ khi có mặt tôi. Ông có thể đến chào và hỏi cô ấy có nhận tôi làm luật sư của cô ấy không. Nhưng chỉ thế thôi đấy. Ông hiểu chứ?

- Vâng, - Erlander nói, kèm một tiếng thở dài nghe thấy được. Ông không hoàn toàn chắc chắn về ngôn từ của luật pháp ở điểm này. - Mục đích số một của chúng tôi là tìm hiểu xem cô ấy có manh mối gì về tung tích Ronald Niedermann không. Liệu tôi có thể hỏi Salander điều đó ngay cả khi... không có mặt bà?

- Thế cũng được... ông có thể hỏi cô ấy những câu liên quan đến việc cảnh sát đang truy lùng Niedermann. Nhưng ông không được hỏi bất cứ câu nào liên quan đến bất cứ cáo buộc nào dành cho cô ấy. Nhất trí chứ?

- Tôi cũng nghĩ thế, nhất trí.

Thanh tra Erlander đứng dậy khỏi bàn làm việc, đi lên gác để nói với Agneta Jervas, người chỉ huy cuộc điều tra sơ bộ, về câu chuyện của ông với Giannini.

- Rõ ràng là Blomkvist thuê cái bà này. Tôi tin Salander không biết tí nào về chuyện này.

- Giannini chuyên về quyền lợi phụ nữ. Tôi đã nghe bà ấy cãi một lần. Bà ta sắc sảo, nhưng hoàn toàn không thích hợp với vụ này.

- Quyết định chuyện này là thuộc về Salander.

- Tôi có thể phản đối quyết định này ở tòa... Vì lợi ích của chính mình, cô gái cần có một sự bảo vệ thích đáng chứ không phải là một tên tuổi nào đó săn lùng đầu đề báo chí. Hừm. Salander cũng đã từng bị tuyên bố không có quyền pháp lý. Tôi không biết điều này có ảnh hưởng gì đến tình hình không.

- Chúng ta nên làm gì? - Jervas nghĩ một lúc. - Chuyện này hoàn toàn rối tung rối mù lên rồi đây. Tôi không biết ai sẽ quản vụ này nếu như nó bị chuyển lên Ekstrom ở Stockholm. Muốn gì thì con bé cũng cần một luật sư. OK,... hỏi xem nó có muốn Giannini không.

Về đến nhà lúc 5 giờ chiều, Blomkvist mở iBook tiếp tục viết mạch bài anh đã bắt đầu tại khách sạn ở Goteborg. Làm việc một mạch bảy tiếng đồng hồ, anh nhận thấy trong câu chuyện có những lỗ hổng lộ ra rõ rệt. Còn phải điều tra nhiều hơn nữa. Một câu hỏi anh không thể trả lời - dựa trên tài liệu hiện có - là ai ở Sapo, ngoài Gunnar Bjorck, có âm mưu nhốt biệt tích Salander vào bệnh viện tâm thần. Anh cũng không hiểu thực chất mối quan hệ giữa Bjorck và bác sĩ tâm thần Peter Teleborian.

Cuối cùng anh đóng máy tính đi ngủ. Vừa đặt lưng xuống anh có cảm giác lần đầu tiên trong nhiều tuần anh có thể thoải mái và ngủ yên lành. Anh đã nắm được bài viết. Bất kể nhiều câu hỏi còn chưa được trả lời, anh cũng đã có đủ tư liệu để cho ra được một cơn lũ quét của những tít báo chí.

Lúc đã khuya, anh nhặt điện thoại lên gọi Berger, cập nhật tình hình cho chị. Rồi sực nhớ ra chị đã rời *Millennium*. Thình lình anh thấy khó ngủ.

Một người đàn ông mang va li nâu trên chuyến tàu 7 giờ 30 tối thận trọng bước xuống Ga Trung tâm Stockholm. Ông đứng một lúc giữa biển du khách nhận hướng. Ông bắt đầu ra khỏi Laholm ngay sau 8 giờ sáng nay. Ông dừng lại ở Goteborg ăn trưa với một người bạn cũ rồi đi tiếp đến Stockholm. Ông không đến Stockholm đã hai năm. Thực ra ông không có ý định đến thăm lại thủ đô. Tuy đã qua phần lớn thời gian làm việc của mình ở đây, ông vẫn luôn cảm thấy có đôi phần lạc lõng giữa Stockholm, một cảm giác ngày một mạnh lên trong mỗi lần đến thăm đây từ khi ông về hưu.

Ông đi thong thả qua nhà ga, mua báo chiều và hai quả chuối ở Pressbyran, rồi dừng lại nhìn hai phụ nữ đạo Hồi đeo chàng mạng đi vội vàng qua ông. Ông không có gì chống lại phụ nữ che chàng mạng. Nếu người ta muốn ăn mặc chỉnh tề thì có làm sao với ông đâu. Nhưng việc họ ăn mặc như vậy ở ngay giữa Stockholm có làm cho ông khó chịu. Theo ý ông, ăn mặc kiểu này ở Somalia thì tốt hơn nhiều.

Ông đi bộ ba trăm mét đến khách sạn Frey gần nhà bưu điện cũ ở Vasagatan. Các lần thăm trước ông đã ở đây. Khách sạn nằm ở trung tâm và sạch sẽ. Và không đắt, điều đã thành một tiêu chí do ông đều đi lại bằng tiền túi của mình. Ông đã đặt trước buồng và tự giới thiệu là Evert Gullberg.

Lên đến buồng ông vào ngay toa lét. Ông đã tới cái tuổi phải dùng toa lét khá nhiều. Ngủ một mạch đến sáng đã là chuyện mấy năm trước.

Xong việc, ông bỏ mũ ra, một chiếc mũ phớt của Anh, hẹp vành, xanh lá cây thẫm, cởi cà vạt. Ông cao một mét tám tư, nặng sáu mươi tám ký, có nghĩa là trông dong dỏng và gân guốc. Ông mặc một jacket có vạch hình chóp và quần xám xẫm. Ông mở chiếc va li nâu, lấy ra hai sơ mi, một cà vạt dự trữ, quần áo lót, xếp chúng vào trong tủ ngăn kéo. Rồi ông treo áo khoác ngoài và jacket vào trong tủ quần áo ở sau cửa.

Vẫn còn quá sớm để đi ngủ. Lại quá muộn để bỏ công làm một chuyến dạo đêm, một việc dẫu sao ông cũng có thể không cần hưởng thụ. Ông ngồi xuống chiếc ghế bắt buộc vì là duy nhất ở trong buồng khách sạn, nhìn quanh quẩn. Ông mở tivi, hạ âm lượng để không phải nghe nó. Ông nghĩ gọi tiếp tân lấy cà phê nhưng quyết định là đã quá muộn rồi. Thay vì vậy, ông mở tủ mini bar, rót xíu xiu rượu Johnny Walker vào một cái li và cho thêm rất ít nước. Ông mở báo chiều, đọc mọi cái hôm ấy viết liên quan đến việc tìm kiếm Ronald Niedermann và vụ Lisbeth Salander. Lát sau, ông lấy ra một số tay bìa da, viết vài ghi chép.

Gullberg, nguyên sĩ quan phụ trách Cảnh sát An ninh, nay bảy mươi tám tuổi, về hưu đã mười ba năm. Nhưng các sĩ quan tình báo không bao giờ về hưu, họ chỉ là lủi vào bóng tối.

Sau chiến tranh, Gullberg mười chín tuổi, vào hải quân. Thực hiện nghĩa vụ quân dịch đầu tiên là làm sĩ quan học viên rồi được nhận huấn luyện sĩ quan. Nhưng thay vì bổ dụng đi biển thông thường như ông nhắm trước, ông đã được cử đến Karlskrona làm nhân viên dò tìm tín hiệu ở cơ quan tình báo hải quân. Việc này ông làm chẳng khó, nó phần lớn là việc hình dung ra những cái đang diễn ra ở bờ bên kia của biển Baltic. Song ông thấy nó buồn tẻ, không thú vị. Nhưng qua trường ngôn ngữ của cơ quan tình báo, ông học được tiếng Nga, tiếng Ba Lan. Những kỹ năng ngôn ngữ này là một trong những lý do để năm 1950, vào lúc Georg Thulin với tư thế kiểu cách không chê được đang đứng đầu cục thứ ba của Sapo thì Cảnh sát An ninh đã tuyển ông. Khi Gullberg bắt đầu, tổng ngân sách của cảnh sát mật là 2,7 triệu curon cho một quân số chín mươi sáu người. Khi Gullberg chính thức về hưu năm 1992, ngân sách của Cảnh sát An ninh vượt quá 350 triệu curon và ông không biết đơn vị có bao nhiêu nhân viên.

Gullberg đã bỏ cả đời cho công việc tình báo của Đức vua hay có lẽ chính xác hơn, cho cơ quan tình báo của nhà nước phúc lợi theo đường lối xã hội dân chủ. Việc này là một trớ trêu, do chỗ trong các cuộc bầu cử ông đều tin cậy bỏ phiếu cho những người ôn hòa, trừ năm 1991, ông cố ý không bỏ phiếu cho họ vì ông tin rằng Carl Bildt là một tai họa của đường lối thực dụng, *realpolitik*. Ông đã bỏ phiếu cho Ingvar Carlsson. Những năm tháng của "Chính phủ tốt nhất của Thụy Điển" cũng đã xác nhận cho những nỗi lo tồi tệ nhất của ông. Chính phủ ôn hòa lên cầm quyền vào lúc Liên Xô sụp đổ, và theo ý ông thì không chính phủ nào lại chuẩn bị tồi hơn nó để ứng phó với các thời cơ chính trị mới đang nổi lên ở phía Đông hay là sử dụng nghệ thuật tình báo. Trái lại, Chính phủ Bildt lại cắt bỏ Văn phòng Nga vì lý do tài chính, đồng thời nhảy vào cơn hỗn chiến quốc tế ở Bosnia và Serbia - cứ y như Serbia có thể đe dọa Thụy Điển đến nơi vậy. Kết quả là mất toi nó cơ hội tuyệt vời cấy thông tin viên lâu dài ở Mạc Tư Khoa. Ngày nào đó, khi các quan hệ lại xấu đi một lần nữa - mà theo Gullberg là khó tránh - thì người ta sẽ lại bổ vào đầu Cảnh sát An ninh và Sở Tình báo Quân đội những yêu cầu ngu xuẩn; người ta sẽ lại trông chờ họ vung cây đũa thần lên, huy động các nhân viên mai phục giỏi bay ra khỏi cái lọ.

Gullberg bắt đầu làm việc ở Văn phòng Nga của cục thứ ba thuộc Cảnh sát Quốc gia; sau hai năm ở đây, vào năm 1952 và 1953, ông nhận công việc thực địa đầu tiên có tính thử thách là đóng vai một tùy viên Không lực tại Đại sứ quán ở Moscow. Khá kỳ lạ, ông đang đi tiếp bước chân của một điệp viên nổi tiếng. Vài năm trước, nhiệm sở này thuộc về Đại tá Wennerstrom lừng danh.

Trở lại Thụy Điển, Gullberg làm ở Phản Gián, mười năm sau ông là một trong các sĩ quan cảnh sát an ninh trẻ hơn ở dưới quyền Otto Danielsson, người đã vạch mặt Wennerstrom để cuối cùng thì khép cho lão bản án chung thân ở nhà tù Langholmen vì tội phản bội.

Năm 1964 khi Per Gunnar Vinge tổ chức lại Cảnh sát An ninh cho nó trở thành Cục An ninh của Ban lãnh đạo Cảnh sát Quốc gia hay An ninh Nội địa Thụy Điển - SIS - thì quân số nhân viên đã tăng lên mạnh. Lúc đó Gullberg đã làm việc mười bốn năm ở Cảnh sát An ninh, trở thành một trong những lão làng gạo cội.

Gullberg không bao giờ dùng tên "Sapo" để chỉ Sakerhetspolisen, Cảnh sát An ninh. Trong các bối cảnh chính thức, ông dùng từ "SIS", còn giữa đồng sự ông sẽ mượn từ "Công ty" hay "Xí nghiệp" hay chỉ là "Cục" - chứ không "Sapo" bao giờ. Lý do đơn giản. Trong nhiều năm, nhiệm vụ quan trọng nhất của Xí nghiệp là cái việc được gọi là kiểm soát nhân sự, tức là điều tra và đăng ký các công dân Thụy Điển có thể đã từng bị nghi là cộng sản nằm vùng hay có quan điểm lật đổ. Ở Xí nghiệp, các từ "cộng sản" và "phản bội" đồng nghĩa với nhau. Sau này việc dùng theo quy ước cái thuật ngữ "Sapo" thực sự trở thành một cái gì đó mà nhà xuất bản *Clarté* có khả năng lật đổ của cộng sản đã gán cho những người săn lùng cộng sản trong lực lượng cảnh sát một cái tên xấu xa. Suốt đời, Gullberg không bao giờ hình dung ra nổi tại sao sếp cũ của mình, P.G. Vinge lại lấy tên hồi ký của ông ta là *Thủ lĩnh Sapo 1952 - 1970.*

Việc sắp xếp lại tổ chức năm 1964 đã định hình cho sự nghiệp tương lai của Gullberg.

Việc đặt ra cái tên SIS cho thấy người ta đã cải tạo cảnh sát mật quốc gia ra thành một thứ mà các bản ghi nhớ của Bộ Tư pháp đã mô tả là một tổ chức cảnh sát hiện đại. Điều này dính đến việc tuyển nhân viên mới cũng như các vấn đề huấn luyện thường xuyên cho họ. Trong cái tổ chức đang mở rộng này, người ta trình bày "Địch" đang có các cơ hội cải tiến ghê gớm để cài đặt điệp viên vào trong cục. Điều này đến lượt nó lại có nghĩa rằng cần phải tăng cường an ninh nội bộ - Cảnh sát An ninh không còn có thể là câu lạc bộ của các cựu sĩ quan được nữa, ở đó ai cũng biết hết ai, còn phẩm chất chung nhất cho một tân binh mới được tuyển thì là bố hắn đã từng hay đang là sĩ quan.

Năm 1963, Gullberg được điều từ Phản Gián sang kiểm soát nhân sự, một vai trò đã gánh thêm tầm quan trọng gia tăng tiếp theo vụ Wennerstrom bị phát hiện là gián điệp hai mang. Trong thời kỳ này, cuối thập niên 60, khi tổ chức đệ trình "bản đăng ký các chính kiến", danh sách ghi các công dân Thụy Điển bị coi như từng ôm ấp những thiện cảm chính trị không được mong đợi thì tên các công dân bị ghi vào danh sách đó đã lên tới khoảng 300.000. Kiểm soát lý lịch công dân Thụy Điển là một chuyện nhưng vấn đề cốt yếu là: thực hiện như thế nào chuyện kiểm soát an ninh ở chính ngay trong SIS?

Vụ đổ bể của Wennerstrom đã làm ồ ạt nổi lên một loạt các thứ tiến thoái lưỡng nan ở bên trong Cảnh sát An ninh. Nếu một đại tá về phận sự quốc phòng mà đã có thể làm việc cho người Nga - hắn cũng là cố vấn của Chính phủ về các vấn đề dính dáng đến vũ khí hạt nhân và chính sách an ninh nữa - thì tiếp theo đó người Nga có thể cũng có một điệp viên cao cấp như vậy nằm trong Cảnh sát An ninh. Ai sẽ bảo đảm rằng trong các hàng ngũ chóp bu và quản lý bậc trung ở Xí nghiệp lại không có người làm việc cho người Nga đây? Tóm lại, ai sẽ do thám các tên do thám?

Tháng Tám 1964, Gullberg được triệu tập đến một cuộc họp buổi chiều với Hans Wilhelm Francke, Phó giám đốc Cảnh sát An ninh. Cùng dự họp là hai cá nhân chóp bu của Xí nghiệp, Phó Văn phòng và Trưởng ban Ngân sách. Trước khi cuộc họp hôm ấy kết thúc, Gullberg đã được đề bạt lãnh đạo một phòng vừa mới lập với cái tên làm việc là "Bộ phận Đặc biệt". Việc đầu tiên ông làm cho nó là thay tên nó ra thành "Phân tích Đặc biệt". Tên này mới giữ được một ít phút thì Trưởng ban Ngân sách chỉ ra rằng PTĐB không hay bằng BPĐB. Và tên cuối cùng của đơn vị này đã trở thành "Bộ phận Phân tích Đặc biệt", BPPTĐB, nhưng trong nói năng hàng ngày thì gọi là "Bộ phận" để khác với "Cục" hay "Xí nghiệp", cái tên nhắc người ta nhớ Cảnh sát An ninh là một tổng thể.

"Bộ phận" là ý của Francke. Ông ta gọi nó là "tuyến phòng vệ cuối cùng". Người ta đã trao những vị trí chiến lược cho một đơn vị siêu bí mật ở bên trong Xí nghiệp, nhưng điều này là vô hình, không thể trông thấy. Trong các văn bản, thậm chí trong cả bản ghi nhớ tài chính nữa, người ta không hề nhắc đến nó, do đó nó không thể nào bị xâm nhập. Nhiệm vụ của nó là theo dõi về an ninh quốc gia. Thế là Francke có quyền lực để duy trì được nền an ninh quốc gia. Ông cần Trưởng ban Ngân quỹ và Chánh văn phòng Thư ký để lập ra các cấu trúc ẩn, nhưng họ đều là đồng sự lâu ngày, bạn bè cũ chọn ra sau cả tá các cuộc đụng độ với Địch.

Trong năm đầu tiên Bộ phận gồm có Gullberg và ba đồng sự tự ông chọn. Mười năm sau, nó lớn lên không quá mười một người, trong đó hai người là thư ký hành chính của trường học cũ, còn lại là các tay chuyên nghiệp săn gián điệp. Đây là một cấu trúc chỉ gồm hai ngạch cấp. Gullberg là sếp. Hàng ngày ông có thể gặp bình thường từng thành viên của nhóm. Hiệu quả công tác được đánh giá cao hơn lý lịch.

Về hình thức, Gullberg phụ thuộc vào một tuyến những người mà ở trong hệ đẳng cấp là chịu sự điều hành của người đứng đầu Văn phòng Cảnh sát An ninh, người mà tháng tháng ông phải nộp báo cáo nhưng trong thực tế thì Gullberg đã được trao cho một địa vị với các quyền lực ngoại lệ. Ông, và chỉ mình ông, được quyết định đem đặt các lãnh đạo chóp bu của Sapo vào dưới kính hiển vi mà soi. Nếu muốn, ông cũng có thể làm cho cuộc đời của Per Gunnar Vinge nghiêng ngửa. (Quả là ông đã làm thế). Ông có thể mở các cuộc điều tra hay tiến hành nghe lỏm điện thoại mà không cần biện hộ cho mục đích, thậm chí không cần cả báo cáo chuyện đó lên cấp cao hơn. Hình mẫu của ông là James Jesus Angleton huyền thoại, người cũng có một vị trí tương tự trong CIA và ông đã đi tới chỗ quen biết cá nhân.

Bộ phận trở thành một tổ chức siêu nhỏ bên trong Cục - ở bên ngoài, ở bên trên và song song với phần còn lại của Cảnh sát An ninh. Điều này cũng đã có hậu quả địa lý. Các cơ quan của Bộ phận là ở Kungsholmen nhưng vì lý do an ninh, gần như cả nhóm đã chuyển ra khỏi sở chỉ huy cảnh sát để đến một căn hộ mười một buồng ở Ostermalm, rồi người ta đã kín đáo sửa nó ra thành một cơ quan kiểu dinh lũy. Nó được bố trí người canh hai mươi tư giờ một ngày bởi lẽ người ta đã cho Eleanor Badenbrink, mụ quản gia và thư ký tin cậy được ở thường trực trong hai căn buồng gần cửa ra vào của căn hộ. Badenbrink là một đồng nghiệp sắt đá mà Gullberg tin cậy không nói ra lời.

Trong tổ chức, Gullberg và các người làm của ông biến mất khỏi con mắt công chúng - họ được cấp tài chính qua một quỹ đặc biệt nhưng họ không tồn tại ở bất cứ đâu trong cấu trúc chính thức của Cảnh sát An ninh chịu trách nhiệm trước Ủy ban Cảnh sát hay Bộ Tư pháp. Ngay cả người đứng đầu SIS cũng không biết đến cái bí mật nhất trong các bí mật này, nhiệm vụ của nó là nắm cái nhạy cảm nhất của cái nhạy cảm. Kết quả là vào tuổi bốn mươi, Gullberg thấy bản thân mình ở trong một hoàn cảnh nó khiến ông không cần phải giải thích hành động của mình với bất kỳ mống nào cũng như có thể tiến hành điều tra bất cứ mống nào mà ông chỉ ra.

Với Gullberg thì rõ ràng Bộ phận Phân tích Đặc biệt đã trở thành một đơn vị nhạy cảm về chính trị nhưng công việc của nó thì lại được cố tình mô tả cho thật mơ hồ. Các báo cáo thành văn vô cùng là ít. Tháng Chín 1964, Thủ tướng Erlander ký một chỉ thị bảo đảm dành cho Bộ phận Phân tích Đặc biệt một quỹ riêng, việc này được hiểu là thiết yếu cho an ninh quốc gia. Đó là một trong mười hai vấn đề tương tự mà Hans Wilhelm Francke, thủ phó của SIS, đem ra nói trong một cuộc họp buổi chiều. Tài liệu được đóng dấu Tối Mật và xếp vào trong hồ sơ các bản gốc đặc biệt của SIS.

Chữ ký của Thủ tướng có nghĩa rằng nay Bộ phận là một định chế đã được chính thức phê duyệt. Ngân sách năm đầu tiên lên tới 52.000 curon. Gullberg nghĩ ngân sách thấp như thế là một cú đòn thiên tài. Có nghĩa rằng lập ra Bộ phận rõ ràng chỉ là một vấn đề cũ mòn khác nữa mà thôi.

Ở nghĩa rộng hơn, chữ ký của Thủ tướng cũng nói lên rằng ông đã chấp nhận cần có một đơn vị phụ trách việc "kiểm soát nhân sự nội bộ". Đồng thời có thể diễn giải rằng Thủ tướng đã bằng lòng lập ra một cơ quan sẽ theo dõi cả các cá nhân đặc biệt nhạy cảm ở bên ngoài SIS, chẳng hạn như bản thân Thủ tướng. Chính điều cuối cùng này đã tạo nên những vấn đề chính trị gay gắt tiềm ẩn.

Evert Gullberg thấy ly whisky của mình đã cạn. Ông không thích rượu nhưng đây là một ngày dài và một chuyến đi dài. Vào giai đoạn này của cuộc đời ông nghĩ việc quyết định uống một hay hai ly whisky không quan trọng gì. Ông rót cho mình một xíu xíu Glenfiddich.

Trong mọi vấn đề thì nhạy cảm nhất phải là vấn đề của Olof Palme*.

Gullberg nhớ từng chi tiết của Ngày Bầu cử 1976. Lần đầu tiên trong lịch sử, Thụy Điển bỏ phiếu cho một chính phủ bảo thủ. Đáng tiếc nhất là Thorbjon Falldin đã thành Thủ tướng chứ không phải Gosta Bohman, một người có phẩm chất vô cùng tốt hơn. Nhưng trên hết, Olof Palme đã thất bại và vì thế Gullberg đã có thể thở ra một hơi dài nhẹ nhõm.

---

* **Olof Palme** là lãnh tụ của Đảng Xã hội Dân chủ và Thủ tướng Thụy Điển khi bị ám sát ngày 28 tháng Hai năm 1986. Ông là một nhà chính trị bộc trực, được lòng phái tả và bị phái hữu ghét. Hai năm sau cái chết của Palme, một tên sát nhân ti tiện và nghiện ma túy đã bị kết tội giết ông nhưng rồi đến phúc thẩm thì được trắng án. Từ đó tuy đã có đưa ra một số lý lẽ khác nhau về việc ai tiến hành vụ ám sát nhưng đến nay vẫn chưa giải quyết được vụ án.

Việc Palme đáng làm Thủ tướng đã là chủ đề bàn bạc của không ít cuộc chuyện trò trong bữa ăn trưa tại các hành lang của SIS. Năm 1969, Vinge đã bị đưa ra khỏi cơ quan sau khi ông bày tỏ quan điểm rằng Palme có thể là một điệp viên có ảnh hưởng với tình báo Liên Xô KGB, ý này đã được nhiều người trong Cục chia sẻ. Cách nhìn của Vinge không ngược lại với không khí áp đảo ở nội bộ Xí nghiệp. Không may, ông đã thảo luận công khai với Lassinanti, Thống đốc Tỉnh trong một chuyến viếng thăm Norrbotten. Lassinanti ngạc nhiên đã báo chuyện này với Thủ tướng, kết quả là Vinge bị gọi đến để nói rõ trong một cuộc gặp một đối một.

Vấn đề Palme tiếp xúc với người Nga không bao giờ được giải quyết, điều đó làm Gullberg thất vọng. Mặc dù bền bỉ giữ ý định vạch ra sự thật và phát hiện bằng cớ then chốt - khẩu súng hỏa mù - Bộ phận vẫn không bao giờ tìm thấy tang chứng. Trong mắt Gullberg như thế không có nghĩa là Palme vô tội mà đúng hơn, ông ta lại là một gián điệp lọc lõi, thông minh không muốn mắc phải các sai lầm giống như các gián điệp Nga khác. Năm này năm khác, Palme tiếp tục cản trở họ. Năm 1982 vấn đề Palme lại nổi lên khi ông làm Thủ tướng lần thứ hai. Rồi tiếng súng của tên sát nhân vang lên ở Sveavagen và vấn đề liền tắt ngóm đi ý nghĩa.

Năm 1976 đã thành một năm lắm chuyện với Bộ phận. Trong SIS - giữa một ít người thực sự biết đến sự tồn tại của Bộ phận - rõ ràng đã nổi lên một số phê bình. Trong vòng mười năm qua, sáu mươi lăm nhân viên trong Cảnh sát An ninh đã bị sa thải khỏi tổ chức trên cơ sở bị coi là không đáng tin cậy về mặt chính trị. Nhưng phần lớn các ca bị sa thải lại thuộc vào loại sẽ chẳng được chứng minh bao giờ, một số sĩ quan cao cấp đã bắt đầu nghĩ liệu có phải Bộ phận đang bị những lý thuyết gia mắc chứng tâm thần phân lập về âm mưu cai quản mất rồi chăng.

Nhớ lại ca một sĩ quan hồi 1968 được SIS mướn mà cá nhân ông đánh giá là không thích hợp, Gullberg vẫn giận điên lên. Đó là thanh tra Bergling, một thiếu úy trong quân đội Thụy Điển về sau hóa ra lại chính lại là một đại tá trong GRU, cơ quan tình báo quân đội Xô Viết. Gullberg đã bốn lần riêng biệt cố đẩy Bergling đi nhưng lần nào cố gắng của ông cũng bị ngáng cản. Sự tình cứ như thế không thay đổi cho đến 1977, khi Bergling đã trở thành đối tượng bị nghi ngờ ở ngay cả bên ngoài Bộ phận. Vụ tai tiếng của ông ta trở thành vụ đen tối nhất trong lịch sử Cảnh sát An ninh Thụy Điển.

Bộ phận đã bị phê bình nhiều lên trong nửa đầu của thập niên bảy mươi, và vào giữa thập niên, Gullberg đã nghe thấy vài kiến nghị giảm ngân sách, thậm chí còn gợi ý hầu như không cần đến cả công việc của Bộ phận nữa.

Phê bình này có nghĩa rằng tương lai của Bộ phận đang bị đặt dấu hỏi. Năm ấy mối đe dọa từ chủ nghĩa khủng bố đã trở thành công việc được ưu tiên trong SIS. Nói về công tác tình báo, đây là một chương buồn trong lịch sử của họ, họ xử lý chủ yếu với đám trẻ hoang mang mất hướng đang tán tỉnh người Ả Rập hay các phần tử thân Palestine. Vấn đề lớn trong Cảnh sát An ninh là hoạt động kiểm soát nhân sự sẽ được trao quyền đặc biệt đến giới hạn nào để điều tra các công dân nước ngoài đang cư trú ở Thụy Điển, hay liệu việc này có còn tiếp tục là vùng cấm của Phòng Nhập cư nữa không.

Ngoài cuộc tranh cãi quan liêu có phần nào bí ẩn trên kia, một nhu cầu đã nổi lên với Bộ phận, đó là chỉ định một đồng nghiệp tin cậy gánh vác công việc, người này có thể tăng cường sự kiểm soát của Bộ phận, thực chất là do thám, đối với các thành viên của Phòng Nhập cư.

Công việc này rơi vào tay một thanh niên làm việc ở SIS từ 1970, lý lịch và lòng trung thành về chính trị đã khiến anh ta có tư cách nhất để được làm việc cùng với các sĩ quan trong Bộ phận. Trong thời gian rảnh, anh ta là hội viên của một tổ chức tên là Liên minh Dân chủ, cái đã được báo chí xã hội dân chủ mô tả là cực hữu. Ba người khác cũng là hội viên và trong thực tế, Bộ phận đã là phương tiện giúp cho nhóm này hình thành. Nó cũng góp một phần nhỏ vào Quỹ của nhóm. Chính là qua tổ chức này mà Bộ phận để ý tới và tuyển dụng anh thanh niên kia.

Tên hắn là Gunnar Bjorck.

May mắn từ trên trời rơi xuống trúng Alexander Zalachenko khi hắn đi vào đồn cảnh sát Norrmalm xin cư trú chính trị trúng Ngày Bầu cử năm 1976 và được một sĩ quan cấp dưới tên là Gunnar Bjorck với tư cách người trông coi Phòng Nhập cư tiếp đón. Một điệp viên đã liên hệ với cái bí mật nhất của sự bí mật.

Nhận ra ngay tầm quan trọng của Zalachenko, Bjorck liền bỏ lửng cuộc phỏng vấn để đưa kẻ đào ngũ đến ở một buồng tại Khách sạn Continental. Bjorck đã báo việc này cho Gullberg để róng chuông báo động chứ không phải cho sếp chính thức của hắn ở Phòng Nhập cư. Cú gọi đến đúng vào lúc các phòng bỏ phiếu đóng cửa và mọi dấu hiệu chỉ ra cho thấy Palme sắp thua. Gullberg vừa về nhà, đang xem tivi đưa tin bầu cử. Thoạt đầu ông ngờ cái tin mà viên sĩ quan trẻ tuổi phấn khích báo với ông. Rồi ông lái xe xuống Continental, không xa căn buồng khách sạn ông trọ hôm nay quá 250 mét để gánh lấy việc kiểm soát vụ Zalachenko.

Đêm ấy đời Gullberg trải qua một thay đổi cơ bản. Khái niệm bí mật mang một kích thước hoàn toàn mới. Ông thấy ngay sự cần thiết phải lập một cấu trúc mới ở xung quanh kẻ đào ngũ.

Ông quyết định cho Bjorck vào trong đơn vị Zalachenko do chỗ hắn đã biết chuyện Zalachenko. Để hắn ở trong thì tốt hơn để ở ngoài vì không bị nguy cơ về an ninh. Bjorck bèn được chuyển từ nhiệm sở của hắn ở Phòng Nhập cư về một bàn giấy trong căn hộ trên đường Ostermalm.

Trong tấn kịch tiếp theo, ngay từ đầu Gullberg đã chọn chỉ thông báo cho một người ở SIS, tức là ông Chánh Văn phòng, người quán xuyến các hoạt động của Bộ phận. Ông Chánh văn phòng im lặng về cái tin mấy ngày rồi mới giải thích với Gullberg rằng việc đào ngũ này lớn quá nên cần phải thông báo với sếp của SIS cũng như với cả Chính phủ.

Vào lúc ấy sếp mới của SIS đã biết đến Bộ phận Phân tích Đặc biệt nhưng chỉ hiểu lờ mờ về công việc thực sự của nó. Vừa đến đây để thu dọn những rối ren của việc từng được biết đến là vụ Văn phòng Nội vụ, ông đang trên đường đi lên tới vị trí cao hơn trong ngạch bậc cảnh sát. Trong một lần trò chuyện riêng tư với ông Chánh văn phòng, Giám đốc SIS đã nghe nói thấy rằng Bộ phận là một đơn vị bí mật do Chính phủ đặt ra. Sự ủy nhiệm này đã đặt nó ra ngoài các công vụ thông thường và không ai được hỏi han về nó. Vì viên sếp đặc biệt này là một người không bao giờ đặt ra những câu hỏi có thể đem lại những câu trả lời không vui, ông đã nhận lời. Ông bằng lòng rằng có một cái gì đó chỉ được biết là BPPTĐB mà thôi và ông không nên liên quan với nó nhiều hơn.

Gullberg vui lòng chấp nhận tình hình này. Ông cho ra các chỉ thị đòi hỏi ngay cả sếp của SIS nếu như không có những sự thận trọng đặc biệt cũng không được bàn đến chuyện này ở trong cơ quan ông. Đã thỏa thuận là Zalachenko sẽ do Bộ phận Phân tích Đặc biệt quản.

Vị Thủ tướng sắp ra đi chắc không được thông báo. Vì cuộc vui tràn trề cộng với sự thay đổi Chính phủ, vị Thủ tướng vừa nhận chức đang bận bù đầu lên với việc chỉ định các bộ trưởng cũng như thương lượng với các đảng phái khác. Phải một tháng sau khi lập Chính phủ, sếp của SIS mới cùng Gullberg lái xe đến Rosenbad để thông báo với Thủ tướng tân nhiệm. Gullberg đã phản đối nói với Chính phủ nhưng sếp của SIS cứ giữ ý mình - không thông báo với Thủ tướng là không thể tự bảo vệ được về mặt hiến pháp. Gullberg đã dùng hết tài ăn nói ra thuyết phục Thủ tướng không cho phép cái tin về Zalachenko vượt khỏi văn phòng của chính Thủ tướng - ông nhấn mạnh là không cần phải thông báo tin đó cho các Bộ trưởng Ngoại giao, Quốc phòng hay bất cứ thành viên nào khác của Chính phủ.

Falldin đã choáng người khi hay tin có một gián điệp Liên Xô xin cư trú chính trị ở Thụy Điển. Thủ tướng đã bắt đầu nói đến tại sao nhân danh lẽ công bằng ông sẽ buộc phải trình bày vấn đề này ít nhất là với các thủ lĩnh của hai đảng khác trong Chính phủ liên hiệp. Vốn đã chờ đợi phản đối này, Gullberg chìa ra con bài mạnh nhất ông có trong tay. Ông thấp giọng giải thích rằng nếu chuyện ấy xảy ra, ông sẽ buộc phải xin từ chức ngay lập tức. Đe dọa này đã trở được Falldin. Đã dự kiến là nếu câu chuyện mà lọt ra và người Nga cử một đội ám sát đến thủ tiêu Zalachenko thì Thủ tướng sẽ được biết rằng chính ông ta phải chịu trách nhiệm. Còn một khi người chịu trách nhiệm về sự an toàn của Zalachenko đã sẵn sàng từ chức thì tiết lộ này sẽ là một tai họa chính trị cho Thủ tướng.

Vẫn tương đối chưa chắc chắn với vai trò của mình, Falldin đã nhận lời. Ông thông qua một chỉ thị ngay lập tức đi vào hồ sơ bí mật, trao cho Sapo trách nhiệm thẩm vấn và bảo đảm an toàn của Zalachenko. Nó cũng nói rõ thông tin về Zalachenko không được rời khỏi Văn phòng Thủ tướng. Ký vào chỉ thị này, Falldin thực tế chứng tỏ ông đã được thông báo nhưng nó cũng ngăn cản ông bàn đến vấn đề này. Tóm lại, ông có thể quên chuyện Zalachenko đi. Nhưng Falldin đã yêu cầu rằng một người trong Văn phòng của ông, Chánh văn phòng Nhà nước, do tự tay ông chọn, cũng sẽ được thông báo. Trong các vấn đề liên quan tới kẻ đào ngũ, ông này sẽ làm việc với tư cách một đầu mối liên hệ. Gullberg cho phép mình tán thành điều này. Ông không dè trước việc xử lý một Chánh văn phòng nhà nước lại thành ra vấn đề được.

Sếp của SIS lấy làm hài lòng. Nay vấn đề Zalachenko đã được bảo đảm cả về mặt hiến pháp, trong trường hợp này có nghĩa rằng sếp đã được che chắn sau lưng. Gullberg cũng hài lòng. Ông đã tìm cách mở ra một thời gian cách ly, điều này có nghĩa là ông sẽ có thể kiểm soát được lưu lượng thông tin. Một tay ông quản Zalachenko.

Khi quay về Ostermalm, Gullberg ngồi vào bàn giấy viết ra danh sách những người biết Zalachenko: ông, Bjorck, Hans von Rottinger, sếp tác chiến của Bộ phận, Phó thủ trưởng Bộ phận Fredrik Clinton, Eleanor Badenbrink, thư ký của Bộ phận và hai sĩ quan mà công việc là thu thập và phân tích bất cứ thông tin tình báo nào mà Zalachenko có thể đóng góp. Bảy cá nhân trong các năm sau đó sẽ thành một Bộ phận đặc biệt ở bên trong Bộ phận. Ông nghĩ về họ như là Câu lạc bộ Vòng trong.

Những người ở ngoài Bộ phận biết thông tin này là Giám đốc, Phó giám đốc SIS và ông Chánh văn phòng. Ngoài họ, còn Thủ tướng và một viên thư ký nhà nước. Trước đây chưa hề có bí mật nào ở mức độ to lớn như thế này mà lại chỉ có một nhóm rất nhỏ nhoi biết đến thôi.

Rồi Gullberg sa sầm mặt. Bí mật còn bị một người thứ mười ba biết nữa. Trong buổi tiếp Zalachenko, Bjorck còn có một luật sư, Nils Erik Bjurman, đi cùng. Nhưng không thể có chuyện gộp cả Bjurman vào Bộ phận Đặc biệt. Bjurman không phải là một cảnh sát an ninh thực sự - hắn thực ra không hơn gì một thực tập sinh ở SIS - và hắn không có kinh nghiệm cũng như kỹ năng cần thiết. Gullberg đã nghĩ đến nhiều ngả khác nhau và rồi cuối cùng thì ông chọn cách thận trọng đưa Bjurman ra khỏi bức tranh. Ông dọa tù chung thân, vì phản bội, nếu Bjurman hé ra một tí nào về Zalachenko, đồng thời ông mua chuộc, hứa hẹn đề bạt trong tương lai và cuối cùng dùng cách nịnh nọt để thổi phồng cảm giác quan trọng của Bjurman lên. Ông thu xếp để một công ty luật có uy tín thuê Bjurman, công ty này đã trao cho hắn rất nhiều nhiệm vụ để giữ cho hắn bận rộn. Vấn đề duy nhất là Bjurman lại là một luật gia xoàng đến nỗi hắn không khai thác được các cơ hội của mình. Sau mười năm, hắn rời công ty này để tự làm lấy, và mở ra cái này cuối cùng đã trở thành một văn phòng luật ở Odenplan.

Qua các năm tiếp theo, Gullberg đều đặn giữ Bjurman trong vòng kiểm soát bí mật. Việc này là của Bjorck. Phải tới cuối những năm 80, vào thời gian Liên Xô đang đi tới sụp đổ và Zalachenko không còn là ưu tiên nữa, ông mới thôi theo dõi Bjurman.

Thoạt đầu Bộ phận nghĩ Zalachenko là một cửa đột phá tiềm năng vào bí mật Palme. Vì thế trong thẩm vấn, Palme đã là một trong những đề tài đầu tiên mà Gullberg nói với Zalachenko.

Nhưng hy vọng về một đột phá đã sớm tắt lụi, do chỗ Zalachenko không tác chiến ở Thụy Điển bao giờ và ít hiểu biết về đất nước này. Mặt khác Zalachenko lại nghe thấy có tin đồn về một "Kẻ nhảy Đỏ", một người Thụy Điển có vị trí cao - hay có thể là một chính khách vùng Scandinavia khác - làm việc cho KGB.

Gullberg dựng một danh sách những người có quan hệ với Palme: Carl Lidbom, Pierre Schori, Sten Andersson, Marita Ulfskog và một số nữa. Cho đến sau này Gullberg vẫn cứ trở đi trở lại với danh sách ấy nhưng ông không tìm ra được câu trả lời.

Gullberg thình lình thành ra một tay chơi lớn: ở câu lạc bộ đặc biệt của các chiến binh đã được chọn lọc, người ta kính trọng chào đón ông, ở đây, ai cũng biết ai, ở đây người ta tiếp xúc với nhau là qua tình bạn cá nhân và lòng tin chứ không phải qua các kênh chính thức và những sự sắp đặt quan liêu. Ông đã gặp Angleton, và ông đã được uống whisky với sếp của Cục Tình báo Anh MI6 tại một câu lạc bộ bí mật ở London. Ông đã ở trong giới tinh hoa.

Gullberg sẽ không bao giờ khoe được chiến thắng của mình ra với ai, ngay cả ở trong các hồi ký xuất bản sau khi ông chết. Có một mối lo lắng thường xuyên là Địch sẽ nhận ra các chuyến đi nước ngoài của ông, là ông có thể thu hút sự chú ý, là ông có thể vô tình dẫn người Nga đến Zalachenko. Ở mặt này Zalachenko là kẻ thù tồi tệ nhất của ông.

Trong năm đầu tiên, tên đào ngũ sống vô danh trong một căn hộ mà Bộ phận sở hữu. Hắn không tồn tại trong bất cứ sổ đăng bạ hay trong bất cứ tài liệu nào. Những người trong đơn vị Zalachenko vẫn chưa lên kế hoạch cho tương lai của hắn, nghĩ là ngày rộng tháng dài. Mãi tới mùa xuân 1978 hắn mới được cấp hộ chiếu mang tên Karl Axel Bodin cùng một lý lịch cá nhân được dàn dựng công phu - một tiểu sử giả mạo nhưng có thể kiểm tra thấy trong các sổ sách của Thụy Điển.

Vào lúc đó thì đã quá muộn. Zalachenko đã bập vào cô ả Agneta Sofia Salander, tên thời con gái là Sjolander, và hắn đã sơ ý nói tên thật Zalachenko ra với ả. Gullberg bắt đầu nghĩ Zalachenko có cái gì đó khá không ổn ở trong đầu. Ông nghi tên Nga đào ngũ này *muốn* xuất đầu lộ diện. Tựa như hắn đang cần một cứ địa. Không thì giải thích khác sao được cho cái việc hắn lại ngu ngốc tầm bậy kia?

Đã dính vào gái điếm, đã có những thời kỳ rượu chè thái quá và đã có những sự cố bạo lực cùng rắc rối với đám giữ trật tự ở các nhà hàng và những người khác, Zalachenko đã bị cảnh sát Thụy Điển bắt ba lần vì say rượu và hơn hai lần liên quan tới đánh nhau trong các quán bar. Lần nào Bộ phận cũng phải bí mật can thiệp bảo lãnh cho hắn ra, lo liệu cho trầm tài liệu đi và sửa chữa biên bản. Gullberg chỉ định Bjorck làm bảo mẫu trông nom tên đào ngũ gần như suốt ngày. Không phải chuyện dễ nhưng không còn cách nào khác.

Mọi việc lẽ ra đã êm thấm. Đầu những năm 80, Zalachenko đã yên ổn và bắt đầu thích nghi. Nhưng hắn vẫn không bỏ cô ả Salander, và tệ hơn, hắn lại thành ra bố của Camilla và Lisbeth Salander.

Lisbeth Salander.

Nói đến cái tên này Gullberg lại khó chịu.

Ngay khi hai cô bé mới lên chín lên mười, Gullberg đã phản cảm với Lisbeth. Ông không cần một bác sĩ tâm thần để bảo với ông là cô gái này không bình thường. Bjorck báo cáo cô hằn học và hung hãn với bố, xem vẻ cô chả có sợ bố mình tí nào. Không nói ra nhiều nhưng cô thể hiện sự bất bình với tình hình gia đình bằng trăm nghìn cách khác. Trong thời kỳ khôn lớn, cô trở thành vấn đề nhưng vấn đề này sẽ ghê gớm đến đâu thì ngay trong các giấc mơ hoang dại nhất của mình, Gullberg cũng không thể tưởng tượng ra nổi. Điều ông sợ nhất là gia cảnh của Salander có thể sẽ khiến một báo cáo phúc lợi xã hội có tên là Zalachenko nổi lên thành chuyện. Ông luôn thúc Zalachenko cắt đứt quan hệ gia đình, biến đi khỏi cuộc đời ba mẹ con kia. Zalachenko hứa rồi luôn nuốt lời. Hắn có cơ man là gái điếm, nhưng chỉ vài tháng hắn lại quay về với mụ đàn bà Salander.

Thằng chó đẻ Zalachenko. Điệp viên mà lại để cho cái của quý nó chi phối mọi mặt của cuộc đời thì rõ ràng không phải là một điệp viên có bản lĩnh rồi. Con người này tựa hồ nghĩ rằng hắn đứng trên hết mọi quy tắc thông thường. Nếu hắn có thể chơi cô nàng Agneta mà không lần nào không đánh mụ thì âu là cũng đành, nhưng Zalachenko lại phạm cái tội tấn công liên miên người bạn gái của hắn. Hình như Zalachenko khoái đánh mụ là để trêu ngươi những người ở trong nhóm phụ trách hắn.

Gullberg không nghi ngờ Zalachenko là một tên chó đẻ bệnh hoạn nhưng ông không có quyền nhặt và tuyển trong đám gián điệp GRU đào ngũ. Ông chỉ có một người, một người rất biết giá trị của hắn đối với Gullberg.

Đơn vị Zalachenko đã gánh lấy vai trò tuần cảnh dọn dẹp ở cái nghĩa này. Điều này là không thể chối cãi. Zalachenko biết rằng hắn có thể có được các quyền tự do, rằng họ sẽ giải quyết bất cứ vấn đề gì có thể có. Đụng đến vấn đề Agneta Sofia Salander, hắn khai thác tối đa tác dụng của hắn đối với họ.

Không phải là không từng có những lời cảnh cáo. Lúc mười hai tuổi, Lisbeth Salander đã đâm Zalachenko. Các vết thương không đe dọa tính mạng nhưng hắn đã phải đến bệnh viện Thánh Goran và nhóm lại có thêm một việc dọn dẹp phải làm. Gullberg bèn cho Zalachenko thấy không úp mở rằng hắn sẽ phải thôi, không bao giờ được dính dáng đến gia đình Salander nữa. Zalachenko đã hứa. Một lời hứa giữ được sáu tháng và rồi hắn lại quay về nhà Agneta Sofia Salander đánh mụ dã man tới mức mụ phải vào trại an dưỡng để mà ở đó đến hết đời.

Gullberg đã không lường được việc con bé Salander đi tới nước làm quả bom xăng. Hôm ấy đúng là đại loạn, mọi kiểu điều tra ló hiện hết cả ra và tương lai của đơn vị Zalachenko - thậm chí của cả Bộ phận - bị treo trên sợi tóc. Nếu Salander nói thì vỏ bọc của Zalachenko gặp cơ nguy và nếu chuyện ấy xảy ra thì một số công việc đã bố trí ở khắp châu Âu mười lăm năm qua có thể sẽ phải tháo gỡ. Hơn nữa, có khả năng Bộ phận sẽ bị chính thức soi xét và điều này thì cần phải bằng mọi giá ngăn ngừa.

Gullberg lo buồn về chuyện này. Nếu hồ sơ của Bộ phận bị phanh phui, sẽ lộ ra là một số việc làm của họ đã luôn luôn không nhất quán với các chỉ lệnh của Hiến pháp, chưa kể tới những năm họ điều tra Palme và các nhân vật nổi tiếng của đảng Xã hội Dân chủ. Ngay sau vụ ám sát Palme ít năm, việc này vẫn là một vấn đề nhạy cảm. Tiếp theo, Gullberg và vài nhân viên khác của Bộ phận sẽ không tránh khỏi bị khởi tố. Tệ hơn, chắc chắn là thế rồi, một vài cha nhà báo ất ơ lắm tham vọng sẽ cho loang đi cái lý sự rằng Bộ phận đã ở đằng sau vụ ám sát Palme; rồi đến lượt nó, chuyện này thậm chí sẽ còn dẫn đến những suy diễn hủy hoại hơn, những điều tra dai dẳng hơn. Khía cạnh đáng ngại của tất cả chuyện này là ban chỉ huy của Cảnh sát An ninh đã thay đổi quá nhiều đến nỗi ngay chính ông sếp bao trùm tất cả của SIS hiện nay cũng không biết đến sự tồn tại của Bộ phận. Mọi tiếp xúc với SIS bây giờ dừng lại ở văn phòng của vị Phó văn phòng, ông ta đã ở trong nhóm lãnh đạo Bộ phận mười năm.

Cả đơn vị rơi vào một tâm trạng lo âu sâu sắc, thậm chí sợ hãi. Thực tế lại là Bjorck đề nghị giải pháp. Peter Teleborian, một bác sĩ tâm thần trở thành người cộng tác với Cục Phản gián của SIS ở trong một trường hợp khác hẳn. Làm cố vấn liên quan tới việc cơ quan Phản gián theo dõi một nghi can gián điệp công nghiệp, ông bác sĩ đã đóng vai trò then chốt. Vào giai đoạn quan trọng của cuộc điều tra, họ cần biết nghi can này sẽ có thể phản ứng ra sao nếu bị một áp lực tinh thần tác động mạnh vào. Teleborian đã cho ra lời khuyên cụ thể, dứt điểm. Trong vụ này, SIS đã ngăn chặn thành công một mưu toan tự sát và đã xoay cho nghi can kia hóa ra một gián điệp hai mang.

Sau chuyện Salander tấn công Zalachenko, Bjorck đã mánh lới tuyến Teleborian làm một cố vấn ngoại vi của Bộ phận.

Cách giải quyết vấn đề rất đơn giản. Karl Axel Bodin sẽ biến vào trại cai nghiện rượu, Agneta Sofia Salander tất nhiên sẽ biến vào một cơ sở săn sóc lâu dài. Mọi báo cáo về vụ này đều tập hợp lên SIS và qua đường của Phó văn phòng chuyển giao tới Bộ phận.

Teleborian là bác sĩ Phó viện trưởng của Bệnh viện Thánh Stefan dành cho thanh thiếu niên ở Uppsala. Mọi thứ cần đến chỉ là một báo cáo tâm thần hợp pháp, việc này Bjorck và Teleborian cùng thảo chung và cuối cùng thì đó là một quyết định ngắn gọn không bị tòa án quận phản đối. Chỉ còn lại vấn đề là trình bày vụ này như thế nào thôi. Muốn gì nó cũng là một vấn đề về an ninh quốc gia.

Ngoài ra, chắc chắn chuyện Salander bị điên cũng đã khá rõ. Một ít năm ở trong bệnh viện sẽ chỉ tốt cho cô gái mà thôi. Gullberg đã chấp thuận việc này.

Giải pháp cho bao vấn đề của họ đã cứ tự nó bày ra vào lúc họ đang trên đường giải thể đơn vị Zalachenko. Liên bang Xô viết thôi tồn tại và tác dụng hữu ích của Zalachenko dứt khoát là hết.

Đơn vị đã kiếm được của quỹ Cảnh sát An ninh một khoản hậu hĩnh cho việc cắt đứt với Zalachenko. Họ thu xếp cho hắn được trông nom cai nghiện tốt nhất và sáu tháng sau họ đã đưa được hắn lên máy bay sang Tây Ban Nha. Họ đã cho Zalachenko thấy rõ từ nay trở đi hắn với Bộ phận là chia tay, anh đường anh tôi đường tôi. Đây là một trong những trách nhiệm cuối cùng của Gullberg. Một tuần sau ông tới tuổi về hưu và trao trách nhiệm cho Fredrik Clinton, người được lựa chọn kế nhiệm ông. Sau đó Gullberg chỉ đóng vai trò cố vấn ở các vấn đề đặc biệt nhạy cảm. Ông ở lại Stockholm thêm ba năm, làm việc gần như hàng ngày ở Bộ phận nhưng số lượng công việc của ông giảm đi và dần dần ông tự xin thôi. Lúc đó ông quay về thị trấn quê nhà ở Laholm, làm vài công việc ở đó. Ban đầu ông hay du lịch đến Stockholm nhưng rồi cứ bớt dần bớt dần để cuối cùng thì ngừng hẳn.

Ông đã không nghĩ đến Zalachenko hàng tháng trời cho đến một buổi sáng ông phát hiện ra đứa con gái ở trên bảng dán báo.

Gullberg vô cùng hoang mang theo dõi câu chuyện. Dĩ nhiên không phải tình cờ mà Bjurman lại làm người giám hộ của Salander; mặt khác ông không thể hiểu tại sao nay chuyện của lão Zalachenko lại nổi lên. Rõ ràng là Salander loạn đầu óc cho nên nó giết ba người thì không có gì lấy làm lạ, nhưng ông chưa nhìn ra thấy Zalachenko có thể có quan hệ nào đó với vụ này. Sớm muộn đứa con gái sẽ bị bắt và thế là chấm dứt tất. Chính lúc đó ông bắt đầu gọi điện thoại và quyết định đến lúc phải đi Stockholm.

Bộ phận đang đứng trước cơn khủng hoảng tồi tệ nhất kể từ ngày ông lập ra nó.

Zalachenko lê lết vào toa lét. Nay đã có nạng hắn có thể đi lại loanh quanh trong buồng. Chủ nhật hắn tự ép mình tập những đợt ngắn, mạnh. Quai hàm còn đau dữ nên hắn chỉ có thể ăn những thứ lỏng, nhưng hắn đã có thể ra khỏi giường để vận động. Đã sống lâu ngày với chân giả nên hắn dùng nạng khá thành thạo. Hắn tập chống nạng không tiếng động, di chuyển tới lui quanh giường. Mỗi lần bàn chân phải chạm xuống sàn, chân hắn lại đau buốt.

Hắn nghiến răng. Hắn nghĩ đến chuyện con gái ở rất gần ngay bên. Hắn mất một ngày luận ra được buồng con gái ở cách hắn hai cửa bên phải cuối hành lang.

Cô y tá trực đêm đã đi được mười phút, tất cả im lặng, đang là 2 giờ sáng. Zalachenko cố gắng đứng dậy, sờ lần nạng. Hắn nghe ngóng ở cửa nhưng không thấy gì. Hắn đẩy cửa đi ra hành lang. Hắn nghe thấy tiếng nhạc yếu ớt ở chỗ các cô y tá. Hắn mò ra tới cuối hành lang, đẩy cửa, nhìn ra chiếu giữa vắng tanh, nơi có thang máy. Quay về hành lang, hắn dừng chân ở cửa buồng con gái, đứng trên hai nạng nghe một lúc.

Salander mở mắt khi nghe thấy tiếng cọ loẹt quẹt vào đất. Tựa như ai đó đang kéo một cái gì dọc hành lang. Một lúc chỉ có im lặng và cô nghĩ mình đã tưởng tượng ra cái này cái nọ. Rồi cô lại nghe thấy tiếng động ấy, đi ra xa. Cô thấy bồn chồn hơn lên.

Zalachenko đang ở đâu đó ngoài kia.

Cô thấy mình bị cùm vào giường. Da cô ngứa ở dưới cái khung đỡ cổ. Cô cảm thấy muốn cử động, muốn đứng lên vô cùng. Dần dần cô đã ngồi lên được. Cô chỉ làm nổi có thế. Cô đổ kềnh lên trên gối.

Cô cho tay rờ rờ khung đỡ cổ, tìm cái chốt giữ nó yên tại chỗ. Cô mở chốt, ném khung đỡ xuống đất. Lập tức thở dễ hơn.

Thứ cô mong muốn hơn tất cả là một vũ khí và sức lực để đứng lên kết thúc một lần cho dứt hẳn công việc của cô.

Cô nặng nhọc cho mình nhổm lên, bật đèn đêm và nhìn quanh buồng. Cô không thấy cái gì phục vụ được mục đích của mình. Rồi mắt cô đặt vào chiếc bàn của y tá kê cạnh tường cách giường cô ba mét. Ai đó để một chiếc bút chì ở đây.

Cô chờ cô y tá đến rồi đi, việc mà hình như mỗi đêm cứ nửa giờ cô y tá lại làm một lần. Chắc số lần đến thăm nom giảm đi có nghĩa là các bác sĩ đã quyết định sức khỏe của cô có khá lên; cuối tuần các y tá thăm nom cô ít nhất mười lăm phút một lần. Cô khó nhận ra có gì khác nhau với bản thân.

Lúc chỉ có một mình, Salander gắng lấy sức ngồi lên, đưa hai chân qua bên giường. Người cô có gắn các điện cực để ghi nhịp tim và nhịp thở nhưng dây điện thì vươn dài ra tới phía chiếc bút chì. Cô dồn sức nặng vào chân đứng lên. Thình lình cô lảo đảo, mất thăng bằng. Cô thoáng nghĩ có lẽ mình sắp ngất nhưng cô bíu chặt lấy đầu giường, tập trung nhìn vào cái bàn trước mặt. Cô run run nhích đi những bước ngắn, thò tay ra nắm lấy chiếc bút chì.

Rồi cô từ từ lui về giường. Kiệt sức.

Một lúc sau, cô cố kéo khăn trải giường và chăn lên ngang cằm. Cô xem xét chiếc bút chì. Đây là một chiếc bút chì toàn bằng gỗ, mới vót nhọn. Nó có thể là một vũ khí kha khá - để đâm vào một cái mặt hay một con mắt.

Cô để nó vào cạnh hông rồi ngủ mất.

CHƯƠNG 6

Thứ Hai, 11 tháng Tư

Dậy lúc 9 giờ, Blomkvist gọi Eriksson ở *Millennium*.

- Chào, Tổng biên tập, - anh nói.

- Erika đi em vẫn đang choáng đây, thế mà anh lại muốn em ngồi vào chỗ chị ấy. Văn phòng của chị ấy vẫn để trống kia.

- Vậy bỏ hôm nay ra để dọn vào đó thì chắc là một cái ý hay đấy.

- Em ngượng kinh khủng.

- Đừng. Mọi người bằng lòng chọn cô là nhất rồi. Với lại nếu cần cô luôn luôn có thể đến gặp tôi hay Christer được mà.

- Cảm ơn anh đã tin em.

- Cô tự giành lấy được lòng tin ấy, - Blomkvist nói. - Cứ giữ lối làm việc của cô trước đây đi. Nảy ra chuyện gì chúng ta sẽ cùng xử lý.

Anh bảo cô hôm nay anh sẽ ở nhà viết. Eriksson nhận ra anh báo cáo với cô như anh vẫn làm với Berger trước kia.

- OK. Có gì cần chúng em làm không?

- Không. Trái lại... nếu có thông tin gì cho tôi cứ gọi. Tôi vẫn đang viết về chuyện Salander, cố tìm ra cái gì đang xảy ra nhưng còn mọi chuyện khác liên quan đến tạp chí thì cô cứ việc giải quyết. Cô quyết định. Tôi sẽ đỡ cô một tay, nếu cần.

- Nhưng ngộ em quyết định sai thì sao?

- Nếu tôi thấy hoặc nghe thấy cái gì khang khác thường lệ, chúng ta sẽ nói chuyện thẳng thắn với nhau, nhưng đó phải là một cái gì rất khác lạ. Nói chung không có quyết định nào trăm phần trăm đúng hay trăm phần trăm sai đâu. Cô ra quyết định và chúng có thể không giống như các quyết định của Erika. Nếu tôi phải quyết định thì lại càng không giống nữa, nhưng quyết định của cô thì phải coi trọng.

- Vâng.

- Nếu là lãnh đạo giỏi thì cô sẽ thảo luận mọi việc với người khác. Trước hết với Henry và Christer rồi với tôi, còn các vấn đề rắc rối, chúng ta sẽ nêu ra ở các cuộc họp Ban biên tập.

- Em sẽ cố hết sức.

- May mắn nhé.

Anh ngồi xuống đi văng ở phòng khách với chiếc iBook để trên lòng rồi làm việc liền một lèo suốt ngày. Khi xong việc, anh đã có một bản nháp thô của hai bài báo tổng cộng hai mươi mốt trang. Phần này của câu chuyện tập trung vào cái chết của Svensson và Johansson - họ đã làm gì, tại sao họ bị giết và kẻ giết họ là ai. Anh tự nhủ sẽ phải viết một bài nữa dài gấp đôi cho số mùa hè. Anh cũng phải giải quyết việc mô tả Salander như thế nào trong bài báo mà không phạm vào lòng tin của cô. Anh biết những việc về cô mà cô không muốn công bố.

Gullberg chỉ ăn một lát bánh mì và một tách cà phê đen ở khách sạn Frey. Rồi ông đi taxi đến Artillerigatan ở Ostermalm. 9 giờ 15, ông tự giới thiệu ở điện thoại cổng ra vào và được chuông réo cho vào. Ông đi thang máy lên tầng bảy gặp Birger Wadensjoo, sếp mới của Bộ phận.

Wadensjoo là người được tuyển sau cùng vào Bộ phận quanh quẩn lúc Gullberg về hưu. Ông hy vọng Fredrik quả đoán vẫn còn ở lại. Clinton đã kế nhiệm Gullberg và là sếp của Bộ phận cho đến 2002 thì phải về hưu vì bệnh tiểu đường và mạch vành. Gullberg không biết rõ tính tình Wadensjoo.

- Hoan nghênh ông, Evert, - Wadensjoo nói, bắt tay vị sếp cũ. - Ông bỏ thì giờ đến đây thế này thật là quý hóa.

- Thì ít nhiều tất cả những gì tôi còn có là thời gian mà, - Gullberg nói.

- Ông biết công việc chúng ta nó thế nào rồi. Tôi mong chúng ta có lúc rảnh rang để liên hệ với các bạn đồng sự cũ.

Gullberg lờ đi lời gợi ý uốn éo. Ông rẽ sang trái vào văn phòng cũ của mình, ngồi xuống bàn hội nghị bên cửa sổ. Ông cho rằng Wadensjoo chịu trách nhiệm về các bức tranh chép tác phẩm của Chagall và Mondrian. Thời ông, treo ở trên tường là hai bức *Kronan* và *Wasa*. Ông luôn mơ đến biển và thực tế ông đã là một sĩ quan hải quân, tuy trong thời gian quân dịch ông chỉ sống ở biển mấy tháng. Bây giờ đã có thêm máy tính nhưng ngoài thế ra gian buồng nom vẫn gần như lúc ông rời nó đi. Wadensjoo rót cà phê.

- Anh em khác đang đến, - ông nói. - Tôi nghĩ chúng ta có thể trao đổi đôi lời trước với nhau.

- Còn lại bao nhiêu người từ hồi tôi ở đây?

- Ngoài tôi ra... chỉ còn Otto Hallberg và Georg Nystrom. Năm nay Hallberg về hưu còn Nystrom thì sang tuổi sáu mươi. Ngoài ra đều là mới tuyển. Chắc trước đây ông đã có gặp một vài người rồi.

- Hiện có bao nhiêu người làm cho Bộ phận?

- Chúng tôi có tổ chức lại chút ít.

- Và?

- Có bảy người làm chính thức. Thế là chúng tôi đã cắt bớt. Nhưng tổng cộng có ba mươi mốt nhân viên của Bộ phận ở trong SIS. Phần lớn họ không bao giờ đến đây. Họ giữ gìn cho công việc của họ nhưng nếu có dịp thì họ cũng làm bí mật thêm ngoài giờ cho chúng tôi.

- Ba mươi mốt người.

- Cộng bảy ở đây nữa. Ông muốn sao cũng là người lập ra hệ thống này. Ông đã rèn giũa nó. Hiện nay chúng tôi có cái gọi là một tổ chức vòng trong và một vòng ngoài. Khi chúng tôi tuyển ai đó, họ sẽ được cho nghỉ phép vắng mặt một thời gian để đến học ở trường của chúng tôi. Hallberg chịu trách nhiệm huấn luyện, mất sáu tuần để học những cái cơ bản. Chúng tôi làm việc này ở Trường Hải quân. Rồi họ về với công việc chính thức của họ ở SIS nhưng nay họ đang làm việc cho chúng tôi.

- Tôi hiểu.

- Đây là một hệ thống không chê vào đâu được. Phần lớn nhân viên của chúng tôi không biết là có ai khác. Và ở đây chúng tôi vận hành chủ yếu như là nơi thu nhận báo cáo. Vẫn áp dụng các quy tắc từ thời ông ở đây. Chúng tôi vẫn phải là một tổ chức đơn cấp.

- Ông có đơn vị tác chiến không?

Wadensjoo cau mày. Thời Gullberg, Bộ phận có một đơn vị tác chiến nho nhỏ gồm bốn người dưới quyền chỉ huy của Hans von Rottinger sắc sảo.

- Vâng, không hẳn là có. Von Rottinger mất năm năm rồi. Chúng tôi có một tài năng trẻ hơn từng làm vài ba công việc thực địa nhưng thường thường chúng tôi dùng một người ở tổ chức vòng ngoài nếu cần. Nhưng dĩ nhiên việc ngày một phức tạp hơn về mặt kỹ thuật, chẳng hạn khi cần nghe trộm điện thoại hay đột nhập một căn hộ. Bây giờ đâu đâu cũng có các thứ báo động và thiết bị đủ kiểu.

Gullberg gật đầu.

- Ngân sách thế nào?

- Chúng tôi có tổng số tiền hàng năm là mười một triệu. Một phần ba cho lương, một phần ba cho tổng chi và một phần ba cho tác chiến.

- Vậy là ngân sách có sụt.

- Một ít. Nhưng người trong Bộ phận ít đi, nghĩa là thực tế ngân sách tác chiến lại tăng.

- Ông nói cho nghe quan hệ của ông với SIS.

Wadensjoo lắc đầu.

- Chánh văn phòng và Trưởng phòng Ngân sách là thuộc về chúng tôi. Dĩ nhiên chính thức mà nói, Chánh văn phòng là người duy nhất hiểu rõ hoạt động của chúng tôi. Chúng tôi bí mật y như là chúng tôi không tồn tại vậy ấy chứ. Nhưng trong thực tế, hai ông thủ phó biết chúng tôi tồn tại. Họ cố hết sức lờ đi bất cứ những gì nghe nói về chúng tôi.

- Có nghĩa là nếu vấn đề nổi lên thì ban lãnh đạo hiện thời của SIS sẽ bị một cú không vui bất ngờ. Ban lãnh đạo Quốc phòng và Chính phủ thì thế nào?

- Mười năm trước chúng tôi đã cắt đứt quan hệ với Quốc phòng. Còn Chính phủ thì vẫn quan hệ qua lại.

- Vậy nếu quả bóng bay mất, chúng ta sẽ đơn thương độc mã...

Wadensjoo gật.

- Đó là điều không thuận lợi vì sự sắp xếp này. Các điều lợi thì rõ. Nhưng nhiệm vụ chúng tôi cũng có thay đổi. Có một chính sách mới *realpolitik* ở châu Âu từ khi Liên Xô sụp đổ. Chúng tôi ngày càng bớt đi công việc nhận mặt gián điệp. Nay thì là về chủ nghĩa khủng bố và về đánh giá tín nhiệm chính trị của các cá nhân ở các vị trí nhạy cảm.

- Bao giờ mà chả thế.

Có tiếng gõ cửa. Gullberg nhìn lên thấy một người đàn ông ăn mặc lịch sự cỡ sáu chục tuổi và một người trẻ hơn mặc jean, jacket bằng len tweed.

- Vào đi... Evert Gullberg, đây là Jonas Sandberg. Ông ấy làm việc ở đây đã bốn năm, chịu trách nhiệm về tác chiến. Ông này tôi vừa nói đến đó. Và Georg Nystrom thì ông biết.

- Chào, Georg, - Gullberg nói.

Họ bắt tay. Rồi Gullberg quay sang Sandberg.

- Ông từ đâu đến?

- Mới từ Goteborg, - Sandberg nói nhẹ nhàng. - Tôi đã đến gặp hắn.

- Zalachenko?

Sandberg gật.

- Ngồi đi các vị, - Wadensjoo nói.

- Bjorck, - Gullberg cau mày nói khi Wadensjoo châm thuốc lá. Ông đã treo jacket lên và đang ngả lưng vào ghế ở bàn hội nghị. Wadensjoo liếc Gullberg và ngạc nhiên thấy ông già gầy đi bao nhiêu.

- Ông ta bị bắt thứ Sáu vừa rồi vì tội vi phạm luật mãi dâm, - Nystrom nói. - Vấn đề này sẽ ra tòa. Nhưng ông ta thực sự đã khai và cụp đuôi lại mà lủi về nhà rồi. Ông ta sống ở Smaladaro nhưng đang được nghỉ vì tàn tật. Báo chí chưa đánh hơi được chuyện này.

- Đã một thời ông ta là một trong những người giỏi nhất ở Bộ phận ta đấy, - Gullberg nói. - Ông ta có vai trò then chốt ở trong vụ Zalachenko. Đã xảy ra chuyện gì với ông ta từ khi tôi về hưu?

- Chắc Bjorck là một trong số rất ít đồng nghiệp ở vòng trong rời Bộ phận lui về làm các công việc ở vòng ngoài. Ngay từ thời ông, ông ta đã lủi loanh quanh rồi.

- Đúng, tôi nhớ ông ta đã cần nghỉ ngơi chút ít và muốn mở rộng tầm chân trời. Ông ta được nghỉ phép hai năm hồi thập niên 80 khi làm tùy viên tình báo ở Bộ phận. Từ 1976 trở đi ông ta đã thực tế làm việc như một con nghiện suốt ngày với Zalachenko và tôi nghĩ ông ta cần nghỉ một thời gian. Ông ta đi từ 1985 đến 1987 thì quay về lại.

- Ông có thể nói là khi sang tổ chức vòng ngoài năm 1994 là ông ta thôi ở Bộ phận. Năm 1996 ông ta là Phó trưởng phòng của Phòng Nhập cư rồi chấm hết ở một chức vụ gây nên chuyện căng thẳng. Ông ta bỏ rất nhiều thì giờ vào công việc chính thức của ông ta. Dĩ nhiên ông ta vẫn giữ miết quan hệ với Bộ phận và tôi có thể nói khoảng một tháng trước chúng tôi vừa mới có một lần chuyện trò với ông ta.

- Vậy là ông ta ốm?

- Không nặng gì nhưng rất đau. Một đĩa đệm cột sống bị trẹo. Ông ta đau đi đau lại trong vài năm qua, hai năm trước đã phải nghỉ phép ốm bốn tháng. Rồi tháng Tám năm ngoái lại đổ bệnh. Ông ta được thông báo năm tới đi làm việc lại nhưng rồi phải kéo dài phép nghỉ ốm và nay thì là chuyện chờ mổ.

- Và trong thời gian nghỉ ốm ông ta đàn đúm với gái điếm? - Gullberg nói.

- Vâng, ông ấy không có vợ còn chuyện ông ấy với gái điếm thì nếu như tôi hiểu đúng, nó đã diễn ra nhiều năm rồi. - Sandberg nói sau gần nửa giờ im lặng. - Tôi đã đọc bản thảo của Dag Svensson.

- Tôi biết. Nhưng có ai giải thích cho tôi biết thực sự thì đã xảy ra chuyện gì không?

- Theo chúng tôi thì chính Bjorck dựng nên tất cả cái cảnh nát bét này. Chúng tôi giải thích khác đi làm sao được chuyện bản báo cáo năm 1991 cuối cùng lại vào tay luật sư Bjurman?

- Lại một người cũng bỏ thì giờ ra với điếm nữa ư? - Gullberg nói.

- Chúng tôi không biết chuyện ấy, còn tài liệu của Svensson thì không nói đến ông ta. Nhưng ông ta là người giám hộ Salander.

Wadensjoo thở dài.

- Ông có thể nói đó là lỗi của tôi. Năm 1991 ông và Bjorck bắt Salander khi cô ấy bị đưa vào bệnh viện tâm thần. Chúng tôi chờ đợi cô ấy biến đi lâu hơn nhiều nữa nhưng rồi cô ấy lại bắt quen với một nhà làm luật, luật sư Palmgren, ông này đã xoay cho cô ấy được nới lỏng và được giao cho một gia đình đỡ đầu. Vào lúc này thì ông đã về hưu rồi.

- Rồi chuyện gì xảy ra?

- Chúng tôi theo dõi cô ấy. Trong khi đó, em gái sinh đôi của cô ấy, Camilla, cũng được một gia đình ở Uppsala đỡ đầu. Lúc hai chị em mười bảy tuổi, Lisbeth bắt đầu đào bới vào quá khứ của mình. Cô ấy tìm Zalachenko, xem kỹ hết các sổ đăng bạ công cộng mà cô ấy kiếm ra được. Không hiểu sao - chúng tôi không chắc việc này đã xảy ra như thế nào - cô ấy lại mò ra được là em gái mình biết Zalachenko ở đâu.

- Đúng thế chứ?

Wadensjoo nhún vai.

- Tôi không rõ. Trong nhiều năm hai chị em đã không gặp nhau, rồi thì Salander đuổi theo Camilla, cố thuyết phục cô em nói ra những gì cô em biết. Kết quả là hai chị em đã cãi nhau dữ dội và đánh nhau một trận ra trò.

- Rồi thì?

- Chúng tôi bám sát Lisbeth trong mấy tháng ấy. Chúng tôi cũng bảo Camilla rằng chị cô ta dữ tính và mắc bệnh tâm thần. Cô em là người đã tiếp xúc với chúng tôi sau lần Lisbeth đột ngột đến tìm và sau đó thì chúng tôi tăng cường theo dõi cô ta.

- Vậy cô em là người báo tin của các ông?

- Camilla sợ chết khiếp cô chị. Lisbeth cũng làm cho nhiều nguồn thông tin khác chú ý. Cô ta giao du với những người ở công ty phúc lợi xã hội và theo đánh giá của chúng tôi thì cô ta vẫn đe dọa đến sự ẩn mình của Zalachenko. Rồi có vụ ở xe điện ngầm.

- Cô ta đánh một cha săn trẻ con muốn làm bậy.

- Đúng. Rõ ràng cô ta bị rối loạn tâm thần và luôn sẵn sàng giở bạo lực. Chúng tôi nghĩ mọi chuyện sẽ được tốt đẹp nhất nếu cô ấy lại biến đi vào một cơ sở nào rồi hưởng các cơ hội hay ở đó. Clinton và von Rottinger là những người nêu vấn đề. Hai ông còn mượn đến bác sĩ tâm thần Teleborian, qua một đại diện gửi một yêu cầu đến tòa án quận để đưa cô ấy trở lại vào bệnh viện lần thứ hai. Palmgren đứng lên bảo vệ Salander và bất chấp các ý kiến ngược nhau, tòa án đã quyết định nghe theo ý kiến của ông ấy, chừng nào cô ấy còn chịu chế độ giám hộ.

- Nhưng sao Bjurman lại dính vào?

- Palmgren bị đột quỵ mùa thu năm 2002. Chúng tôi vẫn đánh dấu Salander để theo dõi bất cứ lúc nào cô ấy xuất hiện trong bất cứ cơ sở dữ liệu nào, tôi cũng đã chạy cho Bjurman làm người giám hộ cô ấy. Tin rằng ông ta không biết gì về chuyện cô ấy là con gái Zalachenko. Bản tóm tắt hồ sơ đơn giản là để cho Bjurman rung chuông báo động nếu cô ấy có bắt đầu ba hoa về Zalachenko.

- Bjurman là đồ ngu. Lẽ ra hắn không bao giờ được phép quan hệ gì với Zalachenko hết, với đứa con gái lại càng không. - Gullberg nhìn Wadensjoo. - Đấy là một sai lầm nghiêm trọng.

- Tôi biết, - Wadensjoo nói. - Nhưng xem ra lúc ấy mà chọn hắn thì là đúng. Tôi không bao giờ mơ...

- Cô em gái nay ở đâu? Camilla Salander.

- Chúng tôi không biết. Lúc mười chín tuổi, cô ấy khăn gói bỏ gia đình đỡ đầu đi. Từ đấy chúng tôi không thấy tăm hơi gì về cô ấy hết.

- OK, các ông cứ nói tiếp đi...

- Tôi có một người trong cảnh sát chính quy từng nói chuyện với công tố viên Ekstrom, - Sandberg nói. - Thanh tra Bublanski, sĩ quan điều tra, nghĩ rằng Bjurman đã hiếp Salander.

Gullberg ngạc nhiên ra mặt nhìn Sandberg.

- Hiếp?

- Ở bụng dưới Bjurman có xăm dòng chữ đề *Tôi là một con lợn bạo dâm, một đứa sa đọa, một đứa hiếp dâm.*

Sandberg đặt một bức ảnh phẫu thuật lên bàn. Gullberg ghê tởm xem nó.

- Cho rằng con gái Zalachenko đã tặng cho ông ta cái này ư?

- Khó lòng mà giải thích khác được. Mà cô gái đâu có hề nổi tiếng là một cô nàng e thẹn. Cô ấy từng cho hai thằng đầu gấu có số có má biết thế nào là bị ăn đá ở Svavelsjo đấy.

- Con gái Zalachenko, - Gullberg nhắc lại. Ông quay lại Wadensjoo. - Ông biết sao không? Tôi nghĩ ông nên tuyển cô ấy vào Bộ phận.

Wadensjoo nom ngạc nhiên quá đến nỗi Gullberg vội giải thích ngay rằng ông đùa.

- OK. Chúng ta hãy coi chuyện Bjurman hiếp cô gái và bị cô ấy trả thù là một giả thiết để làm việc. Còn gì khác không?

- Người duy nhất nói được với chúng ta sự thật là Bjurman, dĩ nhiên, nhưng ông ta đã chết. Nhưng vấn đề là không chắc ông ta đã biết cô gái là con gái Zalachenko; chuyện ấy không có ở trong bất cứ biên bản công cộng nào cả. Nhưng ở một lúc nào đó trong quá trình làm việc, như thế nào đó Bjurman đã phát hiện ra mối quan hệ.

- Nhưng mẹ kiếp này, Wadensjoo! Biết ai là bố mình, có thể vào một lúc nào đó *cô gái* đã nói với Bjurman.

- Tôi hiểu. Chúng tôi... nghĩa là, đơn giản là *tôi* đã không nghĩ đúng.

- Không tha thứ cho chỗ bất lực đó được, - Gullberg nói.

- Tôi đã nhiều lần tự trách mình về chỗ ấy. Song Bjurman là một trong số rất ít người biết có Zalachenko tồn tại, tôi nghĩ thà ông ta phát hiện ra cô ấy là con gái Zalachenko thì vẫn tốt hơn là một người giám hộ không biết. Cô ấy có thể kể với bất cứ ai mà.

Gullberg mân mê dái tai.

- Được, ông nói đi...

- Đây hoàn toàn là giả thiết, - Nystrom nói. - Nhưng chúng tôi giả định Bjurman tấn công Salander rồi cô ấy đánh lại và làm cái trò kia... Ông chỉ vào các chữ xăm trong bức ảnh.

- Con gái của hắn ta, - Gullberg nói. Có một chút ngưỡng mộ trong giọng nói của ông.

- Nhờ Bjurman tiếp xúc được với Zalachenko, chúng ta hi vọng thanh toán được cô con gái. Như chúng ta biết, Zalachenko có lý do đích đáng để thù ghét con gái. Và ông ta đã hợp đồng với Câu lạc bộ Xe máy Svavelsjo cùng với tên Niedermann mà ông ta có dây dưa chơi bời.

- Nhưng làm thế nào mà Bjurman lại tiếp xúc... - Gullberg bỏ lửng. Câu trả lời đã rõ.

- Bjorck, - Wadensjoo nói. - Bjorck cho ông ta mối.

- Chết cha, - Gullberg nói.

Buổi sáng hai cô y tá vào thay khăn trải giường. Hai cô tìm thấy chiếc bút chì.

- Ấy kìa, sao lại vào đây được nhỉ? - Một cô nói, cho chiếc bút chì vào túi. Salander nhìn cô với con mắt giết người.

Một lần nữa cô không có vũ khí, nhưng cô yếu nên không phản đối được.

Đầu Salander đau như búa bổ và cô đã được cho uống thuốc giảm đau mạnh. Vai trái như bị dao đâm nếu cô cựa mình hay đổi thế nằm mà không cẩn thận. Cô nằm ngửa với cái khung ôm quanh cổ. Người ta bảo ít ngày nữa vết thương ở đầu cô bắt đầu lành thì sẽ bỏ nó ra. Chủ nhật nhiệt độ cô lên ba mươi chín độ. Bác sĩ Endrin nói có lẽ cơ thể cô bị viêm nhiễm. Chả cần nhiệt kế Salander cũng phát hiện ra.

Cô nhận thấy mình lại bị hãm một lần nữa vào giường bệnh dù lần này không có đai nịt ghìm chặt cô xuống. Mà chả cần phải thế. Cô còn chả ngồi lên nổi, nói gì chuyện ra khỏi phòng.

Lúc ăn trưa hôm thứ Hai, bác sĩ Jonasson đến thăm khám cho cô.

- Chào, có nhớ tôi không?

Cô lắc.

- Tôi là người đã đánh thức cô dậy sau khi mổ. Tôi đã mổ cho cô. Tôi chỉ muốn nghe ngóng xem cô thế nào và mọi sự có ổn cả không.

Salander nhìn ông, hai mắt mở to. Rõ ràng mọi sự đang không được tốt.

- Tôi nghe nói đêm qua cô đã tháo cái khung ở cổ ra.

Cô thừa nhận chủ yếu bằng mắt.

- Chúng tôi để cái khung vì có lý do - cô phải giữ đầu cô thật yên để bắt đầu quá trình vết thương lành lại.

Ông nhìn cô gái im lặng.

- OK, - cuối cùng ông nói. - Tôi chỉ muốn kiểm tra cô thôi.

Ông ra đến cửa thì nghe thấy tiếng cô.

- Là Jonasson đúng không?

Ông quay lại, ngạc nhiên mỉm cười với cô.

- Đúng. Nếu cô nhớ tên tôi thì chắc cô phải tỉnh táo hơn là tôi tưởng đấy.

- Ông là người đã mổ lấy viên đạn ra?

- Đúng.

- Xin cho biết sức khỏe tôi sao. Không ai trả lời rõ cho tôi cả.

Ông quay lại giường nhìn vào mắt cô.

- Cô may đấy. Cô bị bắn vào đầu nhưng viên đạn, tôi tin như vậy, không trúng vào những nơi chết người. Hiện tại cô đang có nguy cơ bị xuất huyết não. Vì thế chúng tôi muốn cô bất động. Cô bị một chỗ nhiễm trùng trong người. Nguyên nhân có lẽ tại vết thương ở vai cô. Có khả năng cô phải qua một lần phẫu thuật nữa - ở vai - nếu chúng ta không chữa hết được nhiễm trùng bằng kháng sinh. Khi cơ thể bắt đầu lành lặn, cô có thể còn bị đau một thời gian nữa. Nhưng nom tình hình hiện nay thì tôi lạc quan là cô sẽ hoàn toàn hồi phục sức khỏe.

- Cái này có thể làm tổn hại não không?

Ông ngập ngừng rồi gật đầu.

- Có, có khả năng ấy. Nhưng mọi dấu hiệu cho thấy cô sẽ hồi phục hoàn toàn. Cũng có khả năng cô bị sẹo ở não và cái đó có thể gây ra những rắc rối... chẳng hạn cô có thể bị động kinh hay một vài vấn đề khác. Nhưng nói cho thật tình thì các cái đó cũng là suy diễn cả mà thôi. Hiện tại, tình hình xem là tốt. Cô đang lành vết thương. Còn nếu trong quá trình mà nảy sinh vấn đề gì thì chúng ta sẽ xử lý tiếp. Trả lời thế đã là rõ rồi chứ?

Cô nhắm mắt lại để nói vâng.

- Tôi còn phải nằm ở đây như thế này bao lâu?

- Ý cô là ở bệnh viện? Ít nhất sẽ là hai tuần rồi chúng tôi sẽ để cô đi.

- Không, tôi muốn nói bao lâu nữa thì tôi có thể ngồi lên và bắt đầu đi lại quanh quẩn.

- Cái này tùy vào việc lành vết thương tiến triển ra sao. Nhưng cứ tính cho là hai tuần trước khi chúng tôi bắt đầu có thể cho cô điều trị vật lý.

Cô nhìn ông lâu.

- Chả may ông có điếu thuốc lá nào ở đây không nhỉ? - Cô nói.

Bác sĩ Jonasson phá lên cười, lắc đầu.

- Xin lỗi. Không cho phép hút thuốc trong bệnh viện nha. Nhưng tôi có thể cho cô có một băng dán nicôtin hay một chút kẹo nicôtin.

Cô nghĩ một lúc rồi lại nhìn ông.

- Lão già bố láo thế nào?

- Ai cơ? Cô muốn nói…

- Lão vào bệnh viện cùng với tôi ấy.

- Tôi cho là không phải anh bạn của cô. À, ông ta sẽ sống, và đã đi lại loanh quanh bằng nạng. Thực ra tình hình ông ấy không bằng cô và ông ấy bị một vết thương rất đau ở mặt. Như tôi hiểu thì cô đã bổ cho ông ấy một nhát búa rìu.

- Lão ấy định giết tôi, - Salander trầm giọng nói.

- Như thế không tốt. Tôi phải đi đây. Cô có muốn tôi trở lại xem nữa cho cô không?

Salander nghĩ một lúc rồi ra hiệu bằng mắt rằng cô bằng lòng. Khi ông đi rồi cô nhìn đăm đăm lên trần nhà. *Zalachenko đã được cấp cho nạng. Cái tiếng mình nghe thấy đêm qua là nó đấy.*

Sandberg, người trẻ nhất trong cuộc họp, được cử ra ngoài mua vài thứ đồ ăn. Ông quay về với sushi, bia nhẹ rồi truyền thức ăn quanh bàn họp cho mọi người. Gullberg có một thoáng hoài niệm. Đây vẫn đúng là cách làm việc ngày ông ở đây, khi tác chiến tới một giai đoạn quan trọng, họ phải làm việc suốt ngày đêm.

Ông quan sát thấy điểm khác biệt là có thể ngày ấy không ai lại có nổi cái ý man rợ là đặt mua cá sống về ăn. Ông mong giá mà Sandberg mua thịt băm viên Thụy Điển với khoai tây nghiền và dâu rừng. Mặt khác ông không đói thật cho nên ông đẩy đĩa sushi sang bên. Ông ăn một miếng bánh mì, uống ít nước khoáng.

Họ vừa ăn vừa bàn. Họ đã quyết định việc phải làm. Tình hình cấp bách.

- Tôi không biết Zalachenko, - Wadensjoo nói. - Hồi xưa hắn thế nào?

- Tôi cho là hắn vẫn như hiện nay, - Gullberg nói. - Thông minh lạ lùng, với một bộ nhớ gần như máy ảnh. Nhưng theo ý tôi, hắn là một con lợn. Và cái đầu không hoàn toàn ổn, tôi nghĩ thế.

- Jonasson, ông nói chuyện với hắn hôm qua. Ông thấy thế nào?

Sandberg đặt đũa xuống.

- Hắn đã đẩy chúng ta vào chỗ khốn. Tôi đã bảo với các ông về tối hậu thư của hắn. Hoặc chúng ta dọn sạch tất cả hoặc hắn phanh phui Bộ phận toang hoang ra.

- Chúng ta làm thế quỷ nào để hô biến đi được các cái đã trưng lên trên báo đài cơ chứ? - Nystrom nói.

- Đây không là chuyện có thể hay không thể làm. Đây là vấn đề hắn cần kiểm soát chúng ta, - Gullberg nói.

- Theo ông hắn có thể nói với báo đài không? - Wadensjoo nói.

Gullberg ngập ngừng.

- Câu này gần như không thể trả lời. Zalachenko không phải chỉ dọa suông, hắn sẽ làm cái gì tốt nhất cho hắn. Ở mặt này không thể tính trước về hắn. Nếu nói với báo đài mà có lợi cho hắn... nếu hắn nghĩ có thể nhận được ân xá hay giảm án tù thì hắn sẽ nói đấy. Hay nếu hắn cảm thấy bị phản bội và muốn trả thù.

- Bất chấp hậu quả?

- Đặc biệt là bất chấp hậu quả. Với hắn vấn đề là hắn được coi như rắn hơn tất cả chúng ta.

- Nếu Zalachenko nói thì chắc là sẽ chẳng có ai tin hắn đâu. Cũng như để chứng minh một cái gì đó thì họ cần nắm được hồ sơ của chúng ta.

- Ông có muốn chộp lấy cơ hội không? Cứ cho là Zalachenko nói đi. Sau đó thì là ai nói? Nếu Bjorck ký một bản khai có tuyên thệ xác nhận câu chuyện của hắn thì chúng ta làm gì? Rồi Clinton ngồi ở máy lọc máu của ông ấy... cái gì sẽ xảy ra nếu ông ấy quay ra thành mộ đạo, cảm thấy cay đắng với mọi chuyện, mọi người? Nếu ông ấy muốn thú tội thì sao? Hãy tin tôi đi, nếu ai đó mà nói ra thì Bộ phận sẽ là kết thúc luôn đấy.

- Vậy chúng ta nên làm gì?

Bàn họp im lặng. Gullberg lại nói.

- Có mấy phần trong vấn đề này. Trước hết chúng ta có thể đồng ý về các hậu quả sẽ đến mức nào nếu Zalchenko nói. Toàn bộ hệ thống pháp lý sẽ đổ ụp lên đầu chúng ta. Chúng ta sẽ bị tàn phá. Tôi đoán là vài người của Bộ phận sẽ phải vào tù.

- Hoạt động của chúng ta hoàn toàn hợp pháp. Chúng ta thực sự làm việc với sự đồng ý của Chính phủ.

- Hãy dẹp cho tôi các thứ cứt đái ấy đi, - Gullberg nói. - Các ông thừa biết như tôi rằng một tài liệu soạn lỏng lẻo mà lại viết từ giữa những năm 60 thì chả có đáng cái đinh gì bây giờ. Tôi nghĩ nếu Zalachenko khai thì không ai trong chúng ta có thể tưởng tượng nổi chuyện gì sẽ xảy ra đâu.

Im lặng lại buông xuống bàn họp.

- Vậy điều chúng ta cần làm đầu tiên là thuyết phục Zalachenko hãy ngậm cái miệng hắn lại, - cuối cùng Nystrom nói.

- Và để thuyết phục được hắn câm miệng thì chúng ta có thể phải cho hắn một cái gì đó thực chất. Vấn đề là với thằng này không ai biết trước được nó sẽ ra thế nào. Chỉ bằng trò quỷ quyệt thôi hắn cũng có thể cho chúng ta cháy rụi. Chúng ta phải nghĩ cách làm sao khống chế được hắn.

- Thế còn yêu cầu của hắn... - Sandberg nói, - là chúng ta cho mọi chuyện biến và đưa Salander trở lại bệnh viện?

- Chúng ta có thể quản được Salander. Vấn đề chính là Zalachenko. Nhưng điều này dẫn chúng ta tới phần thứ hai - kiểm soát tổn hại. Báo cáo của Teleborian từ 1991 đã bị rò rỉ, xét về tiềm năng thì bác sĩ này cũng đe dọa nghiêm trọng như Zalachenko.

Nystrom dặng hắng.

- Hễ thấy bản báo cáo lọt vào tay cảnh sát là tôi có một số biện pháp ngay. Tôi đi gặp Forelius, tay luật sư của chúng ta ở SIS, ông ta nắm được Tổng Công tố viên. Tổng Công tố viên ra lệnh tịch thu bản báo cáo ở trong tay cảnh sát thì nó sẽ không bị tán phát hay sao lại nữa.

- Tổng Công tố viên biết được đến đâu? - Gullberg nói.

- Không biết gì hết. Ông ta làm theo yêu cầu của SIS. Đó là tài liệu đã xếp hạng và Tổng Công tố viên chả còn có cách nào.

- Ai trong Cảnh sát đã đọc bản đó?

- Có hai bản sao đã được Bublanski và thanh tra Modig đồng sự của ông ta đọc và cuối cùng là Richard Ekstrom, người chỉ huy cuộc điều tra sơ bộ. Chúng ta có thể cho là hai sĩ quan cảnh sát nữa..., - Nystrom lật sổ tay, - Curt Andersson và Jerker Holmberg ít nhất cũng đã biết nội dung.

- Vậy là bốn sĩ quan cảnh sát và một công tố viên. Chúng ta biết gì về họ nào?

- Công tố viên Ekstrom, bốn mươi hai tuổi, được coi như ngôi sao đang lên. Ông ta đã làm điều tra viên ở Bộ Tư pháp và nắm một số vụ khiến được chú ý đến chút ít. Cần mẫn. Tổng Công tố viên - lương tri. Loại đeo đuổi lấy nghề nghiệp.

- Đảng Xã hội Dân chủ? - Gullberg nói.

- Chắc thế. Nhưng không hoạt động tích cực.

- Vậy Bublanski đang lãnh đạo điều tra. Tôi đã gặp ông ta ở một cuộc họp báo trên tivi. Xem vẻ ông ta không thoải mái trước ống kính máy quay.

- Ông ta thâm niên hơn và có bảng thành tích đặc biệt nhưng ông ta cũng nổi tiếng là ngoan cố và tính cắn nhẳn cằn nhằn. Ông ta người Do Thái, khá bảo thủ.

- Còn người phụ nữ... bà ta là ai?

- Sonja Modig. Ba mươi chín tuổi, có chồng, hai con. Tiến lên khá nhanh trong nghề. Tôi đã nói với Teleborian, ông ta mô tả bà này là người dễ xúc động. Hỏi cung thì không biết ngừng.

- Người sau.

- Andersson là một anh chàng rắn. Ba mươi tám, đến từ các đơn vị chống băng nhóm lưu manh ở Soder. Ông ta nổi lên khi bắn một tên lưu manh nào đó hai năm trước. Ông ta là người Bublanski cử đi bắt Bjorck.

- Tôi rõ. Hãy nhớ là đã bắn chết một người. Nếu có lý do nào đó cần gieo hồ nghi lên nhóm Bublanski thì chúng ta luôn có thể nhốt riêng hắn ta ra như là một cảnh sát viên ác ôn. Tôi cho rằng chúng ta vẫn có các liên hệ thích hợp với báo đài. Còn tay cuối cùng?

- Holmberg, năm mươi lăm. Người vùng Norrland, chính ra là chuyên viên về điều tra hiện trường vụ án. Mấy năm trước đã được cho học lớp giám thị nhưng rồi thôi. Xem vẻ thích công việc đang làm.

- Có ai trong họ hoạt động chính trị không?

- Không. Bố của Holmberg là cố vấn của thành phố cho Đảng Trung gian hồi những năm 70.

- Có vẻ người ở nhóm này khiêm tốn. Có thể cho rằng họ đồng lòng. Có thể bằng cách nào đó cô lập ra được một người không?

- Có dính đến một sĩ quan thứ năm, - Nystrom nói. - Hans Faste, bốn mươi bảy. Tôi nghe là giữa Faste và Bublanski ý kiến rất khác nhau. Khác nhiều đến nỗi Faste xin nghỉ ốm.

- Về ông này chúng ta biết được gì?

- Khi tôi hỏi thì phản ứng lẫn lộn. Ông này thành tích mẫu mực và thực sự chưa hề bị phê bình. Một nhà nghề. Nhưng mưu mô lắm, khó chơi. Bất đồng hình như là về Salander với Bublanski.

- Ở chỗ nào?

- Faste hình như bị ám ảnh bởi một bài báo nói về một băng nhóm đồng tính ái nữ thờ quỷ Satan. Ông ta thật tình không thích Salander và có vẻ coi sự tồn tại của cô gái là nỗi sỉ nhục đối với cá nhân ông ấy. Có thể chính ông ta đã ở đằng sau một nửa các tin đồn. Một bạn đồng sự cũ bảo tôi ông ta thấy khó khăn khi làm việc với phụ nữ.

- Hay đấy, - Gullberg nói thong thả. - Vì báo chí đã nói đến một băng nhóm đồng tính ái nữ thì tiếp tục nêu món ấy lên là nên chuyện được đấy. Nó thực sự sẽ không bảo vệ được cho độ tin cậy của Salander.

- Nhưng vấn đề lớn là các sĩ quan đã đọc báo cáo của Bjorck, - Sandberg nói. - Có một cách nào đó để chúng ta cô lập họ ra không?

Wadensjoo châm một điếu xì gà nhỏ khác.

- Được, Ekstrom đang cầm đầu cuộc điều tra sơ bộ...

- Nhưng Bublanski lãnh đạo nó mà, - Nystrom nói.

- Vâng, nhưng ông ta không đi ngược lại một quyết định hành chính được. - Wadensjoo quay sang Gullberg. - Ông nhiều kinh nghiệm hơn tôi nhưng câu chuyện này có quá nhiều luồng lõng và quan hệ... Tôi thấy có lẽ khôn ngoan là tách được Bublanski và Modig ra khỏi Salander.

- Ý ấy hay đấy, Wadensjoo, - Gullberg nói. - Và chúng ta chính là sẽ làm thế. Bublanski là người lãnh đạo cuộc điều tra các vụ án giết Bjurman và cặp ở Enskede. Salander không còn là nghi can. Nay tất cả vấn đề hướng vào tên người Đức Ronald Niedermann. Bublanski và nhóm của ông ta đang phải tập trung vào Niedermann. Salander không còn là nhiệm vụ của họ nữa. Lúc này đang có cuộc điều tra ở Nykvarn... ba vụ giết người không ghê tay. Ở đây cũng lại liên quan đến Niedermann. Cuộc điều tra này hiện đang được khoanh lại ở Sodertalje nhưng rồi sẽ thành ra cuộc điều tra đơn nhất. Như thế Bublanski sẽ bận ngập đầu trong một thời gian. Và ai biết thế nào? Có thể ông ta sẽ bắt được Niedermann. Trong khi đó, Hans Faste... ông có nghĩ ông ta sẽ đi làm lại không? Nghe thì có vẻ đúng ông ta là người điều tra các lý lẽ chống lại Salander đấy.

- Tôi hiểu cái điều ông đang nghĩ, - Wadensjoo nói. - Tất cả vấn đề là làm cho Ekstrom đem tách ra thành hai vụ riêng rẽ. Nhưng muốn làm việc ấy thì chúng ta phải nắm được Ekstrom.

- Việc nắm này sẽ không to chuyện lắm đâu, - Gullberg nói. Ông liếc Nystrom và ông này gật đầu.

- Tôi có thể trông nom Ekstrom, - ông nói. - Tôi đoán ông ta đang ngồi hy vọng chưa hề phải nghe nói đến Zalachenko bao giờ. SIS hỏi đến báo cáo của Bjorck là ông ta nộp ngay thôi mà, cứ đưa ra yêu cầu nào có tầm quan trọng về an ninh quốc gia là ông ta nghe liền.

- Vậy ông có ý gì ở trong đầu đấy? - Wadensjoo nói.

- Cho phép tôi dựng ra một kịch bản, - Nystrom nói. - Để tránh một cú sập tiệm đột ngột, tôi cho rằng bằng một cách tế nhị, chúng ta sẽ bảo ông ta cái việc phải làm để tránh được một cú sập nghiệp đột ngột.

- Vấn đề quan trọng nhất là phần thứ ba, - Gullberg nói. - Cảnh sát không tự tay nắm được báo cáo của Bjorck... họ lấy nó ở một tay nhà báo. Và báo chí thì như tất cả các ông đều biết là một vấn đề thực sự ở đây. *Millennium*.

Nystrom lật một trang sổ tay.

- Mikael Blomkvist.

Ở quanh cái bàn này, ai cũng đều đã nghe đến vụ Wennerstrom và biết đến tên Blomkvist.

- Svensson, nhà báo bị giết là cây bút tự do ở *Millennium*. Anh ấy đang viết một bài về buôn bán tính dục. Anh ấy đã soi vào Zalachenko. Blomkvist phát hiện ra xác Svensson và cô bạn gái anh ấy. Thêm nữa, Blomkvist quen Salander và luôn tin rằng cô ấy vô tội.

- Thế quỷ nào mà anh ta lại quen con gái Zalachenko thế cơ chứ... bảo là trùng hợp thì nghe khó lọt tai.

- Chúng tôi không nghĩ là trùng hợp, - Wadensjoo nói. - Theo chúng tôi thì như thế nào đó Salander đã là một đường dẫn ở giữa tất cả đám họ nhưng chúng tôi chưa hiểu là bằng cách nào.

Gullberg vẽ một loạt những vòng tròn đồng tâm lên tập giấy của mình. Cuối cùng ông nhìn lên.

- Chỗ này tôi phải nghĩ một ít. Tôi đi dạo vài vòng đây. Một giờ nữa chúng ta lại gặp nhau.

Gullberg đi bộ lâu tới ba giờ đồng hồ. Ông đi chỉ khoảng mười phút thì thấy một quán cà phê có nhiều thứ cà phê chưa từng thấy. Ông gọi một cà phê đen, ngồi xuống cái bàn ở góc gần cửa ra vào. Ông ngồi nghĩ các chuyện một hồi lâu, cố xem xét các mặt khác nhau của tình thế tiến thoái đều bí của họ. Thỉnh thoảng ông ghi vài điều vào quyển nhật ký bỏ túi.

Một giờ rưỡi sau, một kế hoạch đã hình thành.

Không phải là một kế hoạch hoàn hảo nhưng sau khi cân nhắc mọi ngả, ông đã kết luận vấn đề đòi phải có một giải pháp quyết liệt.

Như gặp may, nguồn nhân lực thì lại đang có đây. Việc có thể làm được.

Ông đứng lên tìm buồng điện thoại gọi Wadensjoo.

- Chúng ta cần lui cuộc họp lại lâu hơn, - ông nói. - Tôi phải làm một việc. 2 giờ chiều chúng ta có thể gặp lại nhau không?

Gullberg đi xuống Stureplan gọi taxi. Ông cho một địa chỉ ở ngoại ô Bromma. Xe đỗ, ông đi xuôi một con phố xuống phía nam, bấm chuông một ngôi nhà nhỏ, hơi tách biệt. Một phụ nữ quãng bốn chục tuổi mở cửa.

- Chào. Tôi tìm Fredrik Clinton.

- Tôi sẽ nói là ai đây?

- Một bạn trước cùng làm việc với nhau.

Người phụ nữ gật đầu, chỉ cho ông vào phòng khách. Clinton thong thả đứng lên khỏi đi văng. Ông ta mới sáu mươi tám nhưng trông già hơn thế nhiều. Cơ thể đau ốm của ông đang ngày càng rệu rã.

- Gullberg, - Clinton ngạc nhiên nói.

Hai người đứng nhìn nhau hồi lâu. Rồi hai điệp viên cũ xưa ôm nhau.

- Mình không ngờ lại gặp cậu, - Clinton nói. Ông chỉ vào trang nhất của tờ báo chiều, ở đó có ảnh chân dung Niedermann và dòng tít KẺ GIẾT CẢNH SÁT ĐANG BỊ LÙNG Ở ĐAN MẠCH. Tớ cho là cái này đã đưa cậu đến đây.

- Cậu sao?

- Ốm, - Clinton nói.

- Tớ thấy.

- Không ghép một quả thận mới thì tớ đã chả còn ở cái thế giới này rồi. Và thu nhập của tớ ở nước cộng hòa này xem vẻ khá là còm.

Người phụ nữ đến trước cửa hỏi Gullberg có cần gì không.

- Một tách cà phê, cảm ơn, - ông nói.

Khi người phụ nữ đi rồi, ông quay sang Clinton:

- Ai thế?

- Con gái tớ.

Đáng hấp dẫn là mặc dù hai người chia sẻ tình đồng sự trong rất nhiều năm ở Bộ phận nhưng họ không đi sâu vào chuyện gia đình của nhau những lúc rảnh rỗi. Gullberg biết các nét tính nết, chỗ yếu chỗ mạnh nhỏ nhặt nhất của tất cả các đồng sự, nhưng ông chỉ có một khái niệm mơ hồ về đời sống gia đình họ. Clinton chắc chắn là người đồng sự thân nhất của Gullberg trong hai chục năm. Ông biết ông ta có vợ và hai con nhưng ông không biết tên người con gái, tên người vợ đã qua đời, ngay cả cái nơi Clinton thường tới nghỉ hè. Tựa như mọi sự ở bên ngoài Bộ phận đều thiêng liêng, không được để cho nói đến.

- Tớ làm được gì cho cậu đây? - Clinton hỏi.

- Tớ có thể hỏi là cậu nghĩ gì về Wadensjoo không.

Clinton lắc đầu.

- Tớ không muốn về đấy đâu.

- Tớ không hỏi cậu cái ấy. Cậu biết ông ta, ông ta làm việc với cậu trong mười năm.

Clinton lại lắc đầu.

- Ông ta là người đang trông coi Bộ phận bây giờ. Những cái tớ nghĩ chẳng còn có gì hay nữa rồi.

- Ông ta nắm được Bộ phận không?

- Ông ta không phải đứa ngu.

- Nhưng?

- Ông ta là một nhà phân tích. Cực kỳ tốt trong các bài đố rắc rối. Bản năng. Một nhà hành chính xuất sắc giữ được ngân sách cân bằng, và làm bằng một cái cách mà chúng ta nghĩ là không thể được.

Gullberg gật. Clinton không nhắc đến cái đặc điểm quan trọng nhất.

- Cậu có sẵn sàng trở lại làm việc không?

Clinton nhìn lên. Ngập ngừng một lát.

- Evert... cách nhật tớ lại bỏ ra chín tiếng ở bệnh viện với máy lọc thận. Lên gác là tớ thở dốc. Với tớ đơn giản là hết sức lực rồi. Không còn sức lực gì cả.

- Tớ cần cậu. Tác chiến lần cuối cùng.

- Tớ không thể.

- Không, cậu có thể. Và cậu vẫn có thể cách nhật đến với máy lọc thận chín tiếng đồng hồ. Cậu có thể đi thang máy mà không leo gác. Tớ thậm chí sẽ bố trí người khiêng cậu đi lại trên cáng nữa nếu cần. Chính là tớ cần cái đầu của cậu.

Clinton thở dài.

- Nói xem.

- Ngay bây giờ chúng ta đang đối đầu với một tình hình đặc biệt phức tạp đòi hỏi trình độ thành thạo về công việc. Wadensjoo có một chú bé trẻ, còn hơi sữa tên là Jonas Sandberg. Cậu ấy là toàn bộ phòng tác chiến và tớ nghĩ Wadensjoo không đủ tầm làm những cái cần phải làm. Ông ta có thể là thiên tài về chải chuốt ngân sách nhưng ông ta sợ đưa ra các nghị quyết tác chiến và sợ cho Bộ phận dính vào công việc thực địa cần thiết.

Clinton mỉm cười yếu ớt với ông.

- Trận này phải được tiến hành ở hai chiến tuyến riêng rẽ. Một liên quan đến Zalachenko. Tớ phải làm cho ông ta nghe theo lẽ phải và tớ nghĩ tớ biết cách làm. Phần thứ hai là công việc phải được nắm từ đây, ở Stockholm. Vấn đề là không có ai ở Bộ phận có thể thực sự quản được chuyện này. Tớ muốn cậu chỉ huy. Một việc cuối cùng thôi. Sandberg và Nystrom làm chân chạy, cậu nắm trận đánh.

- Cậu không hiểu cái điều cậu đang hỏi.

- Có chứ, tớ hiểu chứ. Nhưng cậu phải tính xem liệu cậu có nhận việc này hay không. Hoặc là đám cũ chúng ta bước vào làm lấy một chút việc của chúng ta hoặc là trong một vài tuần nữa Bộ phận sẽ ngừng tồn tại.

Clinton chống khuỷu tay vào tay đi văng, cúi đầu lên bàn tay. Ông nghĩ chừng hai phút.

- Bảo cho tớ kế hoạch của cậu đi, - cuối cùng ông nói.

Gullberg và Clinton nói chuyện dài dài.

Wadensjoo không tin được khi Gullberg quay lại lúc 2 giờ 57 kéo theo Clinton ở đằng sau. Clinton nom như một... bộ xương. Có vẻ thở khó nhọc, ông đặt một tay lên vai Gullberg.

- Chuyện gì ở trên đời này thế nhỉ... - Wadensjoo nói.

- Chúng ta lại cho họp tiếp đi, - Gullberg nói, ngắn ngủn.

Họ ngồi vào quanh bàn trong văn phòng Wadensjoo. Clinton lặng lẽ buông mình chìm vào trong chiếc ghế người ta mời.

- Các ông đều biết Fredrik Clinton cả, - Gullberg nói.

- Đúng, - Wadensjoo nói. - Vấn đề là ông ấy làm gì ở đây thế?

- Clinton đã quyết định trở lại làm việc. Ông ấy sẽ lãnh đạo nhóm tác chiến cho đến khi cơn khủng hoảng hiện tại chấm dứt.

Gullberg giơ tay ngăn Wadensjoo định phản đối.

- Clinton bị mệt. Ông ấy sẽ cần giúp đỡ. Ông ấy cần đến bệnh viện đều đặn để lọc máu. Wadensjoo, ông phân công hai người giúp đỡ ông ấy trong các chuyện thực tiễn. Nhưng hãy để tôi nói thẳng chỗ này ra... về vụ này, Clinton sẽ ra các quyết định tác chiến.

Ông ngừng một lúc, không ai lên tiếng phản đối.

- Tôi có một kế hoạch. Tôi nghĩ chúng ta có thể giải quyết thành công chuyện này nhưng sẽ phải hành động nhanh để khỏi lỡ thời cơ, - ông nói. - Chuyện này trông vào chỗ các ông ở Bộ phận đây hiện có thể quyết tâm đến đâu.

- Chúng ta hãy cứ nghe xem đã, - Wadensjoo nói.

- Trước hết, chúng ta bàn với cảnh sát. Đây là việc chúng ta sẽ làm. Chúng ta sẽ cố biệt lập họ ở trong cuộc điều tra lê thê này, dắt họ vào lõng kiếm Niedermann. Việc này sẽ là của Nystrom. Xảy ra bất cứ sự gì, Niedermann cũng không quan trọng. Chúng ta sẽ thu xếp cho Faste được chỉ định điều tra Salander.

- Có lẽ cái này không là một ý hay cho lắm, - Nystrom nói. - Tại sao tôi không gặp thắng công tố viên Ekstrom mà bí mật nói chuyện chứ?

- Vậy nếu ông ta gây khó khăn...

- Tôi nghĩ ông ta sẽ không làm khó đâu. Ông ấy tham vọng, đang ngong ngóng bất cứ dịp nào có lợi cho sự nghiệp của mình. Nếu cần tôi sẽ dùng vài ba đòn bẩy. Ông ấy ghét bị kéo vào bất cứ kiểu tai tiếng nào.

- Tốt. Giai đoạn hai là *Millennium* và Blomkvist. Clinton quay lại làm việc là vì chỗ này. Nó sẽ đòi có những biện pháp ngoại lệ.

- Tôi thấy là tôi sẽ không thích như thế rồi, - Wadensjoo nói.

- Chắc là không rồi. Nhưng cũng không thể xoay xỏa với *Millennium* bằng cách thức dễ dãi như trước được nữa. Mặt khác, tờ tạp chí sở dĩ là mối đe dọa chính chỉ bởi vì có mỗi cái lý do này: bản báo cáo của cảnh sát năm 1991 của Bjorck. Tôi cho là bản này hiện đang ở hai nơi, có thể ba. Salander đã tìm thấy bản báo cáo nhưng không hiểu sao Blomkvist lại nắm được. Như thế nghĩa là trong khi Salander chạy trốn thì giữa đôi bên đã có liên hệ ở một mức độ nào đó với nhau.

Clinton giơ một ngón tay lên, thốt ra câu đầu tiên từ khi đến đây.

- Như thế cũng nói lên điều gì đó về tính cách của đối thủ chúng ta. Blomkvist không sợ nguy hiểm. Hãy nhớ lại vụ Wennerstrom.

Gullberg gật.

- Blomkvist đã đưa bản báo cáo cho Tổng biên tập Erika Berger, đến lượt mình bà này lại đưa cho Bublanski. Bà ấy cũng có đọc. Chúng ta cần phải nghĩ rằng để cho chắc chắn họ đã phải cho sao ra. Tôi đoán Blomkvist có một bản và ở tòa soạn tạp chí có một bản.

- Nghe có lý, - Wadensjoo nói.

- *Millennium* là tạp chí hàng tháng cho nên họ chưa đưa được nó lên báo ngay ngày mai đâu. Chúng ta có một ít thời gian - xác định chính xác bao lâu nữa thì ra số báo sau - nhưng chúng ta cần thu hồi tất cả các bản sao. Việc này chúng ta không thể lờ Tổng Công tố viên.

- Tôi hiểu.

- Vậy là chúng ta đang nói đến một trận đánh, đột nhập nhà Blomkvist và tòa soạn *Millennium*. Ông nắm được việc này không, Jonas?

Sandberg liếc về Wadensjoo.

- Evert... ông cần hiểu rằng... chúng tôi không còn làm những việc như thế này nữa, - Wadensjoo nói. - Nay là kỷ nguyên mới. Chúng tôi làm việc với xâm nhập máy tính, theo dõi điện tử và đại loại như vậy nhiều hơn. Chúng tôi không có tiền và người cho cái đơn vị tác chiến mà ông nghĩ.

Gullberg cúi về trước.

- Wadensjoo, ông sẽ phải cấp ra một số thứ chết tiệt ấy khá là nhanh đấy. Thuê lấy vài người. Thuê lấy một lũ đầu trọc của bọn mafia Nam Tư để nếu cần thì có thể quạng vào đầu Blomkvist. Nhưng phải thu về hai bản sao kia. Không có các bản sao ấy, họ sẽ không có bằng chứng. Còn nếu ông không làm nổi một cái việc đơn giản như thế thì ông sẽ cứ ngồi thuỗn ra ở đây mà chờ Ủy ban Hiến pháp đến gõ cửa buồng ông thôi.

Gullberg và Wadensjoo nhìn vào mắt nhau một lúc lâu.

- Tôi làm được, - thình lình Sandberg nói.

- Ông chắc nhé?

Sandberg gật.

- Tốt. Bắt đầu từ giờ, Clinton là sếp của các ông. Các ông chỉ nhận lệnh của ông ấy.

Sandberg tán thành gật đầu.

- Chuyện này sẽ vấp phải nhiều sự kiểm soát đây, - Nystrom nói. - Tôi có thể gợi ra một ít tên. Chúng ta có một người ở tổ chức vòng ngoài, Mattersson - ông ta làm vệ sĩ ở SIS. Ông này không biết sợ và cho thấy nhiều hứa hẹn. Tôi đang tính chuyện đưa ông ấy về đây. Thậm chí tôi nghĩ có ngày ông ấy sẽ thay vào chỗ tôi.

- Nghe hay đấy, - Gullberg nói. - Clinton có thể quyết định.

- Tôi sợ rằng có một bản sao thứ ba, - Nystrom nói.

- Ở đâu?

- Chiều nay tôi phát hiện Salander đã nhận một luật sư. Bà này tên là Annika Giannini, em gái Blomkvist.

Gullberg nghĩ ngợi về tin này.

- Ông nói đúng. Blomkvist sẽ cho em gái một bản. Ông ta chắc có cho. Nói cách khác, cho tới chỉ dẫn sau thì lúc này chúng ta phải chôm được tất cả ba bản sao từ Berger, Blomkvist, Giannini.

- Tôi nghĩ chúng ta không cần bận đến Berger. Hôm nay có báo cáo nói bà ấy sắp thành Tổng biên tập ở *Svenska Morton-Posten*. Bà ấy thôi ở *Millennium* rồi.

- Muốn gì cũng cứ kiểm tra bà ấy. Chừng nào còn dính đến *Millennium* thì chúng ta còn cần nghe trộm điện thoại và gắn rệp ở nhà mỗi người trong bọn họ cũng như ở tòa soạn. Chúng ta phải kiểm tra thư điện của họ. Chúng ta phải biết họ gặp ai, nói chuyện với ai. Và xem ra rất cần biết họ đang vạch chiến lược gì. Trên hết là chúng ta cần có các bản sao báo cáo. Tóm lại một lô một lốc việc.

Wadensjoo xem vẻ nghi ngờ.

- Evert, ông đang đòi chúng tôi mở trận đánh vào một tạp chí có ảnh hưởng và Tổng biên tập của *SMP*. Thế là chúng tôi đang phải làm cái việc mạo hiểm nhất của chúng tôi rồi đây.

- Xin hiểu cho điều này: ông không còn lựa chọn nào khác. Hoặc là ông xắn tay áo lên hoặc là đến lúc người khác tiếp quản đây.

Thách đố treo như đám mây ở trên bàn họp.

- Tôi nghĩ tôi có thể nắm *Millennium*, - cuối cùng Sandberg nói.

- Nhưng chả việc nào giải quyết được vấn đề cơ bản. Chúng ta có làm gì với Zalachenko được đâu cơ chứ? Nếu hắn nói ra thì chúng ta có xóa đi cái gì nữa cũng đều là vô dụng.

- Tôi biết. Chỗ ấy là phần việc tôi làm, - Gullberg nói. - Tôi nghĩ tôi có một cái lý có thể thuyết phục Zalachenko câm mồm. Nhưng tôi cần có thời gian chuẩn bị. Muộn chiều nay tôi đi Goteborg.

Ông ngừng lại nhìn quanh mọi người. Rồi ông nhìn thẳng vào mắt Wadensjoo.

- Trong khi tôi đi thì Clinton sẽ ra các quyết định tác chiến.

Mãi tới tối thứ Hai, thăm khám cùng với bác sĩ Jonasson, bạn đồng sự, bác sĩ Endrin mới quyết định tình hình sức khỏe của Salander đã khá ổn định để cô được tiếp khách. Đầu tiên, hai vị thanh tra cảnh sát được cho hỏi cô mười lăm phút. Cô sưng sỉa im lặng nhìn họ khi họ vào buồng kéo ghế ngồi.

- Chào. Tôi tên là Marcus Erlander, thanh tra hình sự. Tôi làm việc ở Đội Trọng án tại Goteborg đây. Đây là đồng sự của tôi, thanh tra Modig ở Sở Cảnh sát Stockholm.

Salander không nói năng gì. Vẻ mặt cô không thay đổi. Cô nhận ra Modig là một trong các sĩ quan ở nhóm Bublanski. Erlander lạnh lùng mỉm cười với cô.

- Tôi nghe nói cô thường không giao tiếp nhiều với nhà cầm quyền. Hãy cho tôi nói theo như văn bản là cô không phải nói cái gì hết. Nhưng tôi sẽ biết ơn nếu cô nghe những điều chúng tôi cần phải nói. Chúng tôi có nhiều thứ cần bàn với cô nhưng hôm nay chúng tôi không có thì giờ đi vào tất cả các thứ đó. Sẽ có các dịp sau này.

Salander vẫn không nói gì.

- Trước hết, tôi muốn cho cô biết rằng bạn cô, Mikael Blomkvist, đã nói với chúng tôi rằng một luật sư tên là Annika Giannini đang muốn thay mặt cho cô và bà ta biết về vụ này. Ông Blomkvist nói ông ấy đã có nhắc với cô tên bà ta liên quan đến một chuyện nào đó khác. Tôi cần cô xác nhận cho rằng đó là ý định của cô. Tôi cũng muốn biết cô có muốn luật sư Giannini, người có tư cách để thay mặt cô, đến Goteborg không.

Annika Giannini. Em gái Blomkvist. Anh ấy có nhắc đến chị ta trong một thư điện. Salander không nghĩ đến việc cô sẽ cần đến một luật sư.

- Tôi xin lỗi, nhưng tôi cần nhấn mạnh rằng cô hãy trả lời câu hỏi của tôi. Nói có hay không là tốt rồi. Nếu cô nói có, ông công tố viên ở Goteborg sẽ tiếp xúc với luật sư Giannini. Nếu cô nói không, tòa án sẽ chỉ định một luật sư bảo vệ lợi ích của cô. Cô thích thế nào?

Salander nghĩ về sự lựa chọn.

Cô cho rằng cô thực sự cần luật sư nhưng luật sư bảo vệ cô lại là em gái của Kalle Hăng máu Blomkvist thì cô thấy vướng víu ở trong lòng. Nhưng mặt khác, tòa chỉ định cho một luật sư không quen biết thì chắc sẽ lại còn tệ hơn. Cô rít lên mỗi tiếng:

- Giannini.

- Tốt. Cảm ơn. Nay có một câu hỏi với cô. Cô không phải nói gì khi không có luật sư của cô ở đây nhưng câu hỏi này, như tôi thấy, thì không ảnh hưởng gì đến lợi ích của cô. Cảnh sát đang tìm một công dân Đức tên là Ronald Niedermann, bị truy nã vì giết một cảnh sát.

Salander cau mày. Cô không biết chuyện gì đã xảy ra sau khi cô vung búa rìu vào đầu Zalachenko.

- Theo cảnh sát thì họ muốn bắt được hắn càng sớm càng tốt. Đồng sự của tôi đây cũng muốn hỏi liệu hắn có liên quan đến ba vụ án mạng mới đây ở Stockholm không. Cô nên biết là cô không còn là nghi can ở ba vụ này nữa. Cho nên chúng tôi đang nhờ cô giúp đây. Cô có ý nào... cô có thể giúp chúng tôi bất cứ việc gì để tìm ra người đàn ông này không?

Salander nghi ngờ đảo mắt từ Erlander sang Modig rồi ngược lại.

Họ không biết hắn là anh mình.

Rồi cô nghĩ mình có nên muốn họ bắt Niedermann hay không. Cô muốn hơn hết là đưa hắn đến vùi xuống một cái hố ở vùng đất Gosseberga. Cuối cùng cô rùng mình. Điều mà lẽ ra cô không nên làm vì vai trái cô đau lan ra.

- Hôm nay là thứ mấy? - Cô nói.

- Thứ Hai.

Cô nghĩ về việc này.

- Tôi nghe thấy tên Ronald Niedermann lần đầu tiên là vào thứ Năm trước. Tôi đã dò theo hắn đến Gosseberga. Tôi không rõ hắn ở đâu hay hắn có thể đến đâu nhưng hắn sẽ cố đi ra nước ngoài càng sớm càng tốt.

- Tại sao hắn lại ra nước ngoài?

Salander nghĩ về điều này.

- Vì trong khi Niedermann ở ngoài đào hố chôn tôi thì Zalachenko đã bảo tôi là tình hình đang quá căng, hắn đã quyết định Niedermann nên bỏ ra ngoài một thời gian.

Từ ngày mười hai tuổi, Salander chưa từng trao đổi với một sĩ quan cảnh sát nhiều lời như thế này.

- Zalachenko... vậy là bố của cô?

Tốt, ít nhất họ cũng đã lần ra được chuyện này. Chắc là nhờ Kalle Hăng máu Blomkvist.

- Tôi cần nói với cô rằng bố cô đã gửi cho cảnh sát một đơn chính thức tố cáo cô, khẳng định cô định giết ông ta. Vụ này đang ở Văn phòng Công tố viên và ông ta sẽ quyết định có khởi tố hay không. Nhưng cô đã bị bắt về tội gây chấn thương nặng đến thân thể, và đánh bằng một búa rìu vào đầu Zalachenko.

Im lặng một lúc lâu. Rồi Modig cúi về đằng trước, hạ giọng nói:

- Tôi nói chính là chúng tôi ở lực lượng cảnh sát không tin lắm vào câu chuyện Zalachenko nói. Hãy bàn bạc nghiêm túc với luật sư của cô để rồi sau đó chúng tôi có thể quay lại nói chuyện thêm với cô.

Hai thám tử đứng lên.

- Cảm ơn cô đã giúp chuyện Niedermann, - Erlander nói.

Salander ngạc nhiên thấy các sĩ quan đối xử với cô đúng đắn như thế, gần như là giữa bạn bè. Cô nghĩ về điều Modig nói. Chắc có một động cơ thầm kín nào đây, cô kết luận.

CHƯƠNG 7

Thứ Hai, 11 tháng Tư
Thứ Ba, 12 tháng Tư

5 giờ 45 chiều thứ Hai, Blomkvist đậy nắp máy tính iBook lại, đứng lên khỏi bàn bếp trong căn hộ của anh ở Bellmansgatan. Anh mặc jacket, đi bộ đến trụ sở An ninh Milton ở Slussen. Đi thang máy lên chỗ tiếp tân ở tầng bốn, anh được chỉ ngay vào phòng họp.

6 giờ đúng phắp nhưng anh là người đến cuối cùng.

- Chào Dragan, - anh nói và bắt tay. - Cảm ơn ông đã có lòng chủ trì cuộc họp không chính thức này.

Anh nhìn quanh phòng. Có bốn người nữa ở đây: em gái anh, Holger Palmgren, người giám hộ của Salander trước kia, Malin Eriksson và cựu thanh tra hình sự Sonny Bohman nay làm việc cho An ninh Milton. Bohman theo chỉ thị của Armansky đã theo dõi từ đầu cuộc điều tra Salander.

Palmgren đi ra ngoài lần đầu tiên sau hơn hai năm. Bác sĩ Sivarnandan của Viện phục hồi Ersta không muốn để cho ông đi lắm nhưng Palmgren vật nài. Ông đã đến bằng phương tiện đặc biệt cho người khuyết tật, với cô y tá riêng Karolina Oskarsson kèm bên. Cô lĩnh lương của một quỹ bí mật lập ra để lo toan cho Palmgren được săn sóc tốt nhất. Cô y tá ngồi ở phòng bên cạnh phòng họp và đã mang theo một quyển sách. Blomkvist đóng cửa lại.

- Với các bạn trước chưa từng gặp nhau thì đây là Malin Eriksson,

Tổng biên tập của *Millennium*. Tôi mời cô đến vì việc chúng ta bàn cũng sẽ liên quan đến công việc của cô ấy.

- OK, - Armansky nói. - Mọi người có mặt cả rồi, tôi dỏng tai lên đây.

Blomkvist đứng trước bảng đen của Armansky, cầm lấy cây bút viết bảng. Anh nhìn mọi người.

- Đây chắc là việc điên rồ nhất mà tôi dính vào, - anh nói. - Khi nào xong xuôi mọi việc tôi sẽ lập ra một hội gọi tên là "Các Hiệp sĩ của Dòng Ngu ngốc", mục đích của nó là thu xếp một bữa ăn thường niên để chúng ta đến đó nói đủ các thứ chuyện về Lisbeth Salander. Tất cả các bạn đây đều là thành viên.

Anh dừng lại.

- Vậy câu chuyện thực sự là thế này, - anh nói và bắt đầu viết một loạt các đầu đề lên bảng. Anh nói trong ba mươi phút đấy. Sau đó họ bàn mất gần hết ba giờ đồng hồ.

Họp xong, Gullberg đến ngồi cạnh Clinton. Hai người nói nho nhỏ với nhau một lát rồi Gullberg đứng lên. Các đồng chí già bắt tay nhau.

Gullberg đi taxi đến khách sạn Frey, sắp xếp va li và làm thủ tục trả phòng. Ông bắt chuyến tàu chiều đi Goteborg. Ông chọn ngồi hạng nhất và có toa riêng. Khi tàu qua Arstabron, ông lấy bút bi và một tập giấy trắng ra. Ông nghĩ một lúc lâu và bắt đầu viết. Viết được nửa trang ông dừng lại, xé tờ giấy ra khỏi tập.

Làm mạo tài liệu không phải là việc ông từng phụ trách ở Sapo hay chuyên môn của ông, nhưng việc ông làm đây cũng đơn giản thôi vì các thư ông đang viết đều do ông tự tay ký. Vấn đề có bị rắc rối thì không phải vì một câu chữ nào trong những điều ông viết ra là sai sự thật.

Lúc tàu chạy xuyên qua Nykoping, ông đã bỏ đi một số bản thảo nhưng ông đã bắt đầu tìm ra được cái giọng phù hợp để diễn đạt các bức thư. Khi tàu đến Goteborg ông hài lòng với lá thư vừa viết được. Ông cố tình cho các dấu vân tay của mình hiện rõ trên từng tờ giấy.

Ở Ga Trung tâm Goteborg, ông mò ra một máy sao chụp rồi cho

sao các bức thư. Đoạn ông mua phong bì tem, bỏ chúng vào một thùng thư mở lấy thư lúc 9 giờ tối.

Gullberg đi taxi đến khách sạn Thành phố ở Lorensbergsgatan, Clinton đã đặt một buồng cho ông ở đây. Nó chính là cái khách sạn ông đã qua đêm mấy hôm trước. Ông đi thẳng vào buồng, ngồi xuống giường. Ông mệt nhoài, nhận ra cả ngày chỉ ăn có hai lát bánh mì. Nhưng ông không đói. Ông cởi quần áo, nằm thẳng cẳng ra giường và gần như ngủ ngay lập tức.

Salander giật mình thức giấc khi nghe thấy cửa mở ra. Cô biết ngay không phải là một cô y tá trực đêm nào. Cô he hé mắt, thấy một hình người chống nạng ở lối ra vào. Zalachenko đang nhìn cô trong ánh đèn hành lang.

Không động đậy đầu cô liếc xem đồng hồ: 3 giờ 10 sáng.

Lại liếc vào bàn đầu giường, cô thấy một cốc nước. Cô tính khoảng cách. Cô có thể với tới được cái cốc mà không nhúc nhích người.

Cô có thể rất nhanh vươn tay ra đập mạnh miệng cốc vào gờ bàn cứng. Chỉ cần nửa giây để xia cạnh cốc vỡ vào cổ họng Zalachenko nếu hắn cúi xuống cô. Cô tìm các cách khác nhưng cái cốc là vũ khí duy nhất cô có thể với lấy được.

Cô thả lỏng người chờ.

Zalachenko đứng bất động ở lối ra vào một lúc. Rồi rón rén đóng cửa lại.

Cô nghe thấy tiếng nạng cọ khe khẽ lên sàn khi hắn lặng lẽ lui xuống cuối hành lang.

Năm phút sau cô chống khuỷu tay phải ngóc dậy, với lấy cái cốc uống một hơi dài. Cô quăng hai chân sang bên giường, dứt các điện cực ra khỏi tay và ngực. Cố đứng lên, cô lảo đảo không vững. Mất một phút cô mới kiểm soát được thân thể. Cô tập tễnh ra cửa, dựa vào tường để thở. Mồ hôi lạnh toát ra. Rồi người cô cứng nhắc lại vì điên giận.

Mẹ mày, Zalachenko. Tao với mày sẽ chấm hết tất cả ngay bây giờ.

Cô cần một vũ khí.

Sau đó cô nghe thấy gót giầy lách cách trong hành lang.

Mẹ nó. Các điện cực.

- Lạy Chúa, làm gì ở đây thế này? - Cô y tá trực đêm nói.

- Tôi cần... đi... đến nhà vệ sinh. - Salander chả còn hơi để nói.

- Về giường ngay.

Cô cầm tay Salander giúp lên giường. Rồi đưa cho một cái bô.

- Cần nhà vệ sinh thì cứ bấm chuông gọi bọn tôi. Cái nút bấm này là để cho việc ấy mà.

10 giờ 30 sáng thứ Ba, Blomkvist dậy, tắm, pha cà phê rồi ngồi xuống với chiếc iBook. Sau cuộc họp tối qua ở An ninh Milton, anh về nhà làm việc tới 5 giờ sáng. Ít ra bài báo đã bắt đầu định hình. Tiểu sử Zalachenko còn lờ mờ - tất cả những gì anh có đều là do dọa Bjorck để cho hắn khai ra cũng như một nắm chi tiết mà Palmgren cung cấp. Chuyện của Salander đã viết được khá nhiều. Anh từng bước từng bước giải thích rõ cô đã bị một băng nhóm của bọn muốn gây chiến tranh lạnh ở SIS nhắm làm mục tiêu như thế nào, rồi đem giam cô lại trong một bệnh viện tâm thần ra sao, để ngăn cô làm lộ bí mật của Zalachenko.

Anh thấy thích những cái đã viết. Vẫn còn vài lỗ hổng phải lấp nhưng anh biết mình đang có một bài báo quỷ khốc thần sầu. Nó sẽ là món nổi đình nổi đám trên các bảng dán báo và ở tít trên chóp cỗ máy quan liêu Chính phủ sẽ có một ngọn núi lửa bùng phun ra.

Anh châm thuốc lá suy nghĩ.

Anh nhìn thấy được hai khe hở phải chú ý. Một cái thì xử lý được. Anh cần giải quyết với Teleborian và anh đang tính tới việc đó. Khi xong việc với hắn, nhà tâm lý học thiếu nhi nổi tiếng sẽ là một trong những người bị ghét bỏ nhất ở Thụy Điển. Đó là một việc.

Việc thứ hai phức tạp hơn.

Những người mưu mô chống lại Salander - anh gọi họ là Câu lạc bộ Zalachenko - thì nằm trong Cảnh sát An ninh. Anh biết một tên,

Gunnar Bjorck nhưng có thể tên này không phải là kẻ duy nhất chịu trách nhiệm. Phải có một nhóm... một cơ sở hay một đơn vị gì đó. Phải có những kẻ cầm đầu, những kẻ trông coi tác chiến. Phải có một cái quỹ. Nhưng anh không biết làm sao tìm ra được những người này, thậm chí bắt đầu cần tìm ở đâu. Anh biết lơ mơ nhất về cung cách tổ chức của Sapo.

Thứ Hai bắt đầu việc nghiên cứu, anh cử Cortez đến các cửa hàng sách cũ ở Sodermalm mua mọi sách có chút nào nói đến Cảnh sát An ninh. Buổi chiều Cortez đến nhà anh với sáu quyển.

Tình báo ở Thụy Điển của Mikael Rosquist (Nhà xuất bản Tempus, 1988); *Thủ lĩnh Sapo 1962 - 1970* của P.G. Vinge (Wahlsrom & Widstrand, 1988), *Những lực lượng bí mật* của Jan Ottosson và Lars Magnusson (Tiden, 1991); *Đấu tranh quyền lực cho Sapo* (Corona, 1989); *Nhiệm vụ được trao* của Carl Lidbom (Wahlstom & Widstrand, 1999) và - có phần đáng ngạc nhiên - *Điệp viên tại chỗ* của Thomas Whiteside (Ballantine, 1966) viết về vụ Wennerstrom, vụ Wennerstrom những năm 60 chứ không phải vụ Wennerstrom mới đây của chính Blomkvist.

Anh đã bỏ gần hết đêm và sáng sớm thứ Ba ra đọc hay ít nhất xem lướt qua. Anh có vài nhận xét khi đọc xong. Thứ nhất, phần lớn các sách xuất bản về Cảnh sát An ninh đều từ cuối những năm 80. Tìm trên mạng Internet không có một thứ nào viết về đề tài này.

Thứ hai, xem ra không có một tổng quát nào dựa trên cơ sở rõ ràng về các hoạt động xưa nay của cảnh sát bí mật Thụy Điển. Có thể là vì nhiều tài liệu được đóng dấu Tối Mật, do đó không thể đụng tới nhưng hình như cũng không có bất cứ cơ quan duy nhất nào, nhà nghiên cứu hay thông tin đại chúng nào từng tiến hành một khảo nghiệm phê phán về Sapo.

Anh cũng để ý tới một điều lạ lùng nữa: không có tiểu sử trong bất cứ quyển sách nào Cortez tìm thấy. Mặt khác, các chú thích chân trang thường nhắc tới những bài đăng ở các báo buổi chiều, hay tới các cuộc phỏng vấn một vài người già đã về hưu của Sapo.

Quyển *Những lực lượng bí mật* hấp dẫn nhưng viết nhiều về thời gian trước và sau Đại chiến Thế giới thứ hai. Blomkvist coi hồi ký của P.G. Vinge như là thứ tuyên truyền, do một thủ lĩnh Sapo bị phê bình nặng nề và cuối cùng bị cách chức viết ra cốt để tự vệ. *Điệp viên tại chỗ* ở ngay chương đầu đã có rất nhiều thông tin không đúng về Thụy Điển nên anh quẳng luôn nó vào sọt giấy. Chỉ hai quyển có chút tham vọng thực sự muốn miêu tả công việc của Cảnh sát An ninh là *Đấu tranh quyền lực cho Sapo* và *Tình báo ở Thụy Điển*. Chúng có dữ liệu, tên tuổi và sơ đồ tổ chức. Anh thấy quyển của Magnusson đặc biệt đáng đọc. Dù không trả lời được các câu hỏi của anh nhưng nó cho ra một bản tường trình hay về Sapo với tư cách một cấu trúc cũng như về những bận tâm ban đầu của tổ chức này trong suốt vài thập niên.

Ngạc nhiên lớn nhất là *Nhiệm vụ được trao* của Lidbom, quyển này mô tả các vấn đề mà vị cựu Đại sứ Thụy Điển tại Pháp đã gặp phải khi ông được giao việc xem xét Sapo sau vụ ám sát Palme và vụ Ebbe Carlsson*. Trước đó chưa đọc cái gì của Lidbom, Blomkvist đã sửng sốt với giọng văn chua cay pha lẫn những nhận xét sắc sảo. Nhưng ngay cả sách của Lidbom cũng không mang Blomkvist đến gần hơn với câu trả lời cho những điều anh muốn biết dù anh đã bắt đầu có ý niệm về cái mà anh đang bận bịu chống lại.

Anh mở di động gọi Cortez.

- Chào Henry. Cảm ơn hôm qua đã phải bỏ công ra chạy.

- Nay anh cần gì đây?

- Lại mất công chạy tí ti nữa.

- Blomkvist, tôi ghét phải nói cái này ra, nhưng hôm nay tôi có việc rồi.

---

* Mùa thu năm 1987, do vụ ám sát Olof Palme thúc ép, Thủ tướng **Ingvar Carlsson** đã mở một cuộc điều tra vào các thể thức hoạt động của Cảnh sát An ninh Thụy Điển (Sapo). Carl Lidbom, lúc ấy là Đại sứ Thụy Điển ở Pháp, đã được trao nhiệm vụ chỉ đạo cuộc điều tra. Một trong những chỗ quen biết của ông, Nhà xuất bản **Ebbe Carlsson**, tin chắc rằng tổ chức PKK của người Kuốc có dính líu đến vụ ám sát nên đã cung cấp tài lực để mở một cuộc điều tra tư nhân. Vụ Ebbe Carlsson nổ ra thành một tai tiếng chính trị lớn năm 1988, khi người ta tiết lộ rằng nhà xuất bản này đã được Anna-Greta Leijon, lúc ấy là Bộ trưởng Tư pháp bí mật ủng hộ. Sau đó bà đã bị buộc phải từ chức.

- Tiến bộ nghề nghiệp gớm đấy.

- Anh muốn cái gì?

- Nhiều năm nay đã có một số báo cáo công khai về Sapo. Carl Lidbom đã làm một cái. Chắc còn có vài ba cái tương tự.

- Tôi hiểu.

- Anh đặt mua mọi cái anh tìm thấy được về nghị viện: ngân sách, báo cáo công khai, chất vấn Chính phủ, đại loại thế. Và cố tìm lấy các báo cáo hàng năm của Sapo càng xa về trước càng tốt.

- Vâng, thưa thầy.

- Anh bạn là con người tốt đấy. À còn, Henry...

- Vâng?

- Mai tôi mới cần đến đấy nhá.

Salander cả ngày nghiền ngẫm về Zalachenko. Cô biết hắn chỉ ở cách có hai cửa phòng, cô biết ban đêm hắn chống nạng lang thang trong hành lang và lúc 3 giờ 10 sáng nay hắn đã đến phòng cô.

Cô đã lần theo hắn tới Gosseberga với ý định trọn vẹn là giết hắn. Cô đã thất bại, kết quả là Zalachenko vẫn sống và đang rúc trên giường chỉ cách cô có mười mét. Mà cô thì đang khốn khó. Cô không thể nói rõ tình hình xấu thế nào nhưng cô cho rằng mình cần phải trốn đi và bí mật biến ra nước ngoài nếu không muốn có cơ lại bị giam vào một cái nhà thương điên nào đó với tên giám hộ là Teleborian. Vấn đề bây giờ là cô khó lòng ngồi thẳng được ở trên giường. Cô nhận thấy sức khỏe không khá lên. Vẫn đau đầu, có khác là đau từng đợt chứ không liên miên. Vai trái có đỡ đau một ít nhưng hễ cô cố cử động thì nó lại đau.

Cô nghe tiếng chân đi ngoài cửa, thấy cô y tá mở cửa cho một người phụ nữ mặc quần đen, áo sơ mi trắng và jacket thẫm màu đi vào. Chị ta xinh xắn, thanh mảnh, tóc đen để kiểu con trai. Ở chị toát ra một sự tin cậy trong sáng. Chị mang một cặp đen. Salander nhận thấy ngay mắt chị giống mắt Blomkvist.

- Chào, Lisbeth, tôi là Annika Giannini, - chị nói. - Tôi vào được chứ?

Salander thản nhiên quan sát chị. Rất thình lình không muốn gặp em gái Blomkvist chút nào, cô tiếc là đã nhận chị ta làm luật sư.

Annika đi vào, đóng cửa lại, kéo một chiếc ghế. Chị ngồi đó đôi lát, nhìn thân chủ của mình.

Cô gái nom vẻ đáng sợ. Đầu quấn kín băng. Có những vết tím bầm ở quanh đôi mắt đỏ ngầu.

- Trước khi chúng ta bắt đầu bàn chuyện, tôi cần biết cô có thực sự muốn tôi làm luật sư của cô hay không. Thông thường tôi liên quan đến các vụ án dân sự, thay mặt cho các nạn nhân bị cưỡng hiếp hay bạo hành gia đình. Tôi không phải là luật sư hình sự. Nhưng tôi có nghiên cứu các chi tiết về vụ của cô và tôi rất muốn thay mặt cô nếu được. Tôi cũng nên nói với cô rằng Mikael Blomkvist là anh trai tôi - tôi nghĩ là cô biết như thế - và anh ấy cùng Dragan Armansky trả tiền thuê tôi cho cô.

Chị ngừng lại nhưng khi không được trả lời thì nói tiếp.

- Nếu cô muốn tôi làm luật sư cho cô thì tôi sẽ làm việc vì cô. Không phải vì anh tôi hay vì Armansky. Tôi cũng cần nói với cô rằng ở bất cứ phiên tòa nào tôi cũng sẽ nhận được lời khuyên và sự giúp đỡ của Holger Palmgren, người giám hộ cô trước kia. Ông ấy là một ông lão rắn đấy, ông ấy đã lê ra khỏi giường bệnh để đến giúp cô.

- Palmgren?

- Vâng.

- Chị đã gặp ông ấy rồi?

- Rồi.

- Ông ấy sao?

- Ông ấy giận điên lên nhưng lạ là ông ấy không có vẻ lo lắng cho cô chút nào cả.

Salander cười lệch miệng. Đây là lần đầu tiên cô cười ở bệnh viện Sahlgrenska.

- Cô cảm thấy thế nào?

- Như một cái bọc cứt ấy.

- Vậy cô có muốn tôi làm luật sư cho không? Armansky và Mikael đã trả tiền cho tôi và...

- Không.

- Cô nói không là nghĩa sao?

- Tôi tự trả. Tôi không lấy một đồng nào của Armansky hay Blomkvist. Nhưng chưa vào Internet được thì tôi chưa trả ngay được.

- Tôi hiểu. Chúng ta sẽ giải quyết vấn đề này khi nào nó đến. Muốn gì thì Nhà nước cũng trả cho tôi phần lớn lương rồi. Nhưng cô có muốn tôi đại diện cho cô không?

Salander gật đầu cụt lủn.

- Tốt. Vậy tôi bắt đầu bằng việc đưa cho cô một bức thư của Mikael. Nó có vẻ bí ẩn nhưng anh ấy bảo cô hiểu được những điều viết trong thư.

- Hả?

- Anh ấy muốn cô biết là anh ấy đã nói với tôi phần lớn câu chuyện trừ một ít chi tiết, trong đó cái đầu tiên có liên quan đến các tài năng của cô mà anh ấy phát hiện ra ở Hedestad.

Anh ấy biết mình có trí nhớ máy ảnh và mình là kẻ đột nhập máy tính. Anh ấy giữ im lặng chỗ này.

- OK.

- Một cái nữa là một đĩa DVD. Tôi không biết anh ấy gợi đến điều gì nhưng anh ấy khăng khăng là cô tự quyết định lấy việc cô có nói với tôi hay không. Cô biết anh ấy gợi đến điều gì không?

Cảnh Bjurman hiếp mình.

- Vâng.

- Thế thì tốt. - Thình lình Giannini ngập ngừng. - Tôi có một chút phật ý với ông anh. Anh ấy thuê tôi nhưng anh ấy chỉ nói với tôi những gì anh ấy thích nói. Cô cũng có ý định giấu tôi phải không?

- Tôi không biết. Chúng ta có thể để chuyện này lại sau không? - Salander nói.

- Chắc chắn rồi. Chúng ta sẽ còn nói với nhau khá nhiều đấy. Bây giờ chúng ta không có thì giờ để trò chuyện lâu - bốn mươi lăm phút nữa, tôi còn phải gặp công tố viên Jervas. Tôi chỉ muốn xác nhận rằng cô thực sự muốn tôi làm luật sư cho cô. Nhưng có một việc nữa tôi cần nói với cô.

- Vâng?

- Là thế này: nếu không có mặt tôi thì cô không được nói một câu nào hết với cảnh sát, bất chấp họ hỏi gì cô. Thậm chí cả khi họ khiêu khích hay kết tội cô cái này cái nọ... Cô hứa được chứ?

- Tôi có thể làm được.

Sau mọi gắng sức hôm thứ Hai, Gullberg hoàn toàn kiệt lực. 9 giờ sáng thứ Ba ông mới dậy, muộn hơn thường lệ bốn tiếng. Ông vào buồng tắm đánh răng và tắm. Ông đứng một lúc lâu nhìn vào mặt mình ở trong gương rồi tắt đèn, đi ra mặc quần áo. Ông lấy chiếc sơ mi duy nhất sạch ông để trong cái va li nâu, thắt cà vạt nâu có hoa văn.

Ông xuống phòng điểm tâm của khách sạn gọi một tách cà phê đen và ăn một lát bánh mì nướng với phomát và một ít mứt phết lên trên. Ông uống một cốc nước khoáng.

Rồi ông ra gian sảnh khách sạn gọi vào di động của Clinton bằng điện thoại công cộng.

- Báo cáo tình hình.

- Còn chưa xong.

- Fredrik, ông làm được không?

- Được, cũng như ngày xưa ấy mà. Nhưng von Rottinger vẫn không đi với chúng ta thì thật đáng xấu hổ. Ông ấy giỏi lên kế hoạch tác chiến hơn tôi.

- Giỏi như nhau thôi. Ông có thể thay đổi chỗ bất cứ lúc nào. Như đúng ra ông thường vẫn làm luôn đấy.

- Đây là một thứ linh cảm. Ông ấy luôn sắc bén hơn một ít.

- Bảo tôi đi, các ông tất cả đang làm gì rồi?

- Sandberg xuất sắc hơn chúng ta tưởng. Chúng ta có Martensson ở ngoài đến giúp rồi. Ông ta nói nhiều nhưng có ích. Chúng ta đã nghe trộm được điện thoại bàn và di động của Blomkvist. Hôm nay chúng ta sẽ lo đến điện thoại của Giannini và điện thoại ở tòa soạn *Millennium*. Chúng ta đang xem đến các bản thiết kế của mọi trụ sở và nhà ở liên quan. Hễ làm được xong là chúng ta sẽ lọt vào ngay.

- Việc đầu tiên là tìm xem các bản sao ở đâu...

- Cái này tôi làm rồi. Chúng ta gặp may không thể ngờ. Giannini gọi Blomkvist sáng nay. Mụ hỏi thực sự có bao nhiêu bản sao đang lưu hành thì quay ra thế nào chỉ một mình Blomkvist có một bản sao bản báo cáo nhưng lại đã gửi đến chỗ Bublanski.

- Tốt. Phải tranh thủ thời gian.

- Tôi biết. Nhưng cần cất gọn một mẻ vó. Nếu không nẫng cùng lúc tất cả các bản sao thì không ăn thua.

- Đúng.

- Hơi phức tạp một chút vì Giannini rời Goteborg sáng nay. Tôi đã cho một nhóm bên ngoài bám đuôi mụ. Họ hiện đang làm ra trò đây.

- Tốt. - Gullberg không thể nghĩ ra gì để nói nữa. - Cảm ơn, Fredrik, - cuối cùng ông nói.

- Tôi được vui mà. So với cứ ngồi quanh chờ một quả thận thì thú vị hơn nhiều.

Họ chào từ biệt. Gullberg trả tiền khách sạn, ra phố. Quả bóng đang lăn. Nay chính là việc vẽ nên các chuyển động.

Ông bắt đầu đi bộ đến khách sạn Đại lộ Công viên và xin dùng máy fax tại đó. Ông không muốn dùng máy fax ở khách sạn ông đang ở. Ông fax các bản sao của những bức thư ông viết hôm qua. Rồi ông ra đường Avenyn kiếm taxi. Ông dừng lại ở một thùng rác, xé bản sao của các bức thư.

Giannini gặp công tố viên Jervas mười lăm phút. Chị muốn biết bà có ý định khép Salander vào những tội gì nhưng chị sớm nhận thấy Jervas cũng chưa chắc chắn với kế hoạch của mình.

- Ngay hiện nay thì tôi khép vào tội xâm phạm nghiêm trọng thân thể hay mưu toan ám sát. Ý tôi muốn nói đến việc Salander đánh ông bố bằng cái búa rìu. Tôi hiểu là bà sẽ bào chữa cho bên bị?

- Có thể.

- Nói thật với bà, lúc này Niedermann là hạng mục ưu tiên của tôi.

- Tôi hiểu.

- Tôi đã liên hệ với Tổng Công tố viên. Đang thảo luận tiếp xem có nên cộp mọi sự luận tội đối với thân chủ của bà vào quyền hạn phán xử của một công tố viên ở Stockholm rồi gói chúng vào với những chuyện đã xảy ra ở đây hay không.

- Tôi cho là vụ án sẽ do Stockholm nắm, - Giannini nói.

- Tốt. Nhưng tôi cần một dịp hỏi han cô gái. Lúc nào được?

- Tôi có báo cáo của bác sĩ chăm sóc cô ấy, Anders Jonasson. Ông ấy nói Salander chưa đủ điều kiện tham gia một cuộc phỏng vấn trong vài ngày tới. Ngoài các vết thương, cô ấy còn đang uống thuốc giảm đau mạnh.

- Tôi cũng nhận được báo cáo tương tự và chắc bà cũng nhận ra, việc này thật đáng nản. Tôi nhắc lại, ưu tiên của tôi là Niedermann. Thân chủ của bà nói không biết hắn ẩn náu ở đâu.

- Cô ấy không biết gì hết về Niedermann cả. Tình cờ cô ấy nhận ra hắn rồi dò theo hắn xuống tới Gosseberga, trang trại của Zalachenko.

- Khi nào thân chủ của bà đủ khỏe mạnh để cho chúng tôi phỏng vấn, chúng ta sẽ lại gặp nhau, - Jervas nói.

Gullberg cầm một bó hoa bước vào thang máy bệnh viện Sahlgrenska cùng lúc với một người phụ nữ tóc ngắn mặc jacket đen. Ông giữ cửa thang máy cho chị đi ra trước tới bàn tiếp tân của phòng bệnh.

- Tôi là Annika Giannini. Tôi là luật sư và tôi muốn gặp lại thân chủ của tôi, Lisbeth Salander.

Rất thong thả Gullberg quay đầu lại ngạc nhiên nhìn người phụ nữ ông vừa theo ra khỏi thang máy. Ông liếc xuống chiếc cặp của chị trong khi cô y tá kiểm tra thẻ căn cước của Giannini và xem một danh sách.

- Buồng mười hai, - cô y tá nói.

- Cảm ơn. Tôi biết đường. - Chị ta đi xuôi xuống hành lang.

- Tôi có thể giúp ông gì không?

- Cảm ơn, có ạ. Tôi muốn để ít hoa này cho Karl Axel Bodin.

- Ông ấy không được phép tiếp khách.

- Tôi biết. Tôi chỉ đưa ít hoa thôi.

- Chúng tôi sẽ đưa hộ ông.

Gullberg mang hoa chính là để có cớ. Hắn muốn có một ý niệm về phòng bệnh bố trí ra sao. Ông cảm ơn cô y tá rồi theo biển chỉ dẫn đến cầu thang. Trên đường, ông đi qua buồng Zalachenko, buồng mười bốn theo lời Jonas Sandberg.

Ông chờ ở lòng giếng cầu thang. Qua một khung kính cửa, ông trông thấy cô y tá cầm bó hoa đi vào buồng Zalachenko. Khi cô quay về chỗ các y tá, Gullberg đẩy mở cửa buồng mười bốn ra, nhào vội vào trong.

- Chào, Alexander, - ông nói.

Zalachenko ngạc nhiên nhìn người khách không được báo trước.

- Tôi tưởng nay thì ông chết rồi chứ lại? - Hắn nói.

- Chưa hẳn.

- Ông muốn gì?

- Ông nghĩ sao?

Gullberg kéo ghế đến ngồi xuống.

- Chắc để xem tôi chết.

- À, là để nhớ ơn ông. Sao ông lại có thể ngu ghê đến như vậy? Chúng tôi cho ông cả một cuộc sống mới toanh, thế mà ông lại kết thúc ở đây.

Nếu cười phá lên được Zalachenko đã cười. Zalachenko vẫn nghĩ Cảnh sát An ninh Thụy Điển là những gã nghiệp dư. Nói thế cho cả Gullberg lẫn Bjorck. Không thèm kể cha Bjurman hoàn toàn ngu xuẩn kia.

- Một lần nữa chúng tôi lại phải kéo ông từ trong hỏa ngục ra.

Câu này không trúng lắm với Zalachenko, đã có lần là nạn nhân của một vụ đánh bom xăng - của đứa con gái chết rấp ở cách hắn hai buồng bên dưới hành lang.

- Miễn lên lớp cho tôi đi. Hãy đưa tôi ra khỏi nồi bát nháo này.

- Đó là điều tôi muốn nói với ông đấy.

Gullberg đặt cặp lên lòng, lấy ra một quyển sổ tay, giở đến một trang trắng. Rồi ông nhìn lâu, dò xét Zalachenko.

- Có một điều tôi tò mò... có thật là sau mọi việc chúng tôi làm cho ông thì ông lại đi phản lại chúng tôi không?

- Ông nghĩ gì thế?

- Cái này tùy vào mức độ ông điên rồ đến đâu.

- Đừng bảo tôi điên. Tôi là một kẻ sống sót. Tôi phải làm cái gì nó khiến tôi sống sót.

Gullberg lắc đầu.

- Không, Alexander, ông làm cái mà ông làm vì ông là kẻ xấu xa, thối nát. Ông muốn một thông điệp của Bộ phận. Tôi đến để đưa nó cho ông đây. Lần này chúng tôi sẽ không giơ một ngón tay nào lên giúp ông đâu.

Thình lình nom Zalachenko có vẻ dao động. Hắn quan sát Gullberg, cố hình dung xem đây có phải là một trò bịp trợ gì không.

- Ông không có lựa chọn, - hắn nói.

- Luôn có cái để chọn, - Gullberg nói.

- Tôi sắp...

- Ông sắp chẳng phải làm cái gì nữa rồi[i].

Gullberg thở sâu một hơi, kéo mở khóa túi bên ngoài chiếc va li, lấy ra một khẩu Smith &Wesson 9 ly nòng mạ vàng. Khẩu này ông nhận của Sở Tình báo Anh hai mươi lăm năm trước như là quà tặng vì một mẩu tin vô giá: tên tuổi của viên sĩ quan văn thư ở MI 5, một Philby[1] thứ hai làm việc cho Nga.

Zalachenko nom vẻ sửng sốt. Rồi hắn bật cười.

- Thế rồi ông làm gì tôi bằng cái của này? Bắn ư? Ông sẽ ngồi tù cho hết cái đời thảm hại của ông.

- Tôi không nghĩ thế.

Thình lình Zalachenko thấy không chắc là Gullberg đang trợ.

- Sẽ là một vụ xì căng đan quy mô đồ sộ đấy.

---

[1] Kim Philby (1912 - 1988): điệp viên người Anh, đã cung cấp nhiều thông tin bí mật của Anh cho Liên Xô. Ông ta là thành viên của một nhóm có tên là "Gián điệp Cambridge", và là người thứ ba trong nhóm ởị phát hiện, sau Guy Burgess và Donald Maclean. Sau khi bị phát hiện, ba người này đều trốn sang Liên Xô và trở thành công dân Xô viết.

- Tôi cũng lại không nghĩ như thế. Sẽ có vài tít báo rồi một tuần sau là chả còn ai nhớ đến tên Zalachenko.

Zalachenko nheo mắt lại.

- Mày là đồ con lợn bẩn thỉu, - Gullberg nói, giọng lạnh ngắt khiến Zalachenko cứng người lại.

Gullberg bóp cò, đặt viên đạn vào giữa trán Zalachenko đúng lúc hắn bắt đầu quăng chiếc chân giả sang bên kia giường. Zalachenko vật ngửa ra trên gối. Cái chân lành của hắn đá năm, sáu cú rồi hắn bất động. Gullberg nhìn thấy hình một bông hoa đỏ ướt in lên trên tường sau đầu giường. Ông nhận thấy tai mình nghe o o sau tiếng súng, ông lấy tay không cầm súng xoa xoa tai bên trái. Rồi ông đứng lên, đặt mũi súng vào thái dương Zalachenko, bóp cò hai lần. Ông muốn cầm chắc thằng chó đẻ lần này chết thực sự.

Salander ngồi bật dậy lúc nghe thấy tiếng súng đầu tiên. Vai cô nhói lên đau. Khi súng nổ thêm hai tiếng, cô cố đưa hai chân qua bên kia tường.

Giannini vừa ở đây được ít phút. Chị ngồi cứng người lại, cố nhận ra tiếng súng nổ ở hướng nào. Qua phản ứng của Salander, chị có thể nói một cái gì nguy hiểm chết người sắp sửa xảy ra.

- Nằm im, - chị hét. Để tay lên ngực Salander, chị đè cô gái xuống giường.

Rồi Giannini đi qua gian buồng, kéo cửa mở ra. Chị trông thấy hai cô y tá chạy đến một gian buồng ở cách đây hai cửa. Cô thứ nhất đứng sững ở ngưỡng cửa. "Ô, đừng!", cô kêu thất thanh, lùi lại sau một bước, xô vào cô thứ hai.

- Hắn có súng. Chạy đi!

Giannini thấy hai cô y tá chạy ẩn vào trong gian buồng cạnh buồng Salander.

Sau đó chị trông thấy một người gầy, tóc hoa râm, mặc jacket kẻ carô, đi vào hành lang. Hắn cầm một khẩu súng. Anika nhận ra đó là người đàn ông đi thang máy lên cùng với chị.

Rồi họ nhìn thấy nhau. Hắn có vẻ bối rối. Nhằm súng vào chị, hắn sấn lên một bước. Chị rụt đầu lại, đóng cửa, thất vọng nhìn quanh. Ngay cạnh chị là cái bàn của y tá. Chị đẩy nó lăn nhanh đến cửa rồi chẹn mặt bàn vào bên dưới tay nắm cửa.

Nghe thấy tiếng động đậy, chị quay lại thấy Salander đang lại bắt đầu trèo ra khỏi giường. Rất nhanh chị nhào qua buồng, ôm lấy cô gái nhấc lên. Chị làm tuột các điện cực và các ống truyền khi mang cô gái vào trong buồng tắm, cho ngồi lên nắp bồn cầu. Rồi chị quay lại khóa cửa buồng tắm. Chị moi di động trong túi áo jacket ra, bấm số 112.

Gullberg đến buồng Salander, vặn tay nắm cửa. Nó bị chẹn. Ông không thể xoay nổi một li.

Ông đứng một lúc phân vân ngoài cửa. Biết luật sư Giannini ở bên trong, ông đoán không chừng bản báo cáo của Bjorck lại ở trong cặp của chị ta cũng nên. Nhưng ông không thể nào vào được trong buồng, và ông cũng không có sức phá cửa.

Dù sao thì chuyện này cũng không nằm trong kế hoạch. Clinton sẽ quản Giannini. Việc duy nhất của Gullberg là Zalachenko.

Nhìn quanh trong hành lang ông thấy các y tá, bệnh nhân và khách thăm đang chăm chăm theo dõi ông. Ông giơ súng bắn vào bức tranh treo trên tường ở cuối hành lang. Các khán giả của ông vụt biến mất như có phép thần.

Ông liếc lần cuối cùng vào cửa buồng Salander. Rồi ông dứt khoát quay về buồng Zalachenko, đóng cửa lại. Ông ngồi lên ghế dành cho khách đến thăm, nhìn kẻ đào ngũ người Nga trong rất nhiều tháng năm đã từng là một phần khăng khít với đời sống của ông.

Gullberg ngồi im lặng trong vòng mười phút rồi nghe thấy tiếng đi lại trong hành lang và ông biết rằng cảnh sát đã đến. Lúc này ông chẳng còn nghĩ đến một cái gì cụ thể nữa.

Rồi ông giơ súng lên lần cuối cùng, đặt nó vào thái dương, bóp cò.

Diễn biến tiếp theo cho thấy rõ ràng rằng một mưu toan tự sát ngay giữa bệnh viện là chuyện dớ dẩn. Người ta đã hết sức nhanh chóng đưa Gullberg đến bộ phận xử lý chấn thương của bệnh viện, ở đây bác sĩ Anders Jonasson đã đón nhận ông và lập tức cho mở ra một giàn biện pháp để gìn giữ các chức năng sinh tồn của ông.

Lần thứ hai trong một tuần, Jonasson tiến hành phẫu thuật cấp cứu moi lấy một viên đạn bọc bằng toàn kim loại ra khỏi mô não người. Sau năm tiếng đồng hồ mổ xẻ, tình hình Gullberg là nghiêm trọng nhưng ông vẫn sống.

Song các vết thương của Gullberg nặng hơn nhiều so với Salander. Trong nhiều ngày, ông chờn vờn lơ lửng giữa cái sống và cái chết.

Blomkvist đang ở quán Kaffebar trên đường Hornsgatan thì nghe qua truyền thanh thấy một người đàn ông sáu mươi sáu tuổi, không biết tên, bị nghi là có âm mưu giết kẻ trốn chạy Lisbeth Salander, đã bị bắn chết tại bệnh viện ở Goteborg. Anh bỏ tách cà phê chưa hề nhấp ngụm nào, nhặt máy tính, vội chạy tới tòa soạn trên đường Gotgatan. Đã qua đường Mariatorget, vừa rẽ lên St Paulsgatan thì anh nghe di động reo.

Anh vừa chạy vừa trả lời.

- Blomkvist.

- Chào, Malin đây.

- Tôi nghe thấy tin rồi. Cô có biết đứa giết người là ai không?

- Chưa. Henry đang săn tin.

- Tôi trên đường về báo đây. Năm phút nữa sẽ ở đấy.

Blomkvist đâm nhào vào Cortez ở cửa tòa báo *Millennium*.

- Ekstrom sẽ họp báo lúc 3 giờ chiều, - Cortez nói. - Tôi đến Kungsholmen đây.

- Chúng ta biết đến đâu rồi?

- Hỏi Malin ấy, - Cortez nói rồi đi.

Blomkvist đi thẳng đến buồng Berger, nhầm rồi..., buồng của Eriksson. Cô đang nghe điện thoại và viết hung hãn lên một tập giấy màu vàng quảng cáo của Bưu điện. Cô hẩy tay bảo anh đi ra. Blomkvist vào căn bếp nhỏ rót cà phê sữa vào hai cốc vại có in logo của đảng Dân chủ Thiên chúa và đảng Xã hội. Anh quay lại thì cô vừa xong bữa chuyện điện thoại. Anh cho cô cốc của đảng Xã hội.

- Đúng, - cô nói. - Zalachenko bị bắn chết lúc 1 giờ 15. - Cô nhìn Blomkvist. - Em vừa nói chuyện với một cô y tá ở Sahlgrenska. Cô ấy nói hung thủ là một người đàn ông trạc bảy chục tuổi, mang hoa đến cho Zalachenko mấy phút trước khi gây án. Hắn bắn mấy phát vào đầu Zalachenko rồi tự bắn mình. Zalachenko chết. Hung thủ còn sống và đang được phẫu thuật.

Blomkvist thở dễ dàng hơn. Từ lúc nghe tin ở Kaffebar, tim gan anh đã thắt lại, hoảng loạn cảm thấy Salander có thể là hung thủ. Chuyện đó thật sự sẽ làm cho công việc vô cùng khó khăn.

- Chúng ta có tên của người tấn công chưa?

Eriksson lắc đầu khi điện thoại lại réo. Cô cầm máy, qua câu chuyện Blomkvist biết được rằng đó là một phóng viên ở Goteborg mà Eriksson cử đến Sahlgrenska. Anh về văn phòng mình ngồi xuống.

Cảm thấy tựa hồ đã hàng tuần rồi anh chưa đến văn phòng của mình. Có một chồng thư bưu điện mà anh dứt khoát quăng ra một bên không mở. Anh gọi em gái.

- Giannini đây.

- Anh đây. Em có nghe thấy xảy ra chuyện gì ở Sahlgrenska không?

- Anh có thể nói được là có đấy.

- Em ở đâu?

- Ở bệnh viện. Thằng khốn nạn cũng nhằm vào em.

Blomkvist ngồi ớ ra không nói một lúc, rồi anh nắm được đầy đủ ý em gái anh.

- Sao mà *kỳ cục*... thế em ở đấy à?

- Vâng. Lần đầu tiên em gặp chuyện kinh hoàng đến thế.

- Em có bị thương không?

- Không. Nhưng hắn định vào buồng Salander. Em chặn cửa lại rồi cả hai vào buồng tắm khóa lại.

Toàn bộ thế giới của Blomkvist thình lình như nghiêng ngả tròng trành. *Em gái anh gần như...*

- Cô ấy sao? - Anh nói.

- Không sao. Hay em muốn nói ít nhất cô ấy không bị thương trong tấn thảm kịch hôm nay.

Anh để cho câu nói thấm vào mình.

- Annika, về toàn bộ vụ giết người này em có biết một tí gì đó không?

- Không tí teo nào. Hắn là người có tuổi, ăn mặc sạch sẽ gọn gàng. Em nghĩ hắn nom khá là lúng túng. Em chưa thấy hắn trước đó bao giờ nhưng em cùng đi thang máy lên gác với hắn một ít phút trước khi xảy ra mọi chuyện.

- Và Zalachenko thì chết, chắc chắn?

- Vâng. Em nghe thấy ba phát súng và theo như lời em nghe lỏm được thì cả ba phát đều vào đầu. Nhưng với một nghìn cảnh sát và họ lại sơ tán một phòng bệnh cho những bệnh nhân nặng và bị thương thực sự cần phải chuyển đi nên chỗ ấy cứ rối tung hết cả lên. Cảnh sát đến, một người đã toan hỏi Lisbeth, chả bận tâm gì xem cô ấy có bị làm sao không. Em phải đọc cho họ Luật cấm tụ họp gây náo loạn.

Erlander trông thấy Giannini ở cửa buồng Salander. Cô luật sư có di động áp ở tai cho nên ông chờ cô nói xong.

Hai giờ sau vụ án mạng, trong hành lang vẫn nháo nhác. Đã niêm phong buồng Zalachenko. Các bác sĩ đã cố cấp cứu cho hắn ngay sau vụ bắn nhưng sớm đành bỏ cuộc. Xác Zalachenko được đưa đến cho bác sĩ bệnh học và cuộc điều tra hiện trường vụ án liền được tiến hành tốt nhất như hoàn cảnh cho phép.

Di động của Erlander kêu. Là Fredrik Malmberg ở nhóm điều tra.

- Chúng tôi đã có một thẻ căn cước xác thực ở trên người hung thủ, - Malmberg nói. - Tên ông ta là Evert Gullberg, bảy mươi tám tuổi.

Bảy mươi tám. Một kẻ giết người thế là khá đây.

- Thế Evert Gullberg là cái quỷ gì cơ chứ?

- Về hưu. Sống ở Laholm. Có vẻ là một luật sư về thuế. Tôi được SIS gọi nói họ vừa mở một cuộc điều tra sơ bộ chống lại ông ta.

- Khi nào và tại sao?

- Tôi không biết khi nào. Nhưng có vẻ ông ta hay gửi thư điên rồ và đe dọa đến những người trong Chính phủ.

- Như ai?

- Bộ trưởng Tư pháp là một.

Erlander thở dài. Vậy là một cha điên. Một cha cuồng tín.

- Sáng nay các báo gọi đến Sapo nói họ nhận được thư của Gullberg. Bộ trưởng Tư pháp cũng gọi vì Gullberg đã đặc biệt có lời đe giết Karl Axel Bodin.

- Tôi muốn có các thư ấy.

- Của Sapo?

- Ừ, mẹ kiếp. Đi xe lên Stockholm và nhót đích thân họ đến đây nếu cần. Tôi muốn họ ở bàn giấy của tôi khi tôi ở Ban chỉ huy cao cấp về. Sẽ là vào khoảng một tiếng nữa.

Ông nghĩ một lúc rồi hỏi câu thứ hai.

- Sapo gọi ông đấy phải không?

- Tôi đã nói với ông thế còn gì.

- Ý tôi là... họ gọi ông và ông không gọi lại họ.

- Đúng.

Erlander tắt di động.

Ông nghĩ cái quái gì đã ám nhập vào Sapo khiến họ thình lình lại cảm thấy cần phải liên hệ với cảnh sát - và tự nguyện. Thông thường đừng có mà hòng lấy được một mẩu lời nào của họ.

Wadensjoo hất tung cánh cửa đi vào trong buồng mà Clinton đang nghỉ ở Bộ phận. Clinton thận trọng ngồi thẳng lên.

- Đang xảy ra cái quái cái quỷ gì thế này đây? - Wadensjoo la rít lên. - Gullberg giết Zalachenko rồi tự bắn vào đầu.

- Tôi biết, - Clinton nói.

- Ông *biết*? - Wadensjoo hét. - Mặt ông đỏ gắt, nom tựa như ông sắp lên cơn đột quỵ. - Ông ta tự bắn mình, lạy Chúa. Ông ta toan tự sát. Ông ta điên mất rồi à?

- Ý ông nói là ông ấy còn sống?

- Lúc này, vâng, nhưng não tổn thương nặng.

Clinton thở dài.

- Xấu hổ quá, - ông nói, giọng thực sự đau buồn.

- *Xấu hổ* ư? Wadensjoo nổi đóa lên. - Gullberg là điên rồi. Ông không hiểu cái...

Clinton cắt lời ông.

- Gullberg bị ung thư dạ dày, ruột kết với bàng quang. Ông ấy ngắc ngoải mấy tháng nay rồi, tốt nhất cũng chỉ còn được có ít tháng.

- Ung thư?

- Sáu tháng qua ông ấy mang súng theo, quyết tâm dùng khi nào đau không thể chịu nổi nữa, trước khi vì bệnh hoạn mà ông ấy quay ra sống cái đời thực vật. Nhưng ông ấy có khả năng thực hiện một đặc ân cho Bộ phận. Ông ấy ra đi hết sức đàng hoàng.

Wadensjoo gần như quýnh qua quýnh quáng.

- Ông *đã biết* thế? Ông đã biết là ông ta sẽ giết Zalachenko?

- Dĩ nhiên. Nhiệm vụ của ông ấy là cầm chắc Zalachenko không còn có cơ hội nào nói ra được. Ông biết đấy, con người này là không thể lý sự hay đe dọa nổi hắn đâu mà.

- Nhưng ông không biết chuyện này rồi sẽ hóa thành một vụ tai tiếng như thế nào ư? Hay ông cũng chập cheng như Gullberg nốt rồi.

Clinton lò dò đứng lên. Ông nhìn vào mắt Wadensjoo rồi chìa ra một tập các bản fax.

- Đây là một quyết định có tính tác chiến. Tôi để tang bạn tôi nhưng chắc tôi cũng theo ông ấy khá sớm sủa thôi. Chừng nào nổ ra tai tiếng thì đây... Một luật sư thuế về hưu viết những bức thư loạn trí cho báo chí, cảnh sát và Bộ Tư pháp. Đây là một bản. Gullberg trách móc Zalachenko đủ mọi chuyện, từ ám sát Palme đến định đầu độc dân Thụy Điển bằng clo. Những thư này là do một anh dở người viết, có những chỗ đọc không hiểu, viết bằng chữ hoa, gạch dưới và những dấu chấm than. Tôi đặc biệt thích các chỗ ông ấy viết ở ngoài lề.

Wadensjoo càng đọc các bức thư càng ngạc nhiên. Ông đưa một tay lên trán.

Clinton nói:

- Có xảy ra bất cứ việc gì thì cái chết của Zalachenko cũng chả dính dáng tí nào đến Bộ phận. Chỉ là một cha ăn trợ cấp nào đó khùng điên lên nổ súng bắn mà thôi.

Ông ngừng lại.

- Điều quan trọng là từ nay đã xuống thuyền cả rồi thì ông phải có một chương trình. Và đừng làm con thuyền bị tròng trành.

Ông chăm chú nhìn Wadensjoo. Trong con mắt người ốm yếu có chất gang chất thép.

- Điều ông cần hiểu là Bộ phận có chức năng giống như mũi dao nhọn của toàn bộ nền quốc phòng. Chúng ta là phòng tuyến cuối cùng của Thụy Điển. Nhiệm vụ của chúng ta là trông nom đến an ninh của đất nước này. Mọi cái khác đều chả quan trọng gì cả.

Wadensjoo ngờ vực nhìn Clinton.

- Chúng ta là những người không tồn tại, - Clinton nói tiếp. - Chúng ta là những người không một ai sẽ cảm ơn. Chúng ta là những người phải đưa ra những quyết định mà không ai khác muốn ra. Ít nhất là các nhà chính trị.

Giọng ông run lên bất bình khi nói tới những câu sau cùng này.

- Hãy làm như tôi nói và Bộ phận sẽ sống sót. Với những chuyện xảy ra, chúng ta phải dứt khoát và trông vào những biện pháp cứng rắn.

Wadensjoo cảm thấy càng hoảng loạn hơn.

Cortez mải mê ghi, cố lấy hết từng lời đã được nói ở diễn đàn tại văn phòng báo chí cảnh sát Kungsholmen. Công tố viên Ekstrom đã bắt đầu. Ông nói rõ rằng ông đã quyết định cuộc điều tra vụ giết người cảnh sát - do đó mà truy nã Ronald Niedermann - sẽ được đặt dưới quyền phán xử của công tố viên ở Goteborg. Còn lại việc điều tra liên quan Niedermann thì sẽ được trao cho bản thân Ekstrom. Niedermann là nghi can giết Dag Svensson và Mia Johansson. Không thấy nhắc tới luật sư Bjurman. Ekstrom cũng phải điều tra và luận tội Lisbeth Salander, cô gái bị nghi về một danh sách dài các vụ án.

Ông nói rõ là dưới ánh sáng các sự việc đã xảy ra ở Goteborg hôm ấy, kể cả việc bố của Salander, Karl Axel Bodin bị bắn chết, ông quyết định cho công khai thông tin ra. Lý do trước mắt triệu tập họp báo là ông muốn bác bỏ các tin đồn đang lưu hành trong giới truyền thông đại chúng. Bản thân ông đã nhận được nhiều cú điện thoại liên quan đến các tin đồn này.

- Căn cứ vào thông tin hiện có, tôi có thể nói với các bạn rằng con gái của Karl Axel Bodin, người đang bị giữ vì mưu toan giết bố, không có dính líu gì đến các sự việc sáng nay.

- Vậy hung thủ là ai? - Phóng viên của *Dagens Eko* hét lên.

- Người mà hồi 1 giờ 15 hôm nay bắn chết Karl Axel Bodin trước khi mưu toan tự sát hiện chưa được nhận diện ra. Ông ta là một ông già bảy mươi tám tuổi đang chữa chạy một căn bệnh ở vào giai đoạn cuối và các vấn đề tâm thần là có liên đới tới việc bắn kia.

- Ông ta có quan hệ gì với Lisbeth Salander không?

- Không. Ông này là một nhân vật bi kịch hành động rõ ràng chỉ có một mình, liên quan đến các ảo giác tâm thần phân lập. Cảnh sát An ninh vừa mới mở một cuộc điều tra về người này vì ông ta đã viết một số thư rõ ràng là không ổn đến các nhà chính trị và một số tên tuổi trong giới truyền thông đại chúng. Ngay mới sáng nay đây, báo chí và các cơ quan Chính phủ đã nhận được những bức thư trong đó ông ta đe giết Karl Axel Bodin.

- Tại sao cảnh sát không bảo vệ cho Bodin?

- Các thư nói đến tên Bodin chỉ mới được gửi đi đêm qua và đến tay người nhận đúng vào lúc xảy ra vụ giết người. Không có thời gian để hành động.

- Tên hung thủ là gì?

- Khi nào biết được họ hàng gần nhất của hắn chúng tôi mới công bố.

- Bối cảnh tung tích hắn ta như thế nào?

- Như tôi biết thì trước kia hắn làm kế toán và luật sư thuế. Đã về hưu mười lăm năm. Đang tiến hành điều tra nhưng như các bạn có thể đánh giá thấy từ các bức thư hắn gửi thì đây là một thảm kịch có thể ngăn ngừa được nếu trong xã hội có nhiều sự ủng hộ đỡ đần hơn.

- Hắn có đe dọa ai khác nữa không?

- Tôi được báo là có, đúng, nhưng tôi không có chi tiết nào để nói ra với các ông.

- Vụ này có liên quan gì tới vụ kết tội Salander không?

- Hiện thì không. Chúng tôi có lời khai của chính Karl Axel Bodin do cảnh sát đã thẩm vấn hắn đưa cho và chúng tôi có nhiều bằng chứng pháp y chống lại cô ta.

- Có gì ở các bản báo cáo mà Bodin cố phải giết con gái?

- Việc này đang được điều tra nhưng có những chỉ dấu rõ rệt cho thấy hắn đúng là mưu tính giết con gái thật. Như lúc này chúng tôi có thể xác định thì đây là một vụ đối kháng sâu sắc trong một gia đình bị tan vỡ bi thảm.

Cortez gãi tai. Anh để ý thấy các phóng viên khác cũng mải miết ghi như anh.

Gunnar Bjorck cảm thấy hoảng sợ gần như không nguôi được khi nghe tin về vụ bắn người ở bệnh viện Sahlgrenska. Hắn thấy đau dữ dội ở lưng. Phải mất một giờ hắn mới định thần lại được. Rồi hắn nhấc điện thoại thử gọi cho người bảo vệ hắn xưa kia ở Laholm. Không có trả lời.

Hắn nghe bản tin và nghe một tóm tắt những điều đã nói ở cuộc họp báo. Zalachenko đã bị một luật sư thuế bảy mươi tám tuổi bắn chết.

Chúa ơi, bảy mươi tám tuổi.

Hắn thử gọi lại Gullberg nhưng vẫn không trả lời.

Cuối cùng tâm trạng bất an thắng thế. Bjorck không thể ở lại căn nhà nghỉ mùa hè mà hắn mượn ở Smadalaro được nữa. Hắn cảm thấy bị phơi bày ra và mong manh. Hắn cần thời gian và nơi chốn để nghĩ. Hắn xếp dọn quần áo, thuốc giảm đau và túi quần áo giặt. Không muốn dùng điện thoại của mình, hắn cà nhắc vào buồng điện thoại ở một cửa hàng tạp hóa để gọi đến Landsort và đặt thuê một buồng trong trạm hoa tiêu của những con tàu cũ. Landsort là chốn tận cùng của thế giới, ít người sẽ đến tìm hắn. Hắn đặt thuê buồng trong hai tuần.

Hắn liếc đồng hồ. Cần phải gấp để cho kịp chuyến phà cuối cùng. Hắn quay về căn nhà nhanh theo chừng cái lưng đau của hắn cho phép. Hắn vào thẳng bếp xem máy pha cà phê đã rút điện chưa. Rồi hắn ra gian sảnh lấy ba lô. Hắn tình cờ nhìn vào phòng khách và liền đứng sững, ngạc nhiên.

Thoạt tiên hắn không nhận ra mình đang nhìn thấy gì.

Bằng một cách bí ẩn nào đó, cái đèn trần đã bị hạ xuống và đặt trên bàn cà phê. Thay vào chỗ cây đèn, một sợi dây thừng treo vào cái móc, ngay dưới đó là chiếc ghế đẩu thường vẫn để trong bếp.

Bjorck nhìn nút thòng lọng, ngẩn ra không hiểu.

Rồi hắn nghe thấy tiếng động ở sau lưng, đầu gối hắn liền khuỵu xuống.

Hắn từ từ quay lại.

Hai người đứng ở đó. Qua dáng dấp thì họ là người từ phía nam châu Âu. Hắn chẳng thiết phản ứng gì khi họ bình thản túm chặt lấy hai cánh tay hắn, nâng hắn lên khỏi đất rồi rinh hắn lên trên chiếc ghế đẩu. Hắn toan cưỡng lại thì thấy lưng đau như bị dao đâm. Hắn gần như tê liệt khi cảm thấy bị nhấc lên trên ghế đẩu.

Một người có biệt danh Falun và lúc trẻ từng là kẻ trộm đi cùng với Sandberg. Hắn cuối cùng có luyện lại tay nghề thợ khóa. Thoạt tiên hồi 1986 Hans von Rottinger mướn hắn cho Bộ phận khi đang có một vụ đánh dính đến việc bẻ khóa để lọt vào nhà một nhóm vô chính phủ. Sau đó cho tới giữa những năm 90, khi không còn cần đến loại việc bẻ khóa vào nhà này nhiều nữa, thỉnh thoảng người ta có mướn Falun. Sáng nay Clinton đã nối lại hợp đồng và giao cho Falun một nhiệm vụ. Falun sẽ làm một việc chỉ cần mất chừng mười phút mà được những 10.000 curon và miễn thuế. Đổi lại hắn thề sẽ không ăn cắp bất cứ thứ gì ở trong căn hộ là mục tiêu của vụ đột nhập. Dẫu sao Bộ phận cũng không phải là một xí nghiệp tội ác.

Falun không biết rõ Clinton đại diện cho lợi ích của ai, nhưng hắn cho là ở đấy có liên quan gì đó đến quân sự lính tráng. Hắn có đọc sách của Jan Guillou và không hỏi han gì. Nhưng sau rất nhiều năm nằm im xa cách ông chủ thuê hắn trước đây, nay được lên lại yên ngựa, hắn cảm thấy hay hay.

Việc của hắn là mở cửa nhà người khác. Hắn là chuyên gia phá khóa đột nhập. Dù thế đi nữa, hắn vẫn phải mất năm phút thì khóa căn hộ của Blomkvist mới bật ra. Rồi Falun chờ ở chiếu giữa trong khi Sandberg đến.

- Tôi vào rồi, - Sandberg nói vào bộ đàm.

- Tốt, - Clinton nói. - Cứ tà tà không vội. Thấy gì thì bảo tôi.

- Tôi đang ở gian sảnh với một cái tủ đứng và giá treo mũ ở bên phải. Buồng tắm bên trái. Ngoài ra chỉ có một buồng rộng, cỡ khoảng năm chục mét vuông. Có một căn bếp nhỏ thụt vào ở đằng đầu bên phải.

- Có bàn làm việc hay...

- Cha này hình như làm việc ở bàn bếp hay ngồi ở đi văng phòng khách... Khoan.

Clinton chờ.

- Được, đây rồi, một tập hồ sơ trên bàn bếp. Báo cáo của Bjorck ở trong đó. Xem vẻ là bản gốc vậy.

- Rất tốt. Còn gì hay hay ở trên bàn không?

- Sách. Hồi ký *Đấu tranh quyền lực cho Sapo* của P.G. Vinge. Bốn, năm quyển như thế nữa.

- Có máy tính không?

- Không.

- Két sắt?

- Không... không phải cái mà tôi trông thấy.

- Cứ tà tà hả. Xem kỹ từng phân trong căn hộ. Martensson báo cáo là Blomkvist vẫn ở tòa báo. Có mang găng tay chứ?

- Dĩ nhiên mà.

Erlander có nói chuyện với Giannini trong một quãng ngừng ngắn ngủi giữa lúc bên này hoặc bên kia, hoặc cả hai bên, phải trả lời di động của mình. Ông vào trong buồng Salander, giơ tay ra tự giới thiệu. Rồi ông chào Salander, hỏi cô cảm thấy trong người thế nào. Salander nhìn ông, thản nhiên không biểu cảm. Ông quay sang Giannini.

- Tôi cần hỏi vài câu.

- Được.

- Cô có thể nói với tôi chuyện gì đã xảy ra sáng nay không?

Giannini kể lại những điều chị đã nghe và nhìn thấy, cũng như chị đã phản ứng ra sao cho tới khi tự chặn nhốt mình và Salander lại trong buồng tắm. Erlander liếc Salander rồi quay lại với người luật sư của cô.

- Vậy là bà chắc chắn hắn đã tới tận cửa buồng này.

- Tôi nghe thấy hắn cố vặn tay nắm cửa.

- Và bà hoàn toàn chắc chắn là như thế? Khi sợ hay bị kích động thì người ta cũng dễ tưởng tượng ra các thứ đấy.

- Tôi rành rành nghe thấy hắn ở ngoài cửa. Hắn đã trông thấy tôi và còn chĩa súng vào tôi, hắn biết tôi đang ở trong buồng.

- Bà có lý do nào để tin rằng trước khi xảy ra chuyện này hắn đã lên kế hoạch bắn cả bà nữa không?

- Tôi sao mà biết được. Khi hắn nhằm vào tôi, tôi thụt ngay đầu vào và chẹn cửa lại.

- Như vậy là rất nhanh trí. Và bà còn khôn ngoan hơn, mang thân chủ vào trong buồng tắm. Các cái cửa này quá mỏng, đạn có thể ngon lành xuyên qua nếu như hắn bắn. Tôi đang cố hình dung liệu hắn có muốn bắn cá nhân bà không hay chỉ là phản ứng lại việc bà đang nhìn vào hắn. Bà là người ở gần hắn nhất trong hành lang mà.

- Không kể hai cô y tá nữa.

- Bà có cảm thấy là hắn biết bà hay có thể đã nhận ra bà không?

- Không, thực sự không.

- Có thể hắn đã nhận ra bà từ báo chí chăng? Bà được nói đến nhiều qua mấy vụ có tường thuật rộng rãi.

- Có lẽ, tôi không thể nói chắc được.

- Và trước đây bà chưa thấy hắn bao giờ?

- Tôi thấy hắn ở trong thang máy, đó là lần đầu tiên tôi thấy hắn.

- Tôi không biết việc đó. Bà đã nói chưa nhỉ?

- Chưa. Tôi vào thang máy cùng lúc với hắn. Tôi loáng thoáng thấy hắn chỉ trong chừng vài ba giây thôi. Một tay hắn cầm bó hoa, tay kia chiếc cặp.

- Bà có nhìn vào mắt hắn không?

- Không, hắn nhìn thẳng về đằng trước.

- Ai vào trước?

- Gần như cùng một lúc.

- Nom hắn có bối rối hay…

- Khó mà nói được là có hay không. Hắn vào thang máy và đứng hoàn toàn im lặng, cầm bó hoa.

- Tiếp theo là gì?

- Chúng tôi ra khỏi thang máy ở cùng tầng gác và tôi đến thăm thân chủ.

- Bà đến thẳng đây chứ?

- Vâng... không. Nghĩa là tôi đến quầy tiếp tân đưa thẻ căn cước. Công tố viên cấm thân chủ tôi tiếp khách.

- Người đàn ông kia lúc ấy ở đâu?

Giannini ngập ngừng.

- Tôi không chắc lắm. Hắn đi sau tôi, tôi nghĩ là thế. Không, khoan... hắn ra thang máy trước nhưng dừng lại giữ cửa cho tôi. Tôi không thể cam đoan nhưng tôi nghĩ hắn cũng ra quầy tiếp tân. Tôi chỉ là mau chân hơn hắn mà thôi. Nhưng các cô y tá chắc có biết.

Già, lịch sự và là hung thủ, Erlander nghĩ.

- Đúng, hắn có ra quầy tiếp tân, - ông xác nhận. - Hắn nói với cô y tá rồi để hoa lại ở quầy, theo lời chỉ dẫn của cô ấy. Nhưng bà không thấy điều đó.

- Tôi không nhớ được gì cả.

Erlander không hỏi nữa. Ông đang bị nỗi ngán ngẩm gậm nhấm. Trước kia từng có cảm giác này, ông đã luyện quen để hiểu rằng nó là một kiểu báo động do bản năng khơi dậy. Một cái gì đó đang vượt quá sức ông, một cái gì đó không đúng, không phải.

Hung thủ đã được nhận dạng là Evert Gullberg, nguyên kế toán và đôi khi làm cố vấn kinh doanh cũng như luật sư thuế. Một người đã vào tuổi thượng thọ. Một người mà Sapo vừa mở cuộc điều tra sơ bộ về ông ta vì ông ta là một lão hấp lìm đã viết những thư đe dọa đến các nhân vật nhà nước.

Bằng kinh nghiệm lâu ngày, Erlander biết là có nhiều dân hấp lìm quanh quẩn ở ngoài kia, một số người bị ám ảnh vì bệnh hoạn, lén bám theo những người nổi tiếng và tìm kiếm tình yêu bằng cách ẩn nấp trong những khu rừng gần các biệt thự của họ. Khi tình yêu không được đáp ứng - mà sao lại đòi thế được cơ chứ? - thì nhanh chóng biến ngay ra thành thù hận dữ dội. Có những người đeo bám lẳng nhẳng suốt từ Đức hay Ý, hết buổi diễn này đến buổi diễn khác, để đi theo một ca sĩ 21 tuổi trong một nhóm nhạc pop. Thế rồi đâm ra tuyệt vọng vì cô ta không làm gì để mở ra một quan hệ nào đó với họ. Có những cá nhân tính tình hung hãn cứ ôm lấy những bất công có thật hay tưởng tượng rồi đâm ra hành xử theo kiểu đe dọa. Có những người bị bệnh tâm thần, những nhà theo lý thuyết về âm mưu, những dân hấp lìm có năng khiếu đọc được các thông điệp mà thế giới người bình thường không thể thấy.

Có vô thiên lủng thí dụ về các cha khùng rồ thình lình từ huyễn tưởng nhảy sang hành động rồ dại kiểu này. Vụ ám sát Anna Lindh[*] chẳng phải chính là kết quả của một cơn xung động điên loạn đó sao?

Nhưng Erlander không thích cái ý nghĩ rằng một viên kế toán ốm đau, hoặc làm nghề gì bất cần biết, lại có thể la cà vào bệnh viện với một bó hoa trong tay này và khẩu súng ở tay kia. Hoặc, lạy Chúa, hắn lại có thể thủ tiêu một người đang là đối tượng điều tra của cảnh sát - cuộc điều tra *của chính Erlander*. Một người mà tên trong sổ đăng bạ của nhà nước là Karl Axel Bodin nhưng tên thật lại là Zalachenko,

---

[*] Anna Lindh là một nhà chính trị Xã hội Dân chủ Thụy Điển từng làm Bộ trưởng Ngoại giao từ 1998 cho đến lúc bị ám sát năm 2003. Bà được nhiều người coi như một trong những ứng viên kế tục Goran Persson làm lãnh tụ của Xã hội Dân chủ và Thủ tướng Thụy Điển. Những tuần cuối đời, bà dính líu sâu rộng vào chiến dịch ủng hộ đồng euro đi trước cuộc trưng cầu dân ý về đồng euro.

theo lời Blomkvist. Một thằng điệp viên Nga chó chết đào tẩu và một tên cướp nhà nghề.

Ít nhất Zalachenko cũng là một nhân chứng; nhưng trong trường hợp xấu nhất thì hắn đã dính ngập cổ vào một loạt vụ giết người. Erlander đã được cho phép làm hai cuộc thẩm vấn ngắn Zalachenko và chả có lần nào ông lại ngả nghiêng dao động trước những lời thanh minh vô tội của con người này.

Hung thủ cũng tỏ ra quan tâm đến Salander, hay ít nhất đến luật sư của cô ta. Hắn đã cố vào phòng cô gái.

Và rồi hắn đã toan tự sát. Theo các bác sĩ, hắn chắc đã thành công, dù cho cơ thể hắn vẫn chưa thu nạp được cái thông điệp báo rằng đã đến lúc nó cần phải đóng máy lại nghỉ. Xem vẻ nhiều phần Evert Gullberg sẽ bị đưa ra tòa.

Erlander không thích tình hình này, không thích trong một lát. Nhưng ông không có bằng chứng để nói rằng những phát súng của Evert Gullberg là nhằm một cái gì khác chứ không phải là những phát súng của một người điên. Cho nên ông quyết định chơi ăn chắc. Ông nhìn Giannini.

- Tôi đã quyết định chuyển Salander sang một phòng khác. Có một buồng ở trong hành lang nối với bên phải khu vực tiếp bệnh nhân, ở đấy tốt hơn về mặt an ninh. Nó trông thẳng vào quầy tiếp tân và phòng của các y tá. Không khách nào được phép vào như bà nữa. Trừ bác sĩ và y tá, không ai được vào buồng cô ấy mà không có giấy phép. Và tôi sẽ lo liệu để có một người gác suốt ngày đêm bên ngoài buồng cô ấy.

- Ông nghĩ là cô ấy đang gặp nguy hiểm ư?

- Tôi không biết cái gì cho thấy cô ấy đang gặp nguy hiểm. Nhưng tôi muốn chọn giải pháp an toàn.

Salander chăm chú nghe câu chuyện giữa luật sư của mình và kẻ thù của mình, một thành viên của lực lượng cảnh sát. Giannini trả lời rất chính xác và sáng suốt đã gây được ấn tượng với cô. Việc chị luật sư giữ được bình tĩnh mặc dù bị căng thẳng lại càng gây ấn tượng với cô hơn.

Ngoài ra, cô bị đau đầu dữ dội từ lúc Giannini lôi cô ra khỏi giường và mang cô vào buồng tắm. Về bản năng cô mong càng có ít quan hệ với nhân viên bệnh viện càng hay. Cô không muốn xin giúp đỡ hay tỏ ra một dấu hiệu yếu đuối nào. Nhưng cơn đau đầu đã vượt quá sức chịu đựng đến nỗi cô không thể nghĩ gì cho ngay ngắn. Cô thò tay bấm gọi y tá.

Giannini dự định đến Goteborg như một khởi đầu ngắn gọn, cần thiết cho một công việc lâu dài. Chị muốn hiểu về Salander, hỏi cô về thực trạng của cô và giới thiệu khái quát về chiến lược mà chị và Blomkvist đã cùng đặt ra để giải quyết các thủ tục pháp lý. Ban đầu chị có ý quay lại Stockholm ngay tối ấy, nhưng các sự kiện bi thảm ở Sahlgrenska đã có nghĩa là chị vẫn chưa có được cuộc chuyện trò thực chất với Salander. Thân chủ của chị ở trong một tình thế xấu hơn nhiều so với điều mà chị đã được dẫn đến chỗ tin vào nó. Cô gái bị đau đầu dữ dội, sốt cao, bác sĩ Endrin đã phải vội cho cô thuốc giảm đau mạnh, kháng sinh và đủ thứ khác. Do đó, ngay sau khi thân chủ của chị được chuyển đến phòng mới và người gác đã đứng ở bên ngoài, người ta liền yêu cầu, khá kiên quyết, chị phải rời đi.

Đã 4 rưỡi chiều. Chị do dự. Chị có thể về Stockholm, biết rằng ngày mai sẽ lại phải bắt chuyến tàu đi Goteborg càng sớm càng tốt. Hoặc không thì có thể ở lại qua đêm. Nhưng thân chủ của chị có thể không đủ sức tiếp nếu chị đến thăm vào ngày mai. Chị đã không đặt phòng khách sạn. Là một luật sư chủ yếu đại diện cho các phụ nữ bị lạm dụng và ít tiền nong, chị cố tránh cho hóa đơn của mình nặng thêm vì các khoản chi phí đắt đỏ ở khách sạn. Trước tiên chị gọi về nhà rồi bíp máy Lilian Josefsson, một luật sư đồng sự, thành viên của Mạng lưới Phụ nữ và là bạn cũ từ thời ở Trường Luật.

- Tớ đang ở Goteborg, - Giannini nói. - Tớ định về nhà tối nay nhưng xảy ra một số việc nên tớ phải qua đêm ở đây. Tớ ngủ ở nhà cậu có OK không?

- Xin mời, như thế sẽ vui đấy. Hàng năm rồi chúng mình chưa gặp nhau.

- Tớ có làm cậu phải ngừng công việc gì không?

- Không, dĩ nhiên không. Nhưng tớ đã dọn nhà. Nay tớ ở một phố nhỏ, gần Linnegatan. Nhưng tớ có một buồng trống. Sau đó chúng ta có thể ra quán bar nếu thích.

- Nếu tớ còn hơi sức, - Giannini nói. - Lúc nào thì được?

Họ đồng ý là Giannini sẽ đến vào quãng 6 giờ.

Giannini đi xe khách đến Linnegatan, sau đó ngồi vài giờ ở một nhà hàng Hy Lạp. Đói bụng, chị gọi thịt nướng với xa lát. Chị ngồi hồi lâu nghĩ về các sự kiện trong ngày. Bây giờ khi adrenalin đã bị xài hết, chị hơi run run nhưng vui với mình. Trong lúc rất nguy hiểm chị đã lì, bình tĩnh và tập trung tư tưởng. Theo bản năng chị đã ra các quyết định đúng đắn. Biết rằng mình thích ứng được với một trường hợp khẩn cấp là một cảm giác thú vị.

Một lúc sau, chị lấy cuốn sổ ở trong cặp ra, mở phần ghi chép. Chị đọc kỹ hết tất cả. Chị đầy nghi ngờ về cái kế hoạch mà anh chị đã phác ra. Lúc ấy nó nghe thì lôgích, nhưng bây giờ xem ra lại không hay lắm. Dù như thế, chị cũng không có ý bỏ cuộc.

6 giờ, chị thanh toán hóa đơn, đi bộ đến nhà Lillian trên phố Olivedalsgatan. Chị bấm mã số cửa nhà bạn mà bạn chị đã cho. Chị bước vào lòng giếng cầu thang tìm chỗ bật đèn thì thình lình bị đánh ở đằng sau. Chị đổ sấp vào bức tường gạch men gần cửa. Đầu bị đập mạnh, chị cảm thấy đau dội lên và ngã ra đất.

Lát sau chị nghe thấy tiếng bước chân đi vội ra xa rồi cửa chính mở ra và đóng lại. Chị cố đứng lên, đưa tay lên trán. Có máu ở gan bàn tay. *Quái quỷ gì thế này?* Chị ra đường, vừa kịp liếc thấy một người rẽ ở góc phố đến Sveaplan. Choáng váng, chị đứng sững một lúc. Rồi chị quay về cửa và lại bấm mã số.

Thình lình chị nhận thấy không còn cái cặp. Chị đã bị trấn lột. Phải mất một vài giây chị mới ngấm nổi kinh hoàng về chuyện này. *Ô không. Tập hồ sơ Zalachenko.* Chị cảm thấy một hồi chuông báo động réo lên từ buồng phổi.

Chị từ từ ngồi bệt xuống cầu thang.

Rồi chị đứng bật dậy và thục tay vào túi áo khoác. *Cuốn sổ tay. Lạy*

Chúa. Rời hàng ăn, chị đã nhét nó vào túi áo thay vì để nó trở lại vào cặp. Nó chứa phác thảo về chiến lược của chị trong vụ án Salander, từng điểm chi tiết một.

Rồi chị lập cập lên tầng năm, đấm cửa nhà bạn.

Nửa giờ trôi đi chị mới đủ bình tâm lại để gọi cho anh ruột. Mắt chị tím bầm, một chỗ rách ở trên lông mày vẫn chảy máu. Lillian đã rửa sạch vết thương bằng cồn và đắp băng lên đó. Không, Giannini không muốn đi bệnh viện. Có, chị muốn một tách trà. Chỉ đến lúc ấy chị mới lại nghĩ được đâu ra đấy. Việc đầu tiên là gọi Blomkvist.

Anh vẫn còn ở tòa báo, đang cùng Cortez và Eriksson tìm thông tin về kẻ giết Zalachenko. Càng lúc càng mất tinh thần, anh nghe Giannini kể về những gì vừa xảy ra.

- Có bị gẫy xương không? - anh nói.

- Mắt tím bầm. Em sẽ OK sau khi bình tĩnh lại thôi.

- Em bị trấn lột hả?

- Mikael, cái cặp của em bị lấy cắp mất rồi, có hồ sơ Zalachenko mà anh cho em ấy.

- Không sao, anh có thể sao bản khác...

Anh ngừng lại khi cảm thấy tóc gáy dựng lên. *Trước là Zalachenko. Nay Annika.*

Anh đóng máy tính lại, nhét vào túi khoác vai, rời tòa báo không một lời, đi vội. Anh đi như chạy về nhà ở Bellmansgatan, lên cầu thang.

Cửa khóa.

Vừa vào nhà, anh thấy ngay tập hồ sơ để trên bàn bếp đã không cánh mà bay. Anh chả thiết tìm nó. Anh biết đích xác nó vốn dĩ ở đấy. Anh buông người xuống chiếc ghế bành ở bếp trong khi ý nghĩ cứ quay cuồng trong đầu.

Có người đã ở trong căn nhà này. Một người đang cố xóa dấu vết của Zalachenko.

Bản sao của anh và bản sao của em gái anh đã mất.

Bublanski vẫn còn bản báo cáo này.

Hay anh hãy còn nhỉ?

Blomkvist đứng lên đi ra điện thoại, nhưng ngừng lại khi tay đã đặt lên ống nghe. *Ai đó đã ở trong nhà của anh.* Anh hết sức nghi ngờ nhìn điện thoại rồi lấy di động ra.

Nhưng nghe lỏm chuyện trên di động thì dễ như thế nào chứ nhỉ?

Anh chậm chậm để di dộng xuống cạnh điện thoại bàn, nhìn quanh.

Rõ ràng là mình đang chơi với bọn nhà nghề rồi đây. Dân này có thể dễ dàng gắn bọ vào trong nhà cũng như lọt vào mà không phá khóa.

Anh lại ngồi xuống.

Anh nhìn vào máy tính xách tay của mình.

Xâm nhập thư điện của mình thì khó đến đâu? Salander chỉ cần năm phút.

Anh nghĩ một lúc lâu rồi quay về điện thoại cố định, gọi cho em gái. Anh thận trọng chọn chữ nghĩa.

- Em sao?

- Em tốt.

- Nói lại anh nghe chuyện gì xảy ra từ lúc em tới Sahlgrenska đến lúc em bị tấn công?

Annika mất mười phút để kể lại đầu đuôi. Blomkvist không suy luận mổ xẻ gì từ những điều Annika nói mà chỉ hỏi cho đến khi biết toàn bộ sự việc. Nghe như một người anh trai lo lắng cho em, nhưng đầu óc anh thật ra lại đang hoạt động ở một bình diện hoàn toàn khác, trong khi anh dựng lại những điểm then chốt.

4 giờ chiều hôm ấy, Annika đã quyết định ở lại Goteborg. Em gọi cho bạn bằng di động, nhận được địa chỉ và mã số cửa. Đến đúng giờ tên trấn lột đã chờ sẵn ở cửa.

Di động của Annika đã bị kiểm soát. Chỉ có thể giải thích như thế.

Nghĩa là di động anh cũng bị kiểm soát tương tự.

Chỉ có điên thì mới nghĩ khác mà thôi.

- Và bản báo cáo về Zalachenko đã bị mất, - Giannini nhắc lại.

Blomkvist ngập ngừng. Ai đã lấy cắp bản báo cáo ấy ắt biết là bản của anh cũng đã bị khoắng. Thì cứ nói đến chuyện đó tự nhiên thôi.

- Bản của anh cũng bị mất, - anh nói.

- Gì cơ?

Anh nói anh về nhà thì thấy tập hồ sơ xanh để trên bàn bếp đã bị mất.

- Tai hại, - anh nói giọng ủ rũ. - Nó là phần cốt lõi của bằng chứng.

- Mikael, em rất tiếc.

- Anh cũng thế, - Blomkvist nói. - *Khỉ thật!* Nhưng không phải lỗi em. Lẽ ra hôm có nó, anh phải đăng ngay lên báo mới đúng.

- Anh làm sao bây giờ?

- Chưa biết. Đây là chuyện xấu nhất, không ngờ lại xảy ra. Tất cả kế hoạch của chúng ta thế là đi tong. Chả còn tí bằng chứng nào chống lại Bjorck và Teleborian.

Hai anh em nói mấy câu nữa trước khi Blomkvist ngừng.

- Anh muốn mai em về Stockholm, - anh nói.

- Em phải gặp Salander.

- Đi gặp cô ấy buổi sáng. Chúng ta cần ngồi lại và nghĩ xem đường đi nước bước tiếp theo thế nào.

Đặt điện thoại xuống, Blomkvist ngồi lên đi văng nhìn đăm đăm vào khoảng không. Bất cứ ai nghe chuyện của họ đều biết nay *Millennium* đã bị mất bản báo cáo của Bjorck cùng với thư từ giữa Bjorck với bác sĩ Teleborian. Họ sẽ hài lòng thấy Blomkvist và Giannini đều đang trong cảnh quẫn bí.

Nếu không nhận được cái gì khác, chí ít từ lần nghiên cứu lịch sử của Cảnh sát An ninh đêm hôm trước, Blomkvist cũng đã học được rằng phao tin thất thiệt là cơ sở của mọi hoạt động tình báo. Và chính anh đã gieo tin thất thiệt mà về lâu về dài có thể nó sẽ lợi hại không ngờ.

Anh mở túi đựng máy tính xách tay, lấy ra bản sao làm cho Armansky mà anh chưa kịp gửi. Bản sao duy nhất còn lại và anh không muốn uổng phí nó. Trái lại, anh sẽ sao làm năm bản và cất chúng vào những nơi an toàn.

Rồi anh gọi Eriksson. Cô sắp khóa cửa tòa báo để về.

- Đang lúc cập rập như thế mà anh biến đi đâu vậy? - Cô nói.

- Cô có thể nán lại đấy một lát không? Có một việc tôi phải nói với cô trước khi cô về.

Mấy tuần nay anh không có thì giờ giặt giũ quần áo. Tất cả sơ mi của anh đều ném trong giỏ giặt đồ. Anh cho vào túi một dao cạo, cuốn *Đấu tranh quyền lực cho Sapo* cùng với bản sao còn lại báo cáo của Bjorck. Anh đến Dressman mua bốn cái sơ mi, hai quần, một ít đồ lót rồi đem quần áo đến tòa báo. Eriksson chờ trong khi anh tắm vội, nghĩ không hiểu đã xảy ra chuyện gì.

- Một người đã đột nhập nhà tôi, ăn cắp mất bản báo cáo Zalachenko. Một người đánh Annika ở Goteborg, lấy cắp mất bản sao của cô ấy. Tôi có bằng chứng rằng điện thoại của cô ấy đã bị nghe trộm, nghĩa là máy của tôi cũng vậy. Có lẽ máy ở nhà cô và tất cả điện thoại ở *Millennium* đều đã bị gắn bọ cả. Một đứa đã mất công đột nhập nhà tôi mà không cài bọ thì có họa nó là thằng ngố.

- Em rõ, - Eriksson nói, bình thản. Cô liếc về chiếc di động ở trên bàn làm việc trước mặt.

- Cứ làm việc như thường. Cứ dùng di động nhưng không sơ hở ra thông tin nào. Ngày mai bảo Henry.

- Anh ấy vừa về một giờ trước đây. Anh ấy để một chồng báo cáo ở trên bàn của anh. Nhưng anh làm gì ở đây?

- Tôi định ngủ ở đây đêm nay. Nếu chúng bắn Zalachenko, ăn cắp các báo cáo, cài bọ ở nhà tôi hôm nay thì có nhiều cơ may là chúng vừa mới khởi sự và chưa kịp mò đến tòa báo.

- Anh nghĩ việc giết Zalachenko... nhưng hung thủ là một ông già bị bệnh tâm thần.

- Malin, tôi không tin có trùng hợp. Một ai đó đang che giấu tung tích Zalachenko. Tôi bất cần người ta nghĩ lão già điên ấy là ai hay lão đã viết bao nhiêu thư gửi cho các bộ trưởng trong Chính phủ. Hắn là một kiểu giết thuê nào đó thôi. Hắn đến đó để giết Zalachenko... và có lẽ cả Salander.

- Nhưng hắn đã tự sát, hoặc cố làm như vậy. Giết thuê mà lại thế sao?

Blomkvist nghĩ một lúc. Anh bắt gặp ánh mắt Tổng biên tập nhìn anh.

- Có thể khi một người đã bảy mươi tám và không có gì nhiều để mất. Hắn có chung các cái đó, khi nào chúng ta đào bới xong thì sẽ chứng minh chuyện đó.

Eriksson quan sát nét mặt Blomkvist. Trước đây cô chưa thấy anh bình tĩnh và kiên định như thế này bao giờ. Cô rùng mình. Anh để ý thấy phản ứng này.

- Một điểm nữa. Chúng ta không còn trong trận chiến với một băng tội phạm nữa, lần này là với một bộ phận của Chính phủ. Sẽ gay go đấy.

Eriksson gật.

- Tôi không ngờ chuyện lại đi xa đến thế này. Malin... chuyện xảy ra hôm nay cho thấy rõ ràng là nó sẽ nguy hiểm đến đâu. Nếu cô không muốn dính dáng, cứ nói một lời.

Cô thầm nghĩ nếu là Berger thì Berger sẽ nói gì đây. Rồi bướng bỉnh cô lắc.

PHẦN II

Nước Cộng hòa tin tặc

1 - 22 THÁNG NĂM

Pháp luật Ireland năm 697 cấm phụ nữ đi lính - có nghĩa là trước đó phụ nữ đã từng làm lính. Những nơi hàng thế kỷ từng tuyển nữ binh gồm có người Ả Rập, Berber, Kuốc, Rajpur, Trung Quốc, Philippines, Maori, Papua, thổ dân Úc, Micronesia và Da đỏ châu Mỹ.

Có vô vàn truyền thuyết về các nữ chiến binh đáng sợ của Hy Lạp cổ đại. Những chuyện này nói về những phụ nữ từ thơ ấu đã tập luyện nghệ thuật chiến tranh - cách sử dụng vũ khí, cách chống chọi lại những thiếu thốn vật chất. Họ sống tách khỏi đàn ông và ra trận trong các trung đoàn của riêng nữ. Các chuyện kể rằng họ khuất phục đàn ông trên chiến trường. Chẳng hạn Amazon, các nữ binh cưỡi ngựa xuất hiện trong văn chương Hy Lạp, trong Illiad của Homer năm 600 trước Công nguyên.

Chính người Hy Lạp đã đúc tạc ra chữ Amazon. Nghĩa đen của nó là "không có vú". Nghe nói rằng để thuận tiện cho việc kéo cung, người ta đã bỏ đi vú bên phải của phụ nữ trong lúc họ còn thơ, hoặc bằng sắt nung đỏ lúc họ trưởng thành. Dù các thầy thuốc Hy Lạp là Hippocrates và Galen tán thành rằng cách làm này sẽ giúp cho việc sử dụng vũ khí được thành thạo, người ta vẫn ngờ liệu có đúng là đã thực hành lối cắt bỏ ấy không. Nằm ở đây một câu đố về ngôn ngữ - liệu tiền tố "a" trong chữ Amazon có thực sự là ngụ ý "không có" không. Người ta lại gợi ý rằng nó có nghĩa ngược lại - Amazon là phụ nữ vú đặc biệt bự. Cũng không nhà bảo tàng nào có thí dụ nào về tranh vẽ, bùa hay tượng của một phụ nữ không có vú bên phải, điều có lẽ đã là mô típ chung trong thực tế để làm chỗ dựa cho các truyền thuyết về việc cắt bỏ vú.

CHƯƠNG 8

Chủ nhật, 1 tháng Năm
Thứ Hai, 2 tháng Năm

Cửa thang máy mở ra, Berger hít một hơi sâu đi vào tòa soạn báo *Svenska Morgon-Posten.* Là 10 giờ 15 sáng. Để đi làm chị mặc một chiếc quần đen, áo ngoài chui đầu màu đỏ và jacket sẫm màu. Đang độ thời tiết huy hoàng của ngày 1 tháng Năm, trên đường qua thành phố chị đã để ý thấy các toán công nhân bắt đầu tập hợp. Trong đầu chị chợt nghĩ rằng hơn hai chục năm rồi chị chưa dự một cuộc diễu hành nào như thế.

Chị dừng lại một lát cạnh cửa thang máy, một thân một mình vô nhân vấn. *Ngày đầu với công việc.* Chị có thể nhìn thấy phần lớn tòa soạn với các bàn làm tin ở giữa. Chị nhìn thấy các cửa kính buồng của Tổng biên tập mà bây giờ là của chị.

Ngay lúc này chị cũng không hoàn toàn chắc chắn rằng mình lại là người lãnh đạo cái tổ chức đang lan tỏa rộng gồm có *SMP.* Từ *Millennium* với một quân số năm người đến một tờ báo ngày với tám chục phóng viên và chín chục người khác làm công việc quản trị hành chính, công nghệ thông tin, thiết kế trình bày, nhiếp ảnh, quảng cáo và mọi sự mà tờ báo phải có để xuất bản là một bước đi lên khổng lồ. Cộng thêm nhà xuất bản, công ty phát hành và công ty quản trị. Hơn 230 người.

Trong khi đứng đó chị thầm hỏi liệu tất cả việc ra đi đến đây có phải là một sai lầm xấu xa không.

Rồi người nhiều tuổi hơn trong hai cô tiếp tân nhận ra ai vừa đến tòa báo. Ở đằng sau quầy bà ta đứng lên giơ tay ra.

- Bà Berger, hoan nghênh đến với *SMP*.

- Gọi tôi là Erika đi. Chào.

- Tôi là Beatrice. Mừng đón chị. Tôi có cần chỉ chỗ tìm Tổng biên tập Morander không ạ? Tôi muốn nói là Tổng biên tập sắp ra đi.

- Cảm ơn. Tôi đã thấy ông ấy ngồi ở trong buồng kính kia, - Berger mỉm cười nói. - Tôi tự đi đến được, nhưng cảm ơn đã có lòng giúp.

Chị bước rảo qua buồng tin, nhận ra tiếng râm ran chợt ngừng bặt. Chị cảm thấy mắt mọi người đang đặt lên người mình. Đến giữa quầy làm tin vắng một nửa, chị đứng lại, gật đầu thân mật.

- Lát nữa chúng ta sẽ ra mắt đàng hoàng với nhau, - chị nói rồi đi tới gõ vào cửa căn phòng kính nhỏ.

Hakan Morander, Tổng biên tập sắp rời đi, đã ở trong buồng kính mười hai năm. Y như Berger, cái đầu của ông đáng để người ta săn tìm - cho nên ông cũng đã từng một lần đi những bước đầu tiên đến bàn giấy ông đang ngồi đây. Morander ngửng nhìn chị, lúng túng rồi đứng lên.

- Chào Erika, - ông nói. - Tôi nghĩ chị bắt đầu thứ Hai này.

- Tôi không thể nán thêm một ngày ở nhà được nữa. Cho nên tôi đến rồi đây.

Morander chìa tay ra.

- Hoan nghênh. Tôi không thể nói được tôi vui thế nào khi chị tiếp quản công việc.

- Ông thấy sao?

Ông nhún vai khi chị tiếp tân Beatrice mang cà phê và sữa vào.

- Cảm thấy như tôi đã đang làm với có một nửa tốc độ. Thực sự tôi không muốn nói đến chuyện này. Ta đi và cảm thấy cứ như một đứa trẻ mười mấy suốt đời bất tử thế rồi thình lình té ra chả còn lại được mấy nả thời gian. Nhưng có một điều chắc chắn: tôi không có ý qua phần đời còn lại ở trong lồng kính này.

Ông xoa xoa ngực. Ông có vấn đề tim mạch, đó là lý do ông ra đi và tại sao Berger lại đến sớm hơn mấy tháng so với tuyên bố ban đầu.

Berger quay lại nhìn ra quang cảnh phòng biên tập. Chị thấy một phóng viên và một nhà nhiếp ảnh đi tới thang máy, có thể trên đường đi lấy tin về cuộc diễu hành 1 tháng Năm.

- Hakan... nếu tôi làm phiền hay nếu hôm nay ông bận thì mai hay ngày kia tôi đến.

- Việc hôm nay là viết một xã luận về cuộc tuần hành. Tôi có thể vừa ngủ mà viết nó. Nếu đám thiên tả muốn một cuộc chiến với Đan Mạch thì tôi phải giải thích tại sao họ lại sai.

- Đan Mạch?

- Đúng. Thông điệp 1 tháng Năm không đụng gì đến vấn đề hội nhập người di cư. Lẽ dĩ nhiên đám thiên tả sai, dù họ muốn nói gì đi nữa.

Ông bật cười phá.

- Ông vẫn luôn đa nghi thế ư?

- Hoan nghênh đến *SMP*.

Erika không có ý kiến nào về Morander. Ông là một bộ mặt quyền thế ẩn danh ở trong lớp các tổng biên tập ưu tú. Trong các xã luận của mình, ông nổi tiếng là gây phiền phức và bảo thủ. Một chuyên gia kêu ca về thuế má và một tay tự do chủ nghĩa khi đụng đến vấn đề tự do báo chí. Nhưng chị chưa gặp mặt ông bao giờ.

- Ông có thì giờ nói về công việc với tôi không?

- Hết tháng Sáu tôi đi. Chúng ta sẽ làm việc với nhau trong hai tháng. Chị sẽ phát hiện ra điều hay lẫn điều dở. Tôi là tay đa nghi nên phần lớn tôi thấy cái dở.

Ông đứng lên cạnh chị nhìn qua cửa kính ra phòng biên tập.

- Chị sẽ phát hiện ra cái này - làm việc thì khắc thấy nó thôi mà - chị sẽ có một số đối thủ ở ngoài kia - biên tập viên của các báo hàng ngày và các cha thâm niên trong số các biên tập viên đã tạo nên để chế nho nhỏ của họ. Họ có các câu lạc bộ của riêng họ mà chị không thể gia nhập. Họ sẽ cố vươn rộng biên giới ra để đẩy tới các tiêu đề và góc độ của riêng họ. Chị sẽ phải đấu dữ để giữ lấy tiêu đề và góc độ của chị.

Berger gật.

- Các ủy viên biên tập ca đêm của chị là Billinger và Karlsson... bản thân họ đã là hẳn cả một chương. Họ ghét nhau và được cái quan trọng là họ không làm cùng ca nhưng cả hai đều hành động y như thể mình là nhà xuất bản và tổng biên tập thật vậy. Rồi có Anders Holm, biên tập viên tin tức - chị sẽ phải làm việc nhiều với ông ta. Chị sẽ lĩnh phần đụng độ của chị với ông ta. Thực tế ông ấy là người cho *SMP* ra mắt hàng ngày. Một vài phóng viên là những ứng cử viên nhận các giải thưởng và một số nữa thì đáng cho về vườn.

- Ông có vài ba đồng sự nào tốt không?

Morander lại cười lớn.

- Ô, có chứ nhưng chị phải tự quyết định lấy ai sẽ có thể chơi với chị. Một số phóng viên chạy ngoài là tốt một cách nghiêm túc đấy.

- Việc quản trị điều hành thì thế nào?

- Magnus Borgsjo là Chủ tịch Hội đồng quản trị. Ông ta là người tuyển chị đó. Ông ta hấp dẫn. Hơi trường phái cũ một tí nhưng đồng thời cũng lại có một chút cách tân; nhưng trên hết ông ta là người ra quyết định. Một số thành viên quản trị, gồm cả vài người của gia đình sở hữu tờ báo, dành phần lớn ngồi chơi giết thì giờ, còn những người khác thì phất phơ, kiểu thành viên nhà nghề của Hội đồng Quản trị.

- Xem vẻ ông không thực sự mê công việc trong Hội đồng Quản trị.

- Đã có phân công rồi. Chúng ta cho báo ra, họ lo toan chuyện tài chính. Không bảo họ can thiệp vào nội dung nhưng các thứ chuyện vẫn cứ thình lình nảy sinh. Thật tình mà nói, giữa hai chúng ta rồi sẽ gay.

- Sao lại thế?

- Lượng phát hành đã tụt mất gần 150.000 tờ từ hồi đang huy hoàng của thập niên 60, và chẳng lâu la sẽ đến lúc mà *SMP* không còn sinh lời nữa. Chúng ta đã tổ chức lại, cắt hơn 180 vị trí từ 1980. Chúng ta chuyển sang báo khổ nhỏ - lẽ ra hai mươi năm trước đã phải làm việc này rồi. *SMP* vẫn là một tờ báo lớn. Nhưng với chúng ta, để cho nó bị coi là báo hàng hai thì cũng chả khó gì. Chỉ là chưa xảy ra mà thôi.

- Vậy họ bứng tôi về làm gì? - Berger nói.

- Vì tuổi trung bình của người đọc chúng ta là trên năm chục và số người đọc ở tuổi thanh niên thì tăng coi như gần bằng không. Tờ báo cần được trẻ hóa. Và trong hội đồng quản trị thì người ta lý luận rằng cần phải mang về một tổng biên tập mà chắc chắn thiên hạ không thể ngờ đến nhất.

- Một phụ nữ?

- Không phải bất cứ phụ nữ nào. Mà phải là người phụ nữ đã nghiền nát đế chế Wennerstom, người được coi là nữ hoàng của báo chí điều tra, người đã nổi tiếng về sự cứng rắn. Hãy hình dung ra chuyện ấy đi. Nó là không thể cưỡng nổi lại rồi. *Chị* mà không trẻ hóa được tờ báo này thì chả ai làm nổi. *SMP* không phải chỉ mướn Erika Berger không thôi, chúng tôi đây là thuê luôn toàn bộ cái bí ẩn gắn với tên tuổi của chị.

Vừa qua 2 giờ chiều thì Blomkvist rời Café Copacabana cạnh rạp chiếu phim ở Hornstull. Anh đeo kính râm vào, rẽ lên Bergsundsstrand để tới xe điện ngầm. Anh để ý ngay thấy chiếc Volvo xám đỗ ở góc đường. Anh đi qua nó mà không chậm bước lại. Vẫn biển đăng ký ấy và xe trống không.

Bốn ngày nay, đây là lần thứ bảy anh trông thấy chiếc xe này. Anh không rõ nó là láng giềng của anh đã bao lâu. Anh thấy nó hoàn toàn do ngẫu nhiên. Lần đầu nó đỗ gần cửa ra vào chung cư anh ở tại Bellmansgatan vào sáng thứ Tư khi anh rời nhà đi đến tòa báo. Tình cờ anh đọc thấy biển đăng ký xe bắt đầu với chữ KAB, anh chú ý đến nó vì đó là chữ đầu của công ty cổ phần của Zalachenko, Karl Axel Bodin Liên hợp. Anh sẽ không để ý đến nó nữa nhưng mấy giờ sau khi ăn trưa với Cortez và Eriksson ở Medborgarplasen, anh lại nom thấy nó. Lần này nó đỗ ở một phố ngách gần tòa báo *Millennium*.

Anh nghĩ hay là mình bị tâm thần hoang tưởng, nhưng chiều hôm ấy anh đến thăm Palmgren tại nhà phục hồi chức năng ở Ersta, chiếc xe lại đỗ ở khu vực xe khách. Không thể là chuyện tình cờ được nữa rồi. Blomkvist bắt đầu để mắt tới mọi chuyện ở quanh anh. Và sáng hôm sau thấy lại chiếc xe thì anh không còn ngạc nhiên.

Anh không trông thấy người lái xe lần nào.

Gọi hỏi chỗ đăng ký xe anh biết chiếc xe là của Goran Martensson ở Vittagigaten trong Vallingby. Tìm hiểu một giờ thì biết Martenssson này có danh nghĩa là tư vấn kinh doanh và sở hữu một công ty tư nhân, địa chỉ là một hòm thư bưu điện trên đường Fleminggatan. Tiểu sử của Martensson khá thú vị. Năm 1983, mười tám tuổi anh ta thực hiện nghĩa vụ quân sự bảo vệ bờ biển rồi vào quân đội. Năm 1989, lên thiếu úy rồi được chuyển đến Học viện Cảnh sát ở Solna. Giữa 1991 và 1996, anh ta làm việc cho cảnh sát Stockholm. Năm 1997, anh ta không còn ở trong biên chế chính thức của cảnh sát đối ngoại và năm 1999 thì anh ta đăng ký lập công ty riêng.

Vậy là - Sapo.

Một câu chuyện chưa đến mức ấy cũng đã đủ làm cho một nhà báo điều tra chăm chỉ lên một cơn tâm thần phân lập được rồi. Blomkvist kết luận anh đang bị đeo bám nhưng người ta làm quá vụng nên anh không thể không để ý thấy.

Hay là có vụng thật không? Lý do duy nhất trước tiên khiến anh để ý đến chiếc xe là biển đăng ký, nó chỉ tình cờ nói lên một điều gì đó với anh. Nhưng với KAB thì anh sẽ không thèm liếc cho một cái thứ hai.

Ngày thứ Sáu KAB vắng mặt và vì thế mà lộ mặt. Không thể tuyệt đối chắc chắn nhưng Blomkvist nghĩ hôm nay anh đang bị một chiếc Audi đỏ bám đuôi. Anh không nhìn thấy biển đăng ký của nó. Ngày thứ Sáu chiếc Volvo đã tháo lui.

Blomkvist rời Café Copabacana đúng hai chục giây thì ở dưới bóng râm của mái hiên Café Rosso bên kia đường, Malm giơ chiếc Nikon lên bấm một loạt mười hai tấm hình của hai người đàn ông đi theo Blomkvist ra khỏi quán cà phê rồi đi qua rạp chiếu phim Kvarter.

Một người tóc vàng nom trạc ở giữa ba hay bốn chục tuổi. Người kia xem vẻ già hơn, tóc thưa màu vàng hung, đeo kính râm. Cả hai đều mặc jean và jacket da.

Họ chia tay ở bên chiếc Volvo xám. Người lớn tuổi vào xe, người trẻ đi theo Blomkvist đến ga xe điện ngầm Hornstull.

Malm hạ máy ảnh xuống. Nài anh giữa chiều thứ Bảy đến kiểm soát cái vùng lân cận Copabacana để tìm ra một chiếc Volvo xám có biển đăng ký bắt đầu bằng chữ KAB mà Blomkvist chả có đưa ra cho anh một lý do nào hay hay sất cả. Blomkvist bảo anh đứng ở chỗ có thể chụp ảnh bất cứ ai lên xe, chắc là sau đúng 3 giờ. Đồng thời anh còn cần chong mắt lên với bất cứ ai có vẻ như đi theo Blomkvist.

Nghe giống như khúc dạo đầu cho một chuyến phiêu lưu điển hình Blomkvist rồi đây. Malm không dám chắc là Blomkvist bị hoang tưởng bẩm sinh hay có những năng khiếu thần bí. Từ các vụ việc ở Gosseberga, người bạn đồng sự của anh ít xuất hiện và khó liên hệ. Điều này không có gì lạ. Nhưng khi Blomkvist bận về một chuyện phức tạp thì điều này càng nổi rõ - Malm đã quan sát thấy ở Blomkvist cách hành xử bí ẩn và như bị ám ảnh tương tự trong các tuần trước khi tóe ra vụ Wennerstrom.

Mặt khác, tự Malm cũng có thể thấy là Blomkvist đang bị bám đuôi. Anh thầm nghĩ lơ mơ lại sắp diễn ra một cơn ác mộng nào đây. Muốn là gì thì nó cũng sẽ ngốn hết thì giờ, năng lượng và nguồn lực của *Millennium* mất thôi. Malm nghĩ giữa lúc Tổng biên tập đào ngũ sang Nhật báo Lớn và *Millennium* đang phải cần cù tái cấu trúc lại cho được ổn định, nếu Blomkvist lên đường vì một mưu đồ man dại nào đó thì đúng là một ý tưởng không hay ho gì.

Nhưng ít nhất mười năm nay Malm không tham dự vào một cuộc diễu hành nào - trừ cuộc diễu hành Niềm kiêu hãnh Đồng tính ái. Ngày 1 tháng Năm này anh chả có việc gì làm tốt hơn là chiều lòng tay chủ bút tính khí đồng bóng của anh. Anh nhảy theo người đang bám đuôi Blomkvist, tuy không được nhờ làm như vậy, nhưng trên đường Landholmsgatan thì anh để tuột mất hắn.

Nhận ra di động của mình bị cài bọ, trước tiên Blomkvist bảo Cortez ra mua vài điện thoại cầm tay cũ. Cortez mua một mớ tạp nham Ericsson T 10. Blomkvist bèn mở trên Comviq[1] vài tài khoản vô danh

---

[1] Tên một mạng điện thoại tại Thụy Điển.

trả tiền ngay rồi chia các di động ấy cho Eriksson, Cortez, Giannini, Malm và Armansky, anh cũng giữ một chiếc cho mình. Họ chỉ được dùng nó cho các cuộc chuyện trò tuyệt đối không thể bị nghe trộm. Họ có thể và nên nói các thứ hàng ngày qua di động của họ. Như thế có nghĩa là họ phải mang hai di động theo mình.

Cortez có ca làm cuối tuần và Blomkvist đã thấy anh ở tòa báo buổi tối. Từ vụ Zalachenko bị giết, Blomkvist đã đặt ra một bảng phân công 24/7, để cho suốt tuần và suốt ngày đêm đều có người làm việc cũng như có một ai đó ở lại ngủ đêm. Bảng phân công gồm có cả tên anh, Cortez, Eriksson và Malm. Lottie Karim nổi tiếng sợ tối, suốt đời sẽ không bao giờ tự nguyện qua đêm ở tòa báo. Nilsson không sợ tối nhưng làm việc quá hung tàn với các phần việc của chị nên được khuyến khích hễ cứ tan tầm là về nhà. Hàng mười năm nay Magnusson đã quen nếp ấy, vả chăng là trưởng ban mỹ thuật nên cũng chả có gì dính dáng đến bên biên tập. Thì ngày lễ ông cũng sẽ như thế thôi.

- Có gì mới không?

- Không có gì đặc biệt, - Cortez nói. - Hôm nay tất cả đều vì 1 tháng Năm, chuyện khá tự nhiên thôi.

- Tôi sẽ ở đây hai, ba giờ nữa, - Blomkvist bảo anh. - Hãy nghỉ đi rồi khoảng 9 giờ thì quay lại.

Cortez đi rồi, Blomkvist lấy di động vô danh ra gọi Daniel Olsson, một nhà báo tự do ở Goteborg. Nhiều năm qua *Millennium* đã đăng nhiều bài báo của ông và Blomkvist thì rất tin ở tài lượm lặt tài liệu về tiểu sử của ông.

- Chào Daniel. Mikael Blomkvist đây. Nói chuyện được chứ?

- Chắc rồi.

- Tôi cần ai đó xắn tay sưu tầm một số tài liệu. Anh có thể yêu cầu bọn tôi trả công cho năm ngày làm việc, và xong việc anh không cần phải có bài vở. Tất nhiên nếu muốn thì anh có thể viết một bài về đề tài ấy, và chúng tôi sẽ dùng nó, nhưng việc chúng tôi cần là sưu tầm.

- Tốt. Nói đi.

- Chuyện nhạy cảm. Anh không thể bàn với bất cứ ai ngoài tôi và anh chỉ được giao tiếp với tôi qua hotmail. Anh cũng không được nói rằng anh đang nghiên cứu cho *Millennium*.

- Nghe ngộ đấy nhỉ. Anh tìm cái gì?

- Tôi muốn anh làm cho một báo cáo về công việc ở bệnh viện Sahlgrenska. Chúng tôi gọi báo cáo ấy là Báo cáo Đặc biệt, vì nó xét đến những chỗ khác nhau giữa thực tế và loạt phim đưa lên tivi. Tôi muốn anh đến bệnh viện quan sát công việc ở phòng cấp cứu cũng như ở đơn vị hồi sức trong một hai ngày. Nói chuyện với các bác sĩ, y tá và hộ lý - tất cả những người thực tế đang làm việc ở đó. Điều kiện làm việc của họ như thế nào? Họ thực sự *làm* gì? Là loại việc gì? Dĩ nhiên có cả ảnh chụp.

- Hồi sức tích cực thì sao? - Olsson nói.

- Đúng. Tôi muốn anh tập trung vào bộ phận hồi sức hậu phẫu cho các bệnh nhân bị thương nặng ở hành lang 11C. Tôi muốn biết toàn bộ sự bố trí của hành lang, ai làm việc ở đấy, họ trông ra sao, và tiểu sử của họ thế nào.

- Nếu tôi không lầm thì hành lang 11C ấy có một Lisbeth Salander gì đó.

Olsson không phải là dân ú ớ.

- Hay thật, - Blomkvist nói. - Tìm xem cô ấy ở buồng nào, những ai ở các buồng gần đó và thủ tục ở khu vực này.

- Tôi có cảm giác câu chuyện sẽ là về một cái gì khác hẳn thế đấy à, - Olsson nói.

- Như tôi đã nói ấy... tất cả những gì tôi muốn là công việc tìm kiếm mà anh đã nhận lời.

Salander đang nằm ngửa trên sàn thì nữ y tá Marianne vào.

- Hừm, - chị nói, qua đó cho thấy chị nghi ngờ cái kiểu động tác hiếm thấy này ở trong một đơn vị hồi sức. Nhưng chị chấp nhận đó chỉ là không gian tập luyện duy nhất của bệnh nhân mà thôi.

Salander đổ mồ hôi mồ kê. Cô đã bỏ ba mươi phút ra tập giơ tay, duỗi thẳng người và ngồi dậy theo hướng dẫn của bác sĩ vật lý trị liệu. Cô có một bảng danh sách dài những động tác phải hoàn thành hàng ngày để cơ vai và hông cứng rắn theo sau các thao tác cô đã làm ba tuần trước đây. Cô thở khó và cảm thấy bị vắt kiệt sức. Cô thấy dễ mệt, vai trái chỉ mới khẽ cố gắng đã cứng đơ và đau. Nhưng cô đang trên đường hồi phục. Các trận đau đầu hành hạ cô sau khi mổ đã bớt, chỉ còn thỉnh thoảng trở lại.

Cô nhận thấy nay cô đã đủ hồi phục để nếu có thể thì ra khỏi hay dù gì cũng tập tễnh ra ngoài bệnh viện được, nhưng không phải. Trước hết các bác sĩ tuyên bố cô chưa khỏe, thứ hai, cửa vào buồng cô luôn bị khóa và có một thằng cha mẹ kiếp đánh đấm của An ninh Securitas canh gác, thằng cha bắc cái ghế ngồi ngay trong hành lang.

Cô đã đủ khỏe để được chuyển sang khu bệnh phòng phục hồi chức năng nhưng sau khi bàn tới nói lui chuyện này, cảnh sát và lãnh đạo bệnh viện chỉ tán thành Salander trước mắt nên ở lại phòng mười tám. Gian phòng dễ canh gác, ngày đêm có nhân viên gần bên và nó lại ở cuối dãy hành lang quẹo hình chữ L. Ở hành lang 11C bây giờ, sau vụ Zalachenko bị giết, nhân viên đều ý thức được về an ninh; họ đã quen với tình cảnh của cô. Không chuyển cô đến một khu bệnh phòng mới với thủ tục mới thì tốt hơn.

Muốn sao thì cũng chỉ hơn một ít tuần nữa là cô sẽ kết thúc việc nằm ở bệnh viện Sahlgrenska. Ngay khi các bác sĩ buông cô ra, cô sẽ bị chuyển tới nhà tù Kronoberg ở Stockholm để chờ tòa xét xử. Và bác sĩ Jonasson là người quyết định khi nào thì đến lúc làm chuyện đó.

Mười ngày sau vụ bắn chết người ở Gosseberga, bác sĩ Jonasson mới cho phép cảnh sát tiến hành cuộc thẩm vấn đầu tiên của họ, điều đã được Giannini đánh giá là có lợi cho Salander. Không may, bác sĩ Jonasson cũng làm khó cho cả việc Giannini tiếp cận thân chủ của chị và điều này thì đáng buồn.

Sau vụ giết Zalachenko và mưu toan tự sát của Gullberg gây ồn ào, bác sĩ đã đánh giá tình hình sức khỏe của Salander. Ông tính cả đến việc Salander chắc sẽ rất căng thẳng vì bị tình nghi về ba vụ án mạng cộng với một lần tấn công suýt làm mất mạng người bố đã chết của cô. Jonasson không biết cô có tội hay vô tội, và là bác sĩ, ông không hề quan tâm chút nào đến việc trả lời câu hỏi này. Ông chỉ đơn giản kết luận rằng Salander đang khổ vì căng thẳng, rằng cô đã bị bắn ba phát súng, một viên đạn đã vào não cô và một li nữa là giết cô. Cơn sốt của cô không giảm và cô bị đau đầu dữ dội.

Ông đã chơi đạo chắc. Nghi can giết người hay không thì cô vẫn cứ là người bệnh của ông và phận sự của ông là đảm bảo cho cô lành lặn. Cho nên ông cho ra một thủ tục "không tiếp khách" chẳng liên quan gì đến lệnh cấm khách khứa mà công tố viên bắt thi hành ở đây. Ông kê cho cô các thứ thuốc khác nhau cùng với chế độ nghỉ hoàn toàn ở trên giường.

Nhưng Jonasson cũng nhận thấy cách li là một kiểu trừng phạt vô nhân đạo đối với con người; thực ra nó mấp mé bên ranh giới của tra tấn. Không ai thấy vui sướng gì khi bị tách ra khỏi tất cả bạn bè cho nên ông quyết định để cho luật sư của Salander làm một người bạn được ủy nhiệm. Ông đã nói chuyện nghiêm túc với Giannini, nói rõ chị có thể đến thăm cô gái mỗi ngày một, hai giờ. Nhưng chuyện trò không có bàn đến các vấn đề của cô gái hay đến các trận đấu pháp lý đang chờ lơ lửng đó.

- Lisbeth Salander bị bắn vào đầu và bị thương *rất* nặng, - ông nói rõ. - Tôi nghĩ cô ấy đã qua được hiểm nghèo rồi nhưng vẫn còn nguy cơ xuất huyết hay một vài biến chứng nào đó. Cô ấy cần nghỉ ngơi và cần có thời gian để vết thương lành lại. Chỉ khi nào có được các cái ấy thì chị mới có thể đối mặt với các vấn đề pháp lý của cô ấy.

Giannini hiểu lý lẽ của bác sĩ Jonasson. Có vài lần chuyện trò chung chung với Salander chị đã gợi tới đường nét của cái chiến lược mà chị và Blomkvist đã đặt ra nhưng khi Giannini nói thì Salander liền ngủ luôn, đơn giản là vì đã uống nhiều thuốc quá, kiệt sức quá.

Armansky xem kỹ các bức ảnh của hai người đi theo Blomkvist ở Copabacana. Hình họ rất rõ nét.

- Không, chưa nhìn thấy bao giờ trước kia.

Blomkvist gật đầu. Họ ở trong bàn giấy của Armansky sáng thứ Hai này. Blomkvist vào chung cư qua nhà để xe.

- Người nhiều tuổi hơn là Goran Martensson, chủ chiếc Volvo.

Hắn theo tôi ít nhất trong một tuần như một lương tâm phạm tội nhưng rồi không thể kéo dài hơn nữa.

- Và anh cho rằng hắn là của Sapo?

Blomkvist nhắc đến lý lịch Martensson. Armansky ngập ngừng.

Có thể coi việc Cảnh sát An ninh luôn luôn cư xử như một lũ ngố là sự đương nhiên. Họ tự nhiên vốn dĩ là thế, nhưng không phải chỉ cho riêng mình Sapo thôi mà chắc còn cho cả ngành tình báo trên toàn thế giới. Cảnh sát an ninh Pháp nhân danh Chúa cho người nhái đến Ireland đánh bom tàu *Chiến binh Cầu vồng* của tổ chức Hòa bình Xanh. Đó chắc phải là trận tác chiến tình báo ngu xuẩn ngốc nhất trong lịch sử thế giới. Có thể trừ đi vụ nghe trộm điên rồ ở Watergate của Tổng thống Nixon. Lãnh đạo cứ ngốc nghếch như thế thì thảo nào chẳng xảy ra các vụ tai tiếng. Những thành công của họ không bao giờ được báo cáo. Nhưng mỗi khi có một cái gì không đúng đắn hay điên rồ lộ ra cùng với tất cả sự sáng suốt của nhận thức muộn mằn thì giới báo chí lại nhảy bổ vào Cảnh sát An ninh.

Một mặt, giới báo chí coi Sapo như một nguồn tin tuyệt vời và bất cứ sai sót chính trị nào cũng được cho nổi lên thành tít báo: "Sapo nghi rằng...". Một tuyên bố của Sapo mang nhiều sức nặng đến cho tít bài báo.

Mặt khác, các nhà chính trị thuộc mọi trường phái lại cùng với báo chí đặc biệt hăng hái trong việc lên án các nhân viên Sapo bị lộ mặt khi họ theo dõi công dân Thụy Điển. Armansky thấy chuyện này hoàn toàn mâu thuẫn. Ông chả có gì chống lại sự tồn tại của Sapo. Một người nào đó sẽ phải chịu trách nhiệm nhòm ngó sao để cho đám đầu óc bonsevic cám hấp quốc gia - những cha đọc Bakunin quá nhiều hay bất cứ đồ quỷ nào trong bọn Tân Quốc xã này đọc - không tụ bạ được vào nhau mà làm một quả bom bằng xăng và hóa chất bón cây rồi đặt vào một chiếc xe van nào đỗ ở bên ngoài Rosenbad. Sapo là cần, Armansky nghĩ chừng nào mà mục tiêu là nhằm bảo vệ an ninh đất nước thì một chút kiểm soát kín đáo cũng không phải việc gì xấu cho lắm.

Vấn đề dĩ nhiên là một tổ chức được trao cho dò thám công dân thì đều phải đặt dưới sự kiểm soát ngặt nghèo của nhà nước. Cần một cấp bậc cao kiểm tra về hiến pháp. Nhưng với các thành viên Nghị viện thì gần như là không thể làm nổi được việc xem xét Sapo, thậm chí kể cả đến điều tra viên đặc biệt do Thủ tướng chỉ định và ít nhất trên văn bản được coi là có phép xâm nhập mọi thứ. Armansky đang đọc quyển *Nhiệm vụ được trao* của Lidbom mà Blomkvist cho ông mượn, càng đọc ông càng kinh ngạc. Nếu chuyện này xảy ra ở Mỹ thì trên dưới một tá cha cao cấp của Sapo sẽ bị bắt vì cản trở công lý rồi bị buộc ra trình bày trước một ủy ban công khai của Quốc hội. Ở Thụy Điển rõ ràng là không ai có thể đụng được vào họ.

Vụ Salander cho thấy có một cái gì xộc xệch trong tổ chức. Nhưng khi Blomkvist đến đưa cho ông chiếc di động chống nghe trộm, ông nghĩ ngay là anh chàng này mắc bệnh hoang tưởng. Chỉ khi nghe chi tiết và xem kỹ các ảnh Malm chụp, ông mới dè dặt chấp nhận rằng Blomkvist nghi ngờ là có lý của anh ấy. Nó không báo trước điều gì hay nhưng cũng phần nào chỉ ra cho thấy âm mưu loại bỏ Salander mười lăm năm trước vẫn chưa phải là việc thuộc về quá khứ.

Có quá nhiều sự việc ở chuyện này dễ khiến cho người ta đơn giản nghĩ rằng tất cả chỉ trùng hợp tình cờ. Đừng nghĩ rằng Zalachenko bị một thằng cha cám hấp giết như người ta nói. Nó xảy ra cùng với lúc Blomkvist và Giannini bị lấy cấp cái tài liệu vốn là nền móng của cả gánh bằng chứng. Đây là một tổn thất nặng nề đến mức choáng váng. Và rồi nhân chứng chủ chốt, Gunnar Bjorck treo cổ chết.

- Chúng ta có bằng lòng đưa vụ này cho người của tôi không? - Armansky nói, thu dọn lại tài liệu của Blomkvist.

- Ông đã bảo đây là người ông có thể tin cậy được phải không?

- Một người có phẩm chất đạo đức cao nhất.

- Trong nội bộ Sapo? - Blomkvist nói, nghi ngờ ra mặt.

- Chúng ta cần phải đồng tâm nhất trí. Cả Holger và tôi đều chấp nhận kế hoạch của anh, hợp tác với anh. Nhưng chúng ta không thể giải quyết được chuyện này chỉ bằng riêng sức của mình. Chúng ta phải tìm đồng minh bên trong bộ máy quan liêu nếu như việc đó không gây ra tai họa.

- OK. - Blomkvist dè dặt gật đầu. - Chưa đăng bài báo lên thì tôi không bao giờ để lộ ra thông tin về nó.

- Nhưng trong trường hợp này thì anh đã để lộ. Anh đã bảo tôi, em gái anh và Holger mà.

- Phần nào đó là đúng.

- Anh lộ ra vì anh thấy việc này hệ trọng hơn một cái tin giật gân trên tạp chí của anh. Vì ít ra cũng đã có một lần anh không là phóng viên khách quan mà là người can dự ở bên trong các sự việc đang diễn biến. Và anh đang rất cần giúp đỡ. Anh sẽ không thể chiến thắng với chỉ riêng sức của anh.

Blomkvist chịu thua. Dù sao anh cũng chưa nói hết tất cả sự thật cho cả Armansky lẫn em gái anh. Anh vẫn có một hai bí mật chi chia sẻ với Salander mà thôi.

Anh bắt tay Armansky.

CHƯƠNG 9

Thứ Tư, 4 tháng Năm

Berger làm Phó tổng biên tập của *SMP* được ba ngày thì Tổng biên tập Morander qua đời vào giờ ăn trưa. Cả buổi sáng ông ở trong gian phòng kính, trong khi Berger và trợ lý biên tập Peter Fredriksson gặp các biên tập viên thể thao để chị làm quen với các đồng sự và tìm hiểu công việc của họ. Fredriksson bốn mươi lăm tuổi và là người tương đối mới ở tờ báo. Ông ít nói nhưng vui tính, kinh nghiệm rộng. Berger đã quyết định khi cầm lái con tàu chị có thể dựa vào kiến thức sâu rộng của Fredriksson. Chị đang bỏ phần lớn thời gian ra đánh giá những ai chị có thể trông cậy và có thể là một phần của chế độ mới của chị. Fredriksson dứt khoát là một ứng viên rồi.

Khi quay lại phòng biên tập họ trông thấy Morander đứng lên đi ra cửa gian phòng kính. Trông ông ngẩn ngơ.

Rồi ông chúi về đằng trước, nắm lấy lưng một chiếc ghế một lát rồi lăn đùng ra sàn.

Ông chết trước khi xe cứu thương đến.

Không khí ở phòng biên tập nhốn nháo cả buổi chiều. 2 giờ, Chủ tịch Hội đồng quản trị Bjorsjo đến, triệu tập nhân viên mặc niệm ngắn gọn Morander. Ông nói Morander đã hiến mười lăm năm đời mình cho tờ báo, cái giá mà công việc của một nhà báo thường có thể đòi phải trả như vậy. Cuối cùng ông xin một phút im lặng.

Berger nhận thấy mấy đồng sự mới mẻ nhìn chị. *Cái số lượng bí ẩn đây.*

Chị hắng giọng và tuy không được mời, tuy không biết sẽ nói gì, chị đã bước lên một bước lớn rồi nói, giọng kiên định:

- Tôi biết Hakan Morander trong ba ngày qua. Một thời gian quá ngắn nhưng dù sao từ một chút đó tôi vẫn đi tới chỗ biết ông ấy, tôi có thể nói trung thực rằng tôi rất muốn được biết ông ấy nhiều hơn nữa.

Chị ngừng lại khi qua khóe mắt chị thấy Bjorsjo đang nhìn chị. Ông có vẻ ngạc nhiên thấy chị lên tiếng. Chị tiến thêm một bước nữa.

- Tổng biên tập của các bạn ra đi không đúng lúc sẽ đặt ra những vấn đề cho tòa soạn, tôi được yêu cầu hai tháng nữa sẽ tiếp nhận công việc của Morander và đang trông vào thời gian ấy để học kinh nghiệm của ông.

Chị thấy Bjorsjo mở miệng như cũng muốn nói điều gì.

- Bây giờ chuyện ấy không có nữa, còn chúng ta thì sắp bước qua một thời kỳ điều chỉnh. Nhưng Morander là Tổng biên tập một tờ báo hàng ngày mà tờ báo này thì ngày mai cũng vẫn cứ phải phát hành. Hiện còn chín giờ đồng hồ nữa để đưa tin bài đi in và bốn giờ để giải quyết xong trang nhất. Tôi xin hỏi... trong các bạn ai là người tin cẩn gần gũi nhất của Morander?

Một thoáng im lặng tiếp theo khi mọi người nhìn nhau. Cuối cùng Berger nghe thấy tiếng một người ở bên trái của gian phòng.

- Có lẽ là tôi.

Đó là Gunnar Magnusson, trợ lý biên tập của trang nhất, đã ba mươi lăm năm làm việc ở tờ báo này.

- Cần một ai đó viết cáo phó. Việc ấy tôi không làm được... làm thì tôi sẽ hóa ra là hợm mình. Ông có thể viết cáo phó được không?

Ngập ngừng một lát rồi Magnusson nói:

- Tôi sẽ viết.

- Chúng ta dành toàn bộ trang nhất cho nó, các cái khác đẩy đến các trang sau.

Magnusson gật đầu.

- Chúng ta cần ảnh.

Chị liếc sang phải, bắt được biên tập viên tranh ảnh Lennar Torkelsson nhìn mình. Ông gật đầu.

- Chúng ta sẽ làm gấp chuyện này. Lúc đầu mọi sự sẽ khó khăn đôi chút. Khi cần giúp đỡ để ra quyết định, tôi sẽ mời các bạn cố vấn, tôi sẽ trông vào tài năng và kinh nghiệm của các bạn. Các bạn biết làm tờ báo thế nào và tôi còn cần phải học theo thêm nữa.

Chị quay lại Fredriksson.

- Peter, Morander đã tin ông nhiều. Ông hãy hướng dẫn cho tôi trong lúc này và hãy mang một gánh nặng hơn thường lệ. Tôi đang nhờ ông làm cố vấn cho tôi.

Ông gật. Ông còn làm gì hơn được?

Chị quay lại đề tài trang nhất.

- Một việc nữa. Sáng nay Morander đang viết xã luận. Gunnar, ông có thể vào máy tính ông ấy xem đã viết xong chưa? Dù chưa hoàn hảo, chúng ta vẫn cứ đăng. Tờ báo chúng ta làm hôm nay vẫn là tờ báo của Hakan Morander.

Im lặng.

- Nếu có bạn nào cần một chút thời gian cho mình hay muốn nghỉ một lát để suy nghĩ thì xin mời, các bạn cứ việc. Các bạn đều biết thời hạn của chúng ta cả rồi.

Chị để ý thấy vài người gật đầu tán thành.

- Nào, các anh chị em, đi làm việc nhỉ, - chị hạ giọng nói bằng tiếng Anh.

Holmberg giơ hai tay lên tỏ ý bất lực. Bublanski và Modig dáng nom ngờ vực. Vẻ mặt Andersson bình thản. Họ đang xem xét kết quả của lần điều tra sơ bộ mà Holmberg vừa làm xong sáng nay.

- Không có gì cả ư? - Modig hỏi. Nghe thấy vẻ chị ngạc nhiên.

- Không có gì cả, - Holmberg lắc đầu nói. - Báo cáo kết luận của bác sĩ bệnh học đã đến sáng nay. Không có gì cho thấy là không phải tự treo cổ chết.

Họ lại xem một lần nữa các bức ảnh chụp trong căn nhà nghỉ hè ở Smaladaro. Mọi cái dẫn tới kết luận rằng Gunnar Bjorck, Phó trưởng phòng Nhập cư của Cảnh sát An ninh đã leo lên một ghế đẩu, buộc dây thừng vào một cái móc treo đèn, quấn nó vào quanh cổ rồi đá rất mạnh làm ghế văng sang bên kia gian phòng. Bác sĩ bệnh học không thể nói rõ giờ phút chết nhưng biết được là chiều ngày 12 tháng Tư. Chính là thanh tra Andersson ngày 19 tháng Tư phát hiện ra xác chết chứ không phải ai khác. Tìm ra là nhờ Bublanski nhiều lần cố nắm được Bjorck. Ngán ngẩm, cuối cùng ông đã phái Andersson đi tróc hắn về.

Một lúc nào đó trong tuần, cái móc đèn đã tụt khỏi trần và Bjorck rơi xuống sàn. Qua cửa sổ, trông thấy cái xác, Andersson đã báo động. Đến căn nhà nghỉ mùa hè cùng mấy người nữa, Bublanski lập tức coi đây là hiện trường của một vụ án mạng, cho rằng Bjorck rõ ràng đã bị một kẻ nào đó xiết cổ. Chiều hôm ấy, nhóm pháp y thấy cái móc đèn. Holmberg được trao nhiệm vụ tìm xem Bjorck đã bị giết như thế nào.

- Không có bất cứ điều gì gợi ý ra đây là án mạng hay có người thứ hai lúc Bjorck chết, - Holmberg nói.

- Thế cái đèn?

- Cái đèn trần có những dấu vân tay của người chủ căn nhà - người đã treo nó lên hai năm trước - và của bản thân Bjorck. Điều này nói lên rằng chính hắn đã hạ cây đèn xuống.

- Dây thừng là ở đâu ra?

- Ở cột cờ trong vườn. Ai đã cắt lấy hai mét. Có một con dao Mora còn cả bao ở trên thành cửa sổ bên ngoài cửa ra vào đằng sau. Theo người chủ nhà, con dao ấy là của ông ta. Ông ta thường để nó trong một ngăn kéo đựng dụng cụ ở bên dưới mặt tấm ván làm ráo nước trên chậu rửa. Ở cán và lưỡi dao có dấu vân tay của Bjorck.

- Thắt nút kiểu gì?

- Nút đơn giản. Ngay cái thòng lọng cũng lỏng. Điều này có lẽ hơi lạ đây. Là thủy thủ thì Bjorck phải biết cách thắt nút đúng chứ. Nhưng ai biết được, một người đang ngẫm nghĩ chuyện tự sát thì có thể sẽ lơ đãng không chú ý tới cách thắt nút thòng lọng dành cho mình.

- Về thuốc men thì sao?

- Theo báo cáo về độc tố học, có những dấu vết của một loại thuốc giảm đau mạnh trong máu của Bjorck. Thuốc này có trong đơn bác sĩ kê cho hắn. Cũng có dấu vết rượu nhưng tỉ lệ phần trăm không đáng kể. Nói cách khác hắn có ít nhiều tỉnh táo.

- Bác sĩ độc học nói có những vết thương trầy xước.

- Một trầy xước dài hơn ba phân ở rìa đầu gối trái của Bjorck. Trông giống một vết gãi. Tôi đã nghĩ như vậy nhưng mà cũng có thể là do hàng chục nguyên nhân gây ra... hắn đi va vào góc bàn hay ghế dài chẳng hạn.

Modig cầm lên bức ảnh chụp bộ mặt méo xệch của Bjorck. Thòng lọng đã nghiến quá sâu vào cổ hắn đến nỗi sợi dây thừng lẫn mất hẳn vào dưới da. Bộ mặt sưng lên kỳ cục.

- Hắn lủng lẳng ở đấy chừng hai mươi tư giờ rồi thì cái móc đèn rụng xuống. Máu hắn hoặc dồn hết cả lên đầu - cái thòng lọng giữ không cho máu chảy trở về thân thể - hoặc xuống các phần bên dưới. Lúc cái móc rụng, người hắn rơi xuống thì ngực đã đập vào cái bàn cà phê, gây nên vết tím bầm sâu ở đây. Nhưng vết thương này xảy ra sau khi hắn chết đã lâu.

- Chết kiểu gì mà khốn khổ như thế chứ, - Andersson nói.

- Tôi không biết. Dây thòng lọng quá mảnh nên lẫn sâu làm cho máu ngừng chảy. Chắc hắn đã mê đi vài giây rồi chết trong vòng một hai phút.

Bublanski ngán ngẩm đóng bản báo cáo sơ bộ lại. Ông không thích thế này. Ông tuyệt đối không thích việc Zalachenko và Bjorck cả hai lại cùng chết một ngày như kiểu họ đã có vẻ bảo nhau. Nhưng muốn suy diễn thế nào thì cũng không thay đổi được sự thật là cuộc điều tra hiện trường không đưa ra một chút xíu gì ủng hộ cho cái lý nói rằng đã có một bên thứ ba giúp Bjorck một tay.

- Hắn bị quá nhiều sức ép, - Bublanski nói. - Hắn biết toàn bộ vụ Zalachenko đang có nguy cơ bị phanh phui và hắn thì có thể bị một án tù vì buôn bán tính dục, cộng thêm còn bị phơi mặt trên báo đài nữa. Tôi nghĩ điều này làm hắn sợ nhất. Hắn ốm, đau đớn kinh niên đã lâu... tôi không biết. Tôi mong hắn có để lại một bức thư.

- Nhiều vụ tự sát không có thư lưu lại.

- Tôi biết. OK. Lúc này hãy gác Bjorck sang một bên. Đành thế, chả có cách nào hơn.

Berger không thể cho mình vào ngồi ngay trong phòng làm việc của Morander hay gạt đồ đạc của ông sang bên được. Chị sắp xếp cho Magnusson nói chuyện với gia đình Morander để khi nào thích hợp thì bà vợ ông có thể đích thân, hay cử một ai đó đến chọn lấy đồ đạc của ông về.

Thay vào đó, chị có một bàn làm việc đã được thu dọn sạch sẽ ở trung tâm phòng biên tập, chị sẽ đặt máy tính xách tay ở đó và chỉ đạo. Đang bề bộn. Nhưng trong một hoàn cảnh đáng sợ như thế, ba giờ sau khi chị nắm tay lái của *SMP*, trang nhất đã đi nhà in. Magnusson đã đặt vào đấy một bài dài bốn cột về cuộc đời và sự nghiệp của Morander. Trang nhất được trình bày quanh một bức chân dung viền đen, gần như chiếm hết nửa trên của trang cùng với bài xã luận viết dở dang của ông ở bên trái và một dải ảnh chạy ngang hết dưới chân trang. Trình bày không đẹp nhưng nó kích động đến đạo đức và tình cảm.

Ngay đúng 6 giờ, khi Berger xem hết các tít bài ở trang hai và đang bàn đến các bài viết với người phụ trách duyệt nội dung thì Borgsjo đi đến chạm vào vai chị. Chị ngừng lên.

- Tôi nói một câu có được không?

Hai người đi ra chỗ để máy pha cà phê trong căng tin.

- Chỉ là vì tôi muốn nói tôi rất thích cách chị nắm công việc hôm nay. Tôi nghĩ chị đã làm tất cả chúng tôi ngạc nhiên đấy.

- Tôi chả còn biết cách nào làm hơn thế. Nhưng trước khi tự đi được, tôi thực sự có thể bị loạng choạng đôi chút.

- Chúng tôi hiểu điều đó.

- Chúng tôi?

- Ý tôi là Ban biên tập và Hội đồng Quản trị. Nhất là Hội đồng Quản trị. Nhưng sau công việc diễn ra hôm nay tôi càng đinh ninh chị là người lý tưởng để cho chúng tôi chọn. Chị đến vừa đúng lúc và chị gánh trách nhiệm trong một tình thế rất khó khăn.

Berger suýt đỏ mặt. Nhưng từ mười bốn tuổi chị đã không biết chuyện này.

- Tôi có thể khuyên chị một điều được không?

- Dĩ nhiên ạ.

- Nghe nói chị không đồng ý với Anders Holm về tít một bài báo.

- Chúng tôi không nhất trí ở góc độ nói về kiến nghị thuế của Chính phủ trong bài báo. Ông ấy cho một ý kiến xen vào tít ở phần tin, cho rằng ý kiến đó là trung lập. Các ý kiến thì nên dành cho trang của Ban biên tập. Còn tôi thì lại đang trông nom chủ đề này... thỉnh thoảng tôi sẽ viết xã luận mà. Nhưng như tôi đã nói với ông, tôi không hoạt động trong một đảng phái nào cho nên chúng ta cần giải quyết vấn đề ai sẽ phụ trách phần xã luận của báo.

- Lúc này Magnusson có thể nhận được, - Borgsjo nói.

Erika nhún vai:

- Ông chỉ định ai thì với tôi cũng vậy thôi. Nhưng đó phải là một người ủng hộ rõ ràng quan điểm của tờ báo. Họ nên thể hiện ở chỗ ấy chứ không phải ở phần tin.

- Hoàn toàn đúng. Điều tôi muốn nói là có lẽ chị nên dành cho Holm chút ít nhân nhượng. Ông ấy đã làm việc cho *SMP* một thời gian dài và đã phụ trách mảng tin tức trong mười lăm năm. Ông ta có thể đôi khi hay cằn nhằn cần nhằn nhưng Holm là không thể thay được.

- Tôi biết. Morander đã bảo tôi. Nhưng đụng đến chuyện *chính sách* thì ông ấy phải tuân theo quan điểm của tờ báo. Tôi là người ông thuê để ra tờ báo.

Borgsjo nghĩ một lát rồi nói:

- Lúc nào các vấn đề này nổi lên chúng ta sẽ giải quyết chúng.

Tối thứ Tư, khi lên chuyến tàu X2000 ở Ga Trung tâm Goteborg, Giannini vừa mệt vừa cáu. Chị cảm thấy như đã mất hết cả tháng ở trên con tàu này rồi. Chị mua cà phê ở toa ăn, về ghế ngồi, mở hồ sơ các ghi chép về lần trò chuyện cuối cùng với Salander ra. Cô gái này cũng là lý do tại sao chị cảm thấy mệt và cáu.

Cô ta đang giấu điều gì đó. Con ranh rồ dại này không nói với mình sự thật. Cả Mikael cũng đang giấu một cái gì nốt. Chúa mới biết được họ đang chơi cái trò gì.

Chị cũng cả quyết rằng do cho đến nay anh trai chị và thân chủ của chị không giao lưu với nhau, vậy thì âm mưu - nếu đó là một âm mưu - phải là một cam kết im lặng cứ thế mà phát triển tự nhiên. Chị không hiểu đó là chuyện gì nhưng nó phải là một điều mà anh của chị coi là quan trọng, đến mức phải giấu đi.

Chị sợ đó là một vấn đề về đạo đức luân lý, và đó là một trong những chỗ yếu của Blomkvist. Anh là bạn của Salander. Chị biết anh của chị. Chị biết rằng một khi anh đã kết ai làm bạn thì anh trung thành đến mức liều lĩnh, dù cho người bạn có khiếm khuyết lù lù và không sao kham nổi. Chị cũng biết anh có thể chấp nhận một số điều ngu ngốc của bạn bè nhưng có một ranh giới và nó không thể bị vi phạm. Xem vẻ mỗi người chấp nhận được một mức ranh giới đến đâu là cho phép, nhưng chị biết Blomkvist đã cắt đứt hoàn toàn với những người trước đó là bạn thân chỉ vì họ đã làm điều gì đó mà anh coi là vượt rào. Và anh không lung lay. Đã đoạn tuyệt là mãi mãi.

Giannini biết anh mình nghĩ gì ở trong đầu. Nhưng chị không hiểu Salander đang làm gì. Đôi khi chị nghĩ chẳng có chuyện gì xảy ra ở cô gái hết.

Chị kết luận Salander có lẽ tính khí thất thường, thu mình lại. Cho đến khi gặp cô gái thì Giannini cho là cần phải có giờ có lúc và vấn đề là tranh thủ được lòng tin của cô gái. Nhưng sau một tháng chuyện trò - không tính hai tuần đầu kể như bỏ đi vì miệng Salander khó mà nói năng - giao tiếp giữa họ vẫn rõ ràng là đơn phương.

Đôi lúc Salander có vẻ trầm uất nặng, không mảy may nào thiết đến việc giải quyết tình cảnh hiện tại hay tương lai của mình. Đơn giản là cô không nắm bắt lấy cơ hội hay không biết rằng phải để cho luật sư thâm nhập mọi điều thì mới có thể bảo vệ mình một cách hiệu quả được. Luật sư không thể làm việc mà cứ mù mà mù mờ.

Salander lại lì xì và thường lặng thinh. Khi phải nói điều gì thì nghĩ rõ là lâu và chọn chữ nghĩa rõ là kỹ. Thường thường không trả lời, đôi khi lại trả lời vào một câu mà Giannini đã hỏi từ mấy hôm trước. Trong các lần cảnh sát thẩm vấn, Salander đều ngồi lì im lặng, nhìn thẳng ra trước mặt. Hiếm lắm cô mới nói một lời với cảnh sát, như ngoại lệ vậy. Các ngoại lệ này là vào những dịp thanh tra Erlander hỏi cô những điều cô biết về Niedermann. Lúc ấy cô ngước nhìn ông, trả lời thoải mái từng câu. Ông đổi đề tài, cô lại thờ ơ.

Giannini biết Salander có nguyên tắc là không nói chuyện với nhà chức trách. Trong trường hợp hiện giờ, điều đó có lợi. Tuy luôn giục thân chủ trả lời các câu cảnh sát hỏi, nhưng trong lòng chị lại thích sự im lặng của Salander. Đó là một im lặng đích đáng. Nó không có điều gì dối trá có thể khiến cho cô bị lôi thôi và cũng không có những lời lẽ mâu thuẫn khiến cho cô phải xấu mặt trước tòa.

Nhưng chị ngạc nhiên với việc Salander sao lại có thể điềm đạm bình thản đến thế được. Khi chỉ có hai người, chị đã hỏi sao cô lại từ chối trả lời cảnh sát, kiểu như rất muốn trêu ngươi họ vậy.

- Tôi có nói gì thì họ lại bẻ queo rồi đem ra chống lại tôi.

Nhưng nếu cô không tự thanh minh thì rồi đằng nào cô cũng có nguy cơ bị kết tội.

- Thế nào thì rồi cũng ra thế cả thôi mà. Tôi không gây nên những sự rắc rối này. Còn nếu họ muốn kết tội tôi thì đó không phải là chuyện của tôi.

Cuối cùng Salander đã nói rõ lại với luật sư của mình gần hết mọi chuyện xảy ra ở Stallarholmen. Tất cả trừ một cái. Cô không giải thích tại sao Magge Lundin lại chỉ bị bắn vào chân. Chị muốn hỏi muốn hoạnh thế nào, Salander vẫn cứ mỉm nụ cười khó hiểu nhìn chị.

Cô cũng nói với Giannini những gì xảy ra ở Gosseberga. Nhưng cô không nói chút nào về việc tại sao cô lại săn lùng bố mình đến tận sào huyệt của ông ta. Cô chủ tâm đến để giết ông ta - như công tố viên tuyên bố - hay cốt để nói cho ông ta nghe ra điều phải trái?

Khi Giannini nêu chuyện Nils Bjurman, người giám hộ trước kia, Salander chỉ nói cô không phải là người bắn hắn. Vụ án mạng đặc biệt này không còn là một trong các tội người ta buộc cho cô nữa. Khi Giannini chạm tới vai trò của bác sĩ Teleborian trong bệnh viện tâm thần hồi 1991, đỉnh điểm của toàn bộ chuỗi sự kiện, thì Salander lại chìm vào im lặng hoàn toàn, đến mức ngỡ như cô sẽ lại không còn thốt ra một lời nào nữa.

Thế này thì chẳng đưa ta được đến đâu hết cả, Giannini khẳng định. Nếu cô ấy không tin ta thì ta sẽ thua tòa mất thôi.

Salander ngồi ở bên giường, nhìn ra ngoài cửa sổ. Cô có thể trông thấy tòa nhà cao tầng ở phía bên kia bãi đỗ xe. Đã một giờ trôi qua từ khi Giannini đóng sầm cửa nhào ra, Salander ngồi im lìm, không bị quấy rầy. Cô lại đau đầu nhưng nhẹ và cách quãng. Nhưng cô cảm thấy không yên.

Cô giận Giannini. Theo con mắt hành nghề, cô có thể thấy tại sao chị luật sư lại cứ nhắc đi nhắc lại hoài những chi tiết về quá khứ của cô. Về lý, cô hiểu việc đó. Giannini cần nắm rõ mọi sự việc. Nhưng cô không muốn nói chút nào về tình cảm hay hành động của cô. Đời cô là việc của riêng cô. Bố cô là một kẻ bạo dâm bệnh hoạn, một tên giết người thì đâu có phải lỗi của cô. Anh cô là một tên giết người thì cũng đâu có phải lỗi của cô chứ. Và ơn Chúa, không ai biết hắn là anh ruột cô, nếu không thì chắc chắn người ta sẽ nắm lấy chuyện này để chống lại cô, vì sớm muộn thế nào người ta cũng làm cuộc đánh giá tâm thần. Cô không phải là người giết Dag Svensson và Mia Johansson. Cô không chịu trách nhiệm về việc chỉ định một người giám hộ mà rồi hóa ra lại là một con lợn, một tên hiếp dâm.

Thế nhưng chính cuộc đời *cô* lại sắp bị phơi bày hết cả ra. Cô sẽ buộc phải nói rõ về mình và xin tha thứ vì cô phải tự bảo vệ lấy mình.

Cô chỉ mong được để cho yên thân. Và nếu được như thế thì cô là người sẽ phải sống với chỉ bản thân mình. Cô không trông chờ một ai đó làm bạn. Nhiều phần chắc chắn là Annika Trời đánh Giannini đứng về phía cô nhưng đó là tình bạn nghề nghiệp của một người chuyên nghiệp đang làm luật sư cho cô. Kalle Hăng máu Blomkvist đang ở đâu đó ngoài kia - vì một lý do nào đó Giannini nói dè dặt về anh mình - còn Salander thì không bao giờ hỏi. Cô không trông chờ bây giờ mình sẽ được anh hoàn toàn quan tâm đến vì vụ giết Svensson đã được giải quyết và Blomkvist thì có bài báo của anh.

Cô nghĩ sau khi tất cả các chuyện này xảy ra thì Armansky sẽ nghĩ về cô như thế nào đây.

Cô nghĩ Holger Palmgren sẽ nhìn nhận tình hình này ra sao.

Theo Giannini thì cả hai đều nói ủng hộ cô nhưng đó là lời nói. Hai ông có thể không làm gì cả để giải quyết các vấn đề riêng của cô.

Cô nghĩ MiriamWu thì cảm thấy sao về cô.

Cô nghĩ đến cái điều cô vẫn nghĩ về bản thân, đã nghĩ ra điều đó và đi đến chỗ nhận ra rằng cô cảm thấy hoàn toàn dửng dưng về toàn bộ cuộc đời mình.

Cô bị phá ngang khi người canh gác của An ninh Securitas mở khóa cửa để bác sĩ Jonasson vào.

- Chào Salander. Hôm nay cô thấy sao?

- OK, - cô nói.

Ông xem biểu đồ theo dõi thể trạng của cô, thấy cô đã hết sốt. Cô đã quen với các lần thăm khám của ông, mỗi tuần hai lần. Trong tất cả những người đụng chạm và ấn nắn cô, ông là người duy nhất cô cảm thấy chừng nào có tin cậy. Cô không cảm thấy ông nhìn cô bằng con mắt kỳ lạ. Ông đến phòng cô, chuyện đôi ba lúc và khám, kiểm tra tiến bộ của cô. Ông không hỏi cô về Niedermann và Zalachenko hay hỏi liệu cô có bị hâm hâm hay tại sao cảnh sát lại nhốt cô. Ông hình như chỉ quan tâm tới các cơ bắp của cô chúng làm việc thế nào, vết thương ở não lành lại ra sao và nói chung cô cảm thấy thế nào.

Ngoài ra, ông đã, ở nghĩa đen, vọc tay vào não cô. Ai đã sờ lần loanh quanh vào trong não của bạn rồi thì bạn cần phải đối xử kính trọng người đó chứ. Cô ngạc nhiên thấy mình thích các lần thăm khám của bác sĩ mặc dù ông ấn ấn nắn nắn và mải chú ý quá đến biểu đồ thể trạng của cô.

- Nếu tôi khám thì cô có sao không?

Ông khám như thường lệ, xem con người cô, nghe cô thở, bắt mạch, đo huyết áp và kiểm tra xem cô nuốt thế nào.

- Tôi sao chứ?

- Cô đang trên đường hồi phục. Nhưng cô phải tập tành hăng hơn. Và cô đang tự ý bóc vẩy vết thương ở trên đầu. Cô phải thôi ngay. - Ông ngừng lại. - Tôi có thể hỏi một câu hơi riêng tư được không?

Cô nhìn ông. Ông chờ tới khi cô gật.

- Cái con rồng xăm kia... Làm thế nào mà có được thế?

- Trước kia ông chưa thấy bao giờ ư?

Thình lình ông mỉm cười.

- Thật tình tôi đã *liếc* vào đó nhưng là khi cô không có áo quần mà tôi thì còn đang mải cầm máu và lấy viên đạn ra cho cô.

- Tại sao ông hỏi?

- Tò mò, không gì khác.

Salander nghĩ một lát. Rồi cô nhìn ông.

- Tôi xăm nó vì những lý do không thể nói ra được.

- Quên chuyện tôi hỏi đi nhé.

- Ông có muốn xem nó không?

Ông nom vẻ ngạc nhiên.

- Chắc chắn là có chứ. Tại sao không nhỉ?

Cô quay lưng lại, kéo chiếc áo dài của bệnh viện lên quá vai. Cô xoay ngồi cho ánh sáng ngoài cửa sổ chiếu vào đúng lưng cô. Ông nhìn con rồng của cô. Cái hình đẹp và xăm giỏi, một tác phẩm nghệ thuật.

Một lúc sau cô quay lại.

- Thỏa mãn chứ?

- Đẹp. Nhưng chắc là đau kinh khủng đấy.

- Vâng, - cô nói. - Đau.

Jonasson có phần bối rối rời buồng Salander. Ông hài lòng vì cô tiến bộ trong việc phục hồi chức năng cơ thể. Nhưng ông không thể hiểu nổi cô gái kỳ dị này. Ông không cần có bằng thạc sĩ tâm lý học để biết rằng cô gái này rất không ổn về mặt cảm tính. Giọng cô nói với ông là lễ độ, nhưng mang đầy ngờ vực. Ông cũng hiểu rằng cô lễ độ với tất cả nhân viên bệnh viện nhưng khi cảnh sát tới gặp thì cô lại không nói một lời. Cô giam mình vào trong cái vỏ ốc của cô, giữ khoảng cách với những người xung quanh.

Cảnh sát đã khóa cửa buồng cô ở bệnh viện, một công tố viên thì có ý khép cô vào tội mưu sát và gây thương tích nặng trên cơ thể. Ông ngạc nhiên sao một cô gái bé nhỏ, gầy guộc lại có sức mạnh vật chất để làm nổi cái loại tội ác tàn bạo này, đặc biệt sự bạo hành ấy lại chĩa thẳng vào những người đàn ông trưởng thành hẳn hoi.

Ông đã hỏi về con rồng xăm, hy vọng tìm ra một chủ đề riêng tư mà ông có thể bàn với cô. Ông không đặc biệt quan tâm tại sao cô lại trang điểm cho mình theo cách đó, nhưng ông cho rằng do cô đã chọn cách xăm đáng ngạc nhiên đó, thì chắc là nó phải có một ý nghĩa nào đó với cô. Ông nghĩ đơn giản rằng đó là một cách mở đầu một cuộc chuyện trò.

Các lần ông đến thăm cô là nằm ngoài kế hoạch của ông, vì việc này đã được trao cho bác sĩ Endrin. Nhưng bác sĩ Jonasson là người đứng đầu đơn vị chấn thương và ông tự hào về công việc ông đã hoàn thành cái đêm người ta đem Salander đến bộ phận Sơ cứu & Cấp cứu ấy. Ông đã có quyết định đúng cũng như chọn cách lấy viên đạn ra. Như hiện nay ông có thể thấy, Salander không có những biến chứng ở dạng lú lẫn trí nhớ, chức năng cơ thể giảm sút hay các khuyết tật khác do vết thương. Nếu tiếp tục lành lặn theo đà này, cô sẽ rời bệnh viện với một vết sẹo ở sọ nhưng không trông thấy có tổn thất nào khác. Những vết sẹo trong tâm hồn cô lại là chuyện khác.

Trở về văn phòng mình, ông thấy một người mặc một bộ sẫm màu đứng tựa tường ở ngoài cửa. Ông ta có mái tóc dày và bộ râu tỉa tót công phu.

- Bác sĩ Jonasson phải không?

- Vâng?

- Tôi là Peter Teleborian. Tôi là bác sĩ trưởng ở bệnh viện tâm thần Thánh Stefan.

- Vâng, tôi nhận ra ông.

- Tốt. Tôi muốn nói chuyện riêng với ông nếu ông có thì giờ.

Jonasson mở khóa cửa đưa ông khách vào.

- Tôi giúp ông thế nào được đây?

- Chuyện liên quan đến một trong các bệnh nhân của ông, Lisbeth Salander. Tôi cần thăm cô ấy.

- Ông phải xin phép công tố viên. Cô ấy đang bị bắt giữ nên cấm khách thăm viếng. Rồi ai xin thăm hỏi cũng phải báo trước cho luật sư của Salander.

- Vâng, vâng tôi biết. Tôi nghĩ chúng ta có thể cần bỏ qua tất cả các chuyện quan liêu giấy tờ ở trong vụ này. Tôi là bác sĩ cho nên đứng trên cơ sở y tế ông có thể cho tôi cơ hội thăm khám cô ấy.

- Vâng, chắc là có thể làm như thế được nhưng tôi không biết mục đích của ông.

- Trong nhiều năm tôi là bác sĩ tâm thần của Lisbeth Salander, khi cô ấy được pháp luật đưa vào Thánh Stefan. Tôi theo dõi cô ấy cho tới khi cô ấy sang tuổi mười tám thì tòa án quận cho cô ấy trở về với xã hội, dù vẫn phải chịu chế độ giám hộ. Có lẽ tôi cần nói rằng tôi phản đối việc này. Từ ngày đó cô ấy được phép trôi nổi vô mục đích và hậu quả thì đấy, hôm nay mọi người đều đã thấy.

- Thật thế ư?

- Vẫn cảm thấy phải chịu trách nhiệm lớn với cô ấy, tôi muốn nắm lấy cơ hội này để kiểm tra xem trong hơn mười năm qua đã xảy ra bao nhiêu sa sút ở cô ấy.

- Sa sút?

- Là so với lúc cô ấy còn là một thiếu nữ mười mấy tuổi được chữa chạy đúng cách thức. Tôi nghĩ ở đây giữa cánh bác sĩ với nhau chúng ta có thể đi đến một thông cảm.

- Vậy trong lúc tôi vừa mới nghe xong, có lẽ... ông có thể giúp tôi ở cái vấn đề mà tôi hoàn toàn không hiểu, tức là giữa cánh bác sĩ với nhau, nghĩa là như vậy. Khi cô ấy được đưa vào bệnh viện Sahlgrenska, tôi khám sức khỏe toàn diện cho cô ấy. Một bạn đồng sự lại đã nhấn xin một biên bản pháp y cho người bệnh. Biên bản này do bác sĩ Jesper H. Loderman ký tên.

- Đúng. Khi bác sĩ Loderman đang làm việc đó thì tôi là trợ lý của ông ấy.

- Tôi hiểu. Nhưng tôi nhận thấy biên bản này mơ hồ đến cùng cực.

- Thật thế ư?

- Nó không có hội chẩn. Nó có vẻ giống như một bản nghiên cứu học thuật về một bệnh nhân cứ khăng khăng không chịu nói.

Teleborian cười to.

- Vâng, làm việc với cô này thì chắc chắn là không dễ rồi. Như trong biên bản đã nói đấy, cô ấy một mực từ chối chuyện trò với bác sĩ Loderman. Kết quả là ông ấy buộc phải diễn đạt khá là không chính xác. Điều này về phần ông ấy là hoàn toàn đúng thôi.

- Thế nhưng lại khuyến cáo đưa cô ấy vào bệnh viện?

- Cái đó là căn cứ vào tiền sử của cô ấy. Bệnh học của cô ấy đã được sưu tập qua nhiều năm và chúng tôi có kinh nghiệm với nó.

- Đó chính là điều tôi không hiểu. Khi Salander ấy nhập viện, chúng tôi đã nhắn xin bệnh viện Thánh Stefan một bản sao hồ sơ của cô ấy. Nhưng chúng tôi vẫn không nhận được.

- Tôi xin lỗi về chuyện ấy, nhưng nó đã được phân loại là Tối Mật theo lệnh của tòa án quận.

- Và nếu các biên bản về cô ấy mà chúng tôi không thể vào nổi thì bảo chúng tôi chữa chạy đúng đắn cho cô ấy như thế nào được đây? Trách nhiệm y tế đối với các quyền lợi của cô ấy bây giờ là thuộc về chúng tôi, không về ai khác cả.

- Tôi chăm sóc cho cô ấy từ năm cô ấy mười hai tuổi và tôi nghĩ ở Thụy Điển không có bác sĩ nào khác hiểu biết điều kiện bệnh tật của cô ấy như tôi.

- Mà cái đó là...

- Salander bị rối loạn tâm thần nghiêm trọng. Tâm thần học, như ông biết, không phải là một khoa học chính xác. Tôi do dự tự bắt mình phải khuôn vào làm cho được một hội chẩn chính xác nhưng cô ấy có những ảo giác mang các đặc điểm tâm thần phân lập hoang tưởng rõ rệt. Trạng thái lâm sàng của cô gồm có các thời kỳ trầm uất điên loạn và cô ấy thiếu sự đồng cảm.

Jonasson nhìn đăm đăm bác sĩ Teleborian trong mười giây rồi nói:

- Tôi sẽ không tranh luận về hội chẩn với ông, thưa bác sĩ Teleborian, nhưng đã từng có lúc nào ông tính đến chuyện làm một hội chẩn đơn giản hơn và có ý nghĩa chưa?

- Như?

- Như hội chứng Asperger. Dĩ nhiên tôi không có làm công việc đánh giá tâm thần cho cô ấy nhưng nếu tôi phải đánh bạo tự đưa ra một ức đoán thì tôi sẽ nghĩ đến một dạng tự kỷ nào đó. Như thế giải thích được hiện tượng cô ấy không có khả năng quan hệ với các quy ước xã hội.

- Tôi xin lỗi nhưng các bệnh nhân Asperger nói chung là không có thiếu sống bố mẹ. Tin tôi đi, tôi chưa bao giờ gặp được định nghĩa nào rõ ràng về một bệnh nhân tâm thần với chứng thù ghét xã hội như ở cô gái này.

- Tôi coi cô ta là thu mình lại chứ không phải là một bệnh nhân hoang tưởng thù ghét xã hội.

- Cô ta cực kỳ cuốn hút, - Teleborian nói. - Cô ấy hành động theo cách cô ấy nghĩ rằng ông chờ đợi cô ấy sẽ hành động theo cái cách ấy.

Jonasson cau mày. Teleborian đang mâu thuẫn lại với những điều ông nói về Salander. Nếu như có một điều nào khiến cho Jonasson cảm thấy yên dạ về cô gái thì đó là cô ấy chắc chắn không hề muốn cuốn hút. Trái lại, cô ấy là người bướng bỉnh giữ khoảng cách với những người xung quanh và không để lộ ra một xúc động nào hết. Ông đã thử cho bức tranh mà Teleborian đang vẽ đây hòa hợp với hình ảnh của riêng ông về Salander.

- Ông mới chỉ thấy cô ấy trong một thời gian ngắn, lúc cô ấy bị buộc phải thụ động vì đang bị thương. Tôi đã chứng kiến những cơn hung hăng nổ ra thình lình và lòng thù ghét vô lý của cô ấy. Tôi đã bỏ ra nhiều năm cố giúp Lisbeth Salander. Đó là vì sao mà tôi lại ở đây. Tôi đề nghị bệnh viện Sahlgrenska hợp tác với Thánh Stefan.

- Ông nói đến hợp tác nào vậy chứ?

- Ông chịu trách nhiệm về điều kiện y tế cho cô ấy và tôi tin chắc rằng cô ấy đã nhận được sự chăm sóc tốt đẹp nhất. Nhưng tôi hết sức lo lắng cho tình trạng tâm thần của cô ấy, và tôi muốn mình được cho dung nhận ngay từ đầu. Tôi sẵn sàng cung cấp mọi sự giúp đỡ trong phạm vi khả năng của tôi.

- Tôi hiểu.

- Vậy tôi cần thăm cô ấy để đánh giá sớm từ đầu bệnh tình cô ấy.

- Chỗ này không may tôi lại không giúp được ông.

- Xin lỗi ông sao ạ?

- Tôi đã nói, cô ấy đang bị bắt giữ. Nếu ông muốn mở ra bất cứ điều trị tâm thần nào cho cô ấy, thì ông sẽ phải nộp đơn lên công tố viên Jervas ở Goteborg đây. Bà công tố viên là người ra quyết định về các việc này. Và phải làm, tôi nhắc lại, với sự hợp tác của luật sư của cô ấy, Annika Giannini. Còn nếu là chuyện biên bản tâm thần pháp y thì lúc ấy Tòa án Quận sẽ cấp giấy bảo lãnh cho ông.

- Thì chính là tôi lại muốn tránh các thứ thủ tục quan liêu giấy tờ này.

- Tôi hiểu, nhưng tôi chịu trách nhiệm về cô ấy, nếu sắp tới đây cô ấy bị đưa ra tòa thì chúng tôi cần có tài liệu về mọi biện pháp mà chúng tôi đã dùng đến. Cho nên tôi buộc phải tuân theo các thủ tục quan liêu.

- Được. Vậy tôi cũng có thể bảo ông rằng tôi đã nhận được một ủy quyền chính thức của công tố viên Ekstrom ở Stockholm để làm một báo cáo pháp y về tâm thần cô ấy. Tòa xét xử vụ này sẽ cần liên quan đến báo cáo đó.

- Vậy thì ông có thể xin được giấy phép chính thức vào thăm cô ấy qua các kênh thích hợp chứ đừng lờ đi các quy tắc điều hành.

- Nhưng trong khi chúng ta mải chạy tới chạy lui với tệ quan liêu thì có cơ bệnh tâm thần của cô cứ tiếp tục sa sút. Tôi chỉ là bận tâm đến hạnh phúc của cô ấy thôi.

- Tôi cũng vậy, - Jonasson nói. - Còn giữa chúng ta với nhau, tôi có thể nói là tôi không thấy dấu hiệu gì về bệnh tâm thần hết. Cô ấy đã bị đối xử tồi tệ và luôn chịu nhiều sức ép. Nhưng tôi không thấy bất kỳ bằng chứng nào về bệnh tâm thần phân lập hay hoang tưởng tâm thần ở cô ấy cả.

Nhận ra là mãi vẫn không thuyết phục nổi được Jonasson thay đổi ý kiến, Teleborian đứng phắt dậy bỏ đi.

Jonasson ngồi một lúc, nhìn chiếc ghế Teleborian vừa ngồi. Các bác sĩ khác thường không hay tiếp xúc ông để khuyên bảo hay góp ý về điều trị. Nhưng chuyện này thường chỉ xảy ra với các bệnh nhân mà bác sĩ riêng đang trông coi việc điều trị cho bệnh nhân. Trước đây ông chưa thấy một bác sĩ tâm thần nào hạ cánh xuống như một quả khí cầu rồi ít nhiều cứ yêu cầu cho vào gặp bệnh nhân, lờ hết mọi thủ tục, hơn nữa một bệnh nhân mà rõ ràng nhiều năm rồi ông ta không hề điều trị. Một lát sau, Jonasson liếc đồng hồ thấy đã gần 7 giờ. Ông nhấc điện thoại gọi Martina Karlgren, một bác sĩ tâm lý ở Sahlgrenska, người đã được bố trí để có thể sẵn sàng xử lý các bệnh nhân bị thương.

- Chào. Tôi cho là tan tầm bà về rồi. Tôi có quấy quả bà không?

- Không hề gì. Tôi ở nhà đang làm mấy thứ vớ vẩn.

- Tôi tò mò về một điều này. Bà đã nói chuyện với bệnh nhân nổi tiếng của chúng ta, Lisbeth Salander. Bà có thể nói cảm tưởng của bà về cô gái ấy không?

- À, tôi thăm khám cho cô ấy ba lần, được cho nói chuyện với cô ấy. Lần nào cô ấy cũng kiên quyết từ chối nhưng lịch sự.

- Cảm tưởng của bà về cô ấy thế nào?

- Ông định nói gì?

- Martina, tôi biết bà không phải là nhà tâm thần học nhưng bà thông minh, nhạy cảm. Bà thấy cảm tưởng chung của bà về bản chất, về trạng thái tinh thần của cô ấy là gì?

Suy nghĩ một lúc, Karlgren nói:

- Tôi không dám trả lời chắc chắn câu hỏi này như thế nào. Tôi gặp cô ấy hai lần ngay sau khi cô ấy nhập viện nhưng cô ấy đang trong tình trạng đau đớn như thế cho nên tôi chưa thực sự tiếp xúc với cô ấy được. Rồi một tuần trước tôi gặp cô ấy theo yêu cầu của Helena Endrin.

- Tại sao Endrin lại bảo bà thăm khám cho cô ấy?

- Salander bắt đầu khôi phục sức khỏe. Cô ấy cứ nằm ngửa nhìn trần suốt. Bác sĩ Endrin muốn tôi ngó xem cô ấy.

- Thế xảy ra chuyện gì?

- Tôi tự giới thiệu. Chúng tôi nói chuyện chừng hai ba phút. Tôi hỏi cô ấy cảm thấy trong người ra sao, liệu có cần ai để chuyện trò không. Cô ấy nói không cần. Tôi hỏi liệu tôi có thể giúp gì cho cô ấy không. Cô ấy nhờ tôi mang lậu vào cho một bao thuốc lá.

- Cô ấy cáu giận hay thù nghịch?

- Không, tôi không nói thế. Cô ấy bình tĩnh nhưng giữ khoảng cách. Tôi cho cái chuyện nhờ mang thuốc lá là đùa chứ không phải là nhu cầu thực sự. Tôi hỏi có muốn đọc cái gì không, liệu tôi có thể mang cho sách báo gì đó không. Lúc đầu cô ấy bảo không nhưng sau thì hỏi tôi có báo khoa học bàn về di truyền học và nghiên cứu về não không.

- Bàn về *gì*?

- Di truyền học.

- *Di truyền học?*

- Vâng. Tôi bảo ở thư viện bệnh viện có mấy quyển khoa học phổ thông về vấn đề này. Cô ấy không thích loại đó. Cô nói trước kia đã đọc các sách về đề tài này và có kể ra vài quyển tiêu chuẩn mà tôi chưa nghe đến bao giờ. Cô ấy thích nghiên cứu thuần túy ở lĩnh vực này hơn.

- Trời đất cha mẹ.

- Tôi nói chắc ở trong thư viện bệnh nhân chúng tôi không có các sách tiên tiến hơn thế. Chúng tôi có nhiều Philip Marlowe[1] hơn là văn chương khoa học. Nhưng tôi sẽ xem có thể moi ra được cái gì không.

- Bà có làm được không?

- Tôi lên gác mượn vài quyển tạp chí *Nature* và *New England Journal of Medicine*. Cô ấy hào hứng, cảm ơn tôi đã phải mất công.

- Nhưng các tạp chí này phần lớn là đăng các bài báo có tính bác học và nghiên cứu thuần túy.

- Cô ấy đọc mà thú vị ra mặt.

---

[1] Nhân vật trong tiểu thuyết trinh thám và hình sự của nhà văn Mỹ Raymond Chandler (1888 - 1959).

Jonasson không nói nên lời một lúc.

- Thế bà đánh giá não trạng cô ấy sao?

- Giữ mình co lại. Cô ấy không nói gì về bản tính cá nhân với tôi.

- Bà có cảm thấy cô ấy bị bệnh tâm thần không? Trầm uất bất thường hay hoang tưởng gì đó?

- Không, không, không hề. Nếu nghĩ thế tôi đã róng chuông báo động. Cô ấy tính khí lạ lùng, cái này thì không còn nghi ngờ gì rồi; và cô ấy có những vấn đề lớn cũng như phải chịu đựng sức ép. Nhưng cô ấy bình tĩnh và thực tế, có vẻ đương đầu lại được với tình cảnh của mình. Sao ông hỏi thế? Xảy ra chuyện gì ư?

- Không, chẳng xảy ra chuyện gì. Tôi chỉ là tìm hiểu cô ấy, thế thôi.

CHƯƠNG 10

Thứ Bảy, 7 tháng Năm
Thứ Năm, 12 tháng Năm

Blomkvist để túi đựng máy tính xuống bàn. Bên trong nó có các phát hiện của Olsson, cộng tác viên của Blomkvist ở Goteborg. Anh nhìn dòng người trên đường Gotgatan. Đây là một trong những điều anh thích nhất ở chỗ làm việc của mình. Gotgatan đầy sự sống suốt ngày đêm và khi ngồi bên cửa sổ, anh không bao giờ thấy bị cách biệt, không bao giờ bị trơ trọi.

Anh đang chịu sức ép lớn. Anh vẫn làm việc tiếp cho các bài báo sẽ đăng trong số mùa hè nhưng cuối cùng anh nhận thấy có quá nhiều tài liệu đến nỗi nếu tạp chí dành hẳn ra một số cho vấn đề này thì cũng không thể đủ. Anh đi đến cái tình hình giống như hồi vụ Wennerstrom mà anh đã quyết định cho xuất bản tất cả các bài báo thành một quyển sách. Anh đã có đủ bài cho 150 trang và anh thừa nhận rằng cuối cùng quyển sách phải dày tới 320 hay 336 trang.

Phần dễ đã xong. Anh đã viết về hai vụ án mạng Svensson và Johansson, đã mô tả tại sao anh tình cờ lại là người đến hiện trường. Anh đã viết đến vì sao Salander lại hóa ra thành nghi phạm. Anh đã để một chương lật tẩy trước hết những điều báo chí viết về Salander, rồi những điều công tố viên Ekstrom nói, do đó gián tiếp lật tẩy cả ngành cảnh sát. Suy nghĩ kỹ, anh đã hạ giọng phê bình Bublanski và nhóm của ông xuống. Anh làm thế sau khi nghiên cứu một băng video về cuộc họp báo của Ekstrom trong đó rõ ràng thấy Bublanski không thoải mái và hết sức ngán ngẩm với kết luận hấp tấp của Ekstrom.

Sau chuỗi sự việc bi thảm mở đầu, anh lui ngược về trước, mô tả việc Zalachenko đến Thụy Điển, thời thơ ấu của Salander và các sự kiện dẫn cô đến chỗ bị nhốt ở bệnh viện Thánh Stefan tại Uppsala. Anh thận trọng trong việc hạ dao xuống với cả Teleborian lẫn Bjorck vừa mới chết. Anh nhắc lại bản báo cáo tâm thần làm năm 1991, nói rõ tại sao Salander lại trở thành mối đe dọa cho một số viên chức dân sự, những người đã nhận lấy de dọa đó về mình để bảo vệ tên người Nga đào ngũ. Anh trích dẫn thư từ giữa Teleborian và Bjorck.

Rồi anh viết về căn cước mới của Zalachenko, các hoạt động tội ác của hắn. Anh viết về Niedermann, tên trợ thủ của hắn, vụ bắt cóc Miriam Wu, sự can thiệp của Paolo Roberto. Anh tóm tắt khúc kết cởi nút ở Gosseberga từng khiến cho Salander bị bắn và chôn sống, nói rõ tại sao cái chết của viên cảnh sát lại là một thảm họa không cần thiết vì Niedermann đã bị anh trói gô lại rồi.

Sau đó câu chuyện trở nên chậm hơn. Vấn đề với Blomkvist là câu chuyện vẫn còn nhiều lỗ hổng. Bjorck không hành động một mình. Phải có một nhóm lớn hơn với nguồn lực và các ảnh hưởng chính trị ở đằng sau chuỗi sự kiện này. Nghĩ khác đi như thế nào cũng đều không hiểu được. Nhưng cuối cùng anh đi tới kết luận rằng việc đối xử phi pháp với Salander đã không bị Chính phủ hay các ông sếp ở Cảnh sát An ninh trừng phạt. Ở sau kết luận này không tìm thấy có sự tín nhiệm cường điệu với Chính phủ mà đúng hơn là thấy lòng tin tưởng của anh vào cái chất con người. Một hành động kiểu này không thể giữ được bí mật nếu có động cơ chính trị thúc đẩy. Lẽ ra một ai đó đã cầu xin một ân huệ và đã gặp một ai đó để nói chuyện và báo chí lẽ ra đã phơi bày sớm được vụ Salander từ mấy năm trước.

Anh nghĩ "câu lạc bộ Zalachenko" là nhỏ bé và vô danh tiểu tốt thôi. Anh không nhận diện được đứa nào trong bọn chúng, trừ có thể là Martensson, một viên cảnh sát với nhiệm vụ bí mật đem thân ra theo dõi anh, chủ bút của *Millennium*.

Nay thì rành rành là Salander dứt khoát sẽ phải ra tòa rồi.

Ekstrom đã buộc tội cô gái là xúc phạm nghiêm trọng đến thân thể trong trường hợp Magge Lundin và xúc phạm nghiêm trọng đến thân thể cùng mưu sát trong trường hợp Karl Axel Bodin.

Vẫn chưa định ngày giờ nhưng các bạn đồng nghiệp của anh được biết Ekstrom đang đặt kế hoạch xét xử vào tháng Bảy, tùy thuộc vào tình hình sức khỏe của Salander. Blomkvist hiểu sự tính toán này. Một phiên tòa vào lúc cao điểm của mùa nghỉ hè sẽ không thu hút chú ý bằng một phiên tòa ở vào bất cứ lúc nào khác trong năm.

Kế hoạch của Blomkvist là cho in sách rồi sẵn sàng phát hành đúng hôm phiên tòa mở. Anh và Malm đã nghĩ đến một quyển sách bìa thường, bọc bằng nhựa trong và tung ra cùng với số đặc biệt mùa hè của *Millennium*. Đã phân công các việc cho Cortez và Eriksson, hai người phải cung cấp các bài viết về lịch sử của Cảnh sát An ninh, vụ IB* và đại loại như thế.

Anh cau mày khi nhìn ra cửa sổ.

Vẫn chưa kết thúc đâu. Âm mưu đang tiếp tục. Chỉ có hiểu như thế mới giải thích được chuyện nghe trộm điện thoại, chuyện tấn công Annika, vụ ăn cắp kép bản báo cáo về Salander. Có lẽ kẻ giết Zalachenko cũng là một bộ phận ở trong đám này.

Nhưng anh không có bằng chứng.

Cùng với Eriksson và Malm, anh đã quyết định cùng lúc với thời điểm mở phiên tòa, Nhà xuất bản Millennium sẽ xuất bản bài của Svensson về buôn bán tính dục. Nhất tề đưa cả cục ra thì tốt hơn, ngoài ra, chẳng có lý do nào để lui việc xuất bản lại cả. Trái lại, ra mắt vào bất cứ lúc nào khác, quyển sách đều sẽ không hấp dẫn được bằng lúc tòa xét xử. Với quyển sách về Salander thì Eriksson là trợ lý chính

---

* **Informationbyran (IB)** là một cơ quan tình báo bí mật không có quy chế chính thức ở trong các lực lượng vũ trang Thụy Điển. Mục tiêu chính của nó là thu thập thông tin về những người cộng sản và các cá nhân khác bị coi là một đe dọa cho đất nước. Người ta vẫn hiểu rằng các tìm tòi này đều được chuyển tới các nhà chính trị chủ chốt ở cấp Nội các, nhiều phần có vẻ là Bộ trưởng Quốc phòng lúc đó, Sven Andersson và Thủ tướng Olof Palme. Việc năm 1973 các nhà báo Jan Guillou và Peter Bratt phơi bày các hoạt động của cơ quan này lên tạp chí *Folket i Bild/Kulturfront* đã được biết đến là **vụ IB**.

của Blomkvist. Vậy là Karim và Malm (không tự nguyện) trở thành Phó thư ký tòa soạn tạm thời ở *Millennium* cùng với phóng viên duy nhất ứng chiến là Nilsson. Gánh nặng công việc tăng lên đã dẫn tới chỗ Eriksson phải ký hợp đồng với mấy cây viết tự do để có bài cho các số báo sau nữa. Tốn kém nhưng họ chả còn cách nào khác.

Blomkvist viết một mẩu thư trên tờ giấy vàng của Bưu điện quảng cáo "Gửi nó qua Bưu điện nha!", nhắc mình nhớ bàn với gia đình Svensson về tiền nhuận bút. Bố mẹ anh ấy sống ở Orebro và có mỗi một mình anh. Xuất bản quyển sách dưới tên Svensson, anh thực sự không cần xin phép nhưng anh muốn đến thăm hai người và được sự đồng ý của họ. Quá nhiều việc cần làm nên anh phải hoãn chuyến đi nhưng nay thì đã đến lúc cần chú ý đến việc đó.

Rồi có đến cả trăm chi tiết khác nữa. Một vài chi tiết liên quan đến việc anh nên giới thiệu Salander như thế nào trong các bài báo. Để có quyết định cuối cùng, anh cần nói chuyện riêng với cô để được cô bằng lòng cho anh nói sự thật, hay ít nhất đôi ba phần. Nhưng anh không thể nói chuyện vì cô đang bị giữ, cấm khách thăm nom.

Ở mặt này, em gái anh cũng chả giúp được gì. Cô cung cúc tuân theo các quy định và không có ý đứng làm trung gian. Giannini cũng chả bảo anh những gì chị và cô gái đã nói với nhau, ngoài những điều liên quan tới âm mưu chống đối chị - Giannini cần được giúp đỡ đối phó với các cái đó. Đáng nản nhưng đều rất đúng đắn. Vì thế Blomkvist không biết liệu Salander đã có để lộ ra rằng người giám hộ cũ của cô đã hiếp cô, hay cô đã trả thù bằng cách xăm một thông điệp choáng hồn lên bụng hắn ta hay không. Giannini không nói đến chuyện này thì anh vẫn không thể biết.

Nhưng việc Salander bị biệt lập đã cho ra một vấn đề gay go khác. Cô là một chuyên gia máy tính, cũng là một tin tặc, điều này Blomkvist biết nhưng Giannini thì không. Blomkvist đã hứa với Salander là không làm lộ bí mật của cô và anh phải giữ lời. Nhưng nay anh lại đang cần rất nhiều đến bản lĩnh của cô ở lĩnh vực này.

Bằng cách nào đó anh phải liên lạc được với cô.

Anh thở dài khi mở hồ sơ của Olsson ra. Có một bức ảnh của một Idris Ghidi nộp xin hộ chiếu. Một người đàn ông có ria mép, da mai mái, tóc đen chớm bạc ở thái dương.

Ông ta người Kuốc, một dân tị nạn từ Iraq. Ở Ghidi, Olsson đã moi được nhiều chuyện về Ghidi hơn so với chuyện về bất cứ nhân viên bệnh viện nào. Một thời gian Ghidi có vẻ đã gây được sự chú ý của báo chí và đã xuất hiện trong vài bài báo.

Ra đời ở thành phố Mosul miền bắc Iraq, Ghidi tốt nghiệp kỹ sư và đã là một bộ phận của "cuộc nhảy vọt kinh tế vĩ đại" trong những năm 70. Năm 1984, ông là giáo viên ở trường Cao đẳng Xây dựng Công nghệ tại Mosul. Không hoạt động chính trị nhưng là người Kuốc cho nên ông là một tội phạm tiềm năng ở Iraq của Saddam Hussein. Năm 1987, bố của Ghidi bị bắt vì bị tình nghi là chiến sĩ Kuốc hoạt động. Chả có văn bản giấy tờ nào chính thức được đưa ra. Ông bố bị bắn tháng Giêng năm 1988. Hai tháng sau, mật vụ Iraq bắt Ghidi, giam ở nhà tù ngoài Mosul, tra tấn ông mười một tháng để ông phải khai ra. Điều người ta chờ đợi ông thú nhận thì Ghidi không để lộ, cho nên cứ thế tra tấn miết.

Tháng Ba năm 1989, một trong mấy người chú của Ghidi trả cho người đứng đầu Đảng Ba'ath ở địa phương một khoản tương đương với 50.000 curon Thụy Điển, coi như tiền bồi thường cho những tổn hại mà Ghidi đã gây ra cho nhà nước Iraq. Hai hôm sau Ghidi được tha về cho người chú trông nom. Ông nặng có ba mươi chín cân và không đi được. Trước khi được tha, hông trái ông đã bị bổ cho một nhát búa rìu, nhằm để phòng mọi mối họa sau này.

Ông dở sống dở chết suốt mấy tuần. Dần dần khi ông bắt đầu hồi phục, người chú đem ông đến một trang trại cách Mosul khá xa, rồi qua mùa hè ở đấy, ông lấy lại sức khỏe, cuối cùng lại có thể chống nạng đi. Sức lực của ông không thể khôi phục hoàn toàn. Vấn đề là: tương lai rồi ông sẽ làm gì? Tháng Tám ông nghe tin hai anh của ông bị bắt. Ông sẽ không bao giờ gặp lại họ. Khi biết cảnh sát của Saddam Hussein lại đang lùng Ghidi, ông chú bố trí, với một khoản phí 30.000 curon đưa ông vượt biên sang Thổ Nhĩ Kỳ rồi từ đấy sang châu Âu với một hộ chiếu giả.

Idris Ghidi đặt chân xuống sân bay Arlanda, Thụy Điển ngày 29 tháng Mười, 1989. Ông không biết một tiếng Thụy Điển nào nhưng ông được dặn là hãy đến cảnh sát hộ chiếu, xin cư trú chính trị ngay, ông đã làm việc này bằng thứ tiếng Anh giật cục. Ông được đưa đến khu tị nạn ở Upplands Vasby. Ông đã ở đây gần hai năm, cho tới khi các quan chức về định cư quyết định ông không có đủ cơ sở để hưởng phép cư trú.

Lúc này Ghidi đã học tiếng Thụy Điển và được chữa chạy cái hông gẫy. Ông qua hai bận mổ, nay đã đi lại mà không cần nạng. Trong thời kỳ này cuộc tranh luận Sjobo* đang diễn ra ở Thụy Điển, người ta công kích các khu tị nạn, và Bert Karlsson lập Đảng Dân chủ Mới.

Lý do vì sao Ghidi hay xuất hiện trong hồ sơ của báo chí là vì đến sát nút ông mới nhờ một luật sư đi gặp thẳng giới báo chí và báo chí đã đăng các biên bản về trường hợp của ông lên. Nhiều người Kuốc khác ở Thụy Điển cũng liên quan, kể cả các thành viên của gia đình Baksi nổi tiếng. Các cuộc nhóm họp phản đối đã được tổ chức và các đơn thỉnh nguyện đã được gửi tới Bộ trưởng Nhập cư Birgit Friggebo, kết quả là Ghidi được cấp cả giấy phép cư trú lẫn thị thực lao động tại vương quốc Thụy Điển. Tháng Giêng năm 1992, ông rời Upplands Vasby làm một người tự do.

Ghidi sớm nhận thấy rằng một kỹ sư xây dựng có học hành tử tế và có kinh nghiệm thì cũng chả ra cái thá gì. Ông đã đi đưa báo, rửa bát đĩa, làm bảo vệ và lái taxi. Ông thích làm tài xế taxi trừ hai điều. Ông không thuộc đường phố Stockholm và không thể ngồi yên hơn một giờ đồng hồ mà không bị cái hông nó gây đau đớn không chịu nổi.

Tháng Năm năm 1998, ông chuyển đến Goteborg sau khi một người họ hàng xa thương hại cho ông một việc làm ổn định ở một

* **Cuộc thảo luận Sjobo** - Ở Thụy Điển cuối những năm 80 và đầu những năm 90 có một khủng hoảng nhập cư. Số người xin lánh nạn tăng lên, dẫn đến nạn thất nghiệp và phản ứng gay gắt của chính quyền địa phương đã buộc thành phố Sjobo phải trưng cầu ý dân vào năm 1988, qua đó dân chúng bỏ phiếu chống lại việc nhận người nhập cư. Cuộc thảo luận chính trị tiếp theo sau đó đã mang lại một hệ thống phối hợp nhập cư với hòa nhập trong Đạo luật về Người nước ngoài năm 1989.

hãng quét dọn vệ sinh văn phòng. Ông được cho làm thêm ngoài giờ việc trông coi nhóm quét dọn vệ sinh ở bệnh viện Sahlgrenska, công ty đã có hợp đồng với bệnh viện về việc này. Công việc quen thuộc cũ mòn. Ông lau quét sàn sáu ngày một tuần, kể cả trong hành lang 11C như Olsson đã tọc mạch phát hiện ra.

Blomkvist xem kỹ ảnh Idris Ghidi ở tờ đơn xin hộ chiếu. Rồi anh mở máy tính, vào hồ sơ báo chí lấy ra mấy bài báo mà Olsson đã dựa vào để làm báo cáo. Anh đọc chăm chú. Anh châm thuốc lá. Lệnh cấm hút thuốc ở *Millennium* sớm đã bị bãi bỏ sau khi Berger rời đi. Bây giờ Cortez để hẳn cả gạt tàn ở trên bàn làm việc.

Cuối cùng Blomkvist đọc những cái Olsson cung cấp về bác sĩ Anders Jonasson.

Hôm thứ Hai Blomkvist không trông thấy chiếc Volvo xám, anh cũng chả có cảm giác bị dõi nhìn hay theo bám, nhưng anh rảo bước từ hiệu sách Hàn lâm đến cửa hông của nhà bách hóa NK, rồi đi thẳng vào để ra ngay ở cửa chính. Ai mà cứ bám theo được ở trong tòa nhà NK rồi tít rồi mù này thì phải là siêu nhân. Anh tắt hai di động rồi đi xuyên qua khu mua sắm Galleria, hành lang có mái đến Gustav Adolfs Torg, qua nhà Nghị viện vào khu phố cổ Gamla Stan. Chỉ để phòng ngừa có ai theo mình, anh đi ngoắt ngoéo qua các con phố hẹp ở Gamla Stan, cho đến khi tới đúng địa chỉ thì gõ cửa Nhà xuất bản Trắng/Đen.

Đang là 2 rưỡi chiều. Anh đến không báo trước nhưng ông Giám đốc, Kurdo Baksi có nhà thì khoái trá gặp anh.

- Chào, ơ kìa, - ông nồng nhiệt nói. - Sao không đến gặp tôi nữa thế?

- Tôi đang gặp ông ở đây đấy thôi, - Blomkvist nói.

- Hẳn thế rồi, nhưng từ lần trước là ba năm rồi đấy nhá.

Họ bắt tay nhau.

Blomkvist quen Baksi từ thập niên 80. Thật ra Blomkvist là người đã có giúp đỡ thực tế Baksi khi ông bắt đầu ra số thứ nhất của tạp chí *Trắng/Đen*, bí mật in ban đêm ở trụ sở của Liên hiệp Công đoàn. Baksi đã bị Per-Erik Astrom bắt quả tang hồi thập niên 80. Khi ấy Astrom đang là thư ký nghiên cứu ở Liên hiệp Công đoàn, về sau hắn chính là tên săn lùng tính dục với thiếu nhi ở tổ chức Cứu trợ Trẻ em. Hắn phát hiện ra hàng chồng trang của số tạp chí *Trắng/Đen* đầu tiên ở trong phòng sao chụp. Astrom nhòm vào trang nhất và nói: "Trời đất, đây không phải cách để làm ra một tạp chí đáng đọc". Sau đó Astrom đã thiết kế ra cái logo đặt ở đầu trang nhất của tạp chí *Trắng/Đen* trong mười lăm năm, trước khi tờ tạp chí xuống mồ và trở thành Nhà xuất bản sách Trắng/Đen. Cùng dạo ấy Blomkvist đã khổ sở suốt một thời kỳ kinh hoàng khi đảm nhận vai trò cố vấn công nghệ thông tin tại Liên hiệp Công đoàn - chuyến mạo hiểm duy nhất của anh vào lĩnh vực viễn thông. Baksi đã để anh làm công việc duyệt sửa và giúp đỡ phần nào cho Ban biên tập *Trắng/Đen*. Từ đó Blomkvist và Baksi là bạn của nhau.

Blomkvist ngồi trên đi văng trong khi Baksi lấy cà phê ở máy pha trong lối đi của gian sảnh. Họ tán chuyện một lúc, kiểu bạn bè lâu ngày mới gặp nhau vẫn vậy, nhưng họ thường xuyên bị di động của Baksi phá rối. Ông ta phải trả lời những chuyện nghe có vẻ khẩn cấp bằng tiếng Kuốc hay có thể tiếng Thổ Nhĩ Kỳ hay tiếng Ả Rập, hay một tiếng nào đó khác mà Blomkvist không hiểu. Các lần đến Nhà xuất bản Trắng/Đen trước của anh cũng đều bị cắt ngang kiểu như vậy. Người khắp thế giới gọi đến cho Baksi.

- Mikael thân mến, nom cậu có vẻ lo lắng. Trong đầu có chuyện gì vậy?

- Cậu có thể tắt di động đi một lúc được không?

Baksi tắt di động.

- Tớ cần giúp đỡ. Một giúp đỡ thực sự quan trọng, có liền ngay tức khắc và không được nói đến ở ngoài gian phòng này.

- Bảo tớ xem.

- Năm 1989, một người tị nạn tên là Idris Ghidi từ Iraq đến Thụy Điển. Khi có nguy cơ bị trục xuất, ông ta đã được gia đình cậu giúp đỡ rồi ông ta được phép định cư. Tớ không biết là bố cậu hay ai đó trong gia đình đã giúp ông ta.

- Là chú Mahmut tớ. Tớ biết Ghidi. Có chuyện gì?

- Ông ta đang làm việc ở Goteborg. Tớ cần ông ấy làm cho một việc đơn giản. Tớ muốn trả công cho ông ấy.

- Việc gì nào?

- Cậu có tin tớ không, Kurdo?

- Dĩ nhiên. Vẫn là bạn bè mà.

- Việc tớ cần giúp này rất lạ. Ngay bây giờ tớ không muốn nói nó sẽ nhằng đến chuyện gì nhưng tớ bảo đảm không phải là chuyện phi pháp mà cũng không gây ra bất cứ vấn đề gì cho cậu hay cho Ghidi.

Baksi nhìn Blomkvist bằng con mắt tìm hiểu.

- Cậu không muốn bảo tớ đó là về chuyện gì à?

- Càng ít người biết càng tốt. Nhưng tớ cần cậu giúp giới thiệu tớ với ông ấy - tớ sẽ nói rõ với Idris.

Baksi ra bàn làm việc, mở quyển địa chỉ. Ông xem kỹ một lúc, tìm số điện thoại. Rồi ông nhắc điện thoại lên. Nói với nhau bằng tiếng Kuốc. Qua vẻ mặt Baksi, Blomkvist có thể thấy ông bắt đầu bằng mấy lời chào hỏi và vài câu chuyện vặt rồi sau đó ông quay sang nghiêm chỉnh nói rõ tại sao lại gọi. Lúc sau ông nói với Blomkvist.

- Cậu muốn gặp ông ấy lúc nào?

- Chiều thứ Sáu, nếu được như thế. Hỏi xem tớ có thể đến nhà không.

Baksi nói ngắn ngủi một ít rồi đặt máy xuống, ông nói:

- Idris sống ở Angered. Cậu có địa chỉ chưa?

Blomkvist gật.

- 3 giờ chiều thứ Sáu ông ấy ở nhà. Đến thăm đó, cậu được hoan nghênh.

- Cảm ơn, Kurdo.

- Ông ấy làm công việc vệ sinh ở bệnh viện Sahlgrenska, - Baksi nói.

- Tớ biết.

- Tớ không thể không đọc thấy ở trên báo rằng cậu có dính vào chuyện Salander kia.

- Đúng đấy.

- Cô ấy bị bắn.

- Ừ.

- Tớ nghe nói cô ấy nằm ở Sahlgrenska.

- Cũng đúng thế.

Baksi biết Blomkvist đang mải lên kế hoạch cho một vài thứ phá quấy, loại việc nổi tiếng là sở trường của anh ta. Ông mới biết anh từ thập niên 80. Họ có thể không phải là cánh hẩu nhất nhưng họ không bao giờ cãi cọ và khi Baksi cần giúp đỡ thì Blomkvist không hề ngần ngại.

- Tớ có nên được biết tớ sắp dính vào việc gì không?

- Cậu sẽ chẳng phải dính vào cái gì cả. Vai trò của cậu chỉ là có lòng tốt giới thiệu tớ với một chỗ quen biết của cậu mà thôi. Và tớ nhắc lại, tớ không nhờ ông ấy làm chuyện gì phi pháp cả.

Lời bảo đảm này với Baksi là đủ. Blomkvist đứng lên.

- Tớ nợ cậu một món.

- Chúng ta luôn nợ lẫn nhau.

Cortez đặt điện thoại xuống, gõ mạnh đầu ngón tay vào cạnh bàn đến nỗi Nilsson lừ mắt nhìn anh. Nhưng cô có thể thấy anh đang chìm đắm vào suy nghĩ và do cô thấy cáu chung chung với mọi cái nên cô không bộc lộ nó ra với anh.

Cô biết Blomkvist đang thì thào nhiều với Cortez, Eriksson và Malm về chuyện Salander trong khi cô và Karim thì được trông đợi làm mọi thứ lao công nặng nhọc cho số tạp chí tới đây, tờ tạp chí vẫn chưa có một lãnh đạo thực sự nào từ ngày Berger rời đi. Eriksson tốt nhưng không có kinh nghiệm và nét sang trọng của Berger. Cortez thì mới chỉ là một cha ta đây nhâng nháo ranh.

Không phải Nilsson chán vì bị lờ đi mà cô cũng chả thích làm việc - điều cuối cùng cô muốn là như vậy. Việc của cô là nhân danh *Millennium* theo dõi các ban bè của Chính phủ và Quốc hội. Cô thích thú cái việc này và cô tường tận nó. Ngoài ra ở đây cô đã nâng nó lên ngang với các việc khác như mỗi tuần viết một chuyên mục trong một tờ báo kinh doanh hay những nhiệm vụ tự nguyện khác nhau cho Hội Ân xá Quốc tế, đại loại thế. Cô chả màng chuyện làm Tổng biên tập của *Millennium*, làm việc tối thiểu mười một giờ một ngày cũng như hy sinh các ngày cuối tuần của mình.

Nhưng cô cảm thấy có một cái gì đó thay đổi ở *Millennium*. Tờ tạp chí thình lình như xa lạ. Cô không vạch ra được những cái gì sai trái.

Như thường tình Blomkvist vẫn vô trách nhiệm và biến mất hút vào một chuyến đi bí mật nào khác nữa của anh, đến đi tùy ý. Anh là một trong những người sở hữu *Millennium*, khá công bằng, anh có thể tự quyết định việc mà anh muốn làm, nhưng lạy Chúa, một chút ý thức trách nhiệm sẽ chẳng thiệt hại đến ai.

Malm là một đồng sở hữu hiện hành khác và anh ta giúp đỡ thì đại khái cũng giống như khi anh ta nghỉ lễ vậy. Anh ta có tài, không ai nghi ngờ điểm này, anh ta có thể bước lên cầm cương khi Berger đi vắng hay bận rộn, nhưng thường thường anh ta toàn ùa theo những cái mọi người đã quyết định. Anh xuất sắc ở bất cứ việc gì liên quan đến thiết kế đồ họa hay trình bày, nhưng việc lên kế hoạch cho một tạp chí thì anh không với tới.

Nilsson cau mày.

Không, cô đang không thẳng thắn với bản thân. Điều làm cho cô ngán ngẩm là đã xảy ra một cái gì đó ở tòa báo. Blomkvist đang làm việc với Cortez và Eriksson, đám nhân viên còn lại đã bị cho ra rìa như thế nào đó. Ba người kia làm thành một nhóm trung tâm, luôn ở trong văn phòng Berger... à, văn phòng Eriksson, và đóng im ỉm thế rồi lặng lẽ hành quân ra ngoài. Thời Berger lãnh đạo, tạp chí là một tập thể.

Blomkvist đang làm vụ Salander và sẽ không chia sẻ với ai. Nhưng đó không phải là cái gì mới mẻ. Trước đây anh cũng không hề nói một lời về câu chuyện Wennerstrom - ngay cả Berger cũng không biết - nhưng lần này anh có hai kẻ tin cẩn.

Tóm lại, Nilsson đang điên ruột. Cô cần một kỳ nghỉ. Cô cần phới đi một dạo. Rồi cô thấy Cortez mặc áo jacket nhung kẻ vào.

- Tớ ra ngoài một tí, - anh nói. - Cậu bảo hộ với Malin là hai giờ nữa tớ về được không?

- Có chuyện gì?

- Tớ nghĩ là chúng mình vớ được manh mối của một chuyện. Một chuyện thực sự hay. Về những nhà vệ sinh. Tớ muốn kiểm tra một ít cái đã, nhưng nếu chuyện này mà thành thì chúng ta sẽ có một bài ghê gớm cho số tháng Sáu đây.

- Nhà vệ sinh, - Nilsson lầm bầm. - Làm cứ như chuyện có thật mười mươi ấy vậy.

Berger nghiến răng đặt bài báo về phiên tòa xử Salander sắp tới xuống. Bài báo ngắn, hai cột, dành cho trang năm ở dưới các tin trong nước. Chị xem bài báo trong năm phút rồi bĩu môi. Đang là 3 rưỡi chiều thứ Năm. Chị đã làm việc ở *SMP* đúng mười hai ngày. Chị cầm điện thoại lên gọi Holm, biên tập viên phụ trách tin.

- Chào, Berger đây. Ông có thể tìm Johannes Frisk và đưa cậu ấy lên văn phòng tôi càng sớm càng tốt không?

Chị kiên nhẫn chờ cho tới khi Holm lững thững đi vào gian buồng kính với phóng viên Frisk theo sau. Berger nhìn đồng hồ.

- Hai mươi hai, - chị nói.

- Hai mươi hai gì chứ? - Holm nói.

- Hai mươi hai phút. Ông đã bỏ ra từng ấy lâu la để từ bàn biên tập tin đứng lên đi mười lăm mét đến bàn của Frisk rồi lê chân đến đây cùng với anh ấy.

- Bà bảo không vội. Tôi thì khá bận.

- Tôi không bảo là không vội. Tôi bảo ông tìm Frisk và đến đây. Tôi nói càng nhanh càng tốt, chứ không bảo tối nay, tuần sau hay bất cứ lúc nào mà ông thích nhắc mình ra khỏi ghế.

- Nhưng tôi không nghĩ…

- Đóng cửa lại.

Chờ Holm đóng cửa xong xuôi chị im lặng nhìn lâu ông. Không nghi ngờ gì ông là một biên tập viên tin tức có năng lực nhất. Vai trò của ông là bảo đảm mỗi ngày làm đầy các trang của *SMP* bằng bài viết chính xác, được tổ chức có lôgích và xuất hiện theo thứ tự cùng vị trí mà họ đã quyết định ở cuộc họp giao ban buổi sáng. Như thế có nghĩa là Holm phải tung hứng mỗi ngày một số lượng lớn nhiệm vụ. Và ông không hề để rơi một quả bóng nào.

Vấn đề với ông là ông bền bỉ phớt lờ các quyết định Berger đề ra. Chị đã cố hết sức tìm ra một công thức làm việc với ông ấy, nói chung chị đã làm mọi cái mà chị có thể nghĩ ra để cho ông ấy hiểu là chị mong muốn tờ báo phát triển đúng hướng.

Chả có ăn nhằm được gì cả.

Một bài chị đã quẳng đi hồi chiều lại xuất hiện trên báo một lúc nào đó sau khi chị về nhà. *Có một chỗ trống, mà chúng ta thì cần lấp nó đi, cho nên tôi cần đưa thêm cái gì đó vào.*

Cái tít bài mà Berger quyết định dùng bỗng bị thay bằng một cái khác hẳn. Không phải luôn luôn là chọn tồi nhưng người ta đã đưa nó lên mà không hỏi ý chị.

Đây thường là những chuyện chi tiết. Một cuộc họp tòa soạn lúc 2 giờ thình lình bị nhấc lên 1 rưỡi mà không ai bảo chị và phần lớn quyết định đều được đề ra đúng vào lúc chị đến. *Tôi xin lỗi... vội tôi quên không cho chị biết.*

Berger chịu không thể hiểu tại sao Holm lại có thái độ đó với chị, nhưng chị biết là thảo luận bình tĩnh và phê bình thân mật đều chả ăn thua. Cho đến nay chị chưa đối đầu với ông ở trước mặt những người cùng làm việc trong tòa soạn. Nay là cơ hội để chị thể hiện mình rõ hơn, và lần này trước mặt Frisk, như thế sẽ bảo đảm rằng cuộc trao đổi này là chuyện công khai mà ai cũng biết.

- Việc đầu tiên tôi làm khi bắt đầu đến đây là nói với các ông rằng tôi quan tâm đặc biệt tới mọi điều liên quan đến Lisbeth Salander. Tôi đã nói rõ rằng tôi muốn có thông tin trước ở mọi bài báo đề nghị cho đăng và tôi muốn nom đến, muốn thông qua mọi cái sắp sửa được lên báo. Tôi nhắc các ông điều này ít nhất cũng đã một chục lần, mới đây nhất là ở cuộc họp biên tập hôm thứ Sáu. Trong các chỉ thị đó có chỗ nào các ông không hiểu chứ?

- Tất cả các bài đã lên kế hoạch hay đang cho lên báo đều vào nhật ký trong mạng nội bộ của chúng ta và đều được gửi đến máy tính của bà. Bà luôn được thông báo, - Holm nói.

- Tầm bậy, - Berger nói. - Trong tờ báo in cho thành phố rơi vào thùng thư nhà tôi sáng nay, chúng ta có bài viết ba cột về Salander cùng các diễn biến ở Stallarholmen, nằm ở chỗ nổi nhất của tờ báo.

- Bài báo ấy của Margareta Orring, nhà báo tự do, bà ấy mãi 7 giờ tối qua mới gửi đến.

- 11 giờ sáng hôm qua Margareta gọi tôi và đề nghị gửi bài. Ông đồng ý và hẹn bà ấy 11 rưỡi. Ở cuộc họp 2 giờ chiều ông không nói gì về chuyện ấy sất cả.

- Nó ở trong nhật ký.

- Ô, đúng... trong nhật ký nói thế này: tôi dẫn, *Margareta Orring, phỏng vấn công tố viên Martina Fransson, về: ma túy bể vỡ ở Sodertalje*, hết dẫn.

- Bài viết cơ bản là phỏng vấn Martina Fransson về vụ tịch thu steroid đồng hóa. Vì thế một người có lẽ là dân chơi xe máy ở Svavelsjo đã bị lộ ra.

- Chính xác. Nhưng không một lời nào về Câu lạc bộ Xe máy Svavelsjo, không một lời nào cho biết cuộc phỏng vấn sẽ tập trung vào Magge Lundin và Stallarholmen, và từ đó mà có cuộc điều tra Salander.

- Tôi cho là trong khi phỏng vấn thì nảy ra chuyện ấy...

- Anders, tôi không hiểu tại sao, nhưng ông đang đứng đây nói dối ở ngay trước mặt tôi. Tôi đã nói chuyện với Margareta, bà ấy nói là đã giải thích rõ với ông rằng bà ấy sẽ tập trung vào chuyện gì khi phỏng vấn.

- Tôi chắc là không nhận thấy rằng nó sẽ tập trung vào Salander. Rồi lúc tối đã muộn tôi mới nhận được bài báo. Tôi nên làm gì bây giờ, giết bài báo đi chăng? Orring đã gửi một bài hay.

- Tôi đồng ý với ông chỗ này. Bài báo rất hay. Nhưng đây là lần thứ ba ông nói dối trong vòng cũng ngần ấy phút. Orring gửi đến lúc 3 giờ 20 chiều, mà mãi 6 giờ tôi mới ở đây về nhà.

- Berger, tôi không thích cái giọng của bà.

- Hay quá. Vậy tôi có thể nói với ông rằng tôi không thích cả cái giọng lẫn các cái quanh co và dối trá của ông.

- Nghe có vẻ như bà nghĩ rằng tôi đang tổ chức một âm mưu nào đó chống lại bà vậy.

- Ông vẫn không trả lời câu hỏi. Đây, điều thứ hai: hôm nay bài này của Johannes hiện ra ở trên bàn tôi. Tôi nhớ là cuộc họp 2 giờ chiều đã không bàn đến bài này. Tại sao một trong các phóng viên của chúng ta bỏ cả ngày ra làm vụ Salander mà không một ai bảo tôi?

Người Frisk ngó ngoáy. Anh đủ sáng suốt để mà nín thinh.

- Vậy... - Holm nói. - Chúng ta đang cho xuất bản một tờ báo mà có đến hàng trăm bài bà không biết đến. Ở *SMP* chúng tôi có nề nếp quen mà tất cả chúng tôi đều phải thích nghi với nó. Tôi không có thì giờ để đối xử đặc biệt với những bài báo đặc biệt

- Tôi không yêu cầu ông đối xử đặc biệt với các bài báo đặc biệt. Tôi yêu cầu ông hai điều: thứ nhất, tôi được thông báo về mọi cái có liên quan đến vụ Salander. Thứ hai: tôi muốn thông qua mọi cái chúng ta đưa lên báo về vấn đề này. Vậy một lần nữa... có chỗ nào ở trong chỉ thị của tôi mà ông không hiểu?

Holm thở dài và đành đưa ra vẻ mặt cáu kỉnh.

- OK, - Berger nói. - Tôi sẽ làm cho tôi hoàn toàn minh bạch nhá. Tôi không tranh luận với ông về chuyện này nữa. Chúng ta chỉ là xem ông có hiểu chỉ thị này không thôi. Nếu chuyện này lại xảy ra, tôi sẽ thải ông khỏi vai ủy viên biên tập tin tức. Ông sẽ nghe thấy cửa đóng xình và ông về nhà mà ra trang báo gia đình hay truyện tranh hay cái gì đó tương tự. Tôi không thể có một ủy viên biên tập tin tức mà tôi không thể tin cậy và người ấy lại dành thì giờ quý báu ra phá các quyết định của tôi. Hiểu chứ?

Holm vung hai tay lên, cử chỉ cho thấy ông coi lời buộc tội của Berger là vô lý.

- Ông đã hiểu *tôi* chưa? Có hay không nào?

- Tôi đã nghe những điều bà nói.

- Tôi hỏi ông là đã hiểu chưa? Có hay không?

- Bà thực sự nghĩ bà có thể thoát được khỏi đây ư? Tờ báo này ra được là nhờ tôi và các nhân viên quèn làm việc trợn cả mắt lên ở trong guồng máy. Hội đồng Quản trị sẽ…

- Hội đồng Quản trị sẽ làm như tôi nói. Tôi ở đây là để cho bềnh cái tờ báo này lên. Tôi đã chọn câu chữ kỹ càng khi ký vào bản hợp đồng nó cho tôi được quyền thay đổi nhiều về mặt biên tập ở cấp ủy viên biên tập các bộ phận. Tôi có thể gạt đi những miếng thịt ôi thối và chọn tuyển máu mới từ bên ngoài vào theo ý tôi. Và Holm, với tôi nom ông bắt đầu là thịt ôi thối rồi đấy.

Chị im lặng. Holm bắt thấy con mắt của chị. Ông điên lên.

- Có thể thôi, - Berger nói. - Tôi nhắc ông nên xem xét cẩn thận những gì chúng ta nói với nhau hôm nay.

- Tôi không nghĩ…

- Đây là do ông quyết định. Xong. Nào đi.

Ông quay gót rời căn buồng kính. Chị dõi nhìn cho đến khi ông mất hút vào trong cái rừng tòa soạn đi về phía căng tin. Frisk đứng lên định đi theo.

- Anh thì không. Anh ở lại ngồi xuống đây.

Chị cầm bài báo của anh đọc lại một lượt.

- Tôi nghĩ anh ở đây là làm tạm.

- Vâng, tôi mới làm năm tháng - đây là tuần cuối cùng của tôi.

- Anh bao nhiêu tuổi?

- Hai mươi bảy.

- Tôi xin lỗi đã để anh rơi vào giữa cuộc tranh luận của tôi và Holm. Hãy nói về bài báo này xem.

- Tôi nhận được một nguồn tin sáng nay và tôi đưa nó cho Holm. Ông ấy bảo tôi bám tiếp theo nó.

- Tôi hiểu. Đây là về chuyện cảnh sát điều tra khả năng Lisbeth Salander có thể dính vào việc bán steroid đồng hóa. Bài này có quan hệ gì với bài hôm qua về Sodertalje, cái bài cũng có nói đến steroid không?

- Theo tôi biết thì không nhưng mà là có thể. Chuyện về steroid này có liên quan đến quan hệ của cô ấy với võ sĩ quyền Anh Paolo Roberto và các bồ bịch của ông ấy.

- Paolo Roberto dùng steroid?

- Gì chứ? Không, dĩ nhiên không. Chuyện này về giới quyền Anh nói chung. Salander quen tập quyền Anh ở một nhà thể dục ở Soder. Nhưng đó là góc độ mà cảnh sát nhặt lấy. Tôi thì không. Và đâu đó đã nảy ra ý là cô ấy có thể đã dính vào việc bán steroid.

- Vậy là không có tư liệu thực sự nào cho bài báo này, chỉ là tin đồn thôi?

- Việc cảnh sát đang xem xét khả năng này thì không phải là tin đồn. Đúng sai, tôi chưa rõ.

- OK, Johannes, tôi muốn anh biết là điều tôi nói với anh không liên quan gì đến việc tôi làm với Holm. Tôi nghĩ anh là một phóng viên xuất sắc. Anh viết tốt và anh có con mắt biết nhìn ra chi tiết. Tóm lại bài này tốt. Vấn đề là tôi không tin nó.

- Tôi có thể bảo đảm với bà rằng nó hoàn toàn là có thật.

- Nhưng tôi phải giải thích với anh tại sao có một thiếu sót cơ bản trong bài này. Từ đâu ra cái manh mối này?

- Từ một nguồn ở bên trong cảnh sát.

- Ai?

Frisk ngập ngừng. Một phản ứng tự động. Giống như mọi nhà báo trên thế giới, anh không muốn nêu tên nguồn tin của mình. Mặt khác, Berger là Tổng biên tập do đó là một trong số ít người có thể yêu cầu anh nói ra điều này.

- Một sĩ quan tên là Faste ở Vụ Trọng án.

- Ông ấy gọi anh hay anh gọi ông ấy?

- Tôi đã phỏng vấn ông ấy hai lần trong lúc săn lùng Salander. Ông ấy biết tôi là thế nào.

- Và ông ấy biết anh hai mươi bảy tuổi, đang làm tạm thời, và anh có thể giúp ông ấy khi ông ấy muốn cấy cái thông tin mà công tố viên muốn đưa ra.

- Chắc rồi, tôi hiểu tất cả chuyện đó. Nhưng từ điều tra của cảnh sát, tôi có một manh mối nên đã đến tìm và uống cà phê với Faste rồi ông ấy bảo tôi.

- Tôi tin là anh dẫn chính xác lời ông ấy. Điều lẽ ra anh cần làm là đưa thông tin ấy cho Holm, Holm sẽ gõ cửa văn phòng tôi, giải thích tình hình và chúng ta sẽ cùng nhau quyết định làm gì.

Frisk rùng mình.

- Như thế nghĩa là anh không biết hay là anh không cần.

- Tôi không biết.

- Vậy nếu tôi bảo anh rằng chuyện này không có thật, rằng Salander không có liên quan gì đến steroid đồng hóa thì anh nói sao?

- Tôi không thể chứng minh khác đi được.

- Đúng là không thể thật. Nhưng anh nghĩ chỉ bởi vì không có bằng chứng rằng một chuyện nào đó là dối trá thì chúng ta cứ nên đăng nó lên ư?

- Không, chúng ta có trách nhiệm báo chí. Nhưng đây là một việc làm có tính cân bằng. Chúng ta không thể từ chối đăng bài khi nguồn cấp tin cho chúng ta lại có tiếng nói đặc biệt.

- Chúng ta có thể hỏi tại sao nguồn tin lại muốn thông tin này được đưa ra. Để tôi giải thích tại sao tôi đã ra lệnh mọi cái liên quan đến Salander đều phải đi qua bàn giấy của tôi. Tôi có sự hiểu biết đặc biệt mà ở *SMP* không một ai có được. Bộ Tư pháp đã được thông báo rằng tôi có hiểu biết này nhưng không thể bàn với họ. *Millennium* sắp đăng một bài mà tôi đã có hợp đồng là không được tiết lộ ra với *SMP* và ngay chính lúc này tôi đang bị kẹt vào giữa hai lòng trung thành. Anh có hiểu điều tôi nói không?

- Có.

- Điều tôi biết được từ *Millennium*, và tôi có thể nói không chút nghi ngờ rằng chuyện viết ở đây là dối trá, mục đích của nó là làm tổn hại cho Salander trước khi tòa xét xử.

- Xét đến các tiết lộ đã lọt ra về cô ấy thì khó lòng mà gây thêm được tổn hại cho cô ấy.

- Những tiết lộ phần lớn là dối trá và xuyên tạc. Hans Faste là một trong những nguồn tin chính nói Salander tâm thần phân lập và đồng tính nữ theo trường phái Satan cũng như S&M, tính dục và ma ảo. Bây giờ ông ta đang thử một góc độ mới, hòng kéo cô ấy đến chỗ bị bất lợi trong đầu óc công chúng, ông ta đang muốn *SMP* tán phát cái điều đó đi. Xin lỗi, nhưng không ở trong thời gian biểu của tôi mất rồi.

- Tôi hiểu.

- Hiểu nhá? Tốt. Vậy tôi có thể tóm các điều tôi nói vào hai câu. Theo mô tả về nghề báo của anh, khi là một nhà báo, anh chủ yếu phải đặt câu hỏi và quan sát có phê phán. Không bao giờ nhắc lại các tuyên bố mà không có phê phán, bất kể các nguồn tin có là cao cấp đến mấy ở trong bộ máy quan liêu. Đừng bao giờ quên điều đó. Anh là một người viết hay, nhưng tài năng hoàn toàn không đáng gì nếu anh quên mất nguyên tắc nghề nghiệp.

- Đúng.

- Tôi có ý cho thịt bài này đi.

- Tôi hiểu.

- Như thế không có nghĩa là tôi không tin anh.

- Cảm ơn bà.

- Vậy nên tôi đưa anh về lại bàn làm việc với đề nghị là anh viết cho một bài mới.

- Được.

- Tất cả chuyện này là liên quan đến hợp đồng của tôi với *Millennium*. Tôi không được tiết lộ những điều tôi biết về Salander. Đồng thời tôi lại là tổng biên tập của một tờ báo đang trong nguy cơ tụt dốc vì tòa báo không có cái thông tin mà tôi có. Và chúng ta thì không được phép để cho chuyện đó xảy ra. Đây là tình huống duy nhất và chỉ ứng vào có Salander mà thôi. Thế nên tôi quyết định chọn một phóng viên và lái anh ta đi theo hướng đúng để cuối cùng khi *Millennium* tung chuyện của họ ra thì chúng ta không bị tụt quần.

- Bà nghĩ *Millennium* sẽ đăng một cái gì đáng được dư luận nhắc đến về Salander ư?

- Tôi không nghĩ mà tôi biết như thế. *Millennium* đang sẵn sàng với hơn một bài báo giật gân nó sẽ biến chuyện Salander thành ra thắng lợi của họ. Cái này khiến tôi phát điên lên vì không được ra mắt công chúng cùng với họ.

- Bà nói bà gạt bài báo của tôi đi vì bà biết nó không chính xác.

Như thế ngụ ý có một cái gì đó trong câu chuyện mà tất cả các phóng viên khác đều đã bỏ sót.

- Chính xác.

- Tôi xin lỗi, nhưng khó tin được rằng cả giới truyền thông đại chúng Thụy Điển lại đã xơi quả lừa cũng đều bằng cách này hết...

- Salander là đối tượng của cơn cuồng rồ báo chí. Đó là khi các quy tắc thông thường không còn được ứng dụng nữa và bất cứ lời lẽ ba lăng nhăng nào cũng đều có thể thượng lên bảng dán báo chí.

- Vậy thì bà nói Salander không phải là người mà người ta vẫn mô tả.

- Hãy cố tìm ra cái ý là cô ấy vô tội, rằng bức chân dung người ta vẽ về cô ấy trên báo chí là dớ dẩn, rằng có những lực lượng đang tác quái mà anh thậm chí không thể tưởng tượng ra được.

- Cái bà nói là sự thật ư?

Berger gật đầu.

- Vậy bài báo tôi vừa đưa ra kia là một phần của cái chiến dịch đang tiếp tục chống lại cô ấy sao?

- Chính xác.

Frisk ngẫm nghĩ. Berger chờ cho đến khi anh ấy thôi nghĩ ngợi.

- Bà muốn tôi làm gì?

- Về bàn làm việc, bắt đầu viết một bài báo khác. Anh không cần phải căng thẳng về nó, nhưng ngay trước lúc phiên tòa mở, chúng ta cần đăng lên cả một bài đặc biệt xem xét tính chất chính xác của mọi báo cáo đã được đưa ra về Salander. Hãy bắt đầu đọc kỹ các bài báo cắt dán, lên danh sách tất cả những gì người ta đã nói về cô ấy rồi kiểm tra từng quan điểm một.

- Được.

- Hãy nghĩ như một phóng viên. Điều tra xem ai đã lan truyền câu chuyện đi, tại sao nó đang lan truyền rồi tự nghĩ xem nó có thể phục vụ cho lợi ích của ai.

- Nhưng chắc tôi sẽ không còn ở *SMP* khi phiên tòa bắt đầu. Đây là tuần cuối cùng của tôi.

Berger lấy một cặp hồ sơ nhựa dẻo từ trong ngăn kéo ra và đặt một tờ giấy trước mặt anh.

- Tôi đã gia hạn cho anh thêm ba tháng nữa. Tuần này anh sẽ làm xong các nhiệm vụ bình thường của anh rồi thứ Hai đến đây báo cáo.

- Cảm ơn bà.

- Nếu anh vẫn muốn làm việc ở *SMP* thì đấy.

- Dĩ nhiên tôi muốn.

- Anh được hợp đồng làm việc điều tra ở ngoài công việc biên tập thường ngày. Anh sẽ báo cáo trực tiếp với tôi. Anh sẽ là thông tín viên đặc biệt được phân công dự phiên tòa xét xử Salander.

- Ủy viên biên tập tin tức sẽ có ý kiến...

- Đừng lo ngại về Holm. Tôi đã nói chuyện với người phụ trách mảng tư pháp và giải quyết chuyện đó để không có rắc rối nào ở đây nữa. Nhưng anh sẽ phải đào bới vào lý lịch, bối cảnh chứ không chỉ là tường thuật tin tức. Nghe có hay không?

- Nghe tuyệt vời.

- Ngay bây giờ... là xong. Tôi sẽ gặp anh thứ Hai.

Khi vẫy anh qua căn phòng kính, chị thấy Holm quan sát chị ở bên kia bàn làm tin. Ông cúi đầu xuống làm như không hề nhìn chị.

CHƯƠNG 11

Thứ Sáu, 13 tháng Năm
Thứ Bảy, 14 tháng Năm

Sáng sớm thứ Sáu khi đi từ tòa báo *Millennium* đến căn hộ xưa của Salander trên đường Lundagatan, Blomkvist chú ý để chắc chắn là mình không bị theo dõi. Anh phải gặp Idris Ghidi ở Goteborg. Vấn đề là làm sao đi đến đó mà không bị quan sát hay để lại dấu vết. Anh quyết định không đi tàu vì anh không muốn dùng thẻ tín dụng. Thường thường anh mượn xe Berger nhưng nay thì không thể. Anh đã nghĩ hỏi Cortez hoặc nhờ ai đó thuê xe cho anh nhưng như thế cũng có thể để lại dấu vết.

Cuối cùng đã lóe ra giải pháp. Anh rút tiền mặt ở một ATM trên đường Gotgatan. Anh có chìa khóa chiếc Honda màu mận tím của Salander. Từ tháng Ba nó vẫn đỗ ở bên ngoài chung cư của cô. Anh chỉnh yên, thấy xăng còn nửa bình. Rồi anh lùi xe ra và băng qua Liljeholmsbron đến xa lộ E4.

2 giờ 50 anh đỗ xe ở một phố ngách bên ngoài Avenyn ở Goteborg. Anh ăn trưa muộn ở một quán cà phê lần đầu tiên anh đặt chân đến. 4 giờ 10 anh đi xe điện đến Angered và xuống ở trung tâm thị trấn. Mất hai mươi phút để tìm ra địa chỉ nơi Ghidi sống. Bị muộn mất mười phút so với hẹn.

Ghidi mở cửa, bắt tay Blomkvist, mời anh vào gian phòng khách bày biện sơ sài. Ông hơi cà nhắc. Ông mời Blomkvist ngồi vào bàn ở cạnh một tủ bát đĩa trên đó có một chục bức ảnh đóng khung. Blomkvist xem chúng.

- Gia đình tôi, - ông nói.

Giọng ông nặng nặng. Blomkvist ngờ là ông đã không vượt qua nổi cuộc sát hạch ngôn ngữ mà Đảng Nhân dân Thụy Điển yêu cầu.

- Đây là anh em ông?

- Hai anh tôi ở bên trái đã bị Saddam giết từ những năm 80. Bố tôi đứng giữa đó. Hai chú tôi bị Saddam giết hồi những năm 90. Mẹ tôi chết năm 2000. Ba chị em gái tôi còn sống. Hai người ở Syrie. Và em út tôi ở Madrid. - Ghidi rót cà phê Thổ Nhĩ Kỳ.

- Kurdo Baksi gửi lời chào.

- Kurdo nói ông muốn mướn tôi làm một việc, không phải việc tôi đang làm. Tôi cần phải nói ngay là nếu việc phi pháp thì tôi không làm đâu. Tôi không dám dính vào bất cứ việc gì như thế.

- Việc tôi nhờ ông không hề phi pháp gì cả. Nhưng nó không phải việc ông vẫn quen làm. Tôi chỉ nhờ ông làm việc này trong hai tuần. Và mỗi ngày ông làm có một phút. Mỗi tuần tôi sẽ trả cho ông một nghìn curon. Tôi trả cho ông và không báo cáo cơ quan thuế.

- Tôi hiểu. Thế vậy tôi phải làm gì đây?

- Một trong những việc ông làm ở bệnh viện Sahlgrenska - một tuần sáu ngày, nếu tôi hiểu đúng - là lau quét hành lang 11C, chỗ hồi sức chứ gì.

Ghidi gật.

- Việc tôi muốn ông làm là như thế này. - Blomkvist cúi về đằng trước nói rõ kế hoạch của mình.

Công tố viên Ekstrom đánh giá người khách. Đây là lần thứ ba ông gặp sĩ quan cảnh sát Nystrom. Ông nhìn bộ mặt nhăn nheo với mái tóc ngắn hoa râm. Trong những ngày tiếp theo sau vụ giết Karl Axel Bodin, Nystrom đã gặp ông lần đầu tiên. Tài liệu ông ta đưa ra cho thấy ông ta là người của SIS. Họ đã nói chuyện lâu, nhẹ nhàng.

- Quan trọng là ông hiểu cho điều này: là tôi không hề cố ảnh hưởng đến cách làm việc của ông. Tôi cũng nhấn mạnh rằng dù thế nào đi nữa ông cũng không được lộ ra ngoài cái thông tin mà tôi cho ông, - Nystrom nói.

- Tôi hiểu.

Thực tình Nystrom nói những gì Ekstrom cũng chẳng hiểu hết nhưng ông không muốn hỏi, sợ tỏ ra mình không được thông minh mấy. Ông chỉ hiểu rằng cần phải xử lý hết sức kín đáo thận trọng vụ Karl Axel Bodin bị giết. Ông cũng hiểu Nystrom đến gặp ông đây là không chính thức, tuy các vị phụ trách cao nhất trong Cảnh sát An ninh có tán thành.

- Chuyện này phải bảo đảm tuyệt đối là một vấn đề sống chết, - Nystrom đã nói ngay trong lần gặp đầu. - Chừng nào mà đã dính đến Cảnh sát An ninh thì mọi cái liên quan đến vụ Zalachenko đều là Tối Mật hết. Tôi có thể nói với ông rằng hắn là một tên Nga đào ngũ, cựu nhân viên của Tình báo Quân đội Liên Xô, một vai chính trong lần Nga tấn công chống Tây Âu hồi thập niên 70.

- Blomkvist ở *Millennium* đã viện dẫn rõ ra điều này.

- Blomkvist khá chính xác trong việc này đấy. Hắn là nhà báo mà tình cờ thế nào lại sục nhằng vào một trong những tổ chức bí mật nhất do Bộ Quốc phòng Thụy Điển chỉ đạo.

- Hắn sẽ cho đăng thông tin này.

- Dĩ nhiên. Hắn thay mặt cho giới thông tin đại chúng với mọi thứ lợi thế và hạn chế. Chúng ta sống trong chế độ dân chủ nên tất nhiên chúng ta không thể ảnh hưởng đến những gì báo chí họ viết. Vấn đề ở trường hợp này là Blomkvist chỉ biết có một phần sự thật về Zalachenko, mà những cái hắn nghĩ là hắn biết đúng thì phần lớn lại sai tiệt.

- Tôi hiểu.

- Điều mà Blomkvist không nắm được là nếu để lộ ra sự thật về Zalachenko thì lập tức các thông tín viên và nguồn tin của chúng ta ở Nga sẽ bị người Nga lôi cổ ra hết. Những người đã liều mạng cho nền dân chủ sẽ lâm nguy hay bị giết.

- Nhưng Nga nay cũng là nước dân chủ rồi mà? Tôi muốn nói là nếu là trong thời cộng sản...

- Ảo tưởng mà thôi. Đây là nói những người đã chính thức làm việc do thám ở Liên Xô - không chế độ nào trên thế giới mà lại sẽ ủng hộ điều này, tuy điều này xảy ra đã từ nhiều năm trước rồi. Và một số nguồn tin hiện vẫn còn đang hoạt động.

Chẳng có điệp viên nào như thế tồn tại hết nhưng Ekstrom không biết điều đó. Ông buộc phải tin lời Nystrom. Và ông không thể không cảm thấy phởn rằng mình đã được cung cấp thông tin - bí mật, dĩ nhiên - cái thông tin nằm trong những điều bí mật nhất mà người ta có thể tìm thấy được ở Thụy Điển. Ông hơi ngạc nhiên sao Cảnh sát An ninh Thụy Điển lại có thể thâm nhập quân đội Liên Xô đến mức như Nystrom nói và ông hoàn toàn hiểu rằng dĩ nhiên là tuyệt đối không thể bép xép thông tin này.

- Khi tôi được giao nhiệm vụ tiếp xúc ông, chúng tôi đã kiểm tra kỹ thông tin về ông, - Nystrom nói.

Muốn cám dỗ ai thì luôn phải tính đến việc phát hiện ra chỗ yếu của người đó. Chỗ yếu của công tố viên Ekstrom là ông đinh ninh rằng bản thân ông có tầm quan trọng nào đó. Như bất cứ ai khác, ông thích nghe phỉnh. Với ông thì mánh lới cám dỗ là làm cho ông cảm thấy ông đã được kén chọn đặc biệt.

- Và chúng tôi có thể tự hài lòng rằng lực lượng cảnh sát... và dĩ nhiên các nhóm của Chính phủ nữa, đều rất kính trọng ông.

Ekstrom nom khoái trá. Các cá nhân giấu tên trong các nhóm của Chính phủ đã rất tin tưởng thì có nghĩa là nếu như Ekstrom chơi ván bài này tử tế, ông sẽ có thể trông vào lòng biết ơn của họ.

- Nói đơn giản thì nhiệm vụ của tôi là cung cấp cho ông những thông tin càng cần thiết, càng bí mật càng hay. Ông chắc cũng hiểu câu chuyện này đã hóa ra phức tạp đến mức khó ngờ như thế nào. Bởi lẽ đang tiến hành một cuộc điều tra sơ bộ mà chính ông gánh lấy trách nhiệm cao nhất ở đó. Không ai - ngay cả Chính phủ hay Cảnh sát An ninh hay bất cứ chỗ nào khác - có thể can thiệp vào cách ông chỉ đạo cuộc điều tra này. Việc của ông là xác định sự thật và đưa các bên phạm tội ra tòa. Một trong những chức năng chủ yếu ở một đất nước dân chủ là thế mà.

Ekstrom gật đầu.

- Nếu toàn bộ sự thật về Zalachenko lộ ra thì sẽ là một thảm họa quốc gia.

- Vậy đúng ra ông đến là với mục đích gì?

- Thứ nhất, làm cho ông nhận ra tính chất nhạy cảm của tình hình. Tôi không ngờ sau Thế chiến thứ hai, Thụy Điển lại rơi vào một tình thế bị phơi phong ra như thế này. Có thể nói ở một mức độ nào đó số phận của Thụy Điển đang nằm trong tay ông.

- Nhưng ai là cấp trên của ông chứ nhỉ?

- Tôi rất tiếc không thể nói tên của bất cứ ai đang làm việc trong vụ này. Nhưng tôi *có thể* nói tôi nhận chỉ thị của cấp cao nhất.

Chúa lòng lành. Hắn làm việc theo lệnh của Chính phủ. Nhưng hắn không thể nào nói mà không làm bung ra một trận bão lửa chính trị được.

Nystrom trông thấy Ekstrom đã nuốt phải mồi.

- Nhưng việc tôi có thể làm là cung cấp thông tin cho ông. Tôi được trao quyền dựa vào phán xét của tôi mà cho ông xem các tài liệu, trong đó có một số đã được xếp hạng cao nhất ở đất nước này.

- Tôi hiểu.

- Như thế nghĩa là nếu ông muốn hỏi điều gì, có thể là bất cứ điều gì, thì ông nên tìm tôi. Ông không được nói với bất cứ ai ở Cảnh sát An ninh, trừ chỉ với mình tôi. Nhiệm vụ của tôi là dẫn ông đi trong mê cung này, nếu có nguy cơ nổi lên xung đột ở giữa các lợi ích khác nhau thì lúc ấy chúng ta sẽ giúp nhau tìm ra giải pháp.

- Tôi hiểu. Trong trường hợp này tôi nên nói tôi rất biết ơn ông và các bạn đồng nghiệp của ông đang muốn giúp tôi làm công việc này được thuận lợi.

- Chúng tôi muốn quá trình pháp lý cứ đi theo tiến trình của nó dù đây là một tình thế khó khăn.

- Tốt. Tôi bảo đảm với ông là tôi sẽ giữ bí mật tuyệt đối. Dù sao thì đây cũng không phải là lần đầu tiên tôi nắm thông tin Tối Mật.

- Vâng, cái ấy chúng tôi biết chứ.

Ekstrom đưa ra hơn một chục câu hỏi mà Nystrom ghi lại tỉ mỉ, rồi trả lời hết khả năng cho phép của mình. Trong lần gặp thứ ba này, những câu hỏi Ekstrom đặt ra trước đây đã được trả lời. Trong đó câu quan trọng nhất là: sự thật xung quanh bản báo cáo năm 1991 của Bjorck là gì?

- Đây là một vấn đề nghiêm trọng, - Nystrom làm ra bộ như mình có liên quan đến vấn đề. - Vì bản báo cáo này đang nổi lên như một vấn đề rắc rối, cho nên chúng tôi đã có một nhóm phân tích làm việc gần như suốt ngày đêm để phát hiện chính xác xem đã xảy ra việc gì. Nay chúng tôi đã đến chỗ sắp rút ra được kết luận. Những kết luận phiền toái nhất.

- Tôi hình dung ra rõ được. Báo cáo này cáo buộc Cảnh sát An ninh và bác sĩ tâm thần Peter Teleborian đã bắt tay nhau để đưa Lisbeth Salander vào bệnh viện tâm thần.

- Giá mà chỉ có như thế thôi, - Nystrom hơi mỉm cười nói.

- Tôi không hiểu.

- Nếu tất cả chỉ có như vậy thì chuyện đã đơn giản. Một vụ giết người đã xảy ra và dẫn tới khởi tố. Chỗ khó là bản báo cáo này không giống với các báo cáo khác ở trong hồ sơ của chúng tôi.

Nystrom lấy một cặp hồ sơ xanh mở ra:

- Cái tôi đang có đây là bản báo cáo chính tay Bjorck viết năm 1991. Đây cũng là bản gốc của thư từ giữa ông ta với Teleborian. Hai bản không khớp nhau.

- Xin giải thích.

- Điều kinh khủng là Bjorck đã tự treo cổ chết. Có lẽ vì sợ các trò lệch lạc tính dục của mình bị lộ ra. Tờ tạp chí của Blomkvist đang có ý bêu ông ấy. Điều này làm ông ấy thất vọng ghê gớm đến nỗi phải tự kết liễu đời mình.

- À...

- Bản báo cáo là nói về chuyện Lisbeth Salander mưu sát bố, Alexander Zalachenko bằng một quả bom xăng. Ba mươi trang đầu của bản báo cáo mà Blomkvist tìm thấy thì khớp với bản gốc. Thật ra thì các trang này không có gì đáng nói cả. Phải đến trang ba mươi ba, khi Bjorck rút ra kết luận và nêu ý kiến xử lý thì chỗ khác nhau mới nổi lên.

- Khác nhau ra sao?

- Trong bản gốc Bjorck đưa ra năm ý kiến đã được lập luận vững chắc. Chúng tôi không cần phải giấu sự thật là họ muốn bôi xấu vụ Zalachenko ở trên truyền thông đại chúng và vân vân. Bjorck đề nghị cho Zalachenko, ông ta bị bỏng rất nặng, hồi phục sức khỏe ở nước ngoài. Và những việc tương tự. Ông ấy cũng đề nghị nên trông nom chữa chạy tối đa về tâm thần cho Salander.

- Tôi rõ...

- Vấn đề là một số câu chữ đã bị sửa đổi rất tinh vi. Ở trang ba mươi tư, có một đoạn Bjorck gợi ý nên coi Salander là người mắc bệnh tâm thần để nếu có ai đó hỏi đến Zalachenko thì họ sẽ không mấy tin vào lời cô ấy nữa.

- Và trong bản gốc thì không có đề nghị này.

- Chính xác. Không hề có đề nghị nào thuộc loại này ở trong báo cáo của chính Bjork viết. Không nói đến các cái khác, chỉ riêng về luật thôi thì đề nghị này đã là vi phạm rồi. Ông ấy nhiệt tình nêu ra ý kiến rằng rõ ràng là cô gái cần được chữa chạy và nên cho cô gái hưởng như vậy. Trong bản của Blomkvist, thì ý kiến này đã xoay chuyển thành ra một âm mưu.

- Tôi có thể đọc bản gốc được không?

- Chắc chắn rồi. Khi đi tôi đã mang nó theo mà. Trước khi ông đọc, xin cho tôi hướng chú ý của ông vào chỗ phụ lục, ở đấy là thư từ tiếp theo giữa Bjorck và Teleborian. Nó gần như hoàn toàn bị làm mạo. Ở đây không hề là chuyện sửa chữa tinh vi mà là chuyện giả mạo trắng trợn.

- Giả mạo?

- Tôi nghĩ chỉ có gọi như thế thì mới thỏa đáng. Bản gốc cho thấy Peter Teleborian được tòa án quận giao việc khám nghiệm pháp y về tâm thần của Lisbeth Salander. Chẳng có gì lạ lùng ở đây sất. Salander mười hai tuổi và cố giết bố - chuyện đến thế mà lại *không* dẫn tới một báo cáo tâm thần thì mới là kỳ quái quá chứ.

- Đúng vậy.

- Tôi cho rằng nếu là công tố viên thì chắc chắn ông sẽ yêu cầu phải điều tra cả về hai mặt xã hội lẫn tâm thần.

- Dĩ nhiên rồi.

- Bất chấp Teleborian là một bác sĩ tâm thần nổi tiếng chuyên điều trị cho thiếu nhi và làm việc trong ngành pháp y. Được trao nhiệm vụ, ông ấy đã làm một cuộc điều tra thông thường và đi tới kết luận rằng cô gái bị bệnh tâm thần. Tôi không phải nói lại các thuật ngữ y học của họ.

- Không, không mà...

- Teleborian viết kết luận này vào một báo cáo rồi gửi cho Bjorck. Bản báo cáo sau đã được đưa cho tòa án quận, tòa án quận bèn quyết định Salander phải được trông nom chữa chạy ở bệnh viện Thánh Stefan. Bản của Blomkvist thiếu hẳn toàn bộ cuộc điều tra do Teleborian tiến hành. Mà thay vào đó là cuộc trao đổi giữa Bjorck và Teleborian, trong đó Bjorck đã bảo Teleborian làm giả một cuộc khám nghiệm tâm lý.

- Và ông gọi cái trò giả mạo đó là sáng tạo ư?

- Chuyện đâu phải thế.

- Nhưng ai lại muốn bày ra cái trò này?

Nystrom đặt bản báo cáo xuống, cau mày:

- Đến đây mới là trung tâm của vấn đề.

- Vậy câu trả lời là... ?

- Chúng tôi không biết. Đó là điều mà nhóm phân tích của chúng tôi đang căng ra để trả lời.

- Liệu Blomkvist có thể khuấy lên được cái gì không?

Nystrom cười to:

- Chúng tôi lúc đầu cũng nghĩ như thế. Nhưng nay thì không. Chúng tôi nghiêng về quan điểm cho rằng việc giả mạo này đã được làm từ trước lâu rồi, có lẽ ít nhiều cùng lúc Bjork viết bản báo cáo gốc. Và như thế thì sẽ dẫn đến một hay hai kết luận không hay. Bất cứ ai làm trò giả mạo này đều phải là cực kỳ am hiểu các nguồn tin. Bất cứ ai làm chuyện này đều phải sờ được vào cái máy chữ mà Bjorck dùng.

- Ông muốn nói...

- Chúng tôi không biết Bjorck viết bản báo cáo *ở đâu*. Có thể ở nhà hay văn phòng ông ta hay ở một chỗ nào khác. Chúng tôi hình dung ra hai khả năng. Hoặc người làm giả báo cáo là một người nào đó ở bệnh viện tâm thần hay ở bộ phận pháp y, một người mà vì lý do nào đó muốn Teleborian bị dính vào một vụ tai tiếng. Hoặc là một người thuộc Cảnh sát An ninh, làm vụ giả mạo này vì một mục đích hoàn toàn khác.

- Vì lý do nào được cơ chứ nhỉ?

- Chuyện này xảy ra năm 1991. Có thể có một điệp viên Nga nằm trong SIS đã dớ được tung tích Zalachenko. Hiện chúng tôi đang xem xét một số lượng lớn hồ sơ nhân sự cũ.

- Nhưng nếu KGB tìm ra... thì đã phải rò rỉ ra từ nhiều năm trước rồi chứ.

- Ông nói đúng. Nhưng chớ quên khi ấy là lúc Liên Xô đang sụp đổ và KGB giải thể. Chúng tôi không biết có chuyện gì lôi thôi không. Có thể là một trận đánh đã lên kế hoạch nhưng rồi bị treo. KGB là bậc thầy về làm của giả và phao tin thất thiệt.

- Nhưng cớ gì KGB mà lại muốn cấy chuyện giả này vào?

- Chuyện này chúng tôi không biết nốt. Nhưng mục đích rõ nhất là muốn cho Chính phủ Thụy Điển dính phải một vụ tai tiếng.

Ekstrom mím môi lại.

- Vậy như ông nói đây thì bệnh án của Salander là đúng?

- Ô vâng mà. Nói kiểu nôm na thì Salander điên trăm phần trăm. Không nghi ngờ gì ở chỗ này cả. Quyết định đưa cô ấy vào bệnh viện tâm thần là tuyệt đối đúng.

- *Nhà vệ sinh?* - Nghe Eriksson nói mà ngỡ như cô nghĩ Cortez đang muốn lỡm cô.

- Thì nhà vệ sinh mà, - Cortez nhắc lại.

- Anh muốn viết một bài về nhà vệ sinh cho *Millennium* hử?

Eriksson không nhịn được cười. Khi Cortez lững lờ đến dự cuộc họp hôm thứ Sáu, Eriksson đã trông thấy cái vẻ hào hứng không giấu nổi của anh, cô cũng nhận ra ngay tất cả các dấu hiệu của một anh phóng viên đang ấp ủ một bài viết.

- Nói rõ ra xem nào.

- Thực ra thì là khá đơn giản thôi, - Cortez nói. - Ngành công nghiệp lớn nhất ở Thụy Điển là xây dựng. Ngành này thực tế không thể có chân rết hợp tác ở nước ngoài, dù cho tập đoàn Xây dựng Skanska đã mở văn phòng ở London và dăm ba nơi. Muốn gì thì gì, nhà cửa cứ là phải xây dựng ở Thụy Điển.

- Cái đó thì có gì là mới đâu.

- Đúng, nhưng cái mới là khi đụng đến chuyện cạnh tranh và hiệu quả thì công nghiệp xây dựng đi trước tất cả các công nghiệp khác của Thụy Điển tới vài năm ánh sáng. Nếu Volvo làm xe hơi cũng theo cách ấy, thì mẫu mới nhất sẽ có giá khoảng một, thậm chí hai triệu curon. Với phần lớn các ngành công nghiệp thì giảm chi phí luôn là thách thức thường trực. Với ngành xây dựng lại ngược hẳn. Giá mỗi mét vuông tiếp tục tăng. Nhà nước trợ cấp cho giá xe bằng tiền thuế của dân chỉ cốt để cho người mua còn có thể sờ được vào giá.

- Ở đấy có chuyện để viết ư?

- Khoan. Chuyện này phức tạp. Hãy nói đến bánh hamburger, đường biểu diễn giá của nó vẫn giữ y nguyên từ thập niên 70 - cho nên một Mac Bự [1] giá chỉ chừng 150 curon hay hơn. Tôi không muốn đoán với cả khoai tây chiên và Cola Cola thì giá sẽ là bao nhiêu, nhưng lương tôi ở *Millennium* là không thể kham nổi chuyện này. Bao nhiêu người ở cái bàn này sẽ đến McDonald's mua một hamburger giá 100 curon?

Không ai nói năng gì.

- Có thể hiểu được. Nhưng khi hết cho thuê đặc biệt vài mét khối thép miếng ở Gashaga trên đường Lidingo, thì tập đoàn xây dựng NCC lại đòi từ 10.000 đến 12.000 curon một tháng cho một căn hộ lắp ghép từ ba khối thép miếng. Bao nhiêu người trong các bạn có thể trả được món tiền như thế?

---

[1] Tức bánh hamburger của hãng Mc Donald's.

- Tôi là chịu đấy, - Nilsson nói.

- Vâng, dĩ nhiên là chịu chứ. Nhưng bạn đã sống trong một căn hộ một phòng ngủ ở gần Danvikstull mà bố bạn mua cho bạn hai chục năm trước, và nếu phải bán nó thì chắc bạn thu về được một triệu rưỡi curon. Nhưng hai mươi năm lịch sử thì có nghĩa lý gì với người muốn rời ngôi nhà gia đình đi? Người ta không thể cho phép làm thế. Vậy nên người ta cho thuê lại rồi cho thuê lại nữa, hoặc là người ta sống ở nhà với mẹ cho tới ngày về hưu.

- Vậy sao nhà vệ sinh lại nhảy vào chuyện này? - Malm nói.

- Tôi đang nói đến chỗ ấy đây. Vấn đề là tại sao các căn hộ lại đắt chết người đến thế? Vì các dân đầu nậu bán chung cư ấy không biết cách đặt giá. Nói đơn giản thế này, một người mở mang kinh doanh gọi công ty Xây dựng Skanska hỏi giá nhà là bao nhiêu. Skanska tính toán, trả lời lại rằng giá khoảng 500 triệu curon. Có nghĩa là chi phí của mỗi mét vuông sẽ là x curon và nếu bạn muốn dọn đến đó thì nó sẽ có giá 10.000 curon một tháng. Nhưng khác với thí dụ McDonald's ở chỗ là bạn thực sự không được lựa chọn - bạn phải có một chỗ nào để mà sống chứ. Nên bạn phải trả cái tỉ lệ hiện hành.

- Henry thân mến ơi... xin đi vào đề cho.

- Thì vấn đề *là* thế đấy. Tại sao cần trả 10.000 curon một tháng để sống trong cái đống rác hạng bét ở Hammarbyhamnen? Vì các công ty xây dựng không thiết quái gì giữ cho giá nhà ở mức thấp. Muốn gì thì người mua cũng phải trả tiền thôi mà. Một trong những chi phí lớn là vật liệu xây dựng. Buôn bán vật liệu xây dựng lại qua tay các nhà buôn xỉ tự đặt ra giá. Vì thực sự không có cạnh tranh, nên giá bán lẻ một bồn tắm ở Thụy Điển là 5.000 curon; trong khi ở Đức cũng bồn tắm ấy của cũng nhà chế tạo ấy bán lẻ có 2.000 curon. Không giải thích thỏa mãn nổi chỗ khác nhau này vì không có chi phí gia tăng.

Quanh bàn có tiếng lầm rầm sốt ruột.

- Các bạn có thể đọc thấy nhiều điều về chuyện này trong một bản báo cáo của Phái đoàn Chi phí Xây Dựng của Chính phủ, đoàn này hoạt động cho tới cuối thập niên 90. Từ đấy không xảy ra nhiều điều gì. Không ai nói với các công ty xây dựng về các cái giá phi lý.

Người mua hớn hở trả tiền cho cái mà người ta bảo là giá, cuối cùng thì gánh nặng chi phí rơi vào người thuê nhà hay người đóng thuế.

- Henry, đang nói nhà vệ sinh cơ mà?

- Từ khi có báo cáo của Phái đoàn Chi phí Xây dựng thì đã có một ít thay đổi ở địa phương và trước hết ở ngoài Stockholm. Các khách hàng đã chán ngấy những khoản chi phí xây dựng đắt đỏ. Một thí dụ là Karlskrona Homes, nhờ tự mua lấy vật liệu, họ đã xây được nhà rẻ hơn bất cứ ai. Svensk Handel cũng tham gia cuộc chơi đó. Họ nghĩ giá vật liệu xây dựng là phi lý, nên họ cố làm cho các công ty mua được sản phẩm chất lượng tốt như nhau mà giá lại không đắt bằng. Việc này đã dẫn đến một xung đột nho nhỏ ở Chợ phiên Xây dựng tại Alvsjo năm ngoái. Svensk Handel đã đưa một người Thái Lan đến, người này bán 500 curon một cái bồn tắm.

- Rồi thì xảy ra chuyện gì?

- Người cạnh tranh gần gũi nhất của ông này là một nhóm bán xỉ Thụy Điển tên là Liên doanh Vitavara, bán các nhà vệ sinh xịn của Thụy Điển với giá 1.700 curon một cái. Những khách hàng khôn ngoan ở thành phố bắt đầu gãi đầu nghĩ tại sao mình lại xì ra 1.700 curon trong khi chỉ với 500 đã mua được một cái tương tự của Thái.

- Chắc chất lượng tốt hơn, - Karim nói.

- Không, hoàn toàn như nhau.

- Hàng Thái, - Malm nói. - Nghe là đã thấy lao động trẻ con và các thứ đại loại thế rồi. Có thế mới nói tại sao mà rẻ được chứ.

- Không phải thế, - Cortez nói. - Lao động trẻ con ở Thái Lan chủ yếu là ở các ngành dệt và hàng lưu niệm. Dĩ nhiên cả ngành tính dục trẻ con. Liên Hợp Quốc đã để mất đến lao động trẻ con và tôi đã kiểm tra công ty này. Họ là một đơn vị sản xuất có uy tín, hoạt động trên quy mô lớn, hiện đại, làm ra các thiết bị và đồ dùng về dẫn nước.

- Được... nhưng chúng ta đang nói đến các nước có giá nhân công thấp và như thế thì anh sẽ có cơ viết một bài đề nghị công nghiệp Thụy Điển nên để cho công nghiệp Thái vượt qua đầu. Thải công nhân Thụy Điển, đóng cửa nhà máy nội địa lại, nhập các thứ của Thái. Liên hiệp Công đoàn sẽ chẳng cho anh một điểm nào đâu.

Cortez nở một nụ cười. Anh ngả người ra ghế, vẻ thú vị với bản thân đến mức nom hề.

- Cũng lại không, - anh nói. - Đoán xem Liên doanh Vitavara làm các nhà vệ sinh ở đâu để bán với giá 1.700 curon đây?

Im lặng buông xuống gian phòng.

- Ở Việt Nam, - Cortez nói.

- Lại đùa dai, - Eriksson nói.

- Họ làm ở đấy ít nhất cũng đã mười năm rồi. Công nhân Thụy Điển đã bị gạt ra khỏi cuộc đua từ những năm 90 rồi cơ.

- Ô, quỷ quái thật!

- Đến đây mới là điều tôi muốn nói. Nếu bạn nhập trực tiếp của nhà máy Việt Nam thì giá cỡ chừng 390 curon. Nghĩ xem, về chuyện giá cả khác nhau giữa Thái và Việt Nam thì các bạn giải thích được như thế nào đây?

- Đừng bảo tôi là…

- Ô vâng. Liên doanh Vitavara ký một hợp đồng phụ với một nhóm Công nghiệp Fong Soo. Nhóm này nằm trong danh sách của Liên Hợp Quốc về các công ty thuê lao động trẻ con, ít nhất thì cũng đã nằm ở trên danh sách điều tra từ năm 2001. Nhưng phần lớn công nhân là phạm nhân.

Eriksson cười phá lên.

- Thế thì nhất. Thực sự là nhất. Tôi chắc khi trưởng thành lên anh sẽ là nhà báo. Anh làm sao có được bài báo đã sẵn sàng và nhanh như thế?

- Hai tuần. Tớ cần kiểm tra lại nhiều thứ về thương mại quốc tế. Lúc này chúng ta đang cần một cha phản diện cho bài báo. Cho nên tớ đang đi xem đứa nào sở hữu cái Liên doanh Vitavara kia.

- Rồi chúng ta có thể cho nó vào số tháng Sáu chứ?

- Không thành vấn đề.

Thanh tra Bublanski nghe công tố viên Ekstrom, không để lộ một vẻ gì ra ngoài. Cuộc họp đã kéo dài bốn mươi phút, Bublanski cảm thấy hết sức dữ dội muốn vồ ngay lấy quyển *Pháp luật của Vương quốc*

Thụy Điển để ở mép bàn Ekstrom rồi đập nó vào ngay giữa mặt ông công tố viên. Ông biết chuyện gì sẽ xảy ra nếu ông làm theo xung động đó. Chắc chắn các báo buổi chiều sẽ giật tít và ông thì có lẽ sẽ bị buộc tội hành hung. Ông gạt cái ý nghĩ đó đi. Tất cả vấn đề của con người đã được xã hội hóa là không để cho kiểu xung động này nó lôi đi, bất kể đối phương có thể xử sự hung hăng với mình như thế nào. Và dĩ nhiên thường là một ai đó đã chịu thua cái xung động này nên sau đó thanh tra Bublanski mới được vời đến.

- Tôi thấy là chúng ta đã tán thành, - Ekstrom nói.

- Không, chúng tôi không tán thành, - Bublanski nói, đứng lên. - Nhưng ông là người lãnh đạo cuộc điều tra sơ bộ.

Ông lầm rầm một mình khi rẽ xuôi hành lang về văn phòng mình, trên đường đi ông gọi Andersson và Modig. Họ là những người đồng sự duy nhất mà ông có trong tay chiều hôm ấy, đáng tiếc là Holmberg đã chọn nghỉ hai tuần.

- Văn phòng tôi, - Bublanski nói. - Mang cà phê đến.

Sau khi đã ngồi đâu đấy, Bublanski xem các ghi chép về cuộc họp với Ekstrom.

- Như tình hình cho thấy, người cầm đầu cuộc điều tra sơ bộ đã chụp hết lên Lisbeth Salander những lời buộc tội liên quan đến các vụ án mạng mà trước đây vì chúng cô ấy đã bị săn lùng. Như chúng ta biết thì cô ấy không còn là đối tượng của cuộc điều tra sơ bộ nữa.

- Dù sao thì cũng có thể coi như là một tiến bộ, - Modig nói.

Andersson như thường lệ không nói gì.

- Tôi không chắc là như thế đâu, - Bublanski nói. - Salander vẫn bị nghi là hành hung người dính dáng đến các sự kiện ở Stallarholmen và Gosseberga. Nhưng chúng ta không còn liên quan gì đến các cuộc điều tra ấy nữa rồi. Chúng ta phải tập trung tìm Niedermann và xử lý các ngôi mộ tại Nykvarn. Mặt khác, nay đã rõ là Ekstrom sẽ khởi tố Salander. Vụ án đã được chuyển giao cho Stockholm, và vì mục đích này người ta đã xếp đặt một cuộc điều tra mới hoàn toàn.

- Ô, thật thế ư? - Modig nói.

- Thế cô nghĩ ai sẽ điều tra Salander đây? - Bublanski nói.

- Tôi e là trường hợp xấu nhất.

- Hans Faste đã trở về làm việc, hắn sẽ giúp việc Ekstrom.

- Không hay rồi. Faste hết sức không hợp với việc điều tra bất cứ chuyện gì liên quan đến Salander.

- Tôi biết thế. Nhưng cái lý của Ekstrom lại vững. Faste đã nghỉ ốm ừ... hừm... khi hắn đột quy hồi tháng Tư, và chuyện này sẽ là vụ hoàn chỉnh, đơn giản để cho hắn tập trung vào.

Im lặng.

- Tóm lại là chiều hôm nay chúng ta sẽ phải đưa hết cho Ekstrom tư liệu của chúng ta về Salander.

- Còn về Gunnar Bjorck và Sapo trong báo cáo năm 1991...?

- ... thì cũng sẽ do Faste và Ekstrom nắm.

- Tôi không thích kiểu này, - Modig nói.

- Tôi cũng thế. Nhưng Ekstrom là sếp và ông ta được cánh quan liêu ở tận trên cao ủng hộ. Tóm lại, việc chúng ta vẫn cứ là tìm tên giết người. Curt, tình hình sao rồi nào?

Andersson lắc đầu.

- Niedermann như đã biến mất vào lòng đất. Tôi phải thừa nhận rằng ngần ấy năm trong lực lượng cảnh sát, tôi chưa thấy chuyện nào như thế này bao giờ. Chúng ta chả có tí manh mối nào, cũng chả có người mách tin nào biết hắn hoặc biết có khả năng hắn đang ở đâu.

- Nghe ám muội đấy, - Modig nói. - Nhưng hắn đang bị truy lùng vì giết một cảnh sát ở Gosseberga, vì hành hung một sĩ quan cảnh sát khác, vì có âm mưu giết Salander, và vì bắt cóc có tình tiết nghiêm trọng và tấn công nữ y tá nha khoa Anita Kaspersson, cũng như về hai vụ giết Svensson và Johansson. Trường hợp nào cũng có bằng chứng pháp y rõ ràng.

- Ít ra cũng có giúp được chút nào. Vụ viên thủ quỹ của Câu lạc bộ Xe máy Svavelsjo sao nhỉ?

- Viktor Goransson, tên anh ta là thế, và cô bạn gái Lina Nygren. Dấu vân tay và ADN ở xác Goransson. Niedermann đánh hai người này, chắc các khớp ngón tay hắn phải tóe máu ra ghê gớm lắm.

- Có gì mới ở Câu lạc bộ ấy không?

- Lundin bị tạm giam chờ tòa xử về tội bắt cóc Miriam Wu, do đó Nieminen quản vai Chủ tịch Câu lạc bộ. Xì xào rằng Nieminen sẽ tặng một giải thưởng lớn cho ai cung cấp được thông tin về manh mối của Niedermann.

- Nếu tất cả thế giới ngầm đều đang tìm hắn thì điều đó lại làm cho cái việc chưa tìm thấy hắn càng lạ lùng hơn. Xe của Goransson thì thế nào?

- Vì tìm thấy xe của Kaspersson ở nhà Goransson nên chúng ta chắc là Niedermann đã đổi xe. Nhưng chúng ta không có tung tích gì về chiếc xe mà hắn lấy đi.

- Vậy thì chúng ta phải tự hỏi, một, Niederman vẫn còn ẩn náu tại một nơi nào đó ở Thụy Điển chăng?; hai, nếu là thế, thì ở với ai?; ba, hay là hắn đã ra nước ngoài? Chúng ta nghĩ thế nào?

- Chả có dấu hiệu gì để cho chúng ta nói hắn đã ra nước ngoài, nhưng có vẻ chính việc bỏ ra nước ngoài mới là đường đi lôgích nhất của hắn.

- Nếu *đã* đi, thì hắn vùi cái xe ở đâu?

Modig và Andersson lắc đầu. Cứ mười lần thì chín lần khi đến cái đoạn tìm kiếm một cá thể đặc biệt thì công việc của cảnh sát lại bớt phức tạp đi. Đây là việc cần đặt ra một chuỗi các câu hỏi lôgích. Những cô bạn gái của hắn là ai? Những ai đã ở tù với hắn? Các bạn gái của hắn sống ở đâu? Hắn uống rượu với những ai? Lần cuối cùng hắn dùng di động ở chỗ nào? Xe hắn ở đâu? Nói chung giải đáp hết chuỗi câu hỏi thì tìm ra kẻ chạy trốn.

Vấn đề với Niedermann là hắn không có cả bạn trai lẫn bạn gái, không có di động đăng ký và chưa từng bị tù bao giờ.

Các câu hỏi tập trung vào việc tìm chiếc xe của Goransson mà họ cho là Niedermann đã lấy dùng. Họ đã chờ chiếc xe quay lại sau vài ngày, chắc là ở một bãi đỗ xe nào đó ở Stockholm. Nhưng vẫn chưa có dấu hiệu nào về nó hết.

- Nếu đã ra nước ngoài thì hắn có thể ở đâu đây?

- Là công dân Đức thì rõ ràng việc đầu tiên của hắn là đến Đức.

- Hắn hình như không tiếp xúc gì cả với các bạn cũ ở Hamburg.

Andersson vẩy vẩy tay.

- Nếu kế hoạch của hắn là đi Đức... thì sao hắn lại đi Stockholm? Phải chăng hắn đi đằng Malmo và qua cầu tới Copenhagen, hay bằng một chuyến phà?

- Tôi biết. Thanh tra Erlander ở Goteborg đã tập trung tìm kiếm theo cái hướng ấy từ ngày đầu tiên. Cảnh sát Đan Mạch đã được thông báo về chiếc xe của Goransson và chúng ta biết chắc chắn rằng hắn không đi phà.

- Nhưng hắn có thể lái tới Stockholm rồi tới Svavelsjo, rồi hắn giết viên thủ quỹ của câu lạc bộ và - chúng ta có thể giả dụ - phới đi với một khoản tiền chưa biết rõ. Bước *sắp tới* của hắn sẽ là gì?

- Hắn phải ra khỏi Thụy Điển, - Bublanski nói. - Việc rõ nhất là đáp một chuyến phà qua biển Baltic. Nhưng Goransson và cô bạn gái đã bị giết khuya hôm 9 tháng Tư. Có thể Niedermann đáp chuyến phà sáng hôm sau. Sau khi hai người này chết chừng mười sáu tiếng, chúng ta đã báo động và phát đi một lệnh tìm chiếc xe từ đấy.

- Nếu hắn đi phà thì xe của Goransson phải đỗ ở một trong các bến phà, - Modig nói.

- Có thể chúng ta không tìm ra được chiếc xe vì Niedermann đi qua Haparanda ở phía Bắc để ra khỏi nước? Một đường vòng rộng ôm quanh vịnh Bothnia nhưng trong mười sáu tiếng hắn đã có thể ở Phần Lan rồi.

- Chắc rồi, nhưng ngay sau đó thì hắn đã phải bỏ chiếc xe ở lại Phần Lan rồi chứ, và như thế thì bây giờ đã tìm được thấy nó.

Họ ngồi im lặng. Cuối cùng Bublanski đứng lên đi đến bên cửa sổ.

- Hắn có thể đã tìm được một chỗ ẩn náu, hắn đang nằm im ở đấy, một nhà nghỉ mùa hè hay...

- Tôi nghĩ không phải là nhà nghỉ mùa hè. Vào hồi này trong năm chủ các căn nhà đều đến kiểm tra nhà cửa của họ.

- Và hắn sẽ không dại đến bất cứ chỗ nào có liên quan đến Câu lạc bộ Xe máy Svavelsjo đâu. Hắn kỵ nhất là gặp những người này.

- Cũng phải trừ đi cả cái thế giới ngầm nữa... Có cô bạn gái nào mà chúng ta không biết không?

Họ có thể suy luận nhưng họ không có sự kiện.

Khi Andersson đi rồi, Modig trở lại văn phòng Bublanski, gõ cửa. Ông vẫy vào.

- Ông có cho tôi được một hai phút không? - Chị hỏi.

- Chuyện gì thế?

- Salander. Tôi không thích Faste và Ekstrom dây vào vụ này và phiên tòa. Ông đã đọc báo cáo của Bjorck. Năm 1991, Salander bị xúc phạm theo một cách đi ngược lại pháp luật và Ekstrom biết điều đó. Cái trò quỷ gì đang diễn ra đây?

Bublanski bỏ kính lão ra đút vào túi ngực.

- Tôi không biết.

- Ông không biết gì hết cả ư?

- Ekstrom nói báo cáo của Bjorck và thư từ với Teleborian là giả.

- Ba láp. Nếu giả thì khi chúng ta điệu hắn đến, hắn đã nói rồi chứ.

- Ekstrom nói Bjorck không nói ra vì đó là tài liệu Tối Mật. Tôi bị chỉnh vì ra tay sớm và gọi hắn đến.

- Tôi bắt đầu thấy cần phải hết sức đề phòng Ekstrom rồi đấy.

- Ông ta bị tứ phía ép.

- Không phải là cớ để bào chữa.

- Không phải một mình chúng ta có chân lý, Sonja. Ekstrom nói ông ấy nhận được bằng chứng nói rằng đó là của giả mạo - rằng không có bản báo cáo thật với con số thủ tục kia. Ông ấy cũng nói bản báo cáo giả là bản làm giỏi, nội dung của nó là một thứ pha trộn thông minh giữa sự thật và bịa đặt.

- Chỗ nào thật, chỗ nào bịa, tôi cần biết như thế, - Modig nói.

- Nhìn chung thì câu chuyện khá là chính xác. Zalachenko là bố Salander, hắn là một tên khốn nạn đã đánh mẹ cô ta. Vấn đề này thì quen thuộc thôi - bà mẹ không muốn kêu ca kiện cáo cho nên chuyện ấy cứ diễn ra trong nhiều năm. Bjorck được phân công tìm hiểu xem chuyện gì đã xảy ra khi Salander toan giết lão bố. Hắn thư cho Teleborian - nhưng bức thư mà chúng ta đã thấy thì lại là giả mạo. Teleborian làm một xét nghiệm tâm lý thông thường cho Salander và kết luận cô gái không ổn định tâm thần. Một công tố viên quyết định không đẩy vụ án đi xa nữa. Cô gái cần được trông nom chữa chạy và rồi được đưa vào bệnh viện Thánh Stefan.

- Nếu là giả mạo thì ai làm và vì sao lại làm?

Bublanski nhún vai.

- Như tôi biết, Ekstrom sắp đòi phải đánh giá Salander lại một lần nữa thật cẩn thận.

- Tôi không chấp nhận được chuyện này.

- Cũng chả phải việc của chúng ta nữa rồi.

- Và Faste đã thay thế chúng ta. Jan, tôi sẽ tìm giới báo chí nếu bọn khốn này hành hạ Salander một lần nữa.

- Không, Sonja. Cô không nên thế. Thứ nhất, chúng ta không còn mó được vào bản báo cáo nữa, cho nên cô không có cách nào mà yểm hộ cho các tuyên bố của mình đâu. Cô sẽ bị coi là mắc bệnh tâm thần phân lập và sự nghiệp của cô đi đứt.

- Tôi vẫn còn bản báo cáo, - Modig hạ giọng nói. - Tôi đã sao cho Curt một bản, nhưng trước khi Tổng Công tố viên thu về các bản khác, tôi vẫn chưa đưa cho Curt được vì không có dịp.

- Cô mà xì bản ấy ra thì không những bị sa thải mà còn bị kết tội là đã có việc làm sai trái nghiêm trọng.

Modig ngồi im một lúc nhìn cấp trên.

- Sonja, đừng làm thế. Hứa với tôi đi.

- Không, Jan. Tôi không thể hứa điều đó. Có một cái gì đó rất chướng trong toàn bộ câu chuyện.

- Cô nói đúng. *Có chướng thật.* Nhưng vì chúng ta không biết kẻ thù là ai cho nên cô chớ mà làm gì trong lúc này.

Modig nghiêng đầu về một bên.

- *Ông* sẽ làm một cái gì chứ?

- Tôi sẽ không nói chuyện đó với cô. Hãy tin tôi. Tối thứ Sáu rồi. Nghỉ đi, về nhà. Và... không hề có câu chuyện trao đổi này bao giờ nhé.

Niklas Adamsson, người bảo vệ của Securitas đang nghiên cứu tài liệu vì ba tuần nữa anh sẽ phải đi thi. 1h 30 chiều thứ Bảy, anh nghe thấy tiếng bàn chải đang quay tròn của cỗ máy đánh bóng sàn i i chạy, rồi anh trông thấy một người nhập cư nước da thẩm màu chân đi cà nhắc. Ông này luôn gật đầu chào lễ độ nhưng không bao giờ cười dù anh có nói một cái gì đó hài hước. Adamsson nhìn ông ta lấy một chai nước ra xịt lên mặt quầy tiếp tân hai lần rồi lau bằng giẻ. Rồi ông cầm cây lau nhà lùa vào các góc của khu vực tiếp tân, nơi bàn chải của máy đánh bóng sàn không với tới được. Anh bảo vệ lại chúi mũi vào đọc tiếp quyển sách về kinh tế quốc gia.

Người lau chùi sàn phải mất mười phút để đi qua chỗ Adamsson đến hết hành lang. Hai người gật đầu với nhau. Adamsson đứng lên cho người này lau sạch quanh chỗ ghế anh ngồi ở bên ngoài gian buồng Salander. Gác ở ngoài gian buồng, anh gần như ngày ngày nhìn thấy nhưng không thể nhớ tên ông ta - một cái tên nước ngoài - nhưng Adamsson thấy không cần xem giấy tờ của ông. Vì một lẽ, gã đen này không được phép lau dọn trong buồng Salander - sáng sáng đã có hai phụ nữ lau dọn rồi - ngoài ra, anh không cảm thấy cái người cà nhắc này là một thứ đe dọa gì cả.

Khi đã lau dọn hành lang xong, ông ta mở cửa buồng ở bên cạnh buồng Salander. Adamsson liếc theo ông ta nhưng không thấy có gì khác với thông lệ thường ngày. Các dụng cụ lau dọn cất trong đó. Trong vòng năm phút tiếp theo, ông ta đổ xô, rửa sạch các bàn chải và chất lên chiếc xe con con các túi nhựa dùng để lót sọt rác. Cuối cùng ông ta đưa chiếc xe con vào trong cái góc nhỏ kín đáo.

Ghidi biết người canh gác ở hành lang. Đó là một thanh niên tóc vàng thường hai, ba ngày một tuần đến đây làm việc, đọc sách. Người gác là sinh viên làm thêm việc ngoài giờ. Anh ta biết vùng xung quanh đây đại khái như thuộc lòng bàn tay mình.

Ghidi nghĩ không hiểu Adamsson sẽ làm gì nếu như có ai thực sự đi vào buồng của cô gái Salander.

Ông cũng nghĩ Blomkvist thật ra là định làm gì đây. Ông đã đọc trên báo về tay nhà báo kỳ cục này và ông đã liên hệ tới người phụ nữ ở hành lang C11, ông tưởng sẽ được nhờ đem trộm một thứ gì đó vào cho cô gái. Nhưng ông không được vào buồng cô ta, thậm chí chưa cả nom thấy người. Ông đã dự đoán mọi thứ nhưng không phải là thứ này.

Ông không thấy nhiệm vụ của ông có gì là phi pháp. Qua khe nứt ở cửa ra vào, ông nhìn Adamsson đang tiếp tục đọc sách. Ông kiểm tra không thấy có ai khác ở hành lang. Ông thò tay vào túi áo khoác lấy ra chiếc di động Sony Ericsson Z600. Ghidi đã xem trong quảng cáo, nó đáng giá khoảng 3.500 curon và có đủ các tính năng mới nhất.

Ông lấy ở trong túi ra một chiếc tua vít, kiểng chân vặn tháo ba chiếc ốc vít ở cái nắp tròn tròn màu trắng của lỗ thông gió trên tường gian buồng Salander. Ông đẩy chiếc di động vào trong lỗ thông gió cho đến khi hết chỗ đẩy nữa, đúng như Blomkvist đã dặn. Rồi ông vặn lại ốc vít vào cái nắp.

Ông làm mất bốn mươi lăm giây. Mai sẽ nhanh hơn. Ông được dặn hôm sau thì lấy chiếc di động xuống, thay pin rồi đặt nó trở lại vào trong lỗ thông hơi. Pin cũ ông mang về nhà, nạp điện cho nó suốt đêm.

Ghidi phải làm tất cả chỉ có thế.

Nhưng chuyện này sẽ không giúp được gì cho Salander. Ông nghĩ rằng tường ở bên phía cô cũng có một nắp vặn ốc vít tương tự. Cô sẽ không thể mó được đến chiếc di động, trừ phi có một chiếc tua vít và một cái thang.

- Tôi biết thế, - Blomkvist nói. - Nhưng cô ấy không cần với tới chiếc di động.

Ghidi cứ làm việc này hàng ngày cho đến khi Blomkvist bảo ông không cần nữa.

Vì việc này, Ghidi đã được trả công mỗi tuần một nghìn curon. Và khi xong việc ông lại có thể giữ lấy chiếc di động.

Dĩ nhiên ông biết Blomkvist đang có một công việc gì hay lắm nhưng ông không thể tìm ra đó là chuyện gì. Đặt vào lỗ thông gió trong gian buồng cất đồ dùng lau chùi vệ sinh một chiếc điện thoại di động mở máy nhưng không kết nối, việc này điên rồ đến mức. Ghidi không tưởng tượng ra nổi là nó để dùng làm cái gì. Nếu muốn có cách liên lạc với người bệnh, thì Blomkvist tốt nhất là chỉ cần hối lộ các cô y tá và nhờ tuồn lậu chiếc di động vào cho Salander mà thôi.

Phần ông, ông không phản đối làm giúp Blomkvist ơn huệ này - một ơn huệ đáng giá 1.000 curon một tuần. Tốt nhất là ông không hỏi han gì hết.

Jonasson chậm chân lại khi thấy một người cầm cặp đứng tựa vào cổng sắt khu tập thể nhà ông trên đường Hagagatan. Nom ông ta có phần quen quen.

- Bác sĩ Jonasson? - Ông ta nói.

- Vâng?

- Rất xin lỗi đã làm phiền ông trên đường trước khi ông vào nhà thế này. Chỉ là vì tôi cần nói chuyện với ông nhưng lại không muốn theo ông ngay từ chỗ ông làm việc.

- Về chuyện gì và ông là ai?

- Tôi là Blomkvist, Mikael Blomkvist. Tôi là nhà báo, làm việc ở *Millennium*. Chuyện thì là về Salander.

- Ô, bây giờ thì tôi nhận ra ông. Ông là người đã gọi các nhân viên y tế phụ giúp. Có phải ông đã cuốn băng dính vải lên các vết thương của cô ấy không?

- Vâng.

- Một việc làm thông minh. Nhưng tôi không bàn chuyện bệnh nhân của tôi với nhà báo. Ông sẽ phải nói với bộ phận tiếp tân ở bệnh viện Sahlgrenska như mọi người.

- Ông hiểu lầm tôi. Tôi không xin thông tin và tôi ở đây hoàn toàn với tư cách cá nhân. Ông không phải nói một lời nào hay cho tôi một thông tin nào. Ngược lại hoàn toàn: tôi muốn cho ông một vài thông tin.

Jonasson cau mày.

- Xin hãy nghe rõ giúp tôi, - Blomkvist nói. - Tôi không có đi loăng quăng ở giữa đường giữa phố để gặp các bác sĩ phẫu thuật nhưng tôi muốn nói với ông một chuyện rất quan trọng. Tôi có thể mời ông cà phê được không?

- Hãy cho tôi biết là về chuyện gì.

- Chuyện này là về tương lai và hạnh phúc của Salander. Tôi là một người bạn.

Jonasson nghĩ nếu không phải Blomkvist mà là một ai khác thì ông đã từ chối. Nhưng Blomkvist là một người tồn tại trong con mắt công chúng và Jonasson không thể hình dung đây lại là một kiểu hành động dớ dẩn của anh được.

- Tôi không có tư cách gì để được phỏng vấn và tôi cũng không nói đến bệnh nhân của tôi.

- Tôi hoàn toàn hiểu được như thế, - Blomkvist nói.

Jonasson đi cùng Blomkvist đến một quán cà phê gần đấy.

- Vậy tất cả chuyện này là về cái gì đây? - Ông nói khi họ đã có cà phê.

- Trước hết, tôi sẽ không dẫn lời ông hay nhắc đến tên ông trong bất cứ những gì tôi viết. Và chừng nào tôi còn liên quan thì cuộc chuyện trò này là coi như không hề có. Chuyện đã nói ra như thế rồi thì tôi đến gặp ông ở đây là để xin ông một đặc ân. Nhưng tôi cần nói rõ lý do để cho ông có thể quyết định là ông bằng lòng hay không.

- Nghe kiểu này là tôi không thích rồi đây.

- Mọi sự tôi xin ông nghe kỹ tôi nói đã. Việc của ông là trông nom đến sức khỏe thể chất và tinh thần của Lisbeth. Là một người bạn thì việc của *tôi* cũng là làm như vậy. Tôi không mầy mò gắp viên đạn từ trong đầu cô ấy ra được, nhưng tôi có khả năng khác cũng rất quan trọng cho sự yên vui của cô ấy.

- Là như thế nào?

- Là một nhà báo điều tra, tôi đã tìm ra sự thật về những chuyện xảy ra với cô ấy.

- OK.

- Tôi có thể nói với ông những nét lớn về các chuyện đó rồi ông tự rút ra kết luận.

- Được.

- Tôi cũng nên nói rằng Annika Giannini, luật sư của Lisbeth - tôi nghĩ chắc ông đã có gặp - là em gái tôi và tôi là người trả tiền thuê cô ấy bảo vệ Lisbeth.

- Tôi hiểu.

- Rõ ràng tôi không thể hỏi xin Annika ơn huệ này. Cô ấy không bàn với tôi về Lisbeth. Cô ấy phải giữ bí mật các sự chuyện trò giữa Lisbeth và cô ấy. Tôi nghĩ ông đã đọc báo nói về Lisbeth.

Jonasson gật đầu.

- Cô ấy bị mô tả là mắc bệnh tâm thần, giết người hàng loạt và bị đồng tính ái nữ. Tất cả đều là dớ dẩn. Lisbeth Salander không bị tâm thần. Cô ấy cũng lành mạnh như ông và như tôi đây. Còn tính dục của cô ấy thì không phải là chuyện của ai hết.

- Nếu tôi hiểu đúng câu chuyện thì người ta đang định xem xét lại vụ này. Bây giờ đang lùng tìm một người Đức có dính líu đến các vụ giết người.

- Như tôi biết thì Niedermann là một tên giết người không có một chút ý thức lương tri. Nhưng Lisbeth có nhiều kẻ thù. Những kẻ thù lớn và xấu xa. Một số ở trong Cảnh sát An ninh.

Jonasson ngạc nhiên nhìn Blomkvist.

- Năm mười hai tuổi, Lisbeth bị đưa vào một bệnh viện tâm thần của trẻ con ở Uppsala. Vì sao? Vì cô ấy đã khuấy tung lên một bí mật mà Sapo phải cố đậy kín lại bằng mọi giá. Bố cô ấy, Alexander Zalachenko - còn gọi là Karl Axel Bodin, người bị giết trong bệnh viện - là một gián điệp Liên Xô chạy trốn, một di vật của Chiến tranh Lạnh. Hắn cũng đã đánh đập mẹ Lisbeth trong hàng năm trời. Mười hai tuổi, Lisbeth đã đánh lại, ném một quả bom xăng vào hắn ta lúc hắn đang ngồi trên xe. Vì thế mà cô ấy đã bị nhốt lại.

- Tôi không hiểu. Nếu cô ấy định giết bố thì chắc chắn là có lý do chính đáng để đưa cô ấy vào nơi điều trị tâm lý rồi chứ.

- Chuyện tôi nói - mà tôi sẽ cho đăng lên báo - là Sapo biết Zalachenko chuyên môn đánh vợ, biết điều đó đã khiến cho Lisbeth làm những việc điên rồ kia nhưng họ chọn lấy ngả bảo vệ Zalachenko vì hắn là một nguồn thông tin có giá trị. Cho nên họ đã làm ra một chẩn đoán giả để bảo đảm giam giữ được Lisbeth.

Jonasson nom ngờ vực đến nỗi Blomkvist bật cười.

- Tôi có thể cung cấp tài liệu minh chứng cho từng chi tiết. Tôi đang viết một bài đầy đủ hết để đăng cho kịp trùng với phiên tòa xử Lisbeth. Xin hãy tin tôi - nó sắp gây chấn động. Xin ông hãy nhớ ở trong đầu rằng Lisbeth tấn công bố là vì những trận đòn đã khiến mẹ cô ấy phải nằm hết quãng đời còn lại của bà trong bệnh viện.

- OK. Ông cứ nói đi.

- Tôi sẽ vạch trần hai bác sĩ tay sai của Sapo đã từng đem chôn vùi Lisbeth vào bệnh viện tâm thần. Tôi sẽ bêu họ lên trước công luận. Một trong số đó là một người có tên tuổi và được kính trọng. Nhưng như tôi đã nói, tôi có đầy đủ bằng chứng.

- Nếu bác sĩ mà lại dính vào một chuyện như thế thì đó là vết nhơ của toàn ngành y.

- Tôi không tin cả tập thể lại cùng phạm tội. Đây chỉ liên quan trực tiếp đến những người dính líu. Với Sapo cũng thế. Tôi tin là có những người giỏi làm việc cho Sapo. Đây là chuyện một nhóm nhỏ những kẻ nuôi âm mưu. Năm Lisbeth mười tám tuổi, chúng lại toan bắt cô ấy vào bệnh viện nữa. Lần này chúng thất bại, thay vì bị nhốt ở bệnh viện, cô ấy chịu chế độ giám hộ. Bất cứ lúc nào, ra tòa chúng cũng đều cố hết sức ném những thứ dơ bẩn lên cô ấy. Tôi - đúng hơn, em gái tôi - sẽ chiến đấu để cô ấy được trắng án, để phải bãi bỏ bản tuyên bố hiện vẫn tồn tại về việc cô ấy bất lực, không thể tự quản trước pháp luật.

- Tôi hiểu.

- Nhưng cô ấy cần đạn dược. Cho nên đây là hậu thuẫn cho cái chiến thuật này. Tôi chắc cũng cần nói rằng trong tất cả chuyện này, trong lực lượng cảnh sát đã có một số cá nhân thực sự đứng về phía cô ấy. Nhưng ông công tố viên đưa ra những lời buộc tội cô ấy thì không. Tóm lại, Lisbeth cần được giúp đỡ trước khi mở phiên tòa.

- Nhưng tôi không phải là luật sư.

- Vâng. Nhưng ông là bác sĩ của Lisbeth và ông được gặp cô ấy.

Jonasson nheo mắt lại.

- Điều tôi đang muốn nhờ ông thì không được đạo đức và có thể còn không hợp pháp nữa.

- Thế ư?

- Nhưng về luân thường thì đây là việc đúng cần phải làm. Các quyền lợi của cô ấy chiếu theo Hiến pháp đã bị chính những người có nghĩa vụ bảo vệ cô ấy vi phạm. Tôi xin đưa ra thí dụ. Lisbeth không được phép tiếp khách, lại không được đọc báo hay giao tiếp với thế giới bên ngoài. Công tố viên còn triệt để đến mức cấm cả luật sư của cô ấy lộ ra điều gì. Annika đã tuân theo quy định. Nhưng chính bản thân công tố viên lại là nguồn đầu tiên để rò rỉ tin tức ra cho các phóng viên viết đủ các thứ cặn bã về Lisbeth.

- Thật như thế sao?

- Thí dụ chuyện này. - Blomkvist đưa ra một tờ báo chiều từ tuần trước. - Một nguồn tin trong điều tra nói rằng Lisbeth *non compos mentis*, thiểu năng tâm thần, thế là báo chí ùa theo suy đoán về trạng thái tâm thần kinh của cô ấy.

- Tôi có đọc bài báo. Nói bậy nói bạ.

- Vậy ông không nghĩ là cô ấy điên.

- Tôi không bình luận chuyện ấy. Nhưng tôi biết không hề có chuyện đánh giá tâm lý của cô ấy. Theo đó thì bài báo là nói bậy.

- Tôi có thể đưa ông xem một chương và đoạn chứng tỏ người lộ ra tin này là một sĩ quan cảnh sát tên là Hans Faste. Hắn ta làm việc cho công tố viên Ekstrom.

- Ô.

- Ekstrom đang tìm cách cho tòa xử kín để bên ngoài không biết hoặc không thể đánh giá các bằng chứng chống lại Lisbeth. Nhưng điều tồi tệ hơn là... Vì bị công tố viên cách li, Lisbeth đã không thể làm công việc nghiên cứu tìm kiếm những điều cô ấy cần để chuẩn bị tự bào chữa.

- Nhưng việc này chẳng phải là luật sư của cô ấy phải làm hay sao?

- Như chắc ông đến nay cũng đã biết Lisbeth là một người khác thường. Cô ấy có những bí mật mà tình cờ tôi biết nhưng tôi không thể tiết lộ ra với em gái tôi. Nhưng Lisbeth thì nên được lựa chọn là dùng nó hay không dùng nó ở các phiên tòa.

- Tôi hiểu.

- Và để làm việc đó, cô ấy cần cái này.

Blomkvist để chiếc máy tính cầm tay Palm Tungsten T3 và bộ sạc điện của Salander lên bàn ở giữa hai người.

- Đây là thứ quan trọng nhất trong kho vũ khí của Lisbeth - cô ấy cần có nó.

Jonasson ngờ vực nhìn chiếc Palm.

- Sao không đưa cho bà luật sư?

- Vì chỉ có mình Lisbeth biết cách tìm ra bằng chứng.

Jonasson ngồi một lúc, vẫn chưa đụng đến chiếc máy tính.

- Ông cho tôi nói một hai điều về bác sĩ Peter Teleborian, - Blomkvist nói, lấy một tập hồ sơ ở trong cặp ra.

Armansky rời văn phòng đi bộ đến nhà thờ Do Thái của giáo đoàn Soder trên đường Thánh Paulsgatan đúng sau 8 giờ tối thứ Bảy. Ông gõ cửa, tự giới thiệu và được chính ông giáo sĩ mời vào.

- Tôi được hẹn đến đây gặp một người tôi quen, - Armansky nói.

- Ngay tầng trên kia. Tôi chỉ lối cho ông.

Giáo sĩ cho ông một mũ ni kippa, Armansky ngập ngừng đội nó lên đầu. Được một gia đình Hồi giáo nuôi lớn, ông cảm thấy đội nó có hơi tí rồ rồ.

Bublanski cũng đã đội một chiếc.

- Chào, Dragan. Cảm ơn đã đến. Tôi đã mượn giáo sĩ một buồng để chúng ta có thể nói chuyện yên tĩnh.

Armansky ngồi xuống trước mặt Bublanski.

- Cần phải bí mật đến thế này, chắc là ông có lý do chính đáng đây.

- Tôi sẽ nói ngay điều này ra: tôi biết ông là bạn của Salander.

Armansky gật.

- Tôi cần được biết ông và Blomkvist đã bố trí những gì để giúp Salander.

- Tại sao chúng tôi lại bố trí một cái gì chứ nhỉ?

- Vì công tố viên Ekstrom từng có đến chục lần hỏi tôi là ông ở An ninh Milton đã thực sự biết đến đâu về cuộc điều tra Salander. Đây không phải là một câu hỏi vô tư - ông ấy lo ngại rằng ông sẽ cho bung ra một cái gì đó có thể dẫn đến những xung động... ở trong giới báo chí.

- Tôi hiểu.

- Và nếu Ekstrom lo lắng, đó là vì ông ấy biết hay nghi rằng ông đang ủ một cái gì đó cho lên men. Hay ít nhất ông ấy cũng đã nói với một ai đó đang có những mối nghi ngờ.

- Một ai đó?

- Dragan, chúng ta miễn chơi ú tim đi. Ông biết hồi đầu những năm 90 Salander là nạn nhân của một vụ bất công và tôi sợ rằng phiên tòa này mở ra lại sẽ kê cho cô ấy cái đơn thuốc của ngày ấy mất.

- Ông là một sĩ quan cảnh sát ở một nước dân chủ. Nếu ông có thông tin có tầm tác động đến thế thì ông nên hành động đi chứ.

Bublanski gật đầu.

- Tôi đang nghĩ phải làm như thế. Vấn đề là làm như thế nào.

- Nói xem ông muốn biết những gì nào.

- Tôi muốn biết việc ông và Blomkvist đang làm. Tôi cho rằng hai ông không có ngồi mà vặn ngón tay chơi đâu.

- Chuyện này phức tạp. Sao tôi biết là tôi có thể tin ông?

- Có một bản báo cáo từ 1991 mà Blomkvist đã phát hiện ra...

- Tôi biết chuyện ấy.

- Tôi không còn được tiếp cận bản báo cáo ấy nữa.

- Tôi cũng vậy. Các bản sao mà Blomkvist và em gái - nay là luật sư của Salander - có thì đều biến mất cả hai.

- Biến mất?

- Bản của Blomkvist bị lấy trộm trong một lần nhà anh ấy bị đột nhập, còn bản của Giannini thì bị đánh cắp khi chị ấy bị bóp cổ từ sau lưng rồi bị đấm ngã xuống đất ở Goteborg. Tất cả xảy ra trong cùng cái hôm Zalachenko bị giết.

Bublanski không nói một lúc lâu.

- Sao chúng tôi không nghe thấy gì về chuyện ấy nhỉ?

- Blomkvist nói như thế này: chỉ có đúng một dịp thích hợp để đăng lên báo một chuyện, nhưng những dịp lầm lỡ thì là một con số vô tận.

- Nhưng hai ông... anh ấy sẽ đăng lên chứ?

Armansky gật đầu cụt lủn.

- Tấn công bỉ ổi ở Goteborg còn ở Stockholm thì lén lút vào nhà. Trong cùng một ngày, - Bublanski nói. - Như thế cho thấy kẻ thù của chúng ta tổ chức giỏi.

- Tôi cũng nên nhắc đến việc điện thoại của Giannini bị nghe trộm.

- Một loạt tội ác.

- Vấn đề là tội ác của ai?

- Tôi đang nghĩ đến điều này. Nhiều phần hơn cả là Sapo - hủy bỏ bản báo cáo của Bjorck thì họ có lợi. Nhưng Dragan... chúng ta đang nói đến Cảnh sát An ninh Thụy Điển, một cơ quan của Chính phủ. Tôi không tin rằng việc này lại được Sapo đồng ý. Thậm chí không tin là Sapo có đủ tay nghề để làm nổi chuyện như thế này.

- Tôi cũng khó tiêu hóa nổi điều đó. Chưa nói một ai đó nữa vào bệnh viện thổi tung mất đầu của Zalachenko đi. Và cùng lúc, Gunnar Bjorck, tác giả bản báo cáo, tự treo cổ chết.

- Vậy ông nghĩ là có một bàn tay đơn độc ở đằng sau tất cả chuyện này sao? Tôi biết thanh tra Erlander, ông ta đã điều tra ở Goteborg. Ông ấy nói không có gì cho thấy nguyên nhân cái chết lại không phải là hành vi xung động của một người ốm yếu. Và chúng tôi đã điều tra kỹ lưỡng nhà của Bjorck. Mọi sự đều chỉ ra rằng đây là tự sát.

- Gullberg, bảy mươi tám tuổi, bị ung thư, mới vừa điều trị bệnh trầm cảm. Chuyên gia mổ xẻ của chúng tôi, Johan Fraklund đang tìm hiểu lý lịch của ông ta.

- Và rồi sao?

- Ông ta thực hiện nghĩa vụ quân sự ở Karlskrona hồi những năm 40, học luật, và cuối cùng làm cố vấn thuế khóa. Có một văn phòng ở Stockholm trong ba chục năm: mờ nhạt, khách tư nhân... có thể là bất cứ ai. Về hưu năm 1991. Chuyển về thị trấn quê hương Laholm năm 1994. Không có gì đáng nói, trừ…

- Trừ gì ạ?

- Trừ một hai chi tiết đáng ngạc nhiên, Fraklund không tìm được ở bất cứ đâu ra một quy chiếu nào liên quan tới Gullberg. Không có báo chí hay báo kinh doanh nào nhắc tới ông ta, và cũng không có tài liệu nào cho biết khách hàng của ông ta là ai. Tựa như ông ta không hề thực sự tồn tại trong thế giới muôn nghề này.

- Ông đang nói gì đây?

- Sapo rõ ràng là đầu mối liên kết. Zalachenko là một kẻ đào tẩu Liên Xô. Ngoài Sapo ra còn ai nữa gánh trách nhiệm với hắn? Tiếp theo là vấn đề chiến lược hợp tác để đem giam Salander vào một cơ sở. Bây giờ thì chúng ta có ăn trộm tại nhà, bóp cổ, và nghe trộm điện thoại. Cá nhân tôi không nghĩ Sapo đứng đằng sau vụ này. Blomkvist gọi họ là "Câu lạc bộ Zalachenko", một nhóm nhỏ những Kẻ Gây Chiến tạm ngủ yên đang ẩn náu trong một hành lang tăm tối nào đó ở Sapo.

- Vậy chúng ta nên làm gì? - Bublanski nói.

CHƯƠNG 12

Chủ nhật, 15 tháng Năm
Thứ Hai, 16 tháng Năm

Sĩ quan cảnh sát Torstern Edklinth, Giám đốc Bộ phận Bảo vệ Hiến pháp thuộc Cảnh sát An ninh, thong thả lắc nhẹ li rượu vang đỏ, chăm chú lắng nghe Giám đốc điều hành của An ninh Milton. Armansky vừa thình lình gọi, nài Edklinth đến ăn tối ở nhà ông ta tại Lidingo. Ritva, vợ Armansky, đã nấu món thịt bỏ lò rất ngon. Họ ăn một cách thích thú và chuyện trò lịch lãm về những việc thường tình. Edklinth nghĩ Armansky đang có điều gì ở trong đầu đây. Sau bữa ăn, Ritva lui về đi văng xem tivi, còn lại hai người đàn ông ở bàn. Armansky bèn nói đến chuyện Salander.

Edklinth và Armansky quen biết nhau đã mười hai năm, từ lúc một nữ nghị sĩ nhận được những lời đe dọa giết. Bà báo cáo với người đứng đầu đảng của bà, nhóm sĩ quan an ninh của Nghị viện đã được thông báo. Theo quy trình, Cảnh sát An ninh liền chú ý tới vấn đề. Vào lúc đó, so với bất cứ đơn vị nào ở Cảnh sát An ninh, ngân sách của bộ phận Bảo vệ Nhân thân là bé nhất, nhưng bà nữ nghị sĩ trong các dịp xuất hiện chính thức vẫn được bảo vệ. Tuy nhiên, hàng ngày hết giờ làm việc, lúc bà rõ ràng dễ gặp nguy hiểm, cảnh sát lại để cho bà tự xoay xở. Bà bắt đầu ngờ vực khả năng bảo vệ của Cảnh sát An ninh.

Một tối bà về nhà muộn thì phát hiện có kẻ đã lén vào nhà, trát lên tường đầy những câu chữ tục tĩu trắng trợn rồi thủ dâm trên giường bà. Bà lập tức thuê An ninh Milton làm việc bảo vệ cá nhân bà. Bà không báo với Sapo quyết định này. Sáng hôm sau, khi bà phải đến một trường học ở Taby, thì đã có xô xát giữa các lực lượng an ninh của Chính phủ và các vệ sĩ Milton của bà.

Lúc đó Edklinth là Phó bộ phận Bảo vệ Nhân thân. Theo bản năng ông không thích kiểu để cho cơ bắp tư nhân làm cái việc mà Chính phủ đã ủy thác cho một bộ phận gánh vác. Ông thừa nhận nữ nghị sĩ có đầy đủ lý do để than phiền. Thay vì làm căng vấn đề lên, ông đã mời Giám đốc An ninh Milton ăn trưa. Hai người đồng ý rằng tình hình có thể còn nghiêm trọng hơn cả nhận định ban đầu của Sapo, Edklinth nhận thấy người ở Milton không những có kỹ năng nghề nghiệp mà còn được huấn luyện đâu ra đấy và có lẽ được trang bị cũng tốt hơn. Hai người giải quyết tình hình trước mắt bằng cách phân công cho người của Armansky chịu trách nhiệm vệ sĩ còn Cảnh sát An ninh quản phần điều tra tội phạm và xuất tiền.

Hai người phát hiện thấy họ rất ưa nhau, và trong nhiều năm sau họ thích thú được cùng làm một số nhiệm vụ. Edklinth rất coi trọng Armansky, nên khi được mời như ép đến ăn tối và nói chuyện riêng, ông đã vui vẻ nghe theo.

Nhưng không lường trước thấy Armansky đang thả vào lòng ông một quả bom với ngòi nổ xì xì cháy.

- Ông nói là ông có bằng chứng Cảnh sát An ninh đang nhúng tay vào hoạt động tội ác.

- Không, - Armansky nói. - Ông hiểu lầm ý tôi. Tôi nói là một số người trong Cảnh sát An ninh đang nhúng tay vào làm chuyện đó. Tôi không tin lãnh đạo của SIS lại chấp thuận hay Chính phủ lại tán thành chuyện này.

Edklinth xem xét những bức ảnh của Malm chụp một người đàn ông lên một chiếc xe có biển số đăng ký với chữ KAB ở đầu.

- Dragan... thật không phải là đùa đấy chứ?

- Tôi hy vọng là thế.

Sáng hôm sau, Edklinth ở văn phòng của ông tại hành dinh cảnh sát. Ông tỉ mỉ lau mắt kính. Edklinth tóc hoa râm, tai to, mặt mũi oai vệ nhưng lúc này nom ông không oai vệ mà bối rối. Gần cả đêm ông loay hoay nghĩ nên xử lý như thế nào cái thông tin Armansky đã nói với ông.

Những ý nghĩ không vui. Cảnh sát An ninh là một thiết chế ở Thụy Điển mà tất cả các đảng (không tất thì cũng gần hết) đều tán thành cho nó có một giá trị cần thiết. Điều này dẫn tới chỗ từng đảng không tin vào nó nhưng đồng thời lại nung nấu những lý luận âm mưu thông đồng tưởng tượng về nó. Không nghi ngờ gì là lắm tai tiếng, khi mà chắc chắn đã xảy ra những sai sót dớ dẩn về Hiến pháp, đặc biệt trong những năm 70 đảng cấp tiến cánh tả cầm quyền. Nhưng sau năm cuộc điều tra ở cấp Chính phủ của Sapo - từng bị phê bình nặng nề - đã xuất hiện một thế hệ mới các viên chức dân sự. Họ tiêu biểu cho một trường phái trẻ hơn của những nhà hoạt động được tuyển chọn từ các đơn vị tài chính, vũ khí và chống gian lận của cảnh sát nhà nước. Họ là những sĩ quan quen với điều tra các án có thật chứ không theo đuổi những ảo ảnh chính trị. Cảnh sát An ninh được hiện đại hóa và đặc biệt Bộ phận Bảo vệ Hiến pháp đã nhận lấy một vai trò mới, nổi bật. Nhiệm vụ của nó, như được nêu trong chỉ thị của Chính phủ, là phát hiện và ngăn ngừa những mối đe dọa đối với an ninh nội bộ của đất nước, tức là *những hoạt động phi pháp như sử dụng bạo lực, đe dọa hay cưỡng chế nhằm mục đích làm thay đổi Chính phủ, dẫn tới tác động đến các thực thể hay quyền chức đặt quyết định, khiến chúng phải ra những quyết định theo một hướng nào đó, hay ngăn cản các cá nhân công dân thực thi các quyền và các tự do đã được hiến pháp bảo vệ.*

Tóm lại, là để bảo vệ nền dân chủ Thụy Điển chống lại các đe dọa phản dân chủ có thật hay tưởng tượng. Họ chủ yếu lo ngại những người vô chính phủ và Tân Quốc xã: vì người vô chính phủ khăng khăng bất tuân lệnh dân sự; vì theo định nghĩa thì người tân quốc xã là Quốc xã, thù địch với nền dân chủ.

Sau khi lấy bằng luật, Edklinth đã làm công tố viên rồi gia nhập Cảnh sát An ninh từ hai mươi mốt năm trước. Thoạt tiên ông làm việc hiện trường ở đơn vị Bảo vệ Nhân thân rồi làm việc phân tích và quản lý hành chính ở Bảo vệ Hiến pháp. Cuối cùng ông thành giám đốc sở, đứng đầu các lực lượng cảnh sát chịu trách nhiệm bảo vệ nền dân chủ Thụy Điển. Ông tự xem mình là người dân chủ. Hiến pháp đã được Nghị viện lập ra và việc của ông là trông coi cho nó vẹn toàn.

Nền dân chủ Thụy Điển chỉ dựa trên một tiền đề duy nhất: Quyền Tự do Nói. Điều này bảo đảm quyền được nói lớn tiếng, nghĩ và tin vào bất cứ điều gì. Quyền này áp dụng cho mọi công dân Thụy Điển, từ gã Tân Quốc xã điên rồ sống trong rừng đến đứa vô chính phủ ném đá - và bất kể ai ở giữa hai loại này.

Mọi quyền cơ bản khác, như Thành lập Chính phủ và Quyền Tự do Tổ chức đều chỉ là sự mở rộng của Quyền Tự do Nói. Nền dân chủ đứng hay đổ là ở trên cái luật nói năng này.

Mọi dân chủ đều có ranh giới của nó, ranh giới của Quyền Tự do Nói được đặt ra do quy định về Tự do Báo chí. Điều này quy định sự dân chủ phải chịu bốn hạn chế. Cấm xuất bản tệ dâm ô trẻ con cùng mô tả một số bạo hành tính dục, bất chấp nguồn phát tán tin việc mô tả đó là tử tế hay làm sao. Cấm kích thích hay kêu gọi một người nào đó gây tội ác. Cấm nói xấu hay vu khống người khác. Cấm tham gia hành hạ một nhóm sắc tộc.

Được Nghị viện trân trọng rước vào nơi tôn miếu, Tự do Báo chí dựa trên các hạn định mà xã hội có thể chấp nhận được về mặt xã hội và dân chủ, tức là bản khế ước xã hội tạo nên khuôn thước của một xã hội có văn hóa. Nòng cốt của pháp chế bảo đảm cho không một ai được quyền giày vò hay làm nhục người khác.

Do Quyền Tự do Nói và quy định về Tự do Báo chí là pháp luật, cho nên cần đến một số quyền lực giữ gìn cho các luật này được tôn trọng. Ở Thụy Điển, chức năng này được chia cho hai thiết chế.

Thứ nhất là cơ quan của Tổng Công tố viên có nhiệm vụ xét xử các tội ác chống lại Tự do Báo chí. Torsten Edklinth không ưa chuyện này. Theo ông, Tổng Công tố viên quá hiền lành với những vụ mà theo Edklinth là những tội ác thẳng thừng chống lại Hiến pháp Thụy Điển. Tổng Công tố viên thường trả lời rằng nguyên tắc dân chủ quá ư quan trọng đến nỗi ông chỉ xuất hiện và buộc tội ở các trường hợp cực kỳ khẩn cấp. Nhưng trong những năm gần đây, thái độ này ngày càng bị đặt thành vấn đề nhiều hơn, đặc biệt sau khi Robert Hardh, Tổng thư ký của Ủy ban Helsinki Thụy Điển đưa ra một báo cáo xem xét việc Tổng Công tố viên đã thiếu vắng sáng kiến trong một số năm vừa qua. Bản báo cáo cho rằng với đạo luật dành cho các nhóm sắc tộc như hiện nay thì gần như là không thể buộc tội và cho vào tù được một ai.

Thiết chế thứ hai là cục Cảnh sát An ninh phụ trách vấn đề Bảo vệ Hiến pháp, và sĩ quan cao cấp Edklinth đã hết sức nghiêm túc nhận lấy trách nhiệm này. Ông nghĩ đây là một nhiệm sở quan trọng bậc nhất mà một viên cảnh sát Thụy Điển có thể nắm được vào tay, do đó ông sẽ không đổi nó lấy bất cứ vị trí nào trong toàn bộ hệ thống pháp chế hay lực lượng cảnh sát ở Thụy Điển. Ông là nhân viên cảnh sát duy nhất ở Thụy Điển mà công việc chính thức đã được mô tả là hoạt động như một sĩ quan cảnh sát chính trị. Đây là một nhiệm vụ tế nhị đòi hỏi có hiểu biết sâu rộng và thận trọng về pháp luật, vì tới nay kinh nghiệm của quá nhiều nước đã cho thấy là một cơ quan cảnh sát chính trị có thể dễ dàng tự biến chất thành mối đe dọa chính cho nền dân chủ.

Báo chí và công chúng phần lớn cho rằng chức năng của Bộ phận Bảo vệ Hiến pháp là theo dõi đám Quốc xã và đám cuồng ăn chay. Những nhóm này không đáng để cho Bảo vệ Hiến pháp đoái đến nhưng rất nhiều thiết chế và hiện tượng cũng rơi vào trong phạm vi hoạt động của nó. Chẳng hạn, nếu Nhà vua, hay Tổng tư lệnh các lực lượng vũ trang ôm ấp trong lòng cái ý nghĩ cho rằng Chính phủ có tính nghị viện đã sống quá cái vai trò của nó và nên lấy chế độ độc tài ra thay thế nghị viện, thì Nhà vua hay Tổng tư lệnh các lực lượng vũ trang sẽ lập tức được Bảo vệ Hiến pháp theo dõi. Hay, đưa ra thí dụ thứ hai, nếu một nhóm sĩ quan cảnh sát quyết định mở rộng pháp luật để cho các quyền lợi của một cá nhân đã được Hiến pháp bảo đảm bị vi phạm, thì bổn phận của Bảo vệ Hiến pháp là phản ứng lại. Trong các trường hợp nghiêm trọng như thế, công việc điều tra cũng được cho là quy về quyền lực của Tổng Công tố viên.

Dĩ nhiên vấn đề là Bộ phận Bảo vệ Hiến pháp chỉ có chức năng phân tích và điều tra chứ không có cánh tay tác chiến. Vì thế mà nói chung khi cần phải bắt đám Quốc xã thì cảnh sát chính quy hoặc các bộ phận khác trong Cảnh sát An ninh vào cuộc.

Theo ý kiến Edklinth, tình trạng làm ăn này hết sức không thể nào mà hài lòng được. Gần như mọi nước dân chủ đều duy trì một hình thức tòa án độc lập nào đó, được ủy quyền trông nom sao cho các cơ quan chức trách không giẫm đạp lên quá trình dân chủ. Ở Thụy Điển, nhiệm vụ này là của Tổng Công tố viên hay Viện Kiểm sát của Nghị viện, nhưng cơ quan này lại chỉ có thể làm theo các chỉ thị mà các bộ khác gửi đến cho họ. Nếu Thụy Điển có một tòa án hiến pháp thì luật sư của Salander có thể tức khắc buộc tội Chính phủ Thụy Điển vi phạm quyền lợi hiến định của cô gái. Lúc ấy tòa án có thể ra lệnh bày hết tất cả các tài liệu lên bàn và triệu tập bất cứ ai mà tòa muốn, bao gồm cả Thủ tướng, để làm chứng cho tới khi vấn đề được giải quyết. Như tình hình diễn ra hiện nay, luật sư của cô gái làm được nhiều nhất thì cũng chỉ là nộp một bản báo cáo lên Viện Kiểm sát của Nghị viện, cơ quan này không có quyền xen vào công việc của Cảnh sát An ninh cũng như yêu cầu cho xem các tài liệu cùng bằng chứng khác.

Qua nhiều năm tháng, Edklinth luôn là một luật sư say sưa bênh vực việc lập ra một tòa án hiến pháp. Như thế dựa vào thông tin nhận được từ Armansky, ông có thể hành động dễ hơn: bằng cách mở ra một báo cáo của cảnh sát và đưa tài liệu cho tòa. Như thế một quá trình bền bỉ sẽ được khởi động vì câu chuyện này.

Như tình hình cho thấy thì Edklinth thiếu quyền lực hợp pháp để mở một cuộc điều tra sơ bộ.

Ông nhón một nhúm thuốc lá bột đưa lên mũi hít.

Nếu thông tin của Armansky là chính xác thì các sĩ quan ở vị trí cao trong Cảnh sát An ninh đã ngoảnh mặt đi khi một phụ nữ Thụy Điển liên tục bị tấn công man rợ. Rồi dựa vào một chẩn đoán giả mạo, con gái bà đã bị nhốt trong một bệnh viện tâm thần. Cuối cùng họ đã trao *carte blanche*, bật đèn xanh cho một cựu sĩ quan tình báo Liên Xô được phạm vào những tội ác liên quan đến vũ khí, ma túy và buôn bán tính dục. Edklinth nhăn mặt. Thậm chí ông cũng chả thiết cả bắt đầu ước tính xem chắc chắn thì đã có bao nhiêu lần hoạt động phi pháp xảy ra. Chưa kể tới vụ đột nhập nhà Blomkvist, vụ tấn công luật sư của Salander - điều mà chính Edklinth cũng không thể tự thuyết phục mình thừa nhận được rằng đó là một phần nằm trong một sơ đồ chung - và có thể có dính dáng đến vụ giết Zalachenko.

Đây là một chuyện rắc rối, Edklinth không hoan nghênh việc ông tất nhiên phải dính dáng vào câu chuyện này. Không may, từ lúc Armansky mời ông ăn tối thì ông đã trở thành kẻ có cùng trách nhiệm chung.

Bây giờ xoay chuyển tình hình này như thế nào đây? Về mặt kỹ thuật, câu trả lời là đơn giản. Nếu chuyện Armansky kể kia là sự thật, thì ít nhất Lisbeth Salander đã bị tước đoạt mất cơ hội *thực thi các quyền và tự do được hiến pháp bảo vệ của cô*. Xét từ quan điểm hiến pháp, đây là cái ổ giun sán đầu tiên. Các cấp có thẩm quyền quyết định đã bị xui khiến để đưa ra những quyết định ngả theo một hướng nào đó. Điều này cũng đã đụng đến cốt lõi của cái trách nhiệm mà Bộ phận Bảo vệ Hiến pháp được trao phó. Khi biết có tội ác thì Edklinth, một sĩ quan cảnh sát, có nghĩa vụ phải nộp báo cáo cho công tố viên. Trong đời thật, câu trả lời lại không đơn giản như thế. Trái lại, nói cho phải chăng thì nó dứt khoát không hề đơn giản.

Tuy tên gọi có lạ tai, thanh tra Monica Figuerola lại sinh trưởng ở Dalarna trong một gia đình từng sống ở Thụy Điển ít nhất từ thời Gustavus Vasa thế kỷ mười sáu. Cô là người phụ nữ thường hay được chú ý đến bởi vì nhiều lý do. Cô ba mươi sáu tuổi, mắt xanh nước biển và cao một mét tám tư. Tóc cô vàng nhạt để ngắn, quăn tự nhiên. Cô nom hấp dẫn, lại ăn mặc theo cái cách cô biết sẽ làm cho cô càng thêm hấp dẫn. Và cô đặc biệt khỏe mạnh.

Ở tuổi thiếu nữ, cô là vận động viên thể dục dụng cụ xuất sắc, năm mười bảy tuổi đã suýt tham gia đội hình thi đấu Olympic. Cô đã bỏ món thể dục dụng cụ cổ điển nhưng vẫn tập như bị ám mỗi tuần năm đêm ở phòng tập thể dục. Cô tập thường xuyên quá đến nỗi chất endorphin mà cơ thể cô tiết ra đã tác động như ma túy, nên nếu ngừng tập là cô cảm thấy lôi thôi liền. Cô chạy, cử tạ, đánh vợt, đánh karate. Mấy năm trước, cô chỉ đeo đuổi có mỗi món tập luyện thể hình, cái biến thái cực đoan của đầu óc tôn vinh cơ thể. Thời gian ấy, cô bỏ ra mỗi ngày hai giờ tập tạ. Dù thế cô vẫn cứ tập rất căng, cơ thể cô cuồn cuộn cơ bắp đến nỗi các bạn cùng hội tập vẫn gọi cô là Ngài Figuerola. Khi cô mặc áo phông cộc tay hay quần áo mùa hè, không ai bỏ qua hai bắp tay và đôi vai đầy sức lực của cô.

Trí óc thông minh của Figuerola cũng thế, nó đã làm cho khối bạn đồng nghiệp nam e dè. Cô rời nhà trường với điểm cao nhất, hai mươi tuổi học ngành cảnh sát, rồi phục vụ chín năm trong lực lượng cảnh sát Uppsala, thời giờ rảnh thì học luật. Nói là để cho vui, cô còn học thi lấy cả bằng khoa học chính trị.

Khi cô thôi nhiệm vụ tuần tra để làm thanh tra hình sự, an ninh đường phố ở Uppsala đã bị thiệt thòi lớn. Thoạt đầu cô làm ở Vụ Trọng án rồi ở đơn vị chuyên về tội phạm tài chính. Năm 2000 cô làm đơn xin vào Cảnh sát An ninh ở Uppsala, và năm 2001 thì được điều về Stockholm. Thoạt đầu cô làm ở Phản Gián, nhưng gần như lập tức được Edklinth đặc tuyển ngay về Bộ phận Bảo vệ Hiến pháp. Tình cờ quen biết bố của Figuerola, Edklinth đã theo dõi bước đường nghề nghiệp của cô trong nhiều năm.

Hồi lâu cuối cùng khi kết luận ông phải hành động theo thông tin của Armansky, Edklinth gọi Figuerola vào văn phòng của ông. Cô đến Bảo vệ Hiến pháp chưa tới ba năm, có nghĩa rằng cô vẫn thực sự là sĩ quan cảnh sát hơn là một lính văn phòng đã đủ lông đủ cánh.

Hôm ấy cô mặc quần jean bó màu xanh dương, xăng đan màu ngọc lam để thấp, và jacket xanh nước biển.

- Đang làm gì lúc này, Monica?

- Chúng tôi đang theo vụ trấn lột một cửa hàng tạp phẩm ở phố Sunne.

Thường thường Cảnh sát An ninh không mất thì giờ điều tra các vụ trấn lột như vậy, còn Figuerola thì lại đứng đầu một phòng có năm sĩ quan làm việc với các vụ án chính trị. Họ dựa chủ yếu vào các máy tính kết nối với mạng báo cáo sự kiện của cảnh sát chính quy. Gần như từng báo cáo mà bất cứ cảnh sát quận nào ở Thụy Điển nhận được cũng đều đi qua các máy tính trong văn phòng của Figuerola. Phần mềm rọi soát từng báo cáo và phản ứng với 310 từ khóa, chẳng hạn *mọi*, hay *trọc đầu, chữ thập ngoặc, nhập cư, vô chính phủ, chào kiểu Hitler, Quốc xã, Quốc gia Dân chủ, phản bội, Kẻ yêu Do Thái* hay *kẻ yêu mọi*. Nếu một từ khóa như thế bật ra, bản báo cáo sẽ được in ra và xem xét kỹ.

Bộ phận Bảo vệ Hiến pháp xuất bản một báo cáo tổng hợp hàng năm, có tên *Những đe dọa với An ninh Quốc gia*, cung cấp những số liệu thống kê đáng tin duy nhất về tội phạm chính trị. Các thống kê này dựa trên các báo cáo đã được làm thành hồ sơ nộp lên các chức trách của cảnh sát địa phương. Trong trường hợp trấn lột ở cửa hàng tại Sunne, máy tính đã phản ứng ở ba từ khóa *nhập cư, lon vai* và *mọi*. Hai người đeo mặt nạ đã chĩa súng trấn lột cửa hàng của một người nhập cư. Chúng đã lấy đi 2.780 curon và một tút thuốc lá. Một trong hai tên trấn lột mặc jacket dài ngang đùi với lon vai áo in cờ Thụy Điển. Đứa kia hét mấy lần "mẹ thằng mọi!" với người quản lý cửa hàng rồi bắt ông nằm xuống đất.

Như thế đã đủ cho nhóm của Figuerola mở điều tra sơ bộ và bắt đầu truy xem bọn trấn lột có dính líu gì đến băng nhóm Tân Quốc xã ở Varmland hay không, liệu có thể gọi vụ trấn lột này là một tội ác chủng tộc được chăng. Nếu là thế, vụ này có thể sẽ được đưa vào hồ sơ thống kê của năm, sau đó nó sẽ được văn phòng của Liên minh châu Âu tại Vienna tổng hợp lại cùng với các thống kê của các nước châu Âu khác.

- Tôi có một nhiệm vụ khó cho cô đây, - Edklinth nói. - Việc này có thể đưa cô đến rắc rối to cơ đấy. Sự nghiệp của cô có thể bị lụn bại.

- Tôi đang rất chú ý nghe đây.

- Nhưng nếu làm tốt thì có thể sẽ là một bước tiến quan trọng cho sự nghiệp của cô. Tôi đang tính điều cô sang đơn vị tác chiến Bảo vệ Hiến pháp.

- Xin lỗi là đã nêu ra điều này, dạ, Bảo vệ Hiến pháp không có đơn vị tác chiến ạ.

- Không, có đấy, - Edklinth nói. - Tôi đã lập ra nhóm này sáng nay. Bây giờ thì gồm có cô.

- Tôi hiểu, - Figuerola ngập ngừng nói.

- Nhiệm vụ của cơ quan chúng ta là bảo vệ chống lại những cái mà chúng ta gọi là "các mối đe dọa từ bên trong", phần lớn là nguy cơ từ đám cực tả hoặc cực hữu. Nhưng chúng ta sẽ làm gì nếu mối đe dọa Hiến pháp lại đến ngay từ trong tổ chức của chính chúng ta?

Ông nói với cô trong nửa giờ những điều Armansky đã nói với ông đêm qua.

- Ai đã đưa ra những tuyên bố này? - Figuerola nói khi ông nói xong câu chuyện.

- Tập trung vào thông tin, đừng bận về nguồn của nó.

- Tôi đang nghĩ liệu ông có coi những tin này là đáng tin cậy không.

- Tôi coi nguồn tin là hoàn toàn đáng tin cậy. Tôi quen người này đã nhiều năm.

- Tất cả chuyện này nghe hơi có tí... tôi không biết nữa. Chắc không phải là như thế chứ?

- Không phải là thế ư? Người ta có thể nghĩ đây là vật liệu cho một tiểu thuyết gián điệp cơ đấy.

- Ông muốn tôi xử lý chuyện này như thế nào đây?

- Bắt đầu từ bây giờ, cô thôi hết các phận sự khác. Nhiệm vụ của cô, nhiệm vụ *duy nhất* là điều tra về sự thật của câu chuyện này. Cô phải xác minh hay bác bỏ từng điều một trong tuyên bố này. Cô báo cáo trực tiếp với tôi và chỉ với tôi thôi.

- Tôi hiểu ông định nói gì khi bảo tôi có thể ngập đến cổ trong việc này.

- Nhưng nếu chuyện này có thật... dù chỉ một phần nào có thật, thì chúng ta cũng sẽ cầm chắc một cuộc khủng hoảng về Hiến pháp ở trong tay rồi.

- Ông muốn tôi bắt đầu từ đâu?

- Bắt đầu từ các cái đơn giản. Bắt đầu bằng đọc báo cáo của Bjorck. Rồi nhận diện người được cho là bám đuôi cái anh chàng Blomkvist. Theo nguồn tin của tôi, chiếc xe là của Goran Martensson, một sĩ quan cảnh sát sống ở đường Vittangigaten tại Vallinby. Rồi nhận diện người thứ hai trong các bức ảnh mà người nhiếp ảnh của Blomkvist đã chụp. Người tóc vàng trẻ tuổi hơn ở đây này.

Figuerola ghi chép.

- Rồi tìm hiểu lý lịch của Gullberg. Trước đây tôi không nghe thấy cái tên này bao giờ nhưng nguồn tin của tôi tin rằng hắn có quan hệ với Cảnh sát An ninh.

- Cho nên một ai đó ở SIS đây đã hợp đồng với một tay gián điệp lâu đời để sử dụng một ông già bảy mươi tám tuổi. Khó lòng tin nổi.

- Tuy thế cô vẫn cần kiểm tra nó. Cô tiến hành toàn bộ cuộc điều tra mà không để cho ai biết tí nào về nó, trừ tôi. Sắp làm một việc gì quan trọng thì cô phải báo tôi. Tôi không muốn trông thấy một gợn sóng nào trên mặt nước, một cái lông tơ nào phe phẩy.

- Cái mớ điều tra như địa ngục này! Một mình tôi thì rồi xoay xở thế nào đây cơ chứ?

- Cô sẽ không phải cáng hết đâu. Cô chỉ làm mỗi việc kiểm tra ban đầu. Nếu cô trở về và nói đã kiểm tra xong, không tìm thấy gì cả, thì mọi sự sẽ ổn. Còn nếu cô trở về và tìm thấy *một cái gì đó* giống như nguồn tin của tôi mô tả thì chúng ta sẽ quyết định phải làm gì.

Figuerola bỏ giờ ăn trưa ra tập tạ trong phòng tập của cảnh sát. Cô mang về văn phòng bữa trưa có cà phê đen, sandwich kẹp thịt băm viên và xa lát củ cải đường. Cô đóng cửa lại, dọn dẹp bàn giấy rồi bắt đầu vừa ăn vừa đọc bản báo cáo của Bjorck.

Cô cũng đọc phần phụ lục có thư từ giữa Bjorck và bác sĩ Teleborian. Cô ghi lại từng tên người, từng sự việc trong báo cáo cần phải được kiểm tra. Hai giờ sau cô đứng lên, ra máy pha cà phê rót một tách nữa. Khi về, cô khóa cửa lại, một phần các thủ tục quen thuộc tại SIS.

Việc đầu tiên là cô kiểm tra số đăng ký xe. Cô gọi người đăng ký và được cho hay rằng không có quan hệ nào với số đăng ký này cả. Việc thứ hai của cô là tham khảo hồ sơ báo chí. Việc này có kết quả tốt hơn. Các báo sáng lẫn chiều đều đưa tin một người đã bị thương nặng trong một vụ cháy xe hơi trên đường Lundagatan vào cái ngày có chuyện này hồi năm 1991. Nạn nhân của vụ cháy xe là một người đàn ông trung niên nhưng không thấy nhắc đến tên. Một báo buổi chiều tường thuật rằng, theo lời một nhân chứng, một cô gái trẻ tuổi đã cố ý gây ra đám cháy.

Gunnar Bjorck, tác giả của bản báo cáo, là người có thật. Ông ta là quan chức cao cấp trong Phòng Nhập cư, sau này nghỉ ốm và nay, rất mới đây, đã chết - một vụ tự sát.

Bộ phận nhân sự không có thông tin về công việc Bjorck đang làm dở năm 1991. Hồ sơ được đóng dấu Tối Mật, ngay cả với các nhân viên khác ở SIS. Điều này cũng là thủ tục quen thuộc.

Dễ dàng tìm ra việc Salander sống với mẹ và cô em sinh đôi trên đường Lundagatan năm 1991 và hai năm sau thì vào Thánh Stefan, bệnh viện tâm thần dành cho thiếu niên. Ít nhất trong các đoạn này, các ghi chép có giống với nội dung bản báo cáo.

Nay là một bác sĩ tâm thần nổi tiếng thường hay xuất hiện trên tivi, năm 1991 Peter Teleborian làm việc ở bệnh viện Thánh Stefan và hiện là một bác sĩ cao cấp.

Figuerola bèn gọi Phó phòng Nhân sự.

- Chúng tôi ở Bảo vệ Hiến pháp, đang làm một phân tích cần phải đánh giá độ tin cậy cùng với sức khỏe tâm thần của một người. Tôi cần tham khảo một chuyên gia tâm lý hay một nhà chuyên môn nào đó vui lòng cung cấp cho thông tin đã được bảo mật. Người ta đã nêu ra bác sĩ Peter Teleborian, vậy tôi nghĩ liệu tôi có thể mướn ông ấy được không?

Mất một lúc cô mới nhận được trả lời.

- Bác sĩ Peter Teleborian đã là một cố vấn ở ngoài biên chế cho SIS trong hai trường hợp. Ông ấy được phép dùng thông tin mật, cô có thể nói chuyện chung chung với ông ấy về thông tin đã được bảo mật. Nhưng trước khi tiếp xúc cô phải tuân theo thủ tục giấy tờ. Cấp trên của cô phải tán thành việc tham khảo và làm công văn cho cô được phép tiếp xúc bác sĩ Teleborian.

Tim Figuerola hẫng mất một nhịp. Cô đã kiểm tra đến một điều mà chỉ một số người rất hẹp mới được biết đến. Đúng là Teleborian đã có những chuyện làm ăn với SIS.

Cô để bản báo cáo xuống, tập trung chú ý vào những khía cạnh khác của thông tin mà Edklinth đã cung cấp. Cô xem xét kỹ các bức ảnh của hai người đàn ông được cho là đã theo Blomkvist từ Café Copacabana hôm 1 tháng Năm.

Cô xem biển đăng ký xe, thấy Goran Martensson là chủ của chiếc Volvo xám có biển số nhìn thấy ở trên bức ảnh. Rồi cô đã được phòng nhân sự của SIS xác nhận Martensson làm việc ở đấy. Tim cô lại bị hẫng nhịp nữa.

Martensson làm việc ở Bảo vệ Hiến pháp. Hắn là vệ sĩ. Hắn là một trong những sĩ quan chịu trách nhiệm về an ninh của Thủ tướng trong các dịp chính thức. Mấy tuần qua hắn được bên Phản Gián mượn. Hắn được phép vắng mặt từ ngày 10 tháng Tư, hai ngày sau khi Salander và Zalachenko đến nằm tại bệnh viện Sahlgrenska. Nhưng tạm thời điều chuyển thế này không phải là hiếm - bù đắp nhân sự cho những thiếu hụt ở chỗ này chỗ kia, trong lúc xảy ra tình huống khẩn cấp.

Rồi Figuerola gọi Thủ phó của Phản Gián, một ông cô quen và đã cùng làm việc một thời gian ngắn ở bộ phận đó. Goran Martensson đang bận việc quan trọng, hay Bảo vệ Hiến pháp có thể mượn ông ta đi làm một cuộc điều tra?

Phó giám đốc Phản Gián hoang mang. Chắc thanh tra Figuerola được thông tin sai. Martensson không hề được chuyển tới Phản Gián. Xin lỗi.

Figuerola nhìn mãi vào chiếc ống nghe. Ở Bảo vệ Nhân thân người ta tin rằng Martensson đã được bên Phản Gián mượn. Thì Phản Gián lại nói họ dứt khoát *không* hề mượn ông ta. Những việc chuyển đổi nhân sự kiểu này phải được ông Chánh văn phòng chấp thuận. Cô với điện thoại gọi cho ông nhưng ngừng phất ngay lại. Nếu Bảo vệ Nhân thân mượn Martensson thì ông Chánh văn phòng chắc phải tán thành quyết định ấy. Nhưng Martensson lại không ở Phản Gián, điều này chắc ông Chánh văn phòng phải biết. Còn nếu Martensson được một bộ phận nào đó mượn sang để bám theo các nhà báo thì ông Chánh văn phòng cũng sẽ phải biết cả.

Edklinth đã bảo cô: Không có lăn tăn trên mặt nước. Khơi chuyện này ra với ông Chánh văn phòng thì cũng như quăng một hòn đá xuống ao.

Berger ngồi ở bàn làm việc trong gian phòng kính. 10h 30 sáng thứ Hai. Chị rất cần một tách cà phê mà chị vừa đi lấy ở máy pha cà phê trong căng tin. Đầu giờ ngày làm việc của chị đã bị mất hoàn toàn vào các cuộc họp, bắt đầu bằng cuộc dài mười lăm phút, trong đó Phó tổng biên tập Fredricksson giới thiệu các nét chính của ngày làm việc. Trong hoàn cảnh mất lòng tin ở Anders Holm, chị ngày càng lệ thuộc vào xét đoán của Fredriksson.

Cuộc thứ hai kéo dài một tiếng với chủ tịch Magnus Borgsjo, Christer Sellberg, Giám đốc Tài chính của tờ *SMP* và Ulf Flodin, Chánh thủ quỹ. Họ bàn chuyện giảm số lượng đăng quảng cáo và sụt mức bán lẻ từng số báo. Christer và Ulf đều quyết tâm ra tay cắt giảm tổng chi phí của tờ báo.

- Chúng ta đã cắt giảm được suốt quý một năm nay nhờ bán quảng cáo ngoài hợp đồng tăng lên và nhờ hai vị nhân viên già lương bổng cao về hưu hồi đầu năm. Hai vị trí này vẫn chưa có người thay, - Flodin nói. - Chúng ta chắc sẽ kết thúc quý này với một khoản thiếu hụt nho nhỏ. Nhưng các tờ báo tự do, *Metro* và *Thành phố Stockholm* đang xơi lẹm vào thu nhập về quảng cáo của chúng ta ở Stockholm. Tôi bắt mạch rằng quý ba sẽ có một khoản thua thiệt lớn.

- Vậy chúng ta đối phó lại như thế nào? - Borgsjo nói.

- Lựa chọn duy nhất là cắt giảm quân số. Từ 2002 chúng ta chưa giãn công nhân viên bao giờ. Nhưng trước khi hết năm, chúng ta sẽ phải loại bỏ mười vị trí.

- Những vị trí nào? - Berger nói.

- Chúng ta phải làm việc theo nguyên tắc "liệu cơm gắp mắm", cắt đây một việc cắt kia một việc. Bộ phận thể thao hiện có sáu chỗ rưỡi. Chúng ta sẽ cắt cho còn năm người làm toàn bộ thời gian.

- Như tôi hiểu thì bộ phận thể thao đã bị lép vế rồi. Ông đề nghị cắt như thế có nghĩa là chúng ta sẽ bớt đưa tin bài về thể thao đi.

Flodin nhún vai.

- Tôi sẵn lòng được nghe những gợi ý khác.

- Tôi không có gợi ý nào hay hơn nhưng nguyên tắc là thế này: nếu cắt nhân sự thì chúng ta sẽ phải ra một tờ báo nhỏ hơn và nếu ra một tờ báo nhỏ hơn thì số lượng độc giả sẽ tụt và cả các khách hàng đăng quảng cáo cũng tụt nốt.

- Cái vòng luẩn quẩn vĩnh cửu, - Sellberg nói.

- Tôi được thuê để xoay chuyển tình hình tụt dốc này, - Berger nói. - Tôi coi nhiệm vụ của mình là hành động không kiêng nể gì để thay đổi tờ báo và làm cho nó hấp dẫn độc giả hơn. Tôi không thể làm được việc đó nếu chúng ta cắt bớt người của tòa soạn.

Chị quay sang Borgsjo:

- Tờ báo còn có thể xuất huyết trong bao lâu nữa? Chúng ta có thể chịu đựng mức thua lỗ lớn đến đâu trước khi chạm tới giới hạn?

Borgsjo mím môi.

- Từ đầu những năm 90, *SMP* đã ăn một khoản rất lớn vào các tài sản đã được củng cố lâu ngày. Chúng ta có một danh mục vốn cổ phần đã bị giảm mất khoảng chừng 30 phần trăm giá trị so với mười năm trước. Một phần lớn vốn này được dùng để đầu tư vào công nghệ thông tin. Chúng ta cũng đã có những khoản chi tiêu rất lớn.

- Tôi hiểu là *SMP* đã tự phát triển lấy AXM, hệ thống trình biên tập văn bản của riêng mình. Việc ấy tốn kém bao nhiêu?

- Phát triển công nghệ mất chừng năm triệu curon.

- Tại sao *SMP* lại phát triển phần mềm của riêng mình để rồi lại lôi thôi ra? Thị trường đã có những chương trình quảng cáo không đắt đỏ rồi mà.

- À thế này, Erika... điều đó có thể đúng đấy. Người trước đây quản lý mảng công nghệ thông tin của tòa báo đã khuyên chúng tôi đi vào làm món này. Ông ấy thuyết phục chúng tôi rằng về lâu về dài nó sẽ bớt tốn kém và *SMP* lại còn sẽ có thể cấp giấy phép cho các tờ báo khác sử dụng chương trình này.

- Thế có tờ nào mua không?

- Có, thực tế có một tờ ở Na Uy mua.

- Còn chúng ta thì ngồi ở đây với những máy tính năm, sáu năm tuổi lận...

- Điều này đơn giản, không thành vấn đề vì năm tới chúng ta đầu tư cho các máy tính mới rồi, - Flodin nói.

Họ bàn tới bàn lui. Berger nhận thấy các mục tiêu của chị đang bị Flodin và Sellberg ngáng cản triệt để. Theo họ quan trọng là cắt chi phí, điều này xét từ quan điểm của một chánh thủ quỹ và một giám đốc tài chính thì có thể thông cảm được, nhưng lại không thể chấp nhận được với một tổng biên tập mới được bổ nhiệm. Điều làm cho chị cáu nhất là họ cứ một mực xóa bỏ lý lẽ của chị bằng những nụ cười đàn anh đàn ang hạ cố, làm cho chị cảm thấy mình như một đứa ranh mười mấy tuổi bị tra hỏi về bài làm ở nhà của nó vậy. Không thực sự thốt ra một lời nào thất thố, họ phô ra với chị một thái độ quá cổ lỗ đến mức nó gần như là khôi hài. *Không nên để cho cái đầu xinh xắn của cô bị phiền muộn vì những vấn đề quá phức tạp, cô gái bé bỏng ơi.*

Borgsjo không giúp được nhiều. Ông chờ dịp và để cho người họp nói ra phần của họ nhưng chị không cảm thấy sự hạ mình tương tự ở phía ông.

Chị thở dài, mở máy tính. Chị có mười chín email mới. Bốn là thư rác. Một ai đó bán Viagra cho chị, tính dục từ xa với "Những nàng Lolita dâm nhất ở trên Mạng" chỉ mất có 4 đôla một phút, "Tính dục Động vật", và một thư mời đăng ký vào trang *Thờitrang.trường*. Con nước triều nhảm nhí này không bao giờ rút đi, bất kể bao nhiêu lần chị đã cố chặn đứng nó lại. Bảy email khác là những cái gọi là "Những bức thư Nigeria" của bà góa của nguyên Thống đốc một ngân hàng ở Abu Dhabi, tặng những món tiền buồn cười của bà, chỉ cần bà tham dự với một món tiền khởi động nho nhỏ cùng những lời lẽ nhố nhăng khác.

Có phần ghi nhớ buổi sáng, phần ghi nhớ bữa ăn trưa, ba thư điện tử của Fredriksson cập nhật cho chị về những phát triển của bài báo chủ công trên báo hôm nay. Một cái khác từ người kế toán mà chị muốn gặp để kiểm tra những hệ lụy của việc chị chuyển từ *Millennium* sang *SMP*, một thư của nha sĩ gợi ý về ngày giờ cho lần thăm khám hàng quý của chị. Chị ghi ngày hẹn vào lịch và lập tức nhận thấy phải thay đổi nó vì ngày hôm ấy chị đã định có một cuộc họp tòa soạn quan trọng rồi.

Cuối cùng chị mở cái thư cuối cùng, gửi từ <centraled@smpost.se> với một dòng chủ đề [Chú ý: Tổng biên tập]. Chị từ từ đặt tách cà phê xuống.

MÀY ĐỒ CON ĐĨ! MÀY TƯỞNG MÀY LÀ THỨ GÌ CHỨ, MÀY ĐỒ CÁI THẾM ĐỂ ĐÉO. ĐỪNG TƯỞNG MÀY CÓ THỂ ĐẾN ĐÂY LÊN MẶT LÊN NƯỚC. MÀY SẮP BỊ MỘT CÁI TUA VÍT NÓ ĐÉO RỒI, ĐỒ CON ĐĨ! NHANH NHANH MÀ CÚT ĐI

Berger ngừng lên tìm kiếm Holm, biên tập viên tin tức. Ông ta không ở bàn làm việc, chị cũng không thấy ông ta trong phòng tin. Chị kiểm tra người gửi rồi nhắc điện thoại gọi Peter Fleming, người quản lý công nghệ thông tin.

- Chào, Peter. Ai dùng địa chỉ <centraled@smpost.se> đấy nhỉ?

- Cái địa chỉ này không xài được ở *SMP*.

- Tôi vừa nhận được một thư điện tử từ địa chỉ này mà.

- Giả mạo đấy. Tin nhắn có vi rút không?

- Tôi không biết. Ít ra thì chương trình chống vi rút đã không phản ứng.

- OK. Địa chỉ này không tồn tại. Nhưng làm giả một địa chỉ có vẻ hợp thức thì rất dễ thôi. Có những địa điểm trên Mạng mà chị có thể gửi những bức thư vô danh đi.

- Có thể dò ra được một thư điện tử như thế này không?

- Gần như không thể, cho dù người gửi có thể ngu đến mức gửi từ máy tính nhà hắn. Chị có thể dò tìm số giao thức Internet ở một máy chủ, nhưng nếu hắn dùng một tài khoản mà hắn đặt chẳng hạn như ở hotmail thì dò tìm sẽ chả ăn thua gì.

Berger cảm ơn ông. Chị nghĩ một lúc. Đây không phải lần đầu chị nhận được một thư điện tử hay tin nhắn đe dọa của một cha ẩm ương. Cha này rõ ràng là gợi nhắc đến công việc tổng biên tập mới của chị. Chị thầm nghĩ liệu đây có phải là một kẻ hâm hâm từng đọc về việc chị có liên quan đến cái chết của Morander hay không, hay liệu người gửi lại ở ngay chính trong tòa nhà cao tầng này.

Figuerola nghĩ lung về việc cô phải làm gì với Gullberg. Làm việc ở Bảo vệ Hiến pháp có một lợi thế là cô có quyền tiếp cận gần như bất cứ báo cáo nào của cảnh sát ở Thụy Điển mà có bất cứ liên quan nào với các tội ác có động cơ sắc tộc hay chính trị. Về mặt kỹ thuật, Zalachenko là một người nhập cư, mà trách nhiệm của cô thì bao gồm việc lần theo những hành vi bạo lực đối với những người được sinh ở nước ngoài, để quyết định xem tội ác đó có mang động cơ sắc tộc hay không. Theo đó cô có quyền dính tay vào cuộc điều tra vụ giết Zalachenko để xác định xem liệu Gullberg, tên sát nhân đã được biết đến, có quan hệ với một tổ chức sắc tộc nào không, hay liệu vào lúc hắn gây án, có thấy hắn có những nhận xét phân biệt chủng tộc hay không. Cô yêu cầu bản báo cáo. Cô đã tìm thấy những bức thư gửi lên Bộ trưởng Tư pháp và phát hiện ra rằng cùng với những lời công kích kịch liệt và những đả kích nhục mạ cá nhân thì cũng có cả những từ *thằng yêu bọn mọi* và *đồ phản bội*.

Đến 5 giờ chiều, Figuerola cho tất cả tài liệu vào trong két an toàn khóa lại, tắt máy tính, rửa cốc cà phê và bấm giờ ra khỏi cơ quan. Cô đi rảo chân đến một phòng tập ở Thánh Eriksplan, để cả một tiếng đồng hồ sau đó ra tập một số bài dễ về rèn luyện sức lực.

Tập xong cô về nhà, căn hộ một buồng trên đường Pontonjargatan, tắm, ăn bữa tối muộn nhưng đầy chất dinh dưỡng. Cô ngẫm nghĩ có nên gọi Daniel Mogren sống cùng phố, cách đây ba khối nhà hay không. Mogren là thợ mộc và lực sĩ thể hình, từng bữa đực bữa cái là đối tác tập luyện của cô trong ba năm. Trong mấy tháng gần đây họ cũng có chuyện ăn nằm với nhau, như bè bạn.

Tính dục gần như cũng thỏa mãn như một buổi tập tành nghiêm ngặt ở phòng tập, nhưng ở vào một tuổi thành thục ba mươi cộng, hay đúng hơn là bốn mươi trừ, Figuerola đã bắt đầu nghĩ có thể cô nên tìm một đối tác bền vững và một cuộc sống an bài cố định hơn. Có thể thậm chí cả con cái. Nhưng không phải với Mogren.

Cô dứt khoát cảm thấy tối nay không muốn gặp ai. Đúng thế, cô lên giường với một quyển sách về lịch sử thế giới cổ đại.

CHƯƠNG 13

Thứ Ba, 17 tháng Năm

Sáng thứ Năm, Figuerola dậy lúc 6 giờ 10, chạy một thôi dài dọc đường Norr Malarstrand, tắm, bấm đồng hồ báo có mặt ở sở chỉ huy cảnh sát lúc 8 giờ 10. Cô làm sẵn một bản ghi nhớ về các kết luận cô đã đạt được hôm qua.

9 giờ Edklinth đến. Cô để cho ông hai mươi phút giải quyết việc chung rồi gõ cửa buồng giấy ông. Cô chờ trong khi ông đọc bốn trang của cô. Cuối cùng ông ngừng đầu lên.

- Ông Chánh văn phòng, - ông nói.

- Chắc đã bằng lòng cho bên ngoài mượn Martensson. Vậy ông ta chắc phải biết Martensson không làm việc ở Phản Gián, tuy theo như Bảo vệ Nhân thân thì hắn lại ở đó.

Edklinth bỏ kính xuống, lau mắt kính rất kỹ bằng khăn giấy. Ông đã gặp vô số lần Albert Shenke, Chánh văn phòng, ở các cuộc họp và các hội nghị nội bộ; nhưng Edklinth không thể nói ông đã hiểu rõ được con người này. Shenke khá thấp, tóc thưa màu vàng ngả hung và nay khá vạm vỡ. Ông ta cỡ năm mươi lăm, đã làm việc ở SIS ít nhất hai mươi lăm năm, có thể lâu hơn. Ông phụ trách Văn phòng đã mười năm, trước đó là phó. Edklinth nghĩ ông ta lầm lì và là người có thể hành động thô bạo nếu cần. Ông không hiểu ông ta làm gì trong giờ nhàn rỗi, nhưng ông nhớ từng có lần trông thấy ông ta mặc quần áo xuềnh xoàng, quàng vai một túi đồ chơi golf trong gara sở cảnh sát. Cũng có lần Edklinth vồ phải ông ta ở nhà hát Nhạc kịch.

- Có một điều làm tôi ngạc nhiên, - Figuerola nói.

- Là gì vậy?

- Evert Gullberg. Đi nghĩa vụ quân sự hồi những năm 40, sau làm kế toán viên hay đại khái gì như thế, rồi sang thập niên 50 thì tan biến vào đâu mất tăm mất tích luôn.

- Rồi?

- Hôm qua bàn đến hắn ta, chúng ta nói hắn cứ như là một kiểu giết mướn gì đó.

- Nghe có vẻ hơi khiên cưỡng, tôi biết, nhưng…

- Tôi ngạc nhiên vì tin tức về hắn quá ít đến nỗi có vẻ như đó là một kiểu hỏa mù. Trong những năm 50 và 60, ở bên ngoài tòa nhà trụ sở, cả IB và SIS đều đã lập ra các công ty ma làm vỏ bọc.

- Tôi đang nghĩ cô định làm chuyện ấy vào lúc nào đây, - Edklinth nói.

- Tôi muốn được phép đọc kỹ hồ sơ nhân sự từ thập niên 50, - Figuerola nói.

- Không, - Edklinth lắc đầu nói. - Muốn tiếp cận các hồ sơ ấy, chúng ta phải được phép của ông Chánh văn phòng, nhưng chúng ta lại muốn giữ im ắng cho tới khi nào cần đi xa hơn.

- Vậy làm gì sau đây?

- Martensson, - Edklinth nói. - Tìm xem hắn ta đang làm gì.

Salander đang mầy mò xem xét cửa sổ thông gió trong buồng cô thì nghe thấy tiếng chìa khóa mở cửa. Jonasson đi vào. Đã quá 10 giờ tối thứ Ba. Ông làm gián đoạn kế hoạch "trốn khỏi bệnh viện Sahlgrenska" của Salander.

Cô đã đo cái cửa sổ, phát hiện thấy chui được đầu qua đó, còn việc co rúm người lại để lọt qua thì không thành vấn đề gì lắm với cô. Từ đây xuống đất là ba tầng lầu, nhưng đem những mảnh khăn rải giường xé rời nối thêm vào với bốn mét dây điện của cây đèn sàn trong buồng cô thì sẽ giải quyết được vấn đề này.

Cô đã tính toán cụ thể việc trốn đi. Vấn đề là cô sẽ mặc gì. Cô có giày đế mềm, sơ mi ngủ đêm của bệnh viện và một đôi dép lê nhựa cô đã tìm cách mượn được. Cô có 200 curon tiền mặt của Giannini để trả tiền kẹo mua ở cửa hàng bán đồ ăn vặt trong bệnh viện. Chỗ ấy đủ cho một quần jean rẻ tiền và một áo phông ở cửa hàng Cứu Tế, nếu như cô tìm được thấy một cửa hàng ấy ở Goteborg. Cô sẽ dùng tiền còn lại gọi cho Dịch Bệnh. Rồi mọi chuyện sẽ đâu vào đấy. Cô định trốn được ít ngày thì đi máy bay đến Gibraltar, từ đấy cô sẽ tạo ra một căn cước mới tại một nơi nào đó trên thế giới.

Jonasson ngồi lên ghế dành cho khách. Cô ngồi lên mép giường.

- Chào Lisbeth. Tôi xin lỗi mấy ngày qua không đến gặp cô, tại tôi tối tăm mặt mũi với công việc ở bộ phận Sơ cứu & Cấp cứu, và lại phải kèm mấy bác sĩ nội trú.

Cô không đặc biệt chờ đợi ông đến thăm cô.

Ông cầm biểu đồ sức khỏe của cô lên xem diễn biến thân nhiệt. Thân nhiệt cô ổn định, giữa 37 và 37,2 độ, mấy tuần qua cô không phải uống thuốc nhức đầu.

- Endrin là bác sĩ của cô. Cô có hợp với bà ấy không?

- Bà ấy tốt. - Salander nói, không mặn không nhạt.

- Thế thì OK. Tôi khám cho cô được không?

Cô gật. Ông lấy một bút đèn pin trong túi ra, cúi xuống để chiếu nó vào mắt cô xem con ngươi co giãn thế nào. Ông bảo cô há miệng và xem cổ họng cô. Rồi ông nhẹ nhàng đặt hai bàn tay vào quanh gáy cô, quay đầu cô tới lui và sang hai bên trái phải vài bận.

- Cổ không bị đau chứ? - Ông nói.

Cô lắc đầu.

- Nhức đầu thì sao?

- Thỉnh thoảng nhức nhưng hết nhanh.

- Vẫn đang trong quá trình lành vết thương. Cuối cùng thì sẽ hết hẳn đau đầu.

Tóc cô vẫn quá ngắn nên không cần gạt nó ra ông vẫn nhìn thấy vết sẹo ở bên trên tai cô. Sẹo đang lành nhưng vẫn có một ít vẩy nhỏ.

- Cô lại gãi vào vết thương rồi. Đừng làm thế nữa nhé.

Cô gật. Ông cầm lấy khuỷu tay trái và nâng cánh tay cô lên.

- Cô có tự mình giơ lên được không?

Cô giơ tay lên.

- Vai cô có đau hay khó chịu gì không?

Cô lắc.

- Có cảm thấy vai khó cử động không?

- Hơi hơi.

- Tôi nghĩ cô nên tập cơ vai nhiều lên một chút.

- Bị giam như thế này thì ông khó lòng mà tập nổi đấy.

Ông mỉm cười với cô.

- Sẽ chẳng lâu nữa đâu. Cô vẫn đang tập các bài bác sĩ điều trị vật lý bảo đấy chứ?

Cô gật.

Ông ấn ống nghe vào cổ tay ông cho nó ấm lên. Rồi ông ngồi xuống thành giường, cởi các dây áo sơ mi ngủ đêm của cô ra, nghe tim và bắt mạch cho cô. Ông bảo cô ngả về trước và đặt ống nghe lên lưng cô để nghe phổi.

- Ho đi.

Cô ho.

- OK. Cô có thể mặc lại áo vào rồi đi nằm. Xét theo quan điểm y học thì cô đúng là đã bắt đầu hồi phục.

Cô chờ ông đứng lên nói mấy hôm nữa ông sẽ quay lại nhưng ông cứ ở đó, ngồi trên giường. Có vẻ như ông đang nghĩ một điều gì. Salander kiên nhẫn chờ.

- Cô có biết tại sao tôi lại làm bác sĩ không? - Ông hỏi.

Cô lắc đầu.

- Tôi sinh ra trong một gia đình lao động. Tôi luôn luôn nghĩ muốn làm bác sĩ. Hồi mười lăm, mười sáu tuổi, tôi thực sự nghĩ mình sẽ trở thành bác sĩ tâm thần. Tôi quan tâm ghê gớm đến trí não.

Ông vừa nói đến mấy chữ "bác sĩ tâm thần", Salander thình lình cảnh giác nhìn ông ngay.

- Nhưng tôi không chắc sẽ học hành tốt được cho nên xong phổ thông tôi đã học nghề hàn, thậm chí tôi đã làm thợ hàn mấy năm. Tôi nghĩ nếu học y không ăn thua mà lại có sẵn một cái gì để lui về thì tốt. Với lại làm thợ hàn không có gì khác lắm so với làm bác sĩ. Cũng đại khái là chuyện đắp vá cho các thứ mà thôi. Và nay thì tôi làm ở Sahlgrenska, đắp vá cho những người như cô.

Cô nghĩ liệu ông có ý trêu chọc gì mình không đây.

- Lisbeth... Tôi đang nghĩ...

Rồi ông ngồi mãi không nói đến nỗi suýt thì Salander hỏi ông muốn gì. Nhưng cô vẫn chờ ông nói.

- Nếu tôi hỏi cô một câu riêng tư thì cô có giận không? Tôi muốn hỏi cô với tư cách một cá nhân kín đáo chứ không phải bác sĩ. Cô trả lời, tôi sẽ coi đó là điều bí mật và tôi sẽ không nói với bất kỳ ai. Còn nếu không thích thì cô không phải trả lời.

- Hỏi gì cơ chứ?

- Mười hai tuổi bị nhốt ở bệnh viện Thánh Stefan, cô đã từ chối không trả lời bất cứ bác sĩ tâm thần nào muốn nói chuyện với cô. Tại sao lại thế nhỉ?

Mắt Salander sầm tối lại nhưng khi cô nhìn Jonasson thì hầu như chúng không có biểu lộ ra điều gì. Cô ngồi im một hai phút.

- Tại sao hỏi? - Cuối cùng cô nói.

- Thật thà mà nói tôi cũng chả hiểu rõ nữa. Tôi nghĩ tôi đang cố tìm hiểu một việc.

Môi cô hơi cong lên.

- Tôi không nói chuyện với cái đám bác sĩ điên rồ vì họ không bao giờ nghe những điều tôi cần nói.

Jonasson cười to tiếng.

- OK. Hãy cho tôi biết... cô nghĩ như thế nào về bác sĩ Peter Teleborian?

Jonasson quăng cái tên ấy ra bất ngờ đến nỗi suýt nữa thì Salander nhảy dựng lên. Mắt cô nheo lại.

- Hỏi lôi thôi cái quý gì thế chứ? Ông nhằm chuyện gì? - Giọng cô sạn sắc như giấy ráp.

Jonasson cúi về đằng trước, gần như sát vào cô.

- Vì một... cô gọi là gì nhỉ... một bác sĩ điên rồ có tên Peter Teleborian, người mà chả biết sao lại nổi tiếng trong nghề y của tôi, mấy ngày qua đã hai lần tìm gặp tôi, cố thuyết phục tôi để cho ông ta khám sức khỏe cho cô.

Salander cảm thấy một luồng băng giá chạy dọc xương sống.

- Tòa án quận sắp chỉ định ông ấy tiến hành đánh giá tâm thần pháp y cho cô.

- Rồi thì sao?

- Tôi không thích người này. Tôi đã bảo là ông ta không thể gặp cô được. Lần gần đây nhất, ông ta đến phòng bệnh mà không báo trước, cố thuyết phục một cô y tá cho ông ta vào.

Salander mím chặt môi lại.

- Cách xử sự của ông ta có đôi chút kỳ quặc và hơi cay cú. Cho nên tôi muốn biết cô nghĩ sao về ông ta.

Bây giờ đến lượt Jonasson kiên nhẫn chờ Salander trả lời.

- Teleborian là đồ thú vật, - cuối cùng cô nói.

- Giữa hai người có điều gì riêng tư không?

- Ông có thể nói là có đi.

- Tôi cũng lại đã nói chuyện với một vị quan chức muốn tôi cho phép Teleborian gặp cô.

- Rồi sao?

- Tôi hỏi ông ấy nghĩ mình có chuyên môn y học nào mà đòi khám cho cô, thế rồi tôi bảo ông ấy cuốn xéo. Dĩ nhiên là nói có ngoại giao hơn thế. Nay đến câu hỏi thứ hai. Tại sao cô lại *nói chuyện* với tôi?

- Ông hỏi tôi mà, đúng không?

- Đúng, nhưng tôi là bác sĩ và tôi học ngành tâm thần học. Vậy thì tại sao cô nói chuyện với tôi? Tôi có thể hiểu như thế ngụ ý rằng cô có phần nào tin tôi chăng?

Cô không trả lời.

- Vậy tôi sẽ chọn cách hiểu là cô tin tôi. Tôi muốn cô biết điều này: cô là bệnh nhân của tôi. Có nghĩa là tôi làm việc cho cô chứ không phải cho một ai khác.

Cô ngờ vực nhìn ông. Ông nhìn lại cô một lúc. Rồi ông nhẹ nhàng nói:

- Xét từ quan điểm y học, như tôi đã nói, ít nhiều cô đã khỏe mạnh. Cô không cần phải mất nhiều tuần phục hồi sức khỏe nữa. Nhưng không may là cô lại hơi khỏe quá.

- Tại sao lại "không may"?

Ông thú vị mỉm cười với cô.

- Cô đang khá lên quá nhanh.

- Ý ông là thế nào?

- Ý là tôi không còn lý do hợp pháp nào để giữ cô biệt lập ở đây. Công tố viên sẽ sớm cho chuyển cô sang một nhà tù ở Stockholm để chờ phiên tòa sáu tuần nữa sẽ mở. Tôi đoán tuần sau sẽ có lệnh đòi chuyển cô đi. Như vậy có nghĩa là Teleborian sẽ được trao cơ hội khám bệnh cho cô.

Cô ngồi lặng như tượng đá. Jonasson có vẻ lơ đãng cúi xuống xếp dọn lại gối cho cô. Ông nói như nói cho riêng mình:

- Cô không còn đau đầu nhiều hay bị sốt nữa nên bác sĩ Endrin sẽ cho cô xuất viện.

Rồi thình lình đứng lên.

- Cảm ơn đã nói chuyện với tôi. Tôi sẽ quay lại gặp cô trước khi người ta chuyển cô đi.

Ông đã ra đến cửa thì cô nói:

- Bác sĩ Jonasson?

Ông quay lại.

- Cảm ơn ông.

Ông gật đầu nhanh một lần nữa rồi đi ra và khóa cửa lại.

Salander nhìn hồi lâu vào cánh cửa khóa. Rồi cô nằm ngửa ra nhìn đăm đăm lên trần nhà.

Đúng lúc đó cô cảm thấy có vật gì đó cưng cứng dưới gối. Cô nhấc gối lên và ngạc nhiên thấy một túi vải nhỏ mà lúc trước chắc chắn không có ở đấy. Cô mở nó ra, sửng sốt nhìn trừng trừng vào chiếc máy tính cầm tay Palm Tungsten T3 và bộ sạc pin. Rồi cô đưa chiếc máy tính lại gần hơn, thấy một vết xước nhỏ ở góc trên bên trái. Tim cô bị hụt mất một nhịp. *Chiếc Palm của mình. Nhưng làm sao...* Ngạc nhiên cô khẽ liếc về phía cửa. Jonasson là một kho những bất ngờ. Hết sức phấn khích cô lập tức mở ngay máy tính thì phát hiện thấy nó được bảo vệ bằng mật khẩu.

Cô thất vọng nhìn màn hình nhấp nháy. Nó như đang thách thức cô. *Đồ quỷ gì họ lại nghĩ là ta sẽ...* Rồi cô nhìn vào trong cái túi vải, thấy dưới đáy có một tờ giấy gấp lại. Cô mở ra đọc dòng chữ viết rất hoa mỹ lịch sự:

Em là tin tặc cơ mà, hãy tự xoay xở đi! Kalle B.

Lần đầu tiên trong nhiều tuần Salander cười to thành tiếng. *Touché.*[1] Rồi cô cầm cái bút điều khiển, chọn tổ hợp số 8683, con số tương ứng với chữ V-Ò-V-Ẽ ở bàn phím. Đây là mã khóa mà Kalle Hăng máu buộc đã phải mò ra khi anh tự tiện đến căn hộ của cô trên đường Fiskargatan rồi vấp phải còi báo động.

Con số này không ăn thua.

Cô thử 52553 tương ứng với các chữ K-A-L-L-E.

Cũng không ăn thua. Chắc rằng Blomkvist muốn để cô dùng chiếc máy tính này, vậy anh tất phải chọn một mật khẩu đơn giản. Anh đã ký Kalle, cái biệt danh mà anh vẫn thường không thích. Cô tha hồ mà suy diễn. Cô nghĩ một lúc. Chắc là một câu chửi bới nào đó. Rồi cô gõ 74774, con số tương ứng với chữ P-I-P-P-I. Pippi Hăng máu Tất dài.

Máy tính chạy.

Có một bộ mặt mỉm cười trên màn hình cùng với ô thoại:

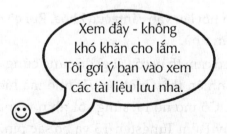

Xem đấy - không khó khăn cho lắm. Tôi gợi ý bạn vào xem các tài liệu lưu nha.

---

[1] Tiếng Pháp trong nguyên bản, nghĩa là "Trúng rồi!".

Cô tìm thấy thư mục [Chào Sally] ở trên đầu danh sách. Cô bấm vào nó rồi đọc.

Trước hết, đây chỉ là giữa em và anh thôi. Luật sư của em, em gái anh Annika, không biết em đã vào được máy tính này. Cứ kệ như vậy đi.

Anh không biết em hiểu đến đâu về những chuyện đang xảy ra ở bên ngoài gian buồng khóa trái của em nhưng khá là lạ (bất chấp con người em), em có một số những thằng ngu trung thành làm việc phục vụ em. Anh đã lập ra một toán ưu tú gọi là *Các Hiệp sĩ của Đạo phái Ngu*. Bọn anh sẽ tổ chức dạ tiệc thường niên để mọi người cùng vui đùa nói chuyện ba láp về em. (Không, em không được mời).

Thôi, nay vào vấn đề. Annika đang gắng hết sức chuẩn bị cho phiên tòa xử em. Một chuyện dĩ nhiên là cô ấy làm việc cho em, bị trói và ràng buộc vào một trong những lời thề về sự tin cậy cái con khỉ con tườu kia. Cho nên cô ấy không thể nói với anh những chuyện hai người đã bàn với nhau, trong trường hợp này điều đó là một chút bất lợi. May sao cô ấy nhận thông tin.

Chúng ta, em và anh, cần nói chuyện với nhau.

Đừng dùng email của anh.

Anh có thể là bị tâm thần phân lập nhưng anh có lý do để nghĩ rằng anh không phải là người duy nhất đọc những thư gửi đến địa chỉ của anh. Nếu em muốn gửi cho anh cái gì thì hãy dùng địa chỉ của nhóm Yahoo [Đạo phái Ngu]. Tên tài khoản là Pippi và mật khẩu là p9i2p7p7i. / Mikael.

Salander đọc thư hai lần, bàng hoàng nhìn mãi chiếc máy tính. Sau một thời kỳ độc thân không máy tính, cô đang khổ vì nỗi cai nhịn ghê gớm cái tật nghiền điều khiển từ xa. Cô nghĩ Blomkvist đầu óc bã đậu thế nào mà tuồn vào cho cô chiếc máy tính thì lại quên đi mất là cô cần có điện thoại di động để kết nối Internet.

Cô vẫn đang mải nghĩ thì nghe thấy tiếng chân đi ngoài hành

lang. Cô lập tức tắt ngay máy tính, vùi nó xuống dưới gối. Khi nghe thấy tiếng khóa quay trong ổ cô mới nhận thấy cái vải và sạc pin vẫn còn lù lù ở trên bàn đầu giường. Cô giơ tay ra kéo cái túi xuống dưới chăn và dúi bộ sạc pin vào lòng. Cô nằm im nhìn trần nhà khi y tá trực đêm vào chào lịch sự, hỏi cô thấy sao và có cần gì không.

Salander bảo mình khỏe, và muốn có một bao thuốc lá. Cô y tá thân mật nhưng kiên quyết bác bỏ lời đề nghị, nhưng cho Salander một viên ngậm có nicôtin. Khi cô y tá đóng cửa lại, Salander liếc thấy người bảo vệ ngồi trên ghế trong hành lang. Chờ cho tiếng chân cô y tá mất hẳn, Salander mới lại lấy chiếc Palm ra.

Mở cho nó chạy, cô tìm kết nối.

Cô cảm thấy gần như lại bị choáng khi chiếc máy tính cầm lọt bàn tay thình lình cho biết nó đã lập được kết nối. *Vào được Mạng. Không thể hình dung nổi.*

Cô nhảy phắt ra khỏi giường, nhanh đến nỗi đau nhói ở bên hông bị thương. Cô nhìn quanh gian buồng. *Làm thế nào đây?* Cô đi quanh khắp, xem xét tỉ mỉ từng li từng tí một. *Không, không có di động ở trong buồng.* Thế mà cô lại vào Mạng được. Rồi cô mỉm một nụ cười láu lỉnh. Kết nối qua radio kiểm soát và được khóa vào một điện thoại di động thông qua Bluetooth, như vậy phủ tín hiệu một dải từ mười đến mười hai mét. Mắt cô ngước lên một lỗ thông gió ở sát ngay dưới trần.

Làm thế nào đó Kalle Hăng máu Blomkvist đã đặt được một di động ngay ở bên ngoài buồng cô. Chỉ có thể giải thích như vậy được mà thôi.

Nhưng sao không tuồn luôn cả di động vào nữa? A, dĩ nhiên. Pin.

Máy tính Palm của cô ba ngày mới phải sạc điện. Một điện thoại di động được kết nối, nếu cô lướt Mạng dữ quá thì pin điện thoại sẽ bị đốt hao nhanh hơn. Blomkvist - hay nhiều phần có vẻ là một ai đó mà anh thuê làm - sẽ phải đều đặn thay pin cho nó.

Nhưng anh đã gửi vào chiếc sạc điện cho máy tính của cô. *Dẫu sao anh cũng không đến nỗi ngốc lắm.*

Salander bắt đầu tính xem nên để máy tính ở đâu. Cô phải tìm một chỗ giấu. Có những ổ cắm điện gần cửa và trong hộp điện đằng sau giường để cấp điện cho đèn đầu giường và đồng hồ số. Có một hốc để radio và radio thì đã bị đem đi. Cô mỉm cười. Cả máy tính lẫn cái sạc điện vào hốc đó vừa khuýp. Ban ngày cô có thể sạc máy tính nhờ ổ điện ở đầu giường.

Salander vui. Tim cô đập rộn ràng khi lần đầu tiên sau hai tháng cô mở máy tính và phiêu lưu ngao du trên Mạng.

Lướt trên một máy tính cầm tay Palm với màn hình tí xíu và bút cảm ứng thì khác với lướt trên PowerBook màn hình 17 inch. *Nhưng cô đã được kết nối.* Từ chiếc giường ở Sahlgrenska, nay cô đã có thể vươn ra tới toàn thế giới.

Cô bắt đầu bằng việc vào một trang quảng cáo những bức ảnh khá là nhạt của một tay nhiếp ảnh nghiệp dư vô danh và không có tài đặc biệt tên là Gil Bates ở Jobsville, Pennsylvania. Salander lập tức kiểm tra và khẳng định thị trấn Jobsville không hề tồn tại. Tuy vậy Bates đã chụp hơn hai trăm bức ảnh về thị trấn này và lập ra một gallery ảnh. Cô di chuyển thanh cuộn xuống đến hình 167 thì bấm vào để phóng to lên. Nhà thờ Jobsville hiện ra. Cô di con trỏ vào đỉnh của ngọn tháp nhà thờ và bấm vào đó. Lập tức một hộp thoại bật ra hỏi tên truy cập và mật khẩu của cô. Cô lấy bút cảm ứng viết lên màn hình tên truy cập là *Đáng chú ý* và mật khẩu *A(89)Cx #hoamộclan.*

Cô được hộp thoại báo [LỖI - mật khẩu sai] và một nút bấm nói [OK - Thử lại]. Lisbeth biết nếu cô bấm vào [OK - Thử lại] và thử một mật khẩu khác thì cô vẫn chỉ có được mỗi hộp thoại này - hàng năm liên lu chừng nào cô còn vẫn cứ thử. Thay vào đó, cô bấm vào [Ô] ở [LỖI].

Màn hình biến sang trống không. Rồi một cánh cửa hoạt hình mở ra và một nhân vật giống Lara Croft bước tới. Một bong bóng thoại hiện ra: [AI ĐẾN ĐẤY?].

Cô nhấp vào bong bóng và viết *Vò Vẽ.* Lập tức có trả lời [CHỨNG MINH - NẾU KHÔNG...], đồng thời Lara Croft hoạt hình mở chốt an toàn khẩu súng của ả. Salander biết đây không phải là dọa vờ. Nếu cô viết mật khẩu sai ba lần liền một lèo thì trang mạng sẽ đóng lại và cái tên *Vò Vẽ* sẽ bị đá ra khỏi danh sách thành viên. Cô thận trọng viết mật khẩu, *Lamancuakhi*, Làm ăn của khỉ.

Màn hình lại thay đổi và nay là một nền xanh lơ với dòng chữ:

[Hoan nghênh công dân Vò Vẽ đến nước Cộng hòa Tin tặc. Từ lần bạn đến thăm trước đã là 56 ngày. Có 11 công dân trực tuyến. Bạn muốn [a] Duyệt qua Diễn đàn [b] Gửi một Thông điệp [c] Tìm Lưu trữ [d] Nói chuyện [e] Được xác nhận?]

Cô bấm vào [[d] Nói chuyện] rồi đi đến trình đơn chọn [Ai đang trực tuyến?] và được một danh sách với những tên Andy, Bambi, Dakota, Jabba, BuckRogers, Mandrake, Pred, Slip, Chị Jen, Sáu trong Một và Bộ Ba.

<Chào các chiến hữu> Ong Vò Vẽ viết.

<Ong Vò Vẽ. Thật cậu chứ?> Sáu trong Một viết. <Xem ai quay lại kìa.>

<Cậu giấu thân cậu ở đâu thế?> Bộ Ba viết.

<Dịch Bệnh nói cậu đang bị tí rắc rối.> Dakota viết.

Salander ngờ Dakota là nữ nhưng không chắc chắn. Các công dân trực tuyến khác, gồm cả người có tên Chị Jen đều là trai. Cộng hòa Tin tặc có tổng cộng (lần cô kết nối cuối cùng) sáu mươi hai công dân, bốn trong đó là nữ.

<Chào Bộ Ba.> Ong Vò Vẽ viết. <Chào tất cả.>

<Tại sao cậu chào Bộ Ba? Có gì ở G hay có gì không ổn với bọn tớ?> Dakota viết.

<Bọn này đang hẹn hò với nhau.> Bộ Ba viết. <Ong Vò Vẽ chỉ kết dân trí thức thôi.>

Lập tức anh ta liền bị xỉ vả từ năm phía.

Trong sáu mươi hai công dân, Salander mới gặp mặt hai người. Dịch Bệnh mà vì lý do nào đó lúc ấy không lên mạng, là một. Bộ Ba là hai. Anh là người Anh, sống ở London. Hai năm trước, cô đã gặp anh vài giờ khi anh giúp cô và Blomkvist lùng tìm Harriet Vanger bằng cách nghe trộm bất hợp pháp một đường điện thoại cố định ở St Albans. Lóng ngóng với chiếc bút cảm ứng, Salander mong phải chi có một bàn phím.

<Vẫn ở đấy chứ?> Mandrake viết.

Cô đấm vào các chữ cái.

<Xin lỗi. Chỉ có Palm thôi. Chậm quá.>

<Máy tính của cậu bị sao?> Pred viết.

<Máy tính OK. Vấn đề là tớ.>

<Mách anh cả đi.> Slip viết.

<Tớ bị nhà nước bắt.>

<Cái gì? Tại sao?> Ba đứa cùng nói một lúc.

Salander kể vắn tắt tình hình trong năm dòng và được cả ba cùng lầm rầm than thở lo lắng.

<Cậu sao rồi?> Bộ Ba viết.

<Tớ có một cái lỗ thủng trên đầu.>

<Tớ không thấy có gì khác.> Bambi viết.

<Ong Vò Vẽ luôn là có không khí ở trong đầu nó mà.> Chị Jen viết, điều đó kéo theo là một cơn lũ những nhận xét miệt thị bản lĩnh trí não của Vò Vẽ. Salander mỉm cười. Dakota góp phần kết luận cuộc trò chuyện.

<Khoan. Đây là tấn công vào một công dân của Cộng hòa Tin tặc. Chúng ta sẽ đáp lại như thế nào đây?>

<Tấn công nguyên tử vào Stockholm> Sáu trong Một viết.

<Không, như thế hơi mạnh tay quá.> Ong Vò Vẽ viết.

<Một quả bom tí hon nha?>

<Đi nhảy xuống hồ đi, Sáu trong Một.>

<Chúng ta có thể tắt hết máy tính ở Stockholm đi.> Mandrake viết.

<Một con virus có thể làm sập máy tính Chính phủ được không?>

Nói chung công dân nước Cộng hòa Tin tặc không tung virus máy tính đi. Trái lại - họ là kẻ xâm nhập máy tính, do đó là địch thủ kiên định của những đứa ngu si tạo ra virus mà mục đích duy nhất chỉ là phá hoại Mạng và làm sập các máy tính. Các công dân đất nước này là những người nghiện thông tin nên muốn có một Internet hoạt động để họ có thể xâm nhập.

Nhưng đề nghị cho Chính phủ Thụy Điển tê liệt không phải là một đe dọa vu vơ. Cộng hòa Tin tặc gồm có một câu lạc bộ của những người giỏi nhất trong những người giỏi nhất, một lực lượng tinh hoa mà bất cứ tổ chức quốc phòng nào trên thế giới cũng sẵn sàng trả những khoản tiền khổng lồ để dùng vào những mục tiêu quân sự, miễn sao thuyết phục được các công dân này cảm thấy có một kiểu trung thành nào đó với bất cứ một nhà nước nào đó. Điều này xem vẻ là chuyện không tưởng.

Nhưng mỗi một người trong đám họ đều là những phù thủy về máy tính và họ đều đi chuyên sâu vào nghệ thuật sáng chế virus. Họ cũng không cần phải đợi người khác thuyết phục thì mới tiến hành những chiến dịch đặc biệt, họ chỉ cần tình hình có sự bảo đảm nào đó. Vài năm trước, một công dân của Cộng hòa Tin tặc, đời tư vốn là một người phát triển phần mềm ở California, đã bị một công ty "dot.com" lừa và công ty này cả gan muốn đưa anh ra tòa. Vụ này đã khiến các nhà hoạt động của Cộng hòa Tin tặc dồn một lượng năng lượng ghê gớm ra xâm nhập và phá trong suốt sáu tháng ròng toàn bộ máy tính của công ty kia. Tất cả bí mật và thư điện tử của nó - cùng với một số tài liệu giả mạo có thể dẫn tới chỗ nghĩ rằng giám đốc công ty đã dính líu vào chuyện lậu thuế - đã được trương tưng bừng trên các trang Mạng, cùng với thông tin về cô bồ nay không còn là bí mật nữa của tay giám đốc, cũng như những bức ảnh ở một buổi tiệc tại Hollywood, trong đó người ta thấy tay giám đốc hít côcain. Trong vòng sáu tháng, công ty này chìm xuống và mấy năm sau, một vài thành viên trong "lực lượng dân vệ" của Cộng hòa Tin tặc, những người không dễ quên một kẻ thù nào, vẫn còn ám theo tên cựu giám đốc đó mãi.

Nếu năm chục tin tặc hàng đầu thế giới quyết định tung ra một cuộc tấn công phối hợp chống lại một xứ sở thì xứ sở đó có thể vẫn sống sót thôi, nhưng ắt cũng bị một phen liểng xiểng to. Chỉ cần Salander giơ ngón tay cái lên đồng ý thì tổn thất chắc phải lên đến cả hàng tỉ. Cô nghĩ một lúc.

<Chưa cần ngay. Nhưng nếu tình hình không đi theo ý tớ thì có thể tớ sẽ nhờ giúp đỡ.>

<Chỉ cần nói một câu thôi.> Dakota viết.

<Lâu rồi bọn mình mới rắc rối với Chính phủ.> Mandrake viết.

<Tớ gợi ý là hãy lật úp hệ thống thu thuế. Một chương trình có thể lập riêng cho một nước nho nhỏ như Na Uy chẳng hạn.> Bambi viết.

<Nhất đấy, nhưng Stockholm lại ở Thụy Điển cơ chứ.> Bộ Ba viết.

<Cũng thế, chả khác. Cậu có thể làm thế này này...>

Salander ngả người lên gối mỉm cười theo dõi câu chuyện. Cô nghĩ tại sao cô, người khó nói về mình đến thế với những người bằng xương bằng thịt, thì lại có thể tiết lộ như chơi những bí mật riêng tư nhất của cô cho một đám những gã quái đản hoàn toàn không quen biết ở trên Mạng. Sự thật là nếu Salander có thể nói cô có một kiểu gắn bó gia đình hay quan hệ thân tình nào đó thì chính là với những cha sống lơ mơ trên mây này. Không ai trong họ thực sự nuôi hy vọng giúp cô trong các vấn đề mà cô dính dấp tới Nhà nước Thụy Điển. Nhưng cô biết, nếu cô yêu cầu, họ sẽ hiến cả thời gian và trí lực để minh chứng một cách rất thuyết phục rằng quyền năng của họ có thể đi tới đâu. Qua mạng máy tính này, cô cũng có thể tìm được những nơi ẩn náu ở nước ngoài. Cô có được hộ chiếu Na Uy mang tên Irene Nesser chính là nhờ tiếp xúc trên Mạng với Dịch Bệnh.

Salander không rõ các công dân của Cộng hòa Tin tặc là ai và cô chỉ biết lơ mơ về những việc họ làm trong đời thường, khi họ không ở trên Mạng - các công dân đều mờ mịt như nhau về căn cước của các công dân khác. Một lần Sáu trong Một nói anh ta là giống đực, Mỹ đen, có nguồn gốc Cơ đốc giáo, sống ở Toronto. Thế thì cũng rất có khả năng anh ta là trắng, giống cái, theo giáo hội Luther và sống ở Skovde.

Người mà cô biết rõ nhất là Dịch Bệnh - anh đã giới thiệu cô với gia đình Cộng hòa Tin tặc, và không ai trở thành được thành viên của cái câu lạc bộ đặc biệt này mà lại không có lời giới thiệu mạnh mẽ. Và để trở thành thành viên thì bất cứ ai cũng cần quen biết một trong các công dân khác ở tư cách cá nhân.

Trên Mạng, Dịch Bệnh là một công dân thông minh và giao thiệp với các công dân khác đâu ra đấy. Trong cuộc đời thật, anh là một người ba mươi tuổi, béo phì nặng và bị xã hội gạt bỏ, sống bằng trợ cấp tật nguyền ở Sundbyberg. Anh rất ít khi tắm, căn hộ của anh hôi cứ như chuồng khỉ. Chỉ năm thì mười họa Salander mới đến nhà anh. Cô bằng lòng khoanh công chuyện giữa cô với anh ở trên Mạng.

Trong khi tiếp tục tán gẫu, Salander tải xuống các thư đã được gửi đến hòm thư riêng của cô ở Cộng hòa Tin tặc. Một thư là của một công dân khác, Thuốc Độc, gửi kèm phiên bản chương trình Chết Ngạt 1.3 đã được nâng cấp, bức thư này các công dân đều có thể lấy được ở trong hồ sơ lưu trữ của nước Cộng hòa. Chết Ngạt là chương trình của Salander, có thể kiểm soát được máy tính của người khác qua Internet. Thuốc Độc nói anh đã dùng nó có kết quả và phiên bản mà anh nâng cấp có thể chạy được trên những bản mới nhất của Unix, Apple và Windows. Cô gửi thư trả lời ngắn ngủn, cảm ơn anh đã nâng cấp nó.

Sau đó, khi chiều hôm đang đến với nước Mỹ, trong một giờ liền nửa tá công dân khác đã lên trực tuyến hoan nghênh Vò Vẽ trở lại trước khi vào cuộc bàn bạc. Salander thoát ra là lúc những người khác đang nói đến chuyện có thể nghịch ngợm máy tính của Thủ tướng Thụy Điển đến mức độ nào để gửi được những bức thư lịch sự nhưng điên rồ đến các nguyên thủ quốc gia khác. Một nhóm công tác đã được thành lập để nghiên cứu vấn đề này. Salander thoát với một thông điệp ngắn gọn:

<Cứ nói chuyện tiếp nhưng không làm bất cứ cái gì nếu tớ chưa OK. Tớ sẽ quay lại khi có thể kết nối qua vệ tinh.>

Ai cũng gửi những cái ôm, những cái hôn và khuyên cô giữ ấm cho cái lỗ thủng ở trên đầu.

Thoát ra khỏi Cộng hòa Tin tặc rồi Salander mới vào Yahoo và đăng nhập vào nhóm [Đạo phái Ngu]. Cô phát hiện ra nó chỉ có hai mống thành viên - cô và Blomkvist. Hộp thư có một thông điệp gửi ngày 15 tháng Năm, tên chủ đề là [Hãy đọc cái này trước].

> Chào Sally. Tình hình như sau:
> Cảnh sát không tìm ra nhà của em, không vào được đĩa DVD ghi việc Bjurman cưỡng hiếp. Cái đĩa là bằng chứng chắc nịch. Không có sự bằng lòng của em nên anh không muốn đưa nó cho Annika. Anh có chùm chìa khóa căn hộ và một hộ chiếu tên Nesser.
> Nhưng cảnh sát đang giữ cái ba lô của em ở Gosseberga. Anh không biết trong đó có cái gì gây rắc rối được không.

> -----

Salander nghĩ một lúc. Chắc chẳng có gì rắc rối đâu. Nửa bình cà phê, mấy quả táo, một bộ quần áo. Không thành vấn đề.

> Em sẽ bị buộc tội hành hung hoặc có ý định giết Zalachenko, rồi cả hành hung Carl-Magnus Lundin ở Stallarholmen - tại vì em đã bắn vào chân hắn và đá gẫy quai hàm hắn. Nhưng một nguồn tin từ cảnh sát mà anh tin cậy lại bảo anh rằng bằng chứng ở mỗi vụ này đều là dớ dẩn cả. Điều sau đây mới quan trọng:
> (1) Trước khi bị bắn chết, Zalachenko phủ nhận mọi chuyện và nói rằng chỉ có thể là Niedermann đã bắn và chôn em mà thôi. Hắn đã nộp đơn khởi tố em có âm mưu giết hắn. Công tố viên đang sắp dựa vào đơn này để buộc tội em đã hai lần cố giết Zalachenko.
> (2) Cả Lundin và Sonny Nieminen đều không nói gì về chuyện xảy ra ở Stallarholmen. Lundin bị bắt vì đã bắt cóc Miriam. Nieminen đã được thả.

> -----

Salander đã nói hết những điều này với Giannini. Không có gì mới. Cô đã kể với Giannini mọi việc từng xảy ra ở Gosseberga, trừ chuyện Bjurman thì cô vẫn găm lại.

Anh nghĩ em không hiểu quy tắc của trò chơi.

Nó như thế này: giữa lúc đang Chiến tranh Lạnh, Sapo đã cộng tác với Zalachenko. Hắn đã được bảo vệ trong mười lăm năm bất chấp các sự rắc rối hắn gây ra. Nhiều sự nghiệp đã được xây dựng xoay quanh cuộc đời hắn, Zalachenko. Trong một số trường hợp, sau khi hắn phá quấy, họ đã thu dọn sạch sẽ. Đây là hoạt động phạm pháp hẳn hoi: các nhà chức trách Thụy Điển đã bao che tội ác chống lại các cá nhân công dân.

Nếu chuyện này lộ ra thì sẽ là tai tiếng ảnh hưởng đến cả hai đảng Bảo thủ và Xã hội Dân chủ. Trên hết, những người phụ trách ở Sapo sẽ bị phanh phui là đồng phạm với các hoạt động tội ác và vô đạo đức. Tuy quy chế về các hạn chế hiện vẫn còn hiệu lực, nhưng trong những trường hợp phạm tội đặc biệt thì sẽ vẫn cứ bị tai tiếng như thường. Nó dính đến các con thú bự nay đã hưu hay sắp về hưu.

Họ sẽ làm mọi thứ có thể để giảm thiểu thiệt hại cho bản thân và cho cái nhóm của họ. Như thế có nghĩa rằng em sẽ lại một lần nữa làm con tốt trong ván cờ của họ. Nhưng lần này vấn đề không phải là hy sinh một con tốt - mà vấn đề ở đây sẽ là họ cần phải ra sức hạn chế các thiệt hại của chính bản thân các cá nhân họ. Cho nên em sẽ lại phải bị giam giữ lại.

Tiếp theo sẽ như thế này đây. Họ biết không thể giữ kín bí mật về Zalachenko mãi mãi được. Anh đã viết bài và họ biết sớm muộn gì anh cũng sẽ đăng lên. Việc này dĩ nhiên không quan trọng lắm nữa vì giờ hắn đã chết. Điều quan trọng với họ là sự sống còn của chính bản thân họ. Do đó đứng đầu trong chương trình làm việc của họ là những điểm sau đây:

(1) Họ phải thuyết phục tòa án quận (thực tế là xử công khai) rằng quyết định nhốt em vào bệnh viện Thánh Stefan năm 1991 là quyết định hợp pháp, rằng em có bị bệnh tâm thần thật.

(2) Họ phải tách riêng "vụ Salander" và "vụ Zalachenko" ra khỏi nhau. Họ sẽ cố tạo ra một tình huống mà ở đó họ có thể nói: "Zalachenko chắc chắn là một người bạn nhưng điều đó chẳng liên quan gì đến quyết định giam giữ con gái ông ta. Cô ấy bị nhốt là vì bị loạn trí - bất cứ tuyên bố nào đi ngược lại đều là những chuyện bịa đặt bệnh hoạn của đám nhà báo chua cay. Không, chúng tôi không giúp Zalachenko trong bất cứ tội ác nào - đó là ảo tưởng của một thiếu nữ bị bệnh tâm thần".

(3) Vấn đề là nếu em được trắng án thì sẽ có nghĩa rằng tòa án quận nhận thấy em không phạm tội mà cũng chẳng điên. Vậy có nghĩa là quyết định nhốt em năm 1991 đã vi phạm pháp luật. Cho nên buộc phải nhốt em lại một lần nữa phòng bệnh nhân tâm thần. Nếu tòa án phán quyết em bị bệnh tâm thần thì báo chí sẽ không còn chú ý đào bới sâu vào "vụ Salander" nữa. Giới báo chí làm việc là như vậy đó.

Em có sẽ cùng làm với anh không?

Những điều này cô cũng tự mò được ra cả rồi, vấn đề là cô không biết nên làm ra sao.

Lisbeth - nghiêm túc đấy - chìa khóa cho trận đánh này không phải là tòa án mà là ở truyền thông đại chúng. Không may là tòa án lại xử kín "để bảo vệ sự riêng tư của em".

Hôm Zalachenko bị bắn đã có một vụ trộm ở nhà anh. Trên cửa không thấy dấu hiệu phá khóa vào nhà, cũng chả có cái gì mó đến hay xê dịch - trừ mỗi một cái. Tập hồ sơ ở nhà nghỉ mùa hè của Bjurman với bản báo cáo của Bjorck ở trong đó đã bị lấy đi. Cùng lúc, em gái anh đã bị bóp cổ từ sau lưng và bản sao bản báo cáo cũng bị đánh cắp mất. Tập hồ sơ ấy là bằng chứng quan trọng nhất của em.

Anh đã đánh tiếng cho lộ ra là tài liệu về Zalachenko của chúng ta đã mất, biến hẳn. Thật ra anh còn bản sao thứ ba mà anh sắp đưa cho Armansky. Anh đã sao mấy bản của báo cáo này và cất vào những chỗ an toàn.

Đối thủ của chúng ta - gồm cả mấy nhân vật chức vụ cao và một số bác sĩ tâm thần - dĩ nhiên cũng đang cùng với công tố viên Ekstrom chuẩn bị phiên tòa xét xử. Anh có một nguồn cung cấp cho anh một số tin về những việc đang xảy ra nhưng anh sợ là em không thể có dịp nào hay hơn để tìm ra được thông tin thích hợp. Điều này quan trọng đấy.

Công tố viên đang cố tìm cách nhốt Salander vào phòng bệnh nhân tâm thần.

Ông ta được người bạn cũ của em, Peter Teleborian giúp sức.

Annika sẽ không thể lộ mặt làm một chiến dịch báo chí như cách mà công tố viên có thể làm (và đang làm), qua đó cho rò thông tin ra nếu thấy là thích hợp. Cô ấy bị trói tay. Nhưng anh không bị các hạn chế này ngáng chân. Anh thích gì viết nấy - Anh còn có thể sử dụng cả một tờ tạp chí.

Vẫn cần đến hai chi tiết quan trọng:

(1) Thứ nhất, anh muốn có một cái gì chứng tỏ công tố viên Ekstrom hiện đang làm việc cùng với Teleborian trong một số vấn đề không đàng hoàng và mục tiêu của họ là giam em một lần nữa vào nhà thương điên. Anh muốn có thể tham dự những buổi nói chuyện trên tivi, và cung cấp tài liệu đánh bại trò chơi của Công tố viên.

(2) Để mở một cuộc chiến truyền thông, anh cần phải xuất hiện được ở trước công chúng để nói lên những điều mà em coi là những chuyện riêng tư. Trong tình hình này mà nấp sau những thứ hoa hòe hoa sói thì sẽ là một chiến thuật quá trớn rồ dại xét theo tất cả những gì đã được viết về em từ lễ Phục sinh. Anh cần có thể xây dựng ra được một hình ảnh có tính chất đại chúng mới mẻ của em, mà dù có được như thế, thì theo ý em, cũng đã là xâm phạm vào sự riêng tư của em mất rồi.

Cô mở phần lưu trữ trong [Đạo phái Ngu]. Nó có hai mươi sáu tài liệu.

CHƯƠNG 14

Thứ Tư - 18 tháng Năm

Dậy lúc 5 giờ sáng thứ Tư, khác mọi ngày, Figuerola chạy một đoạn ngắn rồi tắm, sau đó cô mặc jean đen, sơmi trắng và jacket mỏng nhẹ màu xám. Cô pha cà phê cho vào phích rồi làm sandwich. Cô cũng cột bao súng vào sườn và lấy khẩu Sig Sauer từ trong tủ đựng súng ra. Đúng 6 giờ cô lái chiếc Saab 9-5 trắng của cô đến Vittangigatan ở Vallingby.

Căn hộ của Martensson ở tầng ba của ngôi nhà ba tầng tại ngoại ô. Hôm trước, để có thể tìm ra hắn, cô đã thu thập mọi cái trong hồ sơ lưu trữ công cộng. Hắn không có vợ nhưng như thế không có nghĩa là không sống với ai. Hắn không có tiền sự tiền án, không có tài sản lớn và có vẻ không trác táng. Hắn rất ít khi ốm phải gọi bác sĩ.

Một điều dễ để ý đến ở hắn là hắn có không dưới mười sáu giấy phép sử dụng vũ khí. Ba trong số đó là súng săn, các thứ khác là súng lục đủ kiểu. Được cấp giấy phép thì dĩ nhiên là hắn chưa phạm tội nhưng Figuerola mắc thói đa nghi ghê gớm với bất cứ ai sưu tầm vũ khí đến quy mô như thế này.

Chiếc Volvo với biển đăng ký bắt đầu bằng chữ KAB đang ở trong bãi đỗ xe cách chỗ Figuerola đỗ chừng ba chục mét. Cô rót cà phê vào cốc giấy, ăn một miếng rau diếp và phomát. Rồi cô bóc cam, mút từng múi một cho đến khi chỉ còn là bã.

Vào giờ thăm khám bệnh nhân buổi sáng, Salander thấy mệt và nhức đầu nhiều. Cô xin một liều Tylenol và người ta cho cô ngay.

Một giờ sau, cô càng nhức đầu hơn. Cô bấm chuông gọi y tá xin Tylenol nữa. Cũng chả giúp được gì. Đến giờ ăn trưa, cô nhức đầu đến nổi y tá phải gọi bác sĩ Endrin, bà vội khám và cho cô thuốc giảm đau mạnh. Salander để viên thuốc vào dưới lưỡi rồi khi chỉ còn có một mình liền nhổ nó ra.

Hai giờ chiều, cô nôn. Ba giờ lại bị.

Bốn giờ bác sĩ Jonasson đến phòng bệnh vừa lúc bác sĩ Endrin sắp về nhà. Hai người hội ý nhanh gọn.

- Cô ấy thấy mệt và nhức đầu dữ. Tôi đã cho Dexofen. Tôi không hiểu cô ấy đang bị làm sao. Vừa đây cô ấy còn khá lắm. Chắc là một kiểu cảm cúm...

- Có sốt không? - Jonasson hỏi.

- Không. Một giờ trước nhiệt độ là 37,2.

- Tôi sẽ để mắt theo dõi cô ấy cả đêm nay.

- Tôi sẽ nghỉ phép ba tuần, - Endrin nói. - Ông hoặc Svantesson sẽ phải nhận trông cô ấy. Nhưng Svantesson thì ít có quan hệ với cô ấy.

- Tôi sẽ thu xếp để là bác sĩ trực cho cô ấy trong khi bà đi nghỉ.

- Tốt. Nếu có cơn cớ gì mà ông cần giúp thì cứ gọi nhé.

Họ đến thăm khám nhanh cho cô trên giường bệnh. Cô nằm kéo chăn lên tận mũi, nom thảm hại. Jonasson để tay lên trán cô, thấy nó dinh dính ướt.

- Tôi nghĩ chúng ta cần phải khám nghiệm nhanh.

Ông cảm ơn Endrin và bà đi.

5 giờ chiều, trên biểu đồ sức khỏe, Jonasson phát hiện thấy thân nhiệt Salander đã lên 37,8 độ. Tối ấy ông thăm cô ba lần, ghi nhận nhiệt độ của cô đã ổn định ở 37,8 - chắc chắn là quá cao nhưng chưa cho thấy thực sự có vấn đề. 8 giờ ông lệnh chiếu X-quang sọ não.

Khi X-quang soi dọi vào, ông chăm chú nghiên cứu hình ảnh. Ông không thấy cái gì đáng nói nhưng quan sát thấy ở ngay cạnh chỗ viên đạn xuyên vào có một vùng sẫm màu hơn có thể nhìn được bằng mắt thường. Ông cẩn thận chọn chữ nghĩa viết lên bảng theo dõi sức khỏe của cô một lời chẩn đoán không có tính bó buộc: *Chiếu X-quang để có cơ sở rút ra kết luận chắc chắn nhưng tình trạng sức khỏe của bệnh nhân đã liên tục xấu đi trong ngày hôm nay. Không thể loại trừ có một xuất huyết nhỏ không thấy rõ trên màn hình. Bệnh nhân cần nằm nghỉ trên giường và cần được theo dõi chặt chẽ cho tới khi có ghi nhận tiếp theo.*

Berger nhận được hai mươi ba thư điện khi chị đến tạp chí lúc 6 giờ 30 sáng thứ Tư.

Một bức có địa chỉ <toasoan-sr@thuydienradio.com>. Thư ngắn. Có hai chữ.

CON ĐĨ

Chị di ngón trỏ để xóa bức thư. Nhưng cuối cùng chị đổi ý. Chị quay lại hộp thư, mở cái thông điệp đến từ hai ngày trước. Người gửi là <tongdaidienthoai@smport.se>. Vậy là... hai thư điện tử mang chữ "con đĩ" và một người gửi giả danh của thế giới thông tin đại chúng. Chị tạo một thư mục mới với tên [MediaNgu] để lưu hai thông điệp kia lại. Rồi chị chúi đầu vào bảng ghi nhớ các công việc phải làm trong buổi sáng.

Martensson ra khỏi nhà sáng hôm ấy. Hắn lên chiếc Volvo vào thẳng thành phố nhưng quặt qua ngả Stora Essingen và Grondal vào Sodermalm. Hắn lái xuôi Hornsgatan đi thẳng tới Bellmansgatan qua đằng Brannkyrkagatan. Hắn rẽ trái đi tới quầy rượu Cánh tay Giáo sĩ ở Tavastgatan rồi đỗ xe ở một góc phố.

Đúng lúc Figuerola đến Cánh tay Giáo sĩ thì một xe van lui ra, để lại một khoảng trống đậu xe ở đường Bellmansgatan bắt góc với đường Tavastgatan. Tại chỗ đỗ lý tưởng trên đỉnh đồi cô có thể nhìn khắp mà không bị vướng cản. Cô có thể trông thấy cửa hậu chiếc Volvo của Martensson. Thẳng ngay trước mặt cô, trên con dốc cao đổ xuống Pryssgrand là nhà số 1 của Bellmansgatan. Cô đỗ xe hướng vào hông tòa nhà nên không thấy cửa chính, nhưng hễ có ai ra ngoài phố cô đều nhìn thấy được. Cô tin rằng lý do Martensson đến đây là vì cái địa chỉ đặc biệt này. Đó là cửa ra vào mặt tiền căn hộ của Blomkvist.

Figuerola có thể thấy rằng theo dõi cái vùng ở xung quanh khối nhà số 1 Bellmansgatan sẽ là một ác mộng. Chỗ duy nhất có thể quan sát trực tiếp được cửa ra vào của tòa nhà là ở con đường dạo chơi và cây cầu đi bộ ở mạn trên con đường, Bellmansgatan gần thang máy Maria và tòa nhà Laurinska. Ở đấy không có chỗ đỗ xe, người theo dõi bằng mắt sẽ đứng phơi mặt ra trên cầu đi bộ, chẳng khác một con chim nhạn đậu trên cột dây thép cũ kỹ giữa đồng quê. Ngã tư Bellmansgatan và Tavastgatan, nơi Figuerola đang đỗ xe, rõ ràng là nơi duy nhất cô có thể cứ ngồi ở trong xe mà vẫn nhìn được toàn cảnh. Không ngờ cô lại may thế. Nhưng nó không phải là chỗ tốt đặc biệt vì bất cứ người quan sát cảnh giác nào cũng sẽ nhìn thấy cô ở trong xe. Nhưng cô không muốn xuống xe đi loanh quanh trong khu vực. Người ta quá dễ dàng chú ý tới cô. Dáng hình cô nó chống lại cô, người đang sắm vai trò sĩ quan ẩn mình.

Lúc 9 giờ 10, Blomkvist hiện ra. Figuerola ghi giờ phút. Cô thấy anh ngước lên cầu đi bộ ở mạn trên của đường Bellmansgatan. Anh bắt đầu leo lên quả đồi ở ngay trước mặt cô.

Cô tìm trong túi xách, lấy bản đồ Stockholm để lên ghế rồi mở nó ra. Cô giở sổ tay và lấy một cây bút ở trong túi jacket. Cô rút di động ra làm bộ đang nói chuyện, cúi đầu cúi xuống để cho bàn tay cầm di động che đi một phần mặt cô.

Cô thấy Blomkvist liếc xuống phía Tavastgatan. Anh ta biết đang bị theo dõi và chắc đã trông thấy chiếc Volvo của Martensson. Nhưng anh vẫn đi, không tỏ ra chú ý gì hết tới chiếc xe. *Hành động bình tĩnh, lì.*

Lát sau anh đi qua xe Figuerola. Cô rõ ràng là đang tìm địa chỉ trên bản đồ trong khi vẫn nói chuyện vào di động nhưng cô có thể cảm thấy Blomkvist nhìn cô khi đi qua. *Nghi ngờ mọi cái ở xung quanh mình.* Cô nhìn anh trong gương sườn xe ở phía khách ngồi khi anh đi xuống mạn Hornsgatan. Cô đã thấy anh hai, ba lần trên tivi nhưng đây là lần đầu tiên cô thấy tận mặt. Anh mặc quần jean xanh dương, áo phông và jacket xám. Anh mang một túi khoác vai, sải chân dài, thư thả. Một người bảnh trai.

Martensson ló ra ở góc phố cạnh Cánh tay Giáo sĩ. Hắn có một túi thể thao bự ở trên vai và vừa nói chuyện trên di động xong. Figuerola chờ đợi hắn đi theo con mồi nhưng cô ngạc nhiên thấy hắn qua đường ở ngay trước xe cô rồi rẽ xuống quả đồi đi đến tòa nhà có căn hộ của Blomkvist. Một tích tắc sau một người mặc quần áo bảo hộ lao động đi qua xe cô rồi bắt kịp Martensson. *Chào, cậu vọt ở đâu ra thế hả?*

Hai người dừng lại trước cửa tòa nhà có căn hộ của Blomkvist. Martensson bấm mã khóa cửa rồi cả hai biến vào trong lòng giếng cầu thang. *Chúng đang lục soát căn hộ. Dân nghiệp dư vụng trộm. Hắn nghĩ hắn đang làm cái trò quỷ gì thế này chứ?*

Rồi Figuerola giật mình khi ngước mắt lên gương chiếu hậu thì lại thấy Blomkvist. Anh đang đứng ở sau xe cô chừng mười mét, đủ gần để anh có thể theo dõi Martensson và đồng đảng bằng cách nhìn qua đỉnh đồi dốc xuống số 1 Bellmansgatan. Cô nhìn kỹ mặt anh. Anh không nhìn cô. Nhưng anh đã thấy Martensson vào qua cửa chính của tòa nhà. Một lát sau anh quay gót đi tiếp cuộc dạo bộ đến Hornsgatan.

Figuerola ngồi im nửa phút. *Anh ta biết đang bị theo dõi. Anh ta đang tìm xem cái gì xảy ra ở quanh anh ta. Nhưng sao anh ta không phản ứng lại? Một người bình thường là phải phản ứng, và phản ứng khá là mạnh nữa ấy chứ... Chắc anh ta đã có mánh gì đây.*

Blomkvist đặt điện thoại xuống, nhìn vào cuốn sổ tay trên bàn làm việc. Sở Đăng ký xe Nhà nước vừa mới báo anh hay rằng chiếc xe anh nhìn thấy ở đầu phố Bellmansgatan với một phụ nữ tóc vàng ở bên trong là của Monica Figuerola, sinh năm 1969, sống ở phố Pontonjargatan tại Kungsholmen. Vì người trong xe là phụ nữ nên Blomkvist cho rằng đó chính là Figuerola.

Cô ấy vừa nói vào di động vừa xem bản đồ đặt ở trên ghế. Blomkvist không có lý do để tin rằng cô ấy có quan hệ nào đó với câu lạc bộ Zalachenko, nhưng anh ghi lại mọi bất thường, đặc biệt quanh căn hộ của anh, tất cả những gì khác với thường lệ.

Anh gọi Karim đến.

- Người phụ nữ này là ai, Lottie? Moi ra ảnh hộ chiếu của cô ta, nơi làm việc... và mọi thứ anh có thể tìm được.

Sellberg nom khá sửng sốt. Anh đẩy đi tờ giấy gồm chín điểm vấn tất mà Berger vừa trình bày ở cuộc họp hàng tuần của ban ngân sách. Flodin nom cũng bối rối tương tự. Y như mọi lần, Chủ tịch Borgsjo có vẻ đứng giữa.

- Cái này không thể được, - Sellberg nói, mỉm cười lịch sự.

- Tại sao không? - Berger nói.

- Hội đồng quản trị sẽ không tán thành.

- Chúng ta sẽ phải đem đến tận cấp cao nhất ư? - Berger nói. - Tôi được thuê để làm cho *SMP* có lãi trở lại. Muốn thế tôi phải làm một cái gì đó chứ, ông không thấy sao?

- À, vâng, nhưng...

- Tôi không thể cứ ở trong văn phòng mà vung cây đũa thần rồi ước gì nội dung tờ báo hiện lên được.

- Bà gần như không hiểu được những vấn đề kinh tế nghiệt ngã.

- Rất có thể là thế. Nhưng tôi hiểu cách làm báo. Sự thật là trong mười lăm năm qua, nhân sự của tờ *SMP* đã bị giảm đi một trăm mười tám người. Một nửa là các họa sĩ thiết kế, trình bày..., vì đã có công nghệ mới làm thay. Nhưng trong thời kỳ ấy, cũng đã giảm bớt đi bốn mươi tám phóng viên góp sức vào việc bắt chước thiên hạ.

- Cần phải cắt như thế. Nếu không cắt nhân viên, thì đã phải xếp xó tờ báo lại từ lâu rồi. Ít nhất thì Morander cũng hiểu cần thiết phải cắt giảm.

- Được, cái gì cần, cái gì không, chúng ta hãy chờ xem. Trong ba năm, mười chín phóng viên đã biến mất. Về tổng thể, tình hình của chúng ta hiện nay là có chín vị trí ở *SMP* đang không người, phải bù vào bằng các nhà báo làm tạm thời ở một mức nào đó. Phòng thể thao thiếu người đến độ nguy hiểm. Cần chín người ở đó mà hơn một năm rồi hai chỗ vẫn bị trống.

- Đây là chuyện tiết kiệm một khoản tiền, chẳng ai cho không chúng ta khoản tiền đó cả. Đơn giản như vậy đó.

- Phòng văn hóa có ba chỗ trống. Mục kinh doanh, kinh tế thiếu một. Thực tế không còn tồn tại cả mảng pháp lý nữa... biên tập viên chính của chúng ta ở mảng đấy cứ phải đặt phóng viên các phòng khác viết từng bài cho ông ấy. *SMP* không đưa tin bài nghiêm túc về các cơ quan dân sự và Chính phủ ít nhất cũng đã tám năm rồi. Ở mảng này chúng ta trông vào các cây bút tự do và tài liệu thì lấy từ hãng tin TT. Mà như các ông bà biết đấy, TT đã dẹp mảng dân sự từ mấy năm trước mất rồi. Nói cách khác, cả Thụy Điển không có lấy một phòng biên tập nào chuyên đưa tin bài về vấn đề dân sự và các cơ quan Chính phủ.

- Nghề làm báo đang ở trong một tình thế nguy nan...

- Sự thật là hoặc *SMP* sẽ tức khắc bị sập hoặc tòa soạn cần tìm ra cách để có được một tư thế chống trả mạnh. Ở chúng ta, số người phụ trách bài vở hơn ngày càng ít đi. Họ toàn viết ra các bài báo đáng sợ, hời hợt và họ không có lòng tin. Lý do *SMP* mất bạn đọc là ở đấy.

- Bà không hiểu tình hình...

- Tôi đã phát mệt cứ nghe mãi câu "bà không hiểu tình hình". Tôi không phải là người làm tạm ở đây cốt để lấy tiền vé xe bus.

- Nhưng đề nghị của bà là trật.

- Sao lại thế được?

- Đề nghị của bà sẽ làm cho tờ báo sẽ không có lãi.

- Nghe đây, Sellberg, năm nay ông sẽ chi trả một khoản cổ tức đồ sộ cho hai mươi ba vị có cổ phần trong tờ báo. Thêm vào đó những món bổng lộc phi lý không thể tha thứ được cho chín người ngồi ở trong Hội đồng quản trị của *SMP* sẽ khiến cho tờ báo tiêu tốn tới gần mười triệu curon. Ông tự thưởng cho ông 400.000 curon vì đã cắt giảm đâu ra đấy. Dĩ nhiên còn kém xa so với các khoản tiền thưởng kếch xù mà mấy vị giám đốc của Skandia vơ lấy. Nhưng theo tôi thì ông không xứng đáng nhận một xu tiền thưởng nào cả. Tiền thưởng là để dành cho những ai làm cho tờ báo chúng ta mạnh lên. Sự thật rành rành là việc ông cắt giảm người đã làm cho *SMP* yếu đi, làm cho cơn khủng hoảng mà chúng ta đang sa vào càng trầm trọng hơn.

- Nói thế là hết sức không công bằng. Các biện pháp mà tôi đề nghị đều được Hội đồng quản trị tán thành.

- Hội đồng quản trị tán thành các biện pháp của ông, dĩ nhiên là như thế, bởi vì ông bảo đảm năm nào cũng có lợi tức. Chuyện đó phải chấm dứt, và chấm dứt ngay bây giờ.

- Vậy là bà hoàn toàn nghiêm túc đề xuất rằng Hội đồng quản trị nên quyết định bãi bỏ lợi tức và tiền thưởng. Điều gì khiến bà nghĩ rằng các cổ đông sẽ tán thành chuyện đó?

- Tôi đang đề nghị một ngân sách hoạt động không có lãi năm nay. Như thế nghĩa là tiết kiệm được gần hai triệu curon và cơ hội củng cố tòa soạn và tài chính của *SMP* lên. Tôi cũng đề nghị cắt lương của những người điều hành. Tôi được trả một khoản lương tháng 88.000 curon, điều này với một tờ báo không thể lấy thêm người vào bộ phận thể thao thì vô cùng là không lành mạnh.

- Vậy bà muốn giảm lương của bà xuống chứ? Bà đang bênh vực cho kiểu lương cộng sản nào thế nhỉ?

- Đừng móc máy tôi. Ông làm 112.000 curon một tháng, nếu tính cả bổng lộc hàng năm của ông. *Điều đó* là trật. Nếu tờ báo vững vàng, lãi về như nước thì lúc ấy hãy trả bổng lộc nhiều như ông mong muốn. Nhưng đây không phải lúc để ông cho tăng bổng lộc lên. Tôi đề nghị giảm một nửa lương của tất cả những người điều hành tờ báo.

- Điều bà không biết là các cổ đông mua cổ phần của báo vì muốn kiếm tiền. Cái đó gọi là chủ nghĩa tư bản. Nếu bà xếp đặt thế nào mà để cho họ mất tiền thì họ sẽ không còn muốn làm cổ đông nữa đâu.

- Tôi không gợi ý để cho họ mất tiền, tuy cũng có thể đi đến chỗ đó. Quyền sở hữu đòi hỏi cả trách nhiệm. Như chính ông chỉ ra đó, chủ nghĩa tư bản là điều quan trọng ở đây. Những người sở hữu *SMP* muốn làm ra lãi. Nhưng thị trường mới quyết định lãi hay lỗ của ông. Theo ông lập luận thì ông muốn các quy tắc của chủ nghĩa tư bản chỉ áp dụng cho các *nhân viên* của *SMP* mà thôi, còn ông và các cổ đông thì ngoại lệ.

Sellberg trợn tròn mắt lên rồi thở dài. Ông liếc với vẻ van nài về phía Borgsjo nhưng Chủ tịch Hội đồng quản trị còn đang chăm chú nghiên cứu chương trình chín điểm của Berger.

Figuerola chờ bốn mươi chín phút thì Martensson và gã mặc quần áo lao động đi ra khỏi tòa nhà số 1 Bellmansgatan. Trong khi chúng đi thẳng lên quả đồi phía cô, cô rất bình thản giơ chiếc Nikon có ống kính 300 li chụp xa lên chụp hai bức. Cô để máy ảnh lên chỗ trống ở dưới ghế và vừa mới sắp vờ loay hoay sờ mó tấm bản đồ thì tình cờ liếc về đằng thang máy Maria. Mắt cô mở to. Ở đầu kia con đường Bellmansgatan, ngay bên cạnh cửa thang máy, một phụ nữ tóc tối màu đứng quay phim Martensson và gã đi cùng hắn. *Quái quỷ gì đây? Hôm nay ở Bellmansgatan có kiểu hội ước gián điệp gì đó hay sao à?*

Không nói năng lời nào, hai người đàn ông chia tay nhau ở đỉnh quả đồi. Martensson quay về xe hắn trên đường Tavastgatan. Hắn lái ra khỏi chỗ rẽ và biến mất.

Figuerola nhìn vào gương chiếu hậu, thấy được lưng của người đàn ông mặc quần áo bảo hộ lao động màu xanh dương. Lúc ấy cô thấy người phụ nữ cầm máy quay phim đã ngừng quay và đang đi qua tòa nhà Laurinska đến phía cô.

Kẻ theo dõi hay con mồi? Cô đã biết Martensson là ai và hắn đang làm trò gì. Người mặc quần áo lao động và người phụ nữ cầm máy quay phim là những nhân vật cô không biết. Nhưng nếu xuống xe, cô sẽ có cơ bị người phụ nữ nhìn thấy.

Cô ngồi im. Trong gương chiếu hậu cô thấy người đàn ông mặc quần áo lao động xanh dương rẽ vào đường Brannkyrkagatan. Cô chờ đến khi người phụ nữ đi tới ngã tư ở trước mặt cô, nhưng thay vì bám theo người đàn ông mặc quần áo lao động, chị ta lại quay 180 độ đi xuống quả đồi dốc tới số 1 Bellmansgatan. Figuerola nhận thấy chị ta trạc ba mươi lăm, ba mươi sáu tuổi. Chị ta có bộ tóc đen cắt ngắn, mặc jean thẫm màu và jacket đen. Chị ta vừa xuống đồi được một đoạn thì Figuerola mở cửa xe chạy về phía Brannkyrkagatan. Cô không trông thấy được người mặc quần áo bảo hộ lao động xanh dương. Một giây sau, một chiếc van Toyota ở lề đường nổ máy. Figuerola trông thấy nghiêng nửa mặt người đàn ông và nhớ biển số. Nếu cô có nhớ lầm biển đăng ký thì chắc vẫn có thể dò ra nó. Có dòng quảng cáo *Dịch vụ Khóa và Chìa Lars Faulsson* ở hai bên sườn xe - với một số điện thoại.

Không cần phải theo chiếc xe. Cô thong thả quay lại đi ngược lên đỉnh đồi, vừa kịp trông thấy người phụ nữ biến mất qua cửa tòa nhà có căn hộ của Blomkvist.

Cô quay về xe ghi lại cả số đăng ký lẫn số điện thoại Lars Faulsson. Có nhiều người bí ẩn đi lại quanh nhà Blomkvist sáng hôm ấy. Cô nhìn lên mái nhà số 1 Bellmansgatan. Cô biết căn hộ của Blomkvist ở trên tầng thượng. Theo bản thiết kế nhà của Sở Xây dựng thành phố, cô còn biết rằng nó ở phía bên kia tòa nhà với cửa sổ áp mái nhìn ra Gamla Stan và mặt nước vịnh Riddarfjarden. Một địa chỉ đặc biệt ở một khu văn hóa cổ. Cô nghĩ liệu anh có là một tay *nouveau riche* mới giàu thích khoe mẽ hay không.

Mười phút sau, người phụ nữ với máy quay phim lại ra khỏi tòa nhà. Thay vì trở lại quả đồi đến Tavastgatan, chị ta lại tiếp tục xuống đồi và rẽ phải ở góc Pryssgrand. *Hừm.* Nếu chị ta có một chiếc xe đỗ ở bên dưới Pryssgrand kia thì Figuerola hết may. Nhưng nếu chị ta đi bộ thì chỉ có một lối ra khỏi ngõ cụt - đi lên Brannkyrkagatan qua Pustegrand rồi đi tới Slussen.

Figuerola quyết định bỏ xe ở đằng sau và rẽ trái về hướng Slussen trên đường Brannkyrkagatan. Cô sắp tới Pustegrand thì người phụ nữ xuất hiện, đi đến phía cô. *Trúng rồi.* Cô theo chị ta qua khách sạn Hilton trên đường Sodermalmstorg rồi qua bảo tàng Stadsmuseum ở Slussen. Người phụ nữ đi nhanh và có mục đích, không nhìn quanh quẩn một lần nào. Figuerola để chị ta đi trước chừng ba chục mét. Khi chị ta vào hầm xe điện ngầm Slussen, Figuerola rảo chân hơn nhưng dừng lại khi thấy người phụ nữ đến quầy báo Pressbyran chứ không đi qua cửa quay.

Cô nhìn người phụ nữ xếp hàng ở quầy Pressbyran. Cô ta cao chừng mét bảy và nom dáng có vẻ khá hay. Cô ta đi giầy thể thao. Nhìn cô ta đứng hai chân vững vàng cạnh quầy báo, Figuerola chợt có cảm giác cô ta là cảnh sát. Cô ta mua một hộp thuốc lá hít Catch Dry rồi quay lại ra đường đến Sodermalmstorg, rẽ phải qua Katarinavagen.

Figuerola đi theo. Cô gần như chắc dạ là người phụ nữ không trông thấy cô. Người phụ nữ rẽ ở góc cửa hàng McDonald's, Figuerola vội bám theo nhưng khi cô ra tới góc phố, người phụ nữ đã biến mất tăm, không để lại dấu vết. Figuerola đứng sững. *Chết tiệt*. Cô đi chầm chậm qua cổng các tòa nhà. Rồi bất chợt cô thấy một biển đồng có dòng chữ *An ninh Milton*.

Figuerola đi bộ ngược lại về Bellmansgatan.

Cô lái xe đến Gotgatan, nơi có trụ sở tòa báo *Millennium*, bỏ nửa giờ đi bộ loanh quanh các phố trong khu vực này. Cô không thấy xe của Martensson. Giờ ăn trưa, cô quay lại bản doanh cảnh sát ở Kungsholmen rồi bỏ ra hai giờ vừa ngẫm nghĩ vừa nâng tạ.

- Chúng ta có chuyện, - Cortez nói.

Rời mắt khỏi bản thảo quyển sách về Zalachenko, Eriksson và Blomkvist nhìn lên. Là 1 rưỡi chiều.

- Ngồi đi, - Eriksson nói.

- Chuyện về Liên doanh Vitavara, cái công ty làm toa lét 1.700 curon ở Việt Nam.

- Được. Chuyện gì? - Blomkvist hỏi.

- Liên doanh Vitavara là một chi nhánh hoàn toàn thuộc về sở hữu của Liên doanh Xây dựng Svea.

- Tôi biết. Một hãng rất lớn.

- Đúng, rất lớn. Chủ tịch Hội đồng quản trị của nó là Magnus Borgsjo, người chuyên xuất hiện trong các hội đồng quản trị. Ông ta cũng là Chủ tịch Hội đồng quản trị của *Svenska Morgon-Posten*, và sở hữu mười phần trăm tờ báo này.

Blomkvist nhìn xoáy vào Cortez.

- Có chắc không?

- Ê kìa. Ông chủ của Berger là một cha lừa đảo, một kẻ bóc lột lao động trẻ con ở Việt Nam.

Phó tổng biên tập Fredriksson nom không vui khi gõ cửa vào gian phòng kính của Berger.

- Chuyện gì thế?

- Hơi phiền một tí, nhưng có người ở tòa soạn nhận được một thư điện tử của bà.

- Của tôi? Thế ư? Nói cái gì?

Ông đưa ra cho chị mấy bản in thư điện tử gửi cho Eva Carlsson, một cô gái hai mươi sáu tuổi làm tạm thời cho trang văn hóa. Theo thông tin ở đầu bản in thì người gửi là <erika. berger@smpost. se>:

Eva yêu mến. Chị muốn xoa và hôn vú em. Chị nứng nóng ran lên, không thể tự kiềm chế được nữa. Chị van em hãy đáp trả lại tình cảm này của chị. Chúng ta gặp nhau được không?

Rồi hai bức nữa trong mấy ngày sau:

Yêu nhất, Eva cưng. Chị van em đừng từ chối chị. Chị thèm khát em phát điên lên. Chị muốn em trần truồng bên chị. Chị sẽ làm cho em sướng. Em sẽ không ân hận chuyện đó. Chị sẽ hôn từng li một trên làn da trần của em, lên đôi vú đáng yêu cũng như cái hang động ngon lành của em.

Eva. Tại sao em không trả lời? Đừng sợ chị. Đừng gạt chị đi. Em không vô tội. Em biết hết là chuyện gì cả rồi. Chị muốn làm tình với em và em sẽ được thưởng hậu hĩ. Nếu em tốt với chị thì chị sẽ tốt với em. Em đã xin gia hạn hợp đồng làm thêm. Chị có quyền gia hạn cho em, thậm chí còn cho em cả việc làm chính thức nữa. Chúng ta hãy gặp nhau 9 giờ tối nay ở chỗ xe của chị trong gara. Erika của em.

- Được, - Berger nói. - Bây giờ cô ấy đang nghĩ liệu có phải là tôi đã viết cho cô ấy, có phải là thế không?

- Không hẳn như thế... ý tôi muốn nói là... ái chà...

- Peter, xin cứ nói ra đi.

- Ở bức thư thứ nhất thì cô ấy kiểu như nửa tin nửa ngờ, tuy cô ấy hoàn toàn ngạc nhiên về nó. Nhưng cô ấy nhận thấy thật ra đây không phải là phong cách của bà và rồi...

- Rồi sao?

- Cô ấy nghĩ chuyện này rất phiền phức và hoàn toàn không biết nên làm thế nào. Một phần chắc là bà đã gây được ấn tượng với cô ấy và cô ấy cũng quý mến bà nhiều... như một cấp trên, ý tôi là nói như vậy. Cho nên cô ấy đã tìm tôi xin lời khuyên.

- Thế ông bảo cô ấy sao?

- Tôi nói có người đã giả mạo địa chỉ của bà và rõ ràng là đang quấy rối cô ấy. Hay có thể quấy rối cả hai người. Rồi tôi bảo tôi sẽ nói với bà chuyện này.

- Cảm ơn ông. Phiền ông có thể bảo cô ấy mười phút nữa đến đây được không?

Trong khi đó Berger thảo bức thư điện tử của chị.

Tôi đã được lưu ý rằng một nhân viên ở *SMP* đã nhận được một số thư điện tử có vẻ như do tôi gửi đi. Các thư đó có những lời lẽ dung tục về tính dục. Tôi cũng nhận được những thư điện tử tương tự của một người gửi giả mạo địa chỉ tên miền của *SMP*. Thực tế không có địa chỉ nào như thế.

Tôi đã hỏi ý kiến trưởng bộ phận công nghệ thông tin, ông ấy bảo tôi rằng rất dễ làm địa chỉ giả của người gửi. Tôi không hiểu cách làm như thế nào nhưng trên Internet có những chỗ có thể tạo nên được những địa chỉ giả như thế. Tôi cần phải rút ra kết luận rằng một vài cá nhân bệnh hoạn đang đạo diễn trò đùa này.

Tôi muốn biết liệu có đồng nghiệp nào khác nhận được những thư kỳ quặc như vậy không. Nếu có, tôi muốn những người đó hãy báo ngay cho Fredriksson. Nếu những trò đùa ác rất không hay ho này còn tiếp tục thì chúng ta sẽ tính đến việc báo cảnh sát.

Erika Berger, Tổng biên tập

Cô in ra một bản rồi click gửi bức thư điện tử đến tất cả các nhân viên trong tòa báo. Vào lúc ấy, Eva Carlsson gõ cửa.

- Chào, mời ngồi, - Berger nói. - Peter nói em có nhận được một thư điện tử của tôi.

- Vâng, tôi thực sự không nghĩ là bà gửi.

- Ba mươi giây trước đây em nhận được một thư điện tử của tôi. Tôi tự viết lấy tất cả và đã gửi cho từng người ở trong công ty.

Chị đưa cho Carlsson một bản.

- Vâng, - cô gái nói.

- Tôi thực sự xin lỗi rằng một ai đó lại đã quyết định nhắm vào em vì cái chiến dịch xấu xa này.

- Bà không phải xin lỗi vì hành vi của một đứa ngu nào đó.

- Tôi chỉ muốn được biết chắc chắn rằng em không bị vởn một chút nghi ngờ nào rằng tôi đã có liên quan đến các thư điện tử kia thôi.

- Tôi không bao giờ tin bà lại đi gửi những thư như vậy.

- Cảm ơn, - Berger mỉm cười nói.

Figuerola bỏ buổi chiều ra thu thập thông tin. Cô bắt đầu bằng yêu cầu có ảnh hộ chiếu của Faulsson. Rồi cô kiểm tra trong sổ sách ghi nhận các tiền án tiền sự và lập tức vớ ngay được kết quả.

Lars Faulsson, bốn mươi bảy tuổi, có biệt hiệu Falun, bắt đầu nghiệp tội ác bằng ăn cắp xe hơi từ lúc mười bảy. Trong hai thập niên 70, 80, hắn đã bị bắt hai lần với tội phá khóa vào nhà, trộm cắp và tàng trữ vật ăn cắp. Lần đầu hắn chịu một án tù nhẹ; lần thứ hai hắn bị ba năm. Thời gian này, hắn được coi như là "cao thủ" trong các câu lạc bộ tội phạm và đã bị thẩm vấn vì bị tình nghi về ba vụ trộm cắp khác, trong đó một lần là vụ phá két khá phức tạp trong một nhà bách hóa từng được báo chí tường thuật rộng rãi. Năm 1984, khi ra tù, hắn giữ được tiếng sạch sẽ - hay ít nhất hắn không chơi vụ nào đến nỗi bị bắt rồi ngồi tù lại. Hắn thu mình lại làm một anh thợ khóa (trong đủ thứ nghề hắn biết), năm 1987 hắn mở công ty riêng, Dịch vụ Khóa và Chìa, địa chỉ gần Norrtull ở Stockholm.

Nhận diện người phụ nữ quay phim Martensson và Faulsson hóa ra lại dễ chứ không khó như Figuerola tưởng. Chỉ việc gọi An ninh Milton, giải thích cô đang tìm một nữ nhân viên cô đã gặp trước đó nhưng rồi quên mất tên. Cô có thể tả rõ hình dáng người này. Tổng đài điện thoại của Milton nói mô tả nghe giống Susanne Linder, rồi cho Figuerola liên hệ. Khi Linder trả lời điện thoại, Figuerola xin lỗi nói chắc mình đã bấm nhầm số.

Danh bạ công cộng có ghi mười tám Susanne Linder ở tỉnh Stockholm, ba người trong đó trạc ba mươi lăm tuổi. Một người sống ở Norrtalje, một ở Stockholm và một ở Nacka. Cô đòi lấy ảnh hộ chiếu của họ và nhận ra ngay người phụ nữ cô theo ở Bellmansgatan là Susanne Linder hiện sống ở Nacka.

Cô ghi công việc phải làm hôm đó vào sổ ghi nhớ rồi đi gặp Edklinth.

Blomkvist đóng tập hồ sơ tìm kiếm của Cortez lại rồi ngán ngẩm đẩy nó ra xa. Malm đặt bản in bài báo của Cortez mà anh đã đọc đến bốn lần xuống. Cortez ngồi ở đi văng trong phòng của Eriksson, nom vẻ có lỗi.

- Cà phê, - Eriksson nói, đứng lên. Cô quay lại với bốn hũ cà phê.

- Chuyện này bẩn thiu, - Blomkvist nói. - Nghiên cứu hạng nhất. Tài liệu sưu tầm đầy đủ. Kịch tính hoàn hảo với một cha xấu xa lừa đảo những người thuê nhà ở Thụy Điển thông qua hệ thống hợp pháp - nhưng hắn lại tham lam và ngu xuẩn ghê gớm đến nỗi ký hợp đồng với công ty này ở Việt Nam.

- Viết cũng rất tốt nữa, - Malm nói. - Ngày kia chúng ta đăng, Borgsjo sẽ là *persona non grata*, người không được chấp nhận. Truyền hình sẽ nhón ngay chuyện này lên. Hắn sẽ có chuyện với các giám đốc của Skandia. Một bài thực sự giật gân của *Millennium*. Làm hay đấy, Henry.

- Nhưng cũng phiền lây sang Erika đây, - Blomkvist nói.

- Sao lại có chuyện phiền ấy được chứ? - Eriksson nói. - Erika không phải là người xấu. Chúng ta phải được tự do xem xét bất cứ chủ tịch hội quản trị nào, dù cho đó có là ông chủ của Erika đi nữa.

- Cái đồ quỷ tiến thoái đều khó này, - Blomkvist nói.

- Erika không có rời hẳn đây, - Malm nói, - chị ấy có ba mươi phần trăm cổ phần ở *Millennium* và có ghế trong Hội đồng quản trị của chúng ta. Thực tế chị ấy đang là Chủ tịch Hội đồng quản trị, đến khi chúng ta bầu được Harriet Vanger vào lần họp Hội đồng quản trị tới thì mới thôi, mà chuyện họp này cũng phải đến tháng Tám cơ. Thêm nữa là Erika đang làm ở *SMP*, ở đấy chị ấy cũng ở trong Hội đồng quản trị, thế mà các bạn lại sắp vạch mặt Chủ tịch của chị ấy ra.

Im lặng buồn bã.

- Thế vậy chúng ta sẽ làm cái đồ quỷ gì đây? - Cortez nói. - Chúng ta giết bài báo đi chứ?

Blomkvist nhìn thẳng vào mắt Cortez:

- Không, chúng ta không giết bài báo. Ở *Millennium* chúng ta làm kiểu chúng ta. Nhưng sẽ mất thì giờ chạy đi chạy lại. Chúng ta không thể coi bàn làm việc của Erika như tấm bảng dán báo rồi đem quăng rác lên đó được.

Malm giơ một ngón tay lên ngoay ngoáy.

- Chúng ta thực sự đang làm cho Erika chết đứng. Chị ấy sẽ chọn hoặc bán cổ phần của chị ấy ở *Millennium* rồi bỏ chúng ta hoặc... tệ nhất thì có thể sẽ bị *SMP* sa thải. Trường hợp nào thì chị ấy cũng bị giằng xé đáng sợ về lợi ích. Thật thà mà nói, Henry... tôi tán thành với Mikael rằng chúng ta nên đăng bài báo nhưng có lẽ phải hoãn lại chừng một tháng.

- Vì chúng ta cũng đang đối mặt với một xung đột về tình nghĩa nữa, - Blomkvist nói.

- Tôi có nên gọi cho chị ấy không?

- Không, Christer. - Blomkvist nói. - Tôi sẽ gọi cho cô ấy rồi thu xếp gặp. Cho là tối nay đi.

Figuerola viết tóm tắt lại màn xiếc xảy ra ở quanh khu nhà của Blomkvist trên đường Bellmansgatan. Edklinth cảm thấy sàn nhà hơi đung đưa dưới ghế ông ngồi.

- Một nhân viên của SIS vào trong chung cư nhà Blomkvist với một tay trước kia chuyên bẻ khóa phá két, nay rút về làm một anh thợ khóa.

- Đúng.

- Cô cho là họ đã làm gì trong lòng giếng cầu thang?

- Tôi không biết. Nhưng họ ở trong đó bốn mươi chín phút. Tôi đoán là Faulsson mở cửa còn Martensson thì giết thì giờ trong căn hộ của Blomkvist.

- Thế họ làm gì trong đó?

- Chắc không phải để gắn bọ nghe trộm vì việc đó chỉ mất một hai phút thôi. Martensson chắc phải đọc kỹ giấy tờ của Blomkvist hay một cái gì đó mà anh ta để ở nhà.

- Nhưng Blomkvist đã được báo động... chúng đã ăn cắp báo cáo của Bjorck ở đấy mà.

- Hoàn toàn đúng. Anh ta biết mình bị theo dõi, anh ta còn theo dõi lại kẻ theo dõi anh ta. Anh ta có tính toán.

- Tính toán cái gì?

- Ý tôi là anh ta có một kế hoạch. Anh ta thu thập thông tin và bày ra cho Martensson bập vào. Chỉ có thể giải thích như vậy mới hợp lý thôi.

- Thế còn cô Linder kia?

- Susanne Linder, nguyên sĩ quan cảnh sát.

- Sĩ quan cảnh sát?

- Tốt nghiệp Học viện Cảnh sát, làm sáu năm ở đội trọng án Sodermalm. Thình lình nghỉ việc. Trong hồ sơ không có gì nói đến nguyên nhân nghỉ việc. Mấy tháng cô ta không làm gì rồi được An ninh Milton thuê.

- Armansky, - Edklinth tư lự nói. - Cô ta ở trong tòa nhà bao lâu?

- Chín phút.

- Làm gì?

- Cô ấy đã quay phim Martensson và Faulsson ở trên phố, tôi đoán là cô ta ghi tài liệu về hoạt động của chúng. Có nghĩa là An ninh Milton đang làm việc cho Blomkvist và đã đặt các máy quay phim ở trong nhà anh ta hay trong lòng giếng cầu thang. Chắc cô ấy đi thu nhặt phim về.

Edklinth thở dài. Vụ Zalachenko đang bắt đầu phức tạp ghê gớm đây.

- Cảm ơn. Về nhà đi. Tôi phải nghĩ về chỗ này.

Figuerola đến phòng tập thể lực ở phố Thánh Eriksplan.

Blomkvist dùng chiếc di động thứ hai của anh khi anh bấm số của Berger ở *SMP*. Anh đã cắt ngang cuộc thảo luận của chị với các biên tập viên về việc nên đứng ở góc độ khi viết một bài về khủng bố quốc tế.

- Ô, chào anh... chờ một tí.

Berger đặt tay che miệng loa của điện thoại.

- Tôi nghĩ thế là hết, - chị nói rồi cho thêm chỉ thị cuối cùng.

Khi còn một mình chị nói:

- Chào, Mikael. Xin lỗi đã không liên lạc gì. Em đúng là bị sa lầy ở đây. Có cả nghìn thứ em cần phải học. Món Salander ra sao?

- Tốt, nhưng gọi em không phải vì chuyện ấy. Anh cần gặp em. Tối nay.

- Có thể được nhưng em phải ở đây cho tới 8 giờ. Và em mệt chết lên đây. Từ sáng sớm em đã ở đây. Chuyện gì thế?

- Gặp anh sẽ nói. Nhưng là không hay.

- 8 rưỡi em sẽ đến nhà anh.

- Không, không ở nhà anh. Chuyện dài nhưng lúc này nhà anh không thích hợp. Chúng ta hãy gặp nhau ở quán Chảo Đại của Samir uống bia.

- Em còn phải lái xe.

- Vậy thì bia nhẹ.

Berger hơi khó chịu khi vào quán Chảo Đại của Samir. Chị cảm thấy có lỗi vì đã không liên hệ với Blomkvist kể từ ngày chị bước chân vào *SMP*.

Blomkvist vẫy ở một cái bàn góc nhà. Chị đứng lại ở lối cửa ra vào. Một thoáng giây anh nom như người xa lạ. *Ai ở đằng kia thế nhỉ? Ôi, mình mệt quá.* Rồi anh đứng dậy hôn lên má chị, chị ngán ngẩm nhận ra là chị đã không nghĩ tới anh đến mấy tuần liền và chị nhớ anh dữ dội. Dường như thì giờ của chị ở *SMP* chỉ là một giấc mơ và thình lình chị sẽ thức dậy trên đi văng tại *Millennium*. Cảm thấy chuyện này như không có thật.

- Chào Mikael.

- Chào Tổng biên tập. Ăn chưa?

- 8 rưỡi mà. Em không có cái thói ăn đáng khiếp của anh.

Samir mang thực đơn đến và chị nhận thấy mình đói.

Chị gọi bia, một đĩa nhỏ mực bút với khoai tây Hy Lạp. Blomkvist gọi món thịt nấu kiểu Bắc Phi và bia.

- Anh sao? - Chị hỏi.

- Chúng ta đang sống trong những lúc thú vị này đây. Anh cũng sa lầy luôn.

- Còn Salander?

- Cô ấy là một phần làm cho mọi chuyện rất thú vị.

- Mikael, em không nắng mất câu chuyện của anh đi đâu.

- Anh không có ý né câu em hỏi. Sự thật là mọi cái lúc này đều hơi bị rối ren. Anh muốn kể cho em nghe tất cả nhưng như thế phải mất đến nửa đêm mất. Làm Tổng biên tập ở đó thế nào?

- Không giống như ở *Millennium*. Vừa về đến nhà là em ngủ vật ra như một cây nến tắt phụt vậy, tỉnh dậy em thấy la liệt giấy ở trước mắt. Em nhớ anh. Chúng ta không thể về anh ngủ được ư? Em chả còn hơi nào mà làm tình nhưng em thích nằm co ro mà ngủ ở cạnh anh.

- Anh xin lỗi Erika. Bây giờ nhà anh lôi thôi mất rồi.

- Sao chứ? Có chuyện gì?

- À, vài thằng khốn đã cài bọ ở nhà và chắc anh nói gì chúng đều nghe được hết. Anh đã đặt máy quay phim để ghi lại những gì xảy ra khi anh không có nhà. Anh nghĩ chúng ta không nên để cho hồ sơ nhà nước lại có cảnh em trần truồng.

- Anh nói đùa chứ?

- Không, nhưng gặp em tối nay không phải vì chuyện đó.

- Là gì nào? Bảo em đi.

- Được, anh sẽ nói rất thẳng thắn. Bọn anh tình cờ vớ được một chuyện sẽ làm cho Chủ tịch Hội đồng quản trị của em bị chìm xuống. Đó là chuyện dùng lao động trẻ em và bóc lột lao động ở Việt Nam. Bọn anh đang chứng kiến một xung đột về lợi ích.

Berger đặt dĩa xuống nhìn chăm chăm vào Blomkvist. Chị thấy ngay là anh không đùa.

- Chuyện là như thế này, - anh nói. - Borgsjo là Chủ tịch và cổ đông lớn của một công ty tên là Liên doanh Xây dựng Svea, cái này quay ra lại là chủ sở hữu duy nhất của một chi nhánh tên là Liên doanh Vitavara. Họ làm nhà vệ sinh ở một nhà máy ở Việt Nam, nhà máy này đã bị Liên Hợp Quốc lên án vì dùng lao động trẻ con.

- Nói lại với em đi nào.

Blomkvist kể cho chị các chi tiết trong câu chuyện mà Cortez viết. Anh mở máy tính lấy ra một bản sao tài liệu. Berger thong thả đọc bài báo. Cuối cùng chị ngừng lên nhìn vào mắt Blomkvist. Chị cảm thấy sợ không rõ lý do và có cả ngờ vực nữa.

- Quái quỷ gì mà sau khi em đi thì việc đầu tiên *Milllennium* làm lại là kiểm tra lý lịch của các thành viên Hội đồng quản trị của *SMP*?

- Chuyện xảy ra không phải là như thế đâu, Erika. - Anh giải thích đầu đuôi câu chuyện.

- Thế các anh biết chuyện này bao lâu rồi?

- Hôm nay, chiều hôm nay. Anh thấy rất không thoải mái về việc phải đưa câu chuyện này lên mặt báo.

- Anh sẽ làm gì?

- Anh không biết. Bọn anh phải đăng thôi. Bọn anh không thể chỉ vì nó nói đến ông chủ của em mà có ngoại lệ. Nhưng trong bọn anh không ai muốn làm em bị thiệt thòi hết.

Anh giơ hai tay lên:

- Tất cả bọn anh đều không vui vì tình hình này. Đặc biệt là Henry.

- Em vẫn là thành viên Hội đồng quản trị của *Millennium*. Em là cổ đông... thế này rồi lại bị coi như là...

- Anh biết chính xác người ta sẽ nhìn nhận ra sao. Em sẽ rơi vào một đống thối rinh ở *SMP*.

Berger thấy toàn thân mệt rã rời. Chị nghiến răng lại và kìm ngay được ý định yêu cầu Blomkvist hãy bỏ bài viết ấy đi.

- *Mẹ kiếp*, - chị nói. - Mà cái đầu anh chả hề nghi ngờ gì cả...

Blomkvist lắc đầu.

- Anh bỏ cả chiều ra xem kỹ các tài liệu Henry đã thu thập được. Bọn anh sẵn sàng cho Borgsjo kềnh hẳn.

- Vậy các anh đã lên kế hoạch ra sao, và khi nào?

- Em sẽ làm gì nếu bọn anh tung chuyện này ra từ hai tháng trước?

Berger chăm chú nhìn người bạn mình, người cũng từng là người yêu của chị trong hơn hai mươi năm qua. Rồi chị cúi xuống.

- Anh biết là em sẽ làm gì rồi.

- Đây là một trùng hợp tai họa. Không có một chút nào nhằm vào em hết. Anh ân hận ghê gớm. Vì thế anh nài gặp em ngay lập tức. Chúng ta phải quyết định làm gì.

- Chúng ta?

- Nghe anh..., dự định là cho đăng bài báo ở số tháng Bảy. Anh đã giết ngóm cái ý ấy. Sớm nhất là nó có thể ra vào tháng Tám. Và có thể sẽ hoãn lâu hơn nữa nếu em cần thêm thời gian.

- Em hiểu. - Giọng chị nghe cay đắng.

- Anh đề nghị lúc này chúng ta hãy chưa nên quyết định gì cả. Em mang tài liệu về nhà rồi suy nghĩ về nó. Không làm gì cả cho tới khi chúng ta bằng lòng về một chiến lược. Chúng ta có thì giờ.

- Một chiến lược chung ư?

- Hoặc em phải từ chức ở Hội đồng quản trị *Millennium* trước khi bọn anh đăng hoặc em từ chức ở *SMP*. Em không thể đội hai mũ ở trên đầu được.

Chị gật.

- Em dính với *Millennium* nhiều đến mức em có từ chức hay không thì cũng sẽ chẳng có ai tin là em đứng ngoài chuyện này.

- Có hai ngả chọn. Em có thể mang bài viết về *SMP* đổi chất Borgsjo, yêu cầu ông ta từ chức. Anh hoàn toàn tin rằng Henry sẽ tán thành làm như thế. Nhưng chưa nhất trí hết thì chúng ta đừng làm gì cả.

- Vậy em cứ để cho cái người đã tuyển em bị sa thải.

- Anh ân hận.

- Ông ta không phải là người xấu.

- Anh tin em. Nhưng ông ta tham lam.

Berger đứng lên.

- Em về.

- Erika, anh…

Chị ngắt lời anh.

- Em mệt chết đi rồi đây. Cảm ơn đã báo em. Em sẽ cho anh biết.

Chị đi không hôn anh. Và anh phải trả hóa đơn.

Berger đã đỗ xe ở cách nhà hàng hai trăm mét, đi được nửa đường ra xe thì chị cảm thấy tim đập rất mạnh đến nỗi chị phải đứng lại dựa vào tường. Chị cảm thấy yếu mệt.

Chị đứng một lúc lâu thở hít không khí ấm dịu giữa tháng Năm. Từ 1 tháng Năm, chị làm việc mỗi ngày mười lăm tiếng. Như thế gần ba tuần. Chị sẽ cảm thấy thế nào sau ba năm nữa? Phải chăng trước khi ngã gục xuống chết ở phòng biên tập, Morander cũng đã cảm thấy như chị lúc này?

Mười phút sau chị quay về Chảo Đại của Samir, vồ phải Blomkvist khi anh đang ra cửa. Anh đứng lại ngạc nhiên.

- Erika…

- Mikael, đừng nói gì cả. Chúng ta là bạn quá lâu rồi - không gì phá nổi được điều đó. Anh là người bạn thân nhất của em, việc này em cảm thấy cũng giống y như lần anh biến mất ở Hedestad hai năm trước, chỉ là ngược về mà thôi. Em cảm thấy căng thẳng và không vui.

Anh ôm chị vào vòng tay. Chị cảm thấy cay mắt.

- Ở *SMP* ba tuần em đã tưởng em chết mất rồi đấy, - chị nói.

- Kìa kìa... Để cho Erika Berger chết thì phải mất nhiều hơn thế chứ.

- Căn hộ của anh lôi thôi. Còn em thì quá mệt khó mà lái về nhà nổi. Em sẽ ngủ gục xuống tay lái rồi chết vì đâm xe mất. Em đã quyết định. Em sẽ đi bộ đến khách sạn Scandic Crown, thuê một phòng. Anh đến với em đi.

- Nay nó tên là Hilton rồi.

- Chả có khác gì hết.

Họ đi một quãng ngắn không nói năng. Blomkvist quàng tay lên vai Berger. Cô liếc anh, thấy anh mệt cũng y như mình.

Họ đi thẳng đến quầy tiếp tân, thuê một phòng đôi và trả bằng thẻ tín dụng của Berger. Vào phòng, họ cởi quần áo, trườn lên giường, các cơ bắp của Berger đau tựa như chị vừa mới chạy maratông quanh Stockholm xong. Họ ôm ấp nhau một lúc rồi vài giây sau cùng ngủ thiếp đi.

Cả hai chả ai để ý thấy một người đàn ông đứng ở gian sảnh nhìn họ khi họ bước vào thang máy.

CHƯƠNG 15

Thứ Năm, 19 tháng Năm
Chủ nhật, 22 tháng Năm

Salander bỏ gần hết đêm thứ Tư và sớm thứ Năm ra đọc các bài báo của Blomkvist và các chương trong cuốn sách của *Millennium* ít nhiều đã viết xong. Do công tố viên Ekstrom cố tình nói đến phiên tòa họp vào tháng Bảy nên Blomkvist đã lấy ngày 20 tháng Sáu là hạn cuối cùng đem đi nhà in. Nghĩa là Blomkvist có chừng một tháng để viết xong và đắp vá các chỗ hổng ở trong những viết lách của anh.

Cô không thể nghĩ nổi anh lại hoàn thành đúng hạn được nhưng đó là việc của anh, không phải của cô. Việc của cô là trả lời những câu hỏi của anh như thế nào.

Cô cầm chiếc Palm, đăng nhập vào nhóm Yahoo [Đạo phái Ngu] để xem trong hai mươi tư giờ qua anh có gửi thêm gì không. Không. Cô mở thư mục anh gọi là [Các câu hỏi trung tâm] ra. Cô đã thuộc lòng nhưng dù sao cũng đọc kỹ lại một lần.

Anh nói phác qua chiến lược mà Giannini đã giải thích với cô. Khi chị luật sư nói, cô chỉ nghe nửa tai, tựa như nó chẳng có liên quan gì đến cô hết. Nhưng Blomkvist biết nhiều chuyện của Salander mà Giannini không biết nên anh có thể phác ra một chiến lược nghe có sức thuyết phục. Cô nhảy tắt đến đoạn thứ tư.

Người duy nhất có thể quyết định tương lai em là em. Annika có làm căng đến đâu hay Armansky, Palmgren, anh và những người khác có cố thế nào để ủng hộ em thì cũng đều không quan trọng. Anh sẽ không cố thuyết phục em làm theo cách này hay cách kia. Em phải tự quyết định. Em có thể biến phiên tòa thành có lợi cho em hoặc để cho họ bỏ tù em. Nhưng nếu em muốn thắng thì em phải chiến.

Cô tắt máy, nhìn trần nhà. Blomkvist xin cô cho phép anh nói ra sự thật trong cuốn sách của mình. Anh không đả động tới việc Bjurman hiếp cô nhưng anh đã viết ra phần ấy. Anh lấp được các chỗ trống nhờ viết rằng Bjurman và Zalachenko đã mưu với nhau một việc nhưng vì Bjurman không trấn tĩnh nên công chuyện đổ bể. Vì vậy mà buộc Niedermann phải giết Bjurman.

Kalle Hăng máu Blomkvist đang làm rối đời cô đây.

2 giờ sáng, cô mở chương trình Word ở Palm của cô. Cô tạo một văn bản mới, lấy ra cây bút cảm ứng rồi bắt đầu chấm vào các chữ cái trên bàn phím số.

Tôi tên là Lisbeth Salander. Tôi sinh ngày 30 tháng Tư năm 1978. Mẹ tôi là Agneta Sofia Salander. Bố tôi là Alexander Zalachenko, một người tâm thần, một sát thủ và là kẻ chuyên đánh vợ. Trước kia ông ta làm việc cho Tình báo Quân đội Liên Xô GRU ở Đông Âu.

Salander thong thả viết với cây bút cảm ứng trên bàn phím số. Cô nghĩ kỹ từng câu rồi mới viết. Viết xong cô chẳng xem lại. Cô làm việc đến 4 giờ sáng thì tắt máy tính, cất nó vào trong cái học đằng sau bàn đầu giường để sạc điện. Đến lúc ấy cô đã viết được chừng hai trang A4 liền dòng.

Nửa đêm hai lần cô y tá trực đến ghé tai vào cửa nghe ngóng nhưng Salander đã nghe thấy từ xa nên cô y tá chưa kịp tra khóa mở cửa thì chiếc máy tính đã được giấu đi còn bệnh nhân thì ngủ.

Berger dậy lúc 7 giờ. Chị thấy người vẫn mệt nhoài dù đã ngủ liền một mạch tám tiếng. Chị ngoái sang Blomkvist ngủ say ở bên cạnh.

Chị mở di động kiểm tra tin nhắn. Greger Beckman, chồng chị gọi mười một lần. *Đồ khỉ. Quên không báo anh ấy.* Chị bấm số, giải thích mình đang ở đâu và tại sao không về nhà. Greger cáu.

- Erika, đừng có làm thế nữa đấy. Không phải là chuyện Blomkvist nhưng mà anh lo phát ốm lên suốt cả đêm đây. Anh sợ lỡ có chuyện gì xảy ra. Em biết em chỉ cần gọi báo là không về thôi mà. Sau này không được quên như thế nữa.

Greger hoàn toàn OK với chuyện Blomkvist là người tình của vợ mình. Quan hệ của hai người được anh chấp nhận. Nhưng khi nào định ngủ ở nhà Blomkvist thì chị hãy gọi báo cho chồng biết.

- Em xin lỗi, - chị nói. - Đêm qua em mệt tưởng gục đi mất đến nơi.

Anh càu nhàu.

- Đừng cáu em đi mà, Greger. Em không chịu được nữa đâu. Anh có thể cho em dạo địa ngục tối nay.

Anh càu nhàu thêm một ít, hứa sẽ mắng cho chị khi chị về nhà.

- OK. Thế Blomkvist làm ăn thế nào?

- Mệt có biết gì trời đất nữa đâu. - Chị phá ra cười. - Tin em hay không thì tùy, nhưng hai đứa vừa đến đây là lăn quay lơ ra ngủ luôn. Không có cái chuyện kia.

- Nói nghiêm đấy, Erika, em phải đi gặp bác sĩ đi.

Gác máy rồi chị gọi tới tòa báo, để lại một tin nhắn cho Fredriksson. Có chuyện bất ngờ và chị sẽ đến muộn hơn thường lệ một ít. Chị nhờ anh hủy cuộc họp chị đã bố trí với biên tập viên văn hóa.

Chị tìm túi khoác vai, moi lục lấy bàn chải răng rồi vào buồng tắm. Trở ra chị đến giường gọi Blomkvist dậy.

- Hử... gì thế?

Blomkvist ngồi lên ngơ ngác nhìn quanh. Chị phải nhắc rằng anh đang ở khách sạn Hilton Slussen. Anh gật.

- Giờ em ủn anh vào buồng tắm đây.

- Sao mà học tốc thế?

- Vì anh vừa quay trở lại là em cần làm tình ngay với anh mà. - Chị nhìn đồng hồ. - 11 giờ có một cuộc họp em không thể cho hoãn. Em cần nom sao cho nhòm được và em phải mất ít nhất nửa giờ sửa sang mặt mũi. Em sẽ phải mua váy áo hay thứ gì đó để thay trên đường đi làm. Như thế chúng ta chỉ có hai giờ để bù lại chỗ thời gian đã bị mất.

Blomkvist vào buồng tắm.

Holmberg đỗ chiếc xe của bố ông ở trên đường xe vòng vào nhà của nguyên Thủ tướng Thorbjorn Falldin tại As ngay bên ngoài Ramvik ở tỉnh Harnosand. Ông xuống xe, nhìn xung quanh. Ở tuổi bảy mươi chín Falldin nom vẫn rất ra dáng một ông chủ trại nhanh nhẹn hoạt bát. Holmberg tự hỏi không biết ai đảm đương chuyện cày bừa, gặt hái ở đây. Ông biết người ta đã quan sát ông từ sau cửa sổ bếp. Đó là thói quen của làng này. Bản thân ông lớn lên tại Halledal ở bên ngoài Ramvik, rất gần với Sandobron - một trong những nơi đẹp nhất thế giới. Ở một mức độ nào Holmberg cũng nghĩ như vậy.

Ông gõ cửa chính.

Vị cựu lãnh đạo Đảng Trung gian nom già nhưng dáng vẻ vẫn nhanh nhẹn và khỏe mạnh.

- Chào bác Thorbjorn. Cháu là Jerker Holmberg. Mấy năm trước chúng ta đã gặp nhau. Bố cháu là Gustav Holmberg, đại biểu của Đảng Trung gian hồi những năm 70 và 80.

- Phải, tôi nhận ra anh, Jerker. Chào. Nay anh là cảnh sát xuống làm ở Stockholm, đúng không? Lần trước tôi gặp anh cũng phải đến mười, mười lăm năm rồi đấy nhỉ.

- Cháu nghĩ có khi còn lâu hơn, cháu vào được không ạ?

Holmberg ngồi ở bàn bếp trong khi Falldin rót cà phê cho hai người.

- Tôi nghĩ bố anh mọi sự đều tốt cả. Nhưng anh đến không phải vì chuyện ông ấy phải không?

- Vâng, ông cụ khỏe ạ. Ông cụ cháu đang sửa mái căn nhà nghỉ mùa hè.

- Năm nay ông ấy bao nhiêu?

- Hai tháng trước là vừa đúng bảy mốt.

- Thế rồi cơ á? - Falldin nói, đến bàn bếp với Holmberg. - Vậy thì đến vì việc gì nào?

- Cháu xin lỗi là đến mà không báo trước bác, nhưng cháu có một việc lớn. Có thể nói chuyện với bác ở đây xong là cháu sẽ bị sa thải. Cháu đến đây vì một vấn đề trong công tác, nhưng sếp của cháu, thanh tra hình sự Jan Bublanski ở Đội Trọng án ở Stockholm không biết là cháu đến đây.

- Nghe nghiêm trọng đấy.

- Nói thẳng ra là nếu cấp trên của cháu phát hiện ra cháu đến gặp bác ở đây thì ắt cháu sẽ như đang đứng trên một lớp băng mỏng.

- Tôi hiểu.

- Nhưng mặt khác cháu lại sợ nếu cháu không làm một cái gì đó thì có cơ là quyền lợi của một phụ nữ sẽ bị vi phạm đến mức chướng tai gai mắt, thêm nữa vấn đề càng tồi tệ đi vì đây sẽ là lần vi phạm thứ hai.

- Tốt nhất là anh kể cho ta hết đầu đuôi xôi ngược.

- Đây là chuyện về một người tên là Alexander Zalachenko. Hắn làm điệp viên cho GRU Liên Xô rồi đào ngũ sang Thụy Điển vào Ngày Bầu cử năm 1976. Hắn được cho tị nạn chính trị và bắt đầu làm việc cho Sapo. Cháu có lý do để tin là bác biết chuyện hắn ta.

Falldin chăm chú nhìn Holmberg.

- Câu chuyện này dài, - Holmberg nói. Rồi anh bắt đầu nói với Falldin về cuộc điều tra sơ bộ mà anh đã dính vào trong mấy tháng vừa qua.

Cuối cùng Erika nằm sấp xuống, để đầu lên hai bàn tay nắm lại. Chị toét miệng ra cười.

- Mikael, anh có bao giờ nghĩ hai chúng mình là đồ bã đậu đặc không?

- Em định nói gì?

- Ít ra thì đúng với em. Em thèm khát anh và cơn thèm khát này hành hạ em, không bao giờ có thể nguôi được. Em cảm thấy mình như một cô gái mười mấy tuổi điên rồ.

- Ô, thế cơ ư?

- Thế rồi em muốn về nhà lên giường với chồng em.

Blomkvist cười phá.

- Anh quen một bác sĩ chuyên khoa giỏi.

Chị thụi vào bụng anh.

- Bắt đầu cảm thấy câu chuyện với *SMP* kia là một sai lầm nghiêm trọng rồi đấy.

- Vớ vẩn. Đó là một cơ hội lớn cho em. Nếu ai có thể tiêm sức sống vào được cho cái thân xác ngắc ngoải ấy thì đó chính là em.

- Có thể là thế. Nhưng đó chính lại là vấn đề. *SMP* giống như một thân xác ngắc ngoải. Thế mà rồi anh quăng cho một quả bom tai tiếng về Borgsjo.

- Em phải chờ cho mọi cái lắng lại.

- Em biết. Nhưng chuyện với Borgsjo sẽ thực sự thành vấn đề. Em không biết nắm lấy câu chuyện này như thế nào hết.

- Anh cũng thế. Nhưng chúng ta sẽ nghĩ ra cách gì đó.

Chị nằm im một lúc.

- Em nhớ anh.

- Anh cũng nhớ em.

- Nếu đến *SMP* làm biên tập viên thì anh có bị mất mát nhiều không?

- Anh không đến đó vì bất cứ một thứ gì cả. Có phải biên tập viên mảng tin tức là thằng cha Holm nào đó phải không?

- Đúng, nhưng hắn là đồ ngu.

- Em nhận ngay ra được bản chất đấy.

- Anh biết hắn không?

- Chắc hẳn. Giữa những năm 80 anh làm tạm thời cho hắn ba tháng. Hắn là một cha thầy dùi đâm bị thóc chọc bị gạo cho mọi người choảng nhau. Ngoài ra...

- Ngoài ra gì?

- Không gì cả.

- Bảo em đi.

- Một cô gái, tên là Ulla thì phải, cũng làm tạm thời, nói rằng hắn quấy nhiễu tính dục cô ấy. Anh không biết tình thực đến đâu nhưng công đoàn không đả động gì về chuyện này cả và hợp đồng của cô ấy thì không được gia hạn thêm.

Berger nhìn đồng hồ và thở dài. Chị ra khỏi giường và đi vào buồng tắm. Blomkvist không động đậy khi chị quay lại, lau khô người và mặc quần áo vào.

- Anh nghĩ ngủ lơ mơ thêm tí nữa, - anh nói.

Chị hôn lên má anh và vẫy vẫy khi rời đi.

Figuerola đỗ sau chiếc Volvo của Martensson bảy chiếc xe ở trên đường Luntmakargatan, gần với góc phố Olof Palmes Gata. Cô quan sát Martensson ra máy mua vé đỗ xe. Rồi hắn đi bộ tiếp đến Sveavagen.

Figuerola quyết định không mua vé. Cô có thể mất lõng hắn nếu cô đến chỗ máy bán vé cho nên cô chỉ đi theo hắn. Hắn rẽ trái đến Kungsgatan, đi vào Kungstornet. Cô chờ ba phút rồi theo hắn vào quán cà phê. Hắn đang ở tầng trệt nói chuyện với một người tóc vàng nom dáng rất cường tráng. *Cảnh sát*, cô nghĩ. Cô nhận ra hắn là người đàn ông thứ hai mà Malm chụp ở bên ngoài nhà hàng Copacabana hôm 1 tháng Năm.

Cô mua cà phê, ngồi ở đầu cuối đối diện của quán cà phê, mở tờ *Dagens Nyheter* của cô ra. Martensson và người cùng đi khẽ nói chuyện với nhau. Cô lấy di động ra, vờ gọi tuy chả ai trong hai người để ý tí nào đến cô hết. Cô chụp ảnh họ bằng di động, cô biết độ phân giải chỉ là 72 dpi - chất lượng thấp nhưng có thể dùng làm bằng chứng rằng cuộc gặp mặt này đã diễn ra.

Sau chừng mười lăm phút, người tóc vàng đứng lên rời quán cà phê. Figuerola rủa thầm. Tại sao cô lại không ở ngoài đó? Cô sẽ nhận diện được hắn khi hắn đi ra. Cô muốn nhảy phắt lên đi theo hắn. Nhưng Martensson vẫn ở đây, bình thản mân mê tách cà phê. Cô không muốn bị hắn để ý đến vì bỏ ra sớm ngay sau khi người bạn của hắn rời đi.

Rồi Martensson vào toa lét. Hắn vừa đóng cửa là Figuerola đã đứng lên trở ra đường Kungsgatan. Cô nhìn lên nhìn xuống khối nhà nhưng người tóc vàng đã mất tích.

Biết đâu may ra, cô đi vội đến góc đường Sveavagen. Không thể thấy hắn ở đâu hết nên cô đi qua cửa quay xuống xe điện ngầm nhưng cũng vô hy vọng.

Cô quay về Kungstornet, cảm thấy đầu căng thẳng. Martensson cũng đã rời đi mất rồi.

Berger chửi thề khi quay lại chỗ đỗ chiếc BMW đêm qua.

Xe vẫn đó nhưng một đứa láo lếu nào đã chọc thủng hết tất cả bốn bánh. Đồ khốn nạn ma quỷ chết rấp, Berger giận sôi lên.

Chị gọi dịch vụ sửa chữa, bảo họ chị không có thì giờ chờ họ rồi để chìa khóa xe vào trong ống xả. Đoạn chị đi xuống Hornsgatan vẫy taxi.

Lisbeth Salander mở máy tính đăng nhập vào Cộng hòa Tin tặc, thấy Dịch Bệnh đang trực tuyến. Cô gọi anh.

<Chào Ong Vò Vẽ. Bệnh viện sao?>

<Được nghỉ ngơi. Tôi cần anh giúp.>

<Phun ra đi.>

<Tôi không ngờ lại phải nhờ thế này.>

<Chắc là nghiêm trọng.>

<Goran Martensson, sống ở Vallinby. Tôi cần vào máy tính của hắn.>

<OK.>

<Cần sao chép đủ hết mọi cái ở đó cho Blomkvist ở *Millennium.*>

<Tớ sẽ giải quyết.>

<Anh Cả đang cài bọ vào điện thoại và có lẽ cả thư điện tử của Blomkvist. Anh phải gửi tài liệu đến một địa chỉ hotmail.>

<OK.>

<Nếu vì lý do nào đó tôi không gặp được anh thì Blomkvist sẽ cần anh giúp đỡ. Anh ấy có thể cần tiếp xúc với anh.>

<Ồ.>

<Blomkvist hơi đốp chát một ít nhưng anh có thể tin anh ấy.>

<Hừm.>

<Anh muốn bao nhiêu?>

Dịch Bệnh im lặng một lát.

<Chuyện này có dính gì đến tình cảnh của em không?>

<Có.>

<Vậy thì anh sẽ làm không lấy gì cả.>

<Cảm ơn nhiều. Nhưng tôi luôn có nợ thì trả. Tôi sẽ cần anh giúp suốt từ nay đến phiên tòa. Tôi sẽ gửi anh 30 nghìn curon.>

<Em có thể xông xênh thế ư?>

<Tôi có thể.>

<Thế thì OK.>

<Tôi nghĩ ta cũng cần đến Bộ Ba nữa. Anh có thuyết phục anh ấy đến Thụy Điển được không?>

<Để làm gì?>

<Việc này anh ấy giỏi nhất. Tôi sẽ trả anh ấy lệ phí chuẩn + chi tiêu các thứ.>

<OK. Việc là gì nào?>

Cô giải thích công việc cần làm cho cô.

Sáng thứ Hai bác sĩ Jonasson đối mặt với một thanh tra Faste rõ ràng đã nổi hung lên ở bên kia bàn.

- Tôi không hiểu chuyện này, - Faste nói. - Tôi nghĩ Salander đã hồi phục sức khỏe rồi. Tôi đến Goteborg vì hai lý do: hỏi cung cô ấy và chuẩn bị sẵn sàng cho chuyển cô ấy đến một phòng giam ở Stockholm, cô ấy đáng phải ở đó.

- Tôi tiếc cho chuyến đi bị phung phí của ông, - Jonasson nói. - Tôi sẽ vui vẻ cho cô ấy xuất viện vì chúng tôi chắc chắn là không có một cái giường nào để không ở đây sất. Nhưng...

- Liệu cô ấy có giả vờ không?

Jonasson mỉm cười lịch sự.

- Tôi thực tình không nghĩ như thế. Ông xem, Lisbeth Salander bị bắn vào đầu. Tôi đã lấy ở trong não cô ấy ra một viên đạn và cô ấy chỉ hy vọng sống sót có năm mươi phần trăm thôi. Cô ấy đã sống sót, tiên lượng bệnh của cô ấy thừa cho chúng tôi hài lòng... khả quan đến mức các đồng nghiệp và tôi đã sẵn sàng cho cô ấy ra viện rồi. Thế mà hôm qua cô ấy bị quật lại. Cô ấy kêu đau đầu dữ rồi lên cơn sốt lúc tăng lúc giảm. Đêm qua nhiệt độ lên 38, cô ấy đã hai lần nôn. Trong đêm, sốt có bớt, cô ấy gần như trở lại bình thường và tôi nghĩ cái đận này đã qua đi. Nhưng sáng nay khi tôi khám cho cô ấy, nhiệt độ lại lên đến gần 39. Thế là nghiêm trọng.

- Vậy cô ấy bị lôi thôi cái gì?

- Tôi không biết nhưng việc thân nhiệt lên xuống dao động cho thấy không phải là cảm cúm hay viêm nhiễm. Tôi không thể nói chính xác là đã xảy ra chuyện gì nhưng đó có thể đơn giản chỉ là dị ứng với thuốc hay một thứ gì mà cô ấy tiếp xúc phải.

Ông bấm vào một hình ảnh trên màn hình rồi quay nó lại phía Faste.

- Tôi đã cho chiếu X-quang não. Ở đây có một vùng tối màu, như ông có thể trông thấy ở ngay cạnh vết thương do đạn bắn. Tôi không xác định được nó là gì. Có thể là mô sẹo, sản phẩm của quá trình lành vết thương, nhưng cũng có thể là một xuất huyết nhỏ. Khi chưa tìm ra vấn đề lôi thôi ở đâu thì chúng tôi chưa thể cho cô ấy ra viện được, bất kể việc ấy là rất cấp bách theo quan điểm cảnh sát.

Faste biết tốt hơn là đừng có tranh luận với bác sĩ vì họ là những thứ gần gũi nhất với các đại diện của Thượng đế ở trên trái đất này. Có thể là trừ cảnh sát ra.

- Vậy phải làm gì bây giờ?

- Tôi đã lệnh cho cô ấy nghỉ hoàn toàn ở trên giường và điều trị vật lý - cô ấy cần tập thể dục điều trị vì các vết thương ở hông và vai.

- Hiểu. Tôi sẽ phải gọi cho công tố viên Ekstrom ở Stockholm. Sẽ bị ngạc nhiên đôi chút về chuyện này đây. Tôi có thể nói gì với ông ấy?

- Hai hôm trước tôi đã sẵn sàng tán thành cho xuất viện, có thể là vào cuối tuần này. Nhưng như tình hình hiện nay thì có thể sẽ phải lâu hơn. Ông nên giải thích cho Ekstrom thấy rằng ở vào vị trí bác sĩ, tôi không thể đưa ra quyết định vào tuần tới đây, mà có lẽ phải mất đến hai tuần các ông mới đưa cô ấy về Stockholm được. Việc này trông vào mức độ hồi phục của cô ấy.

- Định mở phiên tòa vào tháng Bảy.

- Nếu không có gì bất trắc thì trước thời điểm đó cô ấy đã có thể đi lại tốt được rồi.

Bublanski nghi ngờ nhìn người phụ nữ cuồn cuộn cơ bắp ngồi ở bên kia bàn. Họ đang uống cà phê ở khu vực lát đá của một quán cà phê ở trên đường Norr Malarstrand. Là thứ Bảy, 20 tháng Năm, có hơi hướng ấm dịu của mùa hè trong không khí. Thanh tra Monica Figuerola, SIS, theo như thẻ căn cước. Cô đã bắt kịp ông đúng lúc ông rời cơ quan về nhà; cô gợi ý nói chuyện bên tách cà phê, phải, chỉ có thế thôi.

Lúc đầu ông gần như cảm thấy ghét nhưng cô nhún nhường nói thẳng ra là cô không có quyền gì mà phỏng vấn ông và điều dĩ nhiên là ông hoàn toàn tự do không nói gì với cô cả nếu như ông không muốn. Ông hỏi cô làm gì, cô bảo cô được sếp chỉ định tạo nên một bức tranh không chính thức về thật giả ở trong cái gọi là vụ án Zalachenko, cũng được biết là vụ Salander ở một số nơi. Cô hạ mình xuống nói tuyệt đối chắc chắn là cô không có quyền hỏi ông. Nói gì với cô hay không hoàn toàn do ông quyết định.

- Vậy cô muốn biết gì nào? - Cuối cùng Bublanski nói.

- Ông nói cho những điều ông biết về Salander, Mikael Blomkvist, Gunnar Bjorck và Zalachenko. Các miếng ghép này ăn nhập vào nhau ra sao?

Họ nói chuyện hơn hai giờ đồng hồ.

Edklinth nghĩ lung mãi về việc tiến hành như thế nào. Sau năm ngày điều tra, Figuerola đã cho ông một số các chỉ dẫn không thể bàn cãi được là có một sự thối nát nào đó trong nội bộ SIS. Ông thừa nhận cần phải rất thận trọng cho tới khi có đủ thông tin. Do đó ông thấy về phương diện Hiến pháp mình đang ở trong cái thế tiến lui đều khó: ông không có quyền tiến hành các cuộc điều tra bí mật và điều tra chống lại các đồng nghiệp thì càng không được.

Theo đó ông cần phải xoay ra một vài lý do để hợp pháp hóa cái việc ông đang làm đây. Nếu trường hợp xấu nhất xảy ra, ông vẫn có thể lui về cố thủ ở sự thật rằng ông đang làm nghĩa vụ của người cảnh sát điều tra tội ác - nhưng nay xét theo quan điểm Hiến pháp thì vi phạm này đã thành ra quá nhạy cảm đến nỗi chỉ cần đi lầm một bước là chắc chắn ông sẽ bị đuổi việc luôn. Cho nên cả hôm thứ Sáu ông đã nghiền ngẫm một mình trong văn phòng.

Cuối cùng ông kết luận rằng Armansky nói đúng, bất kể câu chuyện xem ra có thể không chắc đã là thế. Thực sự là có một âm mưu trong nội bộ SIS, một số cá nhân đang hành động ở ngoài, hay song song, với các hoạt động chính thức. Vì chuyện này đã diễn ra nhiều năm - ít nhất từ 1976, khi Zalachenko đến Thụy Điển - nên nó đã phải được tổ chức và phê duyệt từ trên chóp bu. Âm mưu chính xác lên cao tới đâu thì ông không biết.

Ông viết tên ba người lên một mảnh giấy:

Goran Martensson, Bảo vệ Nhân thân, thanh tra hình sự.
Gunnar Bjorck, Phó trưởng phòng Nhập cư, Đã chết (Tự sát).
Albert Shenke, Chánh văn phòng, SIS.

Figuerola nhìn nhận ít nhất Chánh văn phòng cũng đã nắm được tình hình khi cho phép điều Martensson ở Bảo vệ Nhân thân sang Phản Gián, tuy trong thực tế hắn không hề làm việc ở đấy. Hắn quá mải bận kiểm soát sự đi lại của nhà báo Mikael Blomkvist, mà việc này thì không liên quan tí nào tới các hoạt động của cơ quan Phản Gián.

Một số cái tên ở bên ngoài SIS cũng đã được cô điền thêm vào bảng danh sách:

Peter Teleborian, bác sĩ tâm thần.
Lars Faulsson, thợ khóa.

SIS đã thuê Teleborian làm cố vấn tâm thần học cho các vụ đặc biệt vào cuối thập niên 80 và đầu thập niên 90 - chính xác ra là trong ba trường hợp và Edklinth đã xem xét các bản báo cáo ở trong lưu trữ. Trường hợp thứ nhất có sự khác thường - Phản Gián đã nhận diện được một thông tín viên Nga nằm ở trong ngành công nghệ thông tin của Thụy Điển, bối cảnh của tên gián điệp này cho thấy hắn có thể sẽ thiên về tự sát nếu hành tung của hắn bị lộ. Teleborian đã có một bản phân tích hết sức hay, điều đã giúp họ biến được tên thông tin viên kia hóa ra thành điệp viên hai mang: một mang là làm một nhân viên trong nội bộ SIS mắc phải vấn đề nghiện ngập rượu chè, mang thứ hai là làm một bản phân tích về ứng xử tính dục kỳ quặc của một nhà ngoại giao châu Phi.

Cả Teleborian và Faulsson - đặc biệt Faulsson - đều không có một vị trí nào trong SIS. Vậy khi nhận nhiệm vụ được trao thì họ đã móc nối với... với cái gì đây?

Âm mưu này có gắn bí mật với Alexander Zalachenko đã chết, viên gián điệp đào ngũ của GRU hình như xuất hiện ở Thụy Điển vào Ngày Bầu cử hồi 1976. Một người mà trước đó không ai nghe nói đến bao giờ. Sao lại có thể có được chuyện ấy?

Edklinth cố hình dung xem về lý mà nói thì chuyện gì sẽ xảy ra nếu như vào năm 1976, khi Zalachenko đào ngũ, ông lại ngồi ở bàn của thủ trưởng SIS. Ông sẽ làm gì? Tuyệt mật. Đó là điều thiết yếu. Một nhóm nhỏ được biết việc đào ngũ này để phòng xa nguy cơ thông tin rỉ ngược lại người Nga và... Nhóm này nhỏ đến đâu?

Một bộ phận tác chiến ư?

Một bộ phận tác chiến không được biết đến chăng?

Nếu việc này được giải quyết thích đáng thì vụ Zalachenko sẽ chấm dứt ở bên Phản Gián. Lý tưởng ra hắn nên tìm đến sự bảo trợ của tình báo quân đội nhưng họ không có nguồn lực lẫn chuyên môn nghiệp vụ để thực hiện kiểu hoạt động mang tính tác chiến này. Vậy đã đến tay SIS.

Nhưng Phản Gián cũng không hề có hắn. Bjorck là chìa khóa, hắn là một trong những người nắm quản lý Zalachenko. Nhưng Bjorck lại không liên quan gì tới Phản Gián cả. Bjorck là một bí mật. Hắn chính thức giữ một chức vụ ở Phòng Nhập cư từ thập niên 70 nhưng trong thực tế trước những năm 90, hắn hiếm khi có mặt ở phòng này, thế rồi bỗng nhiên hắn trở thành phó trưởng phòng.

Và Bjorck là nguồn thông tin đầu tiên của Blomkvist. Blomkvist làm sao lại thuyết phục được Bjorck lộ ra những tài liệu bùng nổ như thế? Mà lại với nhà báo nữa.

Gái điếm. Bjorck lăng nhăng với các gái điếm tuổi mười mấy, và *Millennium* sẽ vạch hắn ra. Chắc Blomkvist đã bắt bí dọa hắn.

Rồi Salander bước vào cuộc.

Tay luật sư Nils Bjurman quá cố đã làm việc ở Phòng Định cư cùng thời với tay Bjork cũng quá cố. Họ là những người đã trông coi Zalachenko. Nhưng họ đã làm gì với hắn?

Một ai đó chắc đã phải ra quyết định. Với một tên đào ngũ đến từ Nga thế này thì chắc lệnh sẽ phải ban ra từ cấp cao nhất.

Từ Chính phủ. Chắc việc này phải được Chính phủ ủng hộ. Không thể nghĩ khác đi như thế được.

Chắc chắn chưa?

Nghĩ đến đây, Edklinth cảm thấy người rét run lên. Điều này hoàn toàn có cơ sở trong thực tế. Quy chế của Zalachenko đã được nắm lấy trong tuyệt đối bí mật. Hắn cũng đã phải quyết định bí mật ngang như thế. Đó là điều mà chính quyền của Falldin cũng đã phải quyết định. Như thế mới có lý.

Nhưng điều xảy ra năm 1991 thì chưa thấy lý do. Bjorck đã thuê Teleborian để thực sự có đem Salander giam vào một bệnh viện tâm thần cho trẻ con với cớ - giả mạo - cô bị rối loạn tâm thần. Đó là một tội ác. Chính cái tội ác ghê tởm đến thế đã khiến Edklinth cảm thấy e ngại hơn.

Một ai đó đã phải ra quyết định này. Đơn giản không thể là Chính phủ được rồi. Ingmar Carlsson hồi ấy là Thủ tướng, rồi Carl Bildt[*]. Nhưng không có nhà chính trị nào lại dám dính tay vào một quyết

---

[*] **Carl Bildt** là Thủ tướng Thụy Điển vào giữa 1991 và 1994, ông là lãnh tụ của Đảng Ôn hòa bảo thủ tự do từ 1986 đến 1999.

định như thế này, đó là làm trái lại mọi pháp luật và công lý, nó sẽ đưa tới một tai tiếng tai họa nếu như người ta phát hiện ra.

Nếu Chính phủ dính líu đến thì Thụy Điển không còn mảy may nào tốt đẹp hơn mọi chế độ độc tài trên toàn thế giới nữa.

Chuyện ấy là không thể có được.

Thế còn các sự việc ngày 12 tháng Tư thì sao? Zalachenko bị một bệnh nhân tâm thần cuồng tín giết như bỡn ở bệnh viện Sahlgrenska cùng lúc xảy chuyện ăn trộm ở nhà Blomkvist và luật sư Giannini bị tấn công. Trong hai trường hợp sau, các bản sao bản báo cáo kỳ lạ từ 1991 của Bjorck đều đã bị đánh cắp mất. Armansky đã cung cấp thông tin này nhưng đấy hoàn toàn là không chính thức. Không có báo cáo nào được gửi đến cảnh sát.

Cùng lúc đó, Bjorck, chính người mà Edklinth mong được nói chuyện nghiêm túc, tự treo cổ.

Edklinth không tin vào sự trùng hợp ở quy mô to lớn thế này. Thanh tra Bublanski cũng không tin trùng hợp kiểu đó. Và Blomkvist cũng vậy. Edklinth cầm bút phớt lên một lần nữa:

Evert Gullberg, bảy mươi tám tuổi. Chuyên viên thuế. ? ? ?

Evert Gullberg là cái đồ quỷ gì đây?

Ông tính gọi người phụ trách SIS nhưng lại kìm lại vì lẽ đơn giản là ông không biết cái nhóm âm mưu kia nó vươn lên đến đâu ở trong tổ chức. Ông không biết mình có thể tin vào ai.

Trong một lúc ông đã tính gọi cảnh sát chính quy. Jan Bublanski là người lãnh đạo cuộc điều tra về Niedermann, ông ta rõ ràng sẽ chú ý tới bất cứ thông tin nào có liên quan. Nhưng theo quan điểm thuần túy cảnh sát, thì không thể bàn đến chuyện này được.

Edklinth cảm thấy hai vai nặng trĩu.

Còn lại có mỗi lựa chọn đúng đắn xét theo Hiến pháp và có thể bảo vệ ông nếu giả dụ ông sa vào chốn rắc rối về chính trị. Ông sẽ phải ngoái đến sếp để bảo đảm có sự ủng hộ về chính trị cho công việc ông đang làm đây.

Là chiều thứ Sáu, chưa quá 4 giờ. Ông nhấc điện thoại gọi Bộ trưởng

Tư pháp, người ông quen biết đã nhiều năm và từng chuyện trò bàn bạc ở nhiều cuộc họp của các cục vụ. Ông liên lạc được sau năm phút.

- Chào Tornsten. Lâu quá rồi. Vấn đề gì đấy?

- Nói thật với ông... tôi nghĩ gọi để kiểm tra xem tôi được ông tín nhiệm đến đâu.

- Tín nhiệm? Câu hỏi kỳ nhỉ. Chừng nào còn là tôi thì ông vẫn được tôi tín nhiệm *tuyệt đối*. Sao ông lại hỏi một câu thảm như vậy?

- Nó bật ra là do một nhu cầu gay gắt và không bình thường. Tôi cần gặp ông và Thủ tướng, và đây là khẩn thiết.

- Ái chà!

- Xin ông thứ lỗi, tôi sẽ xin nói rõ khi chúng ta nói chuyện riêng với nhau. Có một chuyện tình cờ đến văn phòng tôi, nó lạ quá đến nỗi tôi tin là cả ông và Thủ tướng đều cần được thông báo.

- Có dính dáng gì đến bọn khủng bố hay tuyên bố đe dọa...

- Không. Nghiêm trọng hơn thế nữa. Gọi ông để yêu cầu thế này là tôi đang đặt tên tuổi và sự nghiệp của mình lên thớt đấy.

- Tôi hiểu. Vì thế ông mới hỏi đến tín nhiệm. Ông cần gặp Thủ tướng sớm muộn thế nào?

- Tối nay nếu có thể.

- Bây giờ thì ông làm tôi lo đấy.

- Phải nói thật ngay, ông phải lo nghĩ cũng là có lý do chính đáng.

- Gặp trong chừng bao lâu?

- Chắc là chừng một giờ.

- Để rồi tôi gọi lại ông.

Mười phút sau Bộ trưởng Tư pháp gọi lại, nói 9 giờ 30 tối nay Thủ tướng sẽ gặp Edklinth tại nhà riêng.

Bàn tay Edklinth đặt điện thoại xuống mà nhơm nhớp mồ hôi. *Sáng mai, sự nghiệp của mình có thể chấm dứt mất đây.*

Ông gọi Figuerola.

- Chào Monica. 9 giờ tối nay có việc, cô phải đến trình diện. Tốt nữa là ăn mặc cho đẹp vào.

- Bao giờ mà tôi ăn mặc chả đẹp.

Thủ tướng thận trọng nhìn ông Giám đốc sở Bảo vệ Hiến pháp. Edklinth có cảm giác những bánh răng cưa đang quay tít hết sức nhanh ở đằng sau tròng kính Thủ tướng.

Thủ tướng chuyển sang nhìn Figuerola vẫn ngồi im không nói trong lúc giới thiệu. Ông thấy một phụ nữ cao khác người và đầy cơ bắp nhìn lại ông, vẻ mặt lễ độ, chờ đợi. Rồi ông quay sang Bộ trưởng Tư pháp mặt có bị tái đi trong thời gian giới thiệu.

Một lát sau, Thủ tướng hít một hơi dài, bỏ kính xuống, nhìn đăm đăm một lúc vào khoảng xa.

- Tôi nghĩ ta cần thêm chút cà phê nữa nhỉ, - ông nói.

- Vâng, xin ạ, - Figuerola nói.

Edklinth gật và Bộ trưởng Tư pháp rót cà phê trong bình ra.

- Tôi sẽ kết luận rằng tôi hoàn toàn chắc chắn là tôi hiểu đúng ông, - Thủ tướng nói. - Ông nghi có một âm mưu trong nội bộ Cảnh sát An ninh hiện đang hoạt động vượt ra ngoài thẩm quyền chiếu theo Hiến pháp, và trong nhiều năm nhóm âm mưu này đã gây nên những điều có thể bị coi là những hành vi tội phạm nghiêm trọng.

- Vâng.

- Và ông đến tìm tôi là vì ông không tin ban lãnh đạo của Cảnh sát An ninh chứ gì?

- Không, không hẳn là như thế, - Edklinth nói. - Tôi quyết định quay trực tiếp sang đến ông là vì loại hoạt động này là vi hiến. Nhưng tôi không hiểu mục đích của nhóm âm mưu, hoặc có thể tôi đã hiểu sai một điều gì đó chăng. Với ai am hiểu thì hoạt động này có thể là chính đáng và được Chính phủ phê duyệt. Vậy là tôi có cơ đã làm việc trên những thông tin sai trái hay bị hiểu lầm, do đó mà làm hỏng một hoạt động bí mật nào đó.

Thủ tướng nhìn Bộ trưởng Tư pháp. Và cả hai đều hiểu là Edklinth đang tự che chắn cho đường rút của ông.

- Tôi chưa nghe thấy điều gì giống như chuyện này. Ông có biết chút nào về nó không?

- Hoàn toàn không, - Bộ trưởng Tư pháp nói. - Ở bất cứ báo cáo nào của Cảnh sát An ninh mà tôi từng xem, không thấy có liên quan gì đến chuyện này hết cả.

- Blomkvist nghĩ rằng có một bè phái ở trong Sapo. Anh ta nhắc đến nó như là câu lạc bộ Zalachenko, - Edklinth nói.

- Tôi chưa nghe thấy nói Thụy Điển đã nhận và bảo vệ một kẻ đào ngũ Nga có tầm quan trọng đến như thế bao giờ. - Thủ tướng nói. - Hắn đào ngũ trong thời gian Falldin làm Thủ tướng, ông nói thế hả?

- Tôi không tin Chính phủ của Falldin lại bao che cho một cái gì giống như thế, - Bộ trưởng Tư pháp nói. - Đào ngũ ở cỡ này thì đã phải được dành cho ưu tiên cao nhất và phải được bàn giao lại cho Chính phủ tiếp theo.

Edklinth hắng giọng.

- Chính phủ bảo thủ Falldin đã được Chính phủ của Olof Palme kế nhiệm. Việc một vài người tiền nhiệm của tôi ở SIS có một số ý kiến về Palme thì không còn là bí mật gì cả nữa…

- Ông cho là có ai đó đã quên thông báo cho chính phủ xã hội dân chủ phải không ?

Edklinth gật đầu.

- Chúng ta hãy nhớ lại rằng Falldin lên cầm quyền trong hai nhiệm kỳ riêng rẽ. Hai lần chính phủ liên hiệp đều bị đổ. Lần đầu ông ấy trao lại cho Ola Ullsten, ông này có một chính phủ thiểu số năm 1979. Chính phủ lại bị đổ nữa và Falldin cai trị cùng với Đảng Nhân dân. Tôi đang đoán là Văn phòng Chính phủ đã bị xáo trộn trong các thời kỳ chuyển tiếp đó. Cũng có thể tin về Zalachenko đã bị khoanh vào trong một nhóm nhỏ hẹp nên Thủ tướng Falldin đã thực sự bỏ qua mất, do đó không bàn giao lại cho Palme.

- Nếu như thế thì ai chịu trách nhiệm? - Thủ tướng nói.

Tất cả lắc đầu trừ Figuerola.

- Tôi cho là điều này tất phải rò rỉ ra giới báo chí, - Thủ tướng nói.

- Blomkvist và *Millennium* sắp cho đăng việc này. Nói cách khác chúng ta đang lâm vào cảnh như tục ngữ nói tránh vỏ dưa thì gặp vỏ dừa.

Edklinth thận trọng dùng chữ "chúng ta".

Thủ tướng gật đầu. Ông nhận ra tính chất nghiêm trọng của tình hình.

- Vậy tôi bắt đầu sẽ phải cảm ơn ông đã hết sức mau mắn đến gặp tôi và trình bày vấn đề này. Tôi thường không bằng lòng gặp mà không định trước như thế này nhưng ông Bộ trưởng đây nói ông là một người thận trọng, chắc phải xảy ra điều gì quan trọng ông mới muốn gặp tôi không bằng các kênh bình thường.

Edklinth thở phào được một ít. Có xảy ra bất cứ chuyện gì, lưới tầm sét của Thủ tướng cũng sẽ không giáng xuống ông.

- Bây giờ chúng ta cần quyết định xem sẽ nắm vấn đề này như thế nào. Các ông có gợi ý gì không?

- Có thể ạ, - Edklinth nói ngập ngừng.

Ông ngồi im khá lâu khiến Figuerola hắng giọng nói:

- Tôi có thể nói được không ạ?

- Xin cứ nói, - Thủ tướng nói.

- Nếu sự thật là Chính phủ không biết việc này thì việc này là bất hợp pháp. Người chịu trách nhiệm về một trường hợp như thế này là một - hay nhiều - viên chức phạm phải tội hình sự vì đã vượt quá thẩm quyền của mình. Nếu chúng ta kiểm chứng được tất cả ngôn luận Blomkvist đưa ra thì như vậy có nghĩa là một nhóm sĩ quan ở SIS đã một thời gian dài tự ý dấn mình vào các hoạt động tội ác. Vấn đề lúc ấy sẽ được mở ra ở hai phần.

- Ý cô nói là sao?

- Thứ nhất chúng ta cần đặt câu hỏi: tại sao lại có thể có nổi chuyện này? Ai chịu trách nhiệm? Sao một âm mưu như thế này lại có thể nảy nở được trong khuôn khổ một tổ chức cảnh sát do Nhà nước lập ra? Bản thân tôi đã làm việc ở SIS và tôi tự hào. Sao việc này lại có thể diễn ra lâu đến như vậy? Sao nó lại có thể vừa được che giấu lại vừa được cấp ngân sách cơ chứ?

- Cứ nói tiếp đi, - Thủ tướng nói.

- Tất cả các sách chắc sẽ viết về phần thứ nhất này. Rõ ràng là đã phải có việc cấp ngân sách, ít nhất cũng là vài triệu curon mỗi năm, tôi dám nói thế. Tôi đã xem đến ngân sách của Cảnh sát An ninh và không tìm thấy cái gì giống như một khoản trợ cấp cho câu lạc bộ Zalachenko. Nhưng, như các ông biết đấy, có một số quỹ ẩn giấu do Chánh văn phòng và người thủ quỹ kiểm soát mà tôi không vào được.

Thủ tướng gật đầu dứt khoát. Tại sao Sapo cứ luôn luôn là một cơn ác mộng cần phải cai quản thế chứ nhỉ?

- Phần thứ hai là: những ai đã dính líu? Và đặc biệt là, nên bắt các cá nhân nào? Theo quan điểm của tôi, tất cả các câu hỏi này lệ thuộc vào cái quyết định mà ông sẽ đưa ra trong vài phút nữa, cô quay sang Thủ tướng nói.

Edklinth nín thở. Nếu có thể thì ông đã đá một cái vào ống quyển Figuerola. Cô đã bất chấp tu từ và ngầm bảo rằng chính bản thân Thủ tướng là người phải chịu trách nhiệm. Thực ra Edklinth cũng đã cân nhắc và đi tới kết luận tương tự, nhưng là phải sau một cuộc chuyện trò lâu và có tính ngoại giao.

- Cô nghĩ tôi nên quyết định sao đây?

- Tôi tin rằng chúng ta có chung lợi ích. Tôi làm ở Bảo vệ Nhân thân đã ba năm. Tôi xem cơ quan này có tầm quan trọng to lớn đối với nền dân chủ Thụy Điển. Hoạt động của Cảnh sát An ninh trong những năm gần đây là đáng hài lòng. Dĩ nhiên tôi không muốn tai tiếng làm cho SIS bị ảnh hưởng. Với chúng ta, điều quan trọng là nhớ ở trong đầu rằng đây là một vụ án hình sự do một nhóm nhỏ cá nhân gây ra.

- Loại hoạt động tội ác này thì hoàn toàn và dứt khoát là không do Chính phủ phê duyệt rồi, - ông Bộ trưởng Tư pháp nói.

Figuerola gật rồi nghĩ vài giây.

- Theo tôi, điều thiết yếu là không được để cho Chính phủ bị dây vào vụ này - nhưng Chính phủ sẽ bị dính líu nếu định bưng bít bao che cho nó.

- Chính phủ không bao che bưng bít cho hoạt động phạm tội, - ông Bộ trưởng Tư pháp nói.

- Đúng, về giả thiết, chúng ta cứ cho rằng có thể là Chính phủ muốn bao che. Như thế sẽ tai tiếng ở quy mô đồ sộ.

- Cô nói tiếp đi, - Thủ tướng nói.

- Tình hình phức tạp ra do chỗ chúng tôi ở Bảo vệ Hiến pháp đang bị buộc phải tiến hành một hoạt động mà tự nó lại chống lại các quy tắc để điều tra vấn đề này. Vậy chúng tôi muốn mọi việc đều được hợp pháp hóa, giữ đúng theo Hiến pháp.

- Như tất cả chúng ta đều phải thế, - Thủ tướng nói.

- Trong trường hợp này, tôi gợi ý với Thủ tướng là - với quyền lực của Thủ tướng - Thủ tướng hãy chỉ thị Bảo vệ Hiến pháp điều tra tối khẩn cấp vụ rắc rối này, - Figuerola nói. - Xin hạ lệnh bằng văn bản cho chúng tôi cũng như cho chúng tôi những thẩm quyền cần thiết.

- Tôi không chắc đề nghị của cô là hợp pháp đâu, - Bộ trưởng Tư pháp nói.

- Hợp pháp ạ. Trong trường hợp Hiến pháp bị đe dọa vi phạm, Chính phủ có quyền thi hành một loạt các biện pháp. Nếu một nhóm quân đội hay cảnh sát bắt đầu theo đuổi một chính sách đối ngoại độc lập thì trong thực tế sẽ xảy ra một cuộc lật đổ ở Thụy Điển.

- Chính sách đối ngoại ư? - Bộ trưởng Tư pháp hỏi.

Thủ tướng thình lình gật đầu.

- Zalachenko là một người nước ngoài đào ngũ sang, - Figuerola nói. - Theo Blomkvist, thông tin mà hắn góp nộp đã được cung cấp cho các cơ quan tình báo nước ngoài. Nếu Chính phủ không được báo cho biết thì một cuộc đảo chính sẽ xảy ra.

- Tôi hiểu được lập luận của cô, - Thủ tướng nói. - Bây giờ để tôi nói phần tôi.

Ông đứng lên đi một lượt vòng quanh bàn rồi dừng lại ở trước mặt Edklinth.

- Ông có một đồng nghiệp rất có tài. Cô ấy đã nói trúng vấn đề.

Edklinth nuốt nước bọt rồi gật. Thủ tướng quay sang Bộ trưởng Tư pháp.

- Hãy báo cho Thứ trưởng và Vụ trưởng Pháp lý biết. Sáng mai tôi muốn có một tài liệu đã thảo, trao quyền lực đặc biệt cho Bộ phận Bảo vệ Hiến pháp được hành động trong vấn đề này. Nhiệm vụ của họ là xác định sự thật ở đằng sau những điều chúng ta đã bàn, thu thập tài liệu về quy mô của nó và nhận diện các cá nhân chịu trách nhiệm hay có liên quan theo một cách nào đó. Tài liệu không được nói rằng ông đang lãnh đạo một cuộc điều tra sơ bộ. Tôi có thể lầm nhưng tôi nghĩ trong tình hình này chỉ Tổng Công tố viên mới có thể chỉ định một người lãnh đạo cuộc điều tra sơ bộ mà thôi. Nhưng tôi có thể cho ông quyền được tiến hành điều tra độc lập. Do đó việc ông làm là một bản báo cáo công khai chính thức. Ông hiểu chứ?

- Vâng, nhưng tôi nên nói ra là bản thân tôi đã từng là một công tố viên.

- Chúng ta cần yêu cầu người đứng đầu Vụ pháp lý để mắt tới vấn đề này và quyết định chính xác cái gì là đúng với pháp luật. Trong bất cứ trường hợp nào, cũng chỉ là mình ông chịu trách nhiệm về cuộc điều tra của ông. Ông có thể chọn lấy trợ thủ mà ông cần. Nếu tìm thấy bằng chứng về hoạt động tội ác, ông phải chuyển thông tin ấy lên Tổng Công tố viên, ông ấy sẽ quyết định việc khởi tố.

- Tôi sẽ phải tra cứu xem chính xác điều luật gì được áp dụng, nhưng tôi nghĩ Thủ tướng cần thông báo cho người phát ngôn của Nghị viện và Ủy ban Hiến pháp... Việc này sẽ rò rỉ nhanh đây, - Bộ trưởng Tư pháp nói.

- Nói cách khác, chúng ta cần làm nhanh. - Thủ tướng nói.

Figuerola giơ tay.

- Có gì nào? - Thủ tướng nói.

- Còn lại hai vấn đề. Thứ nhất, việc *Millennium* đăng câu chuyện lên sẽ đụng đến cuộc điều tra của chúng ta; và thứ hai, trong một hai tuần nữa, tòa sẽ bắt đầu xử Lisbeth Salander.

- Chúng ta có thể tìm ra lúc nào thì *Millennium* đăng không?

- Chúng ta có thể hỏi, - Edklinth nói. - Việc cuối cùng chúng ta muốn làm là can thiệp vào giới báo chí.

- Còn về cô gái Salander, - Bộ trưởng Tư pháp vừa nói liền ngừng lại một lúc. - Nếu cô ấy thực sự phải chịu đựng các bất công như *Millennium* nói kia thì kinh khủng quá. Thực sự có đến nông nỗi ấy không?

- Tôi sợ đó đều là thật, - Edkiinth nói.

- Trong trường hợp ấy chúng ta phải trông nom sao để phục hồi minh oan được cho cô gái, và trên hết, cô gái sẽ không phải chịu thêm các bất công khác nữa, - Thủ tướng nói.

- Nhưng việc này sẽ làm như thế nào? - Bộ trưởng Tư pháp hỏi. - Chính phủ không thể can thiệp vào một vụ án đang được khởi tố. Như thế là chống lại luật.

- Chúng ta có thể nói với công tố viên được không?

- Không, - Edklinth nói. - Là Thủ tướng, dù thế nào ông cũng không thể tác động đến quá trình tố tụng được.

- Nói cách khác, Salander sẽ phải nắm lấy vận may của cô ấy tại tòa thôi, - Bộ trưởng Tư pháp nói. - Trừ phi cô ấy thua kiện rồi khiếu nại lên Chính phủ thì Chính phủ có thể tha bổng cho cô ấy hay yêu cầu Tổng Công tố viên điều tra xem liệu có cơ sở cho một phiên tòa mới không. Nhưng việc này chỉ áp dụng trong trường hợp cô ấy bị kết án tù. Nếu tòa tuyên bố cô ấy phải vào một cơ sở chữa chạy tâm thần thì Chính phủ chịu. Lúc ấy, đó sẽ là một vấn đề của y học và Thủ tướng không có quyền pháp lý quyết định cô gái là lành mạnh hay không.

10 giờ tối thứ Sáu, Salander nghe thấy tiếng khóa quay ở cửa. Cô tức khắc tắt máy tính, lùa nó xuống dưới đệm. Nhìn lên cô thấy Jonasson đang đóng cửa.

- Chào Salander, - ông nói. - Tối nay trong người cô ra sao?

- Tôi nhức đầu như búa bổ và thấy sốn sốt.

- Nghe thế là không tốt lắm đâu.

Nom có vẻ Salander không lo lắng đặc biệt gì đến cả sốt lẫn nhức đầu. Jonasson bỏ ra mười phút khám cho cô. Ông nhận thấy trong vòng tối nay cơn sốt của cô lại nặng hẳn lên.

- Mấy tuần qua lẽ ra cô phải hồi phục tốt rồi, thế mà để nó quật lại thì xấu hổ đây. Không may là ít nhất trong hai tuần tới tôi không thể cho cô ra viện được.

- Hai tuần chắc là đủ.

Đường bộ từ London đến Stockholm xấp xỉ 1.900 cây số hay 1.180 dặm. Về lý thuyết, lái xe mất khoảng hai mươi giờ. Trong thực tế phải mất gần hai mươi giờ để đến biên giới giữa bắc Đức và Đan Mạch. Trời đầy mây dông bão và hôm Chủ nhật khi người có tên Bộ Ba thấy mình đang ở giữa thành phố Oresundsbron thì mưa đổ xuống như trút. Anh lái chậm lại, cho cần gạt nước chạy.

Bộ Ba nghĩ lái xe ở châu Âu chẳng khác nào đi trong địa ngục do ai ai cũng nhất quyết phải đi trái đường. Anh cho xe vào bãi đỗ sáng thứ Sáu, đi phà từ Dover sang Calais rồi băng qua Bỉ theo đường Liege. Anh qua biên giới Đức ở Aachen rồi lên đường cao tốc Autobahn mạn bắc tới Hamburg, rồi sau đó tới Đan Mạch.

Bạn cùng đi, Bob Chó, ngủ ở ghế sau. Hai người thay phiên lái xe, ngoài một hai lần đỗ chờ lâu cả giờ ở trên đường ra, họ giữ đều tốc độ một giờ chín mươi cây số. Muốn gì thì chiếc xe van mười tám năm tuổi cũng không thể đi nhanh hơn được nữa.

Có nhiều cách đi từ London đến Stockholm nhanh hơn nhưng xem vẻ anh không thể mang ba chục ký đồ lẻ điện tử theo người bằng đường hàng không thông thường. Họ đã qua biên giới sáu nước nhưng không hề bị giữ lại lần nào để kiểm soát hải quan hay hộ chiếu. Bộ Ba là người cuồng nhiệt ủng hộ Liên minh châu Âu, ở đấy người ta đã đơn giản hóa luật lệ đi lại thăm viếng giữa các nước thành viên.

Bộ Ba sinh ra ở Bradfort, nhưng anh sống ở bắc London từ bé. Sự học hành của anh rất thảm, anh đã theo một trường dạy nghề, kiếm được tấm bằng kỹ thuật viên viễn thông được huấn luyện và mười chín tuổi thì anh làm kỹ sư cho Viễn thông Anh, British Telecom. Một khi hiểu được mạng lưới điện thoại hoạt động như thế nào và nhận ra mình lỗi thời, anh liền chuyển sang làm tư vấn an ninh tư nhân, đặt hệ thống báo động và trông coi việc bảo vệ chống trộm cắp. Với các khách đặc biệt anh còn cung cấp dịch vụ theo dõi bằng video và nghe lén điện thoại.

Nay ba mươi hai tuổi, anh đã có một kiến thức lý thuyết về khoa học điện tử và máy tính, nó cho phép anh thắng điểm bất cứ giáo sư nào ở lĩnh vực này. Anh sống với máy tính từ năm mười tuổi, và đột nhập vào cái máy tính đầu tiên lúc anh mười ba.

Điều này mài sắc thêm sự thèm muốn, và khi mười sáu tuổi thì anh đã tiến bộ tới trình độ có thể cạnh tranh được với những bậc giỏi nhất trên thế giới. Đã có một thời kỳ hễ thức là anh chỉ ngồi trước màn hình, viết cho mình các chương trình và cấy các tua xúc tu quỷ quái vào Internet. Anh đã lọt vào BBC, Bộ Quốc phòng và Sở Cảnh sát Anh. Thậm chí - một thời gian ngắn - còn xoay được cách chỉ huy một tàu ngầm nguyên tử đang đi tuần tra vùng Biển Bắc. Bộ Ba thuộc vào loại người tò mò hơn là kiểu rình mò ranh ma vào máy tính. Khi bẻ được khóa chiếc máy tính nào, lọt vào nó, sở hữu các bí mật của nó rồi là anh hết bị nó hấp dẫn.

Anh là một trong mấy sáng lập viên của nước Cộng hòa Tin tặc. Ong Vò Vẽ là công dân của Cộng hòa.

7 rưỡi tối thứ Bảy, Bộ Ba và Bob Chó đang đến gần Stockholm. Khi họ qua cửa hàng Ikea ở Kungens Kurva, Bộ Ba bấm di động, gọi con số anh đã lưu vào bộ nhớ.

- Dịch Bệnh, - Bộ Ba nói.

- Bọn các cậu đang ở đâu?

- Cậu bảo qua Ikea thì gọi mà.

Dịch Bệnh mách họ lối đi đến ký túc xá thanh niên trên đường Langholmen, anh đã thuê một phòng ở đấy cho các đồng nghiệp từ Anh tới. Do Dịch Bệnh rất ít khi rời nhà, hai người bạn bằng lòng đến nhà anh vào 10 giờ sáng hôm sau.

Dịch Bệnh quyết định với cố gắng phi thường là đi rửa chén đĩa, dọn dẹp sạch sẽ toàn diện và mở cửa sổ nghênh đón các vị khách sắp đến.

PHẦN III

Vỡ đĩa

27 THÁNG NĂM - 6 THÁNG SÁU

100 năm trước Công nguyên, Diodorus, sử gia người Sicile (từng bị các sử gia khác coi là một nguồn không đáng tin) đã miêu tả người Amazon xứ Lybia. Cái tên Amazon được dùng để chỉ tất cả vùng Bắc Phi ở phía tây Ai Cập lúc bấy giờ. Triều đại Amazon này là một chế độ nữ trị, tức là chỉ phụ nữ mới được phép nắm giữ các chức vụ cao, kể cả trong quân sự. Theo dã sử, Nữ hoàng Myrina trị vì vương quốc; với ba chục nghìn nữ binh và ba nghìn nữ kỵ binh, bà đã quét qua Ai Cập và Syria, suốt tới tận biển Aegea, trên đường đánh bại một số quân đội nam. Cuối cùng Nữ hoàng Myrina tử trận, quân đội của bà tan tác.

Nhưng quân đội đã lưu lại dấu vết trên vùng đất ấy. Sau khi các binh lính đàn ông bị tàn sát trong một cuộc diệt chủng có ảnh hưởng sâu rộng, phụ nữ xứ Anatolia đã cầm dao kiếm đè bẹp một cuộc xâm lăng từ Caucasus. Các phụ nữ này tập dùng mọi loại vũ khí, gồm cung tên, giáo mác, búa rìu và lao phóng. Họ làm các tấm hộ tâm và áo giáp bằng đồng theo kiểu của người Hy Lạp.

Vốn coi hôn nhân là bị khuất phục, họ không lấy chồng. Vậy để có con, họ được nghỉ phép và trong thời gian đó họ ăn nằm với các đàn ông họ chọn lựa kỹ càng ở các thị trấn lân cận.

Chỉ khi nào đã giết một người đàn ông trên chiến trường thì người phụ nữ mới được phép thôi giữ trinh tiết.

CHƯƠNG 16

Thứ Sáu, 27 tháng Năm
Thứ Ba, 31 tháng Năm

Blomkvist rời tòa báo *Millennium* lúc 10 giờ 30 đêm thứ Sáu. Anh đi cầu thang xuống tầng trệt, thay vì ra đường, anh rẽ trái qua tầng hầm, qua sân trong và qua tòa nhà ở đằng sau tòa nhà của *Millennium* trên đường Hokens Gata. Anh chạy lẩn vào một đám thanh niên đang trên đường đi tới Mosebacke nhưng thấy hình như không có ai để ý đến anh. Bất cứ ai nhìn tòa nhà sẽ nghĩ anh vẫn qua đêm ở tòa báo như thường lệ. Anh đặt ra trò này từ đầu tháng Tư. Thật ra thì Malm đang làm ca đêm.

Anh bỏ mười lăm phút đi xuôi các lối đi bộ và các đại lộ ở quanh Mosebacke rồi mới hướng tới số 9 Fiskargatan. Anh mở cửa chính bằng mã số, đi cầu thang lên căn hộ ở tầng thượng rồi dùng chìa của Salander để vào nhà. Anh tắt hệ thống báo động. Anh luôn cảm thấy đôi chút sửng sốt mỗi lần vào đây: hai mươi mốt buồng, chỉ có ba buồng là bày đồ đạc.

Anh bắt tay pha cà phê và làm sandwich rồi vào buồng giấy của Salander mở máy tính PowerBook của cô.

Từ giữa tháng Tư, lúc báo cáo của Bjorck bị đánh cắp và Blomkvist nhận ra mình bị theo dõi, anh đã đặt bản doanh của anh ở căn hộ của Salander. Anh đã chuyển phần lớn tài liệu cốt yếu đến phòng làm việc của cô. Một tuần anh qua vài đêm ở nhà cô, ngủ trên giường cô, làm việc bằng máy tính của cô. Cô đã dọn sạch ổ cứng trước khi rời đi Gosseberga rồi đương đầu với Zalachenko. Blomkvist đồ chừng cô không có ý quay lại. Anh đã dùng các ổ đĩa hệ thống của cô để khôi phục máy tính trở lại trạng thái hoạt động.

Từ tháng Tư, anh chẳng buồn cắm cáp đường truyền băng thông rộng vào máy tính của mình. Anh vào Internet qua kết nối băng thông rộng của Salander, mở chương trình chat ICQ rồi qua nhóm Yahoo [Đạo phái Ngu] *ping* tới địa chỉ mà cô đã tạo ra cho anh.

<Chào Salander.>

<Nói chuyện với em đi.>

<Anh đang làm hai chương mà chúng ta đã bàn hồi đầu tuần. Bản mới ở Yahoo. Tình hình em ra sao?>

<Đã xong được 17 trang. Đang tải lên.>

Ping.

<OK. Đã thấy các trang đó. Để anh đọc. Rồi ta sẽ chuyện sau.>

<Em có thêm cái này.>

<Thêm cái gì?>

<Em lập một nhóm Yahoo khác tên là Các Hiệp sĩ.>

Blomkvist mỉm cười.

<Các Hiệp sĩ của Đạo phái Ngu.>

<Mật khẩu yacaraca12. Bốn thành viên. Anh, em, Dịch Bệnh và Bộ Ba.>

<Bốn bồ hoạt động đêm bí mật của em.>

<Được bảo vệ.>

<OK.>

<Dịch Bệnh đã sao thông tin ở máy tính của công tố viên Ekstrom. Bọn em đã chui vào đó từ tháng Tư. Nếu em bị mất máy Palm, anh ấy sẽ duy trì thông tin cho anh.>

<Tốt. Cảm ơn.>

Blomkvist vào ICQ và tới nhóm Yahoo [Các Hiệp sĩ] mới lập. Anh chỉ tìm thấy một đường dẫn từ Dịch Bệnh đến một URL vô danh chỉ gồm toàn con số. Anh sao địa chỉ vào Explorer, bấm phím quay về và truy cập vào một web ở đâu đó trên Internet, chứa ổ cứng của Ekstrom gồm những mười sáu gigabytes.

Rõ ràng là Dịch Bệnh đã đơn giản hóa phần việc của mình bằng cách sao chép toàn bộ ổ cứng của Ekstrom, và Blomkvist phải mất hơn một giờ để đảo qua các dữ liệu và chọn những nội dung cần tải xuống. Anh bỏ qua các file hệ thống, phần mềm và các file dài miên man vô tận chứa các cuộc điều tra sơ bộ xem vẻ như ngoi ngược lên cả vài năm trước nữa. Anh tải xuống bốn thư mục. Ba trong đó có tên [Đtra sbộ/ Salander], [Linh tinh/ Salander] và [Đtra sbộ/ Niedermann]. Cái thứ tư là bản sao thư mục thư điện tử của Ekstrom, được lập lúc 2 giờ chiều ngày hôm trước.

- Cảm ơn Dịch Bệnh, - Blomkvist nói một mình.

Anh đọc ba giờ hết cuộc điều tra sơ bộ của Ekstrom và chiến lược cho phiên tòa. Phần lớn tài liệu điều tra nói đến trạng thái tâm thần của Salander và điều này thì không lạ. Muốn có một cuộc xét nghiệm tổng thể về tâm thần, Ekstrom đã gửi đi nhiều thư với mục đích chuyển cô gái đến nhà tù Kronoberg, coi đó là một vấn đề khẩn.

Blomkvist có thể nói rằng cuộc tìm kiếm Niedermann của Ekstrom đang giẫm chân tại chỗ. Bublanski chỉ huy cuộc điều tra này. Ông đã thu thập có kết quả một số bằng chứng pháp y gắn Niedermann vào các vụ giết Svensson, Johansson và Bjurman. Ba cuộc phỏng vấn dài của Blomkvist hồi tháng Tư đã cho họ đầu mối dẫn tới bằng chứng này. Nếu Niedermann không bị bắt thì Blomkvist sẽ phải là một nhân chứng cho cuộc xét xử. Cuối cùng ADN từ mồ hôi và hai sợi tóc ở căn hộ của Bjurman đã trùng khớp với mồ hôi và tóc ở căn buồng của Niedermann tại Gosseberga. Cũng đã tìm thấy nhiều ADN này ở xác Goransson ở Câu lạc bộ Xe máy Svavelsjo.

Nhưng mặt khác, Ekstrom lại có ít ghi chép đến mức ngạc nhiên về Zalachenko.

Blomkvist châm thuốc lá, đứng bên cửa sổ nhìn tít ra tới phía Djurgarden.

Ekstrom đang chỉ đạo hai cuộc điều tra sơ bộ riêng rẽ. Thanh tra hình sự Faste cầm đầu cuộc điều tra mọi vấn đề liên quan đến Salander. Bublanski chỉ làm về Niedermann mà thôi.

Khi cuộc điều tra sơ bộ xới lên tên của Zalachenko thì điều lôgích mà Ekstrom phải làm là tiếp xúc với Tổng giám đốc của Cảnh sát An ninh để xác định xem Zalachenko thực sự là ai. Nhưng Blomkvist không tìm thấy trong thư điện tử, nhật ký hay ghi chép của Ekstrom một yêu cầu nào như thế. Mà trong các ghi chép, Blomkvist lại tìm thấy vài ba câu khó hiểu.

Cuộc điều tra về Salander là giả mạo. Bản gốc của Bjorck không khớp với bản của Blomkvist. Xếp hạng Tối Mật.

Rồi một loạt những ghi chép nói Salander "bị hoang tưởng và tâm thần phân liệt".

Nhốt Salander lại năm 1991 là đúng.

Trong những thứ viết dớ dẩn về Salander, tức là thông tin bổ sung mà công tố viên coi là không thỏa đáng cho cuộc điều tra sơ bộ, do đó sẽ không được đưa ra trình bày ở tòa hay trở thành một phần của loạt bằng chứng lên án cô gái, anh đã tìm thấy điều gắn nối các cuộc điều tra lại với nhau. Thông tin bổ sung này gồm gần như mọi điều liên quan đến lý lịch của Zalachenko.

Cuộc điều tra hoàn toàn là không thỏa đáng.

Blomkvist nghĩ nếu đây là sự trùng hợp thì nó đã tình cờ đến mức nào và được làm giả đến đâu. Ranh giới ở chỗ nào? Và Ekstrom có biết là có một ranh giới hay không?

Liệu một ai đó có thể đã cố ý cung cấp cho Ekstrom thông tin đáng tin cậy nhưng lại chỉ sai sang hướng khác được không?

Cuối cùng Blomkvist vào hotmail, bỏ mười phút tìm tài khoản của hơn nửa tá các thư điện tử vô danh anh đặt ra. Ngày nào anh cũng kiểm tra cái địa chỉ hộp thư anh đã cho thanh tra hình sự Modig. Anh không mấy hy vọng chị sẽ liên hệ với anh cho nên anh hơi ngạc nhiên khi mở hộp thư, thấy một thư điện của <ressallakap9thangtu@hotmail.com>. Thư chỉ vỏn vẹn:

Cà phê Madeleine, tầng trên, 11 giờ sáng thứ Bảy.

Dịch Bệnh gọi Salander lúc nửa đêm, cắt ngang câu cô đang viết dở về thời gian cô tiếp xúc với Holger Palmgren, người giám hộ cô. Cô cáu kỉnh liếc về màn hình.

<Muốn gì đây?>
<Chào Vò Vẽ, nghe thấy cô là thấy vui.>
<Thôi thôi đi. Chuyện gì thế?>
<Teleborian.>

Cô ngồi dậy ở trên giường, háo hức nhìn vào màn hình của chiếc Palm.

<Mau nói đi.>
<Bộ Ba tìm nhanh kỷ lục đấy nha.>
<Sao cơ?>
<Lão bác sĩ điên không chỉ ở có một nơi. Lão đi lại giữa Uppsala và Stockholm miết và chúng ta không thể tiếp quản thù địch.>
<Tôi biết. Làm sao nào?>
<Một tuần hai lần, lão chơi tennis khoảng hai giờ. Máy tính hắn để trong xe đỗ trong ga ra.>
<A...>
<Bộ Ba dễ dàng vô hiệu hóa hệ báo động trên xe để lấy chiếc máy tính. Cậu ấy mất 30 phút để sao hết mọi cái qua Firewire rồi cài Chết Ngạt.>
<Ở đâu?>

Dịch Bệnh cho cô URL của máy chủ, nơi anh lưu ổ cứng của Teleborian.

<Dẫn lời của Bộ Ba... thì cái này là một cục cứt nát.>
<?>
<Cứ xem khắc biết.>

Salander thôi nối máy với Dịch Bệnh, truy cập vào máy chủ mà anh vừa chỉ cho cô. Suốt trong ba giờ cô tỉ mỉ xem hết thư mục này sang thư mục khác trên máy tính của Teleborian.

Cô tìm thấy thư từ giữa Teleborian và một người có một địa chỉ hotmail đã từng gửi đi những thư điện tử được mã hóa. Vì đã vào được khóa bảo mật PGP của Teleborian nên cô dễ dàng giải mã được các bức thư. Tên người kia là Jonas, không có họ. Jonas và Teleborian có một sở thích không lành mạnh là thấy Salander bị lụn bại.

Phải,... chúng ta có thể chứng minh rằng có một âm mưu.

Nhưng điều thực sự làm Salander thấy thú vị là bốn mươi bảy thư mục chứa gần chín nghìn bức ảnh rõ rành rành về dâm ô trẻ con. Cô bấm chuột vào từng bức ảnh về các đứa trẻ vào quãng tuổi mười lăm hay bé hơn. Một số bức là của trẻ con bảy, tám tuổi. Phần lớn là ảnh con gái. Nhiều bức ảnh trong đó chụp cảnh bạo dâm.

Cô tìm thấy đường dẫn tới ít nhất hơn mười người ở nước ngoài trao đổi với nhau chuyện dâm ô trẻ con.

Salander cắn môi nhưng ngoài thế ra, không để lộ một cảm xúc nào trên mặt.

Cô nhớ lại hồi mười hai tuổi, những tối cô bị trói ghì xuống trong một căn phòng vờ làm như tự do ở bệnh viện Thánh Stefan. Teleborian luôn luôn ra vào căn phòng để nhìn cô trong ánh sáng chói lọi của ngọn đèn đêm.

Cô đã biết. Hắn không chạm vào người cô nhưng cô biết cả.

Lẽ ra cô đã xử lý Teleborian nhiều năm trước đây. Nhưng cô đã đè dẹp ký ức về hắn xuống. Cô chọn cách không biết đến sự tồn tại của hắn.

Lát sau cô gọi Blomkvist trên ICQ.

Blomkvist ở cả đêm tại căn hộ của Salander ở Fiskargatan. Mãi đến 6 rưỡi sáng anh mới đóng máy tính, ngủ thiếp đi với các bức ảnh dâm ô trẻ con bỉ ổi còn quay cuồng ở trong đầu. 10 giờ 15 anh dậy, lăn ra khỏi giường của Salander, gọi taxi đưa anh đến bên ngoài nhà hát Sodra. 10 giờ 55 anh ra tới Birger Jarlsgatan rồi đi bộ tới Cà phê Madeleine.

Modig đang chờ anh, một tách cà phê đen ở trước mặt.

- Chào, - Blomkvist nói.

- Đến đây là tôi rất liều lĩnh, - chị nói, không chào hỏi.

- Tôi sẽ không nói với ai về cuộc gặp giữa chúng ta.

Chị có vẻ căng thẳng.

- Một đồng nghiệp của tôi vừa đi gặp cựu Thủ tướng Falldin. Ông ấy tự ý đi và đi để làm gì thì hiện cũng chưa rõ.

- Tôi hiểu.

- Tôi cần anh bảo đảm giấu tên cả hai chúng tôi.

- Tôi còn không biết cả người đồng nghiệp mà chị nói nữa kia mà.

- Tôi sẽ bảo anh sau. Tôi muốn anh hứa bảo vệ ông ấy như một nguồn tin.

- Tôi hứa với chị.

Chị xem đồng hồ.

- Chị có vội không?

- Có. Mười phút nữa tôi phải gặp chồng tôi và các con ở Sturegalleria. Anh ấy nghĩ tôi còn đang làm việc.

- Bublanski không biết chút nào về chuyện này sao?

- Không.

- Được. Là các nguồn tin nên chị và đồng nghiệp của chị, hai người sẽ được bảo vệ hoàn toàn như đối với nguồn tin. Cả hai. Chừng nào cả hai vẫn còn sống.

- Đồng nghiệp của tôi là Jerker Holmberg. Anh đã gặp ông ấy ở Goteborg. Bố ông ấy là đảng viên Đảng Trung gian và khi còn bé Jerker đã biết cựu Thủ tướng. Thủ tướng có vẻ khá dễ gần. Nên Jerker đã đi gặp ông ấy và hỏi về Zalachenko.

Tim Blomkvist bắt đầu đập thình thịch.

- Jerker hỏi ông ấy biết gì về vụ Zalachenko bỏ chạy sang Thụy Điển nhưng Falldin không trả lời. Khi Holmberg bảo rằng chúng tôi nghi Salander đã bị những người che chở cho Zalachenko bắt nhốt lại thì, đúng, ông ấy đã bị choáng thực sự.

- Ông ấy có ít nhiều nói gì không?

- Falldin bảo ngay sau khi ông làm Thủ tướng thì người phụ trách Sapo lúc ấy và một đồng nghiệp đến thăm ông rất sớm. Họ nói với ông ấy một câu chuyện lạ lùng về một người Nga đào thoát đến Thụy Điển, bảo ông rằng hắn là bí mật quân sự nhạy cảm nhất mà tình báo quân đội Thụy Điển có được... rằng trong tình báo quân đội Thụy Điển không đâu lại có được một điều nào quan trọng gần bằng thế. Falldin nói ông không biết xử lý chuyện này như thế nào, rằng trong Chính phủ không ai có nhiều kinh nghiệm, Đảng Xã hội Dân chủ cầm quyền đã hơn bốn chục năm nay. Ông được cố vấn rằng bản thân ông cần phải có quyết định và Sapo sẽ phủi sạch trách nhiệm nếu ông đem chuyện này bàn với các đồng nghiệp trong Chính phủ. Ông ấy nhớ lại thì toàn bộ câu chuyện là rất khó chịu.

- Ông ấy *đã* làm gì?

- Ông ấy hiểu rằng không còn có thể lựa chọn gì khác ngoài việc phải làm cái điều những người của Sapo đề nghị. Ông ấy cho ra một chỉ thị trao cho một mình Sapo phụ trách kẻ đào thoát. Ông ấy bảo đảm không bàn chuyện này với bất cứ ai. Cả đến cái tên Zalachenko người ta cũng chả cho ông ấy biết nữa.

- Kỳ dị thật.

- Sau đó trong cả hai nhiệm kỳ Thủ tướng ông ấy gần như không nghe thấy nói gì thêm nữa. Nhưng ông ấy đã làm một việc hết sức khôn ngoan. Ông ấy khăng khăng đòi phải để cho một Phó Quốc vụ khanh biết bí mật này, phòng khi có nhu cầu tiếp xúc qua lại giữa Văn phòng Chính phủ và những người đang bảo vệ Zalachenko.

- Ông ấy có nhớ ra là ai không?

- Là Bertil K. Janeryd, hiện làm Đại sứ ở Hà Lan. Khi được biết rõ cuộc điều tra sơ bộ này quan trọng ra sao thì Falldin đã ngồi xuống viết cho Janeryd.

Modig đẩy một phong bì sang.

Bertil thân mến,

Bí mật mà cả hai chúng ta bảo vệ trong thời gian tôi cầm quyền hiện đang là đề tài của một số vấn đề rất nghiêm trọng. Người được nhắc đến trong chuyện này nay đã chết, không còn có thể quấy rối nữa. Nhưng những người khác thì vẫn có thể.

Việc quan trọng nhất hiện nay là làm rõ một số câu hỏi đang cần được trả lời.

Người cầm thư này không chính thức làm việc và được tôi tin cậy. Tôi khẩn cầu ông nghe ông ta nói chuyện và trả lời cho ông ta.

Ông hãy sử dụng óc phán xét nổi tiếng tài tình của ông.

T. F.

- Thư này nhắc đến Holmberg à?

- Không. Jerker yêu cầu không đề tên ai cả. Ông ấy nói ông ấy không biết rồi ai sẽ đi Hà Lan.

- Chị định nói...

- Jerker và tôi đã bàn chỗ này. Hiện chúng tôi đứng trên mặt băng đang tan cho nên cần đến bơi chèo hơn là thuốn sắt. Chúng tôi không có quyền lực gì để tới Hà Lan phỏng vấn Đại sứ ở đó. Nhưng anh thì có thể đi được.

Blomkvist gập bức thư lại sắp đút túi thì Modig nắm lấy tay anh. Nắm tay chị rắn chắc.

- Tin đổi lấy tin, - chị nói. - Chúng tôi muốn nghe mọi điều mà Janeryd nói với anh.

Blomkvist gật. Modig đứng lên.

- Khoan đã. Chị nói hai người của Sapo đã đến gặp Falldin. Một là người phụ trách Sapo. Người kia là ai?

- Falldin chỉ gặp có một lần, không nhớ được tên nữa. Không có ghi chép gì về cuộc gặp này. Ông ấy nhớ đó là một người có vẻ gầy và để ria con kiến. Nhưng ông ấy nhớ người ấy được giới thiệu là phụ trách Bộ phận Phân tích Đặc biệt hay đại khái cái gì như thế. Sau đó Falldin xem sơ đồ tổ chức của Sapo thì không tìm ra thấy bộ phận này.

Câu lạc bộ Zalachenko, Blomkvist nghĩ.

Modig có vẻ cân nhắc lời lẽ.

- Chuyện này nguy hiểm đến tính mạng đấy, - cuối cùng chị nói. - Có một ghi chép mà cả Falldin lẫn hai vị khách của ông ấy đều không nghĩ đến.

- Là gì vậy?

- Sổ đăng ký tên khách đến của Falldin ở Rosenbad. Jerker đã tìm ra nó. Đó là một tài liệu công khai.

- Và?

Modig lại ngập ngừng.

- Sổ đăng ký chỉ ghi Thủ tướng gặp thủ trưởng Sapo cùng với một đồng nghiệp để bàn công chuyện chung chung.

- Có ghi lại tên không?

- Có. E. Gullberg.

Blomkvist cảm thấy máu dồn lên đầu.

- Evert Gullberg, - anh nói.

Ở Cà phê Madeleine, gọi bằng số di động thứ hai, Blomkvist đặt vé bay đi Amsterdam. Máy bay cất cánh lúc 2 giờ 50 ở sân bay Arlanda. Anh đi bộ đến Dressman trên đường Kungsgatan mua sơmi và quần áo lót để thay rồi đi đến hiệu thuốc mua bàn chải răng và các đồ dùng vệ sinh khác. Anh kiểm tra cẩn thận xem có bị bám đuôi không rồi vội vã bắt chuyến bay nhanh Arlanda Express.

Máy bay hạ cánh xuống sân bay Schiphol lúc 4 giờ 50 phút. 6 giờ rưỡi anh ghi tên trọ ở một khách sạn nhỏ cách Ga Trung tâm của The Hague chừng mười lăm phút đi bộ.

Anh mất hai giờ cố tìm địa chỉ Đại sứ Thụy Điển và vào quãng 9 giờ thì liên hệ được bằng điện thoại. Anh đem hết tài thuyết phục ra giải thích rằng anh ở đây là vì một chuyện hết sức khẩn cấp. Cuối cùng Đại sứ dịu dần, bằng lòng gặp anh lúc 10 giờ sáng Chủ nhật.

Rồi Blomkvist ra ngoài, ăn bữa tối nhẹ nhàng tại một nhà hàng gần khách sạn. Anh đi ngủ lúc khoảng 11 giờ.

Đại sứ Janeryd không hứng thú với chuyện lắt nhắt lúc ông mời Blomkvist cà phê tại dinh thự của ông trên đường Lange Voorhout.

- Nào, chuyện gì mà khẩn cấp thế chứ?

- Alexander Zalachenko. Người Nga trốn chạy đến Thụy Điển năm 1976, - Blomkvist nói, đưa thư của Falldin ra.

Janeryd nom vẻ ngạc nhiên. Ông đọc bức thư rồi để xuống bàn cạnh ông.

Blomkvist nói rõ bối cảnh và lý do vì sao Falldin lại viết cho Đại sứ.

- Tôi... tôi không thể nói về chuyện này, - cuối cùng ông nói.

- Tôi nghĩ ông có thể đấy.

- Không, tôi chỉ có thể nói với Ủy ban Hiến pháp mà thôi.

- Rất nhiều phần là ông sẽ phải nói. Bức thư bảo ông hãy dùng hết tài phán xét giỏi giang của ông.

- Falldin là một người lương thiện.

- Tôi tin như vậy. Còn tôi thì không có kiếm chuyện hại ông và ông Falldin. Tôi cũng không yêu cầu ông nói ra bí mật quân sự nào đã được Zalachenko tiết lộ.

- Tôi không biết một bí mật nào cả. Tôi cũng không biết tên hắn là Zalachenko nữa cơ. Tôi chỉ biết bí danh của hắn. Người ta biết hắn là Ruben. Nhưng cho rằng tôi sẽ đem chuyện đó ra bàn với một nhà báo thì ông đúng là ẩm ương đấy.

- Tại sao ông lại nên nói, đây tôi xin đưa ra một lý do rất hay về điều này. - Blomkvist ngồi thẳng lên ghế nói. - Các báo họ sắp đăng hết chuyện này lên cả rồi. Khi báo đăng thì giới truyền thông sẽ xé ông tơi tả ra thành nghìn mảnh hoặc miêu tả ông là một viên chức trung thành đã cứu vãn được hay nhất cho một hoàn cảnh đang bế tắc. Ông là người được Falldin chỉ định làm trung gian với những người bảo vệ Zalachenko lúc ấy. Tôi biết việc đó.

Janeryd im lặng chừng một phút.

- Nghe đây, tôi không có thông tin nào, cũng không biết một chút nào về cái bối cảnh mà ông nói kia. Lúc bấy giờ tôi còn khá trẻ... Tôi không biết phải xoay xở với những người đó như thế nào. Mỗi năm, trong thời gian tôi làm việc cho Chính phủ, tôi gặp họ khoảng hai lần. Tôi được biết rằng Ruben... Zalachenko của ông, còn sống và mạnh khỏe, rằng hắn đang hợp tác, rằng thông tin hắn cung cấp là vô giá. Tôi không hề được báo cáo về các chi tiết. Tôi cũng không có "nhu cầu cần biết".

Blomkvist chờ.

- Tên đào thoát hoạt động ở các nước khác và không biết gì về Thụy Điển cả cho nên hắn không bao giờ là nhân tố quan trọng trong chính sách an ninh. Tôi có báo cáo với Thủ tướng trong vài ba dịp nhưng cũng không có gì nhiều nhặn lắm để mà báo cáo.

- Tôi hiểu.

- Họ luôn nói họ nắm được hắn theo cách thức quen thuộc và xử lý các thông tin hắn cung cấp qua các kênh thích đáng. Tôi còn nói được gì cơ chứ? Nếu tôi hỏi cái đó có ý nghĩa gì thì họ lại mỉm cười bảo rằng chuyện đó ở ngoài quyền hạn tôi được phép biết về an ninh. Tôi cảm thấy mình như đồ ngu xuẩn.

- Ông không bao giờ xét đến khả năng có cái gì đó sai trái trong kiểu cách bố trí hay sao?

- Không. Không có gì sai trái về bố trí. Tôi thấy là dĩ nhiên Sapo phải biết việc họ làm cũng như họ có nề nếp thích ứng và kinh nghiệm. Nhưng tôi không thể nói đến chuyện đó.

Tới đó Janeryd phải nói thêm về vấn đề này trong vài phút.

- OK... nhưng tất cả những điều đó đều ở ngoài rìa của vấn đề rồi. Hiện chỉ có một chuyện quan trọng.

- Chuyện gì?

- Tên của những cá nhân ông đã từng gặp.

Janeryd lúng túng nhìn Blomkvist.

- Những người trông coi Zalachenko đã vượt quá quyền hạn. Họ đã có những hành động phạm tội nghiêm trọng và họ sẽ là đối tượng của một cuộc điều tra sơ bộ. Vì thế Falldin mới bảo tôi đến gặp ông. Ông ấy không biết họ là ai. Ông thì đã gặp họ.

Janeryd chớp chớp mắt và mím môi lại.

- Một người là Evert Gullberg... hắn là chóp bu.

Janeryd gật.

- Ông gặp hắn bao nhiêu lần?

- Lần họp nào cũng có hắn, trừ một lần. Thời Falldin làm Thủ tướng có chừng khoảng mười lần họp.

- Các ông gặp nhau ở đâu?

- Ở gian sảnh một khách sạn nào đó. Thường là Sheraton. Một lần ở Amaranth đường Kungsholmen và vài lần ở quán rượu Continental.

- Còn ai khác ở các cuộc gặp?

- Đã lâu rồi,... tôi không nhớ.

- Cố xem.

- Có một... Clinton. Giống như tên Tổng thống Mỹ ấy.

- Tên gọi?

- Fredrik. Tôi thấy ông ta bốn, năm lần.

- Những người khác?

- Hans von Rottinger. Tôi biết ông ta qua mẹ tôi.

- Mẹ ông?

- Vâng, mẹ tôi biết gia đình Rottinger. Hans von Rottinger luôn là một người bạn gần gũi vui vẻ. Chỉ tới khi ông ấy thình lình xuất hiện ở một cuộc họp thì tôi mới biết là ông ấy làm việc cho Sapo.

- Không phải cho Sapo đâu, - Blomkvist nói.

Janeryd tái mặt lại.

- Ông ấy làm cho một cái gì đó gọi là Bộ phận Phân tích Đặc biệt, - Blomkvist nói. - Người ta nói với ông như thế nào về cái nhóm ấy?

- Không gì cả. Ý tôi là, họ chỉ là những người trông nom tên đào thoát.

- Đúng. Nhưng trong sơ đồ tổ chức của Sapo mà không thấy chỗ họ ở đâu cả thì có lạ lùng không?

- Thế thì là lố bịch.

- Lố bịch, đúng không? Vậy họ bố trí các cuộc họp như thế nào? Họ gọi ông hay ông gọi họ?

- Chả ai gọi ai. Lần họp trước đã định sẵn luôn địa điểm và thời gian cho lần họp sau.

- Nếu ông muốn tiếp xúc với họ thì làm thế nào? Thí dụ để thay đổi giờ họp hay một cái gì đại khái thế?

- Tôi có một số điện thoại.

- Như thế nào?

- Tôi không còn nhớ nổi.

- Khi ông gọi số ấy thì ai trả lời?

- Tôi không biết. Tôi chưa gọi bao giờ.

- Câu hỏi nữa. Mọi cái rồi ông trao cho ai?

- Ý ông là gì?

- Khi Falldin hết nhiệm kỳ, ai thay vào chỗ ông?

- Tôi không biết.

- Ông có viết báo cáo không?

- Không. Mọi việc đã được xếp hạng bí mật. Tôi không được cả ghi chép nữa cơ mà.

- Và ông cũng không hội ý bàn giao với người làm tiếp theo ông?

- Không.

- Thế rồi chuyện gì xảy ra?

- À... Falldin rời nhiệm sở thì Ola Ullsten đến. Tôi được thông báo là chúng tôi phải chờ bầu cử xong. Rồi Falldin được bầu lại, chúng tôi lại bắt đầu họp như trước. Rồi đến cuộc bầu cử năm 1985. Đảng Xã hội Dân chủ thắng, tôi cho là Palme đã chỉ định ai đó tiếp quản thay tôi. Tôi được chuyển sang Bộ Ngoại giao và thành nhà ngoại giao. Tôi đã làm việc ở Ai Cập rồi Ấn Độ.

Blomkvist hỏi tiếp một ít phút nữa nhưng anh chắc rằng anh đã lấy được hết những cái mà Janeryd có thể cho anh biết. Tên ba người.

Fredrik Clinton.

Hans von Rottinger.

Và Evert Gullberg - người đã bắn chết Zalachenko.

Câu lạc bộ Zalachenko.

Anh cảm ơn Janeryd đã gặp anh rồi đi bộ một đoạn ngắn dọc Lange Voorhout đến khách sạn Ấn Độ, ở đây anh lên taxi đi đến Ga Trung tâm. Chỉ khi đã yên vị trên taxi anh mới cho tay vào túi áo jacket tắt máy ghi âm.

Berger ngước lên nhìn kỹ phòng làm việc trống vắng một nửa ở bên kia gian buồng kính của chị. Hôm nay Holm nghỉ. Chị không thấy ai tỏ ra, rõ rệt hay kín đáo, chú ý đến chị. Chị cũng chẳng có lý do nào nghĩ rằng một ai đó ở trong ban biên tập lại mong chị ốm đau.

Bức thư điện đến cách đây một phút. Người gửi là <toasoan@aftonbladet.com>. Sao lại là *Aftonbladet*? Địa chỉ này lại là giả nữa. Thư hôm nay không có một dòng chữ nào. Chỉ có một file ảnh, và chị mở Photoshop.

Là một bức ảnh dâm ô: một phụ nữ trần truồng, đôi vú to quá cỡ, một cổ dề chó quanh cổ. Cô ta chống trên hai tay hai chân và đang bị một con đực nhảy lên từ đằng sau.

Mặt người phụ nữ đã được thay bằng mặt của Berger. Cắt ghép không khéo nhưng đó chắc không thành vấn đề. Bức ảnh là lấy ý từ câu đầu một bài báo cũ thời *Millennium* của chị và có thể đã được tải từ Internet xuống.

Ở bên dưới bức ảnh là một chữ, viết bằng chức năng phun xịt của Photoshop.

Con đĩ.

Đây là bức thư thứ chín chị nhận được có chữ *Con đĩ*, rõ ràng là do một ai đó ở một cơ quan truyền thông có tiếng ở Thụy Điển gửi đi. Chị đang mang bên mình một tên bám lén bằng máy tính.

Nghe trộm điện thoại còn khó hơn kiểm soát máy tính. Bộ Ba xác định ra đường cáp đến điện thoại nhà riêng của công tố viên Ekstrom mà không hề gặp trắc trở nào. Vấn đề là Ekstrom ít hay không bao giờ dùng điện thoại ở nhà gọi các việc liên quan đến công tác. Bộ Ba cũng chả tính đến chuyện thử cài bọ vào điện thoại công vụ của Ekstrom ở Sở Chỉ huy cảnh sát trên đường Lungsholmen. Việc này đòi phải thâm nhập sâu rộng vào cáp mạng của Thụy Điển mà anh thì không cần.

Nhưng Bộ Ba và Bob Chó đã dành gần hết cả tuần để nhận diện và tách di động của Ekstrom ra khỏi tiếng động nền của khoảng 200.000 điện thoại di động khác nằm ở trong vòng một cây số của Sở Chỉ huy cảnh sát. Hai người dùng một kỹ thuật gọi là Hệ Dò Tần số Hiếm. Kỹ thuật này không phổ biến. Nó do NSA, Sở An ninh Quốc gia Mỹ phát triển và được cài đặt vào một số lượng bí mật các vệ tinh có chức năng kiểm soát chính xác các thủ đô trên khắp thế giới cũng như phát đi báo động về những mối quan tâm đặc biệt.

Có nguồn lực đồ sộ, NSA sử dụng một mạng lưới rộng khắp để bắt được cùng một lúc một số lượng lớn các cuộc chuyện trò bằng điện thoại di động ở một khu vực nào đó. Mỗi cuộc gọi cá nhân đều được tách riêng rồi cho máy tính xử lý bằng số hóa, máy tính này được lập trình để phản ứng lại với một số từ nào đó, chẳng hạn *phần tử khủng bố* hay *Kalashnikov*. Nếu một từ như thế hiện ra, máy tính liền tự động gửi lệnh báo động, và như vậy có nghĩa là một số nhân viên tác chiến sẽ mở máy và nghe ngóng câu chuyện để quyết định xem nó có đáng chú ý hay không.

Nhận diện một điện thoại di động đặc thù là một vấn đề phức tạp hơn. Mỗi di động đều có một chữ ký duy nhất của riêng nó - như một dấu vân tay - dưới dạng số điện thoại. Với trang bị cực kỳ nhạy cảm, NSA có thể tập trung chú ý vào một vùng đặc biệt để tách riêng rẽ các cuộc gọi của di động và kiểm soát. Kỹ thuật này đơn giản nhưng không phải là hiệu nghiệm cả trăm phần trăm. Các cuộc gọi đi rất khó nhận diện. Các cuộc gọi đến đơn giản hơn vì dấu vân tay cho phép chiếc điện thoại tiếp nhận tín hiệu.

Chỗ khác nhau giữa Bộ Ba và NSA về phép nghe trộm có thể tính toán được từ góc độ kinh tế. NSA có một ngân sách hàng năm vài tỉ đôla Mỹ, với gần mười hai nghìn nhân viên biên chế và được tiếp cận những công nghệ tiên tiến nhất trong công nghệ thông tin và viễn thông. Bộ Ba thì có mỗi một chiếc xe van với ba chục kilô thiết bị điện tử, phần lớn là đồ chế tạo tại gia mà Bob Chó dựng lắp lên. Qua việc kiểm soát vệ tinh toàn cầu, NSA có thể cài ăng ten cực nhạy vào tận giữa nhà của một tòa chung cư đặc biệt ở bất cứ đâu trên thế giới. Bộ Ba có một ăng ten do Bob Chó xây dựng, với một dải tần hoạt động trong chừng năm trăm mét.

Xâm nhập được bằng cái công nghệ tương đối hạn chế này ngụ ý rằng Bộ Ba phải cho xe đỗ ở đường Bergsgatan hay trong một con phố lân cận rồi chật vật với đống thiết bị cho tới khi nhận diện ra "dấu vân tay" đặc trưng cho số máy di động của Ekstrom. Do không biết tiếng Thụy Điển, anh phải cho câu chuyện quá giang tới Dịch

Bệnh qua một di động khác, Dịch Bệnh ở nhà mới thực sự là kẻ ngồi nghe trộm.

Trong năm ngày Dịch Bệnh, nom càng sâu hõm mất lại, đã uổng công nghe một số lượng lớn các lượt gọi tới gọi đi từ Sở Chỉ huy cảnh sát và các tòa nhà quanh quẩn đó. Anh đã nghe các mẩu điều tra đang tiến hành, phát hiện các cuộc hẹn hò đã lên kế hoạch của những kẻ yêu đương, và ghi băng hàng giờ hàng giờ các chuyện trò chả có tí teo lý thú nào hết. Tối hôm thứ năm, lúc đã muộn, Bộ Ba gửi đến một tín hiệu mà một màn hình số nhận được ra ngay là số máy di động của Ekstrom. Dịch Bệnh tức thì chốt luôn ăng ten chảo vào tần số chính xác.

Công nghệ Hệ Dò Tần số Hiếm làm việc trước hết với các cuộc gọi đi của Ekstrom. Ăng ten chảo của Bộ Ba bám ngay lấy dấu vết số máy di động của Ekstrom khi nó vừa được phát vào không trung.

Vì Bộ Ba có thể ghi lại các lần gọi của Ekstrom nên anh cũng thu cả dấu vết tiếng nói mà Dịch Bệnh có thể xử lý được.

Dịch Bệnh lướt tìm tiếng nói đã số hóa của Ekstrom nhờ một chương trình gọi là Hệ Nhận hiểu Dấu vết Tiếng nói, vì tiếng nói cũng có dấu vết như dấu vân tay vậy. Anh đặc thù hóa một chục từ hay dùng đến như "OK" hay "Salander". Khi đã có năm thí dụ riêng biệt của một từ, anh bèn dựng biểu đồ liên quan đến thời lượng bỏ ra để nói cái từ đó, đến sắc thái nào của tiếng nói cũng như dải tần mà nó có, cái từ đó kết thúc cao hay thấp và chừng một chục chỉ dấu khác nữa. Kết quả là dựng nên một đồ họa. Bằng cách này Dịch Bệnh cũng có thể kiểm soát được các cuộc gọi đi từ máy của Ekstrom. Nhờ một trong một chục từ nói chung hay dùng đến, ăng ten chảo của Bộ Ba sẽ thường xuyên nghe được mỗi cuộc gọi có đường biểu diễn đặc trưng của Ekstrom. Kỹ thuật này không hoàn hảo nhưng anh đã kiểm soát và ghi âm lại được xấp xỉ một nửa các cuộc gọi mà Ekstrom dùng bằng máy di động của ông ở bất cứ đâu gần với Sở Chỉ huy cảnh sát.

Hệ thống có một chỗ yếu trông thấy. Một khi Ekstrom rời Sở Chỉ huy cảnh sát thì không thể kiểm soát máy di động của ông nữa, trừ phi Bộ Ba biết ông đang ở đâu rồi cho xe của anh đỗ kề vào cạnh.

Được cấp trên cao nhất cho phép, Edklinth đã có thể dựng lên một bộ phận tác chiến chính thức. Ông nhặt lấy bốn đồng nghiệp, những tài năng trẻ hơn được chọn theo chủ ý và từng có kinh nghiệm ở lực lượng cảnh sát chính quy cũng như chỉ vừa mới được tuyển vào SIS xong. Hai người có quá khứ làm việc ở Vụ Chống Gian lận, một từng ở cảnh sát tài chính và một ở Vụ Trọng Án. Họ được triệu tập đến văn phòng Edklinth, nghe trao nhiệm vụ cũng như yêu cầu phải giữ bí mật tuyệt đối. Ông nói hẳn ra là cuộc điều tra này tiến hành theo lệnh đặc biệt của Thủ tướng. Thanh tra Figuerola được cử làm sếp của họ, cô lãnh đạo cuộc điều tra với một sức mạnh tương xứng với vẻ ngoài của thân hình cô.

Nhưng cuộc điều tra diễn ra chậm. Phần lớn là vì không ai biết chắc hoàn toàn rằng đang điều tra ai và điều tra cái gì. Nhiều phen Edklinth và Figuerola đã tính chuyện gọi Martensson đến thẩm vấn nhưng lại quyết định hãy khoan. Bắt hắn sẽ rút dây động rừng, làm lộ ra là đang có cuộc điều tra.

Cuối cùng, ngày thứ Ba, mười một hôm sau cuộc họp với Thủ tướng, Figuerola đến văn phòng Edklinth.

- Tôi nghĩ là chúng ta có được một cái gì rồi đấy.

- Ngồi xuống đi.

- Evert Gullberg. Một trong các điều tra viên của chúng ta đã nói chuyện với Marcus Erlander, người lãnh đạo cuộc điều tra vụ giết Zalachenko. Theo Erlander, hai giờ sau vụ án mạng, SIS đã tiếp xúc ngay với cảnh sát Goteborg, cho họ thông tin về các bức thư đe dọa của Gullberg.

- Thế thì nhanh đấy nhỉ.

- Hơi bị nhanh. SIS đã fax đi chín bức thư mà người ta cho là Gullberg viết. Chỉ vướng có một vấn đề.

- Vấn đề gì?

- Hai trong các bức thư đã gửi đến Bộ Tư pháp - cho ông Bộ trưởng và cho Thứ trưởng.

- Tôi biết chuyện đó.

- Vâng, nhưng mãi đến hôm sau thư gửi cho ông Thứ trưởng tới văn phòng Bộ. Vậy là thư đến tay người nhận muộn hơn.

Edklinth nhìn chằm chằm Figuerola. Ông rất sợ là mối nghi ngờ của mình lại được minh chứng là có cơ sở. Figuerola vẫn tưng tửng nói tiếp.

- Vậy có chuyện là SIS gửi đi bản fax một thư đe dọa khi nó còn chưa tới được địa chỉ.

- Trời đất, - Edklinth nói.

- Một ai đó ở Bảo vệ Nhân thân đã fax các thư ấy đi.

- Ai?

- Tôi nghĩ người ấy không liên quan đến vụ này. Các thư từ đến bàn làm việc của ông ấy vào buổi sáng và ngay sau vụ án mạng ông ấy liền được lệnh liên hệ với cảnh sát Goteborg.

- Ai bảo ông ấy?

- Người trợ lý của ông Chánh Văn phòng.

- Lạy Chúa, Monica. Cô có biết như thế nghĩa là gì không? Nghĩa là SIS dính líu vào vụ giết Zalachenko.

- Không nhất thiết. Nhưng nó nói lên dứt khoát rằng trước khi vụ án mạng xảy ra, một số cá nhân ở SIS đã biết. Còn lại có mỗi vấn đề là: ai đây?

- Ông Chánh Văn phòng...

- Vâng. Nhưng tôi bắt đầu ngờ rằng câu lạc bộ Zalachenko này là ở bên ngoài cơ quan.

- Ý cô là sao?

- Martensson. Bị đưa ra khỏi Bảo vệ Nhân thân, hắn đã về làm việc cho riêng hắn. Tuần trước chúng ta đã theo dõi hắn suốt ngày đêm. Như có thể nói hắn không tiếp xúc với ai ở SIS. Hắn nhận được cuộc gọi từ một máy di động mà chúng ta không kiểm soát được. Chúng ta không biết số máy di động này, nhưng đấy không phải là số máy di động bình thường của hắn. Hắn đã gặp người tóc vàng nhưng chúng ta chưa nhận diện ra được.

Edklinth cau mày. Cùng lúc Anders Berglund gõ cửa. Anh là người ở trong nhóm mới, sĩ quan từng làm việc với cảnh sát tài chính.

- Tôi nghĩ chúng ta đã tìm ra Evert Gullberg, - Berglund nói.

- Vào đi, - Edklinth nói.

Berglund để một bức ảnh đen trắng bị quăn góc lên bàn. Edklinth và Figuerola nhìn bức ảnh, hai người nhận ra ngay người trong ảnh. Ông ta bị hai sĩ quan cảnh sát thường phục vai to bề bề dắt qua một khung cửa. Đại tá Stig Wennerstrom*, viên gián điệp hai mang đã thành truyền thuyết.

- Bức ảnh này là của Nhà xuất bản Ahlens & Akerlunds, đã được sử dụng trên tạp chí Se mùa xuân năm 1964. Bức ảnh chụp trong phiên tòa xét xử. Đằng sau Wennerstrom, các vị có thể nhìn thấy ba người. Bên phải là thám tử sĩ quan cảnh sát cao cấp Otto Danielsson, người đã bắt ông ta.

- Vâng...

- Hãy nhìn người ở đằng sau, bên trái Danielsson.

Họ thấy một người cao lớn đội mũ phớt và để ria mép. Edklinth thấy ông ta nom nhang nhác nhà văn Dashiell Hammett[1].

- So mặt ông ta với tấm ảnh hộ chiếu của Gullberg mà xem, cái này chụp lúc Gullberg sáu mươi sáu tuổi.

Edklinth cau mày.

- Có lẽ tôi không dám thề rằng hai ảnh này là của một người...

- Mà là một đấy, - Berglund nói. - Lật bức ảnh lại đi.

Mặt sau có một con dấu nói bức ảnh là của Nhà xuất bản Ahlens & Akerlunds và tên người chụp là Julius Estholm. Có mấy câu viết bằng bút chì. *Stig Wennerstrom bị hai sĩ quan cảnh sát điệu đi vào tòa án quận Stockholm. Ở đằng sau là O. Danielsson, E. Gullberg và H. W. Francke.*

- Evert Gullberg, - Figuerola nói. - Hắn ở SIS.

---

* **Đại tá Stig Wennerstrom** của không quân Thụy Điển bị kết án phản bội năm 1964. Trong thập niên 50, ông bị nghi là để rò rỉ các kế hoạch phòng thủ cho Liên Xô và năm 1963 thì bị người hầu gái đã được Sapo tuyển dụng tố giác việc này. Mới đầu bị tuyên án tù chung thân, năm 1973, án này đã đổi thành hai mươi năm tù và ông chỉ chịu án có mười năm. Ông chết năm 2006. Chớ lẫn với Hans-Erik Wennerstrom, nhà tài phiệt gian giảo xuất hiện ở *Cô gái có hình xăm rồng* và *Cô gái đùa với lửa*.

[1] Dashiell Hammett (1894 - 1961): nhà văn Mỹ, chuyên viết tiểu thuyết hình sự.

- Không, - Berglund nói. - Về kỹ thuật thì không. Ít nhất là vào lúc chụp bức ảnh này.

- Ô?

- Phải bốn tháng sau mới thành lập SIS. Lúc chụp ở đây hắn vẫn còn làm việc cho Cảnh sát Bí mật của Nhà nước.

- H.W. Francke là ai? - Figuerola nói.

- Hans Wilhelm Francke, - Edklinth nói. - Chết hồi đầu những năm 90 nhưng là Phó giám đốc Cảnh sát Bí mật của Nhà nước hồi cuối những năm 50 và đầu 60. Ông ta là một chút xíu truyền thuyết đấy, y như Otto Danielsson. Tôi đã thực sự gặp ông ta hai ba lần.

- Thế thôi sao? - Figuerola nói.

- Cuối những năm 60, ông ấy thôi ở SIS. Francke và P.G. Vinge không bao giờ nhìn mặt nhau. Và ông ấy ít nhiều đã bị buộc phải về hưu ở tuổi năm mươi hay năm mươi lăm. Rồi ông ấy mở cửa hàng riêng.

- *Cửa hàng* của ông ấy?

- Ông ấy trở thành cố vấn an ninh cho công nghiệp. Ông ấy có văn phòng ở Stureplan nhưng thỉnh thoảng cũng có lên lớp ở các khóa huấn luyện của SIS.

- Vinge và Francke mâu thuẫn nhau về chuyện gì?

- Hai người rất khác nhau. Francke có chút nào cao bồi, nhìn đâu cũng thấy tình báo Xô viết KGB; còn Vinge là một người quan liêu kiểu cũ. Không lâu sau đó Vinge bị sa thải. Hơi buồn cười một chút là vì ông ấy nghĩ Thủ tướng Palme làm việc cho KGB.

Figuerola xem tấm ảnh của Gullberg và Francke đứng cạnh nhau.

- Tôi nghĩ đây là lúc chúng ta có một câu chuyện khác nữa để nói với Công lý, - Edklinth bảo cô.

- *Millennium* ra hôm nay, - Figuerola nói.

Edklinth nhìn xoáy một cái vào cô.

- Không nói gì hết đến vụ Zalachenko, - cô nói.

- Vậy cho tới số tạp chí sau, chúng ta còn một tháng. Thế thì tốt. Nhưng chúng ta phải làm việc với Blomkvist. Trong cái mớ rối tung này, anh ta cứ y như là một quả lựu đạn đã mở chốt vậy.

CHƯƠNG 17

Thứ Tư, 1 tháng Sáu

Khi đi đến chiếu giữa bên ngoài căn hộ trên tầng thượng của anh tại số 1 Bellmansgatan, Blomkvist không ngờ có người đã ở lòng giếng cầu thang. Đang 7 giờ tối. Anh đứng sững lại lúc thấy một phụ nữ tóc vàng quăn cắt ngắn ngồi ở bậc thang trên cùng. Anh nhận ra ngay cô là Monica Figuerola của SIS ở bức ảnh hộ chiếu mà Karim đã mò ra.

- Chào Blomkvist, - cô vồn vã nói, gấp quyển sách đang đọc lại.

Blomkvist nhìn quyển sách, thấy nó là tiếng Anh, nói về ý tưởng Thượng đế ở thế giới cổ đại. Anh nhìn kỹ cô gái khi cô ta đứng lên. Cô mặc một váy dài mùa hè ngắn tay và rải một chiếc jacket da mầu gạch lên bậc thang trên cùng.

- Chúng tôi cần nói chuyện với anh, - cô nói.

Cô cao, cao hơn anh, ấn tượng này lại càng lớn hơn khi cô đứng ở trên anh hai bậc. Anh nhìn cánh tay rồi chân cô, thấy bắp thịt cô nở nang hơn anh nhiều.

- Mỗi tuần cô để ra hai giờ ở phòng tập thể thao, - anh nói.

Cô mỉm cười, lấy thẻ căn cước ra.

- Tên tôi là...

- Monica Figuerola, sinh năm 1969, sống ở Pontonjargatan trên đường Kingsholmen. Người từ Borlange đến làm việc ở cảnh sát Uppsala. Cô đã làm ba năm ở SIS, Bảo vệ Hiến pháp. Cô là dân nghiện tập thể thao, từng là lực sĩ hạng đầu, suýt thì tham gia đội Olympic Thụy Điển. Cô muốn gì với tôi đây nào?

Cô ngạc nhiên nhưng nhanh chóng lấy lại thế chủ động.

- Khá bợm đấy, - cô thấp giọng nói. - Biết về tôi như vậy thì anh chả phải sợ tôi nữa rồi.

- Tôi không sợ ư?

- Có vài người cần nói chuyện yên lành và nhỏ nhẹ với anh. Vì nhà và di động của anh có vẻ bị cài bọ nên chúng tôi có lý do để giữ bí mật và tôi được cử đến mời anh.

- Nhưng sao tôi lại phải đi đến bất cứ đâu với một người làm việc cho Sapo thế chứ nhỉ?

Cô nghĩ một lát.

- Được... hoặc anh có thể nhận một lời mời thân thiện của cá nhân hoặc thích để tôi còng tay anh lại đưa đi.

Cô mỉm cười dịu dàng.

- Blomkvist, xem đây, tôi biết không có nhiều lý do để anh tin bất cứ ai ở SIS đến. Nhưng thế này: không phải ai làm ở đấy cũng là kẻ thù của anh, mà cấp trên của tôi thì muốn nói chuyện với anh. Vậy anh thích sao nào? Còng tay hay tự nguyện?

- Năm nay tôi đã bị cảnh sát còng tay một lần rồi. Thế đã đủ. Chúng ta đi đâu đây?

Cô đỗ xe ở quanh góc phố xuống đường Pryssgrand. Khi họ đã yên vị trong chiếc Saab 9-5 mới của cô, cô mở di động bấm gọi.

- Mười lăm phút nữa chúng tôi sẽ đến.

Cô bảo anh thắt dây an toàn rồi lái qua Slussen tới Ostermalm, đỗ ở một phố ngách bên ngoài Artillerigatan. Cô ngồi im một lúc rồi nhìn anh.

- Blomkvist, đây là một lời mời thân thiện. Anh không gặp phải bất cứ chuyện gì hết.

Blomkvist không nói năng. Anh chưa phán xét vội cho tới khi anh biết đây là chuyện gì. Cô bấm vào mã số ở cửa ra phố. Họ đi thang máy lên tầng năm, đến một căn hộ có đề tên Martinsson ở cửa.

- Chúng tôi mượn chỗ này cho cuộc gặp tối nay, - cô mở cửa ra nói. - Sang bên phải, vào phòng khách.

Người đầu tiên Blomkvist trông thấy là Torsten Edklinth, điều này không lạ vì Sapo từng dính sâu vào vụ việc đã xảy ra và Edklinth là sếp của Figuerola. Việc ông Giám đốc Bảo vệ Hiến pháp bỏ công ra đưa anh đến đây nói lên rằng một ai đó đang phải căng đầu óc. Rồi anh nhìn thấy một nhân vật ở gần cửa sổ. Đây thì *đúng là* một sự ngạc nhiên.

Rồi anh nghe thấy một tiếng động ở bên phải và nhìn thấy Thủ tướng ở ghế đứng dậy. Chuyện này anh không hề chờ đợi.

- Chào ông Blomkvist, - Thủ tướng nói. - Thứ lỗi cho chúng tôi đã vắn gọn triệu tập ông đến cuộc họp này, nhưng chúng tôi đã bàn về tình hình và tán thành rằng chúng tôi cần nói chuyện với ông. Tôi có thể mời ông uống chút cà phê hay thứ gì khác không?

Blomkvist nhìn quanh. Anh thấy một bàn ăn bằng gỗ tối màu la liệt những cốc, tách cà phê và bánh sandwich thừa lại. Họ đã ở đây đến hai tiếng đồng hồ rồi.

- Nước Ramlosa, - anh nói.

Figuerola rót cho anh một cốc nước khoáng. Họ ngồi xuống đi văng, còn cô vẫn ở phía sau.

- Anh ấy nhận ra tôi, biết tên tôi, chỗ tôi ở, chỗ tôi làm việc và tôi là dân nghiền thể dục, - Figuerola như nói cho riêng mình.

Thủ tướng liếc nhanh về Edklinth rồi Blomkvist. Blomkvist lập tức nhận thấy mình cũng có đôi chút sức mạnh. Thủ tướng cần một cái gì đó ở anh và anh cho rằng có lẽ ông không rõ là anh biết đến đâu hay anh không biết gì cả.

- Sao anh biết thanh tra Figuerola là ai? - Edklinth nói.

Blomkvist nhìn Giám đốc Bảo vệ Hiến pháp. Anh không thể hiểu rõ tại sao Thủ tướng lại bố trí gặp anh tại một căn hộ mượn ở Ostermalm, nhưng thình lình anh cảm thấy phấn khích. Dẫn đến bước này cũng đơn giản thôi. Armansky châm ngòi chuyện này bằng cách đưa thông tin cho một ai đó mà ông tin cậy. Người này chắc là Edklinth hay một ai thân cận với ông ta. Blomkvist thử nói cầu âu.

- Một người bạn của cả hai bên đã nói với ông, - anh nói với Edklinth. -

Ông cử Figuerola đi xem chuyện gì đang xảy ra và cô ấy phát hiện ra rằng một vài người hoạt động cho Sapo đang làm cái việc ghi âm bất hợp pháp điện thoại và đột nhập nhà tôi, ăn cắp các thứ. Như vậy có nghĩa là ông đã xác nhận có tồn tại một cái mà tôi gọi là câu lạc bộ Zalachenko. Điều này làm ông căng đến mức thấy cần phải đẩy xa vấn đề ra hơn nữa nhưng ông ngồi mãi ở văn phòng mà không biết nên đi về ngả nào. Thế là ông tìm Bộ trưởng Tư pháp, đến lượt mình ông Bộ trưởng lại đi tìm Thủ tướng. Và nay thì tất cả chúng ta đang ở đây. Các ông cần gì ở tôi nào?

Blomkvist nói với một vẻ tự tin ngụ ý anh có một nguồn tin ở chính ngay trung tâm của vụ việc này và anh đã theo sát từng bước đi của Edklinth. Anh biết mình đã đoán trúng phóc khi thấy mắt Edklinth mở to ra.

- Câu lạc bộ Zalachenko dò thám tôi, tôi dò thám họ, - Blomkvist nói tiếp. - Và các ông dò thám câu lạc bộ Zalachenko. Tình hình này làm cho Thủ tướng vừa giận vừa không thoải mái. Thủ tướng biết rằng cuộc nói chuyện này kết thúc thì tai tiếng đang chờ nổ ra và Chính phủ sẽ khó có thể sống sót.

Figuerola biết Blomkvist đang chọc. Cô biết làm sao mà anh lại biết được tên cô cùng cỡ giầy của cô để rồi khiến cô phải ngạc nhiên.

Anh ta đã thấy mình ở trong xe tại Bellmansgatan. Anh ta lấy số đăng ký xe và lần ra mình. Còn ngoài ra là đoán mò.

Cô im không nói.

Lúc này chắc chắn Thủ tướng nom không thoải mái.

- Cái gì chờ đợi chúng tôi ư? - Thủ tướng nói. - Tai tiếng đánh đổ Chính phủ ư?

- Chuyện sống còn của Chính phủ không phải là bận tâm của tôi, - Blomkvist nói. - Việc của tôi là phơi bày ra những thứ tởm lợm như câu lạc bộ Zalachenko.

Thủ tướng nói:

- Việc của tôi là cai quản đất nước theo đúng Hiến pháp.

- Như thế có nghĩa là việc của tôi chắc chắn là việc của Chính phủ. Và chiều ngược lại thì không có.

- Chúng ta có thể thôi vòng vèo mầu mè như thế này không? Tại sao ông nghĩ tôi bố trí cuộc gặp này?

- Để tìm hiểu xem tôi biết những gì và tôi định làm gì.

- Đúng một phần. Nhưng chính xác hơn là chúng ta đang sa vào một cuộc khủng hoảng về Hiến pháp. Cho tôi nói trước là Chính phủ tuyệt đối không dính tay vào việc này. Chúng tôi đã để cho chuyện không hay xảy ra, chắc chắn là như thế rồi. Tôi không nghe nói đến cái... mà ông gọi là câu lạc bộ Zalachenko bao giờ cả. Ông Bộ trưởng đây cũng chưa bao giờ nghe thấy một lời nào về chuyện này. Torsten Edklinth, sĩ quan cao cấp trong SIS, từng làm việc nhiều năm ở Sapo cũng không hay biết đến nó.

- Đấy vẫn không phải là chuyện của tôi.

- Tôi tán thành điều này. Điều mà tôi muốn biết là thời điểm ông cho đăng bài báo như ông nói và chính xác ra thì cái mà ông định đăng lên kia là gì. Và việc này không có liên quan gì đến chuyện sửa sai.

- Không liên quan sao?

- Ông Blomkvist, điều xấu nhất và khả thi mà tôi có thể làm trong tình hình này là cố ảnh hưởng đến độ dài ngắn hay nội dung bài báo của ông. Nhưng thay vào đó tôi đề nghị cộng tác.

- Xin nói rõ ạ.

- Do xác nhận có một âm mưu tồn tại trong nội bộ một bộ phận đặc biệt nhạy cảm của chính quyền, tôi đã ra lệnh điều tra. - Thủ tướng quay sang Bộ trưởng Tư pháp. - Xin nói rõ ra các chỉ thị của Chính phủ.

- Rất đơn giản, - Bộ trưởng Tư pháp nói. - Torsten Edklinth được giao nhiệm vụ tìm xem liệu chúng ta có thể xác nhận được điều này hay không. Ông ấy phải thu thập các thông tin có thể chuyển tới Tổng Công tố viên. Đến lượt Tổng Công tố viên lại phải quyết định xem có thể khép tội và khởi tố hay không. Chỉ thị là rõ ràng. Tối nay Edklinth báo cáo về cuộc điều tra đang được tiến hành như thế nào. Chúng tôi đã bàn lâu đến các hệ lụy về Hiến pháp - rõ ràng là chúng tôi muốn xử lý chuyện này một cách tử tế.

- Dĩ nhiên, - Blomkvist nói với cái giọng cho thấy anh không mấy tin vào lời bảo đảm của Thủ tướng.

- Cuộc điều tra đã đi tới một giai đoạn nhạy cảm. Chúng tôi chưa nhận diện được chính xác những ai dính líu vào. Phải mất thì giờ. Thế cho nên chúng tôi đã cử thanh tra Figuerola mời ông đến dự cuộc họp này.

- Thật ra đây không phải là một lời mời.

Thủ tướng cau mày nhìn Figuerola.

- Nhưng không sao, - Blomkvist nói. Chị thanh tra đã cư xử rất gương mẫu. Xin đi vào vấn đề.

- Chúng tôi muốn biết ngày các ông xuất bản số báo kia. Chúng tôi tiến hành hết sức bí mật cuộc điều tra này. Nếu Edklinth chưa điều tra xong mà các ông xuất bản thì công việc có cơ thất bại mất.

- Vậy các ông muốn tôi xuất bản vào lúc nào? Tôi chắc là sau cuộc bầu cử chứ?

- Chuyện đó các ông tự quyết định lấy. Đó không phải là chuyện tôi có thể ảnh hưởng tới. Hãy cho chúng tôi biết đích xác hạn cuối cùng của chúng tôi là khi nào.

- Tôi hiểu. Ông nói đến một sự cộng tác...

Thủ tướng nói:

- Vâng, nhưng trước hết hãy để cho tôi nói rằng trong hoàn cảnh bình thường thì tôi đã chẳng mơ tới chuyện mời một nhà báo đến một cuộc họp như thế này đâu.

- Chắc trong hoàn cảnh bình thường thì ông sẽ làm mọi cái có thể để giữ cho các nhà báo ở xa một cuộc họp như thế này.

- Hoàn toàn là như thế đó. Nhưng tôi hiểu rằng nhiều yếu tố đã lái dẫn ông. Ông nổi tiếng là khi dính đến chuyện tham nhũng, sai phạm, thì không có rút quả đấm về. Trong trường hợp này chúng ta đã không bị các ý kiến khác biệt nhau chia rẽ.

- Có khác không?

- Không, không hề... Hay nói cho đúng hơn... nếu có khác thì có lẽ là về tính chất hợp pháp, nhưng chúng ta cùng chia sẻ một mục tiêu. Nếu có tồn tại câu lạc bộ Zalachenko thì đó không chỉ là một âm mưu tội ác - mà còn là mối đe dọa đến an ninh quốc gia. Các hoạt động này phải được chặn đứng và những kẻ chịu trách nhiệm sẽ phải ra trước pháp luật. Ở điểm này chúng ta tán thành với nhau, đúng không?

Blomkvist gật.

- Tôi hiểu là ông biết chuyện này nhiều hơn bất cứ ai khác. Chúng tôi gợi ý là ông chia sẻ hiểu biết của ông. Nếu đây là một cuộc điều tra chính quy của cảnh sát về một tội phạm thông thường thì người chỉ huy cuộc điều tra sơ bộ có thể quyết định triệu tập ông đến để phỏng vấn. Nhưng như ông có thể đánh giá, đây là một trạng thái cực đoan của sự việc.

Blomkvist cân nhắc tình hình một lúc.

- Và đổi lại - nếu tôi cộng tác thì tôi được gì?

- Không gì cả. Tôi sẽ không mặc cả với ông. Nếu sáng mai ông muốn đăng bài báo lên thì xin cứ việc. Tôi sẽ không để bản thân mình dính dáng vào bất cứ sự vụ mờ ám nào để rồi bị nghi ngờ về mặt hiến pháp. Tôi yêu cầu ông cộng tác là vì lợi ích của đất nước.

- Trong trường hợp này thì "không gì cả" lại có thể là khá nhiều đấy. - Blomkvist nói. - Vì một điều... tôi rất, rất giận Nhà nước và Chính phủ và Sapo và tất cả cái lũ chó chết kia đã đem nhốt vào một bệnh viện tâm thần một cô bé mười hai tuổi mà chẳng có một lý do nào hết cho đến khi cô ấy bị tuyên bố là không có khả năng nắm hiểu pháp luật.

- Lisbeth Salander đã trở thành một vấn đề của Chính phủ, - Thủ tướng mỉm cười nói. - Mikael, cá nhân tôi rất ngỡ ngàng về chuyện đã xảy ra với cô gái. Xin hãy tin khi tôi nói rằng những kẻ chịu trách nhiệm sẽ phải trả lời cho việc làm của họ. Nhưng trước khi làm việc ấy, chúng ta cần phải biết họ là ai đã.

- Ưu tiên của tôi là Salander cần được trắng án và được tuyên bố có năng lực nắm hiểu pháp luật.

- Việc này tôi không thể giúp ông được. Tôi không ở trên pháp luật và tôi không thể chỉ đạo điều mà các công tố viên và tòa án quyết định. Cô ấy phải được một tòa án cho trắng án đã.

- OK, - Blomkvist nói. - Các ông muốn tôi cộng tác. Vậy xin cho tôi được biết đôi chút về cuộc điều tra của Edklinth. Rồi tôi sẽ nói với các ông ngày giờ và nội dung tôi định xuất bản.

- Tôi không thể cho ông biết chuyện đó. Như thế sẽ đặt tôi và ông vào cái mối quan hệ cũng giống như người tiền nhiệm của ông Bộ trưởng đây từng có với nhà báo Ebbe Carlsson mất.

- Tôi không phải là Ebbe Carlsson, - Blomkvist bình thản nói.

- Tôi biết thế. Với lại, Edklinth có thể tự quyết định xem ông ấy chia sẻ được với ông điều gì trong phạm vi công việc của ông ấy.

- Hừm… - Blomkvist nói. - Tôi muốn biết Evert Gullberg là ai.

Mọi người im lặng.

- Gullberg được cho là người trong nhiều năm đã phụ trách cái bộ phận ở bên trong SIS mà ông gọi là câu lạc bộ Zalachenko kia, - Edklinth nói.

Thủ tướng quắc mắt nhìn ông.

- Tôi nghĩ anh ấy biết cả rồi, - Edklinth nói như thể thanh minh.

- Đúng, - Blomkvist nói. - Ông ta bắt đầu làm ở Sapo hồi những năm 50. Thập niên 60 ông ấy trở thành người đứng đầu của một đơn vị nào đó có tên là Bộ phận Phân tích Đặc biệt. Ông ta là người chịu trách nhiệm về vụ Zalachenko.

Thủ tướng lắc đầu.

- Ông biết nhiều hơn là ông cần biết. Tôi rất muốn phát hiện ra làm sao ông lại có được tất cả các thông tin này. Nhưng tôi sẽ không hỏi.

- Có những lỗ hổng trong bài viết của tôi, - Blomkvist nói. - Tôi cần lấp đầy những lỗ hổng đó. Cho tôi thông tin thì tôi sẽ không cố làm cho ông bị liên lụy.

- Là Thủ tướng tôi không có tư cách cung cấp bất cứ thông tin nào như vậy. Còn nếu Edklinth cung cấp thì ông ấy sẽ rất có khả năng bị rắc rối.

- Chớ nên lừa tôi. Tôi biết các ông muốn điều gì, và tôi muốn điều gì thì các ông cũng biết. Nếu cung cấp thông tin cho tôi thì các ông sẽ là các nguồn tin của tôi, và tôi sẽ không tiết lộ danh tính của các ông cho đến khi nào không cần bí mật. Xin đừng hiểu lầm tôi… Tôi sẽ nói sự thật như cái sự thật mà tôi nhìn thấy ở những điều tôi cho đăng lên báo. Nếu các ông gây rắc rối, tôi sẽ vạch các ông ra, tôi sẽ làm mọi cái có thể để đảm bảo là ông sẽ không được bầu lại. Nhưng tôi chưa có lý do để tin rằng câu chuyện sẽ phải đến nước ấy.

Thủ tướng liếc nhìn Edklinth. Một lúc sau, ông gật đầu.

Blomkvist coi đó là dấu hiệu Thủ tướng vừa mới phá luật - giá như là một kiểu luật hàn lâm hơn - bằng việc bằng lòng chia sẻ thông tin đã được xếp vào loại bí mật với một nhà báo.

- Tất cả các việc này đều có thể giải quyết hoàn toàn đơn giản, - Edklinth nói. - Tôi có toán điều tra riêng và tôi tự quyết định xem nên tuyển đồng nghiệp nào cho cuộc điều tra. Chúng tôi không dùng anh cho cuộc điều tra được vì như vậy nghĩa là buộc anh phải thề giữ gìn bí mật. Nhưng tôi có thể thuê anh làm cố vấn bên ngoài.

Từ giây phút bước vào chỗ của Morander, cuộc sống của Berger lập tức bị toàn những họp hành và công việc lèn đầy mất hết cả đêm lẫn ngày.

Cho mãi tới tối thứ Tư, gần hai tuần sau khi Blomkvist cho chị các giấy tờ tìm hiểu của Cortez về Borgsjo, chị mới có thì giờ nhòm đến câu chuyện. Lúc mở tập hồ sơ chị mới thấy mình sở dĩ chần chừ là vì chị thực sự không muốn đối mặt với vấn đề này. Chị biết dù giải quyết thế nào thì cũng khó tránh được tai họa.

Chị về nhà ở Saltsjobaden lúc 7 giờ, sớm hơn thường lệ và chỉ khi sắp tắt hệ thống báo động ở gian sảnh, chị mới nhớ ra là chồng mình không ở nhà. Chị đã hôn anh một cái dài sáng nay vì anh bay đi Paris giảng bài và cuối tuần mới về. Chị không biết anh lên lớp ở đâu hay các bài giảng là về vấn đề gì.

Chị lên gác, mở nước tắm và cởi quần áo. Chị mang hồ sơ của Cortez theo rồi bỏ nửa giờ ra đọc hết bài báo. Chị không thể làm gì khác trừ mỉm cười. Cậu trai trẻ này sẽ là một phóng viên gớm đây. Anh ta hai mươi sáu tuổi, ở *Millennium* đã bốn năm, vừa tốt nghiệp trường báo đã về đầu quân ngay. Chị cảm thấy đôi chút tự hào. Bài báo từ đầu đến cuối mang dấu ấn của *Millennium*, tỉ mỉ đến chân tơ kẽ tóc.

Nhưng chị cũng cảm thấy nản dữ dội. Borgsjo là một người tốt và chị mến ông. Ông ăn nói nhẹ nhàng, sắc sảo và có sức hấp dẫn, xem vẻ như không bận tâm đến uy tín. Ngoài ra ông là người chủ thuê chị. *Sao ông lại có thể ngu ngốc đến độ quá đáng như thế được cơ chú?*

Chị nghĩ hay là có thể có một cách giải thích khác, hoặc là có vài ba tình tiết giảm khinh, nhưng chị thừa biết là sẽ không thể giải thích trôi được chuyện này.

Chị để tập hồ sơ lên thành cửa sổ, duỗi tay ra ngoài bồn tắm để cân nhắc tình thế.

Millennium sắp đăng bài báo, hẳn là thế rồi. Nếu còn ở đấy chị cũng sẽ không do dự. *Millennium* rỉ tai trước cho chị bài báo chỉ là một cử chỉ lịch sự - họ muốn làm giảm nhẹ đi tổn thất của cá nhân chị. Nếu tình hình đảo ngược lại - nếu *SMP* có phát hiện gì đó làm tổn hại đến Chủ tịch Hội đồng Quản trị của *Millennium* (mà chính lại là chị) - họ sẽ chẳng nể hà.

Bài báo đăng lên sẽ là một đòn mạnh đánh vào Borgsjo. Điều gây tổn hại không phải là công ty của ông ta, Liên doanh Vitavara, đã nhập hàng hóa của một đối tác nằm trong danh sách đen của Liên Hợp Quốc về các công ty dùng lao động trẻ con - và trong trường hợp này cả lao động, dưới dạng tù nhân nữa, không nghi ngờ gì một số người tù đó còn là tù chính trị. Điều thực sự tai hại là Borgsjo biết tất cả các chuyện đó nhưng vẫn tiếp tục đặt mua trang thiết bị nhà vệ sinh của Công nghiệp Fong Soo. Đây là dấu hiệu về kiểu tham lam không biết kiềm chế, khó có thể bỏ qua được, khi mà nhân dân Thụy Điển đang thức tỉnh trước những tiết lộ về các nhà tư bản phạm tội khác như nguyên Chủ tịch công ty Skandia.

Borgsjo sẽ thản nhiên mà nói rằng ông không biết tình hình ở Fong Soo nhưng Cortez lại có bằng chứng vững chắc. Nếu Borgsjo đi theo chiến thuật này, ông sẽ bị vạch tội là dối trá. Tháng Sáu năm 1997, Borgsjo đã đến Việt Nam để ký các hợp đồng đầu tiên. Ông ở đó mười ngày và nhân dịp ấy đã đi quanh hết các nhà máy của công ty. Nếu ông nói không biết rằng nhiều công nhân ở đó ở tuổi vị thành niên thì ông sẽ bị coi là một thằng ngu.

Cortex đã chứng minh rằng năm 1999, Ủy ban về Lao động Trẻ em của Liên Hợp Quốc đã liệt Công nghiệp Fong Soo vào danh sách các công ty bóc lột sức lao động trẻ con và chuyện đó đã là đề tài của nhiều bài báo. Hai tổ chức chống lao động trẻ em, một cái được thế giới biết đến là Nỗ lực Chung của Quốc tế Chống lại Lao động Trẻ em ở London đã viết nhiều thư cho các công ty đặt hàng với Fong Soo. Bảy thư đã được gửi đến Liên doanh Vitavara, hai trong số đó là cho cá nhân Borgsjo. Tổ chức ở London đang rất muốn cung cấp bằng chứng. Liên doanh Vitavara đã không trả lời một thư nào.

Còn tệ hơn, Borgsjo đến Việt Nam hai lần, năm 2001 và năm 2004, để gia hạn hợp đồng. Đây là *coup de grâce*, cú đòn kết liễu. Borgsjo không thể nói là không biết được nữa.

Cơn bão không sao tránh khỏi của báo chí chỉ có thể dẫn đến một điều. Nếu Borgsjo thông minh, ông sẽ xin lỗi và từ chức khỏi các vị trí ở các hội đồng quản trị khác nhau. Nếu quyết đấu lại, ông cầm chắc sẽ bị hủy diệt.

Borgsjo có là Chủ tịch Hội đồng Quản trị của Liên doanh Vitavara hay không, Berger dửng dưng. Với chị, điều quan trọng nằm ở chỗ ông là Chủ tịch Hội đồng Quản trị của *SMP*. Vào lúc tờ báo đang chênh vênh và một chiến dịch trẻ hóa đang được tiến hành, *SMP* không thể cho phép giữ ông làm Chủ tịch.

Berger đã quyết định.

Chị muốn đi gặp Borgsjo, đưa cho ông tài liệu, qua đó hy vọng thuyết phục ông từ chức trước khi bài báo được đăng lên.

Nếu ông khăng khăng cố thủ, chị sẽ kêu gọi Hội đồng Quản trị họp khẩn cấp, nói rõ tình hình, buộc họ miễn nhiệm Borgsjo. Và nếu họ không nghe thì chị sẽ phải từ chức, có hiệu lực ngay tức thì.

Chị nghĩ miên man đến nỗi nước tắm đã lạnh đi. Chị dội vòi sen, lau khô người và đi về phòng ngủ mặc váy ngủ vào. Rồi nhặt di động gọi Blomkvist. Không trả lời. Chị xuống gác pha chút cà phê, và lần đầu tiên từ ngày về *SMP*, chị mở tivi xem có phim gì không để xem cho thư giãn.

Khi đi vào phòng khách, chị cảm thấy đau buốt ở chân. Nhìn xuống chị thấy máu. Chị bước nữa thì cả bàn chân đau nhói và chị phải nhảy lò cò đến một chiếc ghế thời cổ để ngồi xuống. Chị giơ chân lên, ngắm nghắm thấy một mảnh thủy tinh đã đâm vào gót.

Thoạt tiên chị thấy muốn xỉu. Rồi chị lấy tinh thần, cầm lấy mảnh thủy tinh và rút nó ra. Đau bớt đi nhưng máu ở vết thương chảy ra.

Chị mở một ngăn kéo ở gian sảnh, nơi chị để những khăn quàng, găng tay và mũ. Chị thấy một cái khăn, lấy ra quấn vào bàn chân rồi buộc chặt nó lại. Như thế vẫn chưa đủ, chị lại tự biên tự diễn buộc thêm cho nó một lần băng nữa. Máu liền ngừng chảy rõ.

Chị ngạc nhiên nhìn mảnh thủy tinh rướm máu. *Sao nó lại ở đây?* Rồi chị phát hiện ra nhiều thủy tinh nữa ở sàn gian sảnh. *Lạy Chúa...* Chị nhìn vào trong phòng khách, thấy cửa sổ phong cảnh bị vỡ và mảnh thủy tinh vãi đầy mặt sàn.

Chị trở về cửa trước, đi giầy vào, khi về nhà chị đã đá hất nó ra. Tức là chị đi một chân vào giầy, còn các ngón bên chân bị thương thì rúc vào trong lớp vải băng bó.

Rồi chị thấy viên gạch nằm giữa sàn phòng khách.

Chị tập tễnh đến cửa ban công và ra vườn. Ai đó đã xịt lên bức tường sau nhà những chữ cao đến cả mét:

CON ĐĨ

Đúng 9 giờ tối thì Figuerola giữ cửa xe mở cho Blomkvist lên. Cô đi vòng qua xe ngồi vào ghế người lái.

- Tôi đưa anh về nhà hay anh muốn tôi thả anh xuống đâu?

Blomkvist nhìn rọi về trước mặt.

- Nói cho thật thà, tôi cũng hơi hoảng. Trước đây tôi chưa trực diện với Thủ tướng bao giờ.

Figuerola cười thành tiếng, cô nói:

- Anh chơi nước bài rất hay. Tôi không ngờ anh lại là một tay chơi pôkơ giỏi như thế.

- Tôi đã cân nhắc từng chữ một.

- Dĩ nhiên, nhưng điều tôi muốn nói là anh đã làm ra bộ biết nhiều hơn so với điều kỳ thực anh biết. Tôi thấy cái đó khi tôi hiểu làm sao anh lại nhận được ra tôi.

Blomkvist quay lại nhìn chiều nghiêng mặt cô.

- Anh ghi lại biển đăng ký xe của tôi khi tôi đỗ xe trên quả đồi bên ngoài chung cư của anh. Anh làm ra bộ anh đã biết những gì được bàn đến ở Văn phòng Thủ tướng.

- Sao lúc ấy cô không nói gì cả? - Blomkvist nói.

Cô ngoắt nhanh nhìn anh và quay xe về Grev Tregatan.

- Quy tắc trò chơi. Lẽ ra tôi không nên đỗ chỗ đó, nhưng không còn đâu khác nữa để đỗ xe. Anh rất chú ý đến xung quanh phải không?

- Cô ngồi nói vào di động, một bản đồ trải ra trên ghế bên cạnh. Tôi ghi số xe cô rồi làm một cuộc kiểm tra quen thuộc. Xe nào làm cho tôi chú ý thì tôi kiểm tra. Thường thì không có gì đáng kể. Ở trường hợp cô, tôi phát hiện thấy cô làm việc cho Sapo.

- Tôi đang theo Martensson.

- A ha! Đơn giản quá.

- Rồi tôi phát hiện ra anh đang bám đuôi hắn, dùng Susanne Linder ở An ninh Milton.

- Armansky dặn cô ấy để mắt tới những gì xảy ra quanh căn hộ của tôi.

- Do cô ấy đi vào chung cư của anh nên tôi cho là Milton đã bố trí kiểm soát bí mật căn hộ của anh.

- Đúng. Chúng tôi có một cuốn phim rất hay về việc họ đột nhập vào nhà và lục lọi hết giấy tờ của tôi như thế nào. Martensson mang theo hẳn một máy sao chụp nhỏ. Cô có nhận diện được kẻ tòng phạm với Martensson không?

- Gã đó không quan trọng. Một thợ khóa có tiền án và chắc được thuê để mở cửa.

- Tên là gì?

- Nguồn tin được bảo vệ đấy chứ?

- Dĩ nhiên.

- Lars Faulsson. Bốn mươi bảy. Còn gọi là Falun. Bị tù vì phá két hồi những năm 80 và vài vụ nho nhỏ nữa. Có một cửa hàng khóa ở Norrtull.

- Cảm ơn.

- Nhưng chúng ta hãy để dành những bí mật cho đến ngày mai gặp nhau.

Cuộc họp kết thúc với một thỏa thuận rằng hôm sau Blomkvist sẽ đến Bảo vệ Hiến pháp để xếp đặt việc trao đổi thông tin. Blomkvist suy nghĩ. Họ vừa qua Sergels Torg vào trung tâm thành phố.

- Cô biết gì không? Tôi đói không ngờ chứ lại. Tôi ăn trưa muộn rồi định sẽ làm món mì khi về nhà thì bị cô chẹn bắt mất ở giữa đường. Cô ăn chưa?

- Trước đây một lúc.

- Đưa chúng ta đến một nhà hàng nào mà có thể có thứ gì đó ăn cho tử tế đi.

- Thứ nào ăn được mà chả tử tế.

Anh nhìn cô gái.

- Tôi nghĩ cô là dân nghiền thức ăn lành mạnh.

- Không, tôi là dân nghiền tập tành lành mạnh. Nếu anh tập dữ thì anh ăn cái gì cũng được hết. Nói có cơ sở đấy.

Cô phanh lại ở cầu cạn Klaraberg, suy tính nên thế nào. Thay vì rẽ xuôi xuống Sodermalm, cô cứ đi thẳng tuốt tới Kungsholmen.

- Tôi không biết ở Soder nhà hàng ra sao nhưng tôi biết một chỗ của người Bosnia rất hay ở Friedhemsplan. Món *burek* ngon kỳ ảo.

- Nghe hay đấy, - Blomkvist nói.

Salander cứ chấm máy tính theo kiểu của mình, từng chữ từng chữ một, viết bản tường trình của cô. Cô làm việc trung bình năm giờ một ngày. Cô chú ý diễn đạt cho chính xác. Cô bỏ đi mọi chi tiết có thể dùng để chống lại cô.

Việc cô bị nhốt hóa ra lại tốt. Cô luôn đầy cảnh giác để hễ nghe thấy tiếng chùm chìa khóa lách cách hay một cái chìa tra vào ổ thì lập tức cất chiếc máy tính Palm đi.

Tôi chuẩn bị khóa căn nhà gỗ của Bjurman ở ngoài Stallarholmen thì Carl-Magnus Lundin và Sonny Nieminen đi xe máy đến. Do theo lời Zalachenko và Niedermann đi tìm tôi một hồi mà không ra nên Lundin và Nieminen ngạc nhiên khi thấy tôi ở đây. Magge Lundin xuống xe và nói: "Tao nghĩ con ô môi này cần một củ thìu". Hai người cử chỉ dọa nạt quá khiến tôi phải trông vào quyền tự vệ của tôi. Tôi đi xe máy của Lundin rời hiện trường rồi vứt nó tại trung tâm mua sắm ở Alvsjo.

Chả có lý do nào để tự nguyện đưa ra thông tin rằng Lundin đã gọi cô là con đĩ, hay rằng cô đã cúi xuống nhặt khẩu P38 Wanad của Nieminen lên rồi trừng phạt Lundin bằng cách cho hắn một phát vào chân. Cảnh sát chắc sẽ có thể tự mò ra được điều này nhưng chứng minh nó thì là việc của họ. Cô không muốn thú thật ra một điều gì để giúp cho họ làm ăn dễ hơn mà rồi dẫn tới một án tù cho cô.

Bản tường trình đã lên tới ba mươi ba trang và sắp tới đoạn kết. Ở một vài đoạn cô đặc biệt do dự về các chi tiết và đã phải chật vật để không đưa ra một bằng chứng nào mà như thế nào đó có thể lại mâu thuẫn với nhiều lời tuyên bố của cô. Cô kỹ đến mức đã làm mờ đi một vài bằng chứng rành rành rồi găm nó vào khúc sau trong chuỗi sự việc.

Cô rà lại bản viết, đọc kỹ cái đoạn cô kể luật sư Bjurman đã hiếp cô hung tợn và bạo dâm như thế nào. Đây là chỗ cô bỏ ra nhiều thời gian nhất và là một trong số ít đoạn cô phải viết đi viết lại nhiều lần rồi mới hài lòng. Đoạn này lấy mất mười chín dòng trong tường trình của cô. Cô báo cáo lại y như thật ông ta đã đánh cô, ném cô nằm úp sấp xuống giường, băng kín miệng cô, còng tay cô, vân vân… tất cả đã như thế nào. Rồi cô thuật lại ông ta đã nhiều lần có các hành vi cưỡng dâm cô, gồm cả thâm nhập qua đường hậu môn. Cô tiếp tục kể ông ta trong khi hiếp đã có lần quấn một miếng vải - chính là áo phông của cô - vào quanh cổ cô rồi thắt chặt một hồi, lâu đến nỗi cô đã ngất đi một lúc. Rồi có vài dòng cô tả các dụng cụ ông đã dùng trong khi hiếp, gồm một roi da ngắn, một nút tra lỗ hậu môn, một dương vật giả sần sùi và các cái kẹp ông bấm vào núm vú cô.

Cô cau mày đọc kỹ bản tường trình. Cuối cùng cô nhấc bút gõ thêm ít dòng nữa vào bản viết.

> Một lần, lúc miệng tôi còn bị băng dính dán kín, Bjurman đã bình luận về vài hình xăm và khoen, gồm cả một chiếc nhẫn ở núm vú trái tôi. Hắn hỏi tôi thích xâu lỗ đeo khoen hay sao rồi rời khỏi gian phòng. Hắn trở lại với một cây kim rồi xuyên nó qua núm vú phải của tôi.
>
> -----

Giọng văn thật thà đem lại cho bản văn một màu vẻ siêu thực đến mức nghe ngỡ như một chuyện hoang đường phi lí.

Câu chuyện mộc mạc nghe khó có thể tin nổi.

Cô chủ ý viết thế.

Lúc ấy, cô nghe thấy tiếng lách cách từ chùm chìa khóa của người bảo vệ. Cô lập tức tắt chiếc Palm, để nó vào trong cái hốc ở sau chiếc bàn đầu giường. Đó là Giannini. Cô cau mày. 9 giờ tối và Giannini không hay xuất hiện muộn như thế này.

- Chào Lisbeth.

- Chào.

- Cô thấy trong người thế nào?

- Tôi vẫn chưa kết thúc.

Giannini thở dài.

- Lisbeth, họ định tòa xử vào ngày 13 tháng Bảy này.

- OK thôi.

- Không, không OK. Thời gian đang cạn mà cô thì chưa nói được gì với tôi cả. Tôi bắt đầu nghĩ rằng nhận công việc này là tôi đã phạm một lỗi lớn. Muốn được chút may mắn nào thì cô phải tin tôi chứ. Chúng ta phải cùng làm việc với nhau.

Salander nhìn kỹ chị một lúc. Cuối cùng cô ngả đầu ra sau, trông lên trần nhà.

- Tôi biết cái việc người ta bảo chúng ta làm. Tôi biết kế hoạch của Mikael. Và anh ấy đúng đấy.

- Chỗ ấy thì tôi không chắc lắm.

- Nhưng tôi chắc.

- Cảnh sát muốn lại thẩm vấn cô. Một thám tử ở Stockholm tên là Hans Faste.

- Cứ cho họ thẩm vấn. Tôi không nói gì cả đâu mà.

- Cô phải đưa ra lời khai chứ.

Salander nhìn xoáy vào Giannini.

- Tôi nói lại: chúng ta không nói một câu nào với cảnh sát. Khi chúng ta đến cái tòa án ấy, công tố viên sẽ không có được một chữ nào của tôi trả lời thẩm vấn để mà dựa vào đâu. Họ chỉ có bản tường trình tôi đang viết đây và nó thì phần lớn có vẻ như là phi lí. Trước phiên tòa vài ngày họ sẽ nhận được nó.

- Vậy lúc nào cô mới thực sự ngồi xuống mà lấy giấy bút ra viết bản tường trình ấy?

- Vài hôm nữa chị sẽ có. Nhưng chỉ trước khi mở phiên tòa nó mới đến tay công tố viên.

Giannini nom nghi ngờ. Thình lình Salander mỉm cười thận trọng với chị.

- Chị nói đến lòng tin. Tôi có thể tin chị được không?

- Dĩ nhiên cô có thể tin.

- OK, chị có thể mang trộm vào cho tôi một máy tính xách tay để tôi có thể vào Internet được không?

- Không, dĩ nhiên là không rồi. Chuyện ấy lộ ra thì tôi sẽ bị kết tội và bị tịch thu mất giấy phép hành nghề.

- Nhưng nếu một ai đó đã mang nó vào rồi... thì chị có báo cảnh sát không?

Giannini nhướng lông mày lên.

- Nếu tôi không biết việc đó...

- Nhưng nếu biết thì chị sẽ làm gì?

- Tôi nhắm mắt lại. Thế là thế nào đây?

- Cái máy tính giả thiết ấy sắp sửa gửi đến cho chị một thư điện giả thiết. Tôi muốn chị đọc nó, xong thì lại đến đây.

- Lisbeth…

- Khoan. Chuyện là như thế này. Công tố viên đang chơi với một cỗ bài đã đánh dấu. Bất kể làm gì đi nữa tôi vẫn ở thế bất lợi và mục đích của phiên tòa là trao tôi cho một phòng bệnh tâm thần.

- Tôi biết.

- Nếu muốn sống sót, tôi phải đánh đấm bẩn.

Cuối cùng Giannini gật đầu.

- Lần đầu tiên chị đến gặp tôi, - Salander nói, - chị có một thư ngắn của Blomkvist. Anh ấy viết rằng anh ấy đã nói với chị gần như hết mọi điều, trừ vài ngoại lệ. Một trong các ngoại lệ ấy có liên quan đến các cái tài của tôi mà anh ấy phát hiện ra khi chúng tôi cùng ở Hedestad.

- Đúng thế.

- Anh ấy đang nhắc đến việc tôi cực kỳ giỏi về máy tính. Chẳng hạn như tôi đọc và sao được hết tất cả những gì có trong máy tính của Ekstrom.

Giannini tái nhợt mặt lại.

- Chị không thể dính vào chuyện này. Nên tại phiên tòa chị không thể dùng bất cứ tài liệu gì ở trong đó, - Salander nói.

- Không thể rồi. Về chỗ này cô nói đúng đấy.

- Vậy thì chị không hề biết gì về nó cả nhá.

- OK.

- Nhưng một người khác - anh của chị chẳng hạn - lại có thể chọn trích dẫn lấy những đoạn tài liệu trong đó để mà xuất bản. Chị phải nghĩ đến khả năng ấy khi chị đặt chiến lược cho chị.

- Tôi hiểu.

- Annika, hóa ra phiên tòa này sẽ chống lại những ai dùng phương pháp hung bạo nhất.

- Tôi biết.

- Chị làm luật sư cho thì tôi vui. Tôi tin chị và tôi cần chị giúp.

- Hừm…

- Nhưng nếu tôi dùng các phương pháp vô đạo đức mà chị lại thấy khó khăn thì chúng ta sẽ thua tại phiên tòa.

- Đúng.

- Và nếu thành ra như thế thật thì tôi cần biết ngay bây giờ. Tôi sẽ cần phải tìm cho mình một luật sư mới.

- Lisbeth, tôi không thể phá luật.

- Chị chẳng phải phá luật nào hết. Nhưng tôi là thế nào thì chị phải nhắm mắt lại với cái sự thật ấy. Chị có thể làm được như thế không?

Salander nhẫn nại chờ chừng một phút cho đến khi Annika gật đầu.

- Tốt. Để tôi nói với chị những điểm chủ yếu mà tôi sắp đưa vào bản tường trình.

Figuerola nói đúng. Món *burek* kỳ ảo. Blomkvist quan sát kỹ cô khi cô từ nhà vệ sinh đi ra. Cô di chuyển duyên dáng như một diễn viên ba lê, nhưng cô có một thân hình như... hừm... Blomkvist không tránh khỏi bị mê hoặc.

- Cô tập nặng đã bao lâu rồi? - Anh nói.

- Từ hồi mười lăm, mười sáu.

- Thế mỗi tuần tập mấy giờ?

- Hai giờ một ngày. Có khi ba.

- Tại sạo? Ý là tôi hiểu tại sao người ta tập nặng nhưng...

- Anh nghĩ thế là thái quá.

- Tôi cũng không chắc là mình nghĩ gì.

Cô mỉm cười và có vẻ không giận câu nhận xét của anh.

- Có thể chỉ là anh chướng mắt vì thấy một cô gái cơ bắp tú ụ. Anh có nghĩ như thế là đáng ngán hay là không nữ tính không?

- Không, không hề. Hợp với cô, như thế nào đó. Cô rất khêu gợi.

Cô cười thành tiếng.

- Nay tôi đang bớt tập đi. Mười năm trước, tôi đã rèn luyện thể hình. Món ấy mặt trơ trán bóng. Nhưng nay tôi cần chú ý để cho cơ bắp không hóa ra bệu. Tôi không thích bị phục phịch. Cho nên mỗi tuần tôi cử tạ một lần, ngoài thì giờ đó ra tập tạp một ít món, hay chạy, chơi cầu lông, hay bơi, các kiểu như vậy. Đấy là tập thể dục chứ không phải là rèn luyện nặng.

- Tôi hiểu.

- Lý do tôi tập nặng là vì nó cho ta cảm tưởng ta lớn. Những người tập luyện hết sức nặng vẫn có cái ấn tượng bình thường này. Cơ thể sản sinh ra một hóa chất diệt cái đau và anh đâm ra nghiện nó. Nếu ngày ngày anh không chạy thì sau một thời gian anh sẽ có những triệu chứng của lúc cai nghiện. Anh cảm thấy một tình ý hạnh phúc rất lớn khi anh đem mình hiến dâng cho một cái gì đó. Nó mãnh liệt gần như là tính dục lành mạnh.

Blomkvist cười thành tiếng.

- Anh nên bắt đầu tập nặng đi, - cô nói. - Eo anh đang hơi bị dầy đấy.

- Tôi biết, - anh nói. - Ý thức phạm tội thường trực đấy. Có hồi tôi đã chạy đều đặn và sụt được hai cân. Rồi tôi mắc vào một cái gì đó và trong một hai tháng không có thì giờ tập nữa.

- Ít tháng gần đây anh khá bận. Tôi đã đọc nhiều thứ của anh. Anh nhanh hơn cảnh sát đến mấy bước khi anh tìm ra lõng của Zalachenko và nhận diện Niedermann.

- Lisbeth Salander còn nhanh hơn.

- Sao anh tìm ra được Niedermann ở Gosseberga?

Blomkvist nhún vai.

- Tìm tòi như thường lệ. Tôi không phải là người tìm ra hắn. Đấy là Phó tổng biên tập của chúng tôi, à, nay là Tổng biên tập, Malin Eriksson đã xoay ra cách moi được hắn qua các báo cáo của công ty. Hắn là ở Hội đồng Quản trị của công ty Nhập khẩu KAB của Zalachenko.

- Cái ấy chỉ...

- Thế sao cô lại thành người hoạt động cho Sapo? - Anh nói.

- Tin hay không tùy, tôi cũng đồ cổ như một đảng viên dân chủ. Ý tôi nói cảnh sát là cần thiết và dân chủ thì cần có sự bảo vệ của cảnh sát. Vì thế tôi tự hào là làm việc ở Bảo vệ Hiến pháp.

- Đáng để tự hào thật à? - Blomkvist nói.

- Anh không thích Cảnh sát An ninh.

- Tôi không thích các thiết chế vượt ra ngoài sự xem xét bình thường của Quốc hội. Đó là mời người ta lạm dụng quyền lực, bất chấp ý đồ cao quý đến đâu. Sao cô thích thú quan tâm đến tôn giáo thời cổ đại?

Figuerola nhìn Blomkvist.

- Cô đang đọc thứ đó khi ngồi ở cầu thang nhà tôi, - anh nói.

- Tôi mê đề tài này.

- Hiểu rồi.

- Tôi thích nhiều thứ. Tôi đã học luật và khoa học chính trị khi tôi làm việc cho cảnh sát. Trước đó tôi học cả triết lẫn lịch sử các tư tưởng.

- Cô có điểm yếu nào không?

- Tôi không đọc hư cấu, không xem phim ảnh và tôi chỉ coi tin trên tivi. Anh thì sao? Sao lại thành nhà báo?

- Vì có những thiết chế như Sapo thiếu sự giám sát của Quốc hội và thỉnh thoảng nó cứ nên bị vạch trần ra. Tôi không biết thật. Tôi cho là câu tôi trả lời vừa rồi cũng giống như câu cô trả lời tôi: tôi tin vào một nền dân chủ lập hiến và đôi khi nó cần phải được bảo vệ.

- Như kiểu anh làm với Hans-Erik Wennerstrom chứ?

- Đại loại như thế.

- Anh không lấy vợ? Anh sống chung với Erika Berger?

- Erika Berger đã có chồng.

- Vậy mọi tin đồn về hai người đều là vớ vẩn. Anh có bạn gái không?

- Không ai bền chắc.

- Vậy dù sao tin đồn cũng đúng đấy chứ.

Blomkvist mỉm cười.

Eriksson làm việc ở bàn trong bếp tại nhà ở Arsta cho đến gần sáng. Cô cắm đầu vào các bảng tính thu chi của *Millennium* và làm việc mê mải đến nỗi cuối cùng Anton, bạn trai cô cũng thôi không cố nói chuyện với cô nữa. Anh rửa chén đĩa, ăn một bữa nhanh gọn muộn màng rồi pha ít cà phê. Đoạn để cô yên lặng, anh ra ngồi xem một chương trình chiếu lại của CSI.

Trước đây Malin không bao giờ phải đối phó với điều gì rắc rối hơn chuyện tiền nong trong tòa soạn nhưng tháng nào cô cũng cùng Berger cân đối sổ sách kế toán và cô đã hiểu các nguyên tắc. Nay thình lình cô thành Tổng biên tập và trách nhiệm về ngân sách liền đến cùng với vai trò này. Đôi khi quá nửa đêm rồi, cô quyết định, dù chuyện gì xảy ra nữa, cô cũng cần phải có một người kế toán giúp cô. Ingela Oscarsson, mỗi tuần rà soát sổ sách một ngày, không có trách nhiệm gì về ngân sách và hoàn toàn không giúp được những khi cần quyết định nên trả bao nhiêu cho một nhà báo tự do hay liệu họ có thể tự cho phép mua một máy in laser mới chưa được tính gộp vào tổng số tiền dành cho các khoản đầu tư hay những đợt nâng cấp máy tính. Trong thực tế đây là một tình thế nực cười - *Millennium* đang có lãi nhưng đó là nhờ Berger luôn xoay xở cách làm cho một ngân sách bị thắt đến cùng cực vẫn được cân bằng. Thay vì đầu tư vào một cái gì cơ bản như máy in màu laser mới giá 45.000 curon, họ lại đành chọn lấy một máy in trắng đen mất chỉ có 8.000.

Cô đã thoáng thèm được như Berger. Tại *SMP* chị có một ngân sách mà ở đó chi phí vừa kể đến trên kia sẽ được coi như một món tiền mọn.

Ở cuộc họp tổng kết năm, tình hình tài chính của *Millennium* là khỏe khoắn nhưng chỗ dư trội trong ngân sách lại là do tiền lãi từ cuốn sách về vụ Wennerstrom của Blomkvist làm ra trước hết. Thu nhập để dành cho đầu tư đang sụt nhanh đến mức báo động. Một lý do là những chi tiêu phải gánh cho bài vở mà Blomkvist viết liên quan đến Salander. *Millennium* không có những nguồn lực để giữ cho bất cứ nhân viên nào cũng được hưởng một ngân sách không hạn chế ở mọi khoản chi tiêu như thuê xe, thuê phòng khách sạn, mua sắm tài liệu nghiên cứu, máy di động mới, vân vân...

Eriksson ký một hóa đơn của Daniel Olsson ở Goteborg. Cô thở dài. Blomkvist đã bằng lòng số tiền 40.000 curon cho một tuần điều tra nghiên cứu với một bài báo nay vẫn chưa sắp đăng. Tiền trả cho Idris Ghidi đi vào ngân sách với danh nghĩa chi phí cho các nguồn tin không thể nêu tên, điều này có nghĩa là kế toán viên sẽ cần nhằn về chỗ không có biên lai hay hóa đơn, rồi yêu cầu vấn đề phải được Hội đồng Quản trị chấp thuận. *Millennium* đã trả lệ phí cho luật sư Giannini, món này được coi là không tính vào ngân sách chung nhưng cô ta vẫn tính tiền vé tàu và các chi tiêu khác với *Millennium*.

Malin để bút xuống nhìn vào tổng số tiền. Blomkvist đã thổi bay 150.000 curon vào chuyện của Salander, vượt ra ngoài ngân sách của họ. Sự tình sẽ không được tiếp tục theo kiểu này nữa.

Cô sẽ phải nói chuyện với anh.

Berger qua buổi tối không phải ở trên sofa xem tivi mà là ở phòng Sơ cứu & Cấp cứu của bệnh viện Nacka. Mảnh thủy tinh cắm vào sâu đến nỗi máu không cầm được. Hóa ra là một mẩu thủy tinh đã gẫy nằm lại ở gót chân chị và cần phải được lấy ra. Người ta gây tê tại chỗ cho chị, sau đó khâu ba mũi trên vết thương.

Berger rủa suốt thời gian ở bệnh viện và cố gọi chồng hay Blomkvist hoài. Chả ai thiết trả lời chị. 10 giờ, chân chị được quấn băng dầy cộp. Chị nhận lấy chiếc nạng bệnh viện cho rồi lên taxi về nhà.

Chị bỏ một lúc ra tập tễnh quanh phòng khách, quét sàn. Chị gọi dịch vụ Cấp cứu - Thủy tinh, đặt một cửa sổ mới. Chị gặp may. Đang là một tối êm ả và trong vòng hai mươi phút họ đã đến. Nhưng cửa sổ phòng khách quá to mà kho của họ không có sẵn kính. Người lắp kính đề nghị đóng giúp gỗ dán tạm thời vào cửa sổ và chị cảm kích đồng ý.

Khi đặt xong gỗ dán, chị gọi nhân viên trực ở Bảo vệ Tích hợp Nacka, hỏi của nợ gì mà hệ báo động đắt tiền của họ chống kẻ trộm lại không hoạt động khi có người ném một hòn gạch qua cái cửa sổ lớn nhất vào phòng khách của chị.

Berger điên tiết lên.

Người ở hãng bảo vệ này nói họ sẽ ưu tiên sửa chữa ngay sáng mai. Berger bảo họ khỏi phải bận. Thay vào đó chị gọi nhân viên trực ở An ninh Milton, nói rõ tình hình. Chị nói chị muốn có hệ báo động đặt ngay cả cụm hoàn chỉnh vào sáng mai. *Tôi biết tôi phải ký hợp đồng nhưng xin nói với Armansky rằng Erika Berger gọi và yêu cầu kiểu gì sáng mai cũng cần có người đến.*

Cuối cùng chị gọi cảnh sát. Người ta nói không có xe để đi rồi lấy lời khai của chị. Chị được khuyên là đến sáng thì liên hệ với đồn cảnh sát sở tại. *Cảm ơn. Đếch cần anh.*

Rồi chị ngồi hầm hè một lúc lâu cho đến khi mức adrenalin tụt xuống và nó bắt đầu chìm nghỉm hẳn vào trong cái sự thật là chị sẽ phải ngủ một mình trong một ngôi nhà không có báo động trong khi một đứa nào đó đang chạy nhẳng quanh quẩn ở bên hàng xóm, gọi chị là đĩ và ném vỡ cửa kính nhà chị.

Berger nghĩ liệu có nên vào thành phố qua đêm ở khách sạn không nhưng chị không phải là loại người thích để cho thiên hạ dọa. Và thậm chí chị thích trả miếng lại không kém gì thiên hạ.

Nhưng chị dùng đến một ít phòng bị sơ đẳng về an ninh.

Blomkvist đã một lần bảo chị rằng Salander từng hạ thủ tên giết người hàng loạt Martin Vanger bằng cây gậy chơi golf. Thế là chị ra gara tìm vài phút trong túi gậy golf, cái túi mà khoảng mười lăm năm nay chị hiếm khi nghĩ đến nó. Chị chọn một thanh mà chị nghĩ là có một sức nặng nào đó rồi để nó trên giường trong tầm dễ với tới được. Chị để một gậy đánh golf ngắn ở gian sảnh và một khẩu súng cỡ 8 li trong bếp. Chị cũng lấy một cái búa trong túi đồ lề bên dưới tầng hầm lên, đặt ở buồng tắm chính nữa.

Chị lấy bình xịt Mace trong túi xách, đặt trên bàn đầu giường. Cuối cùng chị tìm một cái chẹn cửa bằng cao su, lèn nó xuống dưới cánh cửa phòng ngủ. Rồi chị gần như mong tên khốn nạn đã gọi chị là đĩ và phá hoại cửa sổ nhà chị sẽ đủ ngu si để mà quay trở lại đây đêm nay.

Vào lúc chị cảm thấy cố thủ đã đầy đủ thì vừa 1 giờ sáng. Chị phải có mặt ở *SMP* lúc 8 giờ. Chị kiểm tra nhật ký, thấy mình có bốn cuộc họp, cuộc đầu vào lúc 10 giờ. Chân chị đau tệ. Chị cởi quần áo bò vào giường.

Rồi không thoát khỏi, chị nằm thức đó và bực bõ.

Con đĩ.

Chị đã nhận được chín thư điện tử, tất cả đều mang chữ "con đĩ" và hình như tất cả đều gửi đi từ những nguồn của truyền thông đại chúng. Thư đầu tiên đến từ chính ngay phòng biên tập của tờ báo, nhưng nguồn là giả mạo.

Chị ra khỏi giường, lấy chiếc máy tính Dell xách tay mới mà *SMP* cấp cho chị ngày bắt đầu đến làm ở đó.

Thư đầu tiên - cũng là cái sống sượng và đe dọa nhất, gợi ý rằng chị sẽ bị một cái tuốc nơ vít nó đéo - đến ngày 16 tháng Năm, hai tuần trước.

Thư thứ hai đến hai ngày sau, 18 tháng Năm.

Rồi một tuần qua đi và các thư lại bắt đầu đến, bây giờ với quãng cách khoảng hai mươi tư giờ. Rồi tấn công vào nhà. Lại *con đĩ*.

Trong thời gian ấy Carlsson ở trang văn hóa nhận được một thư điện tử của Berger gửi, lời lẽ rất xấu xa có ý đồ. Và nếu Carlsson nhận được một thư điện tử như thế thì hoàn toàn có thể là người gửi thư cũng lại sẽ bận ở cả những nơi khác nữa - rằng người khác cũng nhận được thư điện tử của chị mà chị không hề hay biết gì hết.

Ý nghĩ này không hay tí nào.

Chuyện quấy nhiễu nhất là tấn công nhà chị.

Một ai đó đã bỏ công tìm ra nơi chị ở, lái xe ra tận đấy rồi ném một viên gạch qua cửa sổ. Việc này rõ ràng là có suy tính trước - người tấn công mang theo cả bình sơn xịt. Một lúc sau chị lạnh cứng người, nhận ra chị có thể cộng thêm các cuộc tấn công khác vào danh sách nữa. Tất cả bốn bánh xe của chị đã bị rạch nát khi chị qua đêm với Blomkvist ở khách sạn Hilton Slussen.

Kết luận vừa không hay vừa rõ ràng. Chị đang bị rình rập.

Một ai đó, vì lý do không rõ, đã quyết chí quấy rối chị.

Việc nhà chị bị chọn để công kích là không thể hiểu nổi - nó ở đâu thì vẫn cứ ở đấy và không thể ngụy trang được. Nhưng nếu xe của chị bị phá hư ở một con phố hẻo lánh nào đó ở Sodermalm thì kẻ rình rập chị phải ở đâu đó gần chỗ chị đỗ xe. Chúng đã phải bám theo chị.

CHƯƠNG 18

Thứ Năm, 2 tháng Sáu

Máy di động của Berger đổ chuông. 9 giờ 5 phút.

- Chào Berger. Armansky đây. Tôi biết chị gọi đêm qua.

Berger nói rõ chuyện xảy ra, hỏi liệu An ninh Milton có thể tiếp quản hợp đồng của Bảo vệ Tích hợp Nacka được không.

- Chúng tôi chắc chắn báo động mà chúng tôi đặt sẽ hoạt động, - Armansky nói. - Vấn đề là chiếc xe gần nhất chúng tôi có vào ban đêm thì lại ở trung tâm Nacka. Thời gian đáp ứng sẽ mất khoảng ba mươi phút. Nếu nhận làm cho chị, chúng tôi sẽ hợp tác với một đơn vị nữa. Chúng tôi có một thỏa thuận với một công ty an ninh sở tại, An ninh Adam ở Fisksatra, họ sẽ đáp ứng chị trong mười phút nếu không có gì trở ngại.

- Như thế là tốt hơn Bảo vệ Tích hợp Nacka rồi, bên đấy còn chẳng buồn vác xác đến nữa cơ.

- An ninh Adam là một công ty thuộc sở hữu gia đình, một người bố, hai người con trai và một đôi anh em họ. Người Hy Lạp, tốt. Tôi quen ông bố đã nhiều năm. Họ đảm đương được công việc bảo vệ khoảng 320 ngày một năm. Họ sẽ báo trước nếu không kham được vào những ngày lễ hay vì lý do gì khác, lúc ấy thì xe của chúng tôi sẽ tiếp quản.

- Như thế hợp với tôi đấy.

- Sáng nay tôi sẽ cử một người đến. Tên anh ấy là David Rosin, thật ra anh ta đang trên đường rồi. Anh ấy đến làm một bản xác nhận an ninh. Anh ấy cần chìa khóa của chị nếu chị không ở nhà và cần chị cho phép kiểm tra ngôi nhà một cách triệt để, từ nóc đến đáy. Anh ấy sẽ chụp ảnh toàn bộ bất động sản của chị và vùng lân cận sát bên.

- Được.

- Rosin nhiều kinh nghiệm, chúng tôi đề nghị với chị một điều là trong ít ngày chúng tôi sẽ có một kế hoạch an ninh hoàn chỉnh sẵn sàng hoạt động ngay, gồm cả báo động chống tấn công cá nhân, chống cháy, sơ tán và chống phá khóa đột nhập.

- OK.

- Nếu có gì đó xảy ra, chúng tôi cũng muốn chị biết cần phải làm gì trong vòng mười phút chờ xe chúng tôi ở Fisksatra đến.

- Nghe hay đấy.

- Chiều nay chúng tôi cài đặt hệ báo động. Rồi chúng ta sẽ ký hợp đồng.

Chỉ sau khi chuyện trò với Armansky xong chị mới nhận ra là mình đã bỏ giấc. Chị cầm di động lên gọi Fredriksson, nói đã tự mình làm cho mình bị thương. Ông sẽ phải hủy cuộc họp 10 giờ.

- Xảy ra chuyện gì thế?

- Bàn chân tôi bị chảy máu. - Berger nói. - Khi nào ổn tôi sẽ cà nhắc đến ngay.

Chị dùng toa lét ở trong buồng tắm chính, lấy ra vài chiếc quần đen, mượn một đôi dép lê của Greger để xỏ vào bàn chân bị thương. Chị chọn một áo sơ mi đen và mặc jacket. Chị tự vũ trang cho mình bằng một bình xịt Mace rồi gỡ miếng chẹn cửa buồng ngủ ra.

Chị thận trọng đi khắp nhà và tắt máy pha cà phê. Chị ăn điểm tâm ở bàn bếp, nghe ngóng tiếng động xung quanh. Chị vừa rót tách cà phê thứ hai thì có tiếng gõ mạnh vào cửa trước. Là David Rosin của An ninh Milton.

Figuerola đi bộ đến Bergsgatan, triệu tập bốn đồng nghiệp họp sớm buổi sáng.

- Chúng ta nay đã có một thời hạn dứt điểm, cô nói. Ngày 13 tháng Bảy, hôm mở phiên tòa xử Salander, chúng ta phải làm xong công việc. Chỉ còn chưa tới sáu tuần. Chúng ta hãy thỏa thuận với nhau xem việc gì là quan trọng nhất bây giờ. Ai muốn nói trước?

Berglund hắng giọng.

- Người tóc vàng đi với Martensson kia. Anh ta là ai?

- Chúng ta có ảnh nhưng chưa biết cách tìm ra tung tích anh ta. Chúng ta không thể phát đi một lệnh truy nã.

- Vậy về Gullberg thì sao? Với lão này thì ắt sẽ lần ra được chuyện gì đó. Chúng ta biết từ đầu những năm 50 đến 1964, lúc lập ra SIS, lão ở Cảnh sát Bí mật Nhà nước. Rồi lão biệt tích.

Figuerola gật.

- Chúng ta có nên kết luận câu lạc bộ Zalachenko là một nhóm được lập ra năm 1964 không? Như thế là trước cả lúc Zalachenko đến Thụy Điển một ít đấy.

- Một tổ chức bí mật ở trong một tổ chức... thì chắc là phải có mục đích nào khác nữa

- Đó là thời kỳ hậu Stig Wennerstrom. Bị hoang tưởng hết.

- Một kiểu chính sách về gián điệp bí mật à?

- Thật ra ở các nước cũng đã có những trò tương tự thế. Ở Mỹ những năm 60, bên trong CIA đã lập ra một nhóm đặc biệt những người săn lùng gián điệp nội bộ. James Jesus Angleton chỉ huy nhóm này và chỉ một li nữa là nó đã phá hủy toàn bộ CIA. Băng nhóm của Angleton vừa cuồng tín vừa hoang tưởng.

- Ai ở CIA cũng đều bị chúng nghi là gián điệp Nga. Kết quả là ảnh hưởng của cơ quan này bị tê liệt ở nhiều khu vực rộng lớn.

- Nhưng cái đó chỉ toàn là ta suy luận ra...

- Các hồ sơ nhân sự cũ giữ ở đâu nhỉ?

- Gullberg không ở trong đó. Tôi đã tìm rồi.

- Nhưng còn ngân sách thì sao chứ nhỉ. Một tổ chức như thế là phải được cung cấp tài chính chứ.

Họ bàn cho đến giờ ăn trưa thì Figuerola cáo lỗi, đến phòng tập thể dục kiếm chút bình yên để suy nghĩ.

Giờ ăn trưa Berger mới đến tòa soạn. Chân đau tệ hại, chị không thể tì lên nó một chút nào. Chị tập tễnh đến gian buồng kính, khoan khoái buông mình lọt xuống ghế. Fredriksson ở bàn làm việc ngước lên, Berger vẫy ông tới.

- Chuyện gì thế?

- Tôi giẫm phải mảnh thủy tinh, nó cắm ngập vào gót chân tôi.

- Thế thì... không tốt lắm.

- Đúng. Không tốt. Peter, còn ai nhận được các thư điện tử quái quỷ nữa không?

- Tôi không nghe nói gì.

- OK. Ông hãy lắng tai hộ cho nhá. Tôi muốn biết liệu có chuyện kỳ quặc gì đang xảy ra ở *SMP* đây không.

- Kỳ quặc thế nào?

- Tôi sợ có thằng ngu nào đó đang thực sự gửi các thư điện tử bỉ ổi đến và hình như hắn nhắm vào tôi. Cho nên tôi muốn biết ông có nghe ngóng thấy chuyện gì đang xảy ra không.

- Kiểu thư mà Eva Carlsson nhận được ấy ư?

- Đúng, nhưng bất cứ cái gì lạ cũng được. Tôi đã nhận được một loạt thư điên rồ lên án tôi đủ các thứ - còn gợi đến các thứ bậy bạ tôi đã làm.

Mặt Fredriksson tối lại.

- Chuyện này xảy ra bao lâu rồi?

- Hai tuần. Ông cần tinh mắt nha... Thôi nhỉ, cho tôi biết đi, báo ngày mai sao đây?

- À...

- À, *sao*?

- Holm và ông biên tập mảng pháp lý đang chiến trận.

- Sao mà lại ra thế?

- Vì Frisk. Bà gia hạn hợp đồng cho cậu ta, cho cậu ta viết phóng sự điều tra. Và cậu ta không nói chuyện đó với ai sất cả.

- Cậu ta cấm được nói mà. Lệnh của tôi.

- Cậu ấy cũng nói thế. Vậy có nghĩa là Holm và ông biên tập pháp lý giơ vũ khí lên.

- Tôi hiểu được là họ sẽ như vậy. Bố trí họp bộ phận pháp lý lúc 3 giờ. Tôi sẽ nói rõ tình hình.

- Holm không vui lắm...

- Tôi không vui lắm với Holm, vậy hai chúng tôi hòa.

- Ông ấy thấy khó chịu đến nỗi kêu ca với Hội đồng Quản trị.

Berger ngước lên. *Khỉ. Mình sắp phải đối mặt với vấn đề Borgsjo.*

- Borgsjo chiều nay đến và muốn gặp bà. Tôi ngờ là có Holm ở việc này.

- OK. Mấy giờ?

- 2 giờ, - Fredrisson nói rồi quay về bàn giấy viết những việc cần nhớ làm giữa ngày.

Jonasson thăm Salander lúc cô đang ăn trưa. Cô gạt đi một đĩa rau hầm, món bắt buộc. Ông khám nhanh cho cô như thường lệ nhưng cô để ý thấy ông không còn để nhiều công sức vào đó nữa.

- Cô hồi phục tốt, - ông nói.

- Hừm. Ông sẽ phải làm một cái gì đó về những thứ thức ăn ở đây.

- Làm gì mới được chứ?

- Ông không thể cho tôi pizza được ư?

- Xin lỗi. Cái này vượt ra ngoài ngân sách.

- Chắc thế rồi.

- Lisbeth, ngày mai chúng tôi sẽ họp bàn về tình hình sức khỏe của cô...

- Hiểu. Và tôi hồi phục tốt.

- Sức khỏe cô đã khá tốt để chuyển được đến nhà tù Kronoberg. Tôi có thể hoãn chuyển cô đi một tuần nữa nhưng các đồng nghiệp của tôi đang bắt đầu nghĩ ngợi.

- Ông không cần phải làm thế.

- Cô chắc chắn như thế chứ?

Cô gật.

- Tôi đã sẵn sàng. Chuyện này sớm muộn rồi cũng sẽ tới thôi mà.

- Vậy mai tôi cứ cho lệnh, - Jonasson nói. - Chắc người ta sẽ chuyển cô đi khá sớm đấy.

Cô gật.

- Có thể sớm là vào cuối tuần này. Lãnh đạo bệnh viện không muốn cô ở đây.

- Ai mà trách họ được.

- Ờ... cái thiết bị của cô...

- Tôi sẽ để nó trong cái hộc đằng sau bàn đầu giường. - Cô chỉ vào đó.

- Ý hay.

Họ ngồi im lặng một lúc rồi Jonasson đứng lên.

- Tôi phải đi kiểm tra các bệnh nhân khác.

- Cảm ơn về mọi sự. Tôi nợ ông một món.

- Tôi chỉ là làm công việc của mình thôi.

- Không. Ông đã làm hơn thế rất nhiều. Tôi không bao giờ quên đâu.

Blomkvist vào hành dinh cảnh sát ở Kungsholmen qua cửa trên đường Polhemsgatan. Figuerola đi cùng anh lên tận các văn phòng của đơn vị Bảo vệ Hiến pháp. Họ chỉ im lặng liếc nhìn nhau trong thang máy.

- Cô có nghĩ tôi đeo bám lấy hành dinh cảnh sát như thế này là ý hay không? - Blomkvist nói. - Ai đó thấy chúng ta ở cùng nhau lại bắt đầu nghĩ.

- Chỉ lần gặp này là ở đây thôi. Từ nay trở đi chúng ta sẽ gặp nhau ở một văn phòng thuê ở Fridhemsplan. Mai chúng ta đến đó. Nhưng cứ OK đi. Bảo vệ Hiến pháp là một đơn vị nhỏ, ít nhiều tự túc, không ai ở SIS để ý đến nó cả. Mà chúng ta không ở cùng tầng với phần còn lại của Sapo.

Anh chào hỏi Edklinth mà không bắt tay, rồi chào hai đồng

nghiệp có vẻ là ở trong toán của ông. Họ chỉ tự giới thiệu là Stefan và Anders. Anh tự mỉm cười với chính mình.

- Chúng ta bắt đầu từ đâu? - Anh nói.

- Chúng ta có thể bắt đầu bằng một ít cà phê chứ nhỉ... Monica? - Edklinth nói.

- Cảm ơn, thế thì tốt, - Figuerola nói.

Edklinth chắc là có ý bảo cô mời cà phê. Blomkvist để ý thấy sếp Bảo vệ Hiến pháp ngập ngừng một giây rồi đứng lên mang bình cà phê đến bàn, chỗ ai ở đâu đã được dành sẵn. Blomkvist thấy Edklinth cũng mỉm cười với anh, điều anh cho là dấu hiệu tốt. Rồi Edklinth quay sang vẻ nghiêm trang.

- Tôi thật tâm không biết nên xử lý với chuyện này như thế nào. Một nhà báo ngồi họp ở Cảnh sát An ninh, chắc đây là lần đầu tiên mất. Các vấn đề chúng ta sắp thảo luận là bí mật và được xếp loại cao về rất nhiều mặt.

- Tôi không quan tâm đến các bí mật quân sự. Tôi chỉ quan tâm đến câu lạc bộ Zalachenko.

- Nhưng chúng ta cần sòng phẳng. Trước hết, trong các bài báo anh sẽ không nêu tên những người dự họp hôm nay.

- Tán thành.

Edklinth ngạc nhiên nhìn Blomkvist.

- Thứ hai, anh không được nói với ai, ngoài tôi và Monica Figuerola. Chúng tôi là những người quyết định nói những gì với anh.

- Nếu các yêu cầu của ông lên thành cả một bảng dài thì lẽ ra ông nên nói ra từ hôm qua rồi cơ.

- Hôm qua tôi chưa nghĩ thấu hết được vấn đề.

- Vậy tôi cũng có một cái muốn nói với ông. Có lẽ đây là lần đầu tiên và cũng là lần cuối cùng trong đời làm báo, tôi tiết lộ với một sĩ quan cảnh sát nội dung một bài báo chưa đăng. Vậy để dẫn lời ông,... tôi thật tâm không biết nên xử lý việc này như thế nào.

Bàn họp im lặng.

- Có lẽ chúng ta...

- Sao nếu như chúng ta...

Edklinth và Figuerola cùng nói một lúc rồi lại im lặng.

- Mục tiêu của tôi là câu lạc bộ Zalachenko, - Blomkvist nói. - Ông thì muốn kết tội nó. Chúng ta hãy bám chắc lấy chỗ đó.

Edklinth gật.

- Vậy, ông đã có được những gì rồi?

Edklinth nói rõ Figuerola và nhóm của cô đã tìm ra được gì. Ông cho Blomkvist xem một tấm ảnh chụp Evert Gullberg với Đại tá Wennerstrom.

- Tốt. Tôi sẽ sao một bản như thế này.

- Nó có trong lưu trữ của Ahlens, - Figuerola nói.

- Nó ở trên bàn, trước mặt tôi. Có chữ ghi ở lưng, - Blomkvist nói.

- Cho anh ấy một bản sao đi, - Edklinth nói.

- Như thế có nghĩa là Bộ phận đã giết Zalachenko.

- Giết, lồng vào với vụ tự sát của một người đang ngắc ngoải vì ung thư. Gullberg còn sống nhưng các bác sĩ nghĩ hắn không kéo thêm được vài tuần nữa đâu. Sau mưu toan tự sát, não hắn bị thương nặng đến mức hắn sống hoàn toàn cuộc đời thực vật.

- Và hắn là người đầu tiên chịu trách nhiệm về Zalachenko sau khi tên này đào thoát.

- Sao anh biết?

- Gullberg đã gặp Thủ tướng Falldin sáu tuần sau cuộc đào tẩu của Zalachenko.

- Anh có thể chứng minh không?

- Có thể. Nhật ký của Văn phòng Chính phủ về các vị khách. Gullberg đến cùng với người lúc ấy đang phụ trách SIS.

- Ông này đã chết rồi.

- Nhưng Falldin còn sống và muốn nói đến vấn đề này.

- Anh đã có…

- Không, tôi chưa. Nhưng ai đó đã có. Tôi không thể cho tên người đó. Bảo vệ nguồn tin mà.

Blomkvist nói rõ Falldin đã phản ứng ra sao với thông tin về

Zalachenko và anh đã đi tới The Hague như thế nào để phỏng vấn Janeryd.

- Vậy câu lạc bộ Zalachenko ở đâu đó ngay trong tòa nhà này, - Blomkvist chỉ vào bức ảnh nói.

- Một phần thôi. Chúng tôi nghĩ nó là một tổ chức nằm bên trong tổ chức. Cái mà anh gọi câu lạc bộ Zalachenko không thể nào tồn tại mà lại không có sự ủng hộ của người chủ chốt ở trong tòa nhà này. Nhưng chúng tôi nghĩ cái gọi là Bộ phận Phân tích Đặc biệt đã lập căn cứ ở đâu đó bên ngoài chỗ này.

- Vậy cách chúng hoạt động là như thế này ư? Một người được Sapo dùng, lĩnh lương do Sapo trả, nhưng trong thực tế lại báo cáo cho một tay chủ khác chăng?

- Một cái gì đó đại khái thế.

- Vậy ai ở tòa nhà này làm việc cho câu lạc bộ Zalachenko?

- Chúng tôi chưa biết. Nhưng chúng tôi có nghi vài người.

- Martensson, - Blomkvist gợi ý.

Edklinth gật.

- Martensson làm việc cho Sapo, khi câu lạc bộ Zalachenko cần đến hắn thì người ta cho hắn buông khỏi công việc chính thức của hắn, - Figuerola nói.

- Trong thực tế thì thế quái nào mà lại hoạt động như thế được nhỉ?

- Đây là câu hỏi hay, - Edklinth nói, mỉm cười nhợt nhạt. - Anh có thích đến làm việc với chúng tôi không?

- Dưới thời ông thì không có đâu, - Blomkvist nói.

- Tôi giỡn thôi, dĩ nhiên. Nhưng đây là một câu hỏi hay. Chúng ta nghi một người nhưng chúng ta chưa xác minh những điểm nghi vấn.

- Để rồi xem... chắc phải là một ai có quyền điều hành.

- Chúng tôi nghi Chánh văn phòng Albert Shenke, - Figuerola nói.

- Và chúng ta đang vấp phải tảng đá đầu tiên. - Edklinth nói. - Chúng tôi đã cho anh một cái tên nhưng chúng tôi chưa có bằng chứng. Vậy anh định làm như thế nào?

- Tôi đã đăng cái gì lên là đều có bằng chứng. Nếu Shenke vô tội thì ông ấy có thể kiện *Millennium* tội vu khống.

- Tốt. Vậy thì chúng ta đã thỏa thuận với nhau. Nỗ lực cộng tác này cần phải đặt trên cơ sở lòng tin lẫn nhau. Đến lượt anh. Anh đã có được những gì?

- Ba cái tên, - Blomkvist nói. - Hai tên đầu là hai thành viên của câu lạc bộ Zalachenko hồi những năm 80.

Edklinth và Figuerola nom hoạt hẳn ngay lên.

- Hans von Rottinger và Fredrik Clinton. Von Rottinger đã chết. Clinton đã về hưu. Nhưng cả hai đều thuộc vào những người tiếp xúc gần nhất với Zalachenko.

- Còn cái tên thứ ba? - Edklinth nói.

- Teleborian có móc nối với một người tôi chỉ biết là Jonas. Chúng tôi không biết họ của hắn, nhưng chúng tôi biết chắc năm 2005 hắn ở câu lạc bộ Zalachenko... Thật ra chúng tôi có suy diễn một ít rằng có thể hắn là cái người ở trong bức ảnh chụp với Martensson ở quán Cà phê Copacabana.

- Trong bối cảnh nào mà lại nhảy ra cái tên Jonas này?

Salander xâm nhập máy tính của Teleborian, và chúng tôi theo sát được thư từ cho thấy Teleborian đã cùng với Jonas âm mưu như thế nào hồi năm 1991.

- Hắn chỉ thị cho Teleborian. Và nay thì chúng ta đi đến cái khối thứ ba mà chúng ta đang vấp phải đấy. - Blomkvist mỉm cười nói với Edklinth. - Tôi có thể làm chứng cho các xác nhận của tôi nhưng tôi không thể cho ông tài liệu vì sẽ lộ mất nguồn tin. Ông phải chấp nhận những gì tôi nói ra lời thôi.

Edklinth có vẻ suy nghĩ.

- Có thể là một trong các đồng nghiệp của Teleborian ở Uppsala. OK. Chúng ta hãy bắt đầu với Clinton và von Rottinger nhỉ. Hãy nói chúng tôi những gì anh biết đi nào...

Borgsjo tiếp Berger tại văn phòng ông ở cạnh phòng họp Hội đồng Quản trị. Ông xem vẻ đang bận tâm.

- Tôi nghe nói chị bị thương, - ông nói, chỉ về chân chị.

- Rồi sẽ khỏi thôi, - Berger nói, dựa đôi nạng vào bàn giấy của ông khi ngồi xuống ghế.

- À,... thế thì tốt. Erika, chị ở đây đã một tháng và tôi muốn chúng ta có dịp nhìn lại một chút. Chị thấy công việc tiến triển ra sao?

Mình sẽ phải nói đến Vitavara với ông ta. Nhưng nói thế nào? Lúc nào?

- Tôi bắt đầu nắm tình hình. Có hai mặt ở đây. Một mặt *SMP* có những vấn đề về tài chính và ngân sách đang bóp ngạt tờ báo. Mặt khác *SMP* có một lượng lớn thịt ôi ở phòng biên tập.

- Không có một mặt tích cực nào cả ư?

- Dĩ nhiên có. Cả một khối các nhà báo chuyên nghiệp, có kinh nghiệm và biết cách làm việc. Vấn đề là có những người không muốn cho họ làm việc.

- Holm đã nói với tôi...

- Tôi biết.

Borgsjo nom lúng túng.

- Ông ấy có một số ý kiến về chị. Gần hết là tiêu cực.

- OK thôi. Tôi cũng có nhiều ý kiến về ông ấy.

- Cũng tiêu cực ư? Nếu hai người không làm việc được với nhau thì không tốt...

- Làm việc với ông ấy thì tôi không có vấn đề gì. Nhưng ông ấy rõ ràng là có vấn đề với tôi, - Berger thở dài. - Ông ấy làm tôi như đứa ngu. Ông ấy rất có kinh nghiệm và không nghi ngờ gì là một trong những người phụ trách tin giỏi nhất mà tôi đã gặp. Đồng thời ông ấy cũng là một cha ba láp vào cỡ ngoại hạng. Ông ấy khoái bày mưu đặt mẹo và thích xúi bẩy người này chống lại người kia. Tôi đã làm việc hai mươi lăm năm trong ngành truyền thông đại chúng nhưng chưa gặp một ai giống như ông ta mà lại ngồi ở vị trí quản lý.

- Để nắm công việc ông ấy phải rắn. Ông ấy bị ép từ mọi phía.

- Rắn... vâng, tất nhiên. Nhưng không có nghĩa là ông ấy phải cư xử như một đứa ngu. Không may rằng Holm lại là một tai họa di động bằng chân. Và ông ấy là một trong những lý do chính khiến cho mọi người gần như không thể làm việc với tinh thần tập thể được. Ông ấy coi nội dung công việc của ông ấy là chia để trị.

- Lời lẽ cương quyết đấy!

- Tôi cho ông ấy một tháng để xác định lại thái độ. Nếu đến lúc đó ông ấy không làm nổi, tôi sẽ điều ông đi khỏi chức phụ trách biên tập tin.

- Chị không làm thế được. Việc của chị không phải là đem tách riêng tổ chức tác chiến ra.

Berger quan sát ông Chủ tịch Hội đồng Quản trị.

- Thứ lỗi cho tôi đã nêu điều này ra nhưng đó chính xác là lý do vì sao ông thuê tôi. Chúng ta cũng có một hợp đồng rõ ràng cho phép tôi được tự do thay đổi những cái ở tòa soạn mà tôi thấy là cần thiết. Nhiệm vụ của tôi ở đây là trẻ hóa tờ báo và chỉ bằng cách thay đổi tổ chức và các nếp làm việc cũ thì tôi mới làm được việc đó.

- Holm đã dành cả đời cho *SMP*.

- Đúng. Và ông ta đã năm mươi tám tuổi, còn sáu năm làm việc nữa rồi về hưu. Tôi không thể cho phép giữ ông ta lại suốt thời gian ấy làm một trọng lượng chết. Đừng hiểu lầm tôi, Magnus. Từ lúc tôi ngồi vào gian phòng kính, mục tiêu của đời tôi là nâng cao chất lượng cũng như con số phát hành của *SMP*. Holm có một lựa chọn: làm việc theo cách của tôi, hoặc làm một cái gì đó khác. Tôi sẽ san ủi bất cứ ai bằng một cách nào đó ngáng cản hay cố gây thiệt hại cho *SMP*.

Khi... Ta phải nêu chuyện Vitavara ra, Borgsjo sẽ bị sa thải.

Chợt Borgsjo mỉm cười.

- Chúa ơi, tôi nghĩ chị cũng cứng rắn ghê đấy nhỉ!

- Vâng, tôi có cứng rắn và trong trường hợp này thì đó là đáng tiếc vì lẽ ra không cần phải thế. Việc của tôi là cho ra một tờ báo hay và tôi chỉ có thể làm thế nếu tôi điều hành được và các đồng nghiệp vui thích với công việc.

Họp xong với Borgsjo, Berger tập tếnh về lại gian phòng kính. Chị thấy nản. Chị đã ngồi bốn mươi lăm phút với Borgsjo mà không nói một lời nào về Vitavara. Nói cách khác, chị đã không đặc biệt ngay thẳng hay trung thực với ông ta.

Khi ngồi vào máy tính, chị thấy có bốn thư của <MikBlom@millennium.nu>. Chị biết đứt là không có địa chỉ nào như thế ở *Millennium*. Chị mở thư điện tử đầu tiên:

CÔ EM NGHĨ BORSJO CỨU ĐƯỢC CÔ EM Ư?! THẾ NÀO, CHÂN CẲNG ĐAU THẾ NÀO?

Chị bất giác ngước mắt lên nhìn ra phòng biên tập. Mắt chị buông xuống Holm. Ông ta nhìn lại chị. Rồi ông ta mỉm cười.

Chỉ có thể là một người nào đó ở *SMP* đây thôi.

Cuộc họp ở Bảo vệ Hiến pháp kéo đến 5 giờ rồi họ tán thành có một cuộc họp nữa tuần sau. Blomkvist có thể liên hệ với Figuerola nếu trước đó anh cần tiếp xúc với SIS. Anh đóng máy tính lại, đứng lên.

- Tôi ra khỏi đây như thế nào đây nhỉ?

- Tự mình anh thì không thể ra được là cái chắc rồi, - Edklinth nói.

- Để tôi chỉ đường cho anh ấy, - Figuerola nói. - Cho tôi mấy phút, tôi chỉ cần nhặt nhạnh ít thứ trong văn phòng tôi thôi.

Hai người cùng đi bộ xuyên qua quảng trường Kronoberg đến Fridhemsplan.

- Bây giờ đến cái gì đây? - Blomkvist nói.

- Chúng ta giữ liên hệ với nhau, - Figuerola nói.

- Tôi bắt đầu thích tiếp xúc với Sapo.

- Anh có thấy thích ăn tối muộn hơn không?

- Lại nhà hàng người Bosnia à?

- Không, tôi không thể cho phép tối nào cũng ăn ở ngoài. Tôi đang nghĩ đến một cái gì đơn giản ở nhà tôi đây.

Cô dừng lại mỉm cười với anh.

- Anh có biết tôi thích làm cái gì bây giờ không?

- Không.

- Tôi thích đưa anh về nhà rồi cởi quần áo anh ra.

- Thế thì có lẽ hơi rầy một tí đấy.

- Tôi biết. Nhưng tôi không tính nói với sếp của tôi đâu.

- Chúng ta không biết rồi chuyện này sẽ thành ra thế nào. Chúng ta có thể đi tới chỗ mỗi đứa ở một bên phòng tuyến đối địch nhau.

- Tôi sẽ cầu may. Nào, bây giờ anh ngoan ngoãn đi hay tôi phải còng tay anh lại đây?

7 giờ Berger về đến nhà thì người tư vấn của An ninh Milton đã chờ chị ở đó. Chân đau giật thon thót, chị tập tễnh vào bếp, buông mình xuống chiếc ghế gần nhất. Đã pha cà phê, ông rót cho chị một ít.

- Cảm ơn. Pha cà phê là một điều khoản trong hợp đồng dịch vụ Milton đấy à?

Ông mỉm cười dễ mến với chị. David Rosin là một người thấp, mập, quãng năm chục, để một chòm râu dê hung hung đỏ.

- Cảm ơn bà hôm nay đã để cho tôi sử dụng căn bếp.

- Tôi chỉ làm được có chút chút thế thôi. Tình hình sao rồi?

- Các nhân viên kỹ thuật của chúng tôi đã ở đây và lắp đặt xong hệ thống báo động rồi. Tí nữa tôi sẽ hướng dẫn bà cách sử dụng. Tôi cũng đã xem từng li từng tí ngôi nhà, từ gian hầm đến gác xép và nghiên cứu khu vực xung quanh. Tôi sẽ bàn lại tình hình của bà với các đồng nghiệp của tôi ở Milton rồi vài ngày nữa chúng tôi sẽ có biên bản đánh giá để đưa bà xem. Nhưng hiện nay thì có một hai điều chúng ta cần bàn.

- Cứ nói đi.

- Trước hết, cần lưu ý một số thủ tục. Sau đây chúng ta sẽ còn thảo bản hợp đồng cuối cùng nữa - cái này tùy thuộc vào các dịch vụ được hai bên thống nhất - nhưng đây là một bản thỏa thuận nói bà cho phép An ninh Milton cài đặt hệ báo động mà chúng tôi làm hôm nay. Đây là một tài liệu tiêu chuẩn nói chúng tôi ở Milton yêu cầu ở bà một số điều cũng như một số điều chúng tôi cam kết, như sự bí mật của khách hàng chẳng hạn.

- Yêu cầu tôi một số điều ư?

- Vâng. Hệ báo động là một hệ báo động và nó sẽ hoàn toàn vô nghĩa nếu có một thằng khùng nào đó cầm một khẩu súng đứng ngay trong phòng khách của bà. Vì an toàn của công việc, chúng tôi muốn bà và ông nhà ta biết một số điều và giữ một số biện pháp đã thành nề nếp. Tôi sẽ nói rõ các chi tiết với bà.

- OK.

- Tôi muốn nhanh chóng đi đến biên bản đánh giá cuối cùng, nhưng trước hết tôi có thể nhìn nhận tình hình chung như thế này. Hai ông bà sống trong một ngôi nhà tách biệt. Ông bà có một bãi biển ở sau nhà và một vài ngôi nhà lớn ở ngay bên cạnh. Hàng xóm không thể nhìn thông thống vào nhà ông bà. Nó tương đối biệt lập.

- Đúng vậy.

- Do đó kẻ đột nhập có cơ may đến gần nhà bà mà không bị trông thấy.

- Các hàng xóm ở bên phải đi xa một thời gian dài, ở bên trái thì là một đôi vợ chồng già đi ngủ khá sớm.

- Chính xác. Thêm vào đó, vị trí các ngôi nhà lại là đầu hồi đối diện nhau, có ít cửa sổ. Một khi kẻ đột nhập đã vào được trong nhà bà - chỉ mất năm giây để quẹo khỏi con đường đi mà đến sau ngôi nhà - thì hoàn toàn không còn ai nhìn thấy được hắn nữa. Đằng sau nhà bà có hàng rào, gara và tòa nhà lớn không có tầng trệt kia che chắn.

- Đó là studio sáng tác của chồng tôi.

- Tôi đoán ông ấy là nghệ sĩ phải không?

- Đúng. Vậy rồi sao?

- Bất cứ ai muốn đập vỡ cửa sổ, xịt sơn lên tường ở bên ngoài nhà bà thì đều có thể làm mà không bị cản trở. Có thể may ra một ai đó nghe thấy tiếng cửa sổ vỡ thì có thể sẽ phản ứng... nhưng nhà bà nằm ở góc nên nó hắt tiếng động dội lại.

- Tôi hiểu.

- Điều thứ hai là ở đây bà có một khối tài sản lớn với diện tích sinh hoạt rộng gần 250 mét vuông, không kể gác xép và tầng hầm. Đấy là mười một phòng ở hai tầng gác.

- Ngôi nhà này là một thứ quái vật. Đây là nhà cũ của gia đình chồng tôi.

- Cũng có một số lối khác để vào nhà. Qua cửa chính, ban công ở đằng sau, cửa áp mái trên tầng cao nhất và gara. Còn có hai cửa sổ ở tầng trệt và sáu cửa sổ tầng hầm mà chủ trước để lại không có hệ thống báo động. Cuối cùng tôi có thể lẻn vào bằng cầu thang chống cháy ở sau lưng nhà hay vào qua cửa chui trên mái vào gác xép. Nắp cửa chui này chả có gì bảo đảm, chỉ cài then.

- Nghe như có thể ra vào nhà tôi dễ như bỡn. Chúng ta phải làm gì?

- Hệ thống báo động đặt hôm nay là tạm thôi. Tuần sau chúng tôi sẽ quay lại cài lắp báo động hẳn hoi ở từng cửa sổ tại tầng trệt và tầng hầm. Đấy là để bảo vệ chống lại bọn đột nhập những khi ông bà đi vắng.

- Thế thì tốt.

- Nhưng vì bà đã là mục tiêu đe dọa trực tiếp của một cá nhân đặc biệt nên tình hình hiện tại nổi lên. Cái này nghiêm trọng hơn nhiều. Chúng ta không biết người ấy là ai, động cơ của hắn là gì hay hắn muốn đi xa đến đâu, nhưng chúng ta có thể có một số phỏng đoán. Nếu đây chỉ là chuyện thư điện tử thù ghét giấu tên, thì chúng tôi sẽ đánh giá mức độ đe dọa thấp hơn nhiều; nhưng đằng này, một người đã thực sự bỏ công lái xe đến nhà bà - mà tới Saltsjobaden là khá xa đấy nhá - để công kích. Chuyện này đáng ngại.

- Tôi tán thành với ông ở điểm này.

- Tôi đã nói chuyện với Armansky hôm nay và chúng tôi chung một tinh thần: cho tới khi biết được nhiều hơn về người đe dọa này, chúng ta phải giữ thế an toàn.

- Có nghĩa là...

- Thứ nhất, hệ thống báo động chúng tôi cài đặt hôm nay có hai bộ phận cấu thành. Một mặt đây là báo động thông thường chống trộm hoạt động khi ông bà vắng nhà, nhưng đó cũng là một cảm ứng cho tầng trệt, ban đêm lên gác thì ông bà bật nó lên.

- Hừm.

- Cái này không thích hợp vì mỗi lần xuống gác ông bà lại phải tắt.

- Tôi hiểu ý ông nói.

- Thứ hai, hôm nay chúng tôi đã thay cửa phòng ngủ cho bà.

- Ông thay tất cả cửa?

- Vâng. Chúng tôi đặt một cửa thép an toàn. Chớ lo... cửa này sơn trắng, nom như cửa phòng ngủ thông thường. Điểm khác biệt là nó tự động khóa mỗi khi bà đóng lại. Ở trong mà muốn mở, bà chỉ việc ấn tay nắm cửa như mọi tay nắm cửa khác xuống. Nhưng ở bên ngoài mà muốn mở thì phải nhập một mã khóa gồm ba chữ số vào cái bảng trên tay nắm cửa.

- Mà hôm nay ông đã làm xong hết...

- Nếu bà bị đe dọa ở trong nhà thì có một gian buồng bà có thể chẹn chốt và ở lại trong đó. Tường buồng này vững chắc, muốn phá thì dù có đủ dụng cụ trong tay, kẻ tấn công cũng phải mất kha khá thì giờ.

- Thế thì yên tâm.

- Thứ ba, chúng tôi sẽ đặt camera để cho tuy ở phòng ngủ bà vẫn có thể nhìn thấy chuyện gì đang xảy ra trong vườn và ở tầng trệt. Việc này sẽ làm sau trong tuần này cùng với việc đặt máy dò chuyển dịch ở ngoài nhà.

- Nghe ra tương lai phòng ngủ không còn là nơi thơ mộng nữa rồi đấy nhỉ.

- Có một máy theo dõi nho nhỏ. Chúng tôi có thể để nó trong tủ quần áo hay một cái tủ bé cho khỏi lộ liễu.

- Cảm ơn.

- Cuối tuần tôi sẽ thay các cửa ở buồng làm việc của bà và cả trong cái buồng dưới gác nữa. Nếu chuyện gì đó xảy ra, bà nên nhanh nhẹn tìm chỗ ẩn náu rồi khóa cửa lại trong khi chờ sự giúp đỡ.

- Được.

- Nếu mở lầm phải báo động chống trộm, bà hãy gọi trung tâm báo động của Milton để hủy bỏ xe cấp cứu. Để hủy bỏ nó, bà sẽ phải cho một mật khẩu và mật khẩu đó sẽ được đăng ký với chúng tôi. Nếu bà quên mật khẩu, xe cấp cứu cứ thế mà đến và bà phải thanh toán phí tổn đi lại.

- Hiểu.

- Thứ tư, nay đã có báo động ở bốn chỗ trong nhà bà. Ở bếp đây, trong gian sảnh, phòng làm việc của bà ở trên gác và trong phòng ngủ của bà. Báo động có hai nút, bà cần ấn một lúc vào cả hai và giữ lâu chừng ba giây. Bà có thể ấn một tay nhưng bà không được ấn lầm. Nếu còi báo động réo lên, sẽ xảy ra ba việc. Thứ nhất, Milton sẽ phái xe đến đây. Xe gần nhất sẽ đi từ An ninh Adam ở Fisksatra. Hai người khỏe mạnh sẽ ở đây trong vòng từ mười đến mười hai phút. Thứ hai, một xe ở Milton sẽ từ Nacka xuống. Vì vậy thời gian thích hợp để phản ứng lại là hai mươi phút, thay vì hai mươi lăm phút. Nói cách khác, nhiều xe sẽ đến hiện trường trong một thời gian ngắn nữa. Dù bà gặp chúng tôi ở lối xe vào nhà và bảo đó là lầm thì cảnh sát vẫn cứ thế mà vào nhà. Chúng tôi muốn cầm chắc là không có một đứa nó gí súng vào đầu chồng bà hay dọa nạt một cái gì như thế. Vậy rõ ràng là bà chỉ báo động khi thực sự có nguy hiểm thôi.

- Tôi hiểu.

- Đây không phải là một vụ tấn công vào thân thể. Chỉ khi nào có một người cố xông vào nhà hay đi vòng lối vườn hay đại loại một cái gì đó thì mới gọi là tấn công vào thân thể. Nếu cảm thấy bị đe dọa như thế nào đó bà nên cho báo động nhưng dùng nó có phán đoán tử tế.

- Tôi hứa.

- Tôi để ý thấy bà có những gậy chơi golf cắm ở đây ở kia trong nhà.

- Vâng, đêm qua tôi ngủ ở nhà một mình.

- Là tôi thì tôi sẽ vào khách sạn trọ. Tôi không có ý gì với việc bà tự lo lấy chuyện canh phòng an ninh cho bản thân. Nhưng bà nên biết bà có thể giết như chơi một người đột nhập bằng một gậy đánh golf.

- Hừm.

- Và nếu thế thì nhiều phần chắc là bà sẽ bị kết vào tội giết người. Nếu bà nhận bà để các gậy golf ở quanh nhà với ý định tự vũ trang thì việc ấy cũng có thể bị xếp vào tội giết người.

- Nếu một ai đó tấn công tôi thì nhiều khả năng là tôi phải nghĩ táng vào đầu hắn chứ...

- Tôi hiểu bà. Nhưng cái lợi trong việc thuê An ninh Milton là để cho bà có một lựa chọn nên táng hay không nên. Bà có thể kêu gọi giúp đỡ và trên hết bà sẽ không lâm vào tình thế phải táng vào đầu một ai sất cả.

- Nghe thế tôi chỉ thấy rất vui.

- Và nhân thể, bà sẽ làm gì với cái gậy golf nếu kẻ đột nhập cầm một khẩu súng? Tất cả then chốt của vấn đề an ninh tốt lành là chủ động trước bất cứ ai có ý hại ta.

- Hãy cho tôi biết nếu có một đứa bám lẳng nhẳng theo thì tôi nên làm gì?

- Bà chú ý không để cho nó có cơ hội đến gần bà. Hiện trong vài hôm, chúng tôi chưa cài đặt xong ở đây, rồi sau đây chúng tôi sẽ có nói chuyện với chồng bà. Ông ấy cũng sẽ phải ý thức được về an ninh như bà.

- Ông ấy thì được thôi.

- Là bà thì tôi không ở lại đây khi ông ấy chưa về đâu.

- Tôi không chuyển đến đâu khác được. Chồng tôi sẽ về trong một hai ngày nữa. Nhưng ông ấy và tôi cả hai khá là hay đi, thỉnh thoảng một người lại phải ở nhà một mình.

- Tôi hiểu. Nhưng tôi chỉ nói đến một hai ngày cho tới khi chúng tôi cài đặt xong mọi thứ. Không có người bạn nào mà bà có thể đến ở cùng được ư?

Berger thoáng nghĩ đến căn hộ của Blomkvist nhưng nhớ ra rằng chính trong lúc này thì đó không phải là một ý hay lắm.

- Cảm ơn, nhưng tôi ở lại nhà thì hơn.

- Tôi thấy sợ chuyện. Trong trường hợp này, tôi muốn bà có người ở cùng tại đây cho đến cuối tuần.

- Ư...

- Bà có người bạn nào có thể đến ở đây được không?

- Chắc chắn có. Nhưng nếu có một thằng điên nó lẩn quất rình mò ở bên ngoài vào lúc 7 rưỡi tối thì không.

Rosin nghĩ một lúc.

- Một người của An ninh Milton đến ở đây thì bà có phản đối không? Tôi có thể gọi và tìm ra nếu đêm nay bạn đồng nghiệp Susanne Linder của tôi tự do. Cô ấy chắc cũng muốn kiếm lấy vài trăm curon làm thêm.

- Chính xác thì giá là bao nhiêu?

- Bà cần bàn với cô ấy. Việc này là ở bên ngoài mọi thỏa thuận chính thức của chúng tôi. Nhưng tôi thực tình không muốn bà ở nhà một mình.

- Tôi không sợ tối đâu.

- Tôi không nghĩ bà sợ, hay lẽ ra bà không nên ngủ ở đây đêm qua. Susanne Linder cũng là một cựu cảnh sát nữ. Và việc này chỉ là tạm thời. Nếu chúng tôi phải bố trí vệ sĩ thì lại là vấn đề khác. - Và việc ấy thì khá là đắt.

Thái độ nghiêm túc của Rosin đã có hiệu quả. Berger chợt nhận ra thấy rằng đây là ông đang bình tĩnh nói đến khả năng tính mạng chị bị đe dọa. Ông có cường điệu không? Chị có nên lờ đi tinh thần thận trọng thuộc về chuyên môn của ông không? Trong vụ này tại sao chị lại điện thoại cho An ninh Milton ngay đầu tiên và nhờ họ cài đặt hệ báo động?

- OK. Gọi cô ấy đi. Tôi sẵn sàng có một buồng đón khách.

Phải đến 10 giờ tối Figuerola và Blomkvist mới chăn quấn quanh người đi vào bếp làm xalát mì nguội với cá ngừ và thịt lợn xông khói lấy trong tủ lạnh. Họ uống nước với bữa tối.

Figuerola cười khúc khích.

- Gì mà vui thế?

- Tôi nghĩ nếu thấy chúng ta bây giờ, Edklinth sẽ ngớ ra một tí đây. - Lúc nói tôi để ý đến anh, ông ấy không tin rằng ông ấy lại có ý, bảo tôi ngủ với anh đâu.

- Cô đầu têu. Tôi được chọn hoặc bị còng tay hoặc ngoan ngoãn đi theo mà, - Blomkvist nói.

- Đúng. Nhưng anh cũng không đến nỗi cứng cổ lắm.

- Có thể cô không biết - tuy tôi ngờ rằng cô biết - là người cô nó phát ra những rung động tính dục khó mà tin nổi được. Cô nghĩ trên đời này ai cưỡng nổi cái đó?

- Anh rất tốt, nhưng tôi không gợi dâm đến thế đâu. Và tôi cũng thường không hay ăn nằm như thế này.

- Tôi lạ đấy.

- Tôi không, với nhiều người tôi không lên giường như thế này. Mùa xuân vừa rồi tôi đi với một anh. Nhưng đã chấm dứt.

- Tại sao vậy?

- Anh ấy dịu dàng nhưng thế nào mà chúng tôi lại thi vật tay. Tôi khỏe hơn và anh ấy không đọ lại được. Anh có là loại đàn ông muốn vật tay với tôi không?

- Cô muốn biết liệu tôi có vấn đề gì với việc cô sung hơn, khỏe hơn tôi phải không? Đúng, tôi thua cô.

- Cảm ơn anh đã trung thực. Tôi nhận thấy khá ít đàn ông để ý tới điểm này nhưng khi bắt đầu ganh đua với tôi thì họ lại tìm các cách để thống lĩnh tôi. Đặc biệt khi họ phát hiện ra tôi là cảnh sát.

- Tôi sẽ không ganh đua với cô. Tôi giỏi hơn cô ở công việc tôi làm. Và cô giỏi hơn tôi ở công việc cô làm.

- Tôi có thể sống với thái độ này.

- Tại sao cô lại nhặt tôi?

- Tôi buông theo xung lực. Anh là một xung lực.

- Nhưng trước hết cô là một sĩ quan Sapo, và chúng ta thì đang tiến hành một cuộc điều tra có dính dáng đến tôi...

- Anh định nói việc này là trái với nghiệp vụ của tôi. Anh nói đúng. Lẽ ra tôi không nên làm thế này. Và nếu người ta biết chuyện này thì tôi sẽ gặp vấn đề nghiêm trọng. Edklinth sẽ nhảy tưng lên qua cả mái nhà.

- Tôi sẽ không nói với ông ấy.

- Nghĩa hiệp ghê nhỉ.

Họ im lặng một lúc.

- Tôi không biết chuyện này rồi sẽ ra cái gì đây. Anh là người mà trong công việc nhận về được nhiều hơn cái phần vốn đã định cho anh, như tôi hiểu là thế. Chính xác chứ?

- Không may là lại đúng. Còn tôi thì không thể tìm được một bạn gái lâu bền.

- Cảnh báo thật thà. Tôi có lẽ cũng không tìm ra được một bạn trai lâu bền nốt. Chúng ta có thể giữ chuyện này ở mức bè bạn không?

- Tôi nghĩ thế thì sẽ tốt nhất. Monica, tôi sẽ không nói với ai là chúng ta cặp với nhau. Nhưng nếu không cẩn thận thì có thể tôi sẽ đi tới một trận đấu sống chết với các bạn đồng nghiệp của cô mất đấy.

- Tôi không nghĩ thế. Edklinth trung thực, thẳng thắn. Và chúng ta, anh và những người của tôi thì cùng chung mục đích.

- Chúng ta xem rồi chuyện sẽ ra sao.

- Anh cũng có một món với Lisbeth Salander.

Blomkvist nhìn cô.

- Nghe này... tôi không phải là một quyển sách mở cho ai cũng nhòm vào đọc cả đấy nha. Quan hệ của tôi với Lisbeth không là việc của bất kỳ ai hết.

- Cô ấy là con gái của Zalachenko.

- Vâng, và cô ấy cam sống với cái nỗi đó. Nhưng cô ấy không phải là Zalachenko. Có cả một thế giới khác biệt giữa họ.

- Tôi không có ý nói thế. Tôi nghĩ đến sự dính dáng của anh vào câu chuyện này.

- Lisbeth là bạn tôi. Chỉ một câu này thôi cũng đã đủ.

Linder ở An ninh Milton mặc jean, jacket da đen và giày chạy bộ. 9 giờ tối cô đến Saltsjobden. Rosin chỉ cho cô xem khắp ngôi nhà. Cô mang theo một túi lính màu xanh đựng máy tính xách tay, một dùi cui, một bình xịt Mace, còng số tám và một bàn chải răng, cô bỏ tất cả ra ở trong gian phòng dành cho khách của Berger.

Berger pha cà phê.

- Cảm ơn cà phê của bà. Chắc bà nghĩ tôi như một người khách cần trông nom. Sự thật thì tôi chẳng phải khách chút nào cả ạ. Tôi là một thứ xấu xí, cần xuất hiện thình lình trong đời bà, trong chừng hai ba ngày. Tôi đã ở cảnh sát sáu năm và làm cho Milton bốn năm. Tôi là vệ sĩ được huấn luyện.

- Tôi thấy rồi.

- Bà đang bị đe dọa và tôi ở đây là để canh cửa cho bà có thể ngủ yên giấc hay làm việc, đọc sách hay làm bất cứ cái gì bà thích. Nếu bà cần nói chuyện thì tôi mừng là được lắng nghe. Ngoài ra tôi có mang theo sách của tôi.

- Hiểu.

- Tôi muốn nói là bà cứ nên sống bình thường, đừng cảm thấy bà cần phải trông nom tôi. Thế chỉ khiến tôi làm vướng bận bà ra thôi. Tốt nhất xin bà cứ nghĩ tôi như một đồng nghiệp tạm thời trong công việc.

- Được, tôi hoàn toàn không quen với loại tình huống này. Trước kia, lúc tôi là Tổng biên tập ở *Millennium*, tôi cũng đã bị đe dọa, nhưng lúc ấy có liên quan đến công việc của tôi. Hiện nay thì là một cá nhân quấy rối đến mức nghiêm trọng...

- Ai đặc biệt có chuyện ức chế với bà?

- Một cái gì đó ở những dòng chữ kia.

- Nếu chúng tôi phải bố trí đầy đủ vệ sĩ thì sẽ tốn nhiều tiền. Và để bõ đồng tiền thì cần phải có một mối đe dọa rất rõ ràng và riêng biệt. Với tôi đây chỉ là việc làm thêm. Từ nay đến hết tuần, mỗi đêm ngủ ở đây, tôi sẽ xin bà 500 curon. Nếu tôi làm việc cho Milton thì sẽ đắt hơn thế này nhiều. Có OK được không bà?

- Hoàn toàn OK.

- Nếu xảy ra chuyện gì, xin bà khóa trái cửa lại và ở trong phòng, để tôi xử lý tình hình. Việc của bà là bấm nút báo nếu có tấn công. Có thế thôi. Tôi không muốn bà bị lép vế nếu có bất cứ lôi thôi nào.

Berger đi ngủ lúc 11 giờ. Khi đóng cửa phòng ngủ, chị nghe thấy có tiếng "cách". Mải suy nghĩ, chị cởi quần áo rồi lên giường.

Đã được giao hẹn là đừng cảm thấy có nghĩa vụ phải trông nom "người khách" nhưng chị đã ngồi hai giờ với Linder tại bàn bếp. Chị phát hiện thấy hai người hợp nhau dữ. Họ bàn đến cái tâm lý nó khiến cho một số đàn ông thích bám quấy phụ nữ. Linder bảo chị cô không tin vào cái lối cứ chấp tay lại vái lạy môn tâm lý học. Cô nghĩ quan trọng nhất, đơn giản là hãy chặn đứng bọn chó chết lại, và cô rất thích làm việc ở An ninh Milton, do phần lớn nhiệm vụ ở đây trao cho cô là hãy hành động như một lực lượng đánh trả lại bọn điên khùng làm càn.

- Vậy sao cô lại thôi làm cảnh sát?

- Câu hỏi hay hơn tất cả nên là tại sao tôi đã trở thành sĩ quan cảnh sát?

- Thế tại sao cô *đã* trở thành sĩ quan cảnh sát?

- Vì khi tôi mười bảy tuổi, bạn thân của tôi đã bị ba thằng chó chết bắt cóc và hiếp trên một xe hơi. Tôi trở thành sĩ quan vì tôi nghĩ, khá là lý tưởng, rằng cảnh sát tồn tại là để ngăn chặn những tội ác như thế.

- Ờ…

- Tôi chả ngăn chặn được cái khỉ gì hết. Là cảnh sát, tôi luôn đến hiện trường *sau khi* tội ác đã xảy ra. Tôi không chịu nổi thứ tiếng lóng ngạo nghễ người ta nói về đội chống tội phạm. Và tôi sớm nhận ra rằng có một số tội ác thậm chí còn không bao giờ được điều tra. Bà là một thí dụ điển hình. Bà đã thử gọi cảnh sát về chuyện xảy ra với bà chưa?

- Đã gọi.

- Và họ có đoái đến bà mà tới không?

- Không có thật. Người ta bảo tôi nộp báo cáo đến đồn sở tại.

- Vậy bây giờ bà biết đấy. Tôi làm việc cho Armansky và tôi đến hiện trường *trước khi* xảy ra tội ác.

- Phần nhiều là những vụ phụ nữ bị đe dọa chứ?

- Tôi làm đủ loại. Xác nhận an ninh, vệ sĩ đi theo người, kiểm soát theo dõi, vân vân… Nhưng việc thường là dính đến người bị đe dọa. Tôi làm ở Milton hợp hơn nhiều so với ở bên cảnh sát tuy có một hạn chế.

- Hạn chế gì chứ?

- Chúng tôi ở đó chỉ để cho những người có thể trả tiền mà thôi.

Nằm trên giường Berger nghĩ về những điều Linder đã nói. Không phải ai cũng cho phép mình có được sự bảo vệ. Bản thân chị chấp nhận không hề lưỡng lự các đề nghị của Rosin về mấy cái cửa mới, kỹ sư, các hệ thống báo động yểm hộ và mọi thứ khác. Tất cả phí tổn cho việc này lên tới gần 50.000 curon. Nhưng chị cho mình được phép thế.

Nghĩ miên man một lúc về việc chị nghi người đe dọa kia có liên quan gì đó đến *SMP*. Là ai thì cũng đều biết chị bị thương ở chân. Chị nghĩ đến Holm. Chị không thích ông ta, lại thêm không tin ông ta, nhưng cái tin chân chị bị thương đã lan đi nhanh chóng ngay khi chị vừa xuất hiện, tập tễnh chống nạng tới tòa soạn.

Lại còn có vấn đề Borgsjo.

Chị thình lình ngồi bật dậy ở trên giường, cau mày, nhìn quanh phòng ngủ. Chị nghĩ mình để hồ sơ của Cortez về Liên doanh Vitavara ở đâu đây nhỉ.

Chị đứng lên, mặc váy ngủ, chống vào một chiếc nạng. Chị đến phòng làm việc, bật đèn. Không, chị không vào phòng làm việc từ... từ lúc chị đọc xong hồ sơ này ở trong buồng tắm. Chị để nó trên thành cửa sổ.

Chị nhìn vào trong buồng tắm. Không có trên thành cửa sổ.

Chị đứng một lúc ở đó, lo lắng.

Chị không nhớ là sáng nay có nhìn thấy hồ sơ đó hay không. Chị không hề mang nó đến chỗ nào khác.

Chị lạnh toát người, tìm tòi trong buồng tắm năm phút rồi lục hết các chồng giấy tờ cùng báo chí ở trong bếp và phòng ngủ. Cuối cùng chị đành thừa nhận tập hồ sơ đã mất.

Giữa quãng thời gian chị giẫm vào mảnh thủy tinh và Rosin đến sáng nay, ai đó đã vào buồng tắm lấy tài liệu của *Millennium* về Liên doanh Vitavara đi. Rồi chị sực nghĩ chị có những bí mật khác ở trong nhà. Chị tập tễnh quay lại phòng ngủ, mở ngăn kéo dưới cùng của cái tủ ở bên cạnh giường. Tim chị như bị hẫng rơi. Ai cũng có những bí mật. Chị giữ các bí mật của mình trong ngăn kéo tủ trong phòng ngủ. Berger không viết nhật ký thường xuyên nhưng có những thời kỳ chị viết. Cũng có những bức thư tình cũ giữ từ thời con gái mười tám đôi mươi.

Có một phong bì với những bức ảnh đã nguội nhạt đi theo thời gian nhưng... Khi Berger hai mươi lăm, chị có dây vào Câu lạc bộ

Cực kỳ, nó bố trí những cuộc hẹn hò riêng tư cho các dân chuyên mặc đồ da. Có những bức ảnh về các tối liên hoan khác nhau và nếu thời ấy chị không say bí tỉ thì chị đã không nhận ra được rằng chị nom đúng là một đứa rồ dại chẳng ra thể thống gì.

Và tai hại nhất - có một băng video quay ngày nghỉ lễ đầu những năm 90 khi chị và Greger là khách của nghệ sĩ thủy tinh Torkel Bollinger tại biệt thự của ông ta ở Costa del Sol. Trong kỳ nghỉ ấy chị phát hiện ra chồng chị có xu hướng tính dục lưỡng tính hẳn hoi. Và rồi cuối cùng cả hai vợ chồng cùng lên giường với Torkel. Kỳ nghỉ ấy khá là tuyệt vời. Máy quay video là hiện tượng tương đối mới mẻ. Cuốn phim về việc họ chơi bời thì dứt khoát là không thể nào mà chiếu cho mọi người cùng xem được.

Ngăn kéo trống không.

Sao ta lại có thể ngu xuẩn đến mức này cơ chứ?

Ở đáy ngăn kéo ai đó đã xịt sơn ra cái từ có năm chữ cái quen thuộc.

CHƯƠNG 19

Thứ Sáu, 3 tháng Sáu
Thứ Bảy, 4 tháng Sáu

Viết xong sơ yếu lí lịch lúc 4 giờ sáng thứ Sáu, Salander gửi một bản sao cho Blomkvist qua nhóm Yahoo [Đạo phái Ngu]. Rồi cô nằm im trên giường nhìn trần nhà.

Cô biết Đêm Walpurgis là sinh nhật lần thứ hai mươi bảy của cô nhưng lúc ấy cô còn chẳng nghĩ đến sinh nhật. Cô bị giam giữ. Cô đã trải qua cảnh tương tự ở bệnh viện Thánh Stefan. Nếu cơ sự không tử tế với cô, thì có lẽ cô sẽ còn trải qua nhiều sinh nhật hơn nữa trong một kiểu giam hãm nào đó.

Cô sẽ không chấp nhận một tình trạng giống như thế.

Lần bị nhốt cuối cùng, cô mới chớm tuổi thiếu nữ. Nay cô đã trưởng thành, có nhiều kiến thức và kỹ năng hơn. Cô nghĩ sẽ phải mất bao lâu để trốn sang một nước nào đó, định cư yên ổn rồi làm một căn cước mới, một cuộc đời mới cho cô.

Cô ra khỏi giường, đi vào buồng tắm soi gương. Cô không còn tập tễnh nữa. Cô lướt các ngón tay lên hông, nơi vết thương đã thành sẹo. Cô uốn cánh tay, vươn vai trái ra trước ra sau. Nó cứng nhưng ít nhiều cô đã lành lặn. Cô tự gõ vào đầu. Cô cho rằng bị một viên đạn toàn kim loại xuyên qua thì chắc não cô đã bị tổn thất rất nặng nề mất rồi.

Cô đã cực kỳ may mắn.

Cho tới khi có máy tính, đúng là cô toàn bỏ thì giờ ra tính cách làm sao thoát khỏi gian phòng khóa kín này ở Sahlgrenska.

Khi tuồn chiếc máy Palm nhỏ xíu vào, bác sĩ Jonasson và Blomkvist đã làm vỡ kế hoạch của cô. Cô đã đọc các bài báo của Blomkvist và nghiền ngẫm những điều anh nói. Cô đánh giá rủi ro và suy tính về kế hoạch của anh, cân nhắc cơ may của mình. Cô quyết định sẽ một lần làm theo lời anh khuyên. Cô sẽ thử nghiệm hệ thống. Blomkvist đã thuyết phục cô rằng cô không có gì để mất, và anh mời cô hãy nhận lấy cơ hội trốn thoát bằng một cách rất khác thường. Nếu thất bại, cô sẽ chỉ cần lập kế hoạch trốn khỏi Thánh Stefan hay một nhà thương điên nào đó mà thôi.

Điều thực sự thuyết phục Salander quyết định chơi trò chơi theo cách của Blomkvist là nỗi khao khát phục thù của cô.

Cô đã không hề tha thứ cho một cái gì hết.

Zalachenko, Bjorck và Bjurman đều đã chết.

Ngoài ra, Teleborian còn sống.

Cả anh cô, cái gã gọi là Ronald Niedermann cũng vẫn sống, tuy thực ra hắn không phải là vấn đề của cô. Hắn chắc chắn đã góp sức vào mưu toan giết và chôn cô xuống, nhưng xem vẻ hắn chỉ là kẻ ở ngoài rìa. *Nếu có lúc nào đó ta vồ phải hắn cơ, ta sẽ xem xét sau, nhưng cho đến lúc ấy thì hắn là chuyện của cảnh sát.*

Nhưng Blomkvist nói đúng: đằng sau âm mưu đã phải có những đứa khác mà cô không biết chúng từng góp phần vào việc định hình cuộc đời cô. Cô phải tìm cho ra tên tuổi và cả đến số bảo hiểm xã hội của bọn người này.

Vậy cô quyết định làm theo kế hoạch của Blomkvist. Vì thế trong bản tự thuật bốn chục trang ngắn gọn đến khô đanh, cô đã viết toẹt sự thật ra, không tô vẽ gì cả cho đời mình. Cô đã tuyệt đối chính xác. Mọi cái cô viết ra đều là sự thật. Blomkvist nói cô đã bị giới truyền thông đại chúng Thụy Điển đả kích man rợ như thế, đả kích bằng những vu khống lố bịch đến nỗi dù có viết vô lý một tí đi nữa thì cái đó cũng không làm hại gì nhiều hơn nữa đến tên tuổi của cô và cô chấp nhận lập luận này của anh.

Bản tự thuật có hư cấu ở một góc độ là: cô đã không nói ra *toàn bộ* sự thật, dĩ nhiên. Cô không có ý định làm thế.

Cô quay về giường, kéo chăn lên người.

Cô cảm thấy mình đang mất thì giờ vì một cơn giận mà cô không thể nhận ra nó là gì. Cô với lấy cuốn sổ tay Giannini cho và cô hầu như chưa dùng. Cô mở trang đầu tiên, ở đó cô đã viết:

$$x^3 + y^3 = z^3$$

Mùa đông năm ngoái, ở vùng Caribbean, cô đã chiến đấu như điên với định lý Fermat trong mấy tuần liền. Khi quay về Thụy Điển, trước khi sa vào vụ săn lùng Zalachenko, cô vẫn tiếp tục chơi đùa với các phương trình. Chuyện điên rồ là *cô có cảm tưởng mình đã nhìn ra cách giải.*

Nhưng cách giải như thế nào thì nay cô không sao nhớ nổi.

Không nhớ nổi một điều gì là hiện tượng xa lạ với Salander. Cô đã tự kiểm tra mình bằng cách lên Net, nhặt lấy các mã HTLM hiếm hoi mà cô nhác trông thấy, cho vào bộ nhớ rồi tái hiện chúng lại chính xác.

Cô vẫn chưa bị mất cái trí nhớ như máy ảnh, điều mà cô luôn coi là một tai ương.

Mọi sự vẫn chạy tốt như thường lệ trong não cô.

Trừ việc cô nghĩ rằng cô nhớ là đã nhìn thấy lời giải đáp cho định lý Fermat, nhưng không thể nhớ ra nó như thế nào, khi nào hay ở đâu.

Tồi tệ nhất là cô không còn một chút hứng thú nào với nó. Định lý Fermat không còn hấp dẫn cô nữa. Điều này báo hiệu chuyện không hay. Đó chính là cái cách cô vẫn quen ứng xử. Cô bị một vấn đề hấp dẫn nhưng giải đáp được nó rồi cô liền dửng dưng.

Cô cũng đang cảm thấy như vậy với Fermat. Ông không còn là một con quỷ ngồi trên vai cô, bắt cô chú ý và quấy nhiễu trí tuệ cô nữa. Định lý chỉ là một công thức bình thường, vài dòng cao thấp trên một tờ giấy và cô không hám bập một chút nào vào nó cả.

Cô khó chịu vì điều này. Cô đặt quyển sổ tay xuống.

Cô nên ngủ một lát.

Nhưng thay vì ngủ, cô lại lấy chiếc Palm ra rồi lên Net. Cô nghĩ một lúc rồi vào ổ cứng của Armansky, việc cô không làm từ khi có cái máy tính để lọt trong lòng bàn tay. Armansky đang làm việc với Blomkvist, nhưng cô không có mảy may nhu cầu đặc biệt nào đọc những cái ông đã làm.

Cô lơ đãng đọc bức thư điện tử của ông.

Cô xem thấy lời Rosin xác nhận về ngôi nhà của Berger. Cô khó mà tin nổi cái điều cô đang đọc.

Berger bị một kẻ đeo bám lén.

Cô tìm thấy thư của Susanne Linder, cô này chắc đêm qua ở lại nhà Berger và đã gửi thư đi khuya hôm ấy. Cô nhìn thời gian của bức thư. Nó được gửi đi đúng trước 3 giờ sáng, báo cáo việc Berger phát hiện ra chị đã bị lấy cắp mất nhật ký, thư từ, ảnh, cùng với một băng video về trạng thái phơi bày thân thể cá nhân cất ở tủ ngăn kéo trong phòng ngủ.

> Sau khi bàn với bà Berger, chúng tôi cả quyết rằng việc đánh cắp đã phải xảy ra trong lúc bà ấy đang ở bệnh viện Nacka. Như vậy có một quãng thời gian chừng 2 tiếng rưỡi đồng hồ ngôi nhà vắng người và hệ thống báo động trục trặc của NIP không hoạt động. Còn mọi lúc khác, cho đến khi phát hiện ra vụ mất trộm, thì ở nhà đều có Berger hoặc David.

> Kết luận: kẻ bám theo Berger ở lại trong khu vực của bà ấy, có thể hắn đã quan sát thấy bà ấy lên taxi đi, có thể đã thấy cả việc bà ấy bị thương nữa. Kẻ bám theo bèn nhân cơ hội vào nhà.

> -----

Salander tải ổ cứng của Armansky xuống, cập nhật nó rồi tắt Palm, suy nghĩ miết. Cô có những tình cảm lẫn lộn.

Cô chả có lý do nào để quý mến Berger. Cô vẫn nhớ cảm tưởng bị hắt hủi khi cô trông thấy Berger đi với Blomkvist xuôi xuống đường Hornsgatan, hôm trước đêm Giao thừa, cách đây đã một năm rưỡi trời.

Đó là giây phút ngu ngốc nhất trong đời cô và cô sẽ không bao giờ cho phép mình lại còn phải chịu những cảm xúc kiểu như thế nữa.

Cô nhớ mối thù ghê gớm cô cảm thấy lúc ấy, nhớ nỗi ham muốn đuổi theo họ rồi xúc phạm Berger.

Khó xử.

Cô đã được chữa khỏi lành lặn.

Nhưng cô không có lý do nào để có thiện cảm với Berger.

Cô nghĩ băng video "về trạng thái thân thể cá nhân phơi bày" kia nó có những gì. Cô có đoạn video về trạng thái thân thể cá nhân cô bị phơi bày, cho thấy luật sư chó má Bjurman hiếp cô ra sao. Và nay đang do Blomkvist giữ. Cô nghĩ cô sẽ phản ứng thế nào nếu ai đó đột nhập nhà cô ăn cắp đĩa video ấy đi. Theo định nghĩa thì Blomkvist đã làm thực sự làm như vậy, dù cho động cơ không phải là để làm hại cô.

Hừm. Tình thế mới lôi thôi chứ.

Đêm hôm thứ Năm Berger không ngủ được. Chị cứ tập tếnh tới lui suốt trong khi Linder không ngừng dõi nhìn chị. Nỗi lo lắng của chị như một dải sương mù nặng chĩu đè lên ngôi nhà.

Lúc 2 rưỡi, Linder cố bảo Berger dù không ngủ thì cũng nên đi nằm. Cô trút ra một tiếng thở dài nhẹ nhõm khi Berger đóng cửa phòng ngủ lại. Linder mở máy tính xách tay ra, tóm tắt tình hình vào một thư điện tử gửi cho Armansky. Cô vừa gửi thư đi thì đã nghe thấy Berger đứng lên đi quanh quẩn trở lại.

Lúc 7 rưỡi, cô gọi đến *SMP* cho Berger xin nghỉ ốm. Berger ngập ngừng tán thành rồi ngủ thiếp đi trên sofa trong phòng khách, trước ô cửa sổ phong cảnh mới gá ván gỗ. Linder đắp chăn lên người chị. Rồi cô pha cà phê, gọi Armansky, giải thích việc cô có mặt ở nhà Berger và Rosin thì đang gọi cô về.

- Ở đấy với Berger, - Armansky bảo cô. - Và cô cũng cố ngủ lấy hai ba tiếng đi.

- Tôi không biết chúng ta sẽ tính thù lao chuyện này như thế nào...

- Chuyện ấy tính sau.

Berger ngủ đến 2 rưỡi. Thức dậy chị thấy Linder ngủ trên một tấm ván kê nghiêng ở bên kia phòng khách.

Figuerola dậy muộn vào sáng thứ Sáu; cô không có thì giờ chạy buổi sáng. Lúc tắm cô trách Blomkvist gây nên chuyện này rồi xua anh ra khỏi giường.

Blomkvist lái xe đến *Millennium*, ở đây ai cũng ngạc nhiên thấy anh dậy sớm thế. Anh lầm bầm cái gì đó, pha cà phê, rồi gọi Eriksson và Cortez vào phòng làm việc của anh. Họ bỏ ba tiếng đồng hồ ra xem các bài báo cho số báo chuyên đề và kiểm điểm tiến trình in sách.

- Sách của Dag đi nhà in hôm qua, - Eriksson nói. - Chúng ta sẽ in bìa mềm, dán gáy bằng keo nhiệt.

- Số đặc biệt sẽ có tên là *Chuyện Lisbeth Salander*, - Cortez nói. - Họ nhắm rời ngày tòa xét xử nhưng hiện đã được ấn định vào thứ Tư, ngày 13 tháng Bảy. Lúc ấy tạp chí đã in xong nhưng chúng ta chưa định ngày phát hành. Anh có thể quyết định một thời điểm gần hơn.

- Tốt. Như thế là còn cuốn sách về Zalachenko, cơn ác mộng của chúng ta đây. Tôi đang đặt tên sách là *Bộ phận*. Về cơ bản nửa đầu quyển sách là những cái đã đăng trên tạp chí. Nó bắt đầu với các vụ ám sát Dag, Mia rồi tiếp theo là cuộc săn lùng Salander đầu tiên, rồi Zalachenko và rồi Niedermann. Nửa sau sẽ là mọi thứ mà chúng ta biết về Bộ phận.

- Mikael, dù nhà in có phá mọi kỷ lục vì chúng ta thì muộn nhất là cuối tháng này chúng ta phải gửi tới họ bản hoàn chỉnh cuối cùng, - Eriksson nói. Christer cần một hai ngày để trình bày, sắp chữ ở nhà in cứ cho là mất một tuần đi. Vậy là chúng ta còn lại hai tuần chuẩn bị nội dung. Tôi không biết chúng ta sẽ xoay xở sao đây.

- Chúng ta không có thì giờ đào sâu vào toàn bộ câu chuyện, - Blomkvist nhân nhượng. - Nhưng tôi nghĩ dù chúng ta có đến cả năm trời thì chuyện ấy cũng không ngã ngũ được. Điều chúng ta sẽ làm trong cuốn sách này là nói ra những cái đã từng xảy ra. Cái nào không có nguồn, chúng ta sẽ nói là không có nguồn. Chúng ta có thăm dò dư luận thì cũng chẳng giấu. Vậy là chúng ta sẽ viết cái đã xảy ra, cái mà chúng ta có thể kiếm được tài liệu, cái mà chúng ta tin rằng đã từng có.

- Khá mơ hồ, - Cortez nói.

Blomkvist lắc đầu.

- Nếu tôi nói một nhân viên Sapo lẻn vào nhà tôi và tôi có thể chứng minh chuyện đó, bằng chứng là một băng video, thì như vậy là đã có căn cứ xác thực. Nếu nói hắn nhân danh Bộ phận làm chuyện đó thì là tôi suy diễn, nhưng dưới ánh sáng của tất cả các sự việc chúng ta đã trình bày, thì suy diễn này là có cơ sở. Nói thế đã có lý chưa nào?

- Có lý.

- Tôi không có thì giờ viết hết các mảng còn thiếu một mình. Đây tôi có danh sách các bài báo mà anh, Henry, sẽ phải chắp vá lại. Nó tương đương với khoảng năm chục trang chữ của cuốn sách. Malin, cô đỡ cho Henry một tay, ngay khi chúng ta chuẩn bị xuất bản quyển sách của Dag. Tên của ba chúng ta đều sẽ được in trên bìa và mặt sau cuốn sách. Với hai bạn thế có được không?

- Hay, - Eriksson nói. - Nhưng chúng ta có những vấn đề cấp bách khác.

- Như?

- Trong khi anh đang tập trung vào bài viết về Zalachenko, chúng tôi có cả một núi việc phải làm ở đây…

- Cô muốn nói thế mà tôi không giúp gì chứ gì?

Eriksson gật.

- Cô đúng. Tôi xin lỗi.

- Không cần xin lỗi. Chúng tôi đều biết khi anh mắc vào một bài báo thì chả còn cái gì là trọng nữa. Nhưng điều không sao với tất cả anh chị em còn lại thì dứt khoát cũng không sao với tôi. Erika phải dựa vào tôi. Tôi thì có Henry và anh ấy là át chủ bài, nhưng anh ấy cũng phải bỏ mất ngần ấy thời gian vào bài viết của anh. Dù có tính cả anh vào, chúng tôi vẫn thiếu hai người ở tòa soạn.

- Những hai?

- Mà tôi thì không phải là Erika. Tôi không so được với nếp làm việc quen thuộc của chị ấy. Tôi vẫn còn đang học công việc này. Monica đang căng sức ra làm. Lottie cũng thế. Chả ai có thì giờ ngừng lại để nghĩ nữa.

- Cái này là hoàn toàn tạm thời thôi. Ngay khi tòa bắt đầu…

- Không, Mikael. Lúc ấy cũng chưa xong đâu. Phiên tòa bắt đầu rồi mới là địa ngục. Nhớ lại thời gian vụ Wennerstrom xem. Chúng tôi mất tích anh suốt ba tháng ròng trong khi anh nhảy hết từ sofa truyền hình phỏng vấn này đến sofa truyền hình phỏng vấn kia.

Blomkvist thở dài.

- Cô có ý gì nào?

- Nếu chúng ta định cho *Millennium* làm ăn có hiệu quả trong mùa thu thì cần phải có máu mới. Ít nhất hai người, có thể ba. Chúng ta chỉ không có năng lực biên tập với những cái chúng ta đang cố làm và...

- Và?

- Và tôi không chắc là tôi sẵn sàng đảm đương được việc đó.

- Tôi nghe cô đây, Malin.

- Tôi nói thế đấy. Tôi có thể là một phó tổng biên tập tốt - tôi làm công việc này ngon xơi khi có Erika là sếp. Chúng ta nói sẽ cố xoay xở qua mùa hè... được, thì chúng ta đã cố rồi đó. Tôi không phải là một tổng biên tập tốt.

- Vớ vẩn à, - Cortez nói.

Eriksson lắc đầu.

- Tôi hiểu điều cô muốn nói, - Blomkvist nói. - Nhưng hãy nhớ đây là một tình thế ngoại lệ.

Eriksson buồn bã mỉm cười với anh.

- Anh có thể coi đây là lời ca thán của cả tòa soạn, - cô nói.

Đơn vị tác chiến của Bảo vệ Hiến pháp bỏ ngày thứ Sáu ra cố nắm lấy thông tin mà họ nhận được của Blomkvist. Hai người trong toán của họ đã đến một văn phòng tạm thời ở Fridhemsplan, tất cả tài liệu đều đang được tập hợp ở đấy. Việc này không thích hợp vì mạng nội bộ của cảnh sát là ở tại các sở chỉ huy, có nghĩa rằng họ sẽ phải đi đi về về nhiều lần trong ngày giữa hai tòa nhà cao tầng. Dù chỉ đi bộ mười phút thôi cũng mệt rồi. Giờ ăn trưa, họ đã có nhiều tài liệu về cái sự thật là trong những năm 60 và đầu 70, cả hai Fredrik Clinton và Hans von Rottinger đều đã làm ăn với Cảnh sát An ninh.

Von Rottinger vốn thuộc tình báo quân đội và làm việc nhiều năm trong văn phòng điều phối giữa quốc phòng và Cảnh sát An ninh. Clinton thì làm ở không quân và bắt đầu làm việc cho đơn vị Bảo vệ Nhân thân của Cảnh sát An ninh năm 1967.

Cả hai đều đã bỏ SIS: Clinton năm 1971 và von Rottinger năm 1973. Clinton chuyển sang kinh doanh với vai cố vấn quản lý, von Rottinger thì vào dịch vụ dân sự để làm các việc điều tra cho công ty Năng lượng Hạt nhân Thụy Điển. Hắn đóng ở London.

Lúc Figuerola có thể vững dạ phần nào báo cho Edklinth biết việc cô phát hiện ra rằng các nghề ngổng của Clinton và von Rottinger sau khi bỏ SIS đi đều là man trá cả thì đã xế chiều. Khó theo sát được nghề nghiệp của Clinton. Làm tư vấn cho công nghiệp đại khái cũng có nghĩa là gần như không là gì hết và một người ở vai trò này thì không bó buộc phải báo cáo các hoạt động của hắn cho Chính phủ. Qua thuế thu nhập của hắn, thấy rõ hắn kiếm được kha khá tiền nhưng phần lớn thân chủ của hắn là các tập đoàn công ty có văn phòng đầu não ở Thụy Sĩ hay Liechtenstein, cho nên không dễ mà chứng minh được công việc của hắn là trò giả mạo.

Về đằng von Rottinger thì hắn chưa bao giờ đặt chân đến văn phòng ở London, nơi người ta vẫn nghĩ hắn làm việc ở đấy. Năm 1973, tòa nhà văn phòng, nơi hắn nói hắn đang làm việc, thực tế đã bị dỡ sập để mở rộng Ga King's Cross. Chắc là ai đó đã sơ suất khi bày ra câu chuyện vỏ bọc. Trong ngày hôm ấy toán của Figuerola đã phỏng vấn một số người ở công ty Năng lượng Nguyên tử Thụy Điển đã về hưu. Chả ai nghe thấy nói đến Hans von Rottinger bao giờ.

- Bây giờ chúng ta biết rồi, - Edklinth nói. - Chúng ta chỉ cần phát hiện xem hắn thực sự đang làm việc gì.

Figuerola nói:

- Chúng ta làm gì với Blomkvist?

- Làm là làm thế nào?

- Chúng ta hứa cho anh ấy hồi đáp nếu phát hiện ra được cái gì đó về Clinton và von Rottinger.

Edklinth nghĩ về chuyện này.

- Có giữ kín món này một thời gian thì anh ấy cũng sẽ tự tìm hiểu được. Chúng ta giữ quan hệ tốt đẹp với anh ấy thì tốt hơn. Tìm thấy gì thì cô cũng có thể cho anh ấy biết. Nhưng cô hãy cân nhắc.

Figuerola hứa sẽ cân nhắc. Họ dành một lúc sắp đặt cho công việc cuối tuần. Hai người trong toán Figuerola sẽ vẫn làm việc. Cô sẽ nghỉ cuối tuần.

Rồi cô bấm đồng hồ rời cơ quan và đi đến phòng tập thể dục ở phố Thánh Eriksplan, cô ở đây tập nặng trong hai giờ để bù lại thời gian tập đã bị bỏ mất. Figuerola về nhà lúc 7 giờ. Cô tắm, ăn bữa tối xuềnh xoàng và bật tivi nghe tin tức. Nhưng rồi thấy náo nức, cô mặc bộ đồ thể thao vào. Cô dừng lại ở cửa trước nghĩ ngợi. *Blomkvist Hăng Máu.* Cô mở di động gọi vào máy Ericsson của anh.

- Chúng tôi tìm được một số thứ về von Rottinger và Clinton.

- Bảo tôi đi.

- Anh đến thì tôi bảo.

- Nghe như bắt bí nhau ấy nhỉ, - Blomkvist nói.

- Tôi vừa mặc quần áo tập, sẽ chạy để xả bớt một tí năng lượng đang bị trội lên trong người, - Figuerola nói. - Tôi nên chạy ngay bây giờ hay nên chờ anh đây?

- Nếu sau 9 giờ thì có OK không?

- Thế hay đấy.

8 giờ tối thứ Sáu, bác sĩ Jonasson đến thăm Salander. Ông ngồi vào ghế dành cho khách, ngả người ra sau.

- Ông sẽ khám cho tôi à? - Salander nói.

- Không. Tối nay không.

- OK.

- Hôm nay chúng tôi đã nghiên cứu tất cả ghi chép về cô và đã thông báo cho ông công tố viên rằng chúng tôi chuẩn bị cho cô ra viện.

- Tôi biết.

- Họ muốn tối nay đưa cô đến nhà tù ở Goteborg.

- Sớm thế ư?

Ông gật.

- Stockholm đang í ới. Tôi nói ngày mai tôi cần làm một số xét nghiệm với cô nên tới Chủ nhật tôi mới cho cô ra viện được.

- Sao phải thế?

- Không biết. Tôi đang ngán việc họ cứ dồn ép quá.

Salander mỉm cười thực tình.

Cần vài năm thôi, chắc cô sẽ biến bác sĩ Jonasson thành một tay vô chính phủ ra trò. Muốn gì, ở mặt riêng tư, ông cũng có xu hướng ngả về hướng bất phục tùng luật pháp.

- Fredrik Clinton, - Blomkvist nói, nhìn lên trần ở bên trên giường Figuerola.

- Anh mà châm điếu thuốc này là tôi dụi nó vào rốn anh liền đấy, - Figuerola nói.

Blomkvist ngơ ngác nhìn điếu thuốc anh vừa móc từ túi jacket ra.

- Xin lỗi, - anh nói. - Tôi mượn cô cái ban công có được không?

- Miễn là sau đó anh đi đánh răng.

Anh quấn chăn vào quanh mình. Cô theo anh vào bếp, rót đầy nước lạnh vào một chiếc cốc to. Rồi cô tựa vào thành cửa cạnh ban công.

- Clinton trước chứ?

- Nếu sống, hắn sẽ là đầu mối dẫn vào quá khứ.

- Hắn đang sắp chết, hắn cần một quả thận mới và mất rất nhiều thời gian để lọc thận hay một cách điều trị khác.

- Nhưng hắn còn sống. Chúng ta nên tiếp xúc và hỏi trực tiếp hắn. Có thể hắn sẽ nói.

- Không, - Figuerola nói. - Trước hết, đây là điều tra sơ bộ mà cảnh sát thì đang quản hắn. Như thế tức là sẽ không có "chúng ta" với hắn được. Thứ hai, theo thỏa thuận với Edklinth, anh nhận thông tin này nhưng anh hứa là sẽ không tự ý làm gì xía vào cuộc điều tra.

Blomkvist mỉm cười với cô.

- Ối a, - anh nói, - Cảnh sát An ninh đang giật dây tôi. - Anh dụi thuốc lá.

- Mikael, không phải chuyện đùa đâu đấy.

Sáng thứ Bảy Berger lái xe tới tòa báo mà vẫn thấy nôn nao. Chị nghĩ chị đang bắt đầu nắm được quá trình làm ra một tờ nhật báo thực thụ và đang định tự thưởng cho mình một kỳ nghỉ cuối tuần - kỳ nghỉ đầu tiên từ ngày sang *SMP* - nhưng phát hiện ra các vật riêng tư nhất, thầm kín nhất của mình, lẫn cả báo cáo về Borgsjo bị mất, chị không sao mà còn có thể thảnh thơi.

Cả đêm không ngủ ngồi ở bếp với Linder, Berger đã chờ "Bút Thuốc độc" ra đòn, tung đi các bức ảnh của chị, những cái sẽ có tác động phá phách hủy hoại ghê gớm. Internet, công cụ tuyệt vời biết mấy cho những điều quái dị. *Chết thôi... một băng video chuyện mình lừa chồng với một người đàn ông khác - mình sẽ phơi mặt trên một nửa số trang web trên thế giới mất.*

Hoảng loạn và kinh sợ bám lấy chị suốt đêm.

Linder phải trổ đủ tài dỗ dành thì chị mới chị lên giường nằm chốc lát.

8 giờ sáng chị lái xe đến *SMP*. Chị không thể trốn tránh. Nếu một cơn bão đang nhen nhúm thì chị muốn đương đầu với nó đầu tiên, trước khi người khác nghe phong thanh thấy nó. Thứ Bảy phòng biên tập vắng một nửa nhưng mọi sự vẫn bình thường. Mọi người chào khi chị tập tễnh qua bàn làm việc trung tâm ở giữa phòng. Hôm nay Holm nghỉ. Fredriksson là quyền phụ trách biên tập tin tức.

- Chào. Tôi tưởng hôm nay bà nghỉ, - ông nói.

- Tôi cũng nghĩ thế. Nhưng hôm qua tôi thấy người không khỏe, với lại tôi có những cái cần làm. Có chuyện gì không?

- Không, hôm nay việc khá chậm. Tin nóng nhất là công nghiệp gỗ ở Dalarna báo tin phát triển mạnh và một vụ trấn lột ở Norrkoping, một người bị thương.

- Tốt. Tôi vào buồng kính một lát.

Chị ngồi xuống, tựa nạng vào giá sách, và bật máy tính vào mạng. Đầu tiên chị tìm thư điện tử. Có mấy thư, nhưng không có cái nào của Bút Thuốc độc. Chị cau mày. Từ vụ lẻn vào nhà đến nay đã hai hôm mà hắn chưa làm gì trong khi cơ hội đầy ngập ra với hắn như thế. *Tại sao không? Có lẽ hắn thay đổi chiến thuật. Bắt bí đe dọa? Có lẽ hắn chỉ muốn ta cứ phải phỏng chừng?*

Không có việc gì đặc biệt làm tiếp cho nên chị bấm vào tài liệu chiến lược chị đang viết cho *SMP*. Chị nhìn vào màn hình mười lăm phút mà không trông thấy chữ.

Chị thử gọi cho Greger nhưng không được. Chị cũng chả biết máy di động của anh liệu có hoạt động được ở nước ngoài không. Dĩ nhiên chịu khó một chút, chị có thể dò ra được anh nhưng ngay từ trong lòng mình chị đã cảm thấy muốn trây ì ra. Sai rồi, chị cảm thấy bất lực và tê liệt.

Chị thử gọi Blomkvist để báo anh rằng tập hồ sơ Borgsjo đã bị đánh cắp nhưng anh không trả lời.

10 giờ chị chả làm được việc gì cả nên quyết định về nhà. Chị vừa giơ tay để tắt máy tính thì có người gọi đến tài khoản ICQ của chị. Chị ngạc nhiên nhìn vào thanh biểu tượng. Chị biết ICQ là gì nhưng hiếm khi chị trò chuyện và từ ngày đến làm ở *SMP* chị không dùng chương trình này.

Chị ngập ngừng bấm vào Trả Lời.

<Chào, Erika.>
<Chào, ai đó?>
<Riêng tư. Chị có đang ở một mình không?>

Trò lừa à? Bút Thuốc độc chắc?

<Ai đấy?>
<Chúng ta đã gặp nhau ở chỗ Kalle Blomkvist khi anh ấy ở Sandham về nhà.>

Berger nhìn đăm đăm vào màn hình. Mất một lúc mới nối được sự việc lại với nhau. *Lisbeth Salander. Không có lẽ.*

<Chị ở đó chứ?>

<Có đây.>

<Không nói tên. Chị biết tôi là ai chứ?>

<Sao tôi biết đây không phải là trò lừa bịp được?>

<Tôi biết vì sao Mikael lại có cái sẹo ở cổ.>

Berger nuốt nước bọt. Trên thế giới chỉ bốn người biết rõ lai lịch của cái sẹo này. Salander là một.

<Nhưng sao cô có thể nói chuyện với tôi chứ?>

<Tôi khá giỏi máy tính.>

Salander là quỷ sứ về máy tính. Nhưng đồ quỷ gì mà ở tít Sahlgrenska, nơi cô ấy bị giữ biệt lập từ tháng Tư, cô ấy vẫn xoay được ra cách chuyện trò với mình thế này chứ?

<Tôi tin điều rồi.>

<Chị có tin tôi không?>

<Cô muốn nói gì vậy?>

<Không được để lộ ra tôi và chị nói chuyện với nhau.>

Cô ấy không muốn cho cảnh sát biết cô ấy vào được Net. Dĩ nhiên là không rồi. Đó là lý do cô ấy đang nói chuyện trên máy tính với Tổng biên tập của một trong những tờ báo lớn nhất Thụy Điển.

< Không sao. Cô muốn gì?>

<Trả nợ của tôi.>

<Cô nói gì thế nhỉ?>

<*Millennium* đã ủng hộ tôi.>

<Chúng tôi chỉ là làm công việc của mình thôi.>

<Các báo khác đã không làm.>

<Cô bị kết một cái tội mà cô không phạm.>

<Chị bị một tên bám gái theo đuôi quấy nhiễu.>

Tim Berger đập thình thịch.

<Cô biết chuyện gì?>

<Băng video bị đánh cấp. Lén vào nhà.>

<Đúng. Cô giúp được không?>

Berger không thể tin rằng mình lại hỏi câu này. Hỏi vớ vẩn. Salander đang được phục hồi sức khỏe ở Sahlgrenska và bản thân thì đang ngập đến cổ với những chuyện của chính cô ấy. Xem vẻ cô ấy là người ít khả năng nhất mà Berger có thể quay sang để hy vọng nhận được một sự giúp đỡ nào.

<Không biết. Để tôi thử xem.>

<Như thế nào?>

<Hỏi nhé. Chị có nghĩ tên sâu bọ ấy ở *SMP* không?>

<Tôi không chứng minh được điều này.>

<Tại sao chị nghĩ thế?>

Nghĩ một lúc Berger mới trả lời.

<Chỉ là linh cảm. Chuyện này xảy ra khi tôi bắt đầu làm việc ở *SMP*. Người khác ở đây cũng nhận được những thư bậy bạ của Bút Thuốc độc mà được giả mạo như thể chính tôi đã gửi đi.>

<Bút Thuốc độc?>

<Tôi đặt cho gã sâu bọ đó cái tên ấy.>

<OK. Tại sao chị thành đối tượng chú ý của Bút Thuốc độc?>

<Không rõ.>

<Có gì gợi ý ra đây là chuyện cá nhân không?>

<Cô muốn nói gì?>

<Bao nhiêu nhân viên ở *SMP*?>

<Trên dưới 230, kể cả bộ phận xuất bản.>

<Chị quen riêng bao nhiêu người?>

<Không nói được. Tôi đã gặp nhiều nhà báo và các bạn đồng nghiệp trong các năm qua.>

<Trước khi sang *SMP* chị có cãi nhau với ai không?>

<Tôi không nghĩ ra ai cả.>

<Có ai muốn trả thù không?>

<Trả thù? Vì sao chứ?>

<Trả thù là một động cơ mạnh.>

Berger nhìn chăm chú vào màn hình như cố hiểu ra điều Salander đang nói đến.

<Còn đấy chứ?>

<Vẫn. Sao cô hỏi về trả thù?>

<Tôi đọc bảng Rosin liệt kê tất cả các chuyện chị dính dáng đến Bút Thuốc độc.>

Sao mà tôi lại không giật mình được cho cơ chứ?

<Và? ? ?>

<Cảm thấy không giống như là một thằng bám gái.>

<Sao không giống?>

<Bọn bám gái chúng bị ám ảnh tính dục sai khiến. Cái này có vẻ vờ ra là đứa đeo bám gái.. Cắm tua vít vào lỗ trôn mày... kìa… Nhại lại nguyên văn thôi mà.>

<Cô nghĩ sao?>

<Tôi đã gặp bọn bám gái thực thụ. Chúng sa đọa, tục tĩu và lố lăng hơn nhiều. Cùng một lúc, chúng thể hiện ra cả tình yêu lẫn thù ghét. Cái này không cho cảm giác là một đứa đeo bám gái thật.>

<Cô không thấy vậy là đã đủ sa đọa sao?>

<Không. Thư cho Eva Karlsson là hoàn toàn hỏng. Ai đó muốn trả đũa.>

<Tôi đã không nghĩ theo hướng đó.>

<Không phải đứa bám gái. Mà là chống lại chị, chuyện cá nhân.>

<OK. Cô gợi ý gì đây?>

<Chị có tin được tôi không?>

<Được.>

<Tôi cần vào mạng nội bộ của *SMP*.>

\<Ối, thế là nắm hết mọi thứ.\>

\<Nói ngay. Tôi sắp bị chuyển đi rồi, thế sẽ là mất Net.\>

Berger ngập ngừng mười giây. Mở *SMP* ra cho... gì chứ? Một cô điên mười mươi ư? Salander có thể không phạm tội giết người nhưng dứt khoát cô ấy không bình thường.

\<Nhưng chị có gì mà mất cơ chứ?\>

\<Sao?\>

\<Tôi phải tải một chương trình vào máy tính của chị.\>

\<Chúng tôi có tường lửa.\>

\<Thế mới cần chị giúp. Mở Internet đi.\>

\<Đã vào mạng rồi.\>

\<Explorer chưa?\>

\<Rồi.\>

\<Tôi sẽ gõ một địa chỉ. Sao lại rồi dán nó vào Explorer.\>

\<Làm rồi.\>

\<Bây giờ chị thấy một bảng các chương trình. Bấm vào Máy chủ Chết Ngạt và tải nó xuống.\>

Berger làm theo Salander chỉ dẫn.

\<Mở Chết Ngạt. Bấm vào Cài đặt rồi chọn Explorer.\>

Làm mất ba phút.

\<Xong. OK. Nay chị phải khởi động lại máy. Chúng ta sẽ đứt liên lạc mất một phút.\>

\<Được rồi.\>

\<Khi chúng ta khởi động lại máy, tôi sẽ sao ổ cứng của chị sang một máy chủ ở trên Net.\>

\<OK.\>

\<Bắt đầu lại. Sẽ nói chuyện sớm với chị.\>

Berger nhìn như mê vào màn hình trong khi máy của chị từ từ khởi động lại. Chị nghĩ phải chăng mình đang điên. Rồi ICQ của chị gọi.

<Lại chào.>

<Chào.>

<Nếu chị làm bây giờ thì sẽ nhanh hơn. Bắt đầu lên Net và sao cái địa chỉ tôi đã gửi trong thư cho chị.>

<Xong.>

<Bây giờ chị thấy một câu hỏi. Bấm vào Start đi.>

<Xong.>

<Bây giờ chị được yêu cầu đặt tên cho ổ cứng. Hãy gọi nó là SMP-2 nhỉ?>

<Xong.>

<Đi uống cà phê đi. Việc này mất một lúc.>

Sáng thứ Bảy Figuerola dậy lúc 8 giờ, muộn hơn thường ngày hai giờ. Cô ngồi trên giường nhìn người đàn ông bên cạnh mình. Anh ta đang ngáy. *Hừ, chả tướng nào hoàn hảo sất cả.*

Cô nghĩ chuyện với Blomkvist này rồi sẽ dẫn đến đâu đây. Rõ ràng anh chàng không phải là người tin được cho nên hướng tới một mối quan hệ lâu dài thì vô bổ. Cô biết nhiều về tiểu sử của anh đến thế. Muốn gì cô cũng không biết chắc bản thân cô có muốn một quan hệ bền vững - với một đối tác và một văn tự thế chấp cùng lũ con hay không cơ. Sau cả tá quan hệ thất bại từ hồi mười mấy tuổi, cô thiên về cái lý thuyết cho rằng người ta đã quá đề cao sự ổn định vững bền. Quan hệ lâu nhất của cô là với một đồng nghiệp ở Uppsala - họ đã chung nhau một căn hộ trong hai năm.

Nhưng cô cũng không phải người bước vào những hoan lạc một đêm, tuy cô không nghĩ rằng tính dục là một liệu pháp được ca ngợi thái quá cho mọi thứ bệnh. Và tính dục với Blomkvist, người đã chồn gối như anh hiện nay, thế ra lại là hay. Thực sự còn hơn cả hay. Cộng thêm, anh là một người tốt. Anh làm cho cô muốn hơn.

Bản tình ca mùa hè? Một chuyện tình lãng mạn? Cô đang yêu chăng?

Cô vào buồng tắm rửa mặt, đánh răng. Rồi cô mặc soóc và jacket mỏng, lặng lẽ rời căn hộ. Cô vươn người rồi chạy một cuốc bốn mươi lăm phút qua bệnh viện Ralambshov, quanh Fredhall rồi trở về qua Smedsudden. Cô về nhà lúc 9 giờ, thấy Blomkvist vẫn ngủ. Cô cúi xuống cắn vào tai anh. Anh giật mình mở mắt.

- Chào anh yêu. Tôi cần người kỳ lưng hộ đây.

Anh nhìn cô rồi lầm bầm gì đó.

- Anh nói gì?

- Cô không cần phải tắm. Người cô ướt như chuột lột rồi.

- Tôi vừa chạy. Anh nên cùng chạy.

- Nếu tôi chạy đều chân với cô thì đến Norr Malarstrand tôi bị đột quỵ luôn mất ấy ư...

- Nói vớ vẩn. Nào, đến giờ dậy rồi.

Anh kỳ lưng cho cô, đổ xà phòng lên vai cô. Hông. Bụng. Và vú cô. Được một hồi, chả thiết gì đến tắm nữa, cô kéo anh trở lại giường.

Họ uống cà phê ở quán cà phê lề đường, cạnh Norr Malarstrand.

- Hóa ra anh có thể đã mắc phải thói xấu, - cô nói. - Mà chúng ta mới chỉ quen nhau có ít ngày.

- Tôi thấy cô hấp dẫn lạ lùng. Nhưng điều đó thì cô thừa biết rồi.

- Sao anh nghĩ thế?

- Xin lỗi, không thể trả lời câu này. Tôi không biết tại sao tôi bị người phụ nữ này quyến rũ mà với người khác lại hoàn toàn dửng dưng.

Cô mỉm cười tư lự.

- Hôm nay tôi nghỉ, - cô nói.

- Nhưng tôi lại không. Trước khi mở phiên tòa tôi có đến cả núi việc, ba đêm vừa rồi lẽ ra làm tiếp thì tôi lại bỏ rạ với cô.

- Xấu hổ ghê.

Anh đứng lên hôn má cô. Cô nắm lấy tay áo sơmi của anh.

- Blomkvist, tôi muốn anh ở lại thêm một lúc nữa.

- Như đằng này thôi. Nhưng sẽ là một chút lên xuống xuống lên cho tới khi chúng ta mang câu chuyện này lên giường.

Anh đi bộ xuôi xuống đường Hantverkargatan.

Berger uống cà phê và dõi nhìn màn hình. Tuyệt đối không có gì xảy ra trong bốn mươi lăm phút trừ chế độ màn hình nghỉ của chị thỉnh thoảng khởi động. Rồi ICQ của chị lại gọi.

<Sẵn sàng. Ổ cứng của chị có hẳn một đùm cứt, gồm cả một cặp virus.>

<Xin lỗi. Bước sau là gì?>

<Ai quản lý mạng nội bộ của *SMP*?>

<Không biết. Có lẽ là Peter Fleming, Giám đốc Công nghệ Thông tin của chúng tôi.>

<Được.>

<Tôi cần làm gì?>

<Không gì cả. Về nhà thôi.>

<Chỉ có thế thôi ư?>

<Tôi sẽ liên lạc lại.>

<Tôi có nên cứ để máy chạy không?>

Nhưng Salander đã ra khỏi ICQ của chị. Berger thất vọng nhìn trừng trừng vào màn hình. Cuối cùng chị tắt máy tính, đi tìm cà phê ở nơi chị có thể ngồi và suy nghĩ.

CHƯƠNG 20

Thứ Bảy, 4 tháng Sáu

Blomkvist mất hai mươi lăm phút đổi tuyến và đi về các hướng khác nhau trên xe điện ngầm. Cuối cùng anh xuống xe bus ở Slussen, nhảy lên thang máy Katarina tới Mosebacke rồi đi đường bao quanh đến số 9 Fiskargatan. Anh mua bánh mì, sữa và phomát ở một siêu thị mini gần tòa Hội đồng Thành phố rồi cất ngay vào tủ lạnh. Rồi anh mở máy tính của Salander.

Suy nghĩ một lúc anh cũng mở di động Ericsson T10 của anh. Anh lờ đi điện thoại di động bình thường của anh vì anh không muốn nói chuyện với bất cứ ai không dính líu đến câu chuyện Zalachenko. Anh thấy anh đã lỡ sáu cuộc gọi trong hai mươi tư giờ qua: ba của Cortez, hai của Eriksson và một của Berger.

Đầu tiên anh gọi Cortez đang ở một quán cà phê tại Vasastad, bàn với anh ta vài chi tiết nhưng không gấp gáp.

Eriksson chỉ gọi nhắc anh giữ liên lạc.

Anh mở nhóm Yahoo [Đạo phái Ngu], tìm thấy bản cuối cùng của lời khai có tính tự thuật của Salander. Anh mỉm cười, in tài liệu đó ra rồi đọc ngay tức khắc.

Salander mở máy tính Palm T3 của cô. Cô bỏ một giờ ra chui vào và lập sơ đồ mạng nội bộ ở *SMP* bằng tài khoản của Berger. Cô không xử lý bằng tài khoản của Peter Fleming vì không cần đến hết quyền hạn của người quản trị. Cô chỉ chú ý đi vào các hồ sơ nhân sự của *SMP*. Tài khoản của Berger hoàn toàn vào được các hồ sơ này.

Cô thành thật mong Blomkvist có đủ lòng tốt tuồn trộm chiếc máy tính BookPower có dàn phím thực sự và màn hình 17 inch vào cho cô, thay vì chiếc Palm để trong lòng bàn tay. Cô tải xuống một danh sách tất cả những người làm việc ở *SMP* rồi bắt đầu xem xét họ. Có 223 nhân viên, trong đó 82 là phụ nữ.

Đầu tiên cô dập đi tất cả phụ nữ. Cô loại bỏ phụ nữ ra không phải là dựa vào chỗ họ không thể làm được các trò rồ này, mà vì các thống kê đã cho thấy tuyệt đại đa số kẻ quấy rối phụ nữ là đàn ông. Như vậy còn lại 141 người.

Theo thống kê thì phần đông các nghệ sĩ dùng cây bút ác độc là ở vào lứa tuổi mười mấy hoặc trung niên. Do *SMP* không có nhân viên mười mấy tuổi, cô vẽ ra một đường cong biểu đồ, loại đi hết những ai trên năm mươi lăm và dưới hai mươi lăm. Như thế còn lại 103.

Cô nghĩ một lúc. Cô không còn nhiều thì giờ. Có lẽ không đến nổi hai mươi tư giờ nữa. Cô bèn quyết đoán. Loại đi một nhát tất cả nhân viên trong các bộ phận phát hành, quảng cáo, tranh ảnh, bảo dưỡng và công nghệ thông tin. Tập trung vào một nhóm nhà báo và biên tập, bốn mươi tám người ở quãng giữa hai mươi sáu và năm mươi tư tuổi.

Rồi cô nghe thấy tiếng chùm chìa khóa lách cách. Cô tắt chiếc Palm, dúi nó vào trong chăn, ở giữa hai đùi. Đây sẽ là bữa ăn trưa cuối cùng của cô ở Sahlgrenska. Cô nhẫn nhịn với món bắp cải hầm. Sau bữa trưa, cô biết có một lúc cô không thể làm việc yên ổn được. Cô cất chiếc Palm vào cái học đằng sau bàn bên giường, chờ hai người phụ nữ hút bụi gian phòng và thay chăn gối khăn trải giường xong.

Một người phụ nữ tên là Sara. Mấy tháng qua, chị vẫn đều đặn mang lén thuốc lá Marlboro Nhẹ vào cho Salander. Chị còn cho cô một bật lửa hiện giấu ở sau bàn bên giường. Salander biết ơn nhận lấy hai điều thuốc, cô dự định đêm sẽ hút ở bên cửa sổ thông gió.

Chưa tới 2 giờ chiều mọi sự lại yên tĩnh ở trong phòng cô. Cô lấy Palm ra, vào lại mạng Internet. Cô định vào ngay quản trị mạng của *SMP* nhưng cô cũng cần phải giải quyết các vấn đề của bản thân mình. Cô làm công việc rọi quét hàng ngày, bắt đầu với nhóm Yahoo [Đạo phái Ngu]. Thấy ba ngày qua Blomkvist không đưa lên một cái gì mới, cô nghĩ anh đang bận chuyện gì đây. *Cái tên mất gốc này chắc đang mải đéo nhăng quanh quẩn với mấy cô nàng nở nang giỏi chài giai đây.*

Rồi cô vào nhóm Yahoo [Các Hiệp sĩ], tìm xem Dịch Bệnh có cho thêm gì vào không.

Không.

Rồi cô tìm các ổ cứng của Ekstrom (vài ba thư từ quen thuộc về phiên tòa) và Teleborian.

Mỗi lần vào ổ cứng của Teleborian cô lại thấy thân nhiệt của mình tụt đi mất mấy độ.

Cô thấy hắn đã viết xong báo cáo pháp y về bệnh tâm thần của cô, dù rõ ràng là người ta chỉ yêu cầu hắn viết khi nào hắn đã thăm khám cho cô. Hắn đã chải chuốt chữ nghĩa nhưng không có gì mới lắm. Cô tải bản báo cáo xuống, gửi nó đến [Đạo phái Ngu]. Cô kiểm tra thư điện tử của Teleborian trong hai mươi tư giờ qua, xem hết cái này đến cái khác. Suýt nữa cô để mất tin nhắn cộc lốc này:

Thứ Bảy, 3 giờ ở Đài Vòng Tròn của Ga Trung tâm. Jonas.

Cứt. Jonas. Tên này đã được nhắc đến trong nhiều thư từ với Teleborian. Đã dùng một tài khoản hotmail. Chưa được nhận diện.

Salander liếc nhìn đồng hồ số để ở trên bàn cạnh giường. 2 giờ 28 phút. Cô lập tức gọi ICQ của Blomkvist. Không trả lời.

Blomkvist in 220 trang bản thảo đã viết xong ra. Rồi anh đóng máy tính, cầm bút chì biên tập ngồi vào bàn bếp nhà Salander.

Anh hài lòng với bản thảo. Nhưng vẫn có một lỗ hổng to tướng.

Làm sao tìm ra được chỗ còn lại những điều chưa biết về Bộ phận đây? Có lẽ Eriksson đúng: không thể hoàn thành nổi chuyện tìm kiếm này. Anh đang cạn thời gian.

Salander thất vọng chửi thề rồi gọi Dịch Bệnh. Anh cũng không trả lời nốt. Cô lại nhìn đồng hồ. 2 rưỡi.

Cô ngồi lên mép giường cố tìm Cortez rồi Eriksson. *Thứ Bảy. Ai cũng nghỉ cả.* 2 giờ 32.

Rồi cô thử túm lấy Berger. Đen. *Mình đã bảo chị ấy về nhà mà.*

Cô có thể gửi tin nhắn vào di động của Blomkvist... nhưng nó bị nghe trộm. Cô bĩu dài môi ra.

Cuối cùng hết đường cô bấm gọi hộ lý.

2 giờ 35 thì cô nghe thấy tiếng chìa tra vào ổ khóa và cô hộ lý Agneta nhòm vào.

- Chào. Có ổn không?

- Bác sĩ Jonasson có trực không?

- Cô thấy không khỏe à?

- Tôi khỏe. Nhưng tôi cần nói với ông ấy một lát. Nếu được.

- Lúc nãy tôi vừa thấy ông ấy. Chuyện gì thế?

- Tôi chỉ là cần nói với ông ấy thôi.

Hộ lý Agneta cau mày. Nếu không bị đau đầu dữ hay vấn đề gì đó nghiêm trọng tương tự thì Lisbeth Salander hiếm khi bấm chuông gọi hộ lý. Cô không vô cớ quấy quả hộ lý và trước đây chưa hề đề nghị nói chuyện với một bác sĩ đặc biệt nào. Nhưng hộ lý Agneta để ý thấy bác sĩ Jonasson đã dành thì giờ ra với bệnh nhân đang bị bắt, nếu không thì cũng có vẻ như đã lui ra khỏi cuộc đời này. Có lẽ ông bác sĩ đã có một kiểu quan hệ nào đó.

- Để tôi xem ông ấy có thì giờ không nha, - hộ lý Agneta dịu dàng nói rồi đóng cửa lại. Và khóa. Là 2 giờ 36 và rồi đồng hồ tích tắc nhảy sang 2 giờ 37.

Salander đứng lên khỏi mép giường đi ra cửa sổ. Mắt vẫn cứ liếng liếc đồng hồ. 2 giờ 39, 2 giờ 40.

Lúc 2 giờ 44, cô nghe thấy tiếng chân trong hành lang và tiếng chùm chìa khóa của người gác lách cách. Jonasson dò hỏi nhìn cô. Và thấy cái vẻ chán nản của cô ông dừng lại giữa chừng.

- Xảy ra chuyện gì thế?

- Đang xảy ra *ngay lúc này*. Ông có máy di động theo không?

- Gì cơ chứ?

- Di động. Tôi cần gọi.

Jonasson ngoái lại đằng cửa nhìn.

- Anders, tôi cần máy di động. *Ngay!*

Nghe cái giọng đường cùng của cô, ông vục ngay tay vào túi áo trong lấy chiếc Motorola ra đưa cho cô. Salander giật chộp lấy nó. Cô không thể gọi cho Blomkvist vì anh không cho cô số máy Ericsson T10 của anh. Anh không nghĩ đến và cũng không cho rằng ở trong cảnh bị biệt lập cô lại còn có thể gọi cho anh. Cô ngập ngừng chừng một phần mười giây rồi bấm số Berger. Bíp ba lần thì Berger trả lời.

Berger đang trên chiếc BMW cách nhà ở Saltsjobaden nửa dặm thì di động đổ chuông.

- Berger đây.

- Salander. Không có thì giờ giải thích. Chị có số máy di động thứ hai của Blomkvist không? Cái không bị nghe trộm ấy.

- Có.

Hôm nay cô ấy đã cho chị một phen sững sờ ra rồi đây.

- Gọi anh ấy. Ngay! Teleborian đang gặp Jonas. Đài Vòng Tròn ở Ga Trung tâm. 3 giờ.

- Gì vậy mới được chứ?

- Hỏa tốc. Teleborian. Jonas. Đài Vòng Tròn Ga Trung tâm. Anh ấy còn có mười lăm phút.

Salander tắt ngay máy để cho Berger không có làm uổng đi mất mấy giây quý báu vì muốn hỏi vài ba câu ú ở.

Berger đưa xe đến bên ria đường. Chị với lấy quyển địa chỉ trong túi đeo, tìm số Blomkvist đã cho chị cái đêm họ gặp nhau ở nhà hàng Chảo Đại của Samir.

Blomkvist nghe thấy di động bíp. Anh đứng lên khỏi bàn bếp, đi đến phòng làm việc của Salander nhặt điện thoại ở bàn lên.

- Vâng?

- Erika.

- Chào.

- 3 giờ Teleborian gặp Jonas ở Đài Vòng Tròn Ga Trung tâm. Anh chỉ còn có được vài phút thôi.

- Cái gì? Cái gì? Cái gì?

- Teleborian...

- Anh nghe thấy rồi. Sao em biết?

- Thôi vặn với vẹo đi. Làm ngay.

Blomkvist liếc đồng hồ. 2 giờ 47.

- Cảm ơn. Gặp lại.

Anh vồ lấy máy tính xách tay, lao xuống cầu thang thay vì chờ thang máy. Vừa chạy anh vừa gọi Cortez bằng chiếc T10 của mình.

- Cortez đây.

- Cậu đang ở đâu đấy?

- Ở hiệu sách Hàn lâm.

- Teleborian sẽ gặp Jonas ở Đài Vòng Tròn Ga Trung tâm lúc 3 giờ. Tôi đang đến đó nhưng cậu ở gần hơn.

- Ô, ông anh. Tôi đang lên đường đây.

Blomkvist rảo cẳng xuôi xuống Gotgatan, đi gấp lên đến phía Slussen. Khi tới Slussplan, anh đã tưởng đứt hết cả hơi. Có lẽ Figuerola đã đúng ở một điểm. Anh chẳng có tập tành gì sất. Anh nhìn kiếm một taxi.

Salander trả lại di động cho bác sĩ Jonasson.

- Cảm ơn nhiều.

- Teleborian đấy hả?

Ông không thể để lọt tai không nghe thấy cái tên này. Cô bắt gặp con mắt ông.

- Teleborian thực sự là một tên khốn nạn xấu xa. Ông không biết đâu.

- Đúng, nhưng tôi có thể thấy là ngay trong lúc này đây, chuyện gì đó đã xảy ra khiến cô khích động hơn cả những lần tôi từng chứng kiến trong suốt thời gian chăm sóc cho cô. Tôi hy vọng cô hiểu cái việc cô đang làm.

Salander méo miệng mỉm cười với ông.

- Ông sẽ sớm biết câu trả lời thôi, - cô nói.

Rời hiệu sách Hàn lâm, Cortez chạy như một gã điên. Anh băng qua Sveavagen trên cây cầu cạn tại Master Samuelsgatan rồi xộc thẳng xuống Klara Norra, ở đây anh vòng tắt cầu cạn Klaraberg và qua Vasagatan. Anh lao qua Klarabergsgatan ở giữa một xe bus và hai xe con, một trong ba người lái giận dữ đấm vào kính chắn gió, rồi anh xông qua các cửa của Ga Trung tâm vừa lúc đồng hồ nhà ga chỉ đúng vào 3 giờ.

Anh nhảy cầu thang ba bậc một xuống sảnh chính bán vé, rảo cẳng qua hiệu sách Bỏ Vừa Túi rồi chậm dần lại cho thiên hạ khỏi chú ý. Anh tia mặt từng người đang đứng hay đi gần Đài Vòng Tròn.

Anh không thấy Teleborian hay người đàn ông Malm đã chụp ảnh ở bên ngoài quán Cà phê Copabacana mà họ tin là Jonas. Anh quay lại nhìn đồng hồ. 3 giờ 1 phút. Anh thở hổn hển như vừa chạy xong một chuyến maratông.

Anh nhào hú họa qua gian sảnh, qua cửa lên tuốt tới Vasagatan. Anh đứng lại nhìn quanh, xem xét hết khuôn mặt này đến khuôn mặt kia trong tầm mắt nhìn thấy được của mình. Không Teleborian. Cũng chẳng Jonas.

Anh quay trở vào nhà ga. 3 giờ 03. Khu vực Đài Vòng Tròn gần như vắng ngắt.

Thế rồi anh ngẩng lên và trong chớp nhoáng nhác thấy chiều nghiêng bộ mặt rạc rài cùng chòm râu dê của Teleborian khi hắn ở trong cửa hàng Pressbyran đi ra, bên kia gian sảnh bán vé. Tích tắc sau, người ở bức ảnh Malm chụp cũng hiện ra nguyên hình ở cạnh Teleborian. *Jonas.* Hai người đi qua phòng chờ lớn và qua cửa phía bắc đi về phía Vasagatan.

Cortez nhẹ hẳn người khoái trá. Anh đưa mu bàn tay lên gạt mồ hôi trên lông mày rồi đi ra đuổi theo hai người kia.

Taxi của Blomkvist đến Ga Trung tâm lúc 3 giờ 7 phút. Anh đi vội vào sảnh bán vé. Nhưng không trông thấy Teleborian cũng như bất kỳ ai nom có vẻ là Jonas. Cả Cortez cũng không.

Anh sắp gọi Cortez thì di động T10 trong tay anh đổ chuông.

- Tôi vớ được họ rồi. Họ đang ngồi trong quán Tre Remmare trên đường Vasagatan, gần cầu thang xuống tuyến xe điện ngầm Akalla.

- Cảm ơn lắm, Henry. Cậu ở đâu?

- Tôi ở trong quầy bar. Uống chầu bia buổi chiều. Tôi đáng được thế mà.

- Rất hay. Họ biết mặt mũi tôi cho nên tôi sẽ ở xa. Tôi cho rằng cậu không có cơ hội nghe thấy họ nói gì với nhau đâu.

- Không hy vọng. Tôi chỉ thấy lưng Jonas và tên tâm thần học kia lầm bầm khi hắn nói, cho nên tôi cũng chả nhìn thấy được môi hắn mấp máy gì nữa.

- Mình hiểu.

- Nhưng chúng ta có thể có một vấn đề.

- Gì chứ?

- Jonas để ví và di động ở trên bàn. Và hắn để chìa xe ở trên ví.

- OK. Tôi sẽ xử lý được.

Nhạc di động của Figuerola chơi nét nhạc chủ đề của *Ngày xưa có một lần ở miền Tây.* Cô để quyển sách về Thượng đế thời Cổ đại xuống.

Xem vẻ như cô sẽ chẳng bao giờ có thể đọc xong được nó.

- Chào. Mikael đây. Cô đang làm gì?

- Tôi đang ngồi nhà xếp lại các sưu tập ảnh của tôi về các cha người yêu cũ. Sáng sớm hôm nay tôi đã sa ngã đáng ghét.

- Cô có để xe gần nhà không?

- Lần cuối cùng tôi xem thì nó ở bãi đỗ xe ngoài kia.

- Cô có thích một buổi chiều ở khu trung tâm không?

- Không đặc biệt thích. Có chuyện gì vậy?

- Một bác sĩ tâm thần tên là Teleborian đang bia bọt với một nhân viên có vỏ bọc - bí danh là Jonas - ở mạn dưới đường Vasagatan. Và do tôi đang cộng tác với nền quan liêu mang phong cách Stasi[1] của cô, nên tôi nghĩ nếu bám vào chuyện này cùng tôi thì có lẽ cô sẽ thấy thú vị.

Figuerola đứng ngay lên, với tay lấy chìa xe.

- Không phải là đùa nhau tí ti đấy chứ hả?

- Khó đùa đấy. Jonas để chìa xe của hắn ngay trên bàn trước mặt.

- Tôi đến đây.

Eriksson không trả lời điện thoại nhưng Blomkvist gặp may, vớ được Karim đang ở nhà bách hóa Ahlens mua quà sinh nhật cho chồng. Anh đề nghị cô hãy đến ngay lập tức - tính làm thêm giờ - quán cà phê yểm trợ cho Cortez. Rồi anh gọi Cortez.

- Kế hoạch thế này nhá. Năm phút nữa tôi sẽ có xe ở đấy. Nó đỗ trên đường Jarnvagsgatan, bên dưới quán cà phê. Vài phút nữa Lottie sẽ đến giúp sức với cậu.

- Hay.

- Khi chúng rời đi, cậu bám đuôi Jonas. Báo tin cho tôi bằng di động. Hễ thấy hắn sắp lên một cái xe nào, chúng ta phải biết. Lottie

---

[1]Cơ quan an ninh và tình báo Đông Đức.

sẽ theo Teleborian. Nếu chúng tôi không đến kịp, thì cậu ghi lại biển số đăng ký.

- OK.

Figuerola đỗ xe ở cạnh khách sạn Ánh sáng phương Bắc, gần sân ke Tàu tốc hành Arlanda. Lát sau, Blomkvist mở cửa của người lái.

- Chúng vào quán cà phê nào?

Blomkvist nói cho cô biết.

- Tôi cần gọi yểm trợ.

- Theo tôi không nên. Chúng ta đã được anh em bọc lót. Quá nhiều đầu bếp có thể làm hỏng bét cả món ăn.

Figuerola nghi ngờ nhìn anh.

- Sao anh biết là sắp có cuộc gặp này?

- Tôi phải bảo vệ nguồn tin của tôi. Xin lỗi.

- Anh có tình báo chết toi của riêng anh ở *Millenniem* à? - Cô nổ ra.

Blomkvist nom vẻ thú vị. Cần bình tĩnh để làm được giỏi hơn Sapo ở ngay chính lĩnh vực nghiệp vụ của nó. Thực ra anh chả tài nào hiểu nổi tại sao thình lình Berger lại gọi bảo anh về cuộc gặp này. Từ đầu tháng Tư chị đã không can dự vào công việc biên tập của *Millennium*. Chị biết Teleborian, chắc thế, nhưng Jonas thì mãi đến tháng Năm mới ló mặt vào trong khung cảnh. Như anh biết, Berger còn không biết cả rằng hắn có sống ở trên đời này, chưa nói biết hắn đang là trung tâm chú ý ghê gớm của cả Sapo lẫn *Millennium*.

Anh cần nói chuyện với Berger.

Salander mím môi lại nhìn màn hình chiếc máy tính để gọn trong bàn tay. Dùng xong di động của Jonasson, cô gạt hết sang một bên mọi ý nghĩ về Bộ phận, tập trung vào vấn đề của Berger. Sau khi suy nghĩ cẩn thận, tiếp theo, cô loại đi tất cả đàn ông thuộc nhóm tuổi từ hai mươi sáu đến năm mươi tư mà đã có vợ. Cô làm kiểu lướt đại trà, điều cô rất thành thạo. Cách chọn này ít dựa vào một cơ sở hợp lý có tính thống kê, xã hội học hay khoa học nào. Bút Thuốc độc dễ có thể là một người đã có vợ và năm con cùng với một con chó. Hắn có thể là một người làm việc ở bộ phận bảo dưỡng. Thậm chí "hắn" có thể là một phụ nữ.

Cô chỉ cần lược bỏ đi một số tên trong danh sách, bây giờ nhóm này từ bốn mươi tám tên tụt xuống còn có mười tám. Danh sách này gồm phần lớn các phóng viên tên tuổi hơn, những người ở vị trí điều hành, quản lý trạc tuổi ba mươi lăm hay già hơn. Nếu chưa tìm được điều gì lý thú hơn ở trong nhóm này, cô sẽ lại có thể nới rộng tấm lưới ra.

4 giờ, cô vào Cộng hòa Tin tặc, tải lên cho Dịch Bệnh danh sách này. Mấy phút sau, anh gọi cô.

<Mười tám cái tên. Gì đây?>

<Tí việc ngoài rìa ấy mà. Coi như bài tập đi.>

<OK... Để tớ đoán.>

< Một đứa ở trong đó là một kẻ bày trò gây sự. Tìm hắn đi.>

<Thời hạn thế nào?>

<Phải làm nhanh. Mai chúng nó xiết tôi lại rồi. Cần tìm ra trước đó.>

Cô mô tả qua về tình hình Bút Thuốc độc.

<Có lợi lộc gì trong chuyện này không?>

<Có. Tôi sẽ không đến được Đầm Lầy phóng hỏa vào nhà anh.>

<Thế thật cơ à?>

<Lần nào nhờ anh làm gì tôi đều trả công. Lần này không phải cho tôi. Xem như là nộp một món thuế trời ơi đi.>

<Cô bắt đầu cho thấy đã có những dấu hiệu về ý thức xã hội rồi đấy.>

<Ô, thế đấy hả?>

Cô cho anh mã khóa vào phòng biên tập của *SMP* rồi tắt ICQ.

4 giờ 20 thì Cortez gọi.

- Có dấu hiệu chúng đang rời đi.

- Bọn mình sẵn sàng đây.

Im lặng.

- Ra ngoài quán, chúng đi riêng rẽ. Jonas lên phía bắc. Teleborian xuống phía nam. Lottie đang theo hắn.

Blomkvist giơ một ngón tay lên chỉ khi Jonas vút thoáng qua họ trên đường Vasagatan. Figuerola gật đầu mở máy. Vài giây sau Blomkvist cũng trông thấy Cortez.

- Hắn đang băng qua Vasagatan, đi lên mạn Kungsgatan, - Cortez nói trong di động.

- Giữ khoảng cách kẻo hắn nhận ra cậu.

- Ít người ra đường lắm.

Im lặng.

- Hắn rẽ về phía bắc lên Kungsgatan.

- Phía bắc lên Kungsgatan, - Blomkvist nói.

Figuerola sang số quay xe lên Vasagatan. Bị đèn đỏ, họ dừng lại.

- Hắn hiện ở đâu? - Blomkvist nói khi họ rẽ lên Kungsgatan.

- Đối diện nhà bách hóa PUB. Hắn đi bộ nhanh. Ấy, hắn rẽ lên Drottninggatan, theo phía bắc.

- Drottninggatan theo hướng bắc, - Blomkvist nói.

- Rõ, - Figuerola rẽ phạm luật lên Klara Torra rồi hướng đến Olof Palme Gata. Cô rẽ và phanh đỗ ở bên ngoài tòa nhà SIF. Jonas đi qua Olof Palme Gata rồi rẽ lên phía Sveavagen. Cortez ở lại bên kia phố.

- Hắn rẽ về phía đông...

- Chúng tôi trông thấy cả hai cậu.

- Hắn rẽ xuống Hollandargatan. *Xin chào...* Xe. Audi đỏ.

- Xe, - Blomkvist nói, ghi lại biển đăng ký xe Cortez vừa đọc cho anh.

- Hắn quay mặt về đường nào? - Figuerola nói.

- Quay về phía nam, - Cortez báo tin. - Hắn đang đi về trước mặt các bạn, trên Olof Palme Gata... *nào*.

Monica đã cho xe chạy và qua Drottninggatan. Cô nháy đèn vượt lên hai người đi bộ đang cố len qua cho dù đèn của cô đang bật đỏ.

- Cảm ơn, Henry. Từ đây bọn mình sẽ trông coi hắn.

Chiếc Audi đỏ rẽ về phía nam trên đường Sveavagen. Vừa lái Figuerola vừa mở di động bằng tay trái và bấm số.

- Tôi có thể biết người sở hữu chiếc Audi đỏ được không? - Cô đọc thoắng một lèo số xe.

- Jonas Sandberg, sinh năm 1971. Ông nói gì? Helsingorsgatan, Kista. Cảm ơn.

Blomkvist ghi lại cái thông tin.

Họ theo chiếc Audi đỏ qua Hamngatan đến Strandvagen rồi thẳng tuốt tới Artilerigatan. Jonas đỗ cách Armemuseum một khối nhà. Hắn đi bộ qua đường vào qua cửa trước của một tòa nhà cao tầng xây từ năm 1890.

- Hay đấy, - Figuerola nói, quay sang Blomkvist.

Jonas Sandberg vào một tòa nhà cao tầng cách căn hộ mà Thủ tướng mượn cho cuộc gặp riêng của ông chỉ có một khối nhà.

- Làm ăn tinh vi đấy, - Figuerola nói.

Thì chính lúc ấy Karim gọi bảo họ rằng Teleborian đã đi lên Klarabergsgatan qua các thang máy ở Ga Trung tâm rồi từ đấy đến Sở Chỉ huy cảnh sát trên đường Kungsholmen.

- Sở Chỉ huy cảnh sát lúc 5 giờ chiều thứ Bảy à?

Figuerola và Blomkvist nhìn nhau ngờ ngợ. Monica nghĩ một lúc về việc câu chuyện chuyển ra thành thế này. Rồi cô nhặt di động gọi thanh tra hình sự Jan Bublanski.

- Chào, đây là Monica ở SIS. Chúng ta trước đây một dạo đã gặp nhau ở Norr Malarstrand.

- Cô muốn gì?

- Cuối tuần này chỗ ông có ai trực không đấy?

- Modig, - Bublanski nói.

- Tôi muốn được giúp đỡ. Ông có biết liệu chị ấy có ở Sở Chỉ huy không?

- Tôi không chắc. Đẹp trời và là chiều thứ Bảy mà.

- Ông có thể tìm chị ấy hay ai đó ở toán điều tra mà có thể nhòm giúp cho một cái vào hành lang của công tố viên Ekstrom... để xem liệu có phải ở đấy hiện đang có một cuộc họp được không?

- Họp gì chứ?

- Tôi chưa thể nói rõ. Tôi chỉ cần biết hiện chính lúc này ông ấy có đang họp với bất cứ một ai đó không thôi. Nếu có thì là ai?

- Cô muốn tôi dò thám một công tố viên thế nào lại là cấp trên của tôi đó sao?

Figuerola nhếch lông mày lên. Rồi cô nhún vai.

- Vâng, tôi muốn thế ạ.

- Làm gì được thì tôi sẽ làm, - nói đoạn ông đặt máy.

Sonja Modig ở gần Sở Chỉ huy cảnh sát hơn là Bublanski tưởng. Cô đang uống cà phê với chồng trên ban công nhà một người bạn tại Vasastaden. Vợ chồng chị đưa con đi chơi ngày cuối tuần và họ có kế hoạch làm một cái gì đó cũ kỹ như là ăn một món gì đó rồi đi xem phim.

Bublanski nói rõ lý do cuộc gọi.

- Và nếu vồ phải Ekstrom thì tôi lấy cớ gì ra mà nói đây chứ nhỉ? - Modig hỏi.

- Hôm qua tôi hứa cập nhật cho ông ấy về Niedermann nhưng trước khi về tôi quên gửi đến văn phòng ông ấy. Nó ở trên bàn làm việc của tôi đấy.

- OK, - Modig nói.

Chị nhìn chồng và các bạn.

- Em phải đến Sở Chỉ huy. Em sẽ đi xe và may ra thì em sẽ quay lại trong vòng một giờ.

Chồng chị thở dài. Các bạn chị thở dài.

- Cuối tuần này tôi trực. - Modig nói để cáo lỗi.

Chị đỗ xe ở đường Bergsgatan, đi thang máy lên văn phòng Bublanski, nhặt ba trang A4 gồm có một ít kết quả còm về công việc tìm kiếm Niedermann của họ. Không nhiều để mà đem treo lên cây thông Noel, chị nghĩ.

Chị đi cầu thang lên tầng tiếp, dừng lại ở cửa hành lang. Các sở chỉ huy gần như đều vắng ngắt vào buổi chiều hè này. Chị thật sự không cần phải nhẹ chân nhẹ cẳng. Chị cứ đi rất êm ả. Chị đứng lại ở bên ngoài cánh cửa phòng Ekstrom đóng kín. Chị nghe thấy những tiếng nói và thình lình bao nhiêu can đảm của chị thế là vụt biến mất. Chị cảm thấy mình là một con ngốc. Bình thường thì chị sẽ gõ cửa, đẩy nó ra và nói: "Chào, vậy là ông vẫn còn ở đây ư?" rồi dong buồm re thẳng vào luôn. Bây giờ sao xem ra thì hỏng toét tòe loe hết.

Chị nhìn quanh.

Tại sao Bublanski gọi chị? Họp về chuyện gì đây?

Chị liếc ngang qua hành lang. Đối diện với văn phòng Ekstrom là phòng họp, đủ rộng cho mười người. Bản thân chị đã ngồi ở đây trong suốt một số cuộc họp. Chị vào trong phòng đóng cửa lại. Mành chớp đã buông xuống và tấm kính ngăn với hành lang thì được che rèm. Gian phòng tối. Chị kéo ghế ngồi xuống, rồi mở hé rèm để có thể nhìn thấy hành lang.

Chị cảm thấy không thoải mái. Nếu ai đó mở cửa, chị sẽ khó mà giải thích nổi chị làm gì ở đây. Chị lấy di động ra xem giờ. Đúng 6 giờ. Chị bấm tắt chuông báo rồi ngả ra sau ghế, nhìn vào cửa buồng Ekstrom.

7 giờ, Dịch Bệnh gọi Salander.

<OK. Tôi là đang giữ quyền quản trị mạng của *SMP*.>
<Ở đâu?>

Anh gửi đi một URL, địa chỉ trong mạng nội bộ.

<Chúng ta không làm được trong 24 giờ. Dù có địa chỉ thư điện tử cho tất cả 18 người thì cũng phải mất nhiều ngày mới lọt được vào PC, máy tính cá nhân ở nhà của họ. Đêm thứ Bảy có lẽ phần lớn không trực tuyến.>

<Tập trung vào các PC ở nhà và tôi sẽ lo cho những PC ở SMP.>

<Tôi đã nghĩ đến chuyện đó. Palm của cô hơi bị hạn chế. Cô có muốn tôi tập trung vào một cái gì đó không?>

<Không. Hãy cứ thử chúng đi.>

<OK.>

<Dịch Bệnh?>

<Hử?>

<Nếu ngày mai chúng ta không tìm ra cái gì, tôi muốn anh cứ để ý đến việc này.>

<OK.>

<Diễn biến thế nào tôi cũng sẽ trả công anh.>

<Dẹp đi. Cho vui ấy mà.>

Cô thoát ra và đi đến URL, địa chỉ mạng nội bộ, ở đấy Dịch Bệnh đã tải lên tất cả các quyền hành của người quản trị *SMP*. Đầu tiên cô tìm xem Fleming đang trực tuyến hay đi làm. Không đi làm. Vậy cô mượn căn cước của anh ta đi vào máy chủ thư điện tử của *SMP*. Cách này cho cô nhìn thấy được mọi hoạt động trong hệ thống thư, kể cả những thư từ lâu đã bị xóa khỏi các tài khoản cá nhân.

Mở đầu cô tìm Ernst Teodor Billing, một trong những biên tập viên làm đêm ở *SMP*, bốn mươi ba tuổi. Cô mở hộp thư của ông, bắt đầu bấm lùi lại vừa đúng lúc. Cô mất cho mỗi thư hai giây, đủ lâu để hiểu được người gửi đi là ai và nói cái gì. Sau một lúc, cô tìm ra kiểu thư quen thuộc dưới hình thức ghi nhớ hàng ngày, kế hoạch công việc và các thứ vô bổ khác. Cô bắt đầu lướt xem các cái này.

Cô lần lượt đọc kỹ từng thư trong ba tháng. Rồi cô nhảy qua từng tháng để chỉ đọc các dòng chủ đề, chỉ mở thư ra nếu nó là một cái gì đó làm cho cô chú ý. Cô thấy hộp thư này không có gì lạ. Cô biết Billing đang ra ngoài với một phụ nữ tên là Sofia và hắn nói với chị ta bằng một cái giọng không hay. Cô thấy cái này không có gì là lạ, vì khi viết thư cho phần lớn mọi người - phóng viên, họa sĩ trình bày báo, vân vân... - hắn vẫn dùng cái giọng không hay ấy. Tuy vậy, cô nghĩ thấy kỳ cục là một người đàn ông lại có thể thường xuyên nói với bạn gái hắn bằng những câu chữ như *con béo hay đéo*, hay *ả ngố thích đéo*.

Sau một giờ tìm tòi, cô đóng địa chỉ của Billing, dập hắn khỏi danh sách. Cô chuyển sang Lars Orjan Wollberg, một phóng viên kỳ cựu năm mươi mốt tuổi đang phụ trách mục pháp lý.

Edklinth đi vào Sở Chỉ huy cảnh sát lúc 7 rưỡi tối thứ Bảy. Figuerola và Blomkvist đang chờ ông ở đấy. Họ ngồi ở cái bàn họp mà hôm trước Blomkvist đã ngồi.

Edklinth nhắc mình nhớ rằng ông đang ở một thế dễ bị đổ và một loạt các nội quy đã bị vi phạm khi ông cho Blomkvist vào trong hành lang này. Dứt khoát hơn cả là Figuerola không có quyền mời anh ta vào đây theo thẩm quyền của cô. Ngay đến vợ các bạn đồng nghiệp của ông cũng không được phép vào hành lang của SIS, nếu họ đến gặp chồng, người ta bảo họ chờ ở chiếu nghỉ. Và càng nổi bật lên hơn nữa, Blomkvist là nhà báo. Từ nay Blomkvist sẽ chỉ được phép vào văn phòng tạm thời ở Fridhemsplan.

Nhưng với lời mời đặc biệt, người ngoài *đã* được phép vào hành lang. Khách nước ngoài, các nhà nghiên cứu, các viện sĩ hàn lâm, các vị tư vấn tự do... ông xếp Blomkvist vào loại người tư vấn tự do. Muốn gì thì tất cả cái sự vớ vẩn về xếp hạng an ninh này cũng chỉ có hơn lời nói gió bay một chút nào đó mà thôi. Một ai đó quyết định cho một số người được hưởng một mức sử dụng thông tin đặc biệt. Và Edklinth đã định nếu bị phê bình, ông sẽ nói cá nhân ông đã cho Blomkvist quyền sử dụng thông tin.

Nếu như có chuyện rắc rối thì sẽ là thế đấy. Ông ngồi xuống nhìn Figuerola.

- Cô làm sao tìm ra được cuộc họp?

- Quãng 4 giờ Blomkvist gọi tôi, - cô mỉm cười hài lòng nói.

Edklinth quay sang Blomkvist.

- Còn anh thì sao lại biết được về cuộc họp?

- Một nguồn tin mách.

- Tôi liệu có sẽ kết luận rằng anh đang tổ chức một kiểu kiểm soát nào đó với Teleborian không đây?

Figuerola lắc đầu.

- Lúc đầu tôi cũng nghĩ như thế, - cô nói sôi nổi, tựa như không có Blomkvist ở trong phòng. - Nhưng cái đó không ăn nhập. Dù có ai theo dõi Teleborian cho Blomkvist thì người đó cũng không thể biết trước được rằng hắn đang trên đường đi gặp Jonas Sandberg.

- Vậy... thì là gì khác được vào đây? Nghe trộm bất hợp pháp hay là cái gì? - Edklinth nói.

- Tôi có thể bảo đảm với ông, - Blomkvist nói để nhắc hai người rằng trong phòng còn có cả anh, - rằng tôi không có làm cái việc nghe trộm ai hết. Xin hãy thực tế. Nghe trộm bất hợp pháp chính là lĩnh vực của các quyền uy của Chính phủ.

- Vậy anh sẽ không cho chúng tôi biết làm sao mà anh có tin về cuộc họp này chứ?

- Tôi đã bảo ông rằng tôi không thể tiết lộ. Một nguồn tin đã mách tôi. Nguồn tin thì được bảo vệ. Sao ông không tập trung vào cái điều ông vừa phát hiện ra đi chứ nhỉ?

- Tôi không thích lòng thòng rắc rối, - Edklinth nói. - Nhưng OK. Anh tìm thấy gì đây?

- Tên hắn là Jonas Sandberg, - Figuerola nói. - Được huấn luyện làm người nhái hải quân và rồi theo học ở Học viện Cảnh sát, đầu những năm 90. Ban đầu làm việc ở Uppsala rồi ở Sodertalje.

- Cô cũng ở Uppsala.

- Vâng, nhưng chúng tôi không thấy nhau vào khoảng một năm. Hắn được Phản Gián của SIS tuyển năm 1998. Được tái bổ nhiệm đến một nhiệm sở ở nước ngoài năm 2000. Theo tài liệu của chúng ta, hắn ở Đại sứ quán tại Madrid. Tôi đã kiểm tra chỗ Đại sứ quán. Họ không có sổ sách nào về một Jonas Sandberg trong số nhân viên của họ.

- Y như Martensson. Được chính thức điều đến một chỗ mà hắn lại không tồn tại ở đó. Người duy nhất làm được kiểu bố trí này là Chánh văn phòng.

- Trong các trường hợp bình thường thì mọi cái sẽ bị coi như là chuyện giấy tờ quan liêu rắc rối để rồi cho qua. Chỉ có chúng ta để ý đến vì chúng ta đang đặc biệt tìm kiếm nó. Và nếu ai mà bắt đầu hỏi một câu phiền phức thì họ sẽ nói đó là bí mật hay chuyện này dính dáng đến bọn khủng bố.

- Để kiểm soát chỗ này phải có một ít ngân sách công tác.

- Trưởng ban Ngân sách à?

- Có thể.

- Còn gì khác không?

- Sandberg sống ở Sollentuna. Không vợ nhưng có một đứa con với một cô giáo ở Sodertalje. Không điểm đen trong hồ sơ. Giấy phép sở hữu hai súng lục. Chu đáo, kị rượu. Điều duy nhất không phù hợp lắm là hình như hắn theo hệ phái Phúc Âm và là thành viên của Lời lẽ Cuộc đời trong những năm 90.

- Cô tìm đâu ra những thông tin ấy?

- Tôi hỏi sếp cũ ở Uppsala. Ông ta nhớ khá rõ Sandberg.

- Một người nhái Thiên Chúa giáo với hai khẩu súng và con ở Sodertalje. Còn gì nữa không?

- Chúng tôi mới tìm căn cước hắn cách đây có ba giờ. Làm thế là nhanh đấy, ông phải công nhận như thế đi.

- Khá đúng. Cô biết gì về tòa nhà ở đường Artillerigatan?

- Chưa nhiều. Stefan đi lùng một ai đó ở trên Văn phòng Chung cư Thành phố. Chúng tôi có sơ đồ tòa chung cư. Một khối nhà tập thể cho các hộ thuê từ hồi những năm 1890. Sáu tầng với tổng số hai mươi hai căn hộ, cộng tám căn hộ ở một nhà nhỏ trong sân. Tôi đã xem đến những người thuê nhưng không thấy cái gì nổi bật cả. Hai người trong chung cư có tiền án tiền sự với cảnh sát.

- Là ai vậy?

- Lindstrom ở tầng hai, sáu mươi ba tuổi. Tù vì gian lận tiền bảo hiểm hồi những năm 70. Wittfelt ở tầng bốn, bốn mươi bảy. Hai lần tù vì đánh người vợ trước. Ngoài ra thì vẻ như là lớp tiêu biểu của giới trung lưu Thụy Điển. Nhưng có một căn hộ gợi ra một dấu hỏi.

- Gì đây?

- Trên tầng thượng. Mười một phòng và có vẻ là một ổ điếm sang. Thuộc về một công ty có tên là Liên doanh Bellona.

- Họ khai là kinh doanh gì?

- Có trời biết. Họ phân tích tiếp thị và có doanh thu hàng năm khoảng ba chục triệu curon. Tất cả chủ sở hữu đều sống ở nước ngoài.

- Á à…

- Á à cái gì?

- Chả có gì. "Á à" thế thôi. Kiểm tra thêm đám Bellona.

Lúc ấy viên sĩ quan mà Blomkvist chỉ biết tên là Stefan đi vào phòng.

- Chào sếp, - ông chào Edklinth. - Làm cái này thật tài ba. Tôi đã tìm ra câu chuyện ở đằng sau căn hộ Bellona.

- Là gì thế? - Figuerola nói.

- Liên doanh Bellona thành lập hồi những năm 70. Họ mua căn hộ của chủ sở hữu bất động sản trước đây, một phụ nữ tên là Kristina Cederholm, sinh năm 1917, lấy Hans Wilhelm Francke, khẩu đại bác bắn bừa bắn bãi từng cãi nhau với P.G. Vinge lúc thành lập SIS.

- Tốt, - Edklinth nói. - Rất tốt, Monica, chúng ta cần kiểm soát căn hộ này suốt ngày đêm. Tìm xem họ có những điện thoại gì. Tôi muốn biết ai vào ai ra, xe thả ai xuống cái địa chỉ ấy.

Edklinth quay sang Blomkvist. Ông nom như muốn nói gì đó nhưng rồi kìm lại. Blomkvist nhìn ông, chờ đợi.

- Anh có hài lòng với lưu lượng thông tin này không? - Cuối cùng Edklinth nói.

- Rất hài lòng. Ông có hài lòng với đóng góp của *Millennium* không?

Edklinth ngập ngừng gật đầu.

- Anh cần biết vì chuyện này tôi có thể bị chìm nghỉm xuống đáy.

- Không phải vì tôi đâu nha. Tôi coi thông tin tôi nhận đây là nguồn tin được bảo vệ. Tôi sẽ tường thuật sự việc nhưng không nói tôi lấy đâu ra và lấy thế nào. Trước khi đưa bài đi nhà in tôi sẽ chính thức phỏng vấn ông. Nếu có cái gì ông không muốn trả lời, ông chỉ cần nói "Miễn bình luận". Hoặc ông có thể nói chi tiết về những điều ông nghĩ về Bộ phận Phân tích Đặc biệt. Cái này do ông quyết định.

- Đúng thế, - Edklinth nói.

Blomkvist vui. Trong có vài giờ đồng hồ, Bộ phận đã lộ hình thù. Đúng là một cửa đột phá.

Modig rất ngán ngẩm vì cuộc họp trong văn phòng Edklinth kéo quá dài. Nhờ trời ai đó đã để lại một chai nước khoáng đầy nguyên ở trên bàn hội nghị. Chị đã hai lần nhắn tin bảo chồng chị còn phải ở lại, hứa cho anh biết ngay khi nào chị có thể về nhà. Chị bắt đầu bồn chồn và cảm thấy mình y như một kẻ lén trộm vào nhà người ta.

Mãi 7 rưỡi cuộc họp mới tan. Chị hoàn toàn bất ngờ khi cửa mở và Faste đi ra. Rồi bác sĩ Teleborian. Sau họ là một người đàn ông già hơn, tóc bạc mà Modig trước đây chưa trông thấy bao giờ. Cuối cùng công tố viên Ekstrom, mặc jacket vào khi ông tắt đèn và khóa cửa văn phòng lại.

Modig để di động vào giữa khe hở ở các tấm rèm, chụp hai bức ảnh cái nhóm người đang đứng ngoài cửa văn phòng Ekstrom. Mấy giây sau họ đi ra khỏi hành lang.

Chị nín thở cho đến khi họ đã ở cách một quãng. Mồ hôi lạnh vã ra lúc chị nghe thấy cửa vào lòng giếng cầu thang đóng lại. Chị đứng lên, đầu gối bủn rủn muốn khuyu.

Đúng 8 giờ Bublanski gọi Figuerola.

- Cô muốn biết Ekstrom họp gì không phải không?

- Đúng.

- Vừa mới xong. Ekstrom họp với bác sĩ Peter Teleborian với nguyên đồng nghiệp thanh tra hình sự Faste của tôi và một quý ông già hơn chúng tôi không nhận ra.

- Khoan cho một tí, - Figuerola nói. Cô bịt tay che máy nói, quay về những người khác. - Teleborian đến thẳng chỗ Ekstrom.

- Này, cô còn đấy không?

- Xin lỗi. Có thể tả người đó ra cho chúng tôi được không?

- Còn hơn nữa. Tôi gửi cho cô một bức ảnh.

- Ảnh ư? Chúng tôi nợ ông một khoản mất rồi.

- Nếu cô cho chúng tôi biết là đang có chuyện gì thì sẽ giúp ích được.

- Tôi sẽ quay lại với ông.

Họ ngồi im lặng một lúc quanh bàn hội nghị.

- Vậy, - cuối cùng Edklinth nói, - Teleborian gặp Bộ phận rồi đi thẳng tới gặp công tố viên Ekstrom. Tôi sẽ trả nhiều tiền để tìm ra họ nói chuyện gì với nhau.

- Hay ông có thể chỉ hỏi tôi thôi cũng được, - Blomkvist nói.

Edklinth và Figuerola nhìn anh. Rồi họ từ từ gật đầu.

- Đây là đoán mò, - Edklinth nói. - Trừ phi anh tình cờ có các bản lĩnh tâm linh khác thường.

- Không đoán mò, - Mikael nói. - Họ gặp nhau để bàn về bản báo cáo pháp y của Teleborian về tâm thần của Salander. Teleborian vừa viết xong.

- Vớ vẩn. Đã khám bệnh cho Salander đâu cơ chứ.

Blomkvist nhún vai, mở máy tính.

- Tên này không xá gì đâu. Đây là bản báo cáo viết mới nhất. Có đề ngày giờ như các vị nhìn thấy nhá, tuần mở phiên tòa đã được quy định.

Edklinth và Figuerola đọc hết bản báo cáo trước cả những người kia. Cuối cùng họ liếc nhìn nhau rồi nhìn Blomkvist.

- Thế quỷ nào mà anh nắm được thứ này cơ chứ? - Edklinth nói.

- Đây là của cái nguồn mà tôi cần bảo vệ, - Blomkvist nói.

- Blomkvist... chúng ta có thể tin tưởng nhau. Anh đang nắm giữ thông tin. Trong ống tay áo anh còn có gì kinh ngạc nữa không đây?

- Có. Dĩ nhiên tôi phải có các bí mật chứ. Như tôi đã được thuyết phục rằng không cần phải có giấy phép *carte blanche* của các vị để được xem mọi cái các vị có ở Sapo.

- Hai việc khác nhau.

- Chính xác là một việc. Chuyện chúng ta xếp đặt với nhau là có dính đến cộng tác. Tự ông đã nói: chúng ta phải tin tưởng lẫn nhau.

Tôi không găm lại bất cứ cái gì giúp ích được cho việc điều tra của ông về Bộ phận hay rọi ánh sáng vào các vụ án mạng đã từng xảy ra. Tôi đã đưa bằng chứng về Teleborian gây nên tội ác với Bjorck năm 1991 và tôi đã bảo ông rằng bây giờ hắn sẽ lại được thuê làm lại cái điều tương tự. Đây là tài liệu chứng tỏ tôi đúng.

- Nhưng anh vẫn nắm tài liệu cốt yếu.

- Thường tình thôi, ông có thể hoặc đình chỉ sự cộng tác của chúng ta lại hoặc sống chung với nó.

Figuerola giơ một ngón tay ngoại giao lên.

- Thứ lỗi cho tôi, nhưng thế này có nghĩa là Ekstrom làm việc cho Bộ phận đấy nhỉ?

Blomkvist cau mày.

- Cái này tôi không biết. Cảm nghĩ của tôi là hắn còn hơn cả một thằng ngu hữu ích bị Bộ phận sử dụng. Hắn tham vọng nhưng tôi nghĩ hắn thật thà, nếu không nói là có chút ngu xuẩn. Một nguồn tin bảo tôi rằng khi đang còn săn đuổi Salander thì bản thân anh ta trong một cuộc trình bày các báo cáo cũng đã nuốt phải phần lớn những điều Teleborian mớm cho về Salander.

- Vậy anh không nghĩ để sai khiến hắn thì phải mất nhiều công sức hay sao?

- Đúng. Thanh tra hình sự Faste là một đứa ngu chân chất tin rằng Salander là người đồng tính nữ theo trường phái Satan.

Berger ở nhà. Chị cảm thấy tê liệt, không thể tập trung vào bất cứ công việc nào. Lúc nào chị cũng chờ người gọi bảo các bức ảnh của chị đã bị đưa lên một địa chỉ nào đó trên mạng.

Chị bất chợt mình luôn nghĩ đến Salander, tuy chị nhận thấy phần lớn các hy vọng được cô giúp đỡ đều có vẻ hão huyền. Salander bị nhốt ở Sahlgrenska. Cô ấy không được tiếp khách và thậm chí không được phép đọc báo chí. Nhưng cô ấy là một phụ nữ trẻ đa tài đến mức quái dị. Tuy bị biệt lập cô ấy vẫn xoay ra cách liên hệ với Berger bằng ICQ và rồi bằng điện thoại. Hai năm trước cô ấy đã một mình đơn độc hủy diệt đế chế tài chính của Wennerstrom và cứu *Millennium*.

8 giờ Linder đến gõ cửa. Berger giật bắn như có ai nã một phát súng vào phòng khách vậy.

- Chào Erika. Bà ngồi trong tối nom buồn thế.

Berger gật rồi bật đèn.

- Chào. Tôi đặt ít cà phê...

- Không. Để tôi làm việc ấy. Có gì mới không?

Chị có thể nói lại chuyện ấy được đấy. Lisbeth Salander đã tiếp xúc với tôi và kiểm soát giúp máy tính của tôi. Rồi cô ấy gọi đến nói rằng Teleborian và một ai đó tên là Jonas đang gặp nhau ở Ga Trung tâm chiều hôm nay.

- Không. Không có gì mới, - chị nói. - Nhưng tôi có một cái tôi muốn thử trao đổi với cô.

- Bà cứ thử đi.

- Cô nghĩ có bao nhiêu khả năng đây không phải là một kẻ bám gái mà là một ai đó tôi quen nhưng muốn quấy phá tôi.

- Thì khác gì nhau chứ nhỉ?

- Theo tôi, một tay bám gái là người tôi không quen biết nhưng rồi thế nào bị ám ảnh về tôi. Đằng này thì lại là một người vì những lý do cá nhân mà đâm ra muốn có những kiểu trả thù hay phá hoại cuộc sống của tôi.

- Bà nghĩ hay đấy. Tại sao lại nghĩ ra thế chứ?

- Hôm nay, tôi bàn tình hình của tôi với một người. Tôi không nói tên cô ấy ra với cô được, nhưng cô ấy gợi ý ra rằng đe dọa của một tay bám gái chính cống thì nó khác. Cô ấy nói một tay bám gái sẽ không bao giờ viết thư điện tử cho gái ở trên mặt bằng văn hóa sất cả. Xem vẻ như chuyện đó chệch hoàn toàn.

Linder nói:

- Có một cái gì trong chuyện này. Bà biết là tôi không đọc thư điện tử bao giờ. Tôi có thể xem các thư ấy của bà được không?

Berger để máy tính của chị lên bàn bếp.

Figuerola đi cùng Blomkvist ra ngoài Sở Chỉ huy cảnh sát lúc 10 giờ tối. Họ lại dừng lại tại cùng chỗ như hôm qua ở quảng trường Kronoberg.

- Chúng ta lại ở đây đây. Anh sắp biến đi để làm việc hay muốn đến nhà tôi lên giường với tôi?

- Ờ...

- Đừng cảm thấy bị ép, Mikael. Nếu cần làm việc thì cứ đi đi.

- Nghe này Figuerola, cô đang quen với cái nết lôi thôi rồi đấy.

- Còn anh thì không muốn phụ thuộc vào bất cứ cái gì... Anh sắp nói như thế chứ gì?

- Không. Tôi không sắp nói như thế. Nhưng tối nay tôi cần nói chuyện với một người. Cô sẽ thiếp đi mất trước khi tôi có thể làm lụng được.

Cô nhún vai.

- Lại gặp.

Anh hôn má cô rồi đi đến bến xe bus trên đường Fridhemsplan.

- Blomkvist, - cô gọi.

- Gì thế?

- Sáng mai tôi cũng vẫn rảnh. Nếu được thì đến ăn điểm tâm nha.

CHƯƠNG 21

Thứ Bảy, 4 tháng Sáu
Thứ Hai, 6 tháng Sáu

Salander nhặt được một số dấu hiệu không lành khi đọc lướt các thư điện tử của Holm, biên tập viên tin tức. Năm mươi tám tuổi, vậy là ông rơi ra ngoài danh sách nhóm bám gái nhưng dẫu sao cô vẫn nạp ông vào vì ông và Berger đã từng túm ngực nhau. Ông là một người mưu kế, hay viết về những chuyện thối tha của người khác.

Với Salander thì rõ ràng Holm không thích Berger và chắc ông đã tiêu phí nhiều thời gian kể lể con đĩ ấy nó nói thế này nó làm thế kia. Ông thường xuyên vào những trang web chỉ liên quan đến công việc. Nếu có những mối quan tâm khác, ông tìm kiếm thông tin trong thời gian riêng và trên những máy tính khác.

Cô chốt ông làm một ứng viên cho danh hiệu Bút Thuốc độc, nhưng ông không phải người chắc được. Đôi khi Salander bỏ thì giờ nghĩ tại sao mình lại không tin ông là người đeo bám Berger và rồi đi đến kết luận rằng ông quá ngạo mạn nên không nỡ hạ mình dùng đến thư điện tử giấu tên. Nếu muốn gọi Berger là con đĩ, ông sẽ nói trắng ra thôi. Và xem vẻ ông cũng không phải là kẻ vào trộm nhà của Berger lúc đêm hôm khuya khoắt.

10 giờ tối, cô thử vận may, đi vào [Đạo phái Ngu]. Cô thấy Blomkvist chưa về. Cô cảm thấy hơi cáu sườn, nghĩ anh đang có việc gì đây, liệu anh có kịp làm xong trước cuộc hẹn của Teleborian không.

Rồi cô quay lại máy chủ của *SMP*.

Cô chuyển đến cái tên tiếp theo trên danh sách, Claes Lundin, biên tập viên thể thao, hai mươi chín tuổi. Vừa mở hộp thư của anh ra, cô liền bặm môi dừng ngay lại. Cô lại đóng nó lại và sang hộp thư của Berger.

Cô cho cuộn xuống đúng lúc. Do tài khoản mới mở vào ngày 2 tháng Năm nên hộp thư của Berger có tương đối ít. Thư đích thực đầu tiên là một mẩu ghi nhớ công việc giữa ngày của Peter Fredriksson. Trong ngày đầu của Berger, nhiều người đã gửi thư chào mừng chị.

Salander đọc kỹ từng cái trong hộp thư của Berger. Cô có thể thấy thế nào mà ngay từ ngày đầu, trong thư từ giữa Berger với Holm đã có một giọng thù địch ngầm. Họ hình như không thể đồng ý với nhau về bất cứ chuyện gì và Salander thấy Holm đã cố chọc tức Berger bằng cách gửi đến nhiều thư điện tử nói những chuyện hoàn toàn ấm ớ.

Cô bỏ qua quảng cáo, thư rác và các bản lưu nhớ tin tức. Cô tập trung vào bất cứ loại thư từ cá nhân nào. Cô đọc các tính toán ngân sách, dự án quảng cáo và tiếp thị, một trao đổi kéo dài một tuần với Giám đốc Tài chính Sellberg để cuối cùng dẫn đến một trận cãi nhau về việc sa thải nhân viên. Berger đã nhận được những thư giận dữ của người phụ trách bộ phận pháp lý về một nhân viên làm tạm thời nào đó có tên là Johannes Frisk. Chị có vẻ đã chỉ thị cụ thể cho anh ta viết một bài báo nào đó và việc này không được tán thưởng. Ngoài các thư hoan nghênh đầu tiên, hình như không ai ở cấp lãnh đạo nhìn thấy một cái gì tích cực trong bất cứ lý lẽ hay đề nghị nào của Berger.

Một lúc sau, Salander cuộn ngược trở về khởi đầu, làm nhẩm một con tính thống kê. Trong tất cả các giám đốc cao cấp ở *SMP* chỉ có bốn người không nhảy vào cuộc bắn lén. Đó là Chủ tịch Hội đồng Quản trị Magnus Borgsjo, Phó tổng biên tập Fredriksson, biên tập viên phụ trách trang nhất Magnusson và biên tập viên văn hóa Sebastian Strandlund.

Họ đã từng nghe nói đến phụ nữ ở SMP bao giờ chưa đây? Tất cả những người phụ trách các ban bệ đều là đàn ông.

Trong số này, Strandlund là người mà Berger ít liên quan nhất. Chị mới chỉ trao đổi hai thư điện tử với biên tập viên văn hóa. Các thư thân thiện nhất và cam kết nhất là của biên tập viên phụ trách trang nhất Gunnar Magnusson. Thư của Borgsjo thì ngắn ngủn và đi thẳng ngay vào đề.

Nếu chỉ để bẻ chân bẻ tay của Berger thì sao đám trai già đồ quỷ này thuê chị về làm gì cơ chứ?

Người đồng nghiệp xem vẻ Berger liên quan đến nhiều nhất là Fredriksson. Vai trò của ông ta là đóng một thứ như cái bóng, ngồi làm quan sát viên trong các cuộc họp của chị. Ông ta chuẩn bị các bản ghi nhớ, hội ý với Berger về các bài báo cùng các số báo và khiến công việc chạy được.

Mỗi ngày ông ta gửi cho Berger hơn một chục thư điện tử.

Salander chọn lấy tất cả các thư Fredriksson gửi Berger rồi đọc hết. Trong một số trường hợp ông có phản đối vài ba quyết định của Berger và đưa ra các phản đề. Berger có vẻ tin ông ta vì những lúc ấy chị thường thay đổi quyết định hoặc chấp nhận lý lẽ của ông. Ông không bao giờ đối địch. Nhưng không thấy dáng dấp của bất cứ một quan hệ cá nhân nào với chị.

Salander đóng hộp thư của Berger lại, nghĩ một hồi.

Cô mở tài khoản của Fredriksson.

Suốt buổi tối Dịch Bệnh vầy vọc với máy tính để nhà của các nhân viên ở *SMP* mà không kết quả lắm. Anh đã tìm cách vào máy của Holm vì nó được kết nối với máy của ông ta ở tòa báo; ngày đêm bất cứ lúc nào ông cũng có thể vào và đăng nhập bất cứ cái gì ông đang làm dở. So với các máy anh đã từng chui vào, máy tính để nhà của Holm là cái làm cho Dịch Bệnh mệt nhất. Anh không may mắn với mười tám cái tên khác trong danh sách của Salander. Một lý do là đêm hôm thứ Bảy không ai trong số những người anh cố chui lén vào máy lại trực tuyến sất. Anh bắt đầu oải với cái nhiệm vụ bất khả thi này thì Salander gọi anh lúc 10 rưỡi.

<Có gì thế?>

<Peter Fredriksson.>

<OK.>

<Quên những người khác đi. Tập trung vào lão ta.>

<Tại sao?>

<Chỉ là linh cảm.>

<Phải mất một lúc đấy.>

<Có một lối tắt. Là Phó tổng biên tập nên Fredriksson dùng một chương trình gọi là Bộ Tích hợp để theo dõi được từ nhà chuyện gì xảy ra trên máy công vụ của lão.>

<Tớ không biết gì về Bộ Tích hợp này.>

<Một chương trình nho nhỏ tung ra hai năm trước. Nay thì cũ rồi. Bộ Tích hợp có một con bọ, có thể tìm thấy nó trong kho lưu trữ của Cộng hòa Tin tặc. Về lý thuyết anh có thể đảo ngược chương trình và đi từ *SMP* vào máy tính để nhà của lão.>

Dịch Bệnh thở dài. Cô gái từng là học trò của anh nay nắm các món này tốt hơn anh.

<OK. Để tớ thử.>

<Nếu tìm ra cái gì mà tôi không trực tuyến thì anh gửi đến Kalle Blomkvist nha.>

Blomkvist quay về căn hộ của Salander trên Mosebacke ngay trước nửa đêm. Anh mệt. Anh tắm, pha ít cà phê rồi mở máy tính của Salander, cho ICQ của cô.

<Là mấy giờ rồi?>

<Xin lỗi.>

<Mấy ngày qua anh ở đâu?>

<Ăn nằm với một nhân viên cảnh sát mật. Và lùng đuổi Jonas.>

<Anh có kịp cuộc hẹn giữa Teleborian và gã đó không?>

<Có. Em mách cho Erika phải không?>

<Mỗi cách ấy mới tóm được anh.>

<Thông minh.>

<Mai người ta chuyển tôi đến nhà tù.>

<Anh biết.>

<Dịch Bệnh sẽ hỗ trợ qua mạng.>

<Tốt.>

<Vậy tất cả còn lại là trận chung kết.>

<Salander... chúng ta sẽ làm những gì cần phải làm.>

<Tôi biết. Anh thường dự báo được mà.>

<Bao giờ chả thế, cô bé bỏ bùa người ạ.>

<Có gì khác mà tôi cần biết nữa không?>

<Không.>

<Như vậy thì thôi nhé, tôi có nhiều việc phải làm.>

<May mắn nhé.>

Linder giật mình tỉnh dậy khi máy nghe gài tai của cô kêu bíp bíp. Ai đó đã đi qua máy phát hiện vận động cô đặt trong gian sảnh tầng trệt. Cô chống khuỷu tay nhổm phắt dậy. Là 5 giờ 23 phút sáng Chủ nhật. Cô lặng lẽ trườn ra khỏi giường, mặc jean, áo phông và đi giày thể thao vào. Cô nhét bình xịt Mace vào túi sau quần, nhặt lấy cây dùi cui có đệm lò xo đánh rất nảy.

Cô đi không một tiếng động qua cửa phòng ngủ của Berger, để ý thấy nó đóng, vậy là đã khóa.

Cô đứng trên đầu cầu thang nghe ngóng. Cô nghe thấy một tiếng lanh canh khe khẽ và tiếng cử động ở tầng trệt. Cô thong thả xuống cầu thang, dừng một lát ở gian sảnh nghe thêm.

Một chiếc ghế kéo lê trên sàn. Cô nắm chặt cây gậy, rón rén đến cửa bếp. Cô thấy một người đàn ông hói đầu, không cạo râu ngồi ở bàn bếp với một cốc nước cam, đang đọc *SMP*. Cảm thấy có người, ông ngước lên.

- Đồ quỷ nhà cô là ai đấy?

Linder nhẹ người, tựa vào thành cửa.

- Greger Beckman, chắc thế rồi. Chào ông. Tôi là Susanne Linder.

- Tôi thấy rồi. Vậy cô đánh vào đầu tôi hay uống nước cam đây?

- À vâng, tất nhiên. Tất nhiên là xin ông cốc nước cam. - Linder nói, đặt cái gậy xuống.

Beckman với lấy một cái cốc trên giá, rót một ít cho cô.

- Tôi làm việc cho An ninh Milton, - Linder nói. - Có lẽ để vợ ông giải thích tôi làm gì ở đây thì tốt hơn.

Beckman đứng lên.

- Erika bị sao?

- Vợ ông ổn. Nhưng có một số cái không ổn. Chúng tôi đã cố bắt liên lạc với ông ở Paris.

- Paris? Sao lại Paris? Tôi ở Helsinki cơ mà, lạy Chúa.

- Vâng. Tôi xin lỗi, nhưng vợ ông tưởng ông ở Paris.

- Tháng sau cơ, - Beckman vừa nói vừa đi ra khỏi bếp.

- Phòng ngủ khóa. Ông phải có mã khóa để mở, - Linder nói.

- Xin lỗi... mã khóa nào?

Cô bảo ông ba con số cần bấm để mở cửa phòng ngủ. Ông chạy lên cầu thang.

10 giờ sáng Chủ nhật Jonasson vào phòng Salander.

- Chào Lisbeth.

- Chào.

- Vừa nghĩ sẽ báo cô: cảnh sát đến vào giờ ăn trưa.

- Tốt.

- Cô có vẻ không lo.

- Vâng, không.

- Tôi có một cái quà cho cô.

- Quà? Lý do gì thế?

- Cô là một trong những bệnh nhân lý thú nhất của tôi trong một thời gian dài.

- Ông đừng nói thế, - Salander ngờ vực nói.

- Tôi nghe nói cô mê ADN và di truyền học.

- Ai huyên thiên với ông đấy? Tôi dám cá là bà bác sĩ tâm lý.

Ông gật.

- Nếu cô thấy ở trong tù khó chịu... thì đây là cái mới nhất về nghiên cứu ADN.

Ông đưa cho cô một quyển sách to có tên *Các vòng xoáy ốc - những bí mật của ADN*, Giáo sư Yoshito Takamura ở Đại học Tokyo. Salander mở nó ra xem mục lục.

- Hết ý.

- Mong một ngày nào đó được biết rằng cô lại đọc được các bài viết học thuật mà ngay tôi cũng không hiểu nổi.

Jonasson vừa ra khỏi phòng, Salander lấy ngay chiếc Palm ra. Dịp may cuối cùng. Qua bộ phận nhân sự của *SMP*, Salander biết Fredriksson đã làm ở đây sáu năm. Trong thời gian đó, ông đã nghỉ ốm hai lần dài: hai tháng trong năm 2003 và ba tháng của năm 2004. Từ các hồ sơ nhân sự cô kết luận rằng lý do trong cả hai lần đều là bị kiệt sức. Morander, người tiền nhiệm của Berger từng một lần đã hỏi có nên để Fredriksson làm Phó tổng biên tập hay không.

Ơ hơ hơ. Hết chuyện làm tiếp rồi.

11 giờ 45, Dịch Bệnh gọi cô.

<Gì đây?>

<Vẫn ở Sahlgrenska chứ?>

<Anh nghĩ sao nào?>

<Là hắn đấy.>

< Anh chắc chứ?>

<Trước đây nửa giờ hắn ngồi ở nhà và truy cập vào máy công vụ ở tòa soạn. Tôi thừa cơ vào luôn. Hắn đã cho quét hình các bức ảnh của Berger vào ổ cứng của hắn ở nhà.>

<Cảm ơn.>

<Bà ấy nom khá ngon đấy.>

<Dịch Bệnh, xin nghỉ cho đi.>

<Tớ biết. Cậu muốn tớ làm gì đây?>

<Hắn đã đưa các ảnh ấy lên mạng Internet chưa?>

<Theo tớ thấy thì chưa.>

<Anh có cho cài mìn phá được máy của hắn không?>

<Đã đặt mìn rồi. Nếu hắn thử gửi thư điện tử hay tải lên bất cứ cái gì lớn hơn 20 KBs thì ổ cứng của hắn sập liền.>

<Siêu.>

< Tớ sắp đi ngủ. Cậu hãy giữ gìn nha.>

<Bao giờ mà chả giữ.>

Salander thoát khỏi ICQ. Cô liếc đồng hồ, thấy đến giờ sắp ăn trưa đến nơi. Cô vội thảo một thư gửi cho nhóm Yahoo [Đạo phái Ngu]:

Mikael. Quan trọng. Gọi ngay Berger bảo chị ấy Fredriksson là Bút Thuốc độc.

Lúc gửi thư đi cô nghe thấy có tiếng đi lại ở hành lang. Cô lau sạch màn hình chiếc Palm T3, cắt điện rồi cất máy vào trong cái hộc ở sau bàn bên giường.

- Chào Lisbeth. - Giannini đứng ở lối cửa.

- Chào.

- Lát nữa cảnh sát đến. Tôi mang cho cô ít quần áo. Hy vọng là đúng cỡ.

Salander ngán ngẩm nhìn xấp quần lanh xẫm màu và áo sơmi màu phấn hồng sạch sẽ.

Hai cảnh sát mặc đồng phục ở Goteborg đến để đưa cô đi. Giannini cùng đi với họ đến nhà tù.

Khi họ đi từ trong phòng ra và xuôi xuống hành lang, Salander để ý thấy nhiều nhân viên tò mò nhìn cô. Cô gật đầu thân thiện với họ và một vài người vẫy lại. Tựa như tình cờ, Jonasson đứng ở bên quầy tiếp tân. Họ nhìn nhau, gật đầu. Trước khi họ rẽ ở góc hành lang, Salander đã để ý thấy ông đang đi tới phòng cô.

Trong suốt tất cả các thủ tục chuyển đưa cô đến nhà tù, Salander không nói một câu nào với cảnh sát.

Blomkvist đóng iBook của anh lúc 7 giờ sáng Chủ nhật. Anh ngồi một lúc ở bàn làm việc của Salander, phờ phạc, nhìn vào khoảng không.

Rồi anh vào phòng ngủ của cô, nhìn chiếc giường cỡ cực đại đồ sộ. Một lúc anh lại quay về buồng làm việc của cô, mở di động gọi Figuerola.

- Chào, Mikael đây.

- Chào đằng ấy. Đã dậy rồi ư?

- Vừa mới làm việc xong, sắp đi ngủ. Chỉ là muốn gọi chào một cái.

- Nói chung đàn ông đã thích gọi và chào thường có động cơ sâu xa.

Anh cười thành tiếng.

- Blomkvist... nếu thích thì có thể đến đây ngủ.

- Tôi sẽ là bạn đồng hành dở ẹc.

- Rồi tôi sẽ quen với cái sự dở đó thôi mà.

Anh lên taxi đi Pontonjargatan.

Berger qua ngày Chủ nhật với chồng ở trên giường. Họ nằm đó hết chuyện trò lại lơ mơ ngủ. Chiều họ mặc quần áo đi dạo xuôi xuống cảng neo tàu thủy.

- Sang *SMP* là một sai lầm, - Berger nói khi họ về nhà.

- Đừng nói thế. Ngay bây giờ gay go nhưng em biết nó sẽ là như thế rồi mà. Em ở đấy một thời gian thì mọi chuyện sẽ bình thường lại.

- Không phải là công việc. Em nắm được. Đây là không khí.

- Anh hiểu.

- Em không thích cái không khí ở đấy nhưng mặt khác em lại không thể chỉ sau có mấy tuần mà đã bỏ đi.

Chị ngồi ở bàn bếp ủ ê nhìn vào khoảng không. Beckman chưa bao giờ thấy vợ quẫn như thế.

Thanh tra Faste gặp Salander lần đầu tiên lúc 11 giờ rưỡi sáng Chủ nhật khi một nữ cảnh sát đưa cô vào văn phòng của Erlander ở Sở Chỉ huy cảnh sát Goteborg.

- Bắt được cô khá là khó đấy nhỉ, - Faste nói.

Salander nhìn hắn hồi lâu, tự thuyết phục rằng hắn là một thằng ngu rồi quyết định sẽ không phí quá nhiều thì giờ màng đến sự tồn tại của hắn.

- Thanh tra Gunilla Waring sẽ đi cùng cô đến Stockholm, - Erlander nói.

- Tốt, - Faste nói. - Vậy chúng ta sẽ rời đi ngay thôi. Một số người muốn nói chuyện nghiêm chỉnh với cô, Salander.

Erlander chào tạm biệt cô. Cô lờ ông.

Họ quyết định chuyển tù đi Stockholm bằng xe cho đơn giản. Waring lái. Lúc bắt đầu chuyến đi, Faste ngồi ở ghế cạnh người lái, khi cố trao đổi gì đó với Salander, hắn quay đầu lại đằng sau. Lúc họ đến Alingsas thì cổ hắn đau và hắn không ngoái lại nữa.

Salander nhìn cảnh đồng quê. Trong đầu cô không tồn tại Faste.

Teleborian đúng. Con bé đần thộn quá, Faste nghĩ. Đến Stockholm ta sẽ tính việc làm thay đổi cái thái độ này của nó.

Thinh thoảng hắn lại liếc về Salander và cố có được một nhận định về người phụ nữ hắn đã nản chí lùng tìm bấy lâu. Thậm chí khi trông thấy cô gái gầy còm hắn đã có đôi chút nghi hoặc. Hắn nghĩ cô gái cân nặng được bao nhiêu đây. Hắn tự nhủ rằng là một con đồng tính nên cô ta không phải là phụ nữ thứ thiệt.

Nhưng có thể người ta đã cường điệu ra đôi chút chuyện về trường phái Satan kia. Cô ta nom không phải kiểu ấy.

Chuyện nực cười là hắn vốn dĩ thích bắt cô vì ba vụ án mạng mà cô bị nghi lúc đầu, nhưng thực tế thì hóa ra hắn lại làm công việc điều tra. Ngay một đứa con gái gầy giơ xương cũng cầm được súng. Quay ra thế nào cô lại bị giam vì tấn công ban lãnh đạo chóp bu của

Câu lạc bộ Xe máy Svavelsjo và cô có phạm tội thật, khỏi phải bàn. Có bằng chứng pháp y liên quan đến vụ việc mà chắc kiểu gì cô ta cũng sẽ bác bỏ.

Figuerola đánh thức Blomkvist lúc 1 giờ chiều. Cô đang ngồi ở ban công đọc xong quyển sách nói về Thượng đế thời Cổ đại, suốt thời gian đó nghe Blomkvist ngáy trong phòng ngủ. Êm ả. Khi vào nhìn anh, cô chợt nhận ra rõ nét rằng anh hấp dẫn cô hơn các đàn ông khác từng hấp dẫn cô trong nhiều năm.

Đó là một cảm giác thú vị nhưng khiến cô bất an. Anh ở kia nhưng không phải là một yếu tố vững bền trong đời cô.

Họ đi xuống mạn Norr Malarstrand uống cà phê. Rồi cô đưa anh về nhà và lên giường cho đến hết buổi chiều. Anh rời đi lúc 7 giờ tối. Cô mơ hồ có một cảm giác mất mát sau khi anh hôn lên má cô rồi đi.

8 giờ tối Chủ nhật Linder gõ cửa nhà Berger. Nay Beckman ở nhà nên Linder không ngủ ở đây nữa, lúc này cô đến không liên quan gì đến công việc. Nhưng trong thời gian cô sống ở nhà Berger, hai người đã nảy ra thú vui ngồi chuyện trò dài dài với nhau trong bếp. Cô phát hiện ra mình rất mến Berger. Ở Berger, cô nhận ra thấy một phụ nữ tuyệt vọng nhưng thành đạt nhờ giấu đi bản chất thật của mình. Chị đi làm với bề ngoài phẳng lặng nhưng trong thực tế chị là một đùm thần kinh căng như dây đàn.

Linder ngờ rằng nỗi khắc khoải của chị không chỉ là vì Bút Thuốc độc. Nhưng cuộc đời và các vấn đề của Berger đâu phải là việc của cô. Tối nay cô đến thăm thân mật. Cô đến đây chỉ để gặp Berger và để được yên tâm là mọi việc đều ổn. Hai vợ chồng đang ở trong bếp, thần khí trang trọng. Tựa như hai người đã bỏ cả Chủ nhật ra mầy mò cách giải quyết một hay hai vấn đề nghiêm chỉnh.

Beckman pha ít cà phê. Linder ngồi được vài phút thì di động của Berger đổ chuông.

Hôm ấy Berger trả lời với cảm giác có một bất hạnh đang treo chờ giáng xuống.

- Berger đây, - chị nói.

- Chào Erika.

Blomkvist. Khỉ. Mình chưa nói với anh ấy là hồ sơ của Borgsjo đã biến mất.

- Chào Mikael.

- Salander bị đưa đến nhà tù ở Goteborg tối nay, chờ mai đi Stockholm.

- OK.

- Cô ấy gửi cho em... ừ, một tin nhắn đây.

- Ô?

- Tin nhắn khá bí ẩn.

- Cô ấy nói gì?

- Cô ấy nói "Bút Thuốc độc" là Peter Fredriksson.

Erika ngồi lặng đi mười giây, ý nghĩ đổ xô vào đầu. *Không thể. Peter không như thế. Chắc Salander lầm.*

- Tất cả có thế thôi ư?

- Tất cả có thể. Nó có nghĩa gì với em không?

- Có.

- Erika... em và cô gái ấy có gì với nhau thế? Cô ấy gọi anh để thời cho cái tin về Teleborian và...

- Cảm ơn, Mikael. Chúng ta nói chuyện ấy sau.

Chị tắt di động, nhìn Linder, vẻ mặt hết sức kinh ngạc.

- Chị kể đi, - Linder nói.

Linder phân vân. Người ta bảo Erika rằng Phó tổng biên tập của chị là người gửi các thư điện tử độc địa. Erika cứ nói mãi điều này không dứt. Rồi cô hỏi *sao* chị biết Fredriksson là kẻ đeo bám phá quấy thì lúc ấy Erika im lặng. Linder để ý nhìn vào mắt Erika, thấy có một cái gì thay đổi trong thái độ của chị. Thình lình bấn loạn hoàn toàn.

- Tôi không thể nói với cô được...

- Sao chị lại không nói được?

- Susanne, tôi có thể nói với cô rằng Fredriksson là kẻ gây chuyện, nhưng không thể tiết lộ ai đã cho tôi tin đó. Tôi làm gì được đây?

- Nếu tôi giúp chị thì chị phải cho tôi biết.

- Tôi... tôi không thể. Cô không hiểu đâu.

Berger đứng lên ra bên cửa sổ, quay lưng lại Linder. Cuối cùng chị quay lại.

- Tôi sẽ đến nhà ông ta.

- Chị không làm cái kiểu ấy được. Chị sẽ không đi đâu cả, ít nhất là đến nhà của một người rõ ràng là thù ghét chị.

Berger nom day dứt.

- Ngồi xuống. Cho tôi biết có chuyện gì đi. Blomkvist gọi chị phải không?

Berger gật đầu.

- Hôm nay... tôi nhờ một người chuyên chui lén máy tính đi vào các máy tính ở nhà của anh chị em tòa soạn.

- Ôi kìa. Như thế suy ra thì có vẻ là chị đã mắc vào tội phạm nghiêm trọng về máy tính rồi đấy. Chị không muốn tôi biết người chui lén máy tính cho chị là ai chứ gì?

- Tôi đã hứa không nói ra với bất cứ ai... Những người khác đều có liên quan. Một việc mà Blomkvist đang làm.

- Blomkvist có biết chuyện các thư điện tử và nhà chị bị đột nhập không?

- Không, anh ấy chỉ trao tin nhắn thôi.

Linder ngoẹo đầu sang một bên và thình lình một loạt ý nghĩ gắn lại với nhau trong đầu cô.

Erika Berger. Mikael Blomkvist. Millennium. Những cảnh sát đầu bò đột nhập và cài bọ ở nhà Blomkvist. Linder theo dõi đám theo dõi. Blomkvist làm việc như điên với một bài báo về Lisbeth Salander.

Ở An ninh Milton người ta biết khắp cả rằng Salander là một phù thủy về máy tính. Không ai biết làm sao cô ta lại có được tài nghệ ấy và Linder cũng không nghe thấy một lời đồn đại nào rằng Salander có thể là tin tặc. Nhưng một lần Armansky có nói gì đó về việc Salander nộp những báo cáo hoàn toàn không thể nào tin nổi khi cô ấy làm những cuộc điều tra về cá nhân. Một tin tặc...

Nhưng Salander đang bị canh gác ở Sahlgrenska cơ mà.

Phi lí.

- Chúng ta đang nói đến Salander phải không? - Linder nói.

Berger nom như vừa mó phải một dòng điện.

- Tôi không thể nói cái tin này đến từ đâu. Không nói, dù một lời.

Linder cười phá lên.

Là Salander. Berger mà có xác nhận thì cũng chả rõ ràng được hơn thế này. Chị ấy hoàn toàn rối trí mất rồi. Nhưng điều này là không thể có. Đang bị canh giữ mà Salander lại làm được cái việc tìm ra ai là Bút Thuốc độc. Hoàn toàn điên rồ.

Linder nghĩ căng.

Cô không thể hiểu nổi tất cả chuyện của Salander. Cô đã gặp cô ấy năm lần trong những năm cô ấy còn làm việc ở An ninh Milton và chưa nói chuyện với nhau đến một lần. Cô coi Salander là một cá nhân lầm lì và thiếu chất xã hội, xù xì như tê giác. Cô nghe nói bản thân Armansky đã lấy Salander về và do Linder kính trọng Armansky nên cô cho là ông có lý do xác đáng để có thể bền bỉ kiên nhẫn như thế với cô gái lầm lì.

Bút Thuốc độc là Peter Fredriksson.

Cô ấy có thể nói đúng được không? Bằng chứng đâu?

Rồi Linder bỏ một lúc lâu ra hỏi Berger về mọi điều mà chị biết về Fredriksson, vai trò của ông ta ở *SMP*, làm sao hai người lại có quan hệ với nhau. Các câu trả lời chả giúp được cô chút nào cả.

Cái vẻ phân vân mà Berger bày ra trông thật đáng thất vọng. Chị đang dao động giữa việc quyết định lái xe đi đến nhà Fredriksson để đối mặt với ông ta và việc không muốn tin rằng điều này lại là sự thật rành rành. Cuối cùng Linder thuyết phục chị rằng không thể xổng xộc đến nhà Fredriksson mà ném ra lời kết tội - nếu ông ấy vô tội thì chị sẽ tự biến mình thành đứa ngu ngốc nhất trần đời.

Do vậy Linder hứa sẽ thu xếp vụ này. Vừa hứa xong cô liền ân hận ngay vì cô hoàn toàn mù tịt mình sẽ phải làm cái việc đó như thế nào.

Cô cố cho chiếc Fiat Strada của cô đỗ gần nhất khu chung cư căn hộ của Fredriksson ở Fisksatra. Cô khóa xe rồi đắn đo. Cô không biết chắc mình sẽ làm gì, nhưng cô giả định sẽ đến gõ cửa nhà ông và bằng cách nào đó khiến ông phải trả lời một số câu hỏi. Cô biết rõ rằng đây là một việc làm nằm ngoài phạm vi phân công phân nhiệm cho cô ở Milton. Và cô biết Armansky sẽ giận điên lên nếu ông phát hiện ra việc cô đang làm đây.

Đó là một kế hoạch hay nhưng dù sao nó cũng vỡ tan trước khi cô tìm được cách hiện thực hóa nó. Cô đã đến mảnh sân và đang đến gần căn hộ của Fredriksson thì cửa mở ra. Linder nhận ngay ra ông ta nhờ bức ảnh trong hồ sơ nhân sự của ông mà cô đã nghiên cứu trên máy tính của Berger. Cô cứ đi và họ qua ngang mặt nhau. Ông khuất vào hướng gara. Đúng 11 giờ và Fredriksson đang sắp đi đâu. Linder quay lại, chạy về xe của cô.

Blomkvist ngồi nhìn một lúc lâu vào điện thoại di động sau khi Berger tắt máy. Anh nghĩ sẽ diễn ra chuyện gì đây. Đang nản anh nhìn vào máy tính của Salander. Bây giờ cô đang được đưa đến nhà tù ở Goteborg, và anh không có cơ hội hỏi cô gì nữa.

Anh mở di động Ericsson T10 của anh ra gọi Idris Ghidi ở Angered.

- Chào, Mikael Blomkvist đây.

- Chào, - Ghidi nói.

- Chỉ để bảo anh là có thể ngừng cái việc anh đang làm cho tôi lại rồi đấy.

Ghidi đã biết Blomkvist sẽ gọi do Salander đã được đưa đi khỏi bệnh viện.

- Tôi hiểu, - ông nói.

- Ông có thể giữ cái di động như chúng ra đã thỏa thuận. Tôi sẽ trả cho ông tiền trong tuần này.

- Cảm ơn.

- Tôi mới phải cảm ơn ông đã giúp tôi.

Blomkvist mở iBook. Các sự kiện của hai mươi tư giờ vừa qua có nghĩa là anh phải xem lại một phần quan trọng của bản thảo và chắc sẽ cần phải thêm vào một phần hoàn toàn mới.

Anh thở dài và đi làm việc.

11 giờ 15, Fredriksson đỗ xe cách nhà Berger ba phố. Đã đoán ra ông đi đâu nên Linder dừng xe lại, cố để vẫn trông thấy được ông. Hai phút tròn sau khi ông đỗ xe, cô lái đi qua ông. Chiếc xe trống không. Cô đi quá nhà Berger một quãng ngắn rồi đỗ ở một chỗ khuất nẻo. Hai bàn tay cô rượm mồ hôi.

Cô mở hộp thuốc lá hít Catch Dry, nhón một chút bỏ vào miệng.

Rồi cô mở cửa xe nhìn quanh. Ngay khi có thể nói Fredriksson sắp lên đường đi Saltsjobaden, cô liền biết thông tin của Salander là chính xác. Và ông đến tận đây rõ ràng không phải để mua vui. Chuyện rắc rối đang được ấp ủ. Điều này là hay cho cô, chừng nào cô có thể bắt tận tay day tận mặt ông.

Cô lấy cái gậy có kính viễn vọng ở trong túi bên cửa xe cô, nhâng nhắc nó trong tay một lúc. Cô bấm cái nút ở tay cầm cây gậy, một dây cáp bằng thép nặng có độn lò xo liền chòi ra. Cô nghiến răng lại.

Đó là cơn cớ vì sao cô đã bỏ lực lượng cảnh sát Sodemalm.

Cô đã nổi điên lên một phen lúc chiếc xe của toán tuần tra lái đến một địa chỉ ở Hagersten lần thứ ba trong nhiều ngày sau khi vẫn người phụ nữ ấy gọi cảnh sát và hét lên cầu cứu vì bị chồng hành hạ. Và y như hai lần trước, khi họ đến nơi thì tình hình đã tự giải quyết xong.

Họ đã giữ người chồng ở trong lòng cầu thang trong khi hỏi người vợ. *Không, cô ấy không muốn nộp đơn cho cảnh sát. Không đây hoàn toàn là nhầm lẫn thôi. Không anh ấy tốt... Thực ra tất cả là lỗi của cô ấy. Cô đã khiêu khích chồng...*

Và suốt thời gian ấy thằng khốn nạn đứng đó nhăn răng cười, nhìn xói vào mắt Linder.

Cô không giải thích được vì sao cô đã làm thế. Thình lình một cái gì đó quất vào cô và cô lấy cây gậy ra vụt vào ngang mặt thằng khốn nạn. Cú đánh đầu thiếu lực. Cô chỉ làm cho môi hắn bị vều lên và buộc hắn phải quỵ xuống. Trong mười giây sau, cô đã cho cây gậy rơi như mưa lên lưng, mạng sườn, hông và vai hắn - cho đến khi các đồng nghiệp nửa kéo nửa khiêng cô ra ngoài.

Không có đơn khiếu tố. Ngay tối đó cô xin thôi việc, về nhà khóc liền cho một tuần. Rồi cô trấn tĩnh lại, đến gặp Dragan Armansky. Cô nói rõ việc cô đã làm và vì sao cô rời lực lượng cảnh sát. Cô đang tìm việc. Ngờ vực, Armansky nói ông cần chút ít thời gian suy nghĩ về chuyện này. Cô đã buông rơi hy vọng thì sáu tuần sau ông gọi cô đến bảo ông sẵn sàng đưa cô ra thử thách.

Linder cau mày, nhét cây gậy vào thắt lưng ở eo. Cô kiểm tra thấy có bình xịt Mace ở trong túi bên phải và dây giầy thể thao đã buộc chặt. Cô đi về phía nhà Berger, lẻn vào trong vườn.

Biết đây chưa lắp máy dò chuyển động ở bên ngoài, cô đi lặng như tờ qua thảm cỏ, men hàng rào ở ven khu nhà. Cô không thấy được hắn. Cô đi vòng qua nhà và đứng im. Rồi trong bóng tối gần studio làm việc của Beckman cô phát hiện thấy hắn như một cái bóng.

Hắn không biết được rằng phải ngu đến đâu thì mới quay trở lại đây như thế này.

Hắn đang ngồi xổm, cố nhìn qua khe một bức rèm trong gian phòng gần phòng khách. Rồi hắn đứng lên đi đến hàng hiên, nhìn qua các kẽ trống ở trên những mảnh chớp buông lên cửa sổ lớn tạm dùng thay.

Linder bỗng mỉm cười.

Cô đi qua thảm cỏ đến góc nhà trong khi hắn vẫn quay lưng lại đằng cô. Cô núp sau một vài bụi lý chua, gần cuối đầu hồi và chờ. Qua các cành lá cô có thể trông thấy hắn. Từ chỗ hắn, Fredriksson có thể nhìn xuống gian sảnh và vào một phần gian bếp. Có vẻ hắn đang tìm một cái gì đó hay hay để hướng tới và mười phút sau hắn lại di chuyển. Lần này hắn đến gần Linder hơn.

Khi hắn đi vòng góc nhà qua chỗ cô, cô đứng lên nói khẽ:

- Chào đằng ấy nhá, Fredriksson.

Hắn đứng sững, quay lại cô.

Cô thấy mắt hắn lấp lánh trong tối. Cô không thấy vẻ mặt hắn nhưng cô có thể nghe thấy hắn đang nín thở và cảm thấy hắn choáng.

- Chúng ta làm kiểu cứng hay kiểu mềm đây? - Cô nói. - Chúng ta sẽ đi ra xe ông và…

Hắn quay người toan chạy.

Linder vung gậy cho một cú đau tàn đau hại vào đầu gối trái của hắn.

Hắn rên một tiếng và khuỵu xuống.

Cô vung gậy lần thứ hai nhưng kìm lại. Cô ngỡ thấy ánh mắt của Armansky nhìn vào gáy mình.

Cô cúi xuống xô hắn nằm úp xấp rồi tì một đầu gối lên eo lưng hắn. Cô nắm lấy cánh tay phải của hắn vặn ra sau lưng, còng tay lại. Hắn yếu ớt và không chống cự.

Berger tắt đèn trong phòng khách, tập tễnh lên gác. Chị không cần đến nạng nữa nhưng gan bàn chân vẫn đau mỗi khi chị hơi đè lên nó. Beckman tắt đèn bếp, theo vợ lên gác. Anh chưa trông thấy chị khổ sở như thế này bao giờ. Anh nói gì cũng chả xoa dịu hay làm nguôi ngoai nỗi lo lắng chị đang trải qua này.

Chị cởi quần áo, bò lên giường, quay lưng lại anh.

- Greger, không phải lỗi của anh, - chị nói lúc nghe thấy anh nằm xuống.

- Em không khỏe, - anh nói. - Anh muốn em ở nhà vài ngày.

Anh quàng một tay vào vai chị. Chị không đẩy anh ra, chị hoàn toàn thụ động. Anh cúi xuống, thận trọng hôn lên gáy và ôm chị.

- Anh có nói hay làm gì cũng không khiến tình hình khá hơn ra được đâu. Em biết em cần đến may rủi. Em cảm thấy như leo lên một chuyến tàu tốc hành rồi nhận ra là mình đi lầm tuyến.

- Chúng ta có thể rong tàu ra biển vài ngày. Rời xa tất cả các trò này.

- Không. Em không thể rời xa tất cả các trò này.

Chị quay lại anh.

- Điều tồi tệ nhất em làm được lúc này có lẽ là trốn biệt tích đi. Em phải sắp xếp các thứ trước đã. Rồi chúng ta có thể đi.

- OK, - Beckman nói. - Anh chả giúp được gì nhiều.

Chị cười héo hon.

- Đúng, anh không giúp được nhiều. Nhưng cảm ơn anh đã ở đây. Em yêu anh điên rồ. Anh biết là thế mà.

Anh lầm bầm cái gì đó không rõ.

- Em chỉ không tin được rằng lại là Fredriksson thôi, - Berger nói. - Em chả thấy ông ấy có mảy may nào thù địch với em.

Linder vừa nghĩ có nên bấm chuông nhà Berger không thì thấy đèn tắt ở tầng trệt. Cô cúi nhìn Fredriksson. Hắn không nói một lời. Hoàn toàn không động đậy. Cô nghĩ hồi lâu rồi quyết định.

Cô cúi xuống nắm lấy còng tay, kéo hắn đứng lên, đẩy vào tường.

- Có tự đứng dậy được không? - Cô nói.

Hắn không trả lời.

- Được, chúng ta sẽ giải quyết dễ thôi. Ông chỉ hơi chống lại tí ti là tôi sẽ xử bên chân phải y như thế. Ông chống cự nhiều nữa thì tôi bẻ gẫy hai cánh tay luôn. Hiểu chứ?

Cô có thể nghe thấy hắn thở hổn hển. Sợ à?

Cô đẩy hắn đi ở trước mặt cô ra đường, suốt cho tới xe của hắn. Hắn tập tễnh dữ cho nên cô giúp hắn lên xe. Họ vừa tới xe thì gặp một người dắt chó đi bộ. Người này dừng lại nhìn Fredriksson bị còng tay.

- Chuyện của cảnh sát, - Linder nói dõng dạc. - Ông về nhà đi.

Người đàn ông quay lại đi về hướng ông vừa mới đi.

Cô cho Fredriksson ngồi vào ghế sau rồi lái về nhà hắn ở Fisksatra. Đã 12 rưỡi, họ không thấy ai khi vào trong chung cư của hắn. Linder móc chìa của hắn ra và theo hắn lên gác đến căn hộ của hắn ở tầng bốn.

- Cô không vào nhà tôi được, - hắn nói.

Đây là câu đầu tiên hắn nói từ khi bị còng tay. Cô mở cửa căn hộ xô hắn vào.

- Cô không có quyền. Cô phải có giấy phép khám nhà…

- Tôi không phải cảnh sát, - cô thấp giọng nói.

Hắn nghi ngờ nhìn cô trừng trừng.

Cô túm sơmi hắn lôi vào phòng khách, đẩy xuống một chiếc sofa. Hắn có một căn hộ hai phòng giữ gìn sạch sẽ. Phòng ngủ ở bên trái phòng khách, bếp ở bên kia gian sảnh, một văn phòng nhỏ gá vào phòng khách.

Cô nhìn vào văn phòng, thở dài nhẹ nhõm. *Khẩu súng xì sơn.* Ngay lập tức cô nhìn thấy các bức ảnh trong album của Berger rải trên bàn làm việc cạnh một máy tính. Hắn đã ghim ba hay bốn chục bức ảnh lên tường đằng sau máy tính. Cô nhếch mày nhìn cuộc triển lãm. Berger là một phụ nữ đẹp. Đời sống tính dục của chị mạnh hơn so với Linder.

Nghe thấy Fredriksson đi trở lại phòng khách, cô chộp một lần nữa vào dưới lưng hắn, kéo vào văn phòng, để hắn ngồi xuống sàn.

- Ngồi đấy, - cô nói.

Cô vào bếp tìm một túi giấy của siêu thị Konsum. Cô lần lượt lấy các bức ảnh xuống và tìm thấy quyển album đã bị lột hết ảnh cùng các nhật ký của Berger.

- Băng video đâu?

Fredriksson không trả lời. Linder vào phòng khách, mở tivi. Có một băng ở trong đầu video, nhưng phải mất một lúc cô mới tìm ra được kênh video trên điều khiển từ xa để có thể điều khiển được nó. Cô cho bật băng video ra rồi nhìn quanh để cầm chắc hắn chưa sao ra bản nào.

Cô tìm thấy những bức thư tình thời mười mấy tuổi của Berger và hồ sơ Borgsjo. Rồi cô chú ý tới máy tính của Fredriksson. Cô thấy hắn có một máy quét Microtek nối lên máy tính của hắn, khi mở nắp nó ra cô thấy một bức ảnh của Berger ở dạ hội liên hoan Câu lạc bộ Cực Kỳ, đêm giao thừa đón Năm mới 1986, theo lời một lá cờ đuôi nheo treo trên tường.

Cô mở máy tính, phát hiện thấy nó được bảo vệ bằng mật khẩu.

- Mật khẩu là gì?

Fredriksson ngồi trây ra im lặng, không chịu trả lời.

Thình lình Linder thấy bình tĩnh lạ lùng. Cô biết tối nay về kỹ thuật cô đã phạm hết sai lầm này đến sai lầm khác, kể cả giữ người trái phép và thậm chí bắt cóc với tình tiết nặng thêm. Cô bất cần. Trái lại cô thấy gần như phấn chấn.

Lúc sau, cô nhún vai, móc ở trong túi cô ra con dao của Quân đội Thụy Sĩ. Cô tháo hết các dây điện ở máy tính ra, quay nó lại rồi dùng tua vít mở đằng hậu của nó. Mất mười lăm phút để tháo rời nó và lấy ổ cứng ra.

Cô lấy tất cả, nhưng cho chắc chắn, cô đã tìm kỹ hết các ngăn kéo, các chồng giấy và các giá sách. Thình lình mắt cô nhìn vào một quyển niên giám cũ của nhà trường trên thành cửa sổ. Cô thấy nó là từ Phòng tập thể dục của trường Djurholm 1978. Chẳng phải là Berger xuất thân là tầng lớp trên ở Djurholm hay sao? Linder mở niên giám bắt đầu xem hết tên những người rời nhà trường năm ấy.

Cô tìm thấy Erika Berger, mười tám tuổi, đội mũ lưới trai sinh viên, nụ cười rạng rỡ và đôi lúm đồng tiền. Chị mặc váy vải bông mỏng, màu trắng và cầm một bó hoa trong tay. Chị nom như hình mẫu hoàn hảo của một cô gái ngây thơ mười mấy tuổi đỗ đạt cao.

Linder suýt nữa để sót mất mối liên hệ nhưng nó ở ngay đây, trên trang sau. Cô sẽ không bao giờ nhận ra hắn nếu như không có chú thích. Peter Fredriksson. Hắn ở khác lớp với Berger. Linder xem kỹ bức ảnh một cậu trai mảnh mai đội mũ lưới trai sinh viên, vẻ mặt nghiêm túc nhìn vào ống kính máy ảnh.

Mắt cô bắt gặp mắt Fredriksson.

- Ngay hồi ấy nó đã là một con đĩ.

- Hấp dẫn, - Linder nói.

- Nó đéo nhau với tất cả bọn con trai trong trường.

- Tôi không tin chuyện ấy.

- Nó là một con hay đéo...

- Đừng nói thế. Vậy xảy ra cái gì? Ông sao mà vào được quần lót của chị ấy chứ?

- Nó coi tôi như kẻ không hề có mặt ở trên đời. Nó chế nhạo tôi. Khi đến làm ở *SMP* nó còn không nhận cả ra tôi.

- Đúng, - Linder mệt mỏi nói. - Tôi chắc ông có một tuổi thơ đáng sợ, Chúng ta nói chuyện nghiêm túc với nhau có sao không đây?

- Cô muốn gì?

- Tôi không phải là cảnh sát, - Linder nói. - Tôi là người chú ý đến những người như ông.

Cô dừng lại để cho tưởng tượng của hắn hoạt động.

- Tôi muốn biết ông đã có đưa ảnh của chị ấy lên một chỗ nào đó ở trên Internet không?

Hắn lắc.

- Ông hoàn toàn chắc là như thế chứ?

Hắn gật.

- Berger sẽ phải tự quyết định lấy xem có muốn chính thức kiện ông quấy rối, đe dọa, đập vỡ và vào nhà chị ấy hay chị ấy muốn xử lý thân tình các chuyện.

Hắn không nói gì.

- Nếu chị ấy quyết định lờ ông đi - và tôi nghĩ ông đáng được như vậy - thì tôi sẽ còn cứ để ý đến ông.

Cô giơ gậy lên.

- Nếu ông còn bén mảng đến nhà chị ấy hay gửi thư hay quấy rối chị ấy nữa thì tôi sẽ quay lại. Tôi sẽ đánh ông tơi tả để cho ngay mẹ ông cũng không nhận nổi ra ông. Tôi nói thế ông đã rõ chưa?

Hắn vẫn không nói năng.

- Vậy là ông có cơ hội để ảnh hưởng tới kết thúc của câu chuyện này. Ông có thích như thế không?

Hắn từ từ gật đầu.

- Nếu vậy, tôi sẽ có ý kiến để Berger thả ông ra, nhưng đừng có nghĩ sẽ còn đi làm việc nữa. Coi như ngay bây giờ ông đã bị sa thải.

Hắn gật.

- Ông sẽ biến khuất khỏi đời chị ấy và chuyển đến Stockholm. Ông làm gì với đời mình hay ông chấm dứt ở đâu, chuyện ấy tôi chả bận quái gì đến. Hãy tìm việc ở Goteborg hay Malmo. Lại nghỉ ốm nữa. Thích gì làm ấy. Nhưng để cho Berger yên. Có bằng lòng không?

Fredriksson bắt đầu thút thít.

- Tôi không muốn làm gì to chuyện, - hắn nói. - Tôi chỉ muốn...

- Ông chỉ muốn làm cho chị ấy sống khốn sống khổ và chắc là ông sẽ thành công được đấy. Ông có hứa với tôi hay không đây?

Hắn gật.

Cô cúi xuống, lật hắn nằm úp xấp xuống rồi cởi còng cho hắn. Cô cầm lấy cái túi của nhà bách hóa Komsum có đựng cuộc đời Berger ở trong rồi để hắn nằm ở đó, trên sàn.

2 rưỡi sáng thứ Hai Linder rời tòa chung cư của Fredriksson. Cô tính để việc này yên đấy cho tới ngày hôm sau nhưng cô lại thấy nếu cô là người có liên quan với câu chuyện thì ắt sẽ muốn biết ngay tức thì. Ngoài ra, xe của cô còn đỗ ở Saltsjobaden. Cô gọi taxi.

Cô vừa giơ tay bấm chuông, Beckman đã mở cửa. Anh mặc jean và nom không có vẻ như vừa mới ở giường ra.

- Berger có thức không? - Linder hỏi.

Anh gật.

- Có xảy ra thêm chuyện gì nữa không? - Anh hỏi.

Cô cười.

- Vào đi. Bọn tôi vừa nói chuyện ở trong bếp.

Họ vào nhà.

- Chào Erika, - Linder nói. - Chị cần học cách nằm xuống là ngủ ngay à.

- Chuyện gì thế?

Linder chìa cái túi Konsum ra.

- Fredriksson hứa là từ nay trở đi để chị yên. Chúa mới biết là có thể tin được hắn hay không nhưng nếu giữ lời thì hắn sẽ đỡ đau hơn là bị lôi thôi với biên bản của cảnh sát cùng với xét xử của tòa. Cái này là tùy chị.

- Vậy *là* hắn à?

Linder gật. Beckman rót cà phê nhưng cô không muốn uống. Mấy ngày qua cô đã uống quá xá cà phê rồi. Cô ngồi xuống kể cho hai người câu chuyện xảy ra ở bên ngoài nhà họ đêm hôm ấy.

Berger ngồi im một lúc. Rồi chị lên gác, trở xuống với bản sao quyển niên giám nhà trường. Chị nhìn hồi lâu vào mặt Fredriksson.

- Tôi nhớ ra hắn rồi, - cuối cùng chị nói. - Nhưng tôi không biết vẫn là Peter Fredriksson ấy. Tôi sẽ không nhớ nổi tên hắn nếu như nó không được viết ra ở đây.

- Đã có chuyện gì? - Linder hỏi.

- Không chuyện gì. Hoàn toàn không có chuyện gì hết. Hắn là một anh con trai yên lành, ở một lớp khác, hoàn toàn không có gì đáng để chú ý đến. Tôi nhớ đã có một vài môn chúng tôi học cùng với nhau. Tiếng Pháp, nếu như tôi nhớ đúng.

- Hắn nói chị coi hắn như thể không hề có mặt ở trên đời này.

- Có lẽ thế. Tôi không biết hắn và hắn không ở trong nhóm bọn tôi.

- Tôi biết các bè nhóm làm ăn ra sao. Chị có bắt nạt hắn hay một cái gì đại loại thế không?

- Không... không, có Chúa. Tôi ghét bắt nạt. Chúng tôi có các chiến dịch chống bắt nạt ức hiếp ở trong trường và tôi là Chủ tịch Hội học sinh. Tôi không nhớ là hắn đã từng chuyện trò gì với tôi.

- OK. - Linder nói. - Nhưng rõ ràng hắn hằn học với chị. Hắn đã hai lần nghỉ ốm lâu, vì căng thẳng và làm việc quá độ. Có thể còn có lý do nghỉ ốm khác nữa mà chúng ta không biết.

Linder đứng lên mặc jacket da vào.

- Tôi đã lấy ổ cứng của hắn. Về kỹ thuật mà nói thì đó là của ăn cắp cho nên tôi không nên để nó lại đây với chị. Chị không phải lo - về đến nhà là tôi hủy nó ngay.

- Khoan, Susanne. Tôi biết cảm ơn cô như thế nào được bây giờ đây?

- Tốt, chị có thể ủng hộ tôi khi Armansky nổi điên lên giáng sấm sét xuống trừng phạt tôi.

Berger băn khoăn nhìn cô.

- Cô sẽ gặp lôi thôi vì chuyện này ư?

- Tôi không biết. Thực sự không biết.

- Tôi có thể trả công cho cô vì...

- Không. Nhưng Armansky có thể tính tiền chị về đêm nay. Tôi mong ông ấy làm thế vì như thế có nghĩa là ông ấy tán thành việc tôi làm và có lẽ sẽ không quyết định sa thải tôi.

- Tôi sẽ làm cho ông chắc chắn gửi hóa đơn đến cho chúng tôi.

Berger đứng lên ôm Linder một hồi lâu.

- Cảm ơn, Susanne. Nếu có lúc nào cô cần một người bạn thì cô sẽ có người bạn ấy ở tôi. Nếu tôi có thể làm được điều gì cho cô...

- Cảm ơn. Đừng để các bức ảnh này nằm vạ vật thế này. Và nếu chúng tôi còn theo đề tài này thì Milton có thể đặt cho chị một cái két tốt hơn nhiều.

Berger mỉm cười khi Beckman đưa Linder đi bộ ra xe.

CHƯƠNG 22

Thứ Hai, 6 tháng Sáu

Berger dậy lúc 6 giờ sáng thứ Hai. Ngủ chưa tới hơn một giờ nhưng chị cảm thấy được nghỉ ngơi lạ lùng. Chị cho đó là một kiểu phản ứng nào đó của cơ thể. Lần đầu tiên trong nhiều tháng chị hăng hái mặc quần áo, nhanh nhẹn rảo bước rồi chạy một cuốc nước rút hung hãn và đau nhức ghê gớm xuống tới bến tàu thủy. Nhưng sau khoảng một trăm mét thì gót chân đau ê ẩm và chị phải chậm lại, chạy tiếp với tốc độ thư thả hơn để mỗi bước đỡ đau đi.

Chị cảm thấy được sống lại. Tựa như Thần Chết đã ghé cửa nhà chị nhưng đến giây phút cuối cùng hắn lại đổi ý chuyển sang nhà khác. Chị vẫn không tin được rằng mình đã may mắn như thế nào khi Fredriksson dù nắm trong tay những bức ảnh của chị suốt bốn ngày liền mà vẫn không giờ trò gì cả. Các ảnh đã được quét cho thấy hắn đã định làm cái gì đó nhưng chỉ là chưa ngã ngũ thôi.

Chị quyết định tặng Susanne Linder một món quà thật giá trị vào Noel năm nay. Chị sẽ nghĩ đến một món gì thực sự đặc biệt.

Chị để chồng ngủ, 7 rưỡi lái xe đến tòa báo *SMP* ở Norrtull. Chị đỗ xe trong gara, đi thang máy lên phòng biên tập, an tọa trong buồng kính. Chưa làm gì vội, chị gọi một người ở bộ phận bảo dưỡng.

- Peter Fredriksson để lại tờ giấy này. Ông ấy sẽ không quay lại, - chị nói. - Xin mang đến đủ hộp mà ông cần dùng để thu dọn đồ đạc cá nhân ở văn phòng Fredriksson rồi mang đến nhà ông ấy luôn sáng nay.

Chị nhìn về phía bàn biên tập tin. Holm vừa mới tới. Bắt gặp mắt chị, Holm gật đầu chào.

Chị gật đáp lại.

Holm là một cha ba láp mặt trơ trán bóng nhưng sau vụ cãi cọ vài tuần trước, ông đã thôi không còn kiếm cớ gây sự với chị. Nếu cứ tiếp tục thái độ tích cực này, ông ta có thể sống sót với cái ghế biên tập viên tin tức. Có thể.

Chị cảm thấy chị cần xoay xỏa cho công việc chạy tốt.

8 giờ 45, chị thấy Borgsjo ở thang máy đi ra và biến vào cầu thang nội bộ lên văn phòng của ông ta ở tầng trên. *Hôm nay mình phải nói chuyện với ông ta.*

Chị lấy ít cà phê rồi bỏ một lúc ra với bản ghi nhớ công việc buổi sáng. Xem có vẻ sẽ là một ngày tin tức chậm. Tin lý thú duy nhất là một bài tường thuật về việc đã chuyển Salander đến nhà tù ở Stockholm hôm qua. Chị OK với bài viết này rồi chuyển tiếp nó tới Holm.

8 giờ 59, Borgsjo gọi.

- Berger, lên văn phòng tôi ngay. - Ông đặt máy.

Mặt ông trắng nhợt khi Berger gặp ông ở văn phòng ông. Ông đứng lên, quật một tập giấy dầy cộp xuống bàn làm việc.

- Cái đồ quỷ gì thế này đây?

Ông gầm lên.

Tim Berger đập hẫng đi mất một nhịp. Mới liếc vào bìa tập giấy chị đã nhận ra cái mà Borgsjo tìm thấy trong bưu phẩm sáng nay.

Fredriksson không tìm cách làm gì với các bức ảnh của chị nhưng lại gửi bài báo và nghiên cứu của Cortez qua bưu điện cho Borgsjo.

Chị bình tĩnh ngồi xuống trước mặt ông.

- Đây là bài báo của một phóng viên tên là Henry Cortez viết. *Millennium* định cho nó ra trong số báo tuần tới.

Borgsjo nom tuyệt vọng.

- Đồ quỷ gì mà chị lại *dám* chứ? Tôi đưa chị về *SMP* và việc đầu tiên chị làm là moi bới rác. Chị là loại đĩ truyền thông nào thế chứ hả?

Mắt Berger nheo lại. Chị quay ra thành lạnh lùng. Chị lãnh đủ cái chữ "con đĩ" rồi.

- Chị thực tình nghĩ có người sẽ chú ý đến trò này ư? Chị nghĩ cho tôi vào tròng được bằng cái cục cứt này à? Và tại sao gửi đến tôi chị lại giấu tên đi?

- Chuyện xảy ra không phải như ông nói đâu, Magnus.

- Vậy nói cho tôi nghe cái gì đang xảy ra đây?

- Người giấu tên gửi bài báo này cho ông là Fredriksson. Hôm qua ông ta bị sa thải khỏi *SMP* rồi.

- Chị đang nói cái quý quái gì vậy chứ?

- Câu chuyện này dài. Nhưng hơn hai tuần nay tôi đã có bản sao bài báo này, tôi đã cố tìm cách nêu chuyện này ra với ông.

- Chị đứng sau bài báo này hả?

- Không. Tôi không đứng sau. Cortez sưu tầm và hoàn toàn tự ý viết ra bài báo đó. Tôi không biết gì về việc này cả.

- Chị chờ tôi tin lời chị hay sao?

- Ngay khi các đồng nghiệp của tôi ở *Millennium* thấy ông liên quan thế nào vào chuyện này, Blomkvist đã cho ngừng lại không đăng. E ngại cho vị trí của tôi, anh ấy gọi tôi, đưa cho tôi một bản sao. Thế rồi có người đánh cắp bản sao đó và rồi bây giờ thì nó đến tay ông. *Millennium* muốn tôi có cơ hội nói chuyện với ông trước khi họ đăng lên. Nghĩa là họ sẽ đăng nó trong số báo tháng Tám.

- Cả đời tôi chưa gặp một con đĩ truyền thông nào như thế này. Mặc kệ cả lòng tin.

- Bây giờ ông đã đọc bài báo, có lẽ ông cũng thấy để có được nó người ta đã điều tra nghiên cứu như thế nào. Cortez viết bài báo chắc như đinh đóng cột. Ông biết như thế.

- Bài báo này tưởng nó nói lên được cái chết tiệt gì chứ?

- Nếu ông vẫn còn ở đây thì khi *Millennium* đăng lên, *SMP* sẽ bị tổn hại. Bản thân tôi cũng phải lo phát ốm lên và tôi cũng cố tìm lối ra nhưng... không có.

- Chị muốn nói sao?

- Ông sẽ phải đi thôi.

- Đừng có nói nhăng. Tôi không làm gì bất hợp pháp cả.

- Magnus, ông không hiểu tác hại của bản tường trình này ư? Tôi không muốn phải kêu gọi họp Hội đồng Quản trị. Như thế sẽ quá rầy rà.

- Chị không phải kêu gọi gì cả. Việc của chị đã chấm dứt ở *SMP*.

- Sai. Chỉ có Hội đồng Quản trị mới đuổi được tôi. Cứ cho là ông được phép gọi họ đến họp bất thường đi. Tôi gợi ý ông hãy ra đi ngay chiều hôm nay.

Borgsjo đi vòng qua bàn làm việc đến đứng sát Berger quá đến nỗi chị nghe thấy cả hơi thở của ông.

- Berger, chị có một cơ may để sống sót qua chuyện này. Chị phải đến chỗ các đồng nghiệp ma quỷ của chị ở *Millennium* và bảo họ trảm bài báo này đi. Nếu chị làm tốt việc ấy thì tôi có thể quên đi cái điều chị đã làm.

Berger thở dài.

- Magnus, ông không hiểu chuyện này quan trọng đến thế nào. Tôi không có ảnh hưởng gì hết tới việc ở bên *Millennium*. Dù tôi nói gì đi nữa thì bài báo này nó vẫn cứ ra thôi. Điều tôi bận tâm duy nhất là nó sẽ tác động như thế nào đến *SMP*. Lý do ông phải từ chức là thế đó.

Borgsjo để hai tay lên lưng ghế Berger.

- Berger, các bạn chí cốt của chị ở *Millennium* có thể sẽ thay đổi ý định nếu như họ biết ngay vào lúc họ cho lọt cái cục cứt này ra, chị sẽ bị đuổi việc tức thì.

Ông đứng thẳng lên.

- Tôi sẽ họp ở Norrkoping hôm nay. - Ông nhìn chị, dữ tợn và ngạo mạn. - Ở Công ty Xây dựng Svea.

- Tôi biết.

- Mai tôi về, chị sẽ báo cáo với tôi rằng chị đã lo toan xong chuyện này. Hiểu chứ?

Ông mặc jacket vào. Berger nheo mắt nhìn ông.

- Có thể lúc ấy chị sẽ sống sót mà ở lại *SMP*. Bây giờ thì hãy ra khỏi phòng tôi.

Chị quay về buồng kính ngồi lặng đi hai chục phút trên ghế. Rồi chị cầm điện thoại bảo Holm đến văn phòng chị. Lần này ông mất có một phút.

- Ngồi đi.

Holm nhướng một bên lông mày lên rồi ngồi xuống.

- Lần này tôi làm sai cái gì đây? - Ông nói mỉa.

- Anders, hôm nay là ngày cuối cùng của tôi ở *SMP*. Tôi từ chức ngay bây giờ. Tôi đang mời ông Chủ tịch Hội đồng và các ủy viên Hội đồng có thể tìm được họp vào giờ ăn trưa.

Holm nhìn chị, vẻ bị choáng thực tình.

- Tôi sẽ có ý kiến để ông làm Phó tổng biên tập.

- Cái gì thế?

- Ông OK việc ấy chứ?

Holm ngả người ra sau ghế nhìn chị chằm chằm.

- Tôi không bao giờ muốn làm Phó tổng biên tập, - ông ta nói.

- Tôi biết thế. Nhưng ông đủ rắn để làm việc ấy. Và ông sẽ giẫm lên các xác chết để đăng một bài báo hay. Tôi chỉ là mong ông có lương tri nhiều hơn thôi.

- Thế xảy ra chuyện gì vậy?

- Phong cách tôi khác ông. Ông và tôi luôn cãi nhau về việc cần đứng ở góc độ nào và chúng ta không bao giờ tán thành nhau.

- Đúng. Chúng ta sẽ không tán thành được. Nhưng có thể phong cách của tôi đã cổ hủ.

- Tôi không biết cổ hủ có phải là chữ đúng không. Ông là nhà báo rất giỏi nhưng ông hành xử như một kẻ ba láp. Cái ấy không cần thiết. Nhưng chúng ta hợp nhau nhất ở chỗ ông nói làm biên tập viên tin tức là không được phép để cho kiến giải cá nhân ảnh hưởng đến việc đánh giá tin tức.

Holm thình lình mỉm cười ranh mãnh với Berger. Chị mở túi lấy bản gốc của bài viết về Borgsjo ra.

- Hãy để chúng ta kiểm tra lối đánh giá tin tức của ông. Tôi có ở đây một bài báo của một phóng viên *Millennium* gửi đến cho chúng ta. Sáng nay tôi nghĩ chúng ta nên cho đăng bài báo này làm câu chuyện tiêu điểm của chúng ta hôm nay. Chị lia tập hồ sơ lên lòng Holm. Ông là biên tập viên tin tức. Tôi muốn nghe xem ông có chia sẻ với đánh giá của tôi không.

Holm mở hồ sơ ra bắt đầu đọc. Đoạn mở đầu đã làm cho ông ta trợn mắt lên. Ông ngồi thẳng dậy trừng trừng nhìn Berger. Rồi ông cúi xuống đọc cho đến hết. Ông xem kỹ tài liệu nguồn trong hơn chục phút rồi từ từ để tập hồ sơ sang bên.

- Cái này sẽ ầm ĩ kinh hoàng đây.

- Tôi biết. Vì thế nên tôi sẽ đi. *Millennium* có kế hoạch đăng nó vào số tháng Bảy nhưng Mikael Blomkvist đã cho ngừng lại. Anh ấy cho tôi một bản để tôi có thể nói chuyện với Borgsjo trước khi họ đăng lên.

- Rồi sao?

- Borgsjo ra lệnh tôi phải hủy nó đi.

- Tôi rõ. Cho nên bà định đăng nó lên vì tức giận?

- Không vì tức giận, không. Không còn cách nào khác. Nếu *SMP* đăng nó lên thì có cơ *SMP* sẽ rút ra khỏi được cơn phá tán này mà vẫn giữ nguyên danh dự. Borgsjo không còn lựa chọn nào ngoài ra đi. Nhưng như thế cũng có nghĩa là tôi không thể ở lại đây lâu hơn nữa.

Holm ngồi im hai phút.

- Khỉ, Berger... Tôi không ngờ bà cứng rắn đến thế. Tôi không nghĩ lại sẽ nói ra điều này nhưng nếu bà thuộc vào loại da dầy mà bỏ đi thì tôi thực sự buồn đấy.

- Ông có thể ngừng đăng nhưng nếu cả tôi và ông cùng OK chuyện ấy... Ông có nghĩ sẽ cho đăng không?

- Quá đúng nên chúng ta sẽ phải đăng. Đằng nào nó cũng sẽ rỉ ra thôi.

- Đúng.

Holm đứng lên, lưỡng lự ở bên bàn của chị.

- Ông đi làm việc đi, - Berger nói.

Holm đi rồi, chị chờ năm phút rồi mới cầm máy gọi Eriksson.

- Chào, Malin, Henry có đấy không?

- Có, đang ở bàn làm việc.

- Có thể gọi anh ấy đến văn phòng cô rồi mở loa cho điện thoại. Chúng ta cần họp với nhau.

Cortez đánh nhoáng đã đến.

- Có gì thế?

- Henry, tôi đã làm một việc mất đạo đức hôm nay.

- Ô, chị?

- Tôi đưa bài báo của anh về Vitavara cho biên tập viên tin tức ở *SMP* đây rồi.

- Chị sao chứ?

- Tôi bảo ông ấy hãy đăng bài báo lên *SMP* ngày mai. Với lời giáo đầu của anh. Và anh sẽ được nhận nhuận bút, dĩ nhiên. Thực ra anh có thể đòi nhuận bút kha khá cơ đấy.

- Erika,... xảy ra chuyện con khi gì thế nhỉ?

Chị kể tóm cho anh các chuyện xảy ra trong mấy tuần qua và Fredriksson suýt nữa thì hủy hoại chị như thế nào.

- Lạy Chúa, - Cortez nói.

- Tôi biết đây là bài báo của anh, Henry. Nhưng tôi cũng biết là tôi không còn lựa chọn. Anh có bằng lòng đăng ở đấy không?

Cortez im lặng một hồi lâu.

- Cảm ơn đã hỏi ý kiến, - anh nói. - Đăng mà có lời giáo đầu của tôi thì OK thôi. Nếu Malin cũng OK, ý tôi là thế.

- Em cũng OK, - Eriksson nói.

- Cảm ơn cả hai bạn, - Berger nói. - Các bạn có thể bảo với Mikael không? Tôi cho là anh ấy không ở đây.

- Em sẽ nói với Mikael, - Eriksson nói. - Nhưng như thế có nghĩa là chị thôi việc hôm nay chứ?

Berger cười thành tiếng.

- Tôi đã quyết định nghỉ việc cho đến hết năm rồi mà. Tin tôi đi, mấy tuần ở *SMP* đã là đủ.

- Em thì cho là chị chưa nên bắt đầu suy nghĩ theo kiểu tính đến một kỳ nghỉ, - Eriksson nói.

- Tại sao không?

- Chị không thể đến đây chiều nay được ư?

- Làm gì?

- Em cần được giúp. Nếu chị muốn trở về làm Tổng biên tập thì chị có thể bắt tay vào ngay sáng mai.

- Malin, cô là Tổng biên tập. Mọi cái khác đều không nghĩa lý gì cả.

- Vậy chị có thể bắt tay vào làm Phó tổng, - Eriksson cười thành tiếng.

- Cô nói nghiêm đấy chứ?

- Ôi, Erika, em nhớ chị đến mức em có thể chết đứ đừ ra ngay. Một lý do em nhận việc ở đây là để có cơ hội làm việc với chị. Thế mà chị lại chạy đi chỗ khác.

Berger không nói gì một lúc. Chị chưa hề nghĩ đến khả năng quay trở về với *Millennium*.

- Cô nghĩ tôi được hoan nghênh thật chứ? - Berger ngập ngừng nói.

- Chị nghĩ gì vậy? Em nhận là chúng em sẽ bắt đầu bằng một lễ đón tiếp đồ sộ mà em sẽ tự tay bố trí. Và chị nên về đúng vào lúc chúng em đăng lên cái mà chị đã biết.

Berger nhìn đồng hồ trên bàn làm việc. 10 giờ 55 phút. Trong một, hai giờ đồng hồ toàn bộ thế giới của chị lộn tùng phèo. Chị nhận thấy chị đã mong mỏi biết bao được đi lại trên cầu thang của *Millennium*.

- Tôi có mấy việc phải thu xếp ở đằng này, phải mất vài tiếng. Nếu tôi thò mặt ra vào lúc 4 giờ thì có OK không?

Linder nhìn thẳng vào mắt Armansky khi cô kể lại chính xác những gì đã xảy ra đêm qua. Điều duy nhất cô im là linh cảm của cô đột ngột thấy có một cái gì đó liên quan tới Salander ở trong việc chui trộm vào máy tính của Fredriksson. Cô giữ điều này cho riêng mình vì hai lý do. Thứ nhất, cô nghĩ nếu nói ra thì người ta cũng khó mà tin nổi. Thứ hai, cô biết Armansky vì sao đó đang cùng với Blomkvist ngập đến tận cổ ở trong vụ Salander.

Armansky nghe rất chăm chú. Khi Linder thuật xong, ông nói:

- Một giờ trước Beckman đã gọi đến.

- Ô thế à?

- Khoảng cuối tuần này, ông ấy và Berger sẽ đến ký một hợp đồng. Ông ấy muốn cảm ơn chúng ta về những việc Milton đã làm và trên hết về tất cả những gì *cô đã làm*.

- Tôi rõ. Được khách hàng hài lòng thì tốt.

- Ông ấy cũng muốn đặt mua một két an toàn để trong nhà. Chúng ta sẽ lắp đặt nó và hoàn thành cả gói hệ thống báo động trước cuối tuần này.

- Thế thì hay.

- Ông ấy nói ông ấy muốn chúng ta lập hóa đơn cho ông ấy về công việc của cô làm cho tới cuối tuần. Như thế chúng ta sẽ gửi cho ông ấy một hóa đơn khá là tầm cỡ.

Armansky thở dài.

- Susanne, cô cần biết là Fredriksson có thể đến cảnh sát và làm cho cô mê tơi về một số chuyện đấy.

Cô gật.

- Lưu ý là ông ấy có thể vào tù nhanh đến nỗi ông ấy đâm ra ngu ngơ mụ mị nhưng có lẽ ông ấy nghĩ tù thì cũng là đáng thôi.

- Tôi nghĩ ông ấy không có gan đến cảnh sát.

- Có thể cô nghĩ đúng nhưng những việc cô làm đã phạm quá nhiều vào chỉ thị.

- Tôi biết.

- Vậy cô nghĩ tôi sẽ phản ứng thế nào đây?

- Chỉ ông mới quyết định được ạ.

- Cô nghĩ tôi *sẽ* phản ứng như thế nào?

- Tôi nghĩ sao thì không liên quan gì đến việc ấy. Ông vẫn có thể sa thải tôi.

- Khó đấy. Tôi không thể cho phép mình để mất một người chuyên nghiệp cỡ cô.

- Cảm ơn ông.

- Nhưng nếu cô lại làm cái gì giống như thế nữa là tôi sẽ rất cáu đấy. Linder gật.

- Cô làm gì với cái ổ cứng?

- Hủy nó. Sáng nay tôi cho nó vào một cái êtô rồi nghiền nát.

- Vậy thì chúng ta có thể quên hết các chuyện này được rồi.

Sáng hôm ấy, Berger bỏ mấy giờ còn lại ra gọi các ủy viên Hội đồng Quản trị của *SMP*. Chị liên hệ được với ông Phó chủ tịch đang ở nhà nghỉ mùa hè của ông gần Vaxholm, thuyết phục ông cố hết sức lái nhanh vào thành phố. Một Hội đồng Quản trị khá tạm thời đã được tập hợp lại vào giờ ăn trưa. Ngay vào đầu buổi họp, Berger giải thích tập hồ sơ của Cortez đã đến tay chị như thế nào và nó đã có các hậu quả gì.

Nói xong, chị đã đề nghị, như từng tính trước, họ hãy cố tìm ra một giải pháp khác. Berger bảo họ *SMP* sẽ cho đăng bài báo này vào số ngày mai. Chị cũng bảo họ đây là ngày làm việc cuối cùng của chị và chị đã quyết định dứt khoát.

Chị đã được Hội đồng Quản trị thông qua và cho ghi vào biên bản hai quyết định. Magnus Borgsjo sẽ được yêu cầu rút khỏi vị trí Chủ tịch Hội đồng, có hiệu lực tức thì, và Anders Holm sẽ được chỉ định làm Quyền Tổng biên tập. Rồi chị cáo lỗi và để cho các ủy viên bàn bạc tình hình với nhau.

2 giờ, chị xuống phòng nhân sự làm hợp đồng. Rồi chị đi nói chuyện với Sebastian Strandlund, biên tập viên văn hóa và phóng viên Eva Karlsson.

- Theo tôi thì ta có thể coi Eva là phóng viên có tài.

- Đúng thế, - Strandlund nói.

- Và hai năm qua trong yêu cầu về ngân sách, ông đã đề nghị tăng nhân viên trong bộ phận của ông thêm ít nhất hai người.

- Phải.

- Eva, theo quan điểm của bức thư điện tử nhắm đến cô, nếu tôi ký hợp đồng làm việc chính thức trọn thời gian với cô thì có thể gây ra những đồn đại lùm xùm không hay. Nhưng cô vẫn muốn làm chứ?

- Tất nhiên rồi.

- Vậy thì hành động cuối cùng của tôi ở *SMP* là ký bản hợp đồng thuê cô làm việc chính thức.

- Hành động cuối cùng?

- Chuyện này dài. Tôi rời đi hôm nay. Hai người làm ơn giữ kín chuyện này được trong một hai giờ nữa không?

- Cái gì...

- Sắp có một bản ghi nhớ sớm được công bố ngay thôi.

Berger ký hợp đồng, đẩy nó qua bàn đến Karlsson.

- May mắn nhé, - Berger nói, mỉm cười.

- Cái người già hơn dự cuộc họp hôm thứ Bảy với Ekstrom là Georg Nystrom, một sĩ quan cảnh sát cao cấp, - Figuerola nói khi cô để lên bàn của Edklinth các bức ảnh Modig chụp bằng máy di động khi đang theo dõi.

- Sĩ quan cao cấp, - Edklinth lầm rầm.

- Stefan nhận diện ra đêm qua. Anh ấy đến căn hộ ở trên Artillerigatan.

- Ta biết gì về ông ấy?

- Ông ấy từ cảnh sát chính quy sang và làm việc cho SIS từ năm 1983. Từ 1986, ông ấy làm điều tra viên ở khu vực ông ấy phụ trách. Ông ấy kiểm tra nội bộ và xem xét các vụ SIS đã làm xong.

- OK.

- Sáng thứ Bảy, sáu người đáng chú ý đã đến tòa nhà. Ngoài Sandberg và Nystrom, Clinton dứt khoát là hoạt động ở đây. Sáng hôm ấy xe cứu thương đưa ông ta đi lọc thận.

- Ba người kia là ai?

- Một người là Cıto Hallberg. Ông này ở SIS từ những năm 80

nhưng thực sự quan hệ với Tổng cục Phòng vệ. Ông ta làm việc cho Hải quân và Sở Tình báo Quân đội.

- Tôi rõ rồi. Sao mà tôi lại không ngạc nhiên được chứ nhỉ?

Figuerola bày ra thêm một bức ảnh nữa.

- Người này chúng ta chưa nhận diện được. Ông ta đi ăn trưa với Hallberg. Chúng ta sẽ xem liệu khi ông ta về nhà đêm nay thì ta có kiếm được bức ảnh nào tốt hơn không.

Cô để một bức ảnh nữa xuống bàn.

- Tôi nhận ra người này, - Edklinth nói.

- Tên ông ta là Wadensjoo.

- Chính xác. Ông ta làm việc về nhóm phần tử khủng bố mười lăm năm trước. Một người chỉ ngồi bàn giấy. Ông ta là một trong các ứng cử viên vào ghế sếp chóp bu ở Xí nghiệp đấy. Tôi không biết nay ông ta ra sao.

- Về hưu năm 1991. Đoán xem vài giờ trước ông ta đã ăn trưa với ai.

Cô để bức ảnh cuối cùng xuống bàn.

- Chánh Văn phòng Shenke và Chánh Thủ quỹ Gustav Atterbom. Tôi muốn theo dõi ngày đêm các quý ông này. Tôi muốn biết chính xác họ gặp ai.

- Không thực tế, - Edklinth nói. - Trong tay tôi chỉ có bốn người thôi.

Edklinth bậm môi dưới lại ngẫm nghĩ. Rồi ông ngừng nhìn Figuerola.

- Chúng ta cần nhiều người hơn. Cô nghĩ có bí mật liên hệ được với thanh tra Bublanski, đề nghị ông ta ăn tối với tôi hôm nay không? Khoảng 7 giờ, cho là thế đi.

Rồi Edklinth cầm điện thoại bấm số theo trí nhớ.

- Chào, Armansky. Edklinth đây. Tôi có thể đáp lại bữa tối tuyệt vời hôm nào không đấy hả? Không, tôi nài đấy. Cứ nói là 7 giờ nhá.

Salander qua đêm ở nhà tù Kronoberg trong một xà lim một chiều hai mét, một chiều bốn mét. Đồ đạc khá thô sơ nhưng cô ngủ ngay sau khi chìa khóa quay trong ổ được mấy phút. Sớm sáng thứ Hai cô đã dậy và tuân lời tập những bài vươn giãn mà phòng trị liệu vật lý ở Sahlgrenska đã ghi đơn cho cô. Rồi điểm tâm được mang đến và cô ngồi trên chiếc giường cũi nhìn đăm đăm vào khoảng không.

9 rưỡi cô bị đưa đến một xà lim hỏi cung ở cuối hành lang. Canh gác là một người có tuổi, thấp, hói, mặt tròn và đeo kính gọng sừng. Ông lịch sự và niềm nở.

Giannini âu yếm chào cô. Salander bơ Faste. Cô gặp công tố viên Ekstrom lần đầu, cô bỏ nửa tiếng đồng hồ sau đó ngồi trên một chiếc ghế, mặt lạnh như tiền nhìn vào một điểm ở ngay trên đầu Ekstrom. Cô chả nói chả rằng và chả động chả cựa.

10 giờ, Ekstrom cho buông cuộc hỏi cung vô hiệu. Ông ngán là không thể lấy được tí ti đáp ứng nào ở cô. Lần đầu tiên ông cảm thấy không vững dạ khi quan sát người thiếu phụ gầy mảnh nom như búp bê. Sao lại có chuyện cô ấy đánh gục hai thằng đầu gấu Lundin và Nieminen ở Stallarholmen được cơ chứ? Nếu ông không có bằng chứng thuyết phục thì tòa có thực sự tin được vào câu chuyện này không đây?

Người ta mang đến cho Salander bữa ăn trưa đơn giản. Cô bỏ cả một giờ sau ra để giải thầm trong đầu các phương trình. Cô tập trung vào mảng thiên văn học hình cầu trong một quyển sách cô đã đọc hai năm trước.

2 giờ 30 phút cô lại bị đưa trở lại xà lim hỏi cung. Lần này người canh gác là một phụ nữ trẻ. Salander ngồi trên một cái ghế trong gian xà lim trống không, ngẫm nghĩ về một phương trình đặc biệt phức tạp.

Mười phút sau cửa mở.

- Chào Lisbeth. - Một giọng quen quen. Là Teleborian.

Hắn mỉm cười với cô và cô lạnh cứng người lại. Các vế của cái phương trình cô xây dựng nên trong khoảng không trung trước mặt liền rơi xuống và nảy tung tóe trên sàn, tựa như chúng có hình hài vật chất vậy.

Teleborian đứng im một lúc, nhìn cô rồi ngồi xuống ở bên kia bàn. Cô vẫn tiếp tục nhìn vào cái điểm vô hình ở trên tường.

Một lúc sau, cô nhìn vào mắt hắn.

- Tôi lấy làm tiếc là cô đã sa vào tình cảnh này, - Teleborian nói. - Tôi sẽ cố giúp cô bằng mọi cách có thể. Tôi hy vọng có thể xây dựng nên một mức độ nào đó về lòng tin qua lại giữa hai bên.

Salander xem xét tỉ mỉ từng li từng tí một trên người hắn. Bộ tóc bù xù, chòm râu. Khe hở nho nhỏ giữa hai răng cửa. Cặp môi mỏng. Chiếc jacket nâu mới toanh. Sơmi mở cổ. Cô nghe tiếng nói mềm mại và thân thiện vờ vịt.

- Tôi cũng hy vọng có thể giúp được cô nhiều hơn lần chúng ta gặp nhau hồi trước.

Hắn để lên bàn một quyển sổ tay nhỏ và chiếc bút. Salander hạ thấp mắt xuống nhìn cây bút. Nó là một cái ống nhọn màu bạc.

Đánh giá rủi ro.

Cô nén đi ý muốn giơ tay ra nắm lấy cái bút.

Mắt cô tìm ngón tay út bên bàn tay trái hắn. Cô thấy một vết sẹo mờ trắng, mười lăm năm trước cô đã cho răng cắm ngập vào đấy, khóa chặt hai hàm lại mạnh đến nỗi suýt nữa thì cắn đứt ngón tay hắn đi. Hồi đó phải ba người gác ghì cô xuống rồi banh mở quai hàm cô ra.

Lúc đó ta là con bé vừa mới vào tuổi mười hai, mười ba. Nay ta là một phụ nữ trưởng thành. Ta có thể giết ngươi bất cứ lúc nào ta muốn.

Cô lại đăm đăm nhìn vào cái điểm ở trên tường, nhặt nhạnh lại các con số và ký hiệu rơi vãi tung tóe rồi bắt đầu sắp xếp lại phương trình.

Teleborian quan sát Salander với một vẻ mặt bình thường. Hắn trở thành một bác sĩ tâm thần học được quốc tế kính trọng thì không phải là chuyện trời ơi. Hắn có khiếu bẩm sinh đọc các xúc động và tính khí. Hắn có thể cảm thấy một bóng tối lạnh lẽo chạy qua gian phòng rồi diễn giải nó ra thành một dấu hiệu cho thấy dưới cái bề ngoài thản nhiên, người bệnh này đang sợ hãi và xấu hổ. Hắn cho là cô đang phản ứng lại với sự có mặt của hắn và hắn khoái chí là qua từng ấy năm thái độ của cô với hắn vẫn không thay đổi. *Nó sẽ tự treo cổ lên tại tòa mất thôi.*

Việc cuối cùng của Berger ở *SMP* là viết một bản ghi nhớ cho tòa soạn. Bắt đầu với tâm trạng cáu giận, chị giải thích vì sao chị từ chức, kể ra cả ý kiến của chị về nhiều đồng nghiệp. Rồi chị bỏ hết phần đã viết và bắt đầu lại, giọng bình tĩnh hơn.

Chị không nhắc đến Fredriksson. Nếu chị nhắc đến thì người ta sẽ tập trung chú ý vào ông ta và các lý do đích thực của chị sẽ bị chìm đi bởi người ta có cảm tưởng rằng nguyên nhân không thể tránh khỏi là câu chuyện quấy rối tính dục.

Chị đã đưa ra hai lý do. Lý do chính là chị đã gặp phải sự chống đối kiên cường của ban lãnh đạo đối với đề nghị của chị về việc các lãnh đạo và chủ sở hữu nên giảm bớt lương và bổng lộc đi. Điều này có nghĩa là chị sẽ phải bắt đầu nhiệm kỳ của mình ở *SMP* với quân số tòa soạn bị cắt giảm tai hại. Đây không chỉ là chuyện những hứa hẹn người ta dành cho chị khi sang làm việc ở đây đã bị sứt mẻ, mà còn là chuyện mọi nỗ lực của chị nhằm thay đổi dài hạn để tăng thêm sức mạnh cho tờ báo cũng đã bị xén bớt.

Lý do thứ hai là phát hiện về Borgsjo. Chị viết là chị đã được yêu cầu hãy che giấu câu chuyện và điều này thì công khai chống lại mọi điều mà chị tin là nghề nghiệp của chị. Có nghĩa rằng chị không còn có lựa chọn gì nữa, ngoài việc từ cái chức tổng biên tập mà thôi. Kết luận, chị nói rằng tình hình đáng sợ của *SMP* không phải là một vấn đề cá nhân mà là vấn đề về quản lý lãnh đạo.

Chị đọc kỹ bản ghi nhớ, chữa lỗi in rồi gửi nó đi qua thư điện tử cho tất cả nhân viên của tờ báo. Chị gửi một bản cho *Pressens Tidning*, một tờ báo truyền thông và cả cho tạp chí thương mại *Journalisten*. Rồi chị đóng máy tính xách tay lại và đi gặp Holm ở văn phòng ông ta.

- Chào từ biệt nhé, - chị nói.

- Chào từ biệt, Berger. Làm việc với bà cứ như là xuống địa ngục vậy.

Họ mỉm cười với nhau.

- Một điều cuối cùng, - chị nói.

- Nói tôi xem?

- Frisk đang theo một bài báo mà tôi đã giao cho anh ta.

- Đúng và không có ai nghĩ gì về chỗ đó cả.

- Ủng hộ cậu ấy chút ít. Cậu ấy đã đi một chặng dài và tôi cố giữ liên hệ với cậu ấy. Hãy để cho cậu ấy viết xong. Tôi bảo đảm ông sẽ vui với kết quả này.

Ông ta nom vẻ dè chừng. Rồi gật.

Họ không bắt tay nhau. Chị để chiếc thẻ chìa khóa lên bàn làm việc của Holm, đi thang máy xuống gara. Chị đỗ chiếc BMW của chị gần tòa soạn *Millennium* sau 4 giờ chiều một ít.

PHẦN IV

Khởi động lại hệ thống

1 THÁNG BẢY - 7 THÁNG MƯỜI

Từ Hy Lạp cổ đại, Nam Mỹ, châu Phi và các nơi khác, tuy đã sử về Amazon phong phú các loại nhưng về các nữ chiến binh thì từ khía cạnh tài liệu lịch sử chi mới sưu tầm được một tấm gương. Đó là quân đội phụ nữ đã từng tồn tại trong tộc người Fon ở Dahomey, thuộc Tây Phi, nay là nước Benin.

Các quân sử đã xuất bản chưa bao giờ nhắc đến các nữ chiến binh này; không có bộ phim mang tính tiểu thuyết nào đã được làm về họ và ngày nay sự tồn tại của họ không ra ngoài các chú thích về lịch sử. Chi có một công trình học thuật về các phụ nữ này, Các Amazons của Sparta Đen do Stanley B. Alpern viết (C. Hurst & Co., London, 1998), và lúc ấy họ đã dựng nên một lực lượng ngang bằng với mọi tập đoàn binh lính đàn ông ưu tú cận đại ở các cường quốc thực dân.

Không biết chính xác thời gian thành lập quân đội nữ của người Fon nhưng một vài nguồn cho rằng đó là vào những năm 1600. Đầu tiên nó là đội vệ binh hoàng gia rồi phát triển thành một tập thể vũ trang gồm sáu nghìn lính được coi như những vị á thần. Họ không đơn thuần chi để trưng cho đẹp. Trong gần hai trăm năm họ là mũi tiên phong của người Fon chống lại thực dân châu Âu. Quân đội Pháp, sau nhiều trận bị thua, ngày càng khiếp sợ các nữ binh. Mãi tới năm 1892, khi Pháp cử quân đội với pháo binh, lính Lê dương, một trung đoàn thủy quân lục chiến và kỵ binh đến, đội quân nữ này mới bị đánh bại.

Không biết được bao nhiêu nữ binh ấy đã ngã ở chiến trường. Trong nhiều năm sau, những người sống sót vẫn đánh du kích và vào cuối những năm 1940, các cựu binh của đội quân ấy đã được phỏng vấn, chụp ảnh.

CHƯƠNG 23

Thứ Sáu, 1 tháng Bảy
Chủ nhật, 10 tháng Bảy

Hai tuần trước khi phiên tòa xử Salander bắt đầu, Malm trình bày xong cuốn sách 352 trang mang một cái tít cụt lủn *Bộ phận*. Bìa lơ chữ vàng. Malm đã đặt ở chân bìa bảy bức ảnh trắng đen, to cỡ con tem, của các Thủ tướng Thụy Điển. Một bức ảnh Zalachenko lơ lửng trên đầu các vị Thủ tướng như một hình minh họa, tăng thêm sự tương phản, khiến phần sẫm màu nhất nổi bật lên như một thứ bóng tối vắt ngang qua toàn bộ trang bìa. Đây không phải là một thiết kế bìa đặc biệt tân kỳ nhưng rất gây ấn tượng. Blomkvist, Cortez và Eriksson được nêu ra là các tác giả.

Đã 5 giờ sáng và Malm đã làm việc cả đêm. Anh thấy hơi mệt và rất muốn về nhà ngủ. Eriksson đã ngồi sửa với anh từng trang một còn Malm thì gật OK với các trang đó để cho in chúng ra. Lúc này Eriksson đang ngủ trên sofa.

Malm cho tất cả bản thảo cùng minh họa vào một hồ sơ. Anh mở chương trình Toast sao ra hai đĩa CD. Một đĩa anh cất vào két. Đĩa kia được Blomkvist buồn ngủ díp mắt nhặt đi đúng vào lúc 7 giờ.

- Đi nghỉ lấy một ít đi, - Blomkvist nói.

- Đang sắp sửa đây.

Họ để Eriksson ngủ, bật hệ thống báo động. 8 giờ Cortez sẽ đến tiếp quản.

Blomkvist đi bộ đến Lundagatan, ở đây anh lại mượn phứa chiếc Honda bỏ lại của Salander. Anh đi đến Hallvigs Reklam, nhà in gần đường xe lửa ở Morgongava, phía tây Uppsala. Cái việc này anh không thể tin vào bưu điện.

Anh lái thong thả, không chịu nhận rằng mình đang trải qua một cơn căng thẳng để chờ cho đến khi nhà in kiểm tra thấy họ có thể đọc được chiếc đĩa CD. Anh cầm bằng cho quyển sách được sẵn sàng phát hành chắc chắn đúng vào ngày đầu tiên của phiên tòa. Vấn đề không phải ở khâu in mà đóng sách có thể phải mất thời gian. Nhưng Jan Kobin, quản đốc nhà in Hallvigs hứa vào hôm ấy sẽ bàn giao ít nhất năm trăm quyển của lần in mười nghìn quyển đầu tiên. Cuốn sách sẽ được in dưới dạng bìa mềm.

Cuối cùng Blomkvist làm cho ai cũng hiểu nhu cầu giữ bí mật tuyệt đối, tuy căn dặn này xem ra không cần thiết. Hai năm trước, Hallvigs cũng đã in sách của Blomkvist về Hans-Erik Wennerstrom trong những hoàn cảnh tương tự. Họ hiểu rằng sách của nhà xuất bản đặc biệt *Millennium* này luôn hứa hẹn một món gì ra thêm được tiền.

Blomkvist lái về Stockholm không đặc biệt vội vã. Anh đỗ xe ở bên ngoài nhà số 1 Bellmansgatan rồi vào trong, gói mấy bộ áo quần để thay đổi và lấy một túi quần áo mang đi giặt. Anh lái tiếp đến cảng Stavsnas ở Varmdo, đỗ chiếc Honda ở đây rồi xuống phà qua Sandhamn.

Từ Thiên chúa Giáng sinh, đây là lần đầu tiên anh đến căn nhà nghỉ mùa hè. Anh cởi các lá chắn cửa sổ để cho không khí vào rồi uống một cốc nước khoáng Ramlosa. Như thường tình, khi xong một công việc, đã đem bản thảo đến nhà in và không còn cần thay đổi gì nữa, anh đều cảm thấy trống rỗng.

Anh bỏ một giờ ra quét dọn lau bụi, chà cọ phòng tắm cho sạch sẽ, cắm điện vào tủ lạnh, kiểm tra ống dẫn nước, thay chăn gối vải giường ở trên gác xép phòng ngủ. Anh ra cửa hàng tạp hóa mua mọi thứ anh cần trong hai ngày cuối tuần. Rồi anh bật máy pha cà phê, ra hiên ngồi, hút một điếu thuốc lá, không nghĩ tới một điều gì đặc biệt.

Đúng 5 giờ anh xuống bến tàu thủy gặp Figuerola.

- Tôi ngỡ cô nói cô không có thì giờ nghỉ, - anh nói, hôn má cô.

- Tôi cũng ngỡ như thế. Nhưng tôi bảo Ekstrom suốt mấy tuần qua tôi làm việc chẳng cả ngủ nghê, tôi sắp kiệt sức đến nơi mất rồi. Tôi nói tôi cần hai ngày nghỉ để sạc lại pin cho mình.

- Nghỉ ở Sandhamn đây?

- Ai lại bảo ông ấy là đến đâu, - cô mỉm cười nói.

Figuerola lục lọi khắp căn nhà hai mươi lăm mét vuông của Blomkvist. Kiểm tra ngặt nghèo bếp, buồng tắm và gác xép xong, cô mới gật đầu bằng lòng. Cô tắm rửa rồi mặc một chiếc váy mùa hè mỏng trong khi Blomkvist nấu sườn cừu sốt vang và bày bàn ghế ra hiên. Họ im lặng vừa ăn vừa nhìn các con tàu giương buồm diễu qua trên đường ra bến du thuyền hay ngược lại. Họ chia nhau chỗ vang đỏ còn lại ở trong chai.

- Nơi này tuyệt. Đây là chỗ anh đưa các cô bạn gái đến đấy hả? - Figuerola hỏi.

- Chỉ những ai quan trọng thôi.

- Erika Berger đã ở đây chưa?

- Nhiều lần.

- Thế Salander?

- Cô ấy ở đây vài tuần khi tôi viết quyển sách về Wennerstrom. Rồi hai năm trước cô ấy và tôi qua Noel ở đây.

- Vậy trong đời anh Berger và Salander đều là quan trọng cả đấy hả?

- Erika là bạn thân nhất của tôi. Chúng tôi là bạn của nhau đã hai mươi lăm năm. Lisbeth thì là một chuyện hoàn toàn khác. Chắc chắn cô ấy là duy nhất, và cô ấy cũng là người phản xã hội nhất mà tôi từng biết. Cô có thể nói là ngay trong lần gặp đầu tiên cô ấy đã gây ấn tượng mạnh với tôi. Tôi thích cô ấy. Cô ấy là một người bạn.

- Anh không thấy tiếc cho cô ấy ư?

- Không. Cô ấy phải tự trách mình về nhiều cái bố lếu đã xảy ra với cô ấy. Nhưng tôi thấy đồng cảm và đoàn kết ghê gớm với cô ấy.

- Nhưng cả cô ấy lẫn Berger anh đều không yêu ư?

Blomkvist nhún vai. Figuerola nhìn một chiếc Amigo 23 đi vào muộn, đèn hàng hải bật sáng chói khi nó xình xịch đi qua một xuồng máy trên đường đến bến du thuyền.

- Nếu yêu là thích ai đó đặc biệt nhiều thì tôi cho rằng tôi đã yêu mấy người, - Blomkvist nói.

- Và nay thì tôi?

Blomkvist gật. Figuerola cau mày nhìn anh.

- Vậy có làm cô khó chịu không?

- Khó chịu vì anh đã đưa các phụ nữ khác đến đây ư? Không. Nhưng nếu không hiểu chuyện gì đang thực sự xảy ra ở giữa hai chúng ta thì tôi khó chịu. Và tôi nghĩ không thể có quan hệ với một người mà hễ lúc nào muốn anh ta cũng có ngay một cô ở trên giường...

- Tôi sẽ không xin lỗi về cái cách mà tôi đã sống.

- Không hiểu sao tôi lại bị đổ vì anh. Tôi đoán đó là vì anh sống đúng như con người anh. Ngủ với anh dễ vì không có chuyện tầm bậy và vì anh làm cho tôi cảm thấy an toàn. Nhưng tất cả cái này bắt đầu và có được thì đó là vì tôi đã thua một xung lực rồ dại. Nó không hay xảy ra và tôi không có ý định gì cả với nó. Và bây giờ thì chúng ta đến cái hồi mà tôi rõ ràng đã trở thành một phụ nữ nữa trong số các cô anh mời ra đây.

Họ ngồi im lặng một lúc.

- Lẽ ra cô chẳng cần phải đến đây.

- Có chứ, tôi lại cần phải đến. Ôi Mikael...

- Tôi biết.

- Tôi không hạnh phúc. Tôi không muốn yêu anh. Khi chấm dứt thì sẽ đau đớn nhiều lắm.

- Nghe nhé, tôi có căn nhà này đã hai mươi lăm năm, từ khi bố chết và mẹ chuyển về Norrland. Chúng tôi chia nhau bất động sản, em gái tôi được căn hộ còn tôi có nhà này. Ngoài vài chỗ quen biết nhì nhằng vào những năm đầu, có năm người phụ nữ từng ở đây trước cô: Erika, Lisbeth, cô vợ cũ của tôi, người tôi vẫn chung sống những năm 80, một phụ nữ mà tôi có quan hệ nghiêm túc cuối những năm 90 và một người tôi gặp cách đây hai năm, người này thỉnh thoảng tôi vẫn có gặp. Đây là một kiểu hoàn cảnh đặc biệt...

- Tôi cá là như thế rồi.

- Tôi giữ nơi này để có thể chuồn khỏi thành phố và có đôi chút thời gian yên tĩnh. Phần lớn tôi ở đây theo ý mình. Tôi đọc sách, tôi viết, tôi thư giãn, ngồi ở bến nhìn các con tàu. Đây không phải là một tổ ấm bí mật của tình yêu.

Anh đứng lên lấy chai rượu vang anh để ở trong bóng râm.

- Tôi sẽ không hứa hẹn gì. Hôn nhân của tôi đổ vỡ vì Erika và tôi không thể xa được nhau, - anh nói rồi thêm bằng tiếng Anh. - "Been there, done that, got the T-shirt".[1]

Anh rót rượu đầy hai cốc.

- Nhưng lâu rồi, cho đến nay cô là người thú vị nhất mà tôi gặp. Tựa như từ điểm xuất phát tĩnh tại, quan hệ của chúng ta đã cất cánh bay vút lên hết sức nhanh. Tôi cảm thấy tôi bị đổ với cô ngay từ lúc cô nhặt tôi ở bên ngoài căn hộ của tôi. Từ đấy đã có ít lần tôi ngủ ở nhà và nửa đêm thức dậy tôi thấy cần cô. Tôi không biết liệu tôi có mong đợi một quan hệ bền vững hay không nhưng tôi rất sợ mất cô. - Anh nhìn cô. - Vậy cô nghĩ chúng ta nên thế nào?

- Hãy nghĩ đến các công việc đã, - Figuerola nói. - Tôi cũng bị anh cuốn hút tệ hại.

- Chuyện đâm ra nghiêm túc đây, - Blomkvist nói.

Cô chợt cảm thấy buồn vô hạn. Một lúc lâu họ không nói gì nhiều. Khi trời tối, họ dọn bàn, vào trong nhà, đóng cửa lại.

Thứ Sáu trước phiên tòa một tuần, Blomkvist dừng lại ở quầy báo Pressbyran tại Slussen đọc bảng dán báo chí buổi sáng. Tổng giám đốc và Chủ tịch Hội đồng Quản trị của *Svenska Morgon-Posten* đã đầu hàng và xin từ chức. Blomkvist mua báo rồi đi bộ tới Java ở trên Hornsgatan để ăn bữa điểm tâm muộn mằn. Giải thích việc bất ngờ

[1] "Đã ở đó, đã làm chuyện đó, đã có cái áo phông", ý nói đã sống thân mật với nhau.

từ chức, Borgsjo viện cớ gia đình. Ông sẽ không bình luận về các lời đồn rằng Berger cũng đã từ chức sau khi ông ra lệnh chị phải bịt đi một bài báo viết về việc ông dính dáng đến Liên doanh Vitavara làm ăn lớn. Nhưng trong một tin vắn người ta lại nói Chủ tịch của Svenskt Naringsliv, Liên hiệp các Doanh nghiệp Thụy Điển đã quyết định lập một ủy ban đạo đức để điều tra các công ty Thụy Điển làm ăn với các doanh nghiệp ở Đông Nam Á có tiếng là bóc lột lao động thiếu nhi.

Blomkvist phá ra cười rồi anh gấp báo lại, mở di động Ericsson của anh ra gọi người phụ nữ ở chương trình *She* trên kênh TV4, chị đang ăn dở chiếc sandwich bữa trưa.

- Chào cô bạn thân mến, - Blomkvist nói. - Tôi cho là đôi lúc cô vẫn thích ăn tối nhỉ.

- Chào Blomkvist, - chị ta cười. - Xin lỗi, nhưng kiểu người như tôi thì anh không thể đi xa hơn được đâu.

- Nhưng đi ra ngoài bàn công việc với tôi tối nay thì sao?

- Anh sẽ làm cái gì đấy?

- Hai năm trước, Erika Berger đã làm vụ Wennerstrom với cô. Tôi muốn làm một vụ cũng sẽ đáng của như thế.

- Tôi đang dỏng tai lên đây.

- Chỉ khi nào thỏa thuận được về các khoản mục tôi mới nói với cô về chuyện đó. Tôi đang viết dở một bài báo. Chúng tôi sẽ xuất bản một quyển sách và một số tạp chí chuyên đề, việc này sẽ lớn đấy. Tôi cho cô xem mọi tài liệu, với điều kiện trước khi chúng tôi xuất bản cô không được để lộ ra bất cứ điều gì. Lần này, việc xuất bản sẽ cực kỳ phức tạp vì nó diễn ra trong một ngày đặc biệt.

- Chuyện lớn ra sao đây?

- Lớn hơn Wennerstrom, - Blomkvist nói. - Thích không?

- Nghiêm đấy chứ? Ờ, gặp nhau ở đâu đây?

- Quán Chảo Đại của Samir thì sao? Erika sẽ biểu tình ngồi ở cuộc họp.

- Rồi với chị ấy thì sao? Bị quăng khỏi *SMP* thì có quay về *Millennium* không?

- Không phải là bị quăng. Từ chức vì trái ý kiến với Magnus Borgsjo.

- Cha này có vẻ là dân rắn rết thật.

- Ở điểm này thì cô không lầm đâu.

Clinton nghe Verdi[1] qua tai nghe. Âm nhạc là thứ khá chắc chắn còn lại duy nhất ở trong đời có thể mang ông ra khỏi các máy lọc thận và cơn đau cứ tăng dần lên ở eo lưng. Ông không khe khẽ hát theo nhạc. Ông nhắm mắt, tay phải bắt nhịp theo, bàn tay lơ lửng như có cuộc đời riêng của nó ở bên cái hình hài đang tan rã của ông.

Sự đời là thế. Chúng ta sinh ra. Chúng ta sống. Chúng ta già đi. Chúng ta chết. Ông đã chơi cái phần mình. Tất cả còn lại là tan rã.

Ông cảm thấy hài lòng lạ lùng với cuộc đời.

Ông đã chơi cho Evert Gullberg bạn ông.

Hôm nay thứ Bảy, ngày 9 tháng Bảy. Chỉ bốn giờ nữa là tòa bắt đầu và Bộ phận có thể đem toàn bộ câu chuyện thảm sầu này quẳng lại ở đằng sau họ. Ông đã nhận tin nhắn sáng nay. Gullberg cứng rắn hơn gần như bất cứ ai mà ông biết. Khi tự bắn một viên đạn 9 li với vỏ ngoài toàn thép vào chính ngay thái dương mình, thế là bạn đã chờ chết. Vậy mà phải ba tháng thân xác Gullberg cuối cùng mới chịu buông bỏ. Đó là nhờ may mắn và cũng là nhờ các bác sĩ ngoan cường chiến đấu vì sự sống của Gullberg. Rồi rút cục là ung thư chứ không phải viên đạn nó quyết định kết liễu ông.

Gullberg đã chết đau đớn, và điều đó khiến Clinton đau buồn xót xa. Tuy không thể giao tiếp với thế giới bên kia, Gullberg đôi khi cũng đã ở trong trạng thái nửa tỉnh nửa mê, mỉm cười khi nhân viên bệnh viện vỗ nhẹ má ông hay càu nhàu khi ông có vẻ lên cơn đau. Đôi lúc ông cố khuôn ra thành chữ và cả thành câu nữa, nhưng chả ai hiểu nổi được là ông nói gì.

Ông không có gia đình, và chả người bạn nào của ông đến bên giường bệnh. Mối tiếp xúc cuối cùng của ông với cuộc đời là cô hộ

[1] Giuseppe Verdi (1813 - 1901), nhạc sĩ cổ điển người Ý.

lý người Phi có tên là Sara Kitama, cô đã túc trực bên giường bệnh và nắm tay ông khi ông chết.

Clinton nhận thấy rằng mình cũng sẽ sớm đi theo người bạn chiến đấu của mình. Chả còn nghi ngờ gì ở chỗ này. Qua việc ghép thận, mỗi ngày khả năng sống sót của ông một giảm đi. Mỗi lần thăm khám lại thấy gan và các chức năng ruột của ông suy yếu thêm.

Ông hy vọng sống qua Thiên chúa Giáng sinh.

Nhưng ông hài lòng. Ông cảm thấy thỏa mãn, một niềm thỏa mãn gần như tâm linh, phơi phới, rằng vào những ngày cuối cùng, ông đã dính dáng đến một câu chuyện bất ngờ và đáng ngạc nhiên là được quay trở lại phục vụ.

Ân huệ này ông đã không thể lường tới.

Những nốt nhạc cuối cùng của Verdi tan đi đúng lúc một ai đó mở cửa gian phòng nho nhỏ, nơi ông đang nghỉ ở ban chỉ huy của Bộ phận tại Artillerigatan.

Clinton mở mắt. Wadensjoo.

Ông đã đi đến kết luận rằng Wadensjoo là một trọng lượng chết. Ông ta hoàn toàn không xứng đáng làm Giám đốc của cái mũi nhọn tiên phong nhất của nền quốc phòng Thụy Điển. Ông không thể hình dung nổi làm sao ông và von Rottinger lại có thể tính toán sai cơ bản đến thế được khi ngỡ rằng Wadensjoo có thể là người kế tục thích đáng.

Wadensjoo là một chiến binh cần luồng gió thuận. Trong cơn khủng hoảng ông ta yếu đuối, không thể cho ra quyết định. Một món đồ phiền toái nhút nhát thiếu thép ở sống lưng, xem vẻ chủ yếu là ì ra tê liệt, không thể hành động rồi để cho Bộ phận chìm nghỉm.

Đơn giản là vậy. Một vài người giống như thế. Những người khác sẽ luôn loạng choạng khi bị thử thách.

- Ông muốn nói gì?

- Ngồi đi, - Clinton nói.

Wadensjoo ngồi.

- Đời tôi đã đến lúc không còn được phung phí thì giờ, tôi cứ nói thẳng vấn đề ra. Khi tất cả việc này xong, tôi muốn ông từ chức quản lý Bộ phận.

- Ông muốn thế?

Clinton dịu giọng.

- Wadensjoo, ông là người tốt. Nhưng việc cáng đáng trách nhiệm sau Gullberg thì không may là ông lại hoàn toàn không hợp. Lẽ ra không nên trao cho ông trách nhiệm này. Sau khi tôi ốm, sai lầm của von Rottinger và tôi là đã không giải quyết đúng đắn việc kén người kế tiếp.

- Ông có bao giờ ưa tôi đâu.

- Chỗ này ông sai. Lúc tôi và von Rottinger chịu trách nhiệm về Bộ phận, ông là một người quản trị hành chính xuất sắc. Không có ông, chúng tôi sẽ bất lực và tôi rất ngưỡng mộ lòng yêu nước của ông. Nhưng thiếu khả năng quyết định, điều ấy đã làm cho ông tụt dốc.

Wadensjoo mỉm cười chua chát.

- Sau chuyện này, tôi không biết liệu tôi có còn muốn ở Bộ phận nữa không đây.

- Bây giờ cả Gullberg và von Rottinger đều đã chết, tôi phải tự đưa ra quyết định, thì trong ít tháng vừa rồi tất cả các quyết định của tôi đều đã bị ông ngăn cản.

- Còn tôi thì kiên trì rằng các quyết định ông đưa ra đều là vớ vẩn. Chúng sẽ dẫn tới tai họa.

- Có thể là thế. Nhưng cái tính chần chừ do dự của ông đã bảo đảm cho cơ sự của chúng ta sụp đổ. Nay ít nhất chúng ta cũng đã có một cơ hội và xem vẻ thì nó ăn thua đấy. *Millennium* không biết ngó theo ngả nào. Họ có thể nghi chúng ta là ở đâu đó bên ngoài cái cơ quan này nhưng họ thiếu tài liệu và họ không có cách nào tìm ra nó - hay tìm ra chúng ta. Mà họ làm gì thì ít ra chúng ta đều biết cả.

Wadensjoo nhìn qua cửa sổ ra các mái nhà.

- Việc duy nhất chúng ta vẫn phải làm là thanh toán đứa con gái của Zalachenko, - Clinton nói. - Nếu ai đó bắt đầu moi móc vào quá khứ của con ranh ấy và nghe những gì nó phải nói thì không biết rồi sẽ xảy ra chuyện gì. Nhưng vài hôm nữa phiên tòa bắt đầu và mọi sự sẽ chấm dứt. Lần này chúng ta phải đào sâu chôn chặt con ranh để cho nó không còn bao giờ quay lại mà ám chúng ta nữa.

Wadensjoo lắc đầu.

- Tôi không hiểu nổi thái độ của ông, - Clinton nói.

- Tôi có thể thấy điều đó. Ông đã sáu mươi tám tuổi. Ông đang chờ chết. Các quyết định của ông không hợp lý và hình như ông đã bỏ bùa để mê hoặc Nystrom và Sandberg. Họ tuân lệnh ông tựa như ông là Đức Chúa Cha vậy.

- Với mọi sự liên quan đến Bộ phận thì tôi là Đức Chúa Cha. Chúng ta đang làm việc theo một kế hoạch. Các quyết định để hành động của chúng ta đã tạo ra một cơ may cho Bộ phận. Và tôi hoàn toàn tin tưởng mà nói rằng Bộ phận sẽ không bao giờ còn phải sa vào một vị thế nguy hiểm như thế này nữa. Khi mọi chuyện qua đi rồi, chúng ta sẽ bắt tay vào kiểm tra và đại tu các hoạt động của mình.

- Tôi rõ.

- Nystrom sẽ là Giám đốc mới. Ông ấy thực sự đã quá già nhưng ông ấy là lựa chọn duy nhất của chúng ta và chúng ta hứa cho ông ấy ở đây ít nhất sáu năm nữa. Sandberg thì quá trẻ và quá ít từng trải - đó là kết quả của các chính sách quản lý của ông. Bây giờ ông ấy cần được huấn luyện đầy đủ.

- Clinton, ông không nhìn thấy những việc ông đã làm hay sao? Ông đã giết chết một người. Bjorck từng làm việc cho Bộ phận ba mươi lăm năm mà ông ra lệnh giết ông ấy. Ông không hiểu…

- Ông hoàn toàn hiểu giết thế là cần thiết. Hắn phản bội chúng ta và khi cảnh sát vây sát sườn thì hắn sẽ không chịu nổi sức ép.

Wadensjoo đứng lên.

- Tôi chưa xong.

- Vậy thì chúng ta để sau làm tiếp. Tôi có việc phải làm còn ông thì nằm đấy mơ hão rằng mình là Đức Chúa Cha.

- Nếu tinh thần ông nổi phẫn lên như thế thì tại sao ông không tìm Bublanski mà thú nhận tội lỗi của ông cho rồi đi?

- Tin tôi đi. Tôi đã tính đến chuyện ấy. Nhưng ông có thể nghĩ gì thì nghĩ chứ tôi thì đang phải làm mọi việc để bảo vệ Bộ phận đây.

Ông mở cửa thì gặp Nystrom và Sandberg đang trên đường đi vào.

- Chào, Fredrik, - Nystrom nói. - Chúng ta cần nói chuyện.

- Wadensjoo vừa mới bỏ đi.

Nystrom chờ cho cửa đóng lại.

- Fredrik, tôi rất lo ngại đây.

- Có chuyện gì vậy?

- Sandberg và tôi đang nghĩ. Việc đã xảy ra và chúng tôi không hiểu. Sáng nay, luật sư của Salander đã trao cho công tố viên bản tự thuật của Salander.

- *Gì thế chứ hả?*

Thanh tra Faste quan sát kỹ luật sư Giannini trong khi Ekstrom rót cà phê ở bình ra. Hai người đều sửng sốt về tài liệu Ekstrom nhận sáng nay lúc đến cơ quan. Ông và Faste đã đọc bốn chục trang câu chuyện Salander rồi bàn mãi về tập tài liệu khác thường này. Cuối cùng ông thấy buộc phải đề nghị Giannini đến để nói chuyện không chính thức.

Họ ngồi ở cái bàn họp nho nhỏ trong văn phòng Ekstrom.

- Cảm ơn bà đã vui lòng đến, - Ekstrom nói. - Tôi đã đọc cái... hừm, câu chuyện kể này, nó đến đây sáng hôm nay và có một vài điều tôi muốn làm rõ.

- Giúp được gì thì tôi sẵn sàng thôi, - Giannini nói.

- Tôi không biết đúng ra nên bắt đầu từ đâu. Để tôi nói ngay từ đầu rằng cả thanh tra Faste và tôi đều hết sức ngạc nhiên.

- Vậy à?

- Tôi đang cố hiểu mục đích của bà là gì.

- Ý ông là thế nào?

- Bản tự thuật này, hay bà gọi nó là gì thì tùy. Nó định nói cái gì đây?

- Cái nó định nói thì hoàn toàn rõ. Thân chủ của tôi muốn viết thành văn bản những điều đã xảy đến với bà ấy.

Ekstrom hồn hậu cười thành tiếng. Ông uốn uốn nắn nắn chòm râu dê, một cử chỉ nhắc lại quá nhiều đang bắt đầu làm cho Giannini nổi cáu.

- Vâng, nhưng thân chủ của bà đã có mấy tháng để tự làm rõ cho mình rồi mà. Trong tất cả các lần Faste hỏi, cô ấy không hề nói một câu nào.

- Theo tôi biết thì không có luật nào bắt buộc thân chủ của tôi phải nói cho vừa lòng thanh tra Faste sất cả.

- Đúng, nhưng ý tôi là... bốn ngày nữa phiên tòa xử Salander sẽ bắt đầu thì vào giờ chót cô ấy lại ra mắt bằng cái này. Nói thật, ở đây tôi cảm thấy có một trách nhiệm vượt ra ngoài các phận sự của công tố viên là tôi.

- Ông cảm thấy?

- Tôi không muốn nói chút nào cho ra vẻ công kích. Tôi không định như thế. Nhưng chúng ta có một thể thức về các phiên tòa ở đất nước này. Bà Giannini, là một luật sư chuyên về quyền lợi phụ nữ, trước đây bà chưa thay mặt cho một thân chủ nào trong một vụ án hình sự. Tôi không lên án Lisbeth Salander vì là phụ nữ mà là về tội gây ra thương tổn nghiêm trọng cho thân thể người khác. Tôi tin là ngay bà, bà cũng nhận thấy cô ấy mắc bệnh tâm thần nghiêm trọng, cần được Nhà nước bảo hộ và giúp đỡ.

- Ông sợ tôi không bảo vệ thỏa đáng được cho Lisbeth Salander, - Giannini thân thiện nói.

- Tôi không muốn đánh giá gì cả, - Ekstrom nói. Tôi không nghi ngờ năng lực của bà. Tôi chỉ nêu lên rằng bà thiếu kinh nghiệm.

- Tôi rất hiểu và tôi hoàn toàn tán thành với ông. Đáng tiếc là tôi thiếu kinh nghiệm khi gặp phải các vụ án hình sự.

- Nhưng các luật sư có nhiều kinh nghiệm đáng kể hơn từng muốn giúp đỡ thì đều bị bà từ chối suốt...

- Theo nguyện vọng đặc biệt của thân chủ tôi. Lisbeth Salander muốn tôi là luật sư của cô ấy và như thế thì tôi sẽ thay mặt cho cô ấy ở tòa. - Chị lễ độ mìm cười với ông.

- Rất tốt, nhưng tôi nghĩ bà định đưa nội dung này cho tòa thì liệu có phải là hoàn toàn nghiêm túc không đây.

- Dĩ nhiên chứ. Đây là chuyện của thân chủ tôi mà.

Ekstrom và Faste liếc nhau. Faste nhếch lông mày. Ông không thể hiểu được việc Ekstrom cứ luẩn quẩn với chuyện này. Nếu Giannini không hiểu rằng ả đang sắp dìm chết thân chủ ả thì chắc chắn đó không phải là lỗi của công tố viên. Họ chỉ cần có mỗi việc nói cảm ơn, nhận tài liệu rồi gạt vấn đề sang bên.

Theo Faste thì Salander chập cheng rồi. Ông đã trổ hết tài cán ra thuyết phục con ranh bảo cho ông biết ít nhất là nó sống ở đâu. Nhưng hỏi tái hỏi hồi con ranh ấy cứ ngồi lì, câm như tảng đá, nhìn trừng trừng vào bức tường đằng sau ông. Ông mời thuốc lá, nó từ chối, và không bao giờ nhận cà phê hay nước lạnh. Cũng chả phản ứng gì khi ông tạ sự để cãi nhau với nó, hay những khi ông cao giọng lên vì quá ư chán nản. Chưa bao giờ Faste dắt dẫn một lần thẩm vấn nào đáng thất vọng như lần này.

- Bà Giannini, - cuối cùng Ekstrom nói. - Tôi tin rằng thân chủ của bà nên được miễn trình diện tại phiên tòa này. Cô ấy không khỏe. Căn cứ của tôi là báo cáo tâm thần của một bác sĩ cao cấp. Cô ấy nên được chăm sóc tâm thần, điều mà trong nhiều năm nay cô ấy đã cần đến ghê gớm.

- Tôi coi như vậy là ông sẽ trình bày gợi ý này với tòa án quận.

- Đúng là tôi sẽ làm như thế. Việc của tôi không phải là bảo bà cách tiến hành bảo vệ thân chủ như thế nào. Nhưng nếu đây là đường lối bà có ý đi theo thì tình hình, hoàn toàn thẳng thắn mà nói, sẽ buồn cười. Bản tường trình này có những lời kết tội lăng nhăng, bày đặt đối với một số người, đặc biệt với người giám hộ của cô ấy, luật sư Bjurman và bác sĩ Peter Teleborian. Tôi hy vọng bà hoàn toàn không hề nghiêm túc tin rằng tòa sẽ chấp nhận một câu chuyện gieo nghi ngờ vào bác sĩ Teleborian mà lại không có một mảy may bằng chứng nào hết. Tài liệu này sẽ là cái đinh cuối cùng đóng lên quan tài thân chủ bà, xin bà thứ lỗi cho ví von này.

- Tôi hiểu rõ mọi điều ông nói.

- Trong quá trình tòa xét xử, bà có thể tuyên bố cô ấy không bệnh rồi yêu cầu cho một đánh giá tâm thần bổ sung và thế là vấn đề được trao cho bộ phận y tế. Nhưng để nói cho trung thực, bản trình bày của cô ấy chỉ tổ làm cho ai cũng tin rằng dù là bác sĩ tâm thần pháp y nào thì cũng đi tới kết luận giống với bác sĩ Teleborian. Chính sự tồn tại của bản này nó xác nhận cô ấy là một bệnh nhân tâm thần phân lập và hoang tưởng đúng như mọi tài liệu bằng chứng đã nói.

Giannini mỉm cười lễ độ.

- Có một cách nhìn khác thế, - chị nói.

- Là gì nhỉ?

- Là câu chuyện cô ấy kể đúng ở từng chi tiết và tòa sẽ quyết định tin nó.

Câu nói làm cho Ekstrom nom bần ra mặt. Rồi ông mỉm cười uốn uốn nắn nắn bộ râu dê.

Clinton ngồi ở chiếc bàn phụ nho nhỏ cạnh cửa sổ trong văn phòng ông. Ông chăm chú nghe Nystrom và Sandberg. Mặt nhăn thành rãnh nhưng hai con mắt như hai viên hạt tiêu của ông thì tập trung và nhanh nhẹn.

- Từ tháng Tư chúng ta đã kiểm tra điện thoại và đường thư điện tử đi đến của các nhân viên chủ chốt ở *Millennium*, - Clinton nói. - Chúng ta xác nhận rằng về tổng thể Blomkvist, Eriksson và tay Cortez kia đều đã oải cả rồi. Chúng ta đã đọc đề cương của số báo tới. Có vẻ Blomkvist đã đảo ngược chỗ đứng của hắn, nay hắn coi Salander muốn gì thì cũng là bị bất ổn về tâm thần. Có một sự bào chữa liên quan tới xã hội dành cho cô ta - hắn đang nói xã hội đã để cho cô ấy bị trượt dốc nên kết quả là tuy có cố giết bố nhưng hành vi này như thế nào đó lại không phải là lỗi của cô ấy. Nhưng cái này khó mà thành nổi một lý lẽ. Không có một lời nào về việc nhà hắn bị lẻn vào trộm hay việc em gái hắn bị tấn công ở Goteborg, cũng chả có nhắc gì đến việc mất các bản báo cáo. Hắn biết hắn không thể chứng minh được cho cái gì cả.

- Chính đấy mới thành vấn đề, - Sandberg nói. - Blomkvist chắc phải biết là có người để mắt đến hắn. Nhưng xem vẻ hắn hoàn toàn không biết đến các nghi ngờ của chính hắn. Tha lỗi cho tôi chứ cái đó không phải là cách của *Millennium*. Ngoài ra, Erika đã trở về tòa soạn và hiện nay toàn bộ vấn đề này lại quá nhợt nhạt và thiếu thực chất đến nỗi nhìn cứ ngỡ như đó là trò đùa vậy.

- Ông đang nói gì đấy? Rằng là đã có một cái bẫy ư?

Sandberg gật.

- Số báo mùa hè sẽ ra vào tuần cuối của tháng Sáu. Theo một thư điện tử của Malin Eriksson thì số báo được một công ty ở Sodertalje in, nhưng sáng nay tôi gọi hỏi thì họ nói chưa nhận được gì. Họ chỉ được yêu cầu làm một trích dẫn đã cách đây cả tháng rồi.

- Trước đây chúng nó in ở đâu? - Clinton nói.

- Ở chỗ tên là Hallvigs ở Morgongava. Tôi gọi hỏi chuyện in ấn kia đã được bao lâu rồi - tôi nói tôi gọi từ *Millennium*, thì tay quản lý chả bảo gì tôi hết. Tôi nghĩ tối nay sẽ lái đến đó xem một cái.

- Hay đấy. Còn Georg?

- Tôi đã soát lại hết điện thoại đi đến từ tuần trước, - Nystrom nói. - Quái, chẳng thấy tòa soạn *Millennium* bàn cái gì liên quan đến phiên tòa hay Zalachenko.

- Không gì hết cả sao?

- Đúng. Chúng nó chỉ nhắc đến mỗi lần chuyện trò với ai đó ở bên ngoài *Millennium*. Thí dụ đây, nghe này. Blomkvist được một phóng viên ở *Aftonbladet* gọi hỏi liệu hắn có đưa ra bình luận gì về phiên tòa sắp tới không.

Ông để một máy ghi âm lên bàn.

- *Xin lỗi, nhưng tôi không có bình luận gì.*

- *Ông dính vào chuyện này từ đầu. Ông là người đã tìm thấy Salander bị chôn ở Gossberga. Mà từ đấy ông không đăng lên một lời nào. Khi nào ông có ý đưa lên báo?*

- *Khi đúng lúc. Với điều kiện là có cái để nói.*

- *Thật vậy ư?*

- *Đúng, ông có thể mua một tờ* Millennium *mà đọc.*

Ông tắt máy ghi âm.

- Trước đây chúng ta không nghĩ đến chỗ này, nhưng tôi rà lại và tình cờ nghe thấy toàn những chuyện vặt vãnh. Lúc nào cũng như thế hết. Hắn ít nói đến vụ Zalachenko, có nói thì cũng chung chung. Hắn cũng chả bàn với em gái mà mụ lại là luật sư của Salander.

- Có thể hắn chả có gì để nói thật.

- Hắn luôn không thích suy diễn việc gì. Xem vẻ hắn sống suốt ngày đêm ở tòa báo; hiếm khi ở nhà mình. Nếu hắn hiện làm việc cả đêm lẫn ngày thì chắc là hắn đang phải bận với một cái gì thực chất hơn so với tất cả những gì sẽ được đưa lên số báo tới của *Millennium*.

- Còn chúng ta vẫn chưa thể gài bọ nghe trộm điện thoại ở cơ quan báo chúng nó.

- Chưa, - Sandberg nói. - Ngày đêm lúc nào cũng có đứa ở đó - và thế là có ý cả đấy - từ lần đầu tiên chúng ta vào căn hộ của Blomkvist. Đèn tòa soạn luôn sáng và nếu không phải Blomkvist thì là Cortez hay thằng đồng tính... ở ở Christer Malm.

Clinton nấn ná cầm, nghĩ một lúc.

- Kết luận sao?

Nystrom nói:

- Nếu không biết được gì khá hơn nữa thì tôi cho là chúng đang dàn dựng cho chúng ta một vở.

Clinton thấy một luồng băng giá chạy xuống đến dưới gáy ông.

- Sao trước đây chuyện này lại không xảy ra với chúng ta?

- Chúng ta nghe thấy những cái chúng nó nói nhưng những cái chúng không nói thì đâu có nghe thấy được. Nghe điện thoại hay đọc thấy chúng hoang mang ở thư điện tử thì chúng ta khoái. Blomkvist thừa biết có đứa ăn cắp mất của nó và em gái nó các bản báo cáo năm 1991 của Salander. Nhưng nó có làm cái khỉ gì về chuyện ấy không?

- Anh em nó cũng không báo cảnh sát chuyện con em bị chẹn cổ à?

Nystrom lắc.

- Lúc thẩm vấn Salander đều có mặt Giannini. Mụ lịch sự nhưng chả nói cái gì đáng giá cả. Bản thân Salander cũng chả nói câu nào.

- Nhưng như thế lại lợi cho chúng ta. Nó càng câm càng hay. Ekstrom nói sao?

- Tôi gặp ông ấy trước đây hai giờ. Ông ấy vừa mới nhận được bản tường trình của Salander xong.

Ông chỉ vào các trang giấy ở trên đùi Clinton.

- Ekstrom lúng túng. May mà Salander không giỏi viết tự diễn đạt. Với một người ngoài cuộc thì bản này có vẻ là một lý lẽ hoàn toàn điên rồ về âm mưu có cộng thêm những yếu tố dâm ô. Nhưng con bé vẫn bắn sát sạt hồng tâm đấy. Nó tả chính xác nó bị nhốt ở bệnh viện Thánh Stefan như thế nào, nó nói Zalachenko làm việc cho Sapo này nọ, vân vân... Nó nói nó nghĩ mọi sự đều liên quan tới một cái nhóm nho nhỏ ở trong nội bộ Sapo, chỉ ra là có tồn tại một cái gì đó nghe như ứng với Bộ phận. Tóm lại khá chính xác. Nhưng như tôi đã nói, nó không hợp lý. Ekstrom dao động vì có vẻ bản này cũng sẽ là tuyến phòng ngự Giannini đem ra dùng ở tòa.

- Chó má thật, - Clinton nói.

Ông cúi đầu xuống nghĩ căng một lúc. Cuối cùng ngửng lên.

- Jonas, tối nay lái xe đến Morgongava tìm xem liệu đang có chuyện gì không. Nếu chúng nó đang in *Millennium* thì tôi muốn một bản sao.

- Tôi sẽ mang Falun đi cùng.

- Tốt, Georg, tôi muốn ông gặp Ekstrom tối nay, bắt mạch ông ta xem. Cho tới nay mọi sự đều diễn ra trơn tru nhưng tôi không thể không tính đến những cái hai ông vừa bảo tôi.

Clinton ngồi im thêm một lúc nữa.

- Nếu không có phiên xét xử thì hay nhất... - cuối cùng ông nói.

Ông nhếch lông mày nhìn Nystrom. Nystrom gật. Sandberg gật.

- Ông có thể nghiên cứu các lựa chọn của chúng ta được không?

Sandberg và anh thợ khóa có tên Falun đỗ cách đường sân ga một quãng ngắn rồi đi bộ qua Morgongava. Đang là 8 rưỡi tối. Trời quá sáng và quá sớm[1] để làm được trò gì nhưng họ muốn thám thính và nhòm qua địa điểm.

- Nếu tòa nhà có cài đặt báo động là tôi không làm đâu, - Falun nói. - Tốt hơn là nhìn qua cửa sổ. Nếu xung quanh ổn, ông có thể

---

[1] Vào mùa hè ở các nước Bắc Âu như Thụy Điển, trời tối rất muộn, có những vùng trời không tối vì hiện tượng đêm trắng.

chỉ cần ném một hòn đá qua, nhảy vào, tóm lấy cái ông cần rồi cắm đầu mà chạy trối chết.

- Như thế ăn thua đấy, - Sandberg nói.

- Nếu chỉ cần một bản sao của tạp chí ấy thì chúng ta có thể lục soát các thùng rác ở quanh đằng sau nhà. Thể nào cũng có những bản in thừa, in thử, đại loại các thứ như thế.

Xưởng in Hallvigs nằm trong một tòa nhà gạch thấp. Họ đi từ hướng nam ở phía bên kia con phố. Sandberg đã sắp qua đường thì Falun nắm lấy khuỷu tay ông.

- Cứ đi thẳng, - hắn nói.

- Cái gì?

- Cứ đi thẳng, làm như chúng ta ra ngoài đi dạo.

Họ qua xưởng in Hallvigs đi một vòng quanh đó.

- Sao lại phải làm cái trò ấy?

Sandberg hỏi.

- Ông phải chong mắt lên chứ. Đúng là nhà không cài đặt báo động. Có một cái xe đỗ dọc tòa nhà.

- Ý ông là có người đang ở đó à?

- Cái xe ấy của An ninh Milton, lạy Chúa.

- An ninh Milton à? - Clinton cảm thấy cú sốc đánh trúng vào ruột gan ông.

- Không có Falun thì tôi đã đi tuốt luôn vào tay họ mất rồi, - Sandberg nói.

- Có một cái gì đen tối đang diễn ra, - Nystrom nói. - Chả lẽ nào mà một cái nhà in phố huyện cỏn con lại đi thuê An ninh Milton canh gác ngày đêm thế này.

Môi Clinton mím chặt. Đã 11 giờ và ông cần nghỉ.

- Và như thế có nghĩa là *Millennium đang* thực sự bận về một vụ gì, - Sandberg nói.

- Tôi có thể hiểu được, - Clinton nói. - OK. Chúng ta hãy phân tích tình hình. Kịch bản cho trường hợp tồi tệ nhất là gì? Chúng *có thể* biết được gì không? - Vẻ mặt khẩn trương ông nhìn Nystrom.

- Chắc là bản báo cáo của Salander, - ông nói. - Bị chúng ta nẫng các bản sao thì chúng cho cài đặt báo động. Chắc chúng đã đoán là chúng đang bị theo dõi. Trường hợp tồi tệ nhất là chúng vẫn còn một bản sao của bản báo cáo.

- Nhưng bị mất các cái kia là Blomkvist hết võ rồi.

- Tôi biết, nhưng có thể là chúng ta đã mắc phải quả lừa. Chúng ta không thể làm ngơ trước khả năng này.

- Chúng ta sẽ làm việc theo giả định này. - Clinton nói. - Thấy sao Sandberg?

- Chúng ta biết họ sẽ bào chữa như thế nào cho Salander. Con ranh thấy sao thì nói y như vậy. Tôi đã đọc tự thuật của nó. Thật ra cái này là gậy ông đập lưng ông. Nó đầy những lời kết tội cùng chửi bới về cưỡng hiếp và vi phạm quyền dân sự đến nỗi tình cờ lại đâm ra thành những trò ám ảnh mê loạn của một kẻ hoang tưởng.

- Ngoài ra, không có một tí bằng chứng nào cho các tội kể ra. Ekstrom sẽ dùng tự thuật này chống lại chính con ranh. Ông ấy sẽ đánh sập độ tín nhiệm của nó, chẳng ai tin lời nó nữa.

- OK. Báo cáo mới của Teleborian rất hay. Dĩ nhiên có khả năng Giannini sẽ mời chuyên gia của mụ ấy đến nói là Salander không điên và tất nhiên câu chuyện sẽ được lái đến trước một hội đồng y học. Nhưng, nói lại, trừ phi Salander thay đổi chiến thuật, chứ nếu chỉ khăng khăng không chịu nói với họ thì họ sẽ kết luận là kết luận của Teleborian đúng. Con ranh là kẻ thù của chính nó.

- Không có phiên tòa thì vẫn cứ là hay nhất, - Clinton nói.

Nystrom lắc.

- Rút cục không thể nào mà có được chuyện ấy. Con ranh đang ở nhà tù Kronoberg, không được tiếp xúc với các tù phạm khác. Mỗi ngày được ra tập một giờ ở cái mảnh con con trên mái nhưng trên ấy chúng ta với được tới chỗ ấy. Chúng ta cũng không có quan hệ gì với nhân viên nhà tù.

- Có thể vẫn có thời gian.

- Nếu muốn loại con ranh thì đã phải làm từ hồi nó còn ở Sahlgrenska cơ. Lúc ấy khả năng một tay đao búa làm nên chuyện là gần như trăm phần trăm. Bây giờ thì tìm đâu ra súng, ai chịu làm chuyện đó? Rồi thời gian báo trước ngắn như vậy thì sẽ không thể bố trí để thành một vụ tự sát hay tai nạn được.

- Tôi sợ thế. Chết bất ngờ là hay khiến cho người ta dễ thắc mắc hỏi han. OK, chúng ta sẽ phải trông coi xem phiên tòa làm ăn thế nào. Thực tế thì chưa có gì thay đổi cả. Chúng ta vẫn tính trước là chúng sẽ chơi một kiểu phản đòn nào đó, xem vẻ lần này thì phản đòn là cái gọi là tự truyện này đây.

- Vấn đề là *Millennium*, - Sandberg nói.

- *Millenium* và An ninh Milton, - Clinton trầm ngâm nói. - Salander đã làm việc cho Armansky, Blomkvist đã có lần có chuyện với con ranh. Chúng ta có nên cho rằng chúng đang phối hợp với nhau không?

- Việc An ninh Milton đang giám sát nhà in, nơi in *Millennium* không phải là chuyện vớ vẩn. Và không thể là một trùng hợp ngẫu nhiên.

- Khi nào chúng sẽ xuất bản? Sandberg, ông nói chúng bị chậm mất gần như hai tuần so với kế hoạch. Nếu chúng ta cho rằng Milton đang để mất tới nhà in để đảm bảo cho bản sao không bị ai lấy nổi thì có nghĩa hoặc là chúng đang xuất bản một cái gì chúng không muốn bị rò rỉ ra hoặc là số tạp chí đã được in xong.

- Để cho trùng vào đúng thời điểm phiên tòa bắt đầu mở, - Sandberg nói. - Chỉ giải thích như thế thì mới có lý.

Clinton gật.

- OK. Trong tạp chí sẽ là cái gì đây cơ chứ?

Họ suy nghĩ một lúc, rồi Nystrom phá vỡ im lặng.

- Trường hợp xấu nhất là họ có bản sao của bản báo cáo năm 1991, như chúng ta đã nói.

Clinton và Sandberg cũng đã đi tới kết luận này.

- Nhưng chúng làm gì được với bản sao ấy? - Sandberg nói. - Bản báo cáo liên lụy tới Bjorck và Teleborian. Thì Bjorck đã chết. Chúng có thể ép dữ Teleborian nhưng ông ấy sẽ nói ông ấy làm một cuộc xét nghiệm pháp y theo thủ tục thông thường. Chúng sẽ lấy chỗ đó để chống lại ông ấy.

- Còn chúng ta thì có thể làm được gì nếu chúng đăng bản báo cáo lên?

Nystrom nói.

- Tôi nghĩ chúng ta đang nắm quân át chủ, Clinton nói. - Nếu xảy chuyện ầm ĩ về bản báo cáo thì người ta sẽ chú ý nhiều đến Sapo chứ không đến Bộ phận. Rồi khi đám phóng viên bắt đầu hỏi thì Sapo chỉ cứ việc rút nó ra khỏi hồ sơ lưu trữ...

- Và nó sẽ không phải là bản báo cáo giống như thế, - Sandberg nói.

- Shenke đã thay bản báo cáo có sửa đổi vào hồ sơ lưu trữ, tức là cái bản đưa cho Ekstrom đọc. Nó được gán cho một mã số vụ án. Vậy là chúng ta có thể nhanh chóng đưa ra cho giới truyền thông nhiều thông tin giả... Chúng ta có bản gốc, bản mà Bjurman nắm còn *Millennium* chỉ có bản sao. Chúng ta thậm chí có thể tung tin gợi ý rằng chính Blomkvist đã làm mạo bản gốc.

- Tốt. *Millennium* còn biết được cái gì khác nữa?

- Họ không biết gì về Bộ phận hết. Làm sao mà biết được chứ. Chúng sẽ tập trung chú ý vào Sapo và thế có nghĩa là Blomkvist sẽ đóng vai nhà bày đặt âm mưu.

- Hiện hắn đang khá nổi tiếng, - Clinton thong thả nói. - Từ khi giải quyết vụ Wennerstrom hắn khá là được xem trọng.

- Có cách nào làm giảm tín nhiệm của cha này đi không? - Sandberg nói.

Nystrom và Clinton liếc nhau. Clinton nhìn Nystrom.

- Ông có nghĩ chúng ta có thể nhúng tay vào... cứ tạm nói là năm mươi gam cocaine được không?

- Có thể là của bọn Nam Tư.

- Thử một cái xem, và làm tới đi thôi. Ba ngày nữa tòa đã mở rồi.

- Tôi không hiểu cái này, - Sandberg nói.

- Một thủ đoạn cũng già đời y như nghề này thôi ấy mà. Nhưng vẫn hiệu nghiệm cực kỳ.

- Morgongava? - Edklinth cau mày nói. Ông mặc áo ngủ ngồi trên sofa ở nhà, đọc kỹ đến lần thứ ba bản tự thuật của Salander thì Figuerola gọi. Vì đã quá nửa đêm nên ông cho là phải có chuyện gì gấp.

- Morgongava, - Figuerola nhắc lại. - Sandberg và Falun đã ở đấy hồi 8 rưỡi tối nay. Thanh tra Andersson ở cánh Bublanski đã bám đuôi chúng và chúng tôi đã cắm vào xe của Sandberg một máy truyền tin vô tuyến. Chúng đỗ xe ở gần ga xe lửa cũ, đi bộ loanh quanh một lúc rồi quay lại xe lái về Stockholm.

- Tôi rõ. Chúng có gặp ai hay...

- Không. Thế mới lạ. Chỉ xuống xe đi bộ phất phơ một ít rồi re thẳng về Stockholm, Andersson bảo tôi vậy.

- Tôi rõ. Thế tại sao 12 rưỡi đêm mà cô lại gọi tôi để nói chuyện đó?

- Phải mất một lúc tôi mới mò ra. Chúng đi bộ qua nhà in Hallvigs. Tôi đã nói với Blomkvist chuyện này. *Millennium* đang in ở đấy.

- Ô chết tiệt, - Edklinth nói. Ông tức khắc thấy ra sự liên hệ.

- Vì Falun cùng đi nên tôi cho rằng chúng đang có ý chờ khuya sẽ vào thăm viếng nhà in, nhưng chúng đã bỏ chuyến thám hiểm, - Figuerola nói.

- Tại sao?

- Vì Blomkvist đề nghị Armansky để mắt tới nhà in cho đến khi phát hành số tạp chí. Chắc chúng đã trông thấy xe của An ninh Milton. Tôi nghĩ ông muốn biết chuyện ngay.

- Cô nói đúng. Thế là chúng bắt đầu ngửi thấy mùi chuột chết.

- Lúc trông thấy chiếc xe, chắc còi báo động rú trong đầu chúng. Sandberg thả Falun xuống thị trấn rồi quay về Artillerigatan. Chúng ta biết Clinton ở đó. Nystrom đến gần như cùng lúc. Vấn đề là chúng sắp sửa làm gì?

- Phiên tòa mở hôm thứ Tư... Cô có thể gọi Blomkvist giục cho tăng gấp đôi an toàn ở *Millennium* lên không? Phòng xa.

- An toàn của họ tốt rồi. Họ đã chơi trò ném hỏa mù các điện thoại bị nghe trộm - y như những dân chuyên nghiệp. Blomkvist cũng quá ư hoang tưởng đến nỗi chúng ta có thể học được cả các chiến thuật nghi binh của anh ta.

- Nghe thế tôi mừng nhưng muốn gì cũng cứ gọi cho anh ta đi.

Figuerola đóng di động đặt nó lên bàn cạnh giường. Chị ngửng lên nhìn kỹ Blomkvist đang nằm trần như nhộng, đầu gối lên chân giường.

- Tôi cần gọi anh để bảo anh hãy đề cao cảnh giác ở *Millennium*, - cô nói.

- Cảm ơn gợi ý ạ, - anh nói, giọng chế nhạo.

- Tôi nghiêm túc đấy. Chúng mà ngửi thấy mùi chuột chết là có nguy cơ chúng sẽ làm một cái gì đó thiếu suy nghĩ. Chúng có thể đột nhập vào tòa báo.

- Henry ngủ ở đấy đêm nay. Bọn này lại có hệ thống báo động kẻ trộm nối thẳng với An ninh Milton, ba phút là biết ngay.

Anh nằm xuống, mắt nhắm lại, im lặng.

- Hoang tưởng, - anh lầm bầm.

CHƯƠNG 24

Thứ Hai, 11 tháng Bảy

Linder ở An ninh Milton gọi vào máy T10 của Blomkvist lúc 6 giờ sáng thứ Hai.

- Người nhà cô không nghỉ bao giờ sao hả? - Blomkvist ngái ngủ nói.

Anh liếc sang Figuerola. Cô đã dậy, đang thay soóc đi bộ nhanh nhưng chưa mặc áo.

- Ngủ chứ. Nhưng người trực đêm đánh thức tôi. Lúc 3 giờ báo động im lặng chúng tôi đặt ở nhà anh đã réo.

- Réo à?

- Tôi đã lái xe xuống xem có chuyện gì. Hơi có trò gian một tí. Sáng nay anh đến Milton được không? Càng sớm càng tốt, ý là như vậy.

- Chuyện này quan trọng, - Armansky nói.

Vừa đúng 8 giờ thì Armansky, Blomkvist và Linder gặp nhau ở trước màn hình theo dõi tại phòng họp của An ninh Milton. Armansky cũng gọi cả Johan Fraklund, thanh tra hình sự ở cảnh sát Solna đã về hưu, nay là sếp đơn vị tác chiến của Milton và cựu thanh tra Sonny Bohman, người dính vào vụ Salander từ đầu. Họ đang nghiên cứu băng ghi hình theo dõi mà Linder vừa chiếu cho họ xem.

- Đây, chúng ta thấy sĩ quan Sapo Jonas Sandberg đang mở cửa vào nhà Mikael lúc 3 giờ 17 phút. Hắn có chìa riêng. Các ông nhớ rằng thợ khóa Falun đã làm một bộ chìa dự phòng, hồi hắn và Goran Martensson lẻn vào đó vài tuần trước.

Armansky gật mỗi cái cụt lủn.

- Sandberg ở trong căn hộ ước chừng tám phút. Trong thời gian đó hắn đã làm những việc sau. Trước hết, hắn lấy ở trong bếp một cái túi nhựa nhỏ, hắn đổ gì đó vào đầy túi. Rồi hắn tháo ốc phần đáy của chiếc loa mà Mikael vẫn để trong phòng khách. Hắn cất cái túi kia vào trong đó. Hắn lấy cái túi ở trong bếp là có ý cả đấy.

- Cái túi ấy là từ siêu thị Konsum, - Blomkvist nói. - Tôi giữ nó để đựng pho mát và đồ lặt vặt.

- Tôi cũng thế. Dĩ nhiên điều quan trọng là túi ấy có dấu vân tay của anh. Rồi hắn lấy một tờ *SMP* trong thùng rác ở gian sảnh. Hắn xé một trang để gói một vật mà hắn cất lên giá trên cùng của tủ quần áo của anh. Trang báo này cũng giống cái túi: ở đó có dấu vân tay của anh.

- Tôi hiểu ý cô, - Blomkvist nói.

- Tôi đến nhà anh vào khoảng 5 giờ, - Linder nói. - Tôi tìm thấy những khoản sau: trong loa của anh hiện có chừng 180 gam cocaine. Tôi đã lấy một ít mẫu hiện tôi có ở đây.

Cô đặt một túi đựng bằng chứng lên bàn họp.

- Ở trong tủ quần áo là cái gì? - Blomkvist nói.

- Khoảng 120.000 curon tiền mặt.

Armansky ra hiệu cho Linder tắt tivi.

- Vậy Blomkvist bị dính vào buôn bán ma túy, - Fraklund nói hiền hậu. - Rõ là chúng bắt đầu lo ngại đôi chút với việc Blomkvist đang làm.

- Đây là một phản đòn, - Blomkvist nói.

- Phản đòn với cái gì?

- Chúng xỏ phải tuần tra an ninh của Milton ở Morgongava đêm trước.

Anh kể với họ chuyện Figuerola nói với anh về chuyến Sandberg thám thính xưởng in.

- Lũ tiểu yêu bất lương bắng nhắng, - Bohman nói.

- Nhưng sao lại là bây giờ cơ chứ?

- Chắc chúng căng thẳng về vấn đề mà *Millennium* có thể đăng lên khi phiên tòa bắt đầu mở, - Fraklund nói. - Nếu Blomkvist bị bắt vì buôn bán cocaine thì tín nhiệm của anh ấy sẽ bị sứt mẻ nghiêm trọng.

Linder gật đầu. Nom vẻ Blomkvist ngờ vực.

- Chúng ta xử lý chuyện này thế nào? - Armansky nói.

- Chúng ta chả nên làm gì, - Fraklund nói. - Chúng ta nắm hết các quân bài. Chúng ta có bằng chứng trong như pha lê về việc Sandberg đặt ma túy ở nhà anh. Cứ để cho chúng nó bật bẫy đi. Chúng ta có thể trong một tích tắc chứng minh là anh vô tội, rồi ngoài thế ra nữa, trò này sẽ là bằng chứng thêm về các hoạt động tội ác của Bộ phận. Tôi sẽ rất khoái được làm công tố viên khi bọn này bị giải đến tòa.

- Tôi không biết, - Blomkvist nói chậm rãi. - Ngày kia tòa bắt đầu xét xử. Hôm thứ Sáu, ngày thứ ba của phiên tòa là báo ra quầy. Nếu chúng định bịa đặt cho tôi chuyện buôn bán cocaine thì trước khi phát hành tờ tạp chí tôi sẽ không có thì giờ nói rõ đầu đuôi. Tôi có nguy cơ bị tù và lỡ mất những buổi xét xử đầu tiên.

- Vậy là càng thêm một lý do để anh nên khuất mất đi trong tuần này, - Armansky nói.

- Được... Tôi phải làm việc với kênh TV4 và tôi có nhiều thứ khác phải làm. Sẽ sinh chuyện ra ghê lắm đây...

- Thế tại sao lại ngay bây giờ nhỉ? - Thình lình Linder nói.

- Cô định nói gì? - Armansky nói.

- Chúng đã có ba tháng để bôi nhọ Blomkvist. Tại sao lại làm chuyện kia vào ngay lúc này? Có xảy ra chuyện gì chăng nữa thì chúng cũng không ngăn được việc phát hành số tạp chí cơ mà.

Tất cả ngồi im lặng một lúc.

- Có thể là chúng không hiểu gì cả về những điều anh sẽ cho đăng báo, Mikael. - Armansky nói. - Chắc chúng giả định rằng anh sắp cho nổ ra có một cái gì đó... nhưng chúng có thể nghĩ là anh chỉ có độc một bản báo cáo của Bjorck không thôi. Chẳng có lý nào mà chúng lại biết là anh đang định vén lên tấm rèm che phủ toàn thể Bộ phận. Nếu chỉ là bản báo cáo của Bjorck không thôi thì cái ấy chắc chắn cũng đã đủ bôi đen tên tuổi của anh. Một khi anh bị bắt và khởi tố thì bất cứ phát hiện nào anh từng mò ra cũng sẽ bị chìm nghỉm. Tai tiếng lớn. Mikael Blomkvist nổi tiếng đã bị bắt vì buôn bán ma túy. Sáu đến tám năm tù.

- Tôi có thể có hai bản sao đĩa video được không? - Blomkvist nói.

- Anh định làm gì với các đĩa ấy?

- Nộp một bản cho Edklinth. Ba giờ nữa tôi sẽ ở TV4. Tôi nghĩ nên khôn ngoan cho cái băng này sẵn sàng lên tivi nếu hoặc khi toàn bộ địa ngục bung ra.

Figuerola tắt đầu video rồi để chiếc điều khiển lên bàn. Họ đang gặp nhau ở văn phòng tạm thời tại Fridhemsplan.

- Cocaine, - Edklinth nói. - Chúng đang chơi trò bẩn thiu ở đây.

Figuerola nom đăm chiêu. Cô liếc nhìn Blomkvist.

- Tôi nghĩ tốt nhất là giữ cho các bạn đều được cập nhật, - anh nhún vai nói.

- Tôi không thích thế, - Figuerola nói. - Việc đó khiến cho khinh xuất. Một ai đó chưa thực sự nghĩ thấu đáo đến việc này. Chúng chắc nhận thấy anh sẽ chẳng lặng lẽ ra đi để rồi bị bắt quẳng vào hầm boong ke ở Kumla vì tội danh buôn ma túy.

- Tôi đồng ý, - Blomkvist nói.

- Ngay cho là anh có bị bắt đi nữa thì nhiều khả năng người ta sẽ vẫn cứ tin những gì anh nói. Và bạn anh ở *Millennium* cũng sẽ chẳng ngồi im nốt.

- Hơn nữa, chúng cũng hao mất khối tiền trong chuyện này. - Edklinth nói. - Chúng có một cái Quỹ cho phép rải ở đây ở kia từng 120.000 curon mà không xót ruột, chưa kể cocaine chúng cũng phải mất tiền mua.

- Tôi biết, nhưng thực sự kế hoạch này không tồi, - Blomkvist nói. - Chúng đang tính đến việc cho Salander lại quay về nhà thương điên trong khi tôi thì biến mất trong một màn sương nghi hoặc. Chúng cũng biết nếu có sự chú ý thì sự chú ý sẽ là tập trung vào Sapo - chứ không vào Bộ phận.

- Nhưng chúng làm thế nào để thuyết phục đội chống ma túy đến nhà anh được cơ chứ? Ý tôi là một cái tin tố cáo vô danh sẽ không đủ để người ta đến đạp cửa một nhà báo ngôi sao. Và nếu như chúng có làm được gì thì anh cũng sẽ chỉ bị nghi ngờ trong vòng bốn mươi tám giờ đồng hồ là hết.

- Ờ, chúng ta thực sự là không biết gì cả về kế hoạch của chúng, - Blomkvist nói.

Anh cảm thấy kiệt sức và mong muốn mọi sự sẽ chấm dứt hết. Anh đứng lên.

- Anh đi đâu đây? - Figuerola nói. - Tôi muốn biết trong ít ngày tới anh sẽ ở đâu.

- Bữa trưa tôi họp với TV4. 6 giờ tối tôi phải gặp kịp Berger để ăn cừu om ở nhà hàng Samir. Chúng tôi sẽ bàn kỹ chuyện phát hành báo. Còn chiều và tối thì tôi ở *Millennium*, tôi hình dung là như vậy.

Mắt Figuerola nheo lại khi cô nghe nhắc đến Berger.

- Tôi cần anh giữ liên lạc với chúng tôi cả ngày. Cho đến khi mở phiên tòa, tôi muốn anh giữ liên lạc chặt chẽ với chúng tôi.

- Có thể tôi dọn đến nhà cô ở ít ngày, - Blomkvist cười nói đùa.

Mặt Figuerola tối lại. Cô vội liếc nhìn Edklinth.

- Monica nói đúng đấy, - Edklinth nói. - Tôi nghĩ thời gian này ít nhiều anh nên khuất khỏi mắt mọi người đi.

- Ông hãy lo cho cái khúc kết của ông ấy, - Blomkvist nói, - còn tôi thì sẽ lo cho khúc kết của tôi.

Phóng viên của kênh TV4 không giấu được kích động khi Blomkvist đưa cho chị cái đĩa video. Blomkvist khoái trá với niềm vui không hề tô vẽ của chị. Trong một tuần liền họ đã làm như đánh vật để ghép nối cho mạch lạc lại tài liệu về Bộ phận mà họ có thể sẽ công bố trên truyền hình. Vị chủ nhiệm và biên tập viên tin tức của TV4 không còn có nghi ngờ gì về câu chuyện đặc biệt này sẽ động trời đến đâu. Chương trình được sản xuất trong bí mật tuyệt đối, chỉ có rất ít người trực tiếp tham gia. Blomkvist nài và họ đồng ý rằng đây sẽ là món đầu trò ở buổi tối ngày xét xử thứ ba của phiên tòa. Họ quyết định làm một chương trình đặc biệt, kéo dài trong một tiếng.

Blomkvist đã cung cấp cho chị một số bức ảnh tĩnh để làm việc nhưng trên tivi thì chả có gì so được với hình ảnh động. Chị chỉ thích thú khi anh cho chị xem đĩa video - nét sắc như lưỡi dao cạo - về một sĩ quan cảnh sát có thể nhận diện được đang gài giấu cocaine trong căn hộ của anh.

- Truyền hình thế này là truyền hình chứ, - chị nói. - Camera quay: *Đây là Sapo đang gài giấu cocaine trong căn hộ của phóng viên.*

- *Bộ phận...* không phải Sapo, - Blomkvist sửa lại. - Đừng có lầm mà đem hai đứa lẫn thành là một.

- Sandberg làm cho Sapo, lạy Chúa, - chị nói.

- Đúng, nhưng trong thực tế, nên coi hắn là một kẻ thâm nhập. Hãy giữ ranh giới cho rõ ràng vào.

- Hiểu. Đây là câu chuyện về Bộ phận. Không phải Sapo. Mikael, anh có thể giải thích với tôi làm sao anh lại cứ hay dính vào các câu chuyện li kì như thế này được không? Mà anh đều đúng cả. Chuyện này rồi sẽ lớn hơn vụ Wennerstrom đây.

- Thuần là tài năng, tôi đoán vậy. Khá buồn cười là câu chuyện này cũng lại bắt đầu với một Wennerstrom. Vụ xì căng đan gián điệp hồi những năm 60, ý tôi như thế.

4 giờ Berger gọi. Chị đang họp với hội các nhà xuất bản báo chí, chia sẻ quan điểm của chị về kế hoạch cắt giảm người ở *SMP*, điều mà sau khi chị từ chức đã làm dấy lên một cuộc xung đột lớn trong làng báo. Chị sẽ không thể y hẹn đến ăn bữa tối với anh vào đúng 6 giờ được.

Sandberg giúp Clinton xê dịch từ chiếc ghế lăn đến cái giường nghỉ ban ngày trong căn phòng nay là trung tâm chỉ huy của ông tại ban chỉ huy của Bộ phận ở Artillerigatan. Đi lọc thận suốt buổi sáng, Clinton vừa trở về xong. Ông cảm thấy già nua, suy nhược. Mấy ngày qua khó ngủ, ông mong tất cả câu chuyện này sẽ mau chóng đi tới kết thúc. Ông đang cố xoay người ngồi lên cho dễ chịu thì Nystrom xuất hiện.

Clinton lấy hết sức lực.

- Sẵn sàng chưa?

- Tôi vừa ở chỗ họp với anh em nhà Nikolich về đây, - Nystrom nói. - Sẽ phải trả 50.000.

- Chúng ta trả được, - Clinton nói.

Chúa ơi, giá như con được trẻ lại.

Ông quay lại lần lượt nhìn kỹ Nystrom và Sandberg.

- Lương tâm không cắn rứt chứ? - Ông nói.

Họ lắc.

- Khi nào?

- Trong vòng hai mươi tư giờ, - Nystrom nói. - Khó xác định ra chỗ Blomkvist hiện đang ở, nhưng gặp tình hình xấu nhất thì họ sẽ làm chuyện đó ở bên ngoài tòa soạn *Millennium*.

- Chúng ta có một cơ hội khả thi tối nay, hai giờ nữa, - Sandberg nói.

- Ô, thật ư?

- Trước đây một ít Berger gọi điện thoại cho hắn. Chúng đi ăn ở quán Chảo Đại của Samir. Nhà hàng này ở gần Bellmansgatan.

- Berger, - Clinton nói ngập ngừng.

- Tôi hy vọng ơn Chúa chị ta không… - Nystrom nói.

- Như thế cũng không kết liễu mất cái thế giới này đâu mà, - Sandberg nói.

Clinton và Nystrom chằm chằm nhìn Sandberg.

- Chúng ta đã đồng ý rằng Blomkvist là mối đe dọa lớn nhất, rằng hắn đang sắp đăng trong số *Millennium* tới một cái gì đó gây thiệt hại. Không chặn được việc xuất bản thì chúng ta phải hủy hoại tín nhiệm của hắn. Nếu hắn bị giết trong một trường hợp có vẻ như là một vụ điển hình của thế giới ngầm thủ tiêu nhau mà rồi cảnh sát tìm thấy ma túy cùng với tiền mặt ở nhà hắn thì các nhà điều tra sẽ rút ra kết luận. Họ sẽ không nhằm nhằm đi tìm các âm mưu dính dáng tới Cảnh sát An ninh.

- Nói tiếp đi, - Clinton nói.

- Berger đúng thật là người yêu của Blomkvist, - Sandberg nói, giọng chắc chắn. - Ả bất nghì với chồng. Nếu ả cũng là nạn nhân thì chuyện ấy sẽ lại dẫn đến suy đoán xa hơn nữa.

Clinton và Nystrom liếc nhìn nhau. Khi đụng đến chuyện tung hỏa mù, Sandberg có một tài năng thiên bẩm. Hắn học nhanh. Nhưng Clinton và Nystrom cảm thấy chớm một chút lo âu. Về các quyết định sống chết, Sandberg quá phóng tay. Điều đó không tốt. Không nên dùng đến các biện pháp cực đoan là vì thế nào thì rồi cũng sẽ có một cơ hội tự nó bày ra thôi. Ám sát không là giải pháp dễ làm; chỉ khi không còn lối nào khác thì mới trông cậy vào nó.

Clinton lắc đầu.

Tổn thất liên lụy, ông nghĩ. Thình lình ông thấy ghê ớn với toàn bộ vụ tác chiến này.

Sau cả một đời phục vụ đất nước, chúng ta đang ngồi ở đây như những tên lính đánh thuê. Giết Zalachenko là cần thiết. Bjorck là... đáng tiếc, nhưng Gullberg nói đúng: lẽ ra xá cho Bjorck. Blomkvist thì... có thể là cần. Nhưng còn Erika Berger có thể chỉ là một người: ghé qua vô tội.

Ông điềm đạm nhìn Sandberg. Ông hy vọng con người trẻ tuổi này sẽ không trở thành một kẻ bị bệnh tâm thần.

- Anh em nhà Nikolich biết đến đâu?

- Không biết gì hết. Tức là không biết về chúng ta. Tôi là người duy nhất mà họ gặp. Tôi dùng giấy căn cước khác và họ không thể tìm ra tung tích tôi. Họ cho chuyện này là liên quan đến buôn bán ma túy.

- Sau khi xong việc thì họ thế nào?

- Họ rời Thụy Điển ngay, - Nystrom nói. - Giống như sau vụ giết Bjorck trước kia. Nếu điều tra án mạng không có kết quả thì sau vài tuần họ có thể rất thận trọng quay về.

- Còn cách làm?

- Kiểu mafia Sicile. Họ cứ thế đi thẳng tới Blomkvist, nã hết ổ đạn rồi đi bộ đi.

- Vũ khí?

- Họ có một khẩu tự động. Tôi không biết kiểu gì.

- Tôi rất hy vọng họ sẽ không tưới đạn vào tất cả nhà hàng.

- Không có mối nguy ấy đâu. Họ là dân lì lợm, biết phải làm gì mà. Nhưng nếu Berger cùng ngồi một bàn thì…

Tổn thất liên lụy.

- Xem này, - Clinton nói. - Quan trọng là không cho Wadensjoo nghe hơi được tí nào về chuyện này. Đặc biệt nếu như Berger thành nạn nhân thì lại càng không. Vào lúc kịch tính như thế này, ông ấy bị xì tờ rét. Tôi sợ khi chuyện này kết thúc chúng ta sẽ phải cho ông ấy về vườn mất.

Nystrom gật.

- Như thế có nghĩa là khi được tin Blomkvist bị bắn, chúng ta phải đóng một màn kịch hay hay. Chúng ta sẽ triệu tập họp khẩn cấp và làm ra vẻ như bị chết đứng tất cả vì câu chuyện nó lại thành ra thế. Chúng ta có thể suy luận về ai ở đằng sau vụ án mạng nhưng không nói gì hết đến ma túy cho tới khi cảnh sát tìm ra bằng chứng.

Blomkvist từ biệt phóng viên của *She* ngay đúng 5 giờ. Họ đã qua buổi chiều lấp đầy vào các khe hở trong tài liệu. Rồi Blomkvist đi để cho người ta hóa trang và chịu ghi hình một màn phỏng vấn dài.

Một câu hỏi đặt ra cho anh và anh đã phải chật vật để trả lời cho được mạch lạc và họ đã phải quay đoạn này nhiều lần.

Làm sao các viên chức dân sự của Chính phủ Thụy Điển lại có thể đi xa tới chỗ gây án mạng được?

Blomkvist đã nghiền ngẫm câu hỏi này lâu trước khi phóng viên của *She* đặt ra. Chắc Bộ phận đã coi Zalachenko là một đe dọa không thể chấp nhận được nhưng đó vẫn chưa phải là một câu trả lời làm hài lòng. Câu trả lời cuối cùng anh đưa ra cũng không thỏa mãn nốt.

- Lời giải thích hợp lý duy nhất mà tôi có thể đưa ra là trong nhiều năm Bộ phận đã phát triển thành một kiểu tôn thờ, hiểu theo cái nghĩa đích thực của từ này. Họ trở nên giống như Knutby hay mục sư Jim Jones hay một thứ gì đại loại thế. Họ đặt ra luật riêng của họ, trong đó các khái niệm đúng sai *đều không còn thích hợp nữa. Qua các luật này họ tưởng tượng thấy là bản thân họ đã tách biệt ra khỏi xã hội bình thường.*

- Điều đó nghe như một kiểu bệnh tâm thần, anh có nghĩ thế không?

- Mô tả như thế thì sẽ không chính xác.

Blomkvist đi xe điện ngầm tới Slussen. Còn quá sớm để đến Chảo Đại của Samir. Anh đứng một lúc ở Sodermalmstorg. Anh vẫn còn phiền muộn nhưng rồi hoàn toàn bất ngờ, anh lại cảm thấy là cuộc sống đúng là phải như vậy. Không phải chỉ đến khi Berger trở về *Millennium* anh mới nhận ra là mình đã nhớ chị dữ dội. Ngoài ra, việc chị cầm lại tay lái con tàu đã không dẫn đến một cuộc bất hòa nội bộ; Eriksson vui vẻ chuyển về chức Phó tổng biên tập, gần như khoái trá rằng cuộc đời từ nay đã trở lại bình thường như lời cô nói ra.

Việc Berger trở về cũng có nghĩa rằng ai cũng đều thấy ba tháng qua họ đã bị thiếu người làm đến mức nào. Berger phải bắt đầu lại các phận sự của chị ở một *Millennium* đang vận hành, chị và Eriksson đã tìm cách cùng giải quyết một số vấn đề về tổ chức bị dồn đống.

Blomkvist quyết định mua báo chiều và uống cà phê ở Java trên đường Hornsgatan để giết thì giờ trước khi gặp Berger.

Công tố viên Ragnhild Gustavsson ở Văn phòng các Công tố viên Quốc gia đặt kính đọc sách của bà xuống bàn hội nghị và xem xét nhóm người. Mặt bà có đường nét nhưng má thì bánh đúc và ngắn, tóc đã hoa râm. Bà làm công tố viên đã hai mươi lăm năm và làm ở Văn phòng Công tố viên Quốc gia từ đầu thập niên 90. Bà năm mươi tám tuổi.

Mới ba tuần trôi qua từ khi bà thình lình triệu tập sĩ quan cảnh sát cao cấp Edklinth, Giám đốc Bảo vệ Hiến pháp đến Văn phòng Công tố viên Quốc gia gặp bà. Hôm ấy bà đang bận làm cho xong một hay hai vấn đề đã trở thành nề nếp để lương tâm có thể thanh thản bắt đầu kỳ nghỉ phép sáu tuần ở căn nhà nghỉ mùa hè của bà trên đảo Husaro. Thay vì vậy, bà lại được trao cho nhiệm vụ điều tra một nhóm viên chức dân sự mang cái tên là "Bộ phận". Các dự định nghỉ ngơi mau chóng bị gác lại. Người ta khuyên bà rằng chuyến này sẽ là dịp hay cho cái tương lai có thể trông thấy trước của bà và bà ít nhiều được tự do sắp đặt lấy nhóm tác chiến cũng như ra các quyết định cần thiết.

- Chuyến này có thể cho thấy nó là một trong những cuộc điều tra hình sự giật gân nhất mà đất nước từng chứng kiến đây, - Tổng Công tố viên bảo bà.

Bà bắt đầu nghĩ ông nói đúng.

Edklinth nói tóm tắt tình hình cùng cuộc điều tra ông tiến hành theo chỉ thị của Thủ tướng và bà nghe mỗi lúc lại một thêm thú vị. Cuộc điều tra vẫn chưa xong nhưng ông tin rằng nhóm của ông đã đi khá xa để có thể trình bày vụ án lên cho công tố viên được rồi.

Trước hết Gustavsson duyệt lại tất cả các tài liệu Edklinth trao nộp. Khi hình bóng lờ mờ của hoạt động tội ác bắt đầu nổi lên, bà nhận ra thấy rằng mỗi quyết định bà đề ra hôm nay sẽ được các sử gia và độc giả của họ một ngày nào đó chăm chú rọi mắt đến. Từ đấy, những lúc thức bà đều bỏ công ra để cố nắm lấy các tội ác nhiều vô số. Vụ án này là duy nhất trong pháp luật Thụy Điển. Do nó liên quan đến hoạt động tội ác đang được dựng lên thành biểu đồ và từng diễn ra trong vòng ít nhất đã ba chục năm nên bà thừa nhận cần phải có một nhóm tác chiến đặc biệt nào đó. Bà nhớ các điều tra viên chống mafia của Chính phủ Ý hồi những năm 70, 80 đã buộc phải sống chui sống lủi để mà sống sót nổi. Bà biết tại sao bản thân Edklinth cũng bắt buộc phải làm việc bí mật. Ông chẳng biết tin ai.

Đầu tiên bà gọi ba đồng nghiệp ở Văn phòng Công tố viên Quốc gia. Bà chọn những người bà quen biết đã nhiều năm. Rồi bà mướn một sử gia nổi tiếng đã làm việc ở Hội đồng Phòng chống Tội phạm, giúp phân tích vấn đề sự gia tăng trách nhiệm và quyền lực của cảnh sát trong các thập niên. Bà chính thức chỉ định thanh tra Figuerola cầm đầu cuộc điều tra. Đến lúc này, cuộc điều tra về Bộ phận đã mang một hình thức có giá trị hiến pháp. Nay nó được coi ngang bất kỳ cuộc điều tra nào khác của cảnh sát, dù họ tiến hành điều tra trong tuyệt đối bí mật.

Trong hai tuần qua, công tố viên Gustavsson đã gọi một số đông cá nhân đến để phỏng vấn chính thức nhưng cực kỳ kín đáo. Cũng như với Edklinth và Figuerola, các cuộc điều tra này đã được tiến hành với các thanh tra hình sự Bublanski, Modig, Andersson, Holmberg. Bà đã triệu Mikael Blomkvist, Malin Eriksson, Henry Cortez, Christer Malm, luật sư Giannini, Dragan Armansky và Susanne Linder, và bà đích thân đi thăm Holger Palgrem, người giám hộ cũ của Lisbeth Salander. Ngoài các nhân viên tòa soạn của *Millennium* về nguyên tắc không phải trả lời vì sợ lộ các nguồn tin của họ, tất cả đều đã cho ra những câu trả lời chi tiết, trong một vài trường hợp lại còn có cả tài liệu làm bằng.

Công tố viên Gustavsson không hề thích thú chút nào việc bà phải nhận một thời gian biểu do *Millennium* quyết định. Cái này có nghĩa là bà phải lệnh bắt một số cá nhân vào một ngày giờ đặc biệt. Bà biết theo lý thuyết thì trước khi cuộc điều tra đạt tới giai đoạn hiện nay, bà đã có vài ba tháng chuẩn bị. Nhưng bà không còn được lựa chọn. Blomkvist thì cứng rắn. *Millennium* không chịu bất cứ chỉ dẫn hay điều hành nào của Chính phủ và anh đang định cho đăng bài báo vào ngày thứ ba của phiên tòa xử Salander. Vậy là Gustavsson phải chỉnh lịch làm việc của mình để cùng lúc ra đòn với anh khiến cho các cá nhân bị nghi ngờ kia không có cơ hội biến mất cùng với tang vật và bằng chứng. Blomkvist được Edklinth và Figuerola đỡ lưng đến độ ngạc nhiên, bà công tố viên cũng đã đi tới chỗ thấy kế hoạch của Blomkvist có một số lợi điểm rõ ràng. Là công tố viên, bà sẽ có được đầy đủ sự ủng hộ tập trung của giới truyền thông mà bà cần đến để xúc tiến việc tố tụng. Thêm vào đó, tiến độ của toàn bộ quá trình sẽ rất nhanh đến độ cuộc điều tra phức tạp này cũng chẳng có cả thì giờ để mà rò rỉ ra ở các hành lang của bộ máy quan liêu, từ đó mà có nguy cơ bị Bộ phận phát hiện.

- Ưu tiên hàng đầu của Blomkvist là mang lại công lý trọn vẹn cho Salander. Chẹt cổ Bộ phận chỉ là thứ phẩm, - Figuerola nói.

Phiên tòa xử Lisbeth Salander bắt đầu hôm thứ Tư, còn hai ngày nữa. Cuộc họp hôm thứ Hai dính đến việc duyệt lại tài liệu mới nhất mà họ có trong tay, sau đó phân công phân nhiệm.

Mười ba người dự họp. Ragnhild Gustavsson mang hai đồng nghiệp gần gũi với bà nhất ở Hội đồng Công tố viên Quốc gia đến. Thanh tra hình sự Monica Figuerola ở Bảo vệ Hiến pháp đến cùng với Bladh và Berglund. Edklinth là Giám đốc Bảo vệ Hiến pháp ngồi đó làm quan sát viên.

Nhưng Gustavsson quyết định rằng với một vấn đề quan trọng như thế này thì không thể nào chỉ thu hẹp sự tin cậy vào trong nội bộ SIS mà thôi. Do đó bà triệu thanh tra Bublanski cùng nhóm của ông gồm có Modig, Holmberg và Andersson ở lực lượng cảnh sát chính quy. Dẫu sao họ cũng đã làm việc về vụ án Salander từ lễ Phục sinh và đã quen thuộc với mọi chi tiết. Gustavsson cũng gọi cả công tố viên Jervas và thanh tra Erlander ở cảnh sát Goteborg. Cuộc điều tra Bộ phận có quan hệ trực tiếp với cuộc điều tra vụ giết Alexander Zalachenko.

Khi Figuerola nhắc rằng cựu Thủ tướng Thorbjorn Falldin có thể nhận đứng ra làm nhân chứng, Holmberg và Modig không giấu nổi vẻ khó chịu của mình.

Họ xem xét lần lượt trong năm giờ từng cá nhân đã được nhận diện là một phần tử tích cực ở Bộ phận. Sau đó họ dựng danh sách các tội ác có thể gắn vào với căn hộ ở Artillerigatan. Chín người nữa đã được nhận diện là có liên quan với Bộ phận, tuy họ chưa đến Artillerigatan bao giờ. Ban đầu họ làm việc ở SIS tại Kungsholmen, nhưng họ đã tiếp xúc một số phần tử tích cực của Bộ phận.

- Vẫn không thể nói được âm mưu này đã lan ra đến đâu. Chúng ta không biết những người này gặp Wadensjoo hay ai đó ở trong các hoàn cảnh nào. Họ có thể là các nguồn tin hay họ có thể đã bị gán cho cái cảm tưởng là đang làm việc cho các công việc nội bộ hay một cái gì đó tương tự. Vậy là vẫn có phần chưa chắc chắn hẳn về sự dính líu của họ, và chỉ khi nào chúng ta có cơ hội phỏng vấn họ thì mới giải quyết được điều này. Vả lại, trong các tuần lễ mà việc giám sát có hiệu quả, chúng ta đã quan sát những người này; có thể còn có nhiều người hơn nữa mà chúng ta chưa biết.

- Nhưng Chánh văn phòng và Chánh Thủ quỹ...

- Chúng ta cần phải cho rằng hiện họ đang làm việc cho Bộ phận.

6 giờ chiều thứ Hai thì Gustavsson cho mọi người giải lao một giờ để ăn tối, sau đó họ lại họp tiếp.

Đúng lúc mọi người đứng lên bắt đầu đi ra thì Jesper Thoms, đồng nghiệp của Figuerola ở đơn vị tác chiến của Bảo vệ Hiến pháp kéo cô ra ngoài báo cáo về một việc vừa mới diễn ra trong mấy giờ theo dõi cuối cùng.

- Gần hết ngày hôm nay, Clinton chạy thận nhân tạo và quay về Arrtillerigatan lúc 3 giờ. Người duy nhất làm một cái gì đó đáng chú ý là Nystrom, tuy chúng tôi không biết rõ ràng là hắn làm gì.

- Kể đi, - Figuerola nói.

- Lúc 1 rưỡi hắn lái xe đi đến Ga Trung tâm gặp hai người đàn ông. Họ đi bộ đến khách sạn Sheraton uống cà phê ở bar. Gặp chừng hai chục phút, sau đó Nystrom về Artillerigatan.

- OK. Thế họ là ai?

- Mặt mới cả. Hai người ba mươi mấy tuổi có vẻ gốc Đông Âu. Không may là khi họ vào xe điện ngầm thì người quan sát của chúng ta lại bị mất hút họ.

- Tôi hiểu, - Figuerola nói mệt mỏi.

- Ảnh họ đây, - Thoms nói. Ông đưa cho Figuerola một loạt ảnh chụp khi theo dõi.

Cô liếc xem ảnh phóng to của hai bộ mặt trước đây cô chưa từng trông thấy.

- Cảm ơn, - cô nói, để các bức ảnh xuống bàn họp. Cô lấy túi xách đi kiếm cái gì ăn.

Đứng gần đó, Andersson cúi xuống gần nữa xem bức ảnh.

- Mẹ kiếp, - ông nói. - Anh em nhà Nikolich dính vào đây ư?

Figuerola đang đi liền đứng lại.

- Ông nói ai đấy?

- Hai gã đầu gấu rất tầm bậy, - Andersson nói. - Tomi và Miro Nikolich.

- Ông đã từng đụng phải chúng à?

- Đã. Hai anh em này người Huddinge, Serbia. Chúng tôi đã theo dõi chúng mấy lần khi chúng mới hai mươi tuổi còn tôi thì ở đơn vị chống băng đảng. Miro nguy hiểm. Nó đã bị truy nã khoảng một năm vì hành hung gây thương tích. Tôi đã nghĩ là chúng về lại Serbia làm chính trị gia hay gì đó rồi cơ.

- Chính trị gia?

- Đúng. Đầu những năm 90 chúng xuống Nam Tư, nhúng tay vào công việc thanh lọc sắc tộc. Chúng làm việc cho Arkan, một thủ lĩnh mafia đang trông coi một kiểu dân binh phát xít của tư nhân. Chúng nổi tiếng thiện xạ.

- Thiện xạ?

- Dân đao búa giết người. Chúng đi đi về về giữa Belgrade với Stockholm. Ông chú của chúng nó có một nhà hàng ở Norrmalm và đôi khi có vẻ chúng cũng làm ăn ở đó. Chúng tôi có báo cáo nói chúng ít nhất đã dính vào hai vụ giết người trong cái trò gọi là "chiến tranh thuốc lá" nhưng chúng tôi không áp sát được để gõ đầu chúng tội gì.

Figuerola im lặng nhìn các bức ảnh. Thình lình cô nhợt đi như tàu lá. Cô trừng trừng nhìn Edklinth.

- Blomkvist, - cô hoảng hốt kêu lên. - Chúng không chỉ muốn đẩy anh ấy vào tai tiếng đâu, chúng còn định giết cả anh ấy. Lúc ấy khi điều tra án mạng, cảnh sát sẽ tìm ra cocaine và rút ra kết luận của họ.

Edklinth trừng trừng nhìn lại cô.

- Anh ấy được nhắn là gặp Erika Berger ở nhà hàng Chảo Đại của Samir, - Figuerola nói.

Cô túm lấy vai Andersson.

- Ông có súng không?

- Có...

- Đi với tôi.

Figuerola nhào ra khỏi phòng họp. Văn phòng của cô ở cách ba phòng bên dưới đó.

Cô chạy vào lấy khẩu súng công vụ trong ngăn kéo bàn làm việc. Trái với mọi nội quy, cô vọt luôn ra thang máy, để cửa văn phòng mở toang không khóa. Andersson hơi ngập ngừng.

- Đi đi, - Bublanski nói. - Sonja, đi cả với họ đi.

Blomkvist đến nhà hàng Chảo Đại của Samir lúc 6 giờ 20 phút. Vừa đến xong, Berger đã tìm một bàn gần quầy bar, không xa cửa ra vào. Anh hôn lên má chị. Cả hai gọi cừu om và bia nặng.

- Người phụ nữ ở *She* thế nào? - Berger nói.

- Lạnh, như thông lệ.

Berger cười thành tiếng.

- Nếu anh không canh chừng là có ngày anh bị chị ấy ám mê mẩn đấy. Tưởng tượng xem, phụ nữ thì ai mà cưỡng lại được sức hấp dẫn của Blomkvist nổi tiếng chứ nhỉ.

- Thật ra trong nhiều năm rồi nhiều phụ nữ không bị đổ vì anh, - Blomkvist nói. - Hôm nay em làm việc thế nào?

- Công toi. Nhưng em nhận lời mời lên sàn ở Câu lạc bộ Các nhà báo tranh luận về toàn bộ công chuyện làm ăn của *SMP*. Đóng góp cuối cùng của em ở đấy.

- Nhất đấy.

- Về lại *Millennium* mới thật nhẹ hết cả người.

- Em không biết em về như thế là hay đến thế nào đâu. Anh mừng quýnh lên.

- Được làm việc lại vui thật.

- Nhem nhem.

- Em thích.

- Và anh thì phải đến chỗ quý ông đây[1].

Anh suýt nữa va phải một người đàn ông vừa đi vào. Blomkvist để ý thấy người này nhang nhác vẻ Đông Âu và đang chằm chằm nhìn anh. Rồi anh trông thấy khẩu tiểu liên.

Khi họ đi qua Riddarrholmen, Edklinth gọi báo là không gọi được cho Blomkvist và Berger. Chắc hai người đang ăn tối nên tắt máy.

Figuerola chửi thề, đi qua Sodermalmstorg với tốc độ suýt soát tám mươi cây số một giờ. Cô cứ ấn còi rồi rẽ ngoắt đi đến Hornsgatan.

---

[1] Tức toa lét.

Andersson phải bíu lấy cánh cửa xe. Ông lấy súng ra kiểm tra kẹp đạn. Ở ghế sau, Modig cũng làm tương tự.

- Chúng ta cần gọi thêm quân, - Andersson nói. - Cô không vờn nhau với anh em bọn Nikolich được đâu.

Figuerola nghiến răng.

- Chúng ta sẽ làm thế này, - cô nói. - Sonja và tôi sẽ đi thẳng vào nhà hàng, hy vọng họ còn ngồi trong đó. Curt biết mặt mũi chúng thế nào cho nên ông đứng ở ngoài cảnh giới.

- Đúng.

- Nếu mọi sự tốt cả, chúng ta sẽ kéo hai người ra xe và đưa họ về Kungsholmen. Nếu nghi có gì không ổn, chúng ta sẽ ở lại trong nhà hàng và gọi quân trợ lực đến.

- OK. - Modig nói.

Figuerola sắp đến nhà hàng thì radio cảnh sát lẹt rẹt kêu bên dưới bảng điều khiển trong ôtô.

Tất cả các đơn vị chú ý. Súng nổ ở đường Tavastgatan trên mạn Sodermalm. Nhà hàng Chảo Đại của Samir.

Figuerola thấy ngực cô thình lình hẫng hẳn xuống.

Berger thấy Blomkvist đâm sầm vào một người đàn ông khi anh đi qua cửa tới toa lét. Chị cau mày không hiểu tại sao. Chị thấy một người đàn ông khác ngạc nhiên nhìn trừng trừng vào Blomkvist. Chị nghĩ chắc là một ai đó mà anh biết.

Rồi chị trông thấy người ấy lùi lại một bước, quẳng một cái túi xuống sàn. Thoạt tiên chị chưa hiểu là mình nhìn thấy cái gì. Chị ngồi chân tay cứng đờ lại khi hắn giơ một thứ súng ống gì đó lên nhằm vào Blomkvist.

Không kịp nghĩ gì, Blomkvist phản ứng luôn. Anh vung tay trái, nắm lấy nòng khẩu súng quay ngược nó lên trần nhà. Trong một thoáng giây mũi súng đi qua trước mặt anh.

Tiếng nổ của khẩu tiểu liên làm nhức óc cả gian phòng nhỏ. Vôi vữa, kính ở các ngọn đèn trên đầu rơi như mưa xuống Blomkvist khi Miro Nikolich bóp liền mười một phát súng. Có một lúc Blomkvist nhìn thẳng vào mắt hung thủ tấn công.

Rồi Nikolich lùi lại một bước chĩa súng vào anh. Blomkvist không chuẩn bị nên buông mất nòng súng. Anh biết ngay rằng mình đang trong cơn nguy mất mạng. Theo bản năng anh xông vào kẻ tấn công thay vì nằm xuống hay tìm cái che đỡ. Sau này anh mới nhận ra nếu tránh hay lùi lại thì anh sẽ trúng đạn ngay tại chỗ. Anh lại nắm lấy nòng khẩu tiểu liên, lấy hết sức đùn dúi kẻ tấn công vào tường. Nghe thấy mười một phát đạn nữa, anh tuyệt vọng bẻ quặt khẩu súng cho nòng chúi xuống đất.

Khi loạt đạn thứ hai bắn ra Berger núp tránh theo bản năng. Chị loạng choạng rồi ngã, đập đầu vào một chiếc ghế. Nằm dưới sàn chị nhìn lên thấy ba cái lỗ ở trên tường đằng sau chỗ họ vừa ngồi.

Choáng hết cả người chị quay đầu lại thấy Blomkvist đang vật nhau với người đàn ông ở bên cửa. Anh khuyu gối xuống, hai tay nắm lấy khẩu súng và cố giật cho nó tuột ra. Chị thấy kẻ tấn công cũng đang giằng co để sống ra. Hắn đấm liên hồi vào mặt và thái dương Blomkvist.

Figuerola phanh sừng xe lại ở đối diện bên kia Chảo Đại của Samir, tung cửa xe chạy qua đường sang nhà hàng. Khi thấy chiếc xe đỗ ở ngay trước nhà hàng, cô liền lấy khẩu Sig Sauer ra cầm ở tay, chốt an toàn đã mở.

Thấy một trong hai anh em Nikolich ở sau tay lái, cô chĩa súng vào mặt hắn ở đằng sau ghế tài xế.

- Cảnh sát. Giơ tay lên, - cô hét.

Tomi Nikolich giơ tay lên.

- Ra xe, nằm úp mặt xuống đường, - cô gầm lên, giọng phẫn nộ. Cô quay lại thấy Andersson và Modig ở bên cạnh. - Nhà hàng, - cô nói.

Modig đang nghĩ đến các con chị. Quy định của cảnh sát là khi không có quân yểm hộ sẵn ở trong một tòa nhà và không nắm được tình hình tại chỗ thì cấm cầm súng trong tay mà xồng xộc vào đó.

Rồi chị nghe thấy nhiều tiếng súng nữa nổ ở trong nhà.

Khi Miro Nikolich toan cố bắn nữa, Blomkvist đã lùa ngón tay giữa của anh vào giữa cò súng và thành khoang cò súng. Anh nghe thấy tiếng kính vỡ loảng xoảng ở đằng sau. Anh thấy đau nhói khi hung thủ cứ siết mãi vào cò súng, nghiến chặt lấy ngón tay giữa của anh. Chừng nào ngón tay anh còn kẹt ở đây thì súng không thể bắn được. Nhưng vì Nikolich đấm lia lịa vào mang tai anh thì anh chợt nhận ra là anh đã quá già để chơi được cái trò này.

Phải cho chuyện này xong đi thôi, anh nghĩ.

Từ khi biết rằng có người đang cầm súng tiểu liên thì đây là ý nghĩ hợp lý đầu tiên của anh.

Anh nghiến răng thọc sâu ngón tay hơn vào khoang cò súng.

Rồi anh dốc sức thúc vai vào người đứa tấn công, buộc hắn phải rướn lên mà lùi lại. Anh rút tay phải, buông khẩu súng ra, giơ khuỷu tay lên che mặt cho khỏi bị đấm. Nikolich quay sang đánh vào nách và mạng sườn. Một lúc cả hai lại đứng trông vào mắt nhau.

Sau đó Blomkvist cảm thấy kẻ tấn công bị kéo ra khỏi anh. Anh cảm thấy ngón tay anh đau ghê gớm một lần cuối cùng nữa rồi nhận ra thân hình đồ sộ của Andersson. Viên sĩ quan cảnh sát nắm chặt lấy gáy Nikolich nhấc lên quật đầu nó vào tường cạnh cửa. Nikolich gục ngay xuống đất.

- Nằm xuống, cảnh sát đây. Nằm im!

Blomkvist nghe thấy Modig quát. Anh quay lại thấy chị đứng giạng chân hai tay cầm súng trong khi giám sát cảnh náo loạn. Cuối cùng chị chống súng lên trần nhà, nhìn Blomkvist.

- Anh có bị thương không?

Lơ tơ mơ, Blomkvist nhìn chị. Máu chảy từ lông mày xuống mũi anh.

- Tôi nghĩ một ngón tay của tôi bị nghiến nát.

Chưa đến một phút sau khi lấy súng, buộc Tomi Nikolich nằm bẹp xuống đường thì Figuerola nhận quân yểm hộ của đội phản ứng vũ trang Sodermalm. Cô cho xem thẻ căn cước rồi để cho các sĩ quan phụ trách tên tù. Cô chạy vào nhà. Cô dừng lại ở cửa ra vào để đánh giá tình hình.

Blomkvist và Berger ngồi cạnh nhau. Mặt anh có máu và hình như anh đang bị sốc. Cô thở dài nhẹ người. Anh còn sống. Cô cau mày khi Berger quàng tay vào cổ anh. Ít nhất mặt cô đã nhăn lại.

Modig ngồi xổm lê đến gần chỗ họ, xem bàn tay Blomkvist. Andersson đang còng tay Nikolich, nom hắn như vừa bị một chiếc xe tải táng phải. Cô trông thấy ở trên sàn một khẩu tiểu liên M/45 của Quân đội Thụy Điển.

Figuerola nhìn lên thấy nhân viên và chủ nhân nhà hàng bàng hoàng, khiếp sợ cùng với các đồ sứ vỡ, bàn ghế lộn ngược, các mảnh vỡ do các loạt đạn bắn ra. Cô ngửi thấy mùi thuốc súng. Nhưng cô không thấy ai chết hay bị thương trong nhà hàng. Các sĩ quan của đội phản ứng vũ trang bắt đầu siết chặt lại ở trong gian phòng, vũ khí lăm lăm trong tay. Cô ra ngoài, chạm vào vai Andersson. Ông đứng lên.

- Lúc nãy ông nói Miro Nikolich có tên trong danh sách truy nã của chúng ta à?

- Đúng. Tấn công gây thương tích. Khoảng một năm trước. Đánh nhau trên đường phố ở dưới Hallunda.

- OK. Đây, chúng ta sẽ giải quyết thế này, - Figuerola nói. - Tôi sẽ vù đi hết sức nhanh với Blomkvist và Berger. Ông ở lại đây. Sự thể diễn ra là ông và Modig đến đây ăn tối và ông nhận ra Nikolich từ thời ông còn ở đơn vị chống băng đảng. Khi ông định bắt hắn thì hắn rút súng ra bắn. Nên ông bắt chúng nó.

Andersson nom hết sức ngạc nhiên.

- Nói thế không ổn đâu. Có nhiều nhân chứng mà.

- Nhân chứng sẽ nói ai đó đánh nhau và thấy súng bắn thôi. Chỉ cần giữ được như thế cho đến báo chiều ngày mai. Chuyện anh em Nikolich bị ông bắt là do ông hoàn toàn tình cờ nhận ra chúng.

Andersson nhìn cảnh tanh bành ở xung quanh ông.

Figuerola len lỏi qua nút sĩ quan cảnh sát để đi ra đường rồi cho Blomkvist và Berger lên ghế đằng sau xe cô. Cô quay lại nói khẽ với người phụ trách đội phản ứng vũ trang chừng nửa phút. Cô chỉ về phía chiếc xe hiện có Blomkvist và Berger ngồi ở trong. Người phụ trách có vẻ ngơ ngác nhưng cuối cùng thì gật đầu. Cô lái đến Zinkensdamm đỗ xe, rồi quay lại hai vị trên xe.

- Anh bị thương có nặng không?

- Tôi bị đấm mấy quả. Răng tôi còn nguyên nhưng ngón tay giữa của tôi bị thương.

- Tôi đưa anh đến chỗ Sơ cứu & Cấp cứu ở bệnh viện Thánh Goran.

- Chuyện xảy ra là như thế nào vậy? - Berger nói. - Thế chị là ai?

- Tôi xin lỗi, - Blomkvist nói. - Erika, đây là thanh tra Monica Figuerola. Cô ấy làm cho Sapo. Monica, đây là Erika Berger.

- Tôi cũng tự thấy được. - Figuerola nói, giọng không mặn không nhạt. Cô chả đoái nhìn Berger lấy một cái.

- Monica và anh gặp nhau trong công việc điều tra. Cô ấy là đầu mối liên lạc của anh ở SIS.

- Em hiểu rồi, - Berger nói rồi chị tự dưng run như cơn sốc thình lình nó đến.

Figuerola nhìn xoáy vào Berger.

- Chuyện là thế nào? - Blomkvist hỏi.

- Chúng ta hiểu sai lý do cocaine, - Figuerola nói. - Chúng tôi tưởng chúng muốn cho anh vào bẫy, gây ra cho anh một vụ tai tiếng, nay thì biết chúng muốn giết anh. Chúng sẽ để cho cảnh sát tìm thấy cocaine khi họ khám xét nhà anh.

- Cocaine nào cơ? - Berger hỏi.

Blomkvist nhắm mắt một lúc.

- Đưa tôi đến bệnh viện Thánh Goran đi.

- Bị bắt? - Clinton sủa lên. Ông cảm thấy như một cánh bướm đang đè ép quanh tim mình.

- Tôi nghĩ đúng thật là thế, - Nystrom nói. - Hình như hoàn toàn là do xui xẻo.

- Xui xẻo?

- Miro Nikolich đã bị truy nã vì chuyện đánh người hồi xưa. Một cảnh sát ở đơn vị chống băng đảng tình cờ nhận ra nó khi nó vào Chảo Đại của Samir, gã cảnh sát lập tức muốn bắt nó. Nikolich hoảng lên đã cố bắn để tìm đường tháo.

- Còn Blomkvist?

- Hắn không dính vào. Chúng tôi cũng chả biết lúc ấy hắn có ở trong nhà hàng hay không nữa.

- Không thể là thật được cái trò con khỉ này, - Clinton nói. - Anh em Nikolich biết những gì?

- Về chúng ta ư? Chả biết gì. Chúng nghĩ cả Bjorck lẫn Blomkvist đều là những dân đao búa có liên quan đến buôn bán ma túy.

- Nhưng chúng biết Blomkvist là mục tiêu chứ?

- Biết, nhưng chắc chúng sẽ không đi lèm bèm là được thuê để giết người đâu. Chúng sẽ câm bặt từ đây đến lúc ra tòa án quận. Chúng sẽ bị tù vì sở hữu vũ khí và rất có thể vì cả chống lại lệnh bắt.

- Bọn nhắng nhít chết rấp, - Clinton nói.

- Đúng, chúng bị cú nặng đấy. Đành phải để tuột mất Blomkvist lúc này nhưng thực sự không có gây ra cái gì gay go cả.

11 giờ, Linder và hai vệ sĩ lực lưỡng ở đơn vị bảo vệ cá nhân của An ninh Milton đến thu nhận Blomkvist và Berger đi khỏi Kungsholmen.

- Chị đúng là cứ bị dây chuyện, - Linder nói.

- Xin lỗi nhé, - Berger ảm đạm nói.

Berger bị sốc trong khi họ đi xe đến bệnh viện Thánh Goran. Thình lình lóe lên ở trong chị rằng vừa mới chỉ một li nữa là chị và Blomkvist đã bị giết chết.

Blomkvist ở chỗ Sơ cứu & Cấp cứu một giờ, người ta chụp tia X-quang phần đầu anh và băng bó trên mặt anh. Ngón tay giữa của anh được buộc nẹp. Đốt dưới cùng của ngón tay này bầm tím lại và anh sẽ bị mất móng. Buồn cười là vết thương chính lại xảy ra khi Andersson đến cứu anh, lôi Nikolich ra khỏi anh. Ngón tay giữa của anh đã bị kẹt ở trong khoang cò súng của khẩu M/45 và bị cò súng nghiến thẳng qua. Đau nhiều nhưng không đe dọa đến tính mạng.

Với Blomkvist, phải hai giờ sau khi đến Bảo vệ Hiến pháp ở SIS báo cáo với thanh tra Bublanski và công tố viên Gustavsson, anh mới lên cơn sốc. Anh bắt đầu run và cảm thấy rất mệt đến nỗi ngủ luôn giữa các câu hỏi. Đến nông nỗi này rồi thì anh còn bật ra một số câu nói chẳng ra đâu vào đâu.

- Chúng ta không biết chúng đang có kế hoạch gì và chúng ta không biết liệu Mikael có phải là nạn nhân duy nhất mà chúng nhắm đến không, - Figuerola nói. - Hay liệu chúng có được lệnh giết luôn cả Berger ở đấy không. Chúng ta không biết liệu chúng sẽ có lại cố lần nữa hay liệu có ai đó khác ở *Millennium* cũng bị nhắm làm mục tiêu không. Và tại sao không giết Salander? Muốn gì thì cô ấy cũng là mối đe dọa chính của Bộ phận cơ mà.

- Tôi đã gọi các đồng nghiệp của tôi ở *Millennium* trong khi người ta đang băng bó cho Blomkvist, - Berger nói. - Ai cũng thu mình lại ẩn náu hết sức kín cho đến khi ra được số tạp chí. Sẽ để cho tòa báo vườn không nhà trống.

Phản ứng tức khắc của Edklinth là ra lệnh cho vệ sĩ bảo vệ Blomkvist và Berger. Nhưng suy nghĩ lại thì ông và Figuerola quyết định rằng tiếp xúc với đơn vị Bảo vệ Nhân thân của SIS sẽ không phải là cách làm thông minh nhất. Berger giải quyết vấn đề bằng cách thoái thác sự bảo vệ của cảnh sát. Chị gọi Armansky để nói rõ chuyện vừa xảy ra, thế nên khuya đêm hôm ấy, Linder lại được gọi đi làm nhiệm vụ.

Blomkvist và Berger ở trên tầng thượng của một căn nhà an toàn ngay ở ngoài Drottningholm trên đường đi Ekero. Đó là một biệt thự lớn hồi thập niên 30 trông ra hồ Malaren. Nó có một khu vườn gây ấn tượng, những nhà phụ và đất đai dài rộng. Bất động sản này là sở hữu của An ninh Milton nhưng Martina Sjogren sống ở đây. Bà là vợ góa của Hans Sjogren, đồng nghiệp lâu ngày của họ, chết vì tai nạn trong khi làm nhiệm vụ mười lăm năm trước. Sau tang ma, Armansky đã nói chuyện với bà rồi thuê bà săn sóc dinh cơ này đồng thời làm quản gia ở đó. Sống không phải trả tiền ở một cánh dưới tầng trệt, bà luôn giữ tầng trên sẵn sàng cho các dịp, mỗi năm đôi ba lần, mỗi khi An ninh Milton bất chợt cần chỗ cho một vài cá nhân đến ẩn náu, những người lo lắng cho an toàn của mình vì các lý do có thật hay tưởng tượng.

Figuerola cùng đến với họ. Cô buông mình xuống chiếc ghế trong bếp, để bà Sjogren rót cà phê mời trong khi Blomkvist và Berger lên gác còn Linder thì kiểm tra hệ thống báo động và giám sát điện tử xung quanh khu dinh cơ.

- Có bàn chải răng và mọi thứ ở trong tủ ngăn kéo bên ngoài buồng tắm đấy, - Sjogren gọi với lên gác.

Linder và các vệ sĩ ở trong các gian phòng tầng trệt.

- Tôi dậy lúc 4 giờ sáng rồi túi bụi suốt, - Linder nói. - Các ông có thể phân công canh gác với nhau nhưng ít nhất phải để cho tôi ngủ tới 5 giờ.

- Cô có thể ngủ hết đêm. Chúng tôi trông cho, - một vệ sĩ nói.

- Cảm ơn, - Linder nói và đi ngủ thẳng.

Figuerola lơ đãng nghe trong khi các vệ sĩ mở máy phát hiện chuyển động ở trong sân và rút thăm xem ai sẽ canh gác phiên đầu tiên. Người thua đã làm cho mình một bánh sandwich rồi đi vào phòng tivi ở cạnh bếp. Figuerola ngắm các tách cà phê vẽ hoa lá. Cô cũng túi bụi từ sáng sớm và đang cảm thấy khá kiệt quệ. Cô vừa nghĩ lái xe về nhà thì Berger ở trên gác xuống, rót cà phê. Chị ngồi đối diện Figuerola.

- Blomkvist vừa đặt đầu lên gối là ngủ nhanh như chớp luôn.

- Phản ứng với adrenalin, - Figuerola nói.

- Bây giờ thì sẽ ra sao?

- Chị sẽ phải náu ẩn trong ít ngày. Khoảng một tuần thì kết thúc, dù là kết thúc theo cách nào. Chị thấy sao?

- Nhì nhằng. Vẫn còn hơi run run. Không phải ngày nào cũng có chuyện như thế này xảy ra mà. Tôi vừa gọi cho nhà tôi, báo rằng tôi không về nhà được.

- Hừm.

- Chồng tôi...

- Tôi biết chồng chị là ai.

Im lặng. Figuerola dụi mắt, ngáp.

- Tôi phải về nhà ngủ lấy một chút.

- Ô, ơn Chúa, đừng nói lăng nhăng, lên mà nằm với Mikael đi, - Berger nói.

Figuerola nhìn chị.

- Nhìn thấy rõ đến thế cơ ư? - Cô nói.

Berger gật.

- Mikael đã nói cái gì...

- Không nói gì. Về chuyện các quý cô quý bà bạn gái của mình, anh ấy nói chung khá kín đáo. Nhưng đôi khi anh ấy như quyển sách để mở. Còn cô thì hằn học ra mặt mỗi khi nhìn tôi. Hai người rõ ràng là có cái gì đó phải giấu.

- Ông sếp của tôi, - Figuerola nói.

- Sao lại dính ông ấy vào đây?

- Ông ấy sẽ buông hết nếu ông ấy biết Mikael và tôi là...

- Tôi hoàn toàn có thể hiểu chỗ ấy.

Im lặng.

- Tôi không biết có chuyện gì giữa hai người nhưng tôi không là đối thủ của cô, - Berger nói.

- Không à?

- Thỉnh thoảng Mikael và tôi ngủ với nhau. Nhưng tôi không lấy anh ấy.

- Tôi nghe nói hai người có quan hệ đặc biệt. Anh ấy có nói với tôi về chị khi chúng tôi ở ngoài Sandhamn.

- Vậy là cô đã đến Sandhamn? Thế thì là nghiêm túc đấy.

- Đừng chọc quê tôi.

- Monica, tôi hy vọng cô và Mikael... Tôi sẽ cố ở bên ngoài con đường cô đi.

- Và nếu không cố được?

Berger nhún vai.

- Vợ cũ của anh ấy rất quyết liệt khi anh ấy có chuyện với tôi. Chị ấy quăng anh ấy đi. Là lỗi của tôi. Chừng nào mà Mikael độc thân và không vướng víu thì tôi không ân hận. Nhưng tôi đã tự hứa là nếu anh ấy nghiêm túc với một ai đó thì tôi lui xa.

- Tôi không biết liệu tôi có trông vào anh ấy được không đây.

- Mikael đặc biệt đấy. Cô có yêu anh ấy không?

- Tôi nghĩ là có.

- Thế thì được. Chỉ là đừng nói ra quá sớm với anh ấy. Thôi đi ngủ đi.

Figuerola nghĩ một lúc. Rồi lên gác, cởi quần áo, bò vào giường nằm cạnh Blomkvist. Anh lầm bầm cái gì đó rồi quàng tay ôm lấy eo cô.

Berger ngồi một mình ở dưới bếp một lúc lâu. Chị cảm thấy bất hạnh sâu sắc.

CHƯƠNG 25

Thứ Tư, 13 tháng Bảy
Thứ Năm, 14 tháng Bảy

Blomkvist luôn nghĩ sao loa tòa án quận nó lại quá yếu, gần như giấu tiếng đi nữa. Anh khó mà nghe được những lời thông báo nói phiên tòa xử Lisbeth Salander sẽ bắt đầu hồi 10 giờ ở phòng xét xử số 5. Nhưng anh đến sớm từ lâu, ngồi chờ ngay ở cửa ra vào phòng xét xử. Anh là một trong những người đầu tiên được cho vào. Anh chọn một chỗ ở hàng ghế công chúng bên tay trái phòng, từ đây anh nhìn thấy bàn của bị cáo rõ nhất. Các ghế nhanh chóng có người ngồi đầy. Trong các tuần gần tới phiên tòa, giới truyền thông ngày càng chú ý đến nó hơn, tuần vừa rồi công tố viên Ekstrom ngày nào cũng bị phỏng vấn.

Lisbeth Salander bị khép tội tấn công và gây thương tổn nghiêm trọng về thân thể ở trường hợp Carl-Magnus Lundin; ở trường hợp Karl Axel Bodin, tức Zalachenko, nay đã chết thì là đe dọa phi pháp, mưu sát và gây thương tổn nghiêm trọng về thân thể; cùng với hai vi phạm đột nhập vào nhà - lần thứ nhất ở căn nhà nghỉ mùa hè của luật sư đã chết Nils Erik Bjurman tại Stallarholmen, lần thứ hai ở nhà của Bjurman trên Odenplan; cùng với ăn cấp xe cộ - một Harley Davidson mà chủ sở hữu là Sonny Nieminen ở Câu lạc bộ Xe máy Svavelsjo; cùng với ba vi phạm về sở hữu vũ khí trái phép - một bình xịt Mace, một súng bắn điện và một khẩu súng lục Ba Lan P-83

Wanad, tất cả đều được tìm thấy ở Gosseberga; cùng với ăn cắp hay lưu giữ bằng chứng - câu nói này không rõ ràng nhưng nó gợi tới hồ sơ tài liệu mà cô tìm thấy ở nhà nghỉ mùa hè của Bjurman; và cùng với một số những hành xử xấu khác nữa. Tổng cộng mười sáu tội đã được dựng thành hồ sơ chống lại Lisbeth Salander.

Ekstrom thế là bận rộn.

Ông cũng để lộ thông tin cho biết trạng thái tâm thần của Salander là nguyên nhân khiến phải báo động. Ông dẫn ra trước tiên bản báo cáo pháp y về tâm thần do bác sĩ Jesper H. Loderman thu thập vào dịp sinh nhật lần thứ mười tám của cô và bác sĩ Peter Teleborian đã viết ra theo quyết định của tòa án quận. Do chứng bệnh tâm thần, cô gái dứt khoát không chịu nói với các bác sĩ tâm thần, rất đúng với bệnh thái; phân tích này là căn cứ vào các "quan sát" tiến hành trong khi cô gái bị giam tại nhà tù Kronoberg ở Stockholm vào tháng trước phiên tòa. Có kinh nghiệm nhiều năm với người bệnh, bác sĩ Teleborian đã cả quyết rằng Salander bị rối loạn tâm thần nghiêm trọng và ông đã dùng những thuật ngữ như bệnh hoạn nhân cách, bệnh lý tự yêu bản thân, hoang tưởng tâm thần phân liệt và tương tự.

Báo chí cũng đưa tin rằng cảnh sát đã phỏng vấn Salander bảy lần. Bị cáo cự tuyệt mọi phỏng vấn, kể cả việc chào người phỏng vấn. Mấy cuộc phỏng vấn đầu tiên là do cảnh sát Goteborg tiến hành, các cuộc sau diễn ra ở Sở Chỉ huy cảnh sát Stockholm. Các băng ghi âm về quy trình phỏng vấn cho thấy cảnh sát đã dùng mọi cách thuyết phục cũng như hỏi đi hỏi lại nhưng không hề nhận được một đối đáp nào coi như là chiếu cố.

Thậm chí cô gái cũng chả bận tâm đến cả hắng giọng nữa.

Đôi khi có thể nghe thấy trên băng ghi âm tiếng của luật sư Giannini, những lúc bà ấy nhận là thân chủ của mình rõ ràng không thèm trả lời bất cứ một câu hỏi nào. Do đó việc khởi tố Salander chỉ thuần dựa đơn phương vào bằng chứng pháp y và vào sự việc nào mà điều tra của cảnh sát có thể khẳng định được mà thôi.

Sự im lặng của Salander đôi lúc đã đặt luật sư bào chữa của cô vào một vị thế khó xử do bà cũng bị buộc phải im lặng như thân chủ của mình. Salander và Giannini đã bàn riêng với nhau những gì thì là điều bí mật.

Ekstrom không giấu giếm rằng mục tiêu đầu tiên của ông là bảo đảm cho bị cáo được trông nom chữa trị bệnh tâm thần; với ông tuyên một án tù chỉ là mối quan tâm hàng hai mà thôi. Thủ tục pháp lý chuẩn mực quay ra bị đảo ngược, nhưng ông tin trong vụ án này của cô gái, vụ án đã có những rối loạn tâm thần rõ rệt như thế, đã có một xác nhận pháp y về bệnh tâm thần dứt khoát như thế thì ông sẽ không bị sa vào tình thế bó tay. Với ngành tòa án, hết sức hiếm có chuyện một phiên tòa nghị án phủ định một xác nhận pháp y.

Ông cũng tin rằng lời tuyên bố Salander không có khả năng tuân thủ pháp luật sẽ được hủy bỏ. Trong một cuộc phỏng vấn, với vẻ quan thiết ông giải thích rằng ở Thụy Điển có một số người mắc bệnh kị xã hội, ở họ các rối loạn tâm thần nghiêm trọng đến mức họ trở thành một mối nguy cho bản thân cũng như cho người khác, y học hiện đại không thể đưa ra một khả năng nào khác trừ việc nhốt giữ họ lại cho an toàn. Ông dẫn ra vụ một cô gái hung bạo, Anette, từng là trung tâm chú ý thường xuyên của truyền thông hồi thập niên 70, ba chục năm qua cô này vẫn sống an toàn trong một viện tâm thần. Mỗi lần thử bớt đi các hạn chế ràng buộc cô thì đều dẫn tới việc cô tấn công dữ dội, liều lĩnh vào những người thân và người săn sóc hoặc cố ý gây thương tích cho mình. Ekstrom nhìn nhận rằng Salander cũng bị một hình thức rối loạn nhân cách bệnh hoạn giống như thế.

Giới truyền thông càng tăng thêm quan tâm vì lý do đơn giản là không thấy luật sư bào chữa của Salander, luật sư Giannini đưa ra một tuyên bố nào với báo chí hết. Bà từ chối mọi yêu cầu phỏng vấn đến nỗi như giới truyền thông đã từng nhiều lần nói ra, "không có cơ hội trình bày quan điểm" của phía bên kia của vụ án. Do đó các nhà báo lâm vào một tình hình khó khăn: trong khi bên công tố luôn luôn cung cấp mọi thông tin thì bên bị lại không đưa ra một chút bóng dáng nào về phản ứng của Salander đối với các lời buộc tội cũng như về chiến lược mà bên bị có thể sẽ sử dụng và điều này là không điển hình.

Tình hình diễn biến của sự việc đã được một chuyên gia pháp lý đặc phái đến theo dõi phiên tòa bình luận trên một tờ báo chiều. Vị chuyên gia xác nhận trong bài của mình rằng luật sư Giannini là một luật sư được kính trọng về những vụ bênh vực nữ quyền, nhưng ngoài lĩnh vực đó thì bà tuyệt đối không có kinh nghiệm gì trong pháp luật hình sự. Ông kết luận bà luật sư không hợp với mục đích bảo vệ Salander. Qua Blomkvist, anh của bà, cũng biết được rằng nhiều luật sư có uy tín đã xin cung cấp dịch vụ. Nhân danh thân chủ, Giannini đã lịch sự thoái thác mọi đề nghị này.

Trong khi chờ tòa bắt đầu, Blomkvist liếc quanh sang các khán giả khác. Anh nhìn thấy Armansky ngồi ở gần cửa ra, rồi có một lúc hai người trông thấy nhau.

Ekstrom có một chồng giấy lớn ở trên bàn. Ông chào mấy nhà báo.

Giannini ngồi ở chiếc bàn đối diện Ekstrom. Chị ngồi cúi đầu soạn giấy tờ. Blomkvist nghĩ em mình nom vẻ hơi căng thẳng. Tâm lý sợ trình diễn, anh cho là thế.

Rồi thẩm phán, hội thẩm viên chuyên nghiệp và các hội thẩm viên không chuyên nghiệp vào phòng xét xử. Thẩm phán Jorgen Iversen là một ông năm mươi bảy tuổi, tóc trắng, mặt gầy hốc hác, chân bước đi nhun nhún. Blomkvist đã nghiên cứu về cung cách làm việc của Iversen, biết ông là một quan tòa đòi hỏi cao và giàu kinh nghiệm, từng chủ trì nhiều vụ xử rất nổi tiếng.

Cuối cùng Salander được đưa vào phòng xét xử.

Tuy đã quen với xu hướng ăn mặc khủng của Salander, Blomkvist vẫn thú vị thấy em gái mình đã cho phép cô gái xuất hiện ở tòa trong một chiếc váy mini jupe da màu đen, diềm buột sợi te tua và một áo ngoài đen - mang dòng chữ *Tôi ngán ớn* - che không kín nhiều hình xăm của cô. Cô có mười lỗ xâu ở tai cùng khoen ở môi dưới và mi mắt trái. Một lớp tóc mới mọc lởm chởm sau khi mổ ba tháng phủ lên đầu cô. Môi cô bôi son xám và mí mắt đánh quầng màu sẫm rất đậm, lông mi phết mascara còn đen hơn các lần mà Blomkvist nom thấy ở cô trước đây. Những ngày anh và cô ở cùng nhau, cô gần như tỏ ra là không thích trang điểm.

Nom cô hơi tầm thường, nói cho đỡ nặng lời. Gần như một dáng dấp bạt đời. Cô làm anh nhớ đến một ả chài trai trông một bộ phim pop-art nào đó hồi thập niên 60. Blomkvist thấy mấy phóng viên ở trong dẫy ghế nhà báo nín thở hay toác miệng ra cười vì ngạc nhiên. Ít nhất họ cũng đang tận mắt nhìn thấy người thiếu phụ cười lên dư luận, người mà họ đã viết quá nhiều và chắc chắn là đã vượt xa ra khỏi mọi đợi chờ của họ.

Rồi anh nhận thấy Salander mặc đồ bộ. Phong cách của cô thường là luộm thuộm, không có gu. Blomkvist cho rằng cô thật tâm không chú ý đến thời trang, thay vì vậy cô lại cố ý nhấn mạnh cá tính của cô hơn lên. Salander có vẻ như luôn đánh dấu cho không gian riêng tư của mình thành ra một vùng lãnh thổ thù nghịch và anh từng nghĩ các đinh tán trên jacket da của cô là một cơ chế phòng thủ, giống như lông con nhím vậy. Với mọi người ở xung quanh cô, đó là một tín hiệu cũng rõ ràng như câu *Đừng thử mà đụng vào tôi - đau đấy.*

Nhưng ở đây, trong tòa án quận, cô đã cường điệu phong cách của mình lên đến mức như cô muốn nhạo cợt.

Đây không phải là tình cờ, đây là một phần trong chiến lược của Salander.

Nếu Salander đến với mái tóc chải mượt và mặc một bộ vest cùng ngọc ngà và giầy dép sang trọng thì cô sẽ xuất hiện chẳng khác gì một nghệ sĩ dỏm tìm cách làm cho tòa án nuốt trôi hộ câu chuyện của mình. Đây là vấn đề về lòng tin. Cô đến tòa án như chính là cô vốn dĩ chứ không phải ai khác. Cách đi đến đỉnh cao - nói rõ ra là thế. Cô không coi mình là một ai đó không phải cô. Thông điệp cô gửi cho tòa là cô chả có lý do nào để mà phải xấu hổ hay diễn vở. Tòa không ưng kiểu cách cô thì cô đâu có bận tâm. Nhà nước kết cho cô nhiều thứ tội và công tố viên đã điệu cô ra tòa. Với dáng vẻ rất riêng biệt của mình cô đã cho thấy cô có ý bỏ ở ngoài tai các lời lên án dớ dẩn của công tố viên.

Cô tự tin đi đến ngồi xuống cạnh luật sư của mình. Cô quan sát khán giả. Nom mắt cô không có vẻ tò mò. Thay vào đó cô hình như lại đang thách thức bằng ngắm nghía và nhận diện những người đã buộc tội cô ở trên báo.

Đây là lần đầu tiên Blomkvist nhìn thấy cô từ khi cô nằm như một con búp bê bằng giẻ đẫm máu trên chiếc ghế dài trong gian bếp ở Gosseberga và một năm rưỡi hay hơn kể từ lần cuối cùng anh nhìn thấy cô trong hoàn cảnh bình thường. Nếu như chữ "hoàn cảnh bình thường" ứng được vào Salander. Trong một vài giây mắt hai người gặp nhau. Mắt cô lần lữa trên anh nhưng cô không hề để lộ lòng mình qua dấu hiệu đã nhận ra anh. Nhưng hình như cô có săm soi kỹ vết thâm tím ở má và thái dương anh cùng với miếng băng dính phẫu thuật dán trên mi mắt phải anh. Blomkvist nghĩ là anh có thấy một ánh cười thoáng trong mắt cô nhưng không dám chắc rằng anh có tưởng tượng ra nó hay không. Rồi thẩm phán Iversen gõ búa, kêu gọi tòa trật tự.

Các khán giả được phép dự phiên tòa trong tổng cộng nửa giờ. Họ nghe Ekstrom thuyết trình giới thiệu vụ án.

Mọi phóng viên, trừ Blomkvist, tíu tít ghi, tuy đến nay tất cả họ đều đã biết đầy đủ những lời buộc tội mà Ekstrom định đưa ra. Blomkvist thì đã viết xong bài báo của mình.

Các nhận xét mở đầu của Ekstrom diễn ra trong hai mươi hai phút. Rồi đến lượt Giannini. Chị trình bày nửa phút. Giọng chị chắc nịch.

- Bên bị cự tuyệt mọi lời buộc tội đưa ra chống lại bị cáo, trừ một điểm. Thân chủ tôi nhận có sở hữu một vũ khí phi pháp, đó là một bình xịt Mace. Về mọi điểm khác, thân chủ tôi cãi là không cố ý phạm tội. Chúng tôi sẽ cho thấy rằng các khẳng định của công tố viên là sai, rằng các quyền công dân của thân chủ tôi đã bị vi phạm nghiêm trọng. Tôi sẽ yêu cầu tòa tuyên bố thân chủ của tôi trắng án cũng như rút bỏ lời tuyên bố thân chủ của tôi không có khả năng tuân thủ pháp luật.

Có tiếng râm ran ở hàng ghế báo chí. Cuối cùng luật sư Giannini đã tiết lộ ra chiến lược của mình. Rõ ràng đây không phải là điều mà đám phóng viên chờ đợi. Phần lớn họ đoán rằng Giannini sẽ như thế nào đó khai thác căn bệnh tâm thần của thân chủ để giành lấy lợi thế cho mình. Blomkvist mỉm cười.

- Tôi hiểu, - thẩm phán Iversen nói, ghi vội một điều.

Ông nhìn Giannini:

- Bà đã nói xong chưa?

- Tôi vừa mới trình bày đó.

- Công tố viên có điều gì bổ sung không? - thẩm phán Iversen nói.

Đến lúc này Ekstrom yêu cầu họp riêng ở trong phòng Thẩm phán. Ông lý lẽ rằng vụ này xoay quanh một trạng thái tâm thần và phúc lợi của một cá nhân nhưng nó cũng lại dính líu đến những vấn đề mà nếu bị khám phá ra ở trước tòa thì có thể sẽ có hại cho an ninh đất nước.

- Tôi cho rằng ông đang gợi tới việc mà ta có thể gọi là vụ Zalachenko, - thẩm phán Iversen nói.

- Đúng thế. Alexander Zalachenko đến Thụy Điển với tư cách người tị nạn chính trị tìm nơi cư trú náu mình khỏi một chế độ độc tài khủng khiếp. Dù ông Zalachenko đã chết rồi nhưng trong việc xử lý tình hình của ông ta đã có những yếu tố, những quan hệ cá nhân, vân vân… vẫn còn đang được xếp hạng bí mật. Do đó tôi yêu cầu tranh tụng cần phải tiến hành hẹp, không có báo chí và công chúng dự, và cần phải áp dụng quy tắc bí mật với các phần tranh tụng đặc biệt nhạy cảm ấy.

- Tôi tin là tôi hiểu ý ông, - thẩm phán Iversen nói, vân vê lông mày.

- Thêm nữa, một phần lớn tranh tụng sẽ bàn về chế độ giám hộ của bị cáo. Điều này chạm tới các vấn đề mà ở các trường hợp bình thường gần như ngay tức khắc đã được tự động xếp hạng bí mật, và sở dĩ tôi yêu cầu xử kín phiên tòa này cũng là vì tôn trọng bị cáo.

- Luật sư Giannini trả lời sao với yêu cầu của công tố viên?

- Về phần chúng tôi thì thấy cũng như nhau cả mà thôi.

Thẩm phán Iversen tham khảo đoàn hội thẩm rồi tuyên bố, trước vẻ ngán ngẩm của các phóng viên tại tòa, ông chấp nhận yêu cầu của công tố viên. Đến đây Blomkvist rời phòng xét xử.

Armansky chờ Blomkvist ở bậc thang cuối cùng trong phòng xét xử. Tháng Bảy nóng ngột ngạt, Blomkvist nhìn thấy được mồ hôi ở nách ông. Hai vệ sĩ đi đến lúc ông nhô ra khỏi phòng xét xử. Cả hai gật đầu với Armansky rồi lại bận bịu xem xét xung quanh.

- Đi cùng vệ sĩ thì cảm thấy lạ đấy chứ nhỉ, - Blomkvist nói. - Tất cả khoản này tốn kém mất bao nhiêu?

- Đây là tính vào công ty. Tôi có lợi ích cá nhân trong việc giữ tính mạng cho anh. Nhưng vì anh hỏi thì nói, mấy tháng qua chúng tôi tiêu hòm hòm mất 250.000 curon vào công việc vì công ích này đây.

- Cà phê không? - Blomkvist hỏi, chỉ vào quán cà phê Ý trên đường Bergsgatan.

Blomkvist gọi cà phê latte còn Armansky gọi espresso kép với một thìa sữa. Họ ngồi trong bóng râm ở trên hè bên ngoài. Hai vệ sĩ ngồi bàn bên uống Coke.

- Xử kín, - Armansky nói.

- Đã thấy là sẽ như thế rồi. Cũng OK thôi. Vì như thế có nghĩa là chúng ta kiểm soát được lưu lượng tin tức tốt hơn.

- Anh nói đúng, với chúng ta chả làm sao cả, nhưng ý kiến của tôi về công tố viên Ekstrom đang giảm giá nhanh, - Armansky nói.

Họ uống cà phê và ngắm tòa án, nơi sẽ định đoạt tương lai của Salander.

- Chỗ đứng cuối cùng của Custer, - Blomkvist nói.

- Bà ấy đã chuẩn bị tốt, - Armansky nói. - Và cần phải nói là em gái anh đã gây ấn tượng được với tôi. Khi cô ấy bắt đầu dựng chiến lược, tôi thấy nó vớ vẩn nhưng càng nghĩ thì càng thấy nó có vẻ lợi hại.

- Vụ xét xử này có được phán quyết từ đây đâu, - Blomkvist nói. Mấy tháng nay anh nói đi nói lại câu này như một thần chú.

- Anh sẽ được gọi ra làm nhân chứng, - Armansky nói.

- Tôi biết. Tôi sẵn sàng rồi. Nhưng ngày kia mới đến chuyện ấy cơ. Ít nhất thì chúng ta cũng đang trông vào điều đó.

Ekstrom để kính đọc ở nhà nên phải đẩy cặp kính thường lên trán và nheo mắt lại để đọc được những chỗ vào phút cuối cùng ông viết tay thêm vào bài nói của mình. Ông nắn nắn chòm râu dê màu vàng một lần nữa rồi chỉnh lại kính đưa mắt xem xét gian phòng.

Lưng thẳng băng, Salander ngồi dửng dưng nhìn công tố viên. Mặt và mắt cô thản nhiên, nom cô hình như không hề có mặt ở đây. Đã đến lúc công tố viên hỏi cô.

- Tôi muốn được nhắc cô Salander rằng nói ở tòa đây là cô có tuyên thệ, - cuối cùng Ekstrom nói.

Mặt Salander vẫn như không. Xem vẻ như đã tính trước tới một kiểu phản ứng nào đó nên công tố viên Ekstrom chờ thêm vài giây. Ông nhìn cô với ý chờ đợi.

- Cô nói ở tòa đây là có tuyên thệ, - ông nói.

Salander hơi nghiêng đầu, Giannini thì mải đọc gì đó ở trong bản thủ tục điều tra sơ bộ và hình như chẳng bận tâm đến bất cứ những gì công tố viên Ekstrom nói. Ekstrom xê xê dịch dịch giấy tờ của ông. Im lặng một lúc không thoải mái, ông hắng giọng.

- Vậy là rất tốt, - Ekstrom nói. - Chúng ta hãy xét thẳng đến các sự việc tại căn nhà nghỉ mùa hè của luật sư Bjurman quá cố ở bên ngoài Stallarholmen ngày 6 tháng Tư năm nay, sự việc này là điểm xuất phát cho phần trình bày giới thiệu của tôi về vụ án này hồi sáng. Chúng ta sẽ cố làm sáng tỏ câu chuyện đã xảy ra như thế nào mà cô lại lái xe xuống Stallarholmen và bắn Carl-Magnus Lundin.

Ekstrom thách thức nhìn Salander. Cô vẫn không hề nhúc nhích. Công tố viên bỗng có vẻ buông bỏ. Ông giơ hai bàn tay lên nhìn cầu cạnh thẩm phán. Thẩm phán Iversen thì có vẻ đề phòng. Ông liếc nhìn Giannini vẫn đang chăm chú với những giấy tờ nào đó, rõ ràng là phớt lờ chuyện xung quanh.

Thẩm phán Iversen hắng giọng. Ông nhìn Salander.

- Chúng tôi có nên coi cô im lặng như thế này là không muốn trả lời các câu hỏi của chúng tôi không đây? - Ông hỏi.

Salander quay lại nhìn thẩm phán, cô nói:

- Tôi sẽ vui vẻ trả lời câu hỏi.

Thẩm phán Iversen gật.

- Vậy có lẽ cô trả lời câu hỏi được rồi đây, - Ekstrom nói.

Salander nhìn Ekstrom, không nói.

- Cô có thể vui lòng trả lời câu hỏi được không chứ? - Thẩm phán Iversen giục.

Salander lại nhìn sang ông thẩm phán, lông mày cô nhướng lên. Tiếng cô trong trẻo, rõ ràng.

- Câu hỏi nào? Cho đến giờ người kia, - cô hất đầu về Ekstrom - đều đưa ra các khẳng định không được kiểm chứng. Tôi chưa nghe thấy một câu hỏi nào cả.

Giannini ngừng lên. Chị chống khuỷu tay lên bàn, đặt cằm lên bàn tay, vẻ thú vị.

Dòng suy nghĩ của Ekstrom bị hẫng mất một lúc.

- Ông có thể vui lòng nhắc lại câu hỏi được không? - Thẩm phán Iversen nói.

- Tôi hỏi liệu... có phải bị cáo lái xe đến căn nhà nghỉ mùa hè của luật sư Bjurman ở Stallarholmen là với ý định bắn Carl-Magnus Lundin không?

- Không. Ông nói ông sẽ cố làm sáng tỏ chuyện làm sao mà tôi lại lái xe xuống Stallarholmen rồi bắn Carl-Magnus Lundin. Đấy không phải là câu hỏi. Đấy là một quyết đoán chung chung mà ở đó ông đã ước tính trước ra câu trả lời của tôi.

- Đừng đánh trống lảng. Hãy trả lời câu hỏi.

- Không.

Im lặng.

- Không cái gì?

- Tôi trả lời câu ông vừa mới hỏi là *không* đấy.

Công tố viên thở dài. Hôm nay sẽ là dài đây. Vẻ chờ đợi nghe ngóng, Salander quan sát ông.

- Có lẽ tốt nhất là làm việc này từ đầu, - ông nói. - Chiều ngày 6 tháng Tư năm nay, cô đã ở trong nhà nghỉ mùa hè của luật sư Bjurman đã quá cố phải không?

- Phải.

- Cô đến đó như thế nào?

- Tôi đi tàu tuyến ngắn đến Sodertalje rồi lên xe bus Strangnas.

- Lý do cô đến Stallarholmen là gì? Cô có xếp đặt việc gặp Carl-Magnus Lundin và bạn ông ta là Sonny Nieminen ở đấy không?

- Không.

- Làm sao mà hai người ấy lại có mặt ở đấy?

- Ông cần phải hỏi họ câu ấy.

- Tôi đang hỏi cô.

Salander không đáp.

Thẩm phán Iversen hắng giọng nói, vẻ như với ý giúp đỡ:

- Tôi cho rằng cô Salander không trả lời là vì - thuần túy về mặt ngữ nghĩa thôi - một lần nữa ông lại đưa ra một quyết đoán.

Thình lình Giannini cười khì một cái, tiếng cười khá to đủ cho mọi người nghe thấy. Chị lại tập trung đầu óc xem xét lại giấy tờ. Ekstrom cáu kỉnh liếc nhìn chị.

- Tại sao cô nghĩ là Lundin và Nieminen đi đến căn nhà mùa hè của Bjurman?

- Tôi không biết. Tôi ngờ rằng họ đến đó để đốt phá. Lundin có một lít xăng trong bình nhựa ở dưới yên xe Harley-Davidson của hắn.

Ekstrom bĩu môi.

- Tại sao cô đi đến căn nhà nghỉ mùa hè của luật sư Bjurman?

- Tôi đi tìm thông tin.

- Thông tin loại gì?

- Cái thông tin mà tôi nghi Lundin và Nieminen đến đấy để phá hủy, thông tin có thể góp phần làm sáng tỏ ai đã giết tên chó chết.

- Ý kiến cô cho rằng luật sư Bjurman là tên chó chết ư? Hiểu thế có đúng không?

- Đúng.

- Thế sao cô lại nghĩ như thế?

- Hắn là một con lợn bạo dâm, một tên đồi trụy, một kẻ hiếp dâm - do đó là một con chó chết.

Cô đang đọc lại lời xăm ở bụng luật sư quá cố Bjurman và như vậy đã gián tiếp thừa nhận cô là tác giả của nó. Nhưng tuy vậy câu chuyện động trời này lại không nằm trong các tội trạng buộc cho Salander. Bjurman không bao giờ báo cảnh sát việc hắn bị tấn công và như vậy bây giờ sẽ khó có thể chứng minh được đây là hắn tự ý xăm hay bị cưỡng ép.

- Nói cách khác, cô nhận là người giám hộ của cô đã cưỡng bức cô. Cô có thể nói với tòa khi nào thì các cuộc tấn công ấy được cho là đã xảy ra không?

- Xảy ra thứ Ba, ngày 18 tháng Hai, 2003 và một lần nữa vào thứ Sáu, ngày 7 tháng Ba cùng năm.

- Cảnh sát định phỏng vấn, cô đều từ chối trả lời họ. Tại sao?

- Tôi chả có gì để mà nói với họ.

- Tôi đã đọc cái gọi là "tự truyện" mà một ít ngày trước đây luật sư của cô thình lình giao nộp không báo trước. Tôi phải nói đó là một tài liệu kỳ lạ và chúng ta rồi sẽ quay lại nó cụ thể chi tiết hơn. Nhưng trong đó cô tuyên bố rằng luật sư Bjurman đã nhận trong lần đầu từng bắt cô quan hệ tính dục bằng miệng còn trong lần thứ hai thì suốt cả đêm bắt cô phải chịu bị hiếp dâm trọn vẹn nhiều bận cùng với tra tấn tàn nhẫn.

Lisbeth không đáp.

- Có đúng không?

- Đúng.

- Cô có báo cảnh sát là bị cưỡng hiếp chứ?

- Không.

- Tại sao không?

- Trước đây hễ tôi định nói với cảnh sát điều gì thì họ không bao giờ chịu nghe cả. Cho nên tôi thấy báo họ cũng chả có lợi gì.

- Cô có nói chuyện tấn công này với các chỗ quen biết không? Một bạn gái chẳng hạn?

- Không.

- Tại sao không?

- Vì đấy không là việc của họ.

- Cô đã thử gặp một luật sư chưa?

- Chưa.

- Cô có gặp bác sĩ để được chữa chạy các thương tật mà cô nói là cô từng phải chịu đựng không?

- Không.

- Cô cũng không đến một trung tâm khủng hoảng phụ nữ nào.

- Ông lại vừa đưa ra một tuyên bố suy đoán đấy.

- Xin lỗi. Cô đã đến một trung tâm khủng hoảng phụ nữ nào bao giờ chưa?

- Chưa.

Ekstrom quay sang thẩm phán.

- Tôi muốn tòa nhận biết rằng bị cáo đã tuyên bố từng hai lần là đối tượng của các cuộc tấn công tính dục, lần thứ hai cần được xem là đặc biệt nghiêm trọng. Người mà bị cáo tuyên bố đã làm các cuộc cưỡng hiếp đó là viên giám hộ của bị cáo, luật sư quá cố Nils Bjurman. Các việc theo sau đây cần được tính vào sự việc này...

Ekstrom chỉ vào văn bản ở trước mặt ông.

- Theo cuộc điều tra do Vụ Trọng án tiến hành, không có điều gì trong quá khứ của Bjurman củng cố cho độ tin cậy trong câu chuyện mà Lisbeth Salander kể lại. Bjurman không bị dính đến pháp luật vì bất kỳ tội phạm nào. Ông ấy không có tiền sự với cảnh sát và cũng không là đối tượng của một cuộc điều tra nào. Trước đấy ông ấy đã là người giám hộ hay đỡ đầu cho nhiều thiếu niên khác nhưng không ai trong số đó tuyên bố từng là đối tượng của bất cứ loại tấn công nào của ông. Trái lại họ xác nhận Bjurman luôn luôn cư xử đúng đắn và tốt với họ.

Ekstrom lật một trang.

- Nghĩa vụ của tôi cũng là phải nhắc tòa nhớ rằng Lisbeth Salander đã từng bị hội chẩn mắc bệnh tâm thần phân liệt hoang tưởng. Đây là một phụ nữ trẻ tuổi có xu hướng bạo lực từng được sưu tập thành tài liệu, người này chớm vào tuổi mười mấy đã có những vấn đề nghiêm trọng trong quan hệ tương tác với xã hội. Người này đã trải qua mấy năm trong bệnh viện tâm thần thiếu nhi và đến tuổi mười tám thì chuyển sang chế độ giám hộ. Điều này có thể là đáng tiếc nhưng có lý do. Lisbeth là mối nguy cho chính bản thân và cho những ai ở xung quanh. Tôi tin chắc chắn rằng người này không cần đến một án tù. Người này cần được chăm sóc tâm thần.

Ông ngừng lại để cho lời ông có thêm hiệu quả.

- Nói về trạng thái tâm thần của một người trẻ tuổi là một công việc tự nó đã không lấy làm thú vị gì. Một số điều là xâm nhập vào sự riêng tư còn bệnh tâm thần của bị cáo thì đang trở thành đề tài diễn giải. Nhưng trong trường hợp đây, chúng ta có thế giới quan rắc rối của bản thân Lisbeth Salander, và chúng ta chính là dựa lên trên điều này mà để ra quyết định. Nó trở nên rõ lù lù trong cái mà bị cáo gọi là "tự truyện". Trong thực tế không ở đâu mà khao khát của bị cáo có một chỗ đặt chân lại thể hiện rõ bằng ở đây. Trong trường hợp này, chúng ta không cần nhân chứng hay các diễn giải để cho khó lòng mà lại không nói ngược nhau. Chúng ta có lời nói của chính bị cáo. Chúng ta có thể phán xét cho chúng ta mức độ tin cậy trong những lời khẳng định của bị cáo.

Con mắt ông buông vào Salander. Rồi mắt họ gặp nhau. Cô gái mỉm cười. Nom cô ranh mãnh láu lỉnh. Ekstrom cau mày.

- Luật sư Giannini có gì nói không? - thẩm phán Iversen nói.

- Không, - Giannini nói. - Có thì cũng chỉ là bảo kết luận của công tố viên Ekstrom chả có ý nghĩa gì cả.

Phiên họp chiều bắt đầu với việc hỏi chéo các nhân chứng. Người đầu tiên là Ulrika von Liebenstaahl ở Sở Giám hộ. Ekstrom gọi bà tới để đứng ra cho hay liệu Sở Giám hộ có nhận được những lời kêu ca oán thán gì luật sư Bjurman không. Von Liedenstaahl mạnh mẽ phủ nhận điều này. Khẳng định chuyện ấy là vu khống.

- Chúng tôi quản lý nghiêm ngặt mọi trường hợp giám hộ. Luật sư Bjurman đã tích cực trong gần hai chục năm vì lợi ích của Sở Giám hộ rồi bị giết, vụ giết hại đã làm cho mọi người đều bị chấn động.

Bà khinh bỉ nhìn Salander mặc dù Salander không bị lên án giết người; người ta đã xác nhận Bjurman bị Ronald Niedermann giết.

- Trong từng ấy năm trời tịnh không có một lời phàn nàn nào về luật sư Bjurman. Là một người tận tụy, ông ấy đã chứng tỏ có trách nhiệm sâu sắc với những người mà ông giám hộ.

- Vậy bà nghĩ là không thể có chuyện ông ấy tấn công tính dục với tình tiết nặng Lisbeth Salander phải không?

- Tôi nghĩ ai tuyên bố thế là lố lăng. Chúng tôi có báo cáo hàng tháng của luật sư Bjurman, bản thân tôi đã gặp ông ấy nhiều lần để đánh giá nhiệm vụ của ông ấy.

- Luật sư Bjurman đã đưa ra yêu cầu hủy bỏ ngay tức khắc và có hiệu lực chế độ giám hộ của Lisbeth Salander phải không?

- Khi có thể hủy bỏ một trường hợp giám hộ thì không ai vui hơn chúng tôi, những người làm việc ở Sở. Không may là chúng tôi phải chịu trách nhiệm, nghĩa là chúng tôi phải tuân thủ các quy định thích đáng. Về phần Sở Giám hộ, theo thủ tục thông thường, chúng tôi có phận sự bảo đảm có một chuyên gia tâm thần tuyên bố Lisbeth Salander này khỏe mạnh rồi sau đó mới bàn đến chuyện thay đổi cơ chế pháp lý của cô ấy được.

- Tôi hiểu.

- Như thế có nghĩa là cô ấy phải chịu để cho bác sĩ thăm khám về tâm thần. Nhưng cô ấy đã cự tuyệt và điều này thì ai cũng biết cả.

Tòa hỏi Ulrika von Liebenstaahl khoảng bốn chục phút, trong khi xem xét các báo cáo hàng tháng của Bjurman về Salander.

Giannini chỉ hỏi một câu trước khi Ulrika von Liebenstaahl lui về chỗ.

- Bà có ở phòng ngủ của luật sư Bjurman đêm ngày 7 sang ngày 8 tháng Ba năm 2003 không?

- Dĩ nhiên là không chứ.

- Nói cách khác là bà không hề biết chút nào rằng lời tuyên bố của thân chủ tôi là sai hay đúng chứ gì?

- Lời buộc tội luật sư Bjurman là ngược đời.

- Đó là ý kiến *của bà*. Bà có thể cho ông ấy một bằng chứng ngoại phạm hay tài liệu mà như thế nào đó nói lên được rằng ông ấy không tấn công thân chủ của tôi không?

- Chuyện này cố nhiên là không thể rồi. Nhưng tính xác suất…

- Cảm ơn bà. Tôi chỉ hỏi có thế, - Giannini nói.

Blomkvist gặp em gái ở trụ sở của An ninh Milton gần Slussen vào hồi 7 giờ để xem xét tiến trình xét xử của ngày hôm ấy.

- Được khá nhiều như ta đã mong đợi, - Giannini nói. - Ekstrom nuốt tự truyện của Salander rồi.

- Tốt. Cô ấy đối phó sao?

Giannini cười thành tiếng.

- Đối phó rất hay, xuất hiện đúng là một người bệnh tâm thần. Cô ấy là chính cô ấy.

- Tuyệt vời.

- Hôm nay phần lớn là về chuyện đã xảy ra tại căn nhà ở Stallarholmen. Mai sẽ đến chuyện ở Gosseberga và hỏi người của bên pháp y. Ekstrom đang sắp cố chứng minh rằng Salander xuống dưới đó là với ý định giết bố.

- Thế…

- Nhưng chúng ta có thể gặp một vấn đề về kỹ thuật. Chiều hôm nay Ekstrom gọi Ulrika von Liebenstaahl ở Sở Giám hộ đến. Bà ta lại bắt đầu chuyện làm sao mà em lại có quyền thay mặt cho Salander.

- Tại sao thế được chứ?

- Bà ấy nói Salander đang trong chế độ giám hộ do đó không có tư cách tự thuê lấy luật sư cho mình. Vậy, về mặt kỹ thuật nếu Sở Giám hộ không tán thành thì em không thể là luật sư của cô ấy được.

- Rồi?

- Sáng mai thẩm phán Iversen quyết định việc này. Sau các công việc làm chiều nay em đã có vài lời với ông ấy. Em nghĩ ông ấy sẽ quyết định em sẽ cứ tiếp tục thay mặt cho cô ấy. Chỗ lợi của em là Sở Giám hộ đã có ba tháng để nêu ý kiến phản đối - cho thấy sau khi thủ tục đã bắt đầu tiến hành thì cái kiểu phản đối này là khiêu khích lấy được.

- Teleborian sẽ làm chứng hôm thứ Sáu, anh nghĩ thế. Em *phải* là người đối chất hắn.

Thứ Năm, công tố viên Ekstrom giải thích với tòa rằng sau khi nghiên cứu các bản đồ và ảnh cũng như nghe các kết luận kỹ thuật sâu rộng về chuyện xảy ra ở Gosseberga, ông đã xác nhận bằng chứng cho thấy Salander đến khu trại của bố mình ở Gosseberga là cốt để giết ông. Đầu mối mạnh mẽ nhất trong dây chuyền bằng chứng là bị cáo đã mang theo vũ khí, một khẩu Wanad P-83 của Ba Lan.

Việc Alexander Zalachenko (theo lời kể của Salander) hay có thể Ronald Niedermann, kẻ giết cảnh sát (lời khai của Zalachenko đưa ra trước khi bị giết) đến lượt mình đã mưu giết và chôn Salander trong một con hào ở khu rừng gần đó cũng không làm nhẹ đi được chút nào việc cô gái mò ra dấu vết bố mình ở Gosseberga là với ý đồ đặc biệt giết bố. Hơn nữa, cô đã không thành công hoàn toàn trong mục tiêu này khi bổ một nhát búa rìu vào mặt ông ta. Ekstrom yêu cầu bỏ tù cô gái vì mưu toan giết người hay giết người có ý đồ tính toán trước và trong trường hợp này thì còn cộng thêm gây thương tích nghiêm trọng trên cơ thể.

Tự thuật của Salander tuyên bố cô đi Gosseberga là để đối mặt bố, thuyết phục ông thú nhận đã gây ra hai vụ giết Dag Svensson và Mia Johansson. Lời tuyên bố này có ý nghĩa quan trọng trong vấn đề xây dựng ý đồ.

Khi Ekstrom thôi hỏi nhân chứng Melker Hansson ở đơn vị kỹ thuật của cảnh sát Goteborg, luật sư Giannini đã hỏi mấy câu ngắn gọn.

- Ông Hansson, liệu trong điều tra của ông hay trong tất cả các tài liệu ông sưu tập có một điều gì có thể bằng cách nào đó xác lập được rằng Lisbeth Salander đang nói dối về ý đồ của cô ấy liên quan tới việc đến thăm Gosseberga hay không? Ông có thể chứng minh cô gái đến đó với ý định giết bố được không?

Hansson nghĩ một lúc. Cuối cùng ông nói:

- Không.

- Ông có gì nói về ý định của cô gái không?

- Không.

- Do đó thì kết luận của công tố viên Ekstrom, hùng biện và bao quát như ta thấy, là suy diễn có phải không?

- Tôi tin là như vậy.

- Trong bằng chứng pháp y có điều gì đó mâu thuẫn với lời tuyên bố của Lisbeth Salander rằng cô gái mang theo súng Ba Lan, khẩu Wanad P-83 là tình cờ, đơn giản chỉ là vì nó đã ở sẵn trong túi khoác vai của cô ấy và cô ấy không biết nên làm thế nào với khẩu súng lấy được của Sonny Nieminem ở Stallarholmen hôm trước không?

- Không.

- Cảm ơn ông, - Giannini nói rồi ngồi xuống. Trong suốt thời gian Hansson trả lời dài chừng một giờ, chị chỉ nói duy nhất mỗi câu này.

Wadensjoo rời căn hộ của Bộ phận ở trên đường Artillerigatan lúc 6 giờ tối thứ Năm, với cảm giác bị vây bọc bởi những đám mây đồ sộ của cảnh rối loạn bát nháo, của sự điêu tàn ở ngay trước mắt. Trong vài tuần qua, ông biết danh hiệu Giám đốc của ông, tức là sếp của Bộ phận Phân tích Đặc biệt, chỉ là một cái nhãn vô nghĩa. Các ý kiến, phản đối, van nài của ông không hề có qua một sức nặng nào. Clinton đã cáng đáng việc ra quyết định. Nếu Bộ phận là một cơ quan mở và công khai thì điều này không thành vấn đề - ông chỉ việc đến gặp cấp trên mà gửi lời phản đối.

Như sự việc đang diễn ra hiện nay, ông không thể phản đối được với ai. Ông cô độc và cam chịu sự định đoạt, sự ác cảm của một người mà ông coi là điên loạn. Tệ hại hơn cả là quyền lực của Clinton là tuyệt đối. Những đứa trẻ vắt mũi chưa sạch như Sandberg hay đám tay chân trung thành như Nystrom... họ hình như nhảy ra đứng ngay tấp lự vào hàng và tuân theo từng tùy hứng một của kẻ khùng rồ đang ốm chờ chết kia.

Không có chuyện Clinton là một quyền lực nói năng mềm mỏng đang làm việc cho lợi ích của riêng ông ta. Ông thậm chí còn biết rằng Clinton đang làm việc vì những lợi ích tốt đẹp nhất của Bộ phận, hay ít nhất vì cái điều mà ông ta coi là những lợi ích tốt đẹp nhất của nó. Toàn bộ tổ chức như đang trong tình trạng rơi tự do, dẫn đến một chứng hoang tưởng tập thể mà các đồng nghiệp từng trải đã từ chối nó, để chấp nhận rằng mỗi việc họ làm, mỗi quyết định họ đưa ra và gây hệ lụy đều dẫn họ gần thêm một bước tới vực thẳm.

Wadensjoo cảm thấy ngực bị đè nặng khi ông rẽ sang đường Linnegatan, sáng nay ông đã tìm thấy một chỗ đỗ xe ở đây. Ông tắt báo động và sắp mở cửa xe thì nghe thấy có ai cử động ở đằng sau. Ông quay xung quanh, mắt bị mặt trời làm cho quáng. Vài giây sau ông mới nhận ra người đàn ông trịnh trọng đứng ở trên đường trước mặt ông.

- Chào ông Wadensjoo, - Edklinth nói. - Mười năm nay tôi không xuất trận nhưng hôm nay tôi cảm thấy tôi ra mắt thế này là thích hợp.

Wadensjoo ngơ ngác nhìn hai vệ sĩ thường phục đứng ốp ở hai bên Edklinth. Ông biết Bublanski nhưng người khác thì không.

Thình lình ông mong đợi cái điều sắp xảy ra.

- Nhiệm vụ tôi làm đây không có gì đáng thèm muốn cả, đó là thông báo với ông rằng Tổng Công tố viên đã quyết định bắt ông vì một loạt dài các tội ác mà chắc sẽ phải mất đến cả tuần thì mới soạn xong được một catalô trọn vẹn về chúng.

- Xảy ra việc gì thế này chứ? - Wadensjoo bất bình nói.

- Trong lúc này đang xảy ra việc ông bị bắt, ông bị nghi là tòng phạm của một vụ ám sát. Ông cũng bị nghi là biển thủ, hối lộ, nghe trộm phi pháp điện thoại, một số khoản giả mạo hình sự, tham ô ngân quỹ, tham gia việc đột nhập nhà ở, lạm dụng chức quyền, tội gián điệp và một danh sách dài các vi phạm khác mà không thể nào nói là nhẹ được. Hai chúng ta sẽ đến Kungsholmen để nói chuyện nghiêm túc trong điều kiện yên ổn và bình tĩnh.

- Tôi không gây ra án mạng, - Wadensjoo nói, thở hụt hơi.

- Điều tra sẽ cho ta rõ là có hay không.

- Đây là Clinton. Cứ luôn luôn là Clinton mà, - Wadensjoo nói.

Edklinth hài lòng gật đầu.

Mỗi sĩ quan cảnh sát đều biết có hai cách kinh điển tiến hành thẩm vấn một nghi can. Cảnh sát tồi và cảnh sát giỏi. Cảnh sát tồi đe dọa, nguyền rủa, đấm tay xuống bàn và thường là có thái độ hung hãn với ý định bắt nghi can sợ hãi mà khuất phục và thú tội. Cảnh sát giỏi nói chung là một người có tuổi, tóc hoa râm, nhỏ con, mời thuốc lá cà phê, nói năng biết điều.

Nhiều cảnh sát - không phải tất cả - cũng biết rằng để thu được kết quả thì kỹ thuật hỏi của viên cảnh sát giỏi là cách hỏi cao cấp hơn nhiều. Cảnh sát tồi ít làm cho tên kẻ cắp già đời xảo quyệt nghiêng ngả nhất. Còn một dân nghiệp dư, có thể bị cảnh sát tồi làm cho sợ mà thú tội thì hoàn toàn có khả năng muốn sao cũng cứ phun ra hết, bất kể kỹ thuật thẩm vấn là gì.

Blomkvist nghe thẩm vấn Birder Wadensjoo trong gian phòng kế bên. Việc anh có mặt đã là đầu đề cho nội bộ cảnh sát phải thảo luận nhiều trước khi Edklinth quyết định ông sẽ dùng đến các quan sát của anh.

Blomkvist để ý thấy Edklinth đang dùng một biến cách thứ ba của người cảnh sát thẩm vấn, anh cảnh sát hững hờ, điều mà trong trường hợp này có vẻ như đang ăn thua hơn. Edklinth vào phòng thẩm vấn, rót cà phê vào các tách đĩa sứ mời, mở máy ghi âm rồi ngả người vào lưng ghế.

- Là thế này nhé: chúng tôi đã có bằng chứng pháp y chống lại ông. Theo đó, chúng tôi không thiết gì nghe câu chuyện ông kể rồi lưu lại như là thứ xác nhận cho những cái chúng tôi đã biết. Nhưng có lẽ câu hỏi mà chúng tôi muốn được trả lời là *tại sao?* Hay *làm sao* ông lại có thể ngốc đến độ ra quyết định thủ tiêu các cá nhân giống như chúng ta đã thấy ở Chile dưới chế độ độc tài Pinochet được chứ? Băng ghi âm đang quay. Nếu ông có gì để nói thì nay đang là lúc để nói đây. Nếu ông không muốn nói, tôi sẽ tắt máy rồi cởi dây giầy, cà vạt của ông ra mà cho ông lên thích nghi với một xà lim ở trên gác, còn chúng tôi thì chờ một luật sư, một phiên tòa và theo đúng luật, một nghị án.

Đoạn Edklinth nhấp một chút cà phê và ngồi im lặng. Khi không thấy Wadensjoo nói gì trong hai phút, ông với tay tắt máy ghi âm. Ông đứng lên.

- Tôi sẽ lo việc đưa ông lên gác trong vài phút nữa. Chào.

- Tôi không giết ai cả, - Wadensjoo nói khi Edklinth đã mở cửa. Edkinth đứng lại ở ngưỡng cửa.

- Tôi không thiết có một cuộc thảo luận chung chung với ông. Nếu ông muốn thanh minh cho mình thì tôi sẽ ngồi xuống mở lại máy ghi âm. Tất cả giới viên chức Thụy Điển - và đặc biệt Thủ tướng - đang nóng lòng chờ nghe những gì ông nói ra. Nếu ông nói với tôi, tôi có thể đến gặp Thủ tướng tối nay để báo cáo với Thủ tướng những gì ông nói về các việc. Ông không nói với tôi thì đằng nào ông cũng bị buộc tội và tuyên án.

- Xin ngồi xuống, - Wadensjoo nói.

Với mọi người thì rõ ràng là ông ta đã sẵn sàng chịu thua. Blomkvist khoái trá. Anh đang ở đây với Figuerola, công tố viên Gustavsson, một sĩ quan khác vô danh của Sapo, Stefan, và hai cá nhân khác đều cùng không có tên. Blomkvist nghi một người trong đám họ ít nhất cũng là đại diện của Bộ Tư pháp đang ở đây.

- Tôi không liên quan gì đến các vụ án mạng, - Wadensjoo nói khi Edklinth lại cho máy ghi âm chạy.

- *Các vụ án mạng?*

Blomkvist thầm thì với Figuerola.

- Suyt, - cô nói.

- Đấy là Clinton và Gullberg. Tôi không biết ý định của họ là gì. Tôi thề. Tôi rất bị sốc khi nghe tin Gullberg bắn Zalachenko. Tôi không thể tin được vào điều này... Chỉ đơn giản là không thể tin được thế thôi. Khi nghe đến Bjorck thì tôi nghĩ khéo tôi lên một cơn đau tim mất.

- Nói cho tôi về vụ giết Bjorck, - Edklinth nói, không đổi giọng, - đã tiến hành như thế nào?

- Clinton thuê mấy người. Tôi cũng chả biết nó diễn biến ra sao nữa, nhưng đó là hai người Nam Tư, Serbia, nếu tôi không lầm. Georg Nystrom ký hợp đồng với họ và trả tiền họ sau. Khi tôi phát hiện ra thì tôi biết là câu chuyện sẽ kết thúc trong tai họa.

- Ông có thể nói lại từ đầu không? - Edklinth nói. - Ông bắt đầu làm việc cho Bộ phận vào lúc nào?

Một khi đã kể thì Wadensjoo không dừng lại được nữa. Cuộc thẩm vấn kéo dài năm giờ đồng hồ.

CHƯƠNG 26

Thứ Sáu, 15 tháng Bảy

Vẻ ngoài của Teleborian khiến người ta tin cậy khi ông ngồi vào khoang nhân chứng trong phòng xét xử, sáng thứ Sáu. Công tố viên Ekstrom hỏi ông trong chừng chín chục phút và ông trả lời từng câu với vẻ oai vệ bình thản. Nét mặt ông đôi khi e ngại, đôi khi thích thú.

- Tóm lại..., - Ekstrom nói, lật giở từng tờ trong thếp giấy của ông. - Là bác sĩ tâm thần lâu năm ông đã xét đoán Lisbeth Salander bị mắc tâm thần phân liệt hoang tưởng phải không?

- Tôi đã nói rằng đánh giá chính xác bệnh trạng của cô gái là cực kỳ khó. Như ông biết, trong quan hệ với bác sĩ và những người có quyền lực khác, người bệnh này gần như tự kỷ. Tôi khẳng định rằng cô gái bị rối loạn tâm thần nặng nhưng vào thời điểm đó tôi chưa thể cho ra một chẩn đoán đúng. Thiếu nghiên cứu mở rộng, tôi cũng không thể cả quyết bệnh tâm thần của cô ấy nó ở vào mức độ nào.

- Dẫu sao ông cũng không coi cô ấy là lành mạnh.

- Thật ra toàn bộ lý lịch cô ấy đã cho ra bằng chứng thuyết phục nhất là cô ấy không lành mạnh rồi.

- Ông đã được phép đọc cái mà Lisbeth Salander đặt tên cho là "tự thuật" và trình nộp cho tòa án quận. Ông bình luận như thế nào về cái đó?

Teleborian giơ hai tay lên, nhún vai.

- Ông sẽ xét đoán mức độ tin cậy của nó như thế nào đây?

- Không có độ tin cậy nào hết. Đây là một loạt những khẳng định về nhiều cá nhân khác nhau, một câu chuyện hoang đường hơn mọi câu chuyện khác. Nhìn như một tổng thể thì lời giải thích thành văn của cô gái đã xác nhận các mối nghi ngờ của chúng tôi từng cho rằng cô ấy mắc chứng bệnh tâm thần phân liệt hoang tưởng.

- Ông có thể cho một thí dụ không?

- Điều lộ liễu nhất dĩ nhiên là mô tả cái việc mà cô ấy cho là bị luật sư Bjurman, người giám hộ của cô ấy cưỡng hiếp.

- Ông có thể nói rộng hơn nữa về chỗ này không?

- Mô tả cực kỳ là chi tiết. Đây là thí dụ kinh điển về kiểu hoang tưởng lố lăng mà trẻ con thường có khả năng làm nổi. Có nhiều thí dụ tương tự của các vụ loạn luân gia đình trong đó đứa trẻ kể ra một câu chuyện không dẫn đến đâu vì tính chất hết sức phi lý của nó, do đó không thể có bằng chứng pháp y. Đấy là những hoang tưởng dâm ô mà ngay cả những đứa trẻ ít tuổi cũng có thể có được... Gần giống như chúng đang xem một bộ phim kinh hoàng ở trên tivi vậy.

- Nhưng Lisbeth Salander không là một đứa trẻ mà là một phụ nữ trưởng thành, - Ekstrom nói.

- Đúng thế. Tuy nhiên vẫn cứ cần nhìn nhận chính xác xem mức độ bệnh tâm thần của cô ấy là có thể đến đâu. Nhưng về cơ bản ông nói đúng. Là một phụ nữ trưởng thành, cô ấy chắc phải tin vào câu chuyện cô ấy trình bày.

- Vậy mà ông lại nói tất cả đều là dối trá.

- Không. Nếu cô ấy tin vào những cái cô ấy nói thì đó lại không là dối trá. Đây là câu chuyện kể cho thấy cô ấy không phân biệt được hoang tưởng với thực tế.

- Vậy là cô ấy không bị luật sư Bjurman cưỡng hiếp phải không?

- Không. Xem ra ở tất cả điểm này không có một chút nào như thế hết. Cô ấy cần được chăm sóc chuyên môn.

- Bản thân ông cũng xuất hiện ở trong chuyện kể của Lisbeth Salander...

- Vâng, và thế mới đủ kích thích sự tò mò. Nhưng xin nói lại, mẩu bịa đặt này là do cô ấy tưởng tượng ra. Nếu chúng ta phải tin cô gái tội nghiệp ấy thì tôi đã là một thứ gì đó ngang hàng với một tên mắc bệnh háo tính dục với trẻ con mất rồi...

Ông ta mỉm cười, đoạn nói tiếp.

- Nhưng tất cả đây chỉ là một biểu hiện khác nữa của điều tôi đã nói đến trước đây. Trong bản tự thuật, Lisbeth Salander viết rằng do buộc phải sống giam hãm lâu dài ở bệnh viện Thánh Stefan nên cô ấy đã bị lạm dụng. Rằng ban đêm tôi đã vào phòng cô ấy. Đây là biểu hiện kinh điển về chỗ cô ấy không có khả năng diễn giải thực tế hay đúng hơn, cô ấy mô tả hiện thực theo cách hiểu của cô ấy.

- Cảm ơn ông. Tôi nhường lời cho bên bị, nếu như bà Giannini có điều gì cần hỏi.

Do trong một hai ngày đầu của phiên tòa Giannini không hỏi hay phản đối nên những người trong phòng xét xử đã chờ chị sẽ lại hỏi vài ba câu cho phải lệ một lần nữa rồi buổi chất vấn sẽ kết thúc. *Bên bị đúng là đang cố gắng nhưng hụt hơi nên đâm ra lúng túng rồi đây,* Ekstrom nghĩ.

- Vâng, tôi hỏi, - Giannini nói. - Thực ra tôi có một số câu hỏi và cần kha khá thời gian. Bây giờ là 11 rưỡi. Tôi có thể đề nghị chúng ta hãy nghỉ giải lao ăn trưa rồi sau đó tôi được phép tiến hành hỏi chéo luôn không cần nghỉ nữa không ạ?

Thẩm phán Iversen tán thành tòa nên ngừng để ăn trưa.

Có hai sĩ quan đồng phục đi bên khi Andersson đặt bàn tay đồ sộ của ông lên vai sĩ quan cảnh sát cao cấp Nystrom ở ngoài nhà ăn Master Anders trên đường Hantverkargatan đúng giữa trưa. Nystrom ngạc nhiên ngước nhìn người đang chìa thẻ cảnh sát ra trước mũi ông.

- Chào. Ông bị bắt, nghi can đồng phạm giết người và mưu toan giết người. Tổng Công tố viên sẽ nói rõ với ông những lời buộc tội trong buổi xét xử chiều nay. Tôi gợi ý là ông nên yên lành đi theo chúng tôi, - Andersson nói.

Nystrom có vẻ không hiểu lời lẽ Andersson nói nhưng có thể thấy rằng ông này là người mà bạn cứ việc mà đi theo thôi chứ đừng phản đối.

Đúng giữa trưa, khi được Stefan Bladh chấp nhận, thanh tra Bublanski có thanh tra Modig và bảy sĩ quan đồng phục đi cùng đã bước vào khu vực khóa kín là cơ ngơi của Cảnh sát An ninh ở Kungsholmen. Họ theo Bladh đi qua các hành lang cho tới khi ông ta dừng lại chỉ vào một cửa văn phòng. Trợ lý của Chánh Văn phòng ngước lên, rất ngơ ngác khi Bublanski chìa thẻ cảnh sát ra.

- Ở đâu thì ngồi yên đấy. Đây là cảnh sát đang làm việc.

Ông đi vào cửa trong. Chánh Văn phòng Albert Shenke đang nói điện thoại.

- Gì mà xộc vào thế hả? - Shenke nói.

- Tôi là thanh tra hình sự Jan Bublanski. Ông bị bắt vì vi phạm Hiến pháp Thụy Điển. Trong bản buộc tội có một danh sách dài những điểm đặc biệt, ông sẽ được giải thích về những điểm này chiều hôm nay.

- Thế này thì quá đáng quá, - Shenke nói.

- Phần lớn chắc là thế, - Bublanski nói.

Ông cho niêm phong văn phòng của Shenke lại rồi đặt hai sĩ quan gác ở ngoài cửa, lệnh không cho bất cứ ai bước qua ngưỡng cửa. Họ được phép dùng dùi cui, thậm chí rút súng nếu ai đó cố dùng sức mạnh để vào trong gian phòng niêm phong.

Họ tiếp tục diễu hành xuôi hành lang cho đến khi Bladh chỉ vào một cánh cửa khác và thủ tục lại được làm lại với Chánh Thủ quỹ Gustav Atterborn.

Thanh tra Holmberg có đội phản ứng vũ trang yểm hộ khi vào đúng giữa trưa ông gõ cửa một văn phòng thuê tạm trên tầng bốn đối diện ngay với tòa báo *Millennium* ở trên đường Gotgatan.

Do không ai mở cửa nên Holmberg ra lệnh cảnh sát Sodermalm phá khóa, nhưng chưa đụng đến xà beng thì cửa đã hé mở.

- Cảnh sát, - Holmberg nói. - Giơ tay lên rồi đi ra.

- Chính tôi cũng là cảnh sát đây, - thanh tra Martensson nói.

- Tôi biết. Và ông có giấy phép dùng rất nhiều súng.

- Vâng, ờ... Tôi là sĩ quan đang thừa hành nhiệm vụ.

- Tôi thì không nghĩ thế, - Holmberg nói.

Ông bằng lòng cho các đồng nghiệp giúp xô Martensson vào tường để ông tịch thu súng công vụ của Martensson.

- Ông bị bắt vì tội nghe trộm phi pháp điện thoại, bỏ bê phận sự, đột nhập nhiều lần nhà Blomkvist ở đường Bellmansgatan, và còn nhiều cáo buộc nữa. Còng tay ông ta lại.

Holmberg nhìn nhanh khắp gian phòng, thấy thiết bị điện tử ở đây đủ trang bị cho một phòng ghi âm ghi hình. Ông cắt cử một sĩ quan gác hiện trường, dặn anh ta ngồi yên trên ghế để không dây vân tay vào thứ gì ở đây.

Trong khi họ giải Martensson qua cửa trước tòa nhà, Cortez chụp liền một loạt hai mươi hai bức ảnh bằng chiếc Nikon của anh. Dĩ nhiên anh không phải là thợ ảnh chuyên nghiệp, chất lượng ảnh còn có chỗ chưa ổn. Nhưng ngay hôm sau một tờ báo chiều đã mua các bức đẹp nhất với một món tiền béo bở đến rùng mình.

Figuerola là sĩ quan cảnh sát duy nhất tham gia vào trận vây bắt ngày hôm đó mà gặp phải sự cố bất ngờ. Cô được đội cảnh sát Norrmalm và ba đồng nghiệp ở SIS yểm hộ lúc giữa trưa cô đi bộ qua cửa trước tòa nhà trên đường Artillerigatan rồi leo thang gác lên căn hộ tầng thượng được đăng ký với tên Liên doanh Bellona.

Kế hoạch trận đánh vừa mới được lập xong. Nhóm người vừa tập hợp ở ngoài cửa căn hộ, cô lập tức ra lệnh xông vào. Hai sĩ quan lực lưỡng của cảnh sát Norrmalm vung cây búa tán thép nặng bốn chục ký lên nhằm rất trúng phang cho hai cú và cửa mở. Mặc áo chống đạn và mang súng xung phong, nhóm của cô kiểm soát căn hộ trong vòng mười giây sau khi phá toang cửa.

Theo giám sát hồi sớm tinh mơ hôm ấy thì năm cá nhân được nhận diện là thành viên của bộ phận sẽ đến đây sáng nay. Nay cả năm đều đã bị bắt và còng tay.

Figuerola mặc áo chống đạn. Đi khắp hết căn hộ, nó là sở chỉ huy của Bộ phận từ những năm 60, cô lần lượt mở tung các cửa. Cô sẽ phải cần đến một nhà khảo cổ để chọn lọc xếp sắp hàng tập hàng tập giấy chất đầy trong các gian phòng.

Vào căn hộ được giây lát, cô mở cửa một gian phòng nhỏ ở phía sau nhà thì phát hiện ra đó là chỗ dùng để qua đêm. Cô đã mặt đối mặt với Jonas Sandberg. Trong buổi phân công phân nhiệm sáng nay, Sandberg đã là một dấu hỏi khi sĩ quan kiểm soát theo dõi hắn đã để mất dấu vết hắn từ tối hôm trước. Xe hắn đỗ ở Kungsholmen và suốt đêm hắn không có ở nhà. Sáng nay họ không ngờ lại tìm ra và tóm được hắn.

Chúng cử người ở đây qua đêm cho an toàn đây mà. Đúng thế. Và sau ca trực đêm, Sandberg đã ngủ quên.

Sandberg chỉ có chiếc quần lót. Và hình như còn ngái ngủ. Hắn với lấy súng công vụ ở trên bàn đầu giường nhưng Figuerola đã cúi xuống gạt khẩu súng xuống sàn ra xa hắn.

- Jonas Sandberg... ông bị bắt vì là nghi can và đồng phạm của các vụ giết Gunnar Bjorck và Alexandre Zalachenko, cũng như là kẻ tiếp tay trong các vụ mưu giết Mikael Blomkvist và Erika Berger. Bây giờ mặc quần vào.

Sandberg đấm Figuerola một quả. Theo bản năng cô đỡ cú đấm.

- Ông chắc định đùa đây, - cô nói.

Cô nắm lấy cánh tay hắn rồi vặn mạnh đến nỗi hắn buộc phải ngã xuống sàn. Cô hất hắn nằm úp xấp xuống, chẹn đầu gối lên eo lưng hắn. Cô tự còng tay hắn lại. Từ ngày vào SIS, đây là lần đầu tiên trong khi làm nhiệm vụ cô dùng còng tay.

Cô đưa Sandberg cho một người trong nhóm yểm hộ rồi tiếp tục đi soát hết căn nhà cho đến khi cô mở cánh cửa cuối cùng ở tận cuối nhà. Theo bản đồ nhà, đây là một gian xép nhìn ra sân. Cô dừng lại ở lối ra vào, nhìn một bộ mặt hốc hác cô chưa hề trông thấy. Không một giây lát nào cô nghĩ rằng đây là một người đang ốm sắp chết.

- Fredrik Clinton, ông bị bắt vì là kẻ tiếp tay giết người, mưu toan ám sát và vì một danh sách dài các tội ác khác, - cô nói. - Nằm im trên giường. Chúng tôi gọi xe cứu thương đưa ông về Kungsholmen.

Malm đỗ xe ngay ở ngoài tòa nhà trên đường Artillerigatan. Không như Cortez, anh biết cách dùng chiếc Nikon số. Anh dùng ống kính têlê chụp xa và các ảnh anh chụp có chất lượng tốt.

Chúng cho thấy các thành viên của Bộ phận bị dẫn từng người một qua cửa chính rồi vào xe cảnh sát. Cuối cùng xe cứu thương đến nhặt Clinton. Mắt ông ta nhìn lâu vào ống kính khi máy bấm kêu xẹt. Nom ông căng thẳng và bối rối.

Rồi sau đó người chụp ảnh đã được nhận Giải thưởng Bức ảnh đẹp nhất của năm.

CHƯƠNG 27

Thứ Sáu, 15 tháng Bảy

12 giờ 30 phút, thẩm phán Iversen gõ búa tuyên bố tòa án quận bắt đầu xử tiếp. Ông để ý thấy một người thứ ba xuất hiện ở bàn của luật sư Giannini. Đó là Holger Palmgren trên xe lăn.

- Chào, Holger, - thẩm phán Iversen nói. - Lâu rồi tôi không thấy ông ở phòng xét xử.

- Chào ông, thẩm phán Iversen. Một số vụ phức tạp quá nên các luật sư cần giúp cho chút ít.

- Tôi nghĩ ông đã về hưu.

- Tôi bị ốm. Nhưng ở vụ này luật sư Giannini mướn tôi làm cố vấn trợ lý.

- Tôi thấy.

Giannini hắng giọng.

- Trong vụ này, luật sư Palmgren đau ốm vẫn làm người giám hộ của Lisbeth Salander là hợp với luật.

- Tôi không có ý bình luận về vấn đề này, - thẩm phán Iversen nói.

Ông hất đầu bảo Giannini bắt đầu và chị đứng lên. Chị vẫn không thích truyền thống Thụy Điển thực hành các thủ tục ở tòa bằng cách ngồi thoải mái quanh một cái bàn, phiên xử cứ tựa như là một bữa liên hoan tối. Chị cảm thấy dễ chịu hơn nếu được đứng lên nói.

- Tôi nghĩ chúng ta nên bắt đầu từ các bình luận kết thúc phiên sáng nay. Bác sĩ Teleborian, điều gì khiến ông kiên trì cho rằng mọi cái Lisbeth Salander nói là không đúng sự thật như thế?

- Vì các tuyên bố của cô ấy rõ ràng là không đúng sự thật, - Teleborian đáp.

Ông thơ thới. Giannini quay sang thẩm phán.

- Thẩm phán Iversen, bác sĩ Teleborian tuyên bố rằng Lisbeth nói dối và hoang tưởng. Nay bên bị sẽ chứng minh cho thấy trong tự truyện của cô ấy mỗi lời đều là một sự thật. Chúng tôi sẽ cung cấp tài liệu phong phú, bằng hình ảnh lẫn văn bản, cũng như lời khai của các nhân chứng. Nay ở phiên xử này chúng ta đã đi đến thời điểm công tố viên đưa ra các yếu tố chính ở trong xét xử của ông ấy... Nay chúng ta đã nghe và đã biết thực chất của những lời buộc tội chống Lisbeth Salander.

Miệng Giannini thình lình khô khốc và chị thấy tay mình run. Chị hít sâu vào một hơi, nhấp một ít nước khoáng. Rồi chị nắm chặt lấy lưng ghế để tay không để lộ ra là chị đang căng thẳng.

- Từ lời trình bày của công tố viên chúng ta có thể kết luận rằng ông có rất nhiều ý kiến nhưng ông lại quá thiếu bằng chứng. Ông *tin* rằng Lisbeth Salander bắn Carl-Magnus Lundin ở Stallarholmen. Ông *tuyên bố* rằng cô gái đi đến Gosseberga để giết bố. Ông cho rằng thân chủ của tôi là người tâm thần phân liệt hoang tưởng, bệnh tâm thần của thân chủ tôi là ở cái nghĩa trọn vẹn của nó. Và sở dĩ ông cho rằng như thế là vì ông dựa trên thông tin của một nguồn duy nhất, như ta biết, bác sĩ Peter Teleborian.

Chị ngừng lại để thở đều và buộc mình nói chậm đi.

- Như sự tình diễn ra, vụ án mà công tố viên trình bày là dựa vào lời khai của bác sĩ Teleborian. Nếu ông ấy đúng thì tốt nhất là cho thân chủ của tôi điều trị tâm thần và cả ông ấy lẫn công tố viên đều cùng đang tìm kiếm điều này.

Im lặng.

- Nhưng nếu bác sĩ Teleborian sai thì vụ án này cần phải được xem xét dưới một ánh sáng khác. Hơn nữa, nếu ông ấy nói dối, thì hiện lúc này và tại phòng xét xử này quyền tự do cá nhân của thân chủ tôi đang bị vi phạm, một vi phạm diễn ra đã nhiều năm.

Chị quay lại nhìn Ekstrom.

- Chiều hôm nay chúng tôi làm việc chỉ để chỉ ra rằng lời chứng của ông là một lời chứng sai giả, rằng ở tư cách công tố viên ông đã bị lừa gạt để đi tới chỗ chấp nhận những lời khai sai giả này.

Một nụ cười lóe ra ở miệng Teleborian. Ông xòe hai tay, gật đầu với Giannini, tựa như vỗ tay khen phần trình bày của chị. Lúc này Giannini quay sang thẩm phán.

- Thưa ngài thẩm phán. Tôi sẽ cho thấy cái gọi là điều tra pháp y tâm thần của bác sĩ Teleborian không là gì hết ngoài một sự lừa gạt từ đầu đến cuối. Tôi sẽ cho thấy ông ấy đang nói những điều gian dối về Lisbeth Salander. Tôi sẽ cho thấy trước đây các quyền công dân của thân chủ tôi đã bị vi phạm trắng trợn. Và tôi sẽ cho thấy cô ấy cũng lành mạnh và thông minh như bất cứ ai ở trong phòng xét xử này.

- Xin lỗi, nhưng…

- Khoan. - Chị giơ một ngón tay lên. - Đã hai hôm nay tôi để cho ông nói liên tục. Nay đến lượt tôi.

Chị quay lại thẩm phán Iversen.

- Tôi sẽ không đưa ra trước tòa một buộc tội nghiêm trọng nào nếu như tôi không có nhiều bằng chứng làm căn cứ.

- Chắc chắn là thế rồi, bà cứ tiếp tục, - thẩm phán nói. - Nhưng tôi không muốn nghe bất cứ lý sự vòng vo nào về âm mưu nữa đâu. Xin nhớ cho rằng bà có thể bị buộc tội cùng với Salander về những lời hai người nói ở trước tòa.

- Cảm ơn ngài, tôi xin nhớ ở trong đầu.

Chị quay lại Teleborian. Ông vẫn có vẻ khoái với tình hình.

- Bên bị đã nhiều lần hỏi được phép xem bản y bạ của Lisbeth Salander từ ngày cô gái được trao cho ông trông coi ở bệnh viện Thánh Stefan khi mới mười hai mười ba tuổi. Tại sao lại không đưa bản đó ra cho chúng tôi xem?

- Vì một tòa án quận đã tuyên rằng y bạ đó đã được xếp loại bí mật. Sau khi Lisbeth Salander yêu cầu, tòa đã ra quyết định này, nhưng nếu một tòa án cao cấp hơn hủy quyết định ấy đi thì dĩ nhiên tôi sẽ trao cho các vị.

- Cảm ơn ông. Trong hai năm ở bệnh viện Thánh Stefan, Lisbeth Salander đã phải chịu chế độ giam cầm mất bao nhiêu đêm?

- Ngay tức khắc tôi không thể nhớ ra được.

- Cô ấy thì nói là 380 trong tổng số 786 ngày đêm cô ấy sống ở Thánh Stefan.

- Tôi không thể nói được số ngày chính xác nhưng con số vừa nói ra là một khuếch đại hoang đường. Những con số ấy ở đâu ra đây?

- Ở tự thuật của cô ấy.

- Và hôm nay bà tin là cô ấy có thể nhớ chính xác từng đêm cô ấy chịu chế độ giam cầm. Điều này lố bịch.

- Thế ư? Ông nhớ thì là bao nhiêu đêm?

- Lisbeth Salander là một người bệnh cực kỳ hung hãn và nặng về bạo lực, đúng là trong một số dịp, cô ấy đã được cho ở trong một phòng không có thứ gì kích động. Có lẽ tôi nên giải thích mục đích của căn phòng không có thứ gì kích động...

- Cảm ơn. Cái ấy không cần. Theo lý thuyết, đó là gian phòng trong đó người ta không để bất cứ thứ gì về cảm quan có thể gây nên kích động cho người bệnh. Cô bé Lisbeth Salander mười ba tuổi đã bị cột chặt xuống giường bao nhiêu đêm trong một căn phòng như thế?

- Có lẽ là... Tôi ước chừng có lẽ là ba chục dịp trong thời gian cô ấy ở bệnh viện...

- Ba chục. Bây giờ thì chỉ có là một phần mười con số 380 mà cô ấy nói.

- Con số tôi đưa ra là không chối cãi được.

- Kể cả chỉ bằng mười phần trăm con số của cô ấy.

- Vâng...

- Liệu chúng ta có được thông tin chính xác hơn ở trong y bạ của cô ấy không?

- Có thể.

- Rất hay, - Giannini nói, lấy một tập giấy trong cặp của chị ra. - Bây giờ tôi xin phép nộp tòa một bản sao của y bạ mà bệnh viện Thánh Stefan đã làm về Lisbeth Salander. Tôi đã đếm những lần trói thân chủ tôi vào giường và thấy con số ghi nhận là 381, nhiều hơn khẳng định của thân chủ tôi một.

Teleborian trợn mắt lên.

- Dừng lại... Đây là tài liệu đã xếp loại bí mật. Bà lấy ở đâu ra?

- Tôi lấy từ một phóng viên của tạp chí *Millennium*. Khó lòng mà nói rằng nó đã được xếp loại khi mà nó nằm lăn lóc ở một tòa soạn. Có lẽ tôi nên nói thêm rằng số báo *Millennium* hôm nay đã có đăng những trích dẫn từ y bạ này. Do đó tôi tin là ngay cả tòa án quận đây cũng sẽ có cơ hội xem chính bản y bạ này.

- Thế là phi pháp...

- Không, không phi pháp. Lisbeth Salander đã cho phép đăng các trích dẫn này. Thân chủ tôi có cái gì mà phải giấu giếm chứ.

- Thân chủ của bà đã bị tuyên bố không có khả năng tuân thủ pháp luật, do đó không có quyền tự quyết định cho mình làm như thế.

- Chúng tôi sẽ quay lại với lời tuyên bố này nhưng trước hết chúng ta cần xem xét những gì đã xảy ra với cô gái ở bệnh viện Thánh Stefan.

Thẩm phán Iversen cau mày khi nhận tập giấy tờ Giannini đưa.

- Tôi chưa sao cho công tố viên bản nào. Mặt khác, hơn một tháng trước, ông công tố viên đã nhận một bản sao về tài liệu xâm phạm vào riêng tư này.

- Chuyện ấy xảy ra như thế nào?

- Vào hồi 5 giờ chiều thứ Bảy ngày 4 tháng Sáu năm nay, công tố viên Ekstrom đã nhận của Teleborian một bản sao về bản y bạ được xếp loại bí mật này.

- Đúng thế không? - Thẩm phán Iversen hỏi.

Thoạt tiên Ekstrom định phủ nhận. Rồi hiểu ra có lẽ như thế nào đó Giannini đã có bằng chứng.

- Tôi đã xin phép được đọc những đoạn trong bản y bạ nếu như tôi ký cam đoan giữ bí mật, - Ekstrom nói. - Tôi phải cầm chắc là Salander thực sự đã có chuyện mà cô ấy bị cáo buộc.

- Cảm ơn ông, - Giannini nói. - Như thế có nghĩa là bây giờ chúng ta đã có lời xác nhận rằng bác sĩ Teleborian không chỉ nói dối mà thôi, ông ta còn phá luật bằng việc đem phân phát các biên bản mà chính ông ta tuyên bố là đã được xếp loại bí mật.

- Theo đúng luật, tòa ghi nhận điều này, - thẩm phán nói.

Thẩm phán Iversen thình lình rất khoái hoạt.

Bằng một cách phi chính thức nhất, Giannini đã tung vào nhân chứng Teleborian một đòn tấn công nặng nề; một phần quan trọng trong lời khai của nhân chứng Teleborian đã bị chị băm viên vằm nát. *Và chị ta tuyên bố mọi cái chị ta nói ra đều có tài liệu đi kèm cả.* Thẩm phán Iversen chỉnh lại kính.

- Bác sĩ Teleborian, căn cứ vào những điều trong y bạ do chính tay ông viết ra... nay ông đã có thể nói với tôi Lisbeth Salander từng phải chịu sự giam hãm trong bao nhiêu đêm được chưa?

- Tôi không nhớ nổi rằng lại nhiều đến thế, nhưng nếu y bạ viết thế thì tôi đành là phải tin y bạ thôi.

- Một tổng số 381 ngày đêm. Điều này không làm cho ông kinh ngạc lên vì là nhiều quá đáng hay sao?

- Vâng... có dài lâu hơn thường lệ...

- Nếu ông mười ba tuổi và bị một ai đó trói diệt vào một chiếc giường khung sắt trong hơn một năm ròng thì ông sẽ cảm nhận ra sao chứ nhỉ? Như thế có giống như tra tấn không?

- Bà phải hiểu là người bệnh nguy hiểm cho bản thân cũng như cho những người khác...

- OK. Chúng ta hãy xem *nguy hiểm cho bản thân.* Lisbeth Salander đã có bao giờ tự làm cho mình bị thương chưa?

- Người ta đã từng lo ngại như thế...

- Tôi nhắc lại câu hỏi: Lisbeth Salander đã có bao giờ tự làm cho bản thân bị thương chưa? Có hay không?

- Là bác sĩ phân tâm học, chúng tôi đã được dạy rằng cần diễn giải bức tranh trong toàn cảnh. Về phần Lisbeth Salander, bà có thể thấy trên người cô ấy, thí dụ, một lô những hình xăm và lỗ xâu, chúng cũng là một hình thức của ứng xử tự hủy và một kiểu làm hư hại cơ thể chính mình. Chúng tôi có thể diễn giải chúng là một biểu hiện của tự hận, tự mình ghét mình.

Giannini quay sang Salander.

- Cô xăm mình có phải là do tự ghét mình không?

- Không, - Salander nói.

Giannini quay về Teleborian.

- Do tôi đeo hoa tai và thực sự có một hình xăm ở một chỗ kín đáo thì ông có tin rằng tôi cũng nguy hiểm cho bản thân tôi không?

Palmgren cười khì một cái nhưng ông đã kịp chuyển nó ra thành đằng hắng.

- Không, hoàn toàn không phải thế... hình xăm cũng có thể là một phần của nghi thức xã hội.

- Phải chăng ông đang nói Lisbeth Salander không phải là một phần của nghi thức xã hội này?

- Bà có thể tự thấy rằng hình xăm của cô ấy là lố lăng và lan ra cả phần lớn cơ thể cô ấy. Đấy là cách thức bái vật hay trang điểm cơ thể không bình thường.

- Là bao nhiêu phần trăm đây?

- Xin lỗi?

- Diện tích xăm trên cơ thể đến mức phần trăm nào thì không còn là chủ nghĩa bái vật mà hóa thành bệnh tâm thần?

- Bà đang bẻ queo ý tôi.

- Tôi bẻ queo? Khi tôi hay những người trẻ tuổi khác xăm mình thì đó là một phần của một nghi thức xã hội có thể chấp nhận nhưng khi lấy xăm mình ra để đánh giá trạng thái tâm thần của thân chủ tôi thì xăm mình lại hóa ra thành nguy hiểm, vậy chuyện này là thế nào đây?

- Là một bác sĩ phân tâm học, tôi phải nhìn bức tranh trong toàn cảnh của nó. Hình xăm chỉ là một chỉ dẫn. Như tôi đã nói, nó là một trong nhiều chỉ dẫn cần được dùng đến để cân nhắc tính toán khi tôi đánh giá tình trạng sức khỏe của cô ấy.

Giannini im lặng một lúc nhìn chằm chằm vào Teleborian. Bây giờ chị nói rất thong thả.

- Nhưng bác sĩ Teleborian, ông bắt đầu trói chặt thân chủ tôi xuống khi cô ấy mới mười hai tuổi, sắp mười ba. Lúc ấy cô ấy chưa hề có một hình xăm nào ở trên người, đúng không?

Teleborian ngập ngừng và Giannini nói tiếp.

- Tôi cho rằng ông không trói cô ấy vào giường vì ông đã nhìn trước thấy một lúc nào đó trong tương lai cô ấy sẽ xăm mình.

- Dĩ nhiên là không rồi. Các hình xăm của cô ấy không liên quan gì đến tình hình cô ấy năm 1991.

- Đến đây chúng ta đang quay lại câu hỏi ban đầu của tôi. Lisbeth Salander đã tự làm cho mình bị thương bằng một cái cách mà nó sẽ biện minh được cho việc phải đem trói cô ấy vào giường trong suốt hơn một năm trời chưa? Thí dụ, cô ấy tự cắt vào người bằng một con dao hay một lưỡi dao cạo hay một cái gì đại loại như thế chưa?

Teleborian nom nao núng một thoáng giây.

- Không... Tôi dùng hình xăm làm một *thí dụ* về ứng xử tự hủy.

- Và ông vừa đồng ý rằng xăm người là một phần chính đáng của một nghi thức xã hội. Tôi hỏi vì sao ông giam cầm cô ấy hơn một năm trời thì ông trả lời vì cô ấy là mối nguy cho bản thân cô ấy.

- Chúng tôi có lý do để tin rằng cô ấy là mối nguy của chính cô ấy.

- *Lý do để tin.* Vậy là ông đang nói rằng ông giam hãm cô ấy vì ông đoán trước ra thấy một cái gì.

- Chúng tôi tiến hành những đánh giá.

- Trong vòng năm phút, hiện tôi vẫn đang hỏi có mỗi một câu. Ông nói ứng xử tự hủy của thân chủ tôi là một lý do khiến cô ấy bị trói vào giường hơn một năm trời trong tổng cộng hai năm ông trông coi cô ấy. Cuối cùng ông có thể vui lòng cho tôi vài thí dụ cho thấy đó là bằng chứng về ứng xử tự hủy của cô ấy lúc mười hai tuổi được không?

- Thí dụ cô bé bị suy dinh dưỡng cực kỳ. Điều này một phần là do cô ấy cự tuyệt ăn uống. Chúng tôi nghi là bệnh chán ăn.

- Tôi hiểu. Cô gái có bị bệnh chán ăn không? Như ông có thể thấy, ngay hiện giờ thân chủ của tôi cũng vẫn gầy và nhỏ xương.

- Ờ, câu hỏi này khó trả lời. Tôi sẽ phải quan sát thói quen ăn uống của cô ấy một thời gian khá là dài mất.

- Ông đã quan sát thói quen ăn uống của cô ấy trong hai năm. Mà nay ông gợi ý rằng ông đã lẫn lộn chứng chán ăn với việc thân chủ tôi gầy và bé nhỏ. Ông nói cô ấy từ chối ăn.

- Nhiều lần chúng tôi phải ép cô ấy ăn.

- Tại sao như thế?

- Dĩ nhiên là vì cô ấy không chịu ăn.

Giannini quay sang thân chủ.

- Lisbeth, có đúng là cô không chịu ăn ở bệnh viện Thánh Stefan không?

- Đúng.

- Tại sao thế?

- Vì lão ác ôn này trộn thuốc kích thích tâm thần vào thức ăn của tôi.

- Tôi hiểu. Vậy bác sĩ Teleborian muốn cho cô uống thuốc. Tại sao cô không chịu uống?

- Tôi không thích cái thuốc lão ta cho tôi. Nó làm cho tôi lờ đà lờ đờ. Tôi không suy nghĩ minh mẫn nổi và hễ thức thì tôi lại bằng lặng. Tên ác ôn không chịu nói với tôi có những chất gì ở trong thuốc.

- Vậy là cô không chịu uống thuốc.

- Vâng. Rồi thay vào, hắn bắt đầu cho các thứ bậy bạ vào trong thức ăn của tôi, tôi đã bỏ ăn liền năm ngày.

- Vậy thì cô đói.

- Không bị đói luôn. Vài lần mấy người phục vụ đem trộm bánh mì vào cho tôi. Đặc biệt đêm khuya một người hay đem cái ăn cho tôi. Chuyện này thường xảy ra.

- Vậy cô nghĩ là nhân viên phục vụ ở bệnh viện biết cô đói đã cho cô thức ăn để cô khỏi chết đói phải không?

- Đó là dạo tôi đang chống lại với tên ác ôn này về các thuốc kích thích tâm thần mà hắn cho vào đồ ăn thức uống của tôi.

- Nói cho chúng tôi xem chuyện này là như thế nào đi?

- Lão cố làm cho đầu óc tôi lơ mơ đi bằng thuốc. Tôi không chịu uống thuốc của lão. Lão bèn cho vào thức ăn của tôi. Tôi không chịu ăn. Hắn ép tôi ăn. Tôi nôn tống tháo thức ăn ra.

- Vậy cô không chịu ăn là có lý do hoàn toàn hợp lý.

- Vâng.

- Chứ không phải vì cô không muốn ăn?

- Không. Tôi luôn luôn đói mà.

- Từ khi rời bệnh viện Thánh Stefan cô... ăn đều đặn chứ?

- Hễ cứ đói là ăn.

- Nói rằng giữa cô và bác sĩ Teleborian đã xảy ra một cuộc xung đột thì có đúng không?

- Chị có thể nói là như thế.

- Cô bị đưa đến Thánh Stefan vì cô đã tạt xăng vào bố cô rồi đốt ông ta.

- Vâng.

- Sao cô làm thế?

- Vì ông ấy hành hạ mẹ tôi.

- Cô đã từng nói rõ chuyện này với ai chưa?

- Có.

- Ai vậy?

- Tôi nói với cảnh sát thẩm vấn tôi, với những người làm công tác xã hội, những người nhận săn sóc trẻ con, các bác sĩ, một mục sư và lão ác ôn kia.

- Gọi bằng ác ôn là cô muốn nhắc tới...?

- Người này. - Cô chỉ vào bác sĩ Teleborian.

- Tại sao cô gọi ông ấy là ác ôn?

- Lần đầu tiên đến bệnh viện Thánh Stefan, tôi cố giải thích với ông ấy câu chuyện đã xảy ra.

- Thế bác sĩ Teleborian nói gì?

- Lão ấy không muốn nghe tôi. Lão ấy nói tôi hoang tưởng. Và để phạt tôi lão trói tôi vào giường cho tới khi nào tôi hết hoang tưởng. Rồi lão ấy cố ép tôi uống thuốc kích thích tâm thần.

- Vớ vẩn, - Teleborian nói.

- Đó là lý do để cô không còn nói năng gì với ông ta nữa phải không?

- Tôi không nói với lão từ cái đêm tôi vừa lên mười ba tuổi. Tôi bị cột chặt xuống giường. Quà sinh nhật cho tôi.

Giannini quay sang Teleborian.

- Nghe thì hình như lý do thân chủ tôi không chịu ăn là vì không muốn các thuốc kích thích tâm thần mà ông bắt cô ấy phải uống.

- Có thể cô ấy nhìn nó hóa ra thành thế.

- Ông thì nhìn nó ra thế nào?

- Tôi có một người bệnh khó tính khác thường. Tôi giữ ý kiến là ứng xử của Salander cho thấy cô ấy là một mối nguy cho bản thân, nhưng đây có thể là một vấn đề về cách hiểu. Tuy nhiên cô ấy hung tợn và bộc lộ ra cách ứng xử của bệnh tâm thần. Việc cô ấy nguy hiểm cho người khác thì không còn nghi ngờ gì nữa. Cô ấy đến Thánh Stefan sau khi cố giết bố mình.

- Chúng ta sẽ bàn chuyện này sau. Trong 381 ngày ông giam cầm cô ấy, khi thân chủ tôi không làm như ông bảo thì có thể là ông đã trừng phạt cô ấy bằng việc đem trói cô ấy lại phải không?

- Điều này hết sức vớ vẩn.

- Vớ vẩn? Theo các biên bản, tôi chú ý thấy phần lớn những lần trói xảy ra ở năm đầu tiên... 320 trong 381 lần. Tại sao rồi lại thôi trói?

- Tôi cho rằng người bệnh đã sửa đổi ứng xử, bớt náo loạn đi.

- Có đúng là các nhân viên khác ở bệnh viện đã coi các biện pháp của ông là tàn nhẫn không cần thiết không?

- Ý bà là thế nào?

- Có đúng là các nhân viên bệnh viện đã phàn nàn về việc ép Lisbeth Salander ăn uống không, hãy tạm nói đến việc này thôi.

- Không tránh được việc mọi người đánh giá khác nhau. Chuyện này không có gì là lạ. Nhưng vì cô ấy chống lại dữ tợn quá nên phải ép cô ấy ăn mới thành ra một nhiệm vụ...

- Vì cô ấy không chịu uống các thuốc kích thích tâm thần vốn khiến cô ấy phờ phạc và thụ động. Khi hết chuyện bị uống thuốc thì cô ấy lại ăn uống bình thường. Liệu có cách giải quyết nào hợp lý hơn cách mượn đến các biện pháp cưỡng bức không?

- Thưa bà Giannini, xin bà bỏ qua cho lời tôi nói đây, tôi thực sự là một bác sĩ. Tôi ngờ rằng chuyên môn y học của tôi sâu rộng hơn kiến thức y học của bà. Việc của tôi là xác định nên dùng những biện pháp y học nào để chữa trị.

- Đúng, tôi không phải là bác sĩ, thưa *bác sĩ* Teleborian. Nhưng tôi không hoàn toàn thiếu hiểu biết về chuyên môn này. Ngoài chức phận là luật sư ra, tôi cũng đã được học môn phân tâm học ở Đại học Stockholm. Đó là môn học nền tảng cần thiết trong nghề của tôi.

Nếu lúc ấy một cây kim rơi trong phòng xét xử thì chắc ai cũng nghe thấy. Cả Ekstrom lẫn Teleborian đều cùng ngạc nhiên nhìn trừng trừng Giannini. Chị tiếp tục nói, không đoái đến hai người.

- Có đúng là cuối cùng các phương pháp ông điều trị cho thân chủ tôi đã dẫn tới chỗ bất đồng nghiêm trọng giữa ông và cấp trên của ông, bác sĩ Johannes Caldin, bác sĩ trưởng lúc đó không?

- Không, điều này không đúng.

- Bác sĩ Caldin đã chết cách đây mấy năm, không thể có lời khai. Nhưng tại phòng xử này chúng ta có một người đã vài ba lần gặp bác sĩ Caldin. Nói ra thì đó là cố vấn trợ lý của tôi, Holger Palmgren.

Chị quay lại ông.

- Ông có thể nói cho chúng tôi câu chuyện đã xảy ra như thế nào không?

Palmgren dặng hắng. Vẫn còn chịu ảnh hưởng của cơn đột quỵ, ông phải cố hết sức để nói được ra lời.

- Tôi được chỉ định làm người đỡ đầu của Lisbeth Salander sau khi mẹ cô ấy bị bố cô ấy đánh đập ác nghiệt, không thể trông nom con gái của mình được nữa. Não bà ấy bị tổn thương thường xuyên và luôn xuất huyết.

- Tôi cho là ông đang nói đến Alexander Zalachenko, - Ekstrom nhoài người ra đằng trước, chăm chú.

- Đúng thế, - Palmgren nói.

Ekstrom nói:

- Tôi xin yêu cầu ông nhớ cho rằng chúng ta hiện đang nói đến một vấn đề đã được xếp hạng cao.

- Chuyện Alexander Zalachenko thường xuyên hành hạ mẹ Lisbeth không còn là một bí mật nữa, - Giannini nói.

Teleborian giơ tay lên.

- Có lẽ vấn đề không rành rành như bà Giannini đang trình bày.

- Ông định nói gì ở đây?

- Chắc chắn Lisbeth Salander đã chứng kiến một thảm kịch gia đình... chắc chắn một cái gì đó đã dẫn tới trận đánh đập nghiêm trọng năm 1991. Nhưng không có tài liệu nào gợi ra cho thấy rằng đây là một tình hình tiếp diễn trong nhiều năm như bà Giannini tuyên bố. Nó có thể là một sự cố riêng lẻ hay một cuộc cãi cọ mà rồi hóa ra thành thượng cẳng chân hạ cẳng tay. Nếu cần nói lên sự thật thì cũng chẳng có tài liệu nào cho thấy ông Zalachenko là người gây gổ đánh đập mẹ Lisbeth sất cả. Chúng tôi được biết rằng bà ấy là gái điếm, do đó có thể có khả năng còn một số những kẻ hành hung khác nữa.

Giannini ngạc nhiên nhìn Teleborian. Hình như chị không nói được nên lời trong một lúc. Rồi mắt chị quắc lên nhìn ông.

- Ông có thể nói rộng ra thêm ở điểm này không? - Chị nói.

- Điều tôi muốn nói là trong thực tế chúng ta chỉ nghe được có những lời xác nhận của Lisbeth không thôi.

- Rồi sao?

- Trước hết, có hai chị em gái, đúng ra là sinh đôi. Camilla Salander không bao giờ tuyên bố gì, thực tế cô ấy đã phủ nhận các chuyện kia. Mà nếu có sự hành hạ quá đáng như thân chủ của bà vẫn kiên trì nói thì điều ấy tự nhiên là đã được ghi nhận trong các báo cáo phúc lợi xã hội, vân vân...

- Có cuộc phỏng vấn Camilla Salander nào mà chúng tôi có thể xem xét được không?

- Phỏng vấn?

- Ông có tài liệu nào cho thấy rằng Camilla Salander đã được hỏi về các chuyện xảy ra trong gia đình họ không?

Salander cựa mình trên ghế khi nghe nói đến em gái. Cô liếc Giannini.

- Tôi cho rằng Sở Bảo hiểm Xã hội đã có báo cáo…

- Ông vừa nói Camilla Salander không bao giờ khẳng định rằng Alexander Zalachenko hành hạ mẹ của họ, rằng trái lại cô ấy còn phủ nhận chuyện ấy. Đó là một tuyên bố chắc nịch. Ông lấy ở đâu ra thông tin ấy?

Teleborian ngồi im lặng vài giây. Giannini có thể thấy mắt ông đảo một cái khi nhận ra ông vừa phạm phải sai lầm. Có thể lường trước thấy điều mà chị muốn dẫn tới là gì nhưng ông không có cách nào né được câu trả lời.

- Tôi nhớ hình như có được ghi trong biên bản cảnh sát, - cuối cùng ông nói.

- Ông nhớ hình như… bản thân tôi từng phải tìm khắp nơi khắp chốn để kiếm cho ra các báo cáo của cảnh sát về vụ Alexander Zalachenko bị bỏng nghiêm trọng ở Lundagatan. Các biên bản duy nhất có được là những biên bản vắn tắt do các sĩ quan tại hiện trường viết.

- Cái đó có thể…

- Vậy tôi rất muốn hỏi tại sao ông có thể đọc một biên bản của cảnh sát mà bên bị chúng tôi thì lại không sao có được ở trong tay?

- Tôi không trả lời được câu này, - Teleborian nói. - Sau vụ thân chủ của bà mưu giết bố, tôi phải viết một báo cáo pháp y về tâm thần của thân chủ bà và tôi đã được đưa cho xem biên bản năm 1991.

- Công tố viên Ekstrom có được đưa cho xem biên bản ấy không?

Ekstrom cựa quậy. Ông nắn nắn uốn uốn chòm râu dê. Nay ông biết mình đã đánh giá thấp luật sư Giannini. Nhưng ông không có lý do gì để mà nói dối sất.

- Vâng, tôi có được đọc.

- Tại sao bên bị lại không được tiếp cận tài liệu này?

- Tôi nghĩ nó không giúp ích được cho phiên tòa.

- Ông có thể nói với tôi vì sao mà ông lại được phép đọc cái biên bản đó không? Khi tôi hỏi cảnh sát, người ta nói không hề có biên bản nào như vậy cả.

- Biên bản này do Cảnh sát An ninh viết. Nó được xếp hạng bí mật.

- Vậy Sapo đã viết biên bản về một trường hợp liên quan đến gây thương tích nghiêm trọng trên cơ thể một phụ nữ rồi quyết định xếp biên bản này vào loại bí mật.

- Đó là vì người gây thương tích... Alexander Zalachenko. Ông ấy là một người tị nạn chính trị.

- Ai viết biên bản?

Im lặng.

- Tôi không nghe thấy nói gì hết. Tên ở trang bìa biên bản là gì?

- Gunnar Bjorck ở Phòng Nhập cư của SIS viết biên bản này.

- Cảm ơn ông. Có phải cũng là Gunnar Bjorck mà thân chủ của tôi nói là người đã cùng làm việc với *bác sĩ* Teleborian để tạo nên bản báo cáo pháp y tâm thần về cô ấy năm 1991 không?

- Tôi cho là vậy.

Giannini quay sang chú ý tới Teleborian.

- Năm 1991, ông ký đưa Lisbeth Salander vào phòng bệnh an toàn của bệnh viện Thánh Stefan dành cho trẻ tâm thần...

- Cái này không đúng.

- Không đúng ư?

- Không đúng. Lisbeth Salander bị *phán quyết* đưa đến phòng bệnh tâm thần an toàn. Đây là kết quả của một hành động pháp lý hoàn toàn theo đúng thủ tục ở một tòa án quận. Đấy không phải là quyết định của tôi...

- Năm 1991, tòa án quận quyết định nhốt Lisbeth Salander vào một bệnh viện tâm thần dành cho trẻ em. Tại sao tòa án quận ra quyết định này?

- Tòa án quận đã đánh giá thận trọng về các hành động và tình hình tâm thần của thân chủ bà - muốn gì thì cô ấy cũng đã toan giết bố bằng một quả bom xăng. Đây không phải là hành động mà một đứa trẻ mười mấy tuổi bình thường lại có thể dúng tay vào, dù chúng có xăm mình hay không, - Teleborian mỉm cười lịch sự với chị.

- Và tòa án quận căn cứ vào cái gì để ra phán xét? Nếu tôi hiểu đúng thì họ chỉ có mỗi một bản xác nhận pháp y để đi bước tiếp theo. Bản này đã được chính ông và một người cảnh sát có tên là Gunnar Bjorck viết ra.

- Bà Giannini, điều này là về chuyện cô Salander tạo dựng ra âm mưu. Ở đây tôi sẽ cần…

- Tôi xin lỗi, nhưng tôi chưa hỏi gì cả, - Giannini nói và một lần nữa quay sang Palmgren. - Holger, chúng tôi đang nói đến việc ông gặp cấp trên của bác sĩ Teleborian, bác sĩ Caldin.

- Vâng. Trong khả năng của tôi là người đỡ đầu cho Lisbeth Salander. Ở thời kỳ này, tôi chỉ gặp cô ấy rất ít thôi. Như mọi người khác, tôi có ngay ấn tượng là cô ấy mắc bệnh tâm thần nặng. Nhưng vì đây là việc của tôi nên tôi đã tiến hành tìm hiểu nghiên cứu trạng thái sức khỏe chung của cô ấy.

- Và bác sĩ Caldin nói sao?

- Cô ấy là bệnh nhân của bác sĩ Teleborian, bác sĩ Caldin không để ý đặc biệt gì đến cô ấy trừ trong các xác nhận thường xuyên và các loại việc tương tự. Mãi đến khi cô ấy ở đấy đã hơn một năm, tôi mới bắt đầu bàn đến chuyện làm sao cho cô ấy về lại được với xã hội. Tôi gợi ý một gia đình đỡ đầu. Tôi không biết chính xác điều gì xảy ra ở nội bộ bệnh viện Thánh Stefan, nhưng sau chừng một năm thì bác sĩ Caldin bắt đầu chú ý đến cô ấy.

- Điều đó thể hiện như thế nào?

- Tôi phát hiện thấy ý kiến ông ấy khác ý kiến bác sĩ Teleborian, Palmgren nói. - Một lần ông ấy bảo tôi ông ấy quyết định thay đổi kiểu chữa trị cho cô ấy. Mãi sau này tôi mới hiểu là ông ấy nói tới việc giam hãm cô ấy bằng đai trói. Ông ấy nghĩ không có một lý do nào để phải làm như thế cả.

- Vậy là ông ấy đi ngược lại phác đồ của bác sĩ Teleborian?

Ekstrom cắt ngang.

- Phản đối. Đây là nghe nói thôi.

- Không, - Palmgren nói. - Hoàn toàn là không. Tôi yêu cầu một báo cáo xác nhận rằng có thể cho Lisbeth Salander về lại với xã hội. Bác sĩ Caldin viết báo cáo đó. Hôm nay tôi vẫn còn có nó đây.

Ông đưa một tài liệu cho Giannini.

- Ông có thể cho chúng tôi biết trong đó có gì không?

- Đây là thư bác sĩ Caldin gửi tôi, đề tháng Mười năm 1992, tức là khi Lisbeth Salander ở bệnh viện Thánh Stefan đã hai mươi tháng. Ở đây bác sĩ Caldin viết rõ ra thế này, tôi dẫn, *Quyết định của tôi thôi giam hãm hay ép người bệnh ăn uống đã cho kết quả có thể nhận thấy là cô ấy lúc này đã bình lặng lại. Không cần phải cho thuốc kích thích tâm thần. Nhưng người bệnh hết sức thu mình lại và không giao lưu nên vẫn cần điều trị duy trì tiếp. Hết dẫn.*

- Vậy ông ấy viết *hẳn* ra là ông ấy quyết định, - Giannini nói.

- Đúng. Cũng chính bác sĩ Caldin quyết định đưa cô gái tới một gia đình nhận đỡ đầu để Lisbeth có thể trở về được với xã hội.

Salander gật đầu. Cô nhớ bác sĩ Caldin đúng như cái kiểu cô nhớ từng chi tiết về quãng thời gian cô sống ở Thánh Stefan. Cô đã không chịu nói chuyện với bác sĩ Caldin... Ông là một "bác sĩ điên", một người mặc áo blu trắng khác nữa cứ muốn đào ủi vào trong cảm xúc của cô. Nhưng ông thân thiện và tốt bụng. Cô đã ngồi trong phòng giấy nghe ông giải thích mọi điều với cô.

Ông có vẻ bị xúc phạm khi cô không muốn nói với ông. Cuối cùng cô nhìn thẳng vào mắt ông và nói rõ quyết tâm của mình: *Tôi sẽ không bao giờ nói chuyện với ông hay bất cứ ông bác sĩ điên nào. Tôi cần nói những gì thì các ông có ai nghe tôi đâu. Ông có thể nhốt tôi ở đây cho đến khi tôi chết. Mà không thay đổi được gì hết cả. Tôi sẽ không nói với một ai trong các ông sất. Ông đã nhìn cô, con mắt ngạc nhiên và đau buồn. Rồi ông gật đầu tựa như ông hiểu.*

- Bác sĩ Teleborian, - Giannini nói. - Chúng tôi đã tìm thấy bằng chứng là ông đã ký đưa Lisbeth Salander vào một bệnh viện tâm thần của trẻ con. Ông là người nộp cho tòa án quận báo cáo này, bản báo cáo này là cơ sở duy nhất để họ đưa ra quyết định. Đúng thế không?

- Thực chất là đúng. Nhưng tôi nghĩ...

- Ông sẽ có nhiều thì giờ để nói rõ điều mà ông nghĩ. Khi Lisbeth Salander sắp lên mười tám tuổi, ông lại một lần nữa xía vào đời cô ấy, lại cố đem cô ấy nhốt vào trong một bệnh viện.

- Lần này tôi không phải là người viết báo cáo pháp y…

- Đúng, lần này bác sĩ Jesper H. Loderman viết. Và vào lúc đó, tình cờ ông ấy đang học tiến sĩ. Và ông là thầy hướng dẫn ông ấy. Cho nên chính các xác nhận của ông đã làm cho bản báo cáo được thông qua.

- Không có gì là vô đạo đức hay không đúng đắn ở trong các báo cáo này. Chúng đã được thảo ra theo những quy tắc hợp quy cách nghề nghiệp của tôi.

- Nay Lisbeth Salander hai mươi bảy tuổi và lần thứ ba chúng ta lại thấy ông đang cố thuyết phục tòa án quận rằng cô ấy bị bệnh tâm thần, cần phải đưa đến một phòng bệnh tâm thần an toàn.

Teleborian hít vào một hơi dài. Giannini đã chuẩn bị đâu ra đấy. Chị làm cho ông sững ra với những câu hỏi ranh ma và đã bẻ gẫy thành công các câu trả lời của ông. Chị không đổ trước sức hấp dẫn của ông, chị hoàn toàn không biết đến quyền uy của ông. Ông vốn quen được người ta gật đầu khi ông nói rồi mà.

Mụ có biết được nhiều không đây?

Ông liếc công tố viên Ekstrom, nhận thấy đừng có hòng chờ đợi giúp đỡ ở đằng này. Ông phải một mình cưỡi sóng vượt gió đây.

Ông tự nhắc nhủ rằng dẫu thế nào thì ông đã là một quyền lực.

Điều mụ nói không là gì cả. Đánh giá của ta mới quan trọng.

Giannini cầm bản báo cáo pháp y lên.

- Chúng ta hãy xem kỹ hơn bản báo cáo cuối cùng của ông. Ông đã bỏ ra rất nhiều công sức để phân tích đời sống cảm xúc của Lisbeth Salander. Một phần lớn đề cập đến những diễn giải của ông đối với nhân cách, ứng xử và thói quen tính dục của cô ấy.

- Tôi muốn đưa ra một bức tranh toàn diện trong báo cáo này.

- Tốt. Và dựa trên bức tranh toàn diện này, ông đi đến kết luận rằng Lisbeth Salander bị bệnh tâm thần phân liệt hoang tưởng.

- Tôi không thích bó hẹp mình vào một chẩn đoán chính xác cụ thể.

- Nhưng ông đi đến kết luận này mà không hề qua chuyện trò với thân chủ của tôi, phải thế không?

- Bà biết rất rõ là thân chủ của bà cự tuyệt trả lời các câu hỏi mà tôi hay bất cứ ai có quyền lực khác có thể đặt ra cho cô ấy. Ứng xử này tự nó đã đặc biệt nói lên được điều gì. Người ta có thể kết luận rằng những nét hoang tưởng của người bệnh đã tăng tiến đến một mức mà cô ấy thực sự không thể chuyện trò đơn giản với bất cứ ai có quyền lực. Cô ấy tin rằng mọi người đến là để hãm hại cô ấy, cô ấy cảm thấy sợ đến mức khép kín mình lại trong một cái vỏ hến nội bất xuất ngoại bất nhập và cứ thế nín thinh.

- Tôi để ý thấy ông diễn đạt rất thận trọng. Thí dụ ông nói, người ta *có thể* kết luận.

- Vâng, cái đó đúng. Tôi diễn đạt rất thận trọng. Phân tâm học không phải là một khoa học chính xác và tôi cần phải thận trọng với các kết luận của mình. Đồng thời nói rằng những nhà phân tâm học chúng tôi ngồi chơi đoán phỏng chừng thiếu cơ sở thực tế cũng là không đúng.

- Ông rất chính xác ở những chỗ ông tự bảo vệ cho mình. Sự thật rành rành là từ cái tối sinh nhật lần thứ mười ba của thân chủ tôi, ông không hề trao đổi một câu nào với cô ấy vì cô ấy cự tuyệt nói chuyện với ông.

- Không chỉ với tôi thôi đâu. Có vẻ như cô ấy không thể nói chuyện được với bất cứ nhà phân tâm học nào.

- Như thế nghĩa là kết luận của ông là dựa trên *kinh nghiệm* và trên các *quan sát* thân chủ tôi, như ông viết ở đây.

- Đúng thế.

- Nghiên cứu một cô gái ngồi khoanh tay trên ghế và cự tuyệt nói chuyện với ông thì ông có thể học biết được gì qua đó?

Teleborian thở dài, tựa như ông nghĩ một cái đã sờ sờ ra đến thế này mà còn phải giải thích thì ngán ốm. Ông mỉm cười.

- Ở một người bệnh ngồi lì không nói năng gì, bạn chỉ có thể học biết được rằng người bệnh này đang ngồi lì không nói năng gì, đấy, có thể thôi đấy. Kể cả đây là một ứng xử nhiễu loạn, nhưng đó không phải là cái tôi dựa vào để kết luận.

- Chiều nay chốc nữa, tôi sẽ mời một nhà phân tâm học khác. Tên ông ta là Svante Branden, bác sĩ chính ở Viện Pháp y và một chuyên gia trong môn phân tâm học pháp y. Ông biết ông ta chứ?

Teleborian thấy lại tin tưởng. Ông đã chờ Giannini mời một nhà phân tâm học khác đến để hỏi về các kết luận của mình. Đây là một tình thế ông đã chuẩn bị sẵn sàng, trong đó ông có thể dễ dàng bác bỏ mọi phản đối. Đúng thế, trong tranh luận thân mật, dễ nắm một đồng nghiệp hàn lâm hơn là một người nào đó như luật sư Giannini, người này không vướng cấm kị gì và có xu hướng bẻ queo lời lẽ của ông. Ông mỉm cười.

- Ông ấy là một nhà phân tâm học pháp y được kính trọng và có tài. Nhưng bà Giannini, bà cần phải hiểu rằng đưa ra một báo cáo như kiểu này là một quá trình hàn lâm và khoa học. Bản thân bà có thể không tán thành kết luận của tôi và một nhà phân tâm học khác lại có thể diễn giải một hành động hay một sự việc theo một cách khác hẳn. Bà có thể có những cách nhìn không giống hay có thể đó chỉ là một vấn đề thuần túy về việc hiểu đúng người bệnh đến đâu giữa hai bác sĩ. Ông ta có thể đi đến một kết luận rất khác về Lisbeth Salander. Chuyện này không hề lạ trong ngành phân tâm học.

- Tôi mời ông ấy không vì chuyện ấy. Ông ấy chưa gặp Lisbeth Salander để khám bệnh và ông ấy cũng sẽ không cho ra đánh giá nào về trạng thái tâm thần của cô ấy.

- Ô, lại là thế ư?

- Tôi đã nhờ ông ấy đọc bản báo cáo của ông và tất cả các tài liệu ông đã nộp về Lisbeth Salander cũng như xem các báo cáo y học của bệnh viện Thánh Stefan về cô ấy. Tôi đã xin ông ấy cho một đánh giá, không phải về tình trạng sức khỏe của thân chủ tôi, mà xét theo quan điểm thuần túy khoa học thì trong các tài liệu này liệu có một cơ sở thỏa đáng nào cho các kết luận của ông không.

Teleborian nhún vai.

- Với hết lòng kính trọng, tôi nghĩ rằng tôi hiểu Lisbeth Salander hơn bất cứ một nhà phân tâm học nào ở đất nước này. Tôi đã theo dõi sự phát triển của cô ấy từ khi cô ấy mười hai tuổi và đáng tiếc là các hành động của cô ấy luôn xác nhận các kết luận của tôi.

- Rất tốt, - Giannini nói. - Vậy chúng ta hãy xem các kết luận của ông. Trong bản tuyên bố của ông, ông viết rằng việc điều trị của cô ấy đã bị gián đoạn khi cô ấy được trao cho một gia đình đỡ đầu vào lúc cô ấy mười lăm tuổi.

- Đúng thế. Đây là một sai lầm nghiêm trọng. Nếu được phép điều trị tiếp thì có lẽ chúng tôi đã không ở tòa án hôm nay.

- Ông muốn nói là nếu ông có cơ hội giữ cô ấy thêm một năm nữa trong chế độ giam hãm thì cô ấy đã trở nên dễ nghe lời hơn phải không?

- Nói thế không đúng tinh thần.

- Tôi xin lỗi ông. Ông trích dẫn rộng rãi bản báo cáo mà Jesper Loderman, nghiên cứu sinh học trò của ông ráp lại lúc cô ấy sắp sang tuổi mười tám. Ông viết rằng, tôi dẫn, *Ứng xử tự hủy và chống xã hội của Lisbeth Salander đã được xác nhận bằng việc lạm dụng ma túy và kiểu sống lang chạ mà cô ấy thể hiện từ lúc bị đuổi ra khỏi bệnh viện Thánh Stefan*, hết dẫn. Ông muốn nói lên điều gì ở lời tuyên bố này?

Teleborian ngồi im một vài giây.

- Được... bây giờ chúng ta sẽ quay ngược lại một ít. Sau khi ra khỏi Thánh Stefan, Lisbeth Salander đã, như tôi từng nói trước, phát triển những vấn đề về lạm dụng rượu và ma túy. Cô ấy luôn bị cảnh sát bắt. Một báo cáo của Bảo hiểm Xã hội cũng cả quyết rằng cô ấy đã có các quan hệ tính dục bừa bãi với những người già và rất nhiều phần cô ấy đã dính líu đến bán dâm.

- Chúng ta hãy phân tích chỗ này. Ông nói cô ấy lạm dụng rượu. Cô ấy có thường hay bị ngộ độc rượu không?

- Tôi xin lỗi?

- Từ khi được thả ra cho đến khi sang tuổi mười tám cô ấy có uống rượu hàng ngày không? Cô ấy có uống mỗi tuần một lần không?

- Dĩ nhiên là tôi không trả lời chỗ này được rồi.

- Nhưng ông vừa nói cô ấy có vấn đề về rượu.

- Cô ấy là một vị thành niên và đã bị cảnh sát bắt đi bắt lại vì say rượu.

- Đây là lần thứ hai ông nói cô ấy bị bắt đi bắt lại. Chuyện này xảy ra bao nhiêu lần? Có là mỗi tuần một lần không hay là cách tuần một lần?

- Không, đây không phải là chuyện hay xảy ra của cá nhân...

- Lisbeth Salander đã bị bắt hai lần vì say rượu, một lần khi cô ấy mười sáu, một lần khi mười bảy. Một lần cô ấy say nặng quá đã phải đưa vào bệnh viện. Đây là cái *bắt đi bắt lại* mà ông nhắc tới đấy. Ngoài hai trường hợp này cô ấy có bị say bao giờ nữa không?

- Tôi không biết, nhưng người ta có thể e ngại rằng hạnh kiểm của cô ấy...

- Tôi xin lỗi, tôi nghe ông nói có đúng không đây? Ông *không biết* trong thời gian vị thành niên cô ấy có bị say ngoài hai lần vừa kể, thế nhưng ông lại *sợ* rằng đây là trường hợp lạm dụng rượu. Và viết báo cáo, ông kiên trì ý kiến rằng Lisbeth Salander đã dính đi dính lại vào tệ lạm dụng rượu chè và ma túy?

- Đây là thông tin của cơ quan dịch vụ xã hội chứ không phải của tôi. Nó liên quan đến toàn bộ lối sống của Lisbeth Salander. Không lấy gì làm lạ rằng sau khi ngừng được điều trị thì chẩn đoán của cô ấy lại tối tăm và đời cô ấy xoay quanh những chuyện lạm dụng rượu, thẩm vấn của cảnh sát và thói lang chạ bừa bãi không kiểm soát.

- Ông nói "thói lang chạ bừa bãi không kiểm soát".

- Vâng. Đây là một thuật ngữ cho thấy cô ấy không kiểm soát đời sống bản thân. Cô ấy ngủ với ông già.

- Việc ấy không có gì phạm pháp cả.

- Vâng, nhưng đây là hạnh kiểm không bình thường của một cô gái mười sáu tuổi. Người ta có thể hỏi cô ấy tự nguyện tham gia các cuộc gặp gỡ này hay là cô ấy ở trong một tình thế bị cưỡng bức không thể kiểm soát nổi.

- Nhưng ông nói rất chắc chắn cô ấy là gái điếm.

- Cô ấy không được học hành, không thể học đến nơi đến chốn hay tiếp tục học cao lên nữa, do đó không kiếm ra nghề thì hệ quả tự nhiên là thế thôi. Có thể là cô ấy nhìn các ông già như hình ảnh bố mình, còn thù lao tài chính với các lần họ hưởng thụ tính dục thì chỉ là hệ quả phụ thôi. Trong trường hợp này tôi cảm nhận thấy đó là ứng xử của người bệnh tâm thần.

- Vậy ông cho rằng các cô gái mười sáu tuổi có quan hệ tính dục là bị tâm thần?

- Bà đang vặn vẹo lời tôi.

- Nhưng ông không biết liệu cô ấy có lấy tiền vì các đặc ân tính dục hay không.

- Cô ấy không bị bắt vì bán dâm bao giờ.

- Và cô ấy khó lòng bị bắt vì chuyện đó vì ở nước ta bán dâm không phải là một tội.

- Ờ, vâng, đúng thế. Ở trường hợp cô ấy, chuyện này phải là có liên quan đến ứng xử tâm thần có tính bức bách.

- Và ông không ngại ngùng dựa lên các phỏng đoán thiếu kiểm nghiệm kia để mà kết luận Lisbeth Salander bị bệnh tâm thần chứ? Lúc mười sáu tuổi, tôi ngô nghê tự ý uống một nửa chai vodka lấy cắp của bố. Ông có nghĩ việc ấy làm cho tôi bị bệnh tâm thần không?

- Không, dĩ nhiên là không.

- Có thể là tôi quá lời đây, có đúng là khi mười bảy tuổi đi dự dạ hội ông đã uống say đến nỗi ông và tất cả đám bạn cùng rủ nhau vào trung tâm, đập vỡ hết cửa sổ quanh quảng trường ở Uppsala không? Ông đã bị cảnh sát bắt rồi được tha khi đã nộp phạt.

Teleborian nom choáng.

- Đúng là có chuyện ấy chứ, bác sĩ Teleborian?

- Ờ, có. Khi mười bảy thì người ta làm nhiều chuyện ngu ngốc lắm. Nhưng…

- Nhưng điều đó có dẫn ông - hay một ai đó khác - đến chỗ tin rằng ông bị một chứng bệnh tâm thần nặng không?

Teleborian cáu. Mụ luật sư ma quái này cứ uốn éo vặn vẹo lời lẽ của ông và lục vào gốc gác sâu xa. Mụ không chịu nhìn vào bức tranh lớn hơn. Và phen trốn nhà thời trẻ con của ông… Của nợ này nó lấy đâu ra thông tin này cơ chứ?

Ông hắng giọng và cao giọng nói:

- Các báo cáo của các cơ quan dịch vụ xã hội không có gì mập mờ, đều xác nhận Lisbeth Salander có một lối sống xoay quanh rượu, ma túy và chung chạ bừa bãi. Các cơ quan này cũng nói cô ấy đã là gái điếm.

- Không, các cơ quan xã hội không bao giờ nói cô ấy là gái điếm.

- Cô ấy đã bị bắt ở…

- Không, cô ấy không bị bắt, - Giannini nói. - Người ta tìm thấy cô ấy ở Tantolunden lúc cô ấy mười bảy tuổi, đang cùng ở với một người đàn ông già hơn nhiều. Cũng năm ấy cô ấy bị bắt vì say rượu. Cũng lại với một người đàn ông già hơn ở bên. Các cơ quan dịch vụ xã hội sợ rằng cô ấy có thể bị sa vào nghề bán dâm. Nhưng chưa hề đưa ra bằng chứng nào bao giờ.

- Cô ấy đã có các quan hệ tính dục rất thoải mái với một số đông cá nhân, cả nam lẫn nữ.

- Trong báo cáo của ông, ông xoáy vào các thói quen tính dục của thân chủ tôi. Ông nói quan hệ của thân chủ tôi với bạn, cô Miriam Wu, xác nhận những nghi ngờ về một bệnh lý tâm thần về tính dục. Tại sao nó lại xác nhận được một chuyện như thế?

Teleborian không trả lời.

- Tôi thành thật hy vọng ông không nói rằng đồng tính luyến ái là một bệnh tâm thần, - Giannini nói. - Ông nói thế thì thậm chí còn là một tuyên bố bất hợp pháp nữa.

- Không, dĩ nhiên không nói thế rồi. Tôi đang gợi đến các yếu tố bạo dâm ở trong mối quan hệ ấy.

- Ông nghĩ cô ấy là một người bạo dâm chứ?

- Tôi…

- Chúng tôi có lời tuyên bố của Miriam Wu ở đây, nói rõ rằng không có bạo lực trong quan hệ của hai người.

- Họ bập vào S&M, Tính dục và…

- Bây giờ tôi bắt đầu nghĩ là ông đọc quá nhiều báo buổi chiều. Lisbeth Salander và bạn gái Miriam Wu bập một số lần vào các trò chơi tính dục trong đó Miriam Wu trói thân chủ tôi lại và cho cô ấy có được thỏa mãn tính dục. Cái này không có gì là đặc biệt khác lạ cũng như không có gì là trái luật. Vì chuyện này mà ông đem nhốt thân chủ tôi lại ư?

Teleborian vẩy tay ra ý không cần màng đến.

- Lúc tôi mười sáu và còn đi học, tôi đã say rượu nhiều lần. Tôi đã thử ma túy. Tôi đã hút cần sa và cách đây hai chục năm thậm chí đã thử cocaine một lần. Khi mười lăm tuổi tôi có kinh nghiệm tính dục đầu tiên với một bạn học và tôi có quan hệ với một gã con trai từng trói tay tôi vào thành giường khi tôi hai mươi tuổi. Hai mươi hai thì tôi quan hệ với một người đàn ông bốn mươi bảy tuổi, quan hệ này kéo dài mấy tháng. Theo con mắt ông, tôi có bị bệnh tâm thần không đây?

- Giannini, bà đùa, các từng trải tính dục của bà không liên quan gì đến vụ án này.

- Tại sao không? Khi tôi đọc cái gọi là đánh giá phân tâm học của ông với Lisbeth Salander, tôi thấy nếu đem từng điểm một ra khỏi bối cảnh thì đều có thể áp dụng cho tôi được cả. Tại sao tôi thì mạnh khỏe và yên lành còn Lisbeth Salander lại là một kẻ bạo dâm nguy hiểm?

- Những so sánh này không thích hợp. Bà không cố giết bố hai lần...

- Bác sĩ Teleborian, Lisbeth Salander muốn ngủ với ai thì thật ra đó không phải là việc của ông. Đối tác cô ấy ngủ chung là nam hay nữ thì cũng không phải là việc của ông. Nhưng ở trường hợp cô ấy, ông lại chộp ra những chi tiết trong đời sống cô ấy để căn cứ vào đó mà nói rằng cô ấy bệnh hoạn.

- Toàn bộ cuộc đời của Lisbeth Salander - từ lúc học cấp cơ sở - là một cứ liệu về các cơn giận dữ hung bạo mà cô ấy nổ ra với các giáo viên và các học trò khác.

- Khoan, - giọng Giannini thình lình sắc như dao cứa lên sắt. - Hãy nhìn thân chủ tôi.

Mọi người nhìn Lisbeth Salander.

- Thân chủ tôi lớn lên trong một gia cảnh thảm hại. Trong suốt nhiều năm bố cô ấy thường xuyên hành hạ mẹ cô ấy.

- Thì tức là...

- Để tôi nói nốt. Mẹ Lisbeth Salander sợ chết khiếp Alexander Zalachenko. Bà ấy không dám chống lại. Bà ấy không dám đi gặp cả bác sĩ. Bà ấy không dám đến một trung tâm khủng hoảng dành cho phụ nữ. Bà ấy phủ phục xuống và bị đánh tệ hại đến mức não bị tổn thương không sao phục hồi lại được nữa. Người phải gánh lấy trách nhiệm gia đình, người duy nhất cố gánh lấy trách nhiệm từ lâu trước cả khi lên mười hai mười ba tuổi là Lisbeth Salander. Cô phải một mình tự cáng lấy gánh nặng đó do vì so với mẹ của Lisbeth thì Zalachenko, tên gián điệp này lại quan trọng đối với Nhà nước và các dịch vụ xã hội hơn.

- Tôi không thể...

- Tôi xin lỗi, kết quả là một tình trạng mà ở đó xã hội đã vứt bỏ mẹ của Lisbeth và hai đứa con của bà. Ông ngạc nhiên rằng Lisbeth có các vấn đề ở trường học chứ gì? Hãy nhìn cô ấy. Cô ấy bé nhỏ và gầy còm. Cô ấy luôn là đứa con gái bé nhất lớp. Sống rúc vào bản thân và quái dị, cô ấy không có bạn. Ông có biết trẻ con có xu hướng đối xử với bạn học không giống mình như thế nào không?

Teleborian thở dài.

Giannini tiếp tục.

- Tôi có thể quay lại các học bạ, sổ sách của trường học cô ấy, xem xét lần lượt từng tình hình ở đó nó khiến cho Lisbeth hóa ra thành hung bạo. Luôn luôn có một kiểu khiêu khích nào đó khai mào ra. Tôi có thể dễ dàng nhận thấy các dấu hiệu bắt nạt. Để tôi nói với ông một cái này.

- Cái gì?

- Tôi ngưỡng mộ Lisbeth Salander. Cô ấy kiên cường hơn tôi. Nếu mười ba tuổi mà bị trói chặt vào giường, có lẽ tôi sẽ gần như phá tan hết. Cô ấy chống trả bằng thứ vũ khí duy nhất cô ấy có - lòng khinh miệt ông.

Giannini đã hết căng thẳng từ lâu. Chị cảm thấy đã tự kiềm chế được.

- Trong lời khai sáng nay, ông nói rất nhiều đến các điều hoang tưởng của cô ấy. Chẳng hạn ông nói chuyện Lisbeth Salander kể về việc luật sư Bjurman cưỡng hiếp cô ấy là hoang tưởng.

- Đúng là thế.

- Ông dựa vào đâu mà kết luận như vậy?

- Vào kinh nghiệm của tôi với cái cách cô ấy hay hoang tưởng.

- Vào kinh nghiệm của ông với cái cách cô ấy quen hoang tưởng ư? Ông làm sao mà quyết định được lúc nào thì cô ấy đang hoang tưởng? Khi cô ấy nói bị trói vào giường 380 ngày đêm thì theo ông đó chỉ là hoang tưởng, bất chấp chính ngay biên bản của ông cũng nói với chúng tôi rằng sự thật là trói 381 ngày đêm.

- Chuyện này lại hoàn toàn khác. Không có một tí bằng chứng nào về việc Bjurman cưỡng hiếp Lisbeth Salander. Tôi muốn nói đến chuyện cho kim xuyên qua đầu vú cùng với những trò hung bạo thô thiển quá đến nỗi cô ấy chắc chắn đã phải được xe cứu thương chở thẳng đến bệnh viện ngay lúc đó rồi. Rõ ràng là chuyện này không thể nào mà xảy ra được.

Giannini quay sang thẩm phán Iversen.

- Hôm nay tôi đã xin phép đặt một máy chiếu ở đây...

- Đã để sẵn sàng rồi đấy, - thẩm phán nói.

- Xin cho chúng tôi hạ rèm xuống có được không?

Giannini mở máy tính PowerBook của chị ra, cắm nó vào máy chiếu.

Chị quay lại thân chủ của mình.

- Lisbeth. Chúng ta sắp xem cuộn phim. Cô đã sẵn sàng cho việc đó chưa?

- Tôi đã sống trong nó từ đầu đến cuối. - Salander nói, giọng khô đanh.

- Cô cho phép tôi chiếu nó ra ở đây chứ?

Salander gật. Cô chằm chằm nhìn Teleborian.

- Cô có thể cho chúng tôi biết cuốn phim này quay lúc nào không?

- Ngày 7 tháng Ba năm 2003.

- Ai quay?

- Tôi quay. Tôi đã dùng camera giấu kín, thiết bị tiêu chuẩn ở An ninh Milton.

- Hãy khoan, - công tố viên Ekstrom quát. - Chuyện này đang bắt đầu giống trò xiếc rồi đây.

- Chúng ta sắp xem là cái gì đây? - Thẩm phán Iversen nói, giọng sắc nhọn lại.

- Bác sĩ Teleborian nói rằng chuyện Lisbeth Salander kể về vụ luật sư Bjurman cưỡng hiếp cô ấy là hoang tưởng. Tôi sẽ cho các vị thấy bằng chứng trái lại. Toàn bộ video dài chín mươi phút, nhưng tôi sẽ chỉ chiếu vài đoạn trích ngắn mà thôi. Tôi báo trước các vị là có một vài cảnh rất chướng mắt.

- Cái này là định mánh múng gì đây chứ?

- Là có một cách hữu hiệu để tìm ra sự thật, - Giannini nói và chạy đĩa DVD trong máy tính của chị.

"Cô không biết cách xem giờ à?". Luật sư Bjurman thô lỗ chào cô. Máy camera đi vào trong căn nhà ông ta.

Được chín phút thẩm phán Iversen gõ búa. Người ta thấy chiếu cảnh luật sư Bjurman nhét mạnh một dương vật giả vào hậu môn Lisbeth Salander. Giannini cho to âm lượng lên. Qua miếng băng dán kín miệng, tiếng hét gần như cứng lại của Lisbeth Salander nghe chói lói khắp gian phòng xét xử.

- Tắt phim đi, - Thẩm phán Iversen nói to, giọng ra lệnh.

Giannini ấn nút dừng và đèn trần lại sáng trở lại. Mặt thẩm phán Iversen đỏ. Công tố viên Ekstrom ngồi như đá trời trồng. Teleborian tái nhợt như một xác chết.

- Luật sư Giannini... Video này dài bao lâu, bà nói chưa nhỉ?

- Chín chục phút. Bản thân chuyện hiếp tiếp tục nhiều đoạn ở trên phim lâu chừng năm hay sáu giờ nhưng thân chủ tôi chỉ mơ hồ nhận thấy mình đang bị bạo hành trong ít giờ cuối cùng mà thôi.

Giannini quay sang Teleborian.

- Nhưng có một cảnh trong đó Bjurman xiên một cây kim qua đầu vú thân chủ tôi, việc mà bác sĩ Teleborian khăng khăng cho là biểu hiện của đầu óc tưởng tượng của Lisbeth Salander. Nó xảy ra ở phút bảy mươi hai và bây giờ tôi mời xem đoạn ấy.

- Cảm ơn bà, không cần thiết, - thẩm phán nói. - Cô Salander...

Dòng suy nghĩ của ông bị hẫng một thoáng giây và ông không biết phải làm gì.

- Cô Salander, tại sao cô lại quay cuộn phim này?

- Bjurman đã hiếp tôi một lần và còn đòi nữa. Lần đầu ông ấy bắt tôi mút cho ông ấy xuất, đồ rắn rết già khú. Tôi nghĩ chuyện này sẽ lặp đi lặp lại. Tôi nghĩ tôi có thể có được bằng chứng rất hay về chuyện ông ấy làm với tôi để rồi có thể dọa cho ông ấy tránh xa tôi ra. Tôi đã đánh giá sai ông ấy.

- Nhưng tại sao cô không đến báo cảnh sát khi đã có bằng chứng... không thể chối cãi được như thế?

- Tôi không nói chuyện với cảnh sát, - Salander nói huych toẹt.

Palmgren đứng dậy khỏi xe lăn. Ông tì lên mép bàn để tự đỡ cho mình. Giọng ông rất rõ ràng.

- Thân chủ của chúng tôi về nguyên tắc là không nói năng với cảnh sát hay với những người có quyền khác, và ít nhất là với tất cả các bác sĩ tâm thần. Lý do đơn giản. Lúc còn bé cô ấy đã nhiều lần nói với cảnh sát và những người làm công tác xã hội để họ biết rõ việc mẹ bị Alexander Zalachenko bạo hành. Kết quả lần nào cũng là cô ấy bị trừng trị vì các viên chức nhà nước quyết định rằng Zalachenko quan trọng hơn cô ấy.

Ông hắng giọng nói tiếp.

- Cuối cùng khi cô ấy kết luận rằng không ai nghe cô ấy thì biện pháp duy nhất bảo vệ mẹ là cô ấy chống lại Zalachenko bằng bạo lực. Rồi tên khốn tự gọi mình là bác sĩ này - ông chỉ vào Teleborian - viết ra một bản chẩn đoán phân tâm học mô tả cô ấy bị bệnh tâm thần, điều cho ông ta cơ hội giữ cô ấy bị trói buộc ở bệnh viện Thánh Stefan 380 ngày. Tên khốn kiếp này là thế đấy.

Palmgren ngồi xuống. Thẩm phán Iversen ngạc nhiên về cơn phẫn nộ này. Ông quay sang Salander.

- Có lẽ cô muốn nghỉ giải lao...

- Tại sao? - Salander nói.

- Được, vậy thì chúng ta tiếp tục. Luật sư Giannini, đoạn ghi hình sẽ được xem xét và tôi sẽ yêu cầu một ý kiến về mặt kỹ thuật để kiểm tra tính xác thực của nó. Nhưng bây giờ tôi không thể chịu được lại phải xem tiếp các cảnh kinh khủng này nữa. Chúng ta hãy lại làm việc nào.

- Mừng thay. Tôi cũng thấy chúng kinh khủng, - Giannini nói. - Thân chủ tôi đã phải chịu đựng nhiều lần hành hạ tinh thần và những việc làm sai trái pháp luật. Và người phải bị khiển trách nhất về chuyện này là bác sĩ Teleborian. Ông ta đã phản bội lời thề của người bác sĩ, ông ta đã phản bội người bệnh của mình. Cùng với một thành viên của một nhóm phi pháp ở trong nội bộ Cảnh sát An ninh, Gunnar Bjorck, ông chắp ghép nên một bản đánh giá pháp y về bệnh tâm thần với mục đích giam hãm một nhân chứng bất lợi lại. Tôi tin rằng vụ án này chắc phải là vụ duy nhất ở Thụy Điển.

- Đây là những lời buộc tội xúc phạm, - Teleborian nói. - Tôi đã làm hết sức mình để giúp Lisbeth Salander. Cô ấy định giết bố. Hoàn toàn rõ ràng là có một cái gì đó không ổn ở cô ấy…

Giannini cắt lời ông.

- Bây giờ tôi muốn tòa chú ý tới bản đánh giá pháp y tâm thần thứ hai mà bác sĩ Teleborian làm cho thân chủ tôi, bản này vừa được trình tòa hôm nay. Tôi giữ ý kiến đây là một việc làm dối trá, cũng như bản báo cáo làm năm 1991 là dối trá vậy.

- Ờ, cái này đơn giản là… - Teleborian ấp úng.

- Thẩm phán Iversen, xin ông có thể bảo nhân chứng đừng có cắt lời tôi được không ạ?

- Ông Teleborian…

- Tôi im, tôi im. Nhưng đây là những lời buộc tội xúc phạm. Tôi bực cũng chả có gì là đáng ngạc nhiên.

- Ông Teleborian, xin yên lặng cho tới lúc ông được trực tiếp hỏi đến. Luật sư Giannini, bà cứ tiếp tục đi.

- Đây là bản đánh giá pháp y tâm thần mà bác sĩ Teleborian đã trình tòa. Nó dựa trên cái mà ông ấy gọi là "những quan sát" đối với thân chủ tôi, và được cho là đã diễn ra sau khi cô ấy bị chuyển đến nhà tù Kronoberg ngày 5 tháng Sáu. Thăm khám bệnh được cho là kết thúc vào ngày 5 tháng Bảy.

- Vâng, tôi cũng hiểu là thế, - thẩm phán Iversen nói.

- Bác sĩ Teleborian, trong trường hợp này, trước 6 tháng Sáu ông không có cơ hội thăm khám hay quan sát thân chủ của tôi phải không? Trước đó cô ấy ở bệnh viện Sahlgrenska ở Goteborg, và như chúng ta biết thì ở đấy cô ấy đã bị biệt lập.

- Vâng.

- Ông đã hai lần riêng rẽ định vào gặp thân chủ tôi ở Sahlgrenska. Cả hai lần ông đều bị từ chối.

Giannini mở cặp lấy một tài liệu ra. Chị đi quanh bàn đến đưa nó cho thẩm phán Iversen.

- Tôi biết, - thẩm phán nói. - Hóa ra đây là một bản sao báo cáo của bác sĩ Teleborian. Ý chị sao?

- Tôi muốn được gọi hai nhân chứng. Họ đang chờ ở ngoài phòng xét xử.

- Hai nhân chứng là ai?

- Họ là Mikael Blomkvist ở tạp chí *Millennium* và sĩ quan cảnh sát cao cấp Torsten Edklinth, Giám đốc Đơn vị Bảo vệ Hiến pháp của Cảnh sát An ninh.

- Và họ đang ở bên ngoài cả?

- Vâng.

- Đưa họ vào, - Thẩm phán Iversen nói.

- Cái này phạm quy cao độ đây, - công tố viên Ekstrom nói.

Ekstrom theo dõi hết sức không thoải mái Giannini đánh tan tác người làm chứng chủ chốt của ông. Đoạn ghi hình là bằng chứng phá sập tan tành. Ông thẩm phán lờ Ekstrom đi, ra hiệu cho viên lục sự mở cửa để Blomkvist và Edklinth vào.

- Tôi muốn trước tiên gọi Mikael Blomkvist.

- Vậy tôi mời ông Teleborian đứng xuống dưới một lát, - thẩm phán Iversen nói.

- Bà đã xong với tôi chưa? - Teleborian nói.

- Chưa, chưa xong được đâu ạ, - Giannini nói.

Blomkvist thay Teleborian ở chỗ người làm chứng đứng. Thẩm phán Iversen nhanh chóng làm xong phần thủ tục và Blomkvist tuyên thệ.

- Mikael, - Giannini nói rồi mỉm cười. - Xin ngài thẩm phán tha lỗi cho tôi, tôi thấy khó gọi anh trai tôi là ông Blomkvist, vậy tôi xin gọi bằng tên không.

Chị đi đến chỗ thẩm phán Iversen, hỏi lấy bản báo cáo pháp y tâm thần chị vừa trao cho ông. Rồi chị đưa nó cho Blomkvist.

- Trước đây ông đã trông thấy tài liệu này chưa?

- Có, tôi đã trông thấy. Tôi có ba bản của tôi như vậy. Bản thứ nhất tôi có ngày 12 tháng Năm, bản thứ hai ngày 19 tháng Năm và bản thứ ba - bản này - ngày 3 tháng Sáu.

- Ông có thể cho biết làm sao mà ông có chúng không?

- Tôi có các bản này là trong khả năng một nhà báo lấy ở nguồn tin mà tôi không định nói tên ra.

Salander nhìn trừng trừng Teleborian. Ông nom tái hơn cả xác chết.

- Ông đã làm gì với các báo cáo này?

- Tôi trao cho Torsten Edklinth ở Bảo vệ Hiến pháp.

- Cảm ơn ông, Mikael. Nay tôi muốn gọi Torsten Edklinth. - Giannini nói, lấy bản báo cáo về. Chị đưa nó cho thẩm phán Iversen rồi thủ tục cùng tuyên thệ lại diễn ra.

- Sĩ quan cảnh sát cao cấp Edklinth, có đúng là ông đã nhận một bản báo cáo pháp y tâm thần từ tay của Mikael Blomkvist không?

- Đúng, có thể.

- Ông nhận nó lúc nào?

- Nó được gửi đến SIS ngày 4 tháng Sáu.

- Và nó chính là bản báo cáo tôi vừa đưa cho thẩm phán Iversen chứ?

- Nếu có chữ ký của tôi ở đằng sau thì là bản báo cáo đó.

Ông thẩm phán lật ngược tài liệu lại trông thấy chữ ký Edklinth.

- Sĩ quan cảnh sát cao cấp Edklinth, ông có thể nói rõ làm sao ông lại có trong tay một bản báo cáo pháp y tâm thần nói rằng đã phân tích một người bệnh đang bị biệt lập ở bệnh viện Sahlgrenska được không?

- Có, tôi có thể. Báo cáo của ông Teleborian là đồ giả. Nó được làm ra nhờ có một người tên là Jonas Sandberg tiếp tay, cũng y như hồi 1991 ông ta đã làm ra một tài liệu tương tự cùng với Gunnar Bjorck vậy.

- Nói dối, - Teleborian nói, giọng mềm oặt.

- Thế là nói dối ư? - Giannini nói.

- Không, không hề. - Edklinth nói. - Có lẽ tôi nên nói rằng Jonas Sandberg là người ở trong số một chục cá nhân hay hơn vừa bị bắt hôm nay theo lệnh của Tổng Công tố viên. Sandberg bị bắt vì là kẻ đồng phạm trong vụ giết Gunnar Bjorck. Ông ta là thành viên trong một đơn vị tội ác hoạt động bên trong Cảnh sát An ninh, cơ quan đã che chở Zalachenko từ những năm 70. Cũng nhóm sĩ quan này đã chịu trách nhiệm về quyết định nhốt giam Lisbeth Salander năm 1991. Chúng tôi có bằng chứng không thể đảo ngược, kể cả lời thú nhận của người lãnh đạo nhóm này.

Phòng xét xử lặng ngắt, cứng khư lại hết.

- Ông Teleborian có muốn bình luận về những điều vừa nói đấy không? - Thẩm phán Iversen nói.

Teleborian lắc đầu.

- Trong trường hợp này, nhiệm vụ của tôi là bảo với ông rằng ông có cơ bị khởi tố về tội phản bội lời thề trước tòa cùng với các vi phạm khác có thể có, - thẩm phán Iversen nói.

- Thưa ngài thẩm phán, nếu như ngài thứ lỗi cho tôi, - Blomkvist nói.

- Vâng?

- Ông Teleborian còn có những vấn đề lớn hơn nữa. Bên ngoài phòng xét xử có hai vị sĩ quan cảnh sát muốn đưa ông ấy đi thẩm vấn.

- Tôi hiểu, - thẩm phán nói.

- Vấn đề ấy có liên quan gì đến tòa án không?

- Thưa ngài thẩm phán, tôi tin là có.

Thẩm phán Iversen ra hiệu cho lục sự, ông này liền cho thanh tra Modig và một người phụ nữ vào. Công tố viên Ekstrom không nhận được ra họ ngay. Tên người phụ nữ là Lisa Collsjo, thanh tra hình sự của Cục Điều tra Đặc biệt, đơn vị trong Tổng nha Cảnh sát Quốc gia chịu trách nhiệm điều tra các vụ dâm ô với trẻ con và tấn công tính dục trẻ con..

- Các vị đến đây có việc gì? - Thẩm phán Iversen nói.

- Chúng tôi đến đây để xin phép ông bắt Peter Teleborian chứ không mong muốn quấy rối tiến trình của phiên xét xử.

Iversen nhìn luật sư Giannini.

- Tôi chưa xong hẳn với ông ấy... nhưng chắc tòa nghe về ông Teleborian như vậy cũng đã đủ.

- Các vị được phép của tôi, - thẩm phán Iversen nói với hai sĩ quan cảnh sát.

Collsjo đi đến chỗ nhân chứng.

- Peter Teleborian, ông bị bắt vì vi phạm pháp luật về dâm ô với trẻ em.

Teleborian ngồi im, thở nặng nhọc. Giannini thấy hình như bao nhiêu ánh sáng trong mắt ông ta đều tắt ngóm.

- Đặc biệt, vì sở hữu xấp xỉ tám nghìn ảnh dâm ô với trẻ con tìm thấy trong máy tính của ông.

Chị cúi xuống nhặt chiếc máy tính mà ông ta mang theo mình.

- Tịch thu cái này làm bằng chứng, - chị nói.

Khi Teleborian bị dẫn giải ra ngoài phòng xét xử, con mắt rực sáng của Salander xoáy vào lưng ông ta.

CHƯƠNG 28

Thứ Sáu, 15 tháng Bảy
Thứ Bảy, 16 tháng Bảy

Thẩm phán Iversen gõ bút vào mép bàn để dẹp tiếng rì rầm nổi lên lúc Teleborian rời đi. Ông có vẻ không dám dứt khoát làm tiếp ra sao. Rồi ông quay sang công tố viên Ekstrom.

- Ông có bình luận gì với tòa về những điều vừa nghe thấy mấy giờ qua không?

Ekstrom đứng lên nhìn thẩm phán Iversen, nhìn Edklinth rồi quay đầu bắt gặp con mắt trân trân của Salander. Ông biết trận đánh đã thua. Ông liếc về phía Blomkvist và thình lình kinh hoàng nhận ra ông cũng có nguy cơ bị các nhà điều tra của *Millennium* bêu mặt... Điều này có thể khiến sự nghiệp của ông đổ sụp.

Hiểu được chuyện này đầu đuôi là thế nào thì ông cũng đã bị thua thiệt. Đến tòa ông đã đinh ninh rằng mình biết tất cả về vụ án này.

Sau nhiều lần chuyện trò hồn nhiên với sĩ quan cảnh sát cao cấp Nystrom, ông đã hiểu ra mối cân bằng tế nhị mà an ninh quốc gia đang tìm kiếm. Người ta giải thích với ông rằng bản báo cáo về Salander năm 1991 là giả mạo. Cần có thông tin từ nội bộ thì ông đã nhận được. Ông đã đặt ra các câu hỏi - cả hàng trăm câu - và ông đã được trả lời đầy đủ. Một vụ lừa dối vì lợi ích quốc gia. Và nay Nystrom đã bị bắt, theo lời Edklinth. Ông đã tin tưởng Teleborian, người mà dẫu sao xem vẻ cũng rất... rất là tài cán. Rất là có sức thuyết phục.

Chúa lòng lành. Con sa phải vào kiểu rác kiểu lầy gì đây?

Và rồi, Con ra khỏi cái đồ quý này như thế nào?

Ông vỗ vỗ nắn nắn chòm râu dê. Ông dặng hắng. Ông từ từ bỏ kính xuống.

- Tôi ân hận phải nói rằng trong cuộc điều tra này tôi đã bị thông tin hình như sai về một số điểm cốt yếu.

Ông nghĩ liệu ông có thể gạt khiển trách sang các nhà điều tra của cảnh sát được không. Rồi hình ảnh thanh tra Bublanski hiện ra. Bublanski không bao giờ đỡ lưng cho ông. Nếu Ekstrom đi lầm một bước, Bublanski liền gọi họp báo và dìm ông cho chìm nghỉm luôn.

Ekstrom lại vấp phải cái nhìn của Salander. Cô kiên trì ngồi đó và ông đọc thấy cả tò mò lẫn thù ghét trong mắt cô.

Không có chỗ thỏa hiệp.

Ông vẫn có thể khép án cô về tội hành hạ làm thương tổn nghiêm trọng đến thân thể ở Stallarholmen. Và chắc ông cũng có thể khép án cô cả về mưu toan giết bố ở Gosseberga nữa. Làm thế có nghĩa ông sẽ phải thay ngay chiến lược; ông sẽ buông hết tất cả những gì có chút liên quan nào đó với Teleborian. Cứ phải giữ nguyên những tuyên bố rằng con ranh là một con bệnh tâm thần, nhưng như thế có nghĩa là sẽ phải gia cố lại câu chuyện về nó suốt quãng thời gian ngược lên tới 1991. Lời tuyên bố con ranh không có khả năng tuân thủ pháp luật hoàn toàn là đồ rởm và cùng với nó thì...

Cộng thêm con ranh lại có đoạn ghi hình bom tấn kia...

Thế rồi ông sững ra.

Chúa lòng lành. Con ranh là một nạn nhân, đơn thuần như vậy mà thôi.

- Thẩm phán Iversen... Tôi tin là tôi không còn có thể dựa vào những tài liệu đang có trong tay đây nữa.

- Tôi cho là như thế đấy, - thẩm phán Iversen nói.

- Tôi sẽ phải xin hoãn xử hay tạm dừng phiên tòa cho đến khi tôi điều chỉnh được một số vấn đề cho trường hợp của tôi.

- Luật sư Giannini? - Thẩm phán nói.

- Tôi yêu cầu thân chủ tôi phải được tuyên bố trắng án ngay về mọi tội danh và được thả ra tức thì. Tôi cũng yêu cầu tòa án quận có lập trường dứt khoát với vấn đề tuyên bố cô Salander không có khả năng tuân thủ pháp luật. Hơn nữa tôi tin rằng thân chủ tôi cần được bồi thường thỏa đáng về những vi phạm đã từng xảy ra với các quyền lợi của thân chủ tôi.

Lisbeth Salander quay sang thẩm phán Iversen.

Không có chỗ thỏa hiệp.

Thẩm phán Iversen nhìn vào bản tự thuật của Salander. Rồi ông nhìn tới công tố viên Ekstrom.

- Tôi cũng tin rằng lẽ ra chúng ta cần khôn ngoan điều tra chính xác những việc đã xảy ra nhưng rồi thế nào chúng ta lại đi tới cái bước đáng buồn này. Tôi sợ ông không phải là người thích đáng dẫn dắt cuộc điều tra này. Trong tất cả các năm làm luật và làm thẩm phán của tôi, tôi chưa bao giờ tham gia một chuyện gì mà lại na ná với cái cảnh lưỡng nan về pháp lý như ở vụ đây. Thú thật rằng tôi đang loay hoay về chữ nghĩa. Tôi chưa bao giờ nghe đến chuyện nhân chứng chính của công tố viên bị bắt ở ngay giữa phiên tòa xét xử hay một luận cứ khá có sức thuyết phục mà rồi hóa ra lại là đồ giả mạo đáng sợ. Tôi thành thật thấy cả ở trường hợp của công tố viên cũng chẳng còn lại một cái gì nữa.

Palmgren đặng hắng.

- Vâng? - Thẩm phán Iversen nói.

- Là một đại diện cho bị cáo, tôi chỉ có thể chia sẻ cảm xúc với ông. Đôi khi ta cần lùi một bước để cho lương tri lái dắt các thủ tục hợp thức. Tôi xin nói rằng ở tư cách là thẩm phán, ông mới chỉ nhìn thấy bước đầu của một vụ tai tiếng sẽ làm lung lay toàn bộ thiết chế. Hôm nay người sĩ quan cảnh sát của Sapo đã bị bắt. Họ sẽ bị khép tội giết người cùng với một danh sách tội ác dài đến nỗi sẽ phải mất một ít thời gian mới dựng xong nổi báo cáo.

- Tôi cho rằng tôi cần phải cho dừng phiên tòa này.

- Xin lỗi về những điều tôi sắp nói, tôi nghĩ đó sẽ là một quyết định bất hạnh.

- Tôi đang nghe đây.

- Lisbeth Salander vô tội. "Tự thuật" kỳ ảo của cô ấy, như ông Ekstrom đã quá ư miệt thị gạt bỏ kia, té ra lại là chân thực. Nó có thể được minh chứng hoàn toàn. Quyền lợi của cô ấy đã bị xúc phạm trắng trợn. Là tòa án, chúng ta có thể bấu víu lấy thủ tục hợp thức mà tiếp tục xét xử cho đến lúc cuối cùng chúng ta đi tới tuyên bố tha bổng, nhưng có một ngả rõ rệt khác nữa: mở một cuộc điều tra mới tiếp nhận mọi điều liên quan đến Lisbeth Salander. Một cuộc điều tra hiện đang được tiến hành để lựa ra một bộ phận đích xác của mớ rắc rối này.

- Tôi hiểu ý ông.

- Là thẩm phán của vụ án này, ông được chọn lựa. Điều khôn ngoan ta cần làm có lẽ là hãy vất bỏ toàn bộ cuộc điều tra sơ bộ của công tố viên đi rồi yêu cầu ông ấy ôn tập lại bài vở.

Thẩm phán Iversen nhìn gay gắt mãi vào Ekstrom.

- Điều *công minh* phải làm sẽ là cho thân chủ chúng tôi trắng án tức khắc. Cộng thêm cô ấy đáng được một lời xin lỗi, còn việc bồi thường thì sẽ mất thì giờ và căn cứ vào phần còn lại của cuộc điều tra.

- Luật sư Palmgren, tôi hiểu các điểm ông nêu ra. Nhưng trước khi có thể tuyên bố thân chủ ông vô tội, tôi cần phải làm cho toàn bộ câu chuyện này rõ ràng minh bạch ra ở trong đầu tôi đã. Như vậy chắc cũng mất một thời gian...

Ông ngập ngừng nhìn Giannini.

- Nếu tôi quyết định tòa hoãn đến thứ Hai và xét các mong muốn của bà ở mức độ mà tôi thấy là không còn có lý do nào để giữ thân chủ của bà bị giam cầm lâu hơn nữa - điều này sẽ có nghĩa rằng, dù có xảy ra bất kể chuyện gì khác, bà vẫn có thể tin là cô ấy sẽ không bị tuyên án tù - thì bà có thể bảo đảm rằng cô ấy lại ra mắt để làm tiếp các thủ tục khi tòa triệu tập không?

- Dĩ nhiên chứ, - Palmgren vội nói.

- Không, - Salander nói, giọng sắc như dao.

Mắt mọi người quay hết cả về người đã là trung tâm của toàn bộ tấn kịch.

- Cô nói không là ý sao? - Thẩm phán Iversen nói.

- Ông tha tôi là tôi rời đất nước này ngay. Tôi không muốn phí một phút nào của mình vào cuộc xét xử này.

- Cô sẽ từ chối trình diện?

- Đúng thế. Muốn hỏi tôi thêm thì ông cứ giữ tôi lại ở trong tù đi. Chừng nào những cái liên quan đến tôi được giải quyết thì chừng ấy ông tha tôi. Và như vậy là trong thời gian mà ông, Ekstrom hay bất cứ sĩ quan cảnh sát nào khác còn chưa định rõ ra được thì sẽ không có chuyện tôi sẵn sàng ra tòa đâu.

Thẩm phán Iversen thở dài. Palmgren nom sửng sốt.

- Tôi đồng ý với thân chủ tôi, - Giannini nói. - Đây là những tội ác do Chính phủ và các nhà chức trách gây nên với Lisbeth Salander chứ không phải vẩn vơ ai khác. Ít nhất thì cô ấy cũng đáng được vô tội đi ra khỏi cánh cửa kia và với cơ hội giũ bỏ toàn bộ câu chuyện này lại đằng sau mình.

Không có thỏa hiệp.

Thẩm phán Iversen liếc đồng hồ.

- Là 3 giờ. Như vậy là bà sắp buộc tôi phải giữ thân chủ của bà ở trong tù.

- Nếu đó là quyết định của ông thì chúng tôi chấp nhận. Còn là người thay mặt cho cô Salander, tôi yêu cầu cô ấy được trắng án với các tội danh mà công tố viên Ekstrom khép cho cô ấy. Tôi yêu cầu ông tha thân chủ tôi không kèm theo một ràng buộc hạn chế nào và lập tức. Tôi yêu cầu rút bỏ lời tuyên bố trước kia cho rằng thân chủ tôi không có khả năng tuân thủ pháp luật và phục hồi ngay tức khắc các quyền công dân của thân chủ tôi.

- Vấn đề tuyên bố không thể tuân thủ pháp luật là một quá trình lâu hơn nhiều. Tôi sẽ phải có các khẳng định của các chuyên gia tâm thần học sau khi đã thăm khám cho cô ấy. Tôi không thể đơn giản ra một quyết định đường đột về chuyện đó.

- Không, - Giannini nói. - Chúng tôi không thể chấp nhận.

- Tại sao không?

- Lisbeth Salander phải có các quyền công dân giống như bất cứ mọi công dân Thụy Điển nào khác. *Cô ấy là nạn nhân của một tội ác.* Cô ấy bị tuyên bố *giả mạo* là không có khả năng tuân thủ pháp luật. Chúng ta đã nghe bằng chứng về việc làm giả này cả rồi. Do đó quyết định để cô ấy chịu chế độ giám hộ là thiếu cơ sở pháp lý và nó phải được hủy bỏ vô điều kiện. Không có lý do nào bắt thân chủ tôi lại phải chịu thăm khám về sức khỏe tâm thần nữa. Đã là nạn nhân của một tội ác thì việc gì còn phải chứng minh xem có bị bệnh tâm thần hay không nữa.

Thẩm phán Iversen suy nghĩ một lúc.

- Luật sư Giannini, tôi nhận thấy rằng đây là một tình huống chưa từng có. Tôi xin giải lao mười lăm phút để chúng ta duỗi chân duỗi tay và tập hợp ý nghĩ. Nếu thân chủ của bà vô tội thì tôi không mong giam giữ cô ấy thêm đêm nay, nhưng như thế lại có nghĩa là phiên xét xử này sẽ tiếp tục cho tới khi chúng ta xong việc hôm nay.

- Nghe thấy hay đấy, - Giannini nói.

Blomkvist ôm chầm lấy em gái.

- Tình hình sao rồi?

- Mikael, em chống chọi xuất sắc với Teleborian. Em đã hủy diệt hắn.

- Anh chả đã bảo là em vô địch rồi đấy thôi. Đã đến bước này thì trước hết câu chuyện này không còn là về gián điệp và về các cơ quan bí mật của Chính phủ gì nữa, mà chính là chuyện bạo lực đối với phụ nữ, chuyện những người đàn ông cho phép mình được bạo hành. Chỉ mới nghe và nhìn chút xíu thế thôi anh đã thấy là em rất giỏi. Cô ấy sẽ được trắng án.

- Anh nói đúng. Chắc chắn thế rồi.

Thẩm phán Iversen gõ búa.

- Xin bà tóm tắt cho từ đầu đến cuối các sự việc để tôi có thể có một bức tranh rõ ràng về những gì đã thực sự xảy ra.

- Chúng ta hãy bắt đầu, - Giannini nói, - bằng câu chuyện lạ lùng về một nhóm ở trong Cảnh sát An ninh tự gọi mình là "Bộ phận", vào giữa những năm 70 nhóm này đã nắm lấy một kẻ đào ngũ Liên Xô. Câu chuyện đã được tạp chí *Millennium* đăng lên hôm nay. Tôi cho rằng nó sẽ là bài báo chủ đạo ở tất cả các buổi phát thanh tin tức tối nay...

6 giờ tối thẩm phán Iversen quyết định tha bổng Salander và rút bỏ tuyên bố nói cô không thể tuân thủ pháp luật.

Nhưng quyết định này có một điều kiện: Thẩm phán Iversen yêu cầu Salander phải qua một cuộc phỏng vấn để cô chính thức chứng nhận là cô có biết đến vụ Zalachenko. Thoạt đầu cô từ chối. Từ chối này làm cho hai bên giằng co mất một lúc cho đến khi thẩm phán Iversen cao giọng. Ông nhoài ra đằng trước nhìn chằm chằm vào Salander.

- Cô Salander, tôi rút bỏ tuyên bố kia thì có nghĩa là cô thực sự có các quyền như mọi công dân khác. Cũng có nghĩa rằng cô phải có những nghĩa vụ tương tự. Do đó phận sự của cô là sắp xếp lấy tài chính của mình, đóng thuế, tuân theo pháp luật và giúp cảnh sát trong các cuộc điều tra những vụ trọng án. Cho nên tôi triệu tập cô như các công dân khác để hỏi lấy những thông tin có thể là sinh tử cho một cuộc điều tra.

Sức mạnh của lôgích này có vẻ bị chìm nghỉm. Cô bĩu môi, nom bực bõ nhưng thôi tranh cãi.

- Khi cảnh sát phỏng vấn cô, người cầm đầu của cuộc điều tra sơ bộ - trong trường hợp này là Tổng Công tố viên - sẽ quyết định liệu sau này trong bất cứ nghi thức pháp lý nào có triệu tập cô làm nhân chứng hay không. Cô làm thế nào tôi không bận tâm nhưng cô không được *carte blanche*, tự quyết định lấy mọi việc. Nếu cô từ chối trình diện thì lúc đó cô có thể bị khép vào tội ngăn cản công lý hay khai man tại tòa như mọi người trưởng thành khác. Không có ngoại lệ ở đây.

Vẻ mặt Salander càng tối lại.

- Vậy cô quyết định sao đây? - Thẩm phán Iversen nói.

Suy nghĩ chừng một phút, Salander gật cụt lủn một cái.

OK. Có tí ti thỏa hiệp.

Tối ấy, trong khi tóm tắt lại vụ Zalachenko, Giannini đã tung ra một đòn công kích man rợ vào công tố viên Ekstrom. Cuối cùng Ekstrom công nhận quá trình sự việc ít nhiều đã diễn ra giống như Giannini mô tả. Trong cuộc điều tra sơ bộ ông đã được sĩ quan cảnh sát cao cấp

Nystrom đỡ đần, đã nhận được thông tin từ bác sĩ Teleborian. Trong trường hợp Ekstrom thì không có chuyện âm mưu. Ở vị trí người dắt dẫn cuộc điều tra sơ bộ, ông đã tin tưởng mà đi cùng với Bộ phận. Cuối cùng khi toàn bộ quy mô của âm mưu lóe ra, ông đã quyết định rút hết những lời buộc tội Salander và như thế có nghĩa rằng sẽ vất gạt đi cả một bè một mảng những thể thức thủ tục quan liêu giấy tờ. Thẩm phán Iversen nom vẻ nhẹ nhõm người.

Lần đầu tiên sau nhiều năm, Palmgren kiệt sức sau một ngày hầu tòa. Ông cần quay về nhà phục hồi sức khỏe ở Ersta để ngủ. Ông được một người bảo vệ mặc đồng phục của An ninh Milton lái đưa đi. Khi rời tòa án, ông để một bàn tay lên vai Salander. Hai người nhìn nhau, không nói. Một lúc sau, cô gật đầu.

Giannini gọi Blomkvist lúc 7 giờ, bảo Salander đã được trắng án mọi tội nhưng cô ấy còn phải ở lại Sở Chỉ huy cảnh sát thêm vài ba giờ nữa chờ phỏng vấn.

Tin đến khi toàn bộ ban bệ của *Millennium* đang tụ tập tòa báo. Từ giờ ăn trưa, những người bán báo phân phát các số báo đầu tiên, điện thoại réo chuông liên hồi. Đầu buổi tối TV4 phát đi chương trình đặc biệt về Zalachenko và Bộ phận. Giới truyền thông có một ngày ở bãi chiến trường.

Blomkvist đi vào phòng chính của tòa báo, cho hai ngón tay vào mồm huýt một tiếng sáo lanh lảnh.

- Tin lớn đây. Salander đã được xóa trắng mọi tội danh.

Vỗ tay tự động nổ ran. Rồi ai nấy lại quay về nói tiếp chuyện ở điện thoại tựa như chẳng có điều gì xảy ra cả.

Blomkvist ngước nhìn lên tivi đang mở trong phòng biên tập. Tin trên TV4 vừa bắt đầu. Đoạn quảng cáo vào đầu là một mẩu ghi hình cắt ra cho thấy Sandberg đang giấu ma túy trong nhà Blomkvist ở Bellsmangatan.

"Chúng ta có thể thấy rõ ở đây một sĩ quan Sapo đang cất giấu một thứ mà sau đó chúng ta biết là cocaine ở nhà Mikael Blomkvist, nhà báo ở tạp chí Millennium".

Rồi người cầm trịch buổi phát hình ra mắt trên màn hình.

"Mười hai sĩ quan của Cảnh sát An ninh đã bị bắt hôm nay vì một loạt những buộc tội hình sự, bao gồm cả giết người. Chào mừng đến với buổi phát hình đặc biệt này".

Blomkvist tắt âm thanh khi *She* hiện ra và anh thấy mình ngồi trong một ghế bành ở trường quay. Anh biết những điều anh đã nói. Anh nhìn về chiếc bàn giấy, nơi Svensson từng ngồi. Tất cả tài liệu của anh về công nghiệp buôn bán tính dục đã không còn và chiếc bàn giấy thì hơn một lần đã làm chỗ ở cho hàng tập báo chí và hàng chồng giấy tờ chưa sắp xếp chọn lọc mà chẳng ai có thì giờ xử lý.

Với Blomkvist, vụ Zalachenko chính là bắt đầu ở cái bàn làm việc này. Anh mong Svensson có thể trông thấy khúc kết của nó. Ở trên bàn, bên cạnh quyển sách của Blomkvist viết về Bộ phận là một chồng sách của anh vừa mới xuất bản.

Dag, chắc là anh thích cái lúc này đấy.

Anh nghe thấy điện thoại trong phòng anh réo nhưng anh không dám đến cầm điện thoại lên. Anh đóng cửa lại, đi vào văn phòng Berger, buông mình xuống một ghế có tay vững chãi bên cửa sổ. Berger đang nói chuyện điện thoại. Anh nhìn quanh. Chị mới về chừng một tháng nhưng chưa kịp bày lại các bức tranh ảnh hồi tháng Tư chị đã mang sang bên *SMP*. Các giá sách còn trống không.

- Cảm thấy thế nào? - Chị hỏi khi đã đặt máy.

- Cảm thấy vui, - anh nói.

Chị cười thành tiếng.

- Bộ phận sẽ là chuyện giật gân. Tòa báo nào cũng sẽ phát điên lên vì nó. Anh có cảm thấy giống như ra mắt trên *Aktuellt*, Thời sự, trả lời phỏng vấn buổi 9 giờ không?

- Nghĩ là không.

- Em cũng ngờ là như thế.

- Chúng ta sẽ nói chuyện này trong vài tháng liền. Không có vội gì.

Chị gật.

- Khuya nay anh làm gì? - Berger nói.

- Không biết. - Anh cắn môi. - Erika... anh...

- Figuerola, - Berger mỉm cười nói.

Anh gật.

- Vậy là chuyện nghiêm à?

- Anh không biết.

- Cô ấy yêu anh ghê đấy.

- Anh nghĩ anh cũng yêu cô ấy, - anh nói.

- Em hứa là từ nay em giữ khoảng cách, anh biết... thôi được, có thể là như thế đấy, - chị nói.

8 giờ Armansky và Linder đến tòa báo *Millennium*. Họ nghĩ dịp này đáng mở champagne nên đã mang đến đầy một cần xé mua ở cửa hàng rượu của nhà nước. Berger ôm Linder, giới thiệu cô với mọi người. Armansky ngồi trong buồng giấy của Blomkvist.

Họ uống champagne. Một hồi lâu hai người im lặng không nói. Rồi Armansky phá vỡ im lặng.

- Anh biết không, Blomkvist? Lần đầu tiên chúng ta gặp nhau, lần có công việc ở Hedestad ấy, tôi không bận tâm đến anh lắm.

- Thôi, đừng nói đi ông.

- Anh đến ký hợp đồng thuê Lisbeth điều tra nghiên cứu.

- Tôi nhớ.

- Tôi nghĩ là đã ghen với anh. Anh mới biết cô ấy có hai ba giờ đồng hồ mà cô ấy đã cười to thành tiếng lên với anh. Tôi đã cố làm bạn của Lisbeth trong nhiều năm nhưng không bao giờ làm cho cô ấy mỉm cười được.

- Ờ... Thật tình tôi cũng không thành công đến thế đâu.

Họ lại ngồi im nữa.

- Mọi sự đã xong xuôi, nhất đấy nhé, - Armansky nói.

- Amen với chuyện đó, - Blomkvist nói rồi hai người nâng cốc lên mừng nhau.

Hai thanh tra Bublanski và Modig phỏng vấn chính thức Salander. Cả hai người sau một ngày đặc biệt mệt nhọc đã về nhà với gia đình nhưng lập tức lại được triệu quay về Sở Chỉ huy cảnh sát.

Giannini đi cùng với Salander. Cô trả lời chính xác mọi câu hỏi mà Bublanski và Modig đặt ra và Giannini ít có dịp bình thêm hay xen vào.

Salander kiên trì nói dối ở hai điểm. Mô tả việc xảy ra ở Stallarholmen, cô ngoan cố nói rằng chính Nieminen đã vô ý bắn phải vào chân "Magge" Lundin vào lúc cô găm hắn lại bằng khẩu súng bắn điện. Cô lấy đâu ra súng bắn điện? Cô lấy của Lundin, cô nói vậy.

Cả Bublanski và Modig đều nghi ngờ nhưng không có bằng chứng và nhân chứng để nói trái lại Salander. Chắc chắn là ở vai phản đối cô nhưng Nieminen lại không chịu nói ra bất cứ điều gì về sự cố này; thực ra sau khi bị choáng vì khẩu súng bắn điện thì hắn cũng chẳng còn rõ gì về chuyện gì xảy ra sau đó nữa.

Còn về chuyến đi của Salander tới Gosseberga thì cô nói mục đích duy nhất của cô là thuyết phục bố ra đầu thú với cảnh sát.

Nom Salander hoàn toàn chân thật; không thể nghĩ là cô nói thật hay nói sai nữa. Giannini chẳng có lý nào để nhận định được về chỗ này.

Người duy nhất biết chắc chắn Salander đến Gosseberga với ý định chấm dứt một lần cho xong mọi quan hệ với bố là Blomkvist. Nhưng anh đã bị đưa ra khỏi phòng xét xử ngay khi phiên tòa bắt đầu họp lại. Không ai hay rằng khi Salander còn bị nhốt ở Sahlgrenska, ban đêm anh và cô đã nói chuyện với nhau lâu trên mạng.

Gần như giới truyền thông đã bị lỡ mất việc cô được tha. Nếu biết giờ giấc tha, một đội quân đồ sộ đã kéo đến Sở Chỉ huy cảnh sát. Nhưng sau cơn láo nháo cùng phấn khích diễn ra khi số tạp chí *Millennium* đến các quầy báo và một số thành viên của Cảnh sát An ninh bị các sĩ quan cảnh sát khác bắt, nhiều phóng viên đã mệt phờ.

Cô phóng viên của *She* ở TV4 là nhà báo duy nhất biết bài báo đã dính líu đến toàn bộ chuyện gì. Buổi phát tin dài một giờ của cô đã trở thành kinh điển, vài tháng sau cô được giải Bản tin Truyền hình Hay nhất của Năm.

Modig đơn giản đưa Salander ra khỏi Sở Chỉ huy cảnh sát bằng cách đưa cô và Giannini xuống gara rồi lái xe đưa hai người đến văn phòng của Giannini ở Kyrkoplan, Kungsholmen. Đến đây họ sang xe của Giannini. Modig rời đi xong, Giannini liền lái thẳng xe đến Sodermalm. Qua trước tòa nhà Nghị viện chị cất tiếng.

- Đi đâu?

Salander nghĩ một ít.

- Chị quẳng tôi xuống ở một chỗ nào đó trên đường Lundagatan cũng được.

- Miriam không có ở đấy.

Salander nhìn chị.

- Sau khi ra viện, cô ấy đã sang Pháp khá sớm. Nếu cô muốn liên hệ với cô ấy thì cô ấy đang sống với bố mẹ.

- Sao trước đây chị không bảo tôi?

- Cô có hỏi bao giờ đâu mà bảo. Cô ấy nói cô ấy cần chút ít không gian. Sáng nay Mikael đưa tôi cái này và nói chắc là cô muốn có lại nó.

Chị đưa cho cô một chùm chìa khóa. Salander cầm nói:

- Cảm ơn. Thế thì bây giờ chị có thể thả tôi xuống một chỗ nào đó trên đường Folkungagatan được không?

- Đến cả nơi ở của mình, cô cũng chả muốn bảo tôi nữa ư?

- Bảo sau. Ngay lúc này tôi muốn được yên tĩnh một mình.

- OK.

Giannini đã mở máy di động khi rời Sở Chỉ huy cảnh sát. Họ đi qua Slussen thì di động bíp bíp. Chị nhìn vào màn hình.

- Mikael đấy. Hai giờ qua cứ mười lăm phút anh ấy lại gọi.

- Tôi không muốn nói chuyện với anh ấy.

- Nào... Tôi có thể hỏi một câu riêng tư không?

- Vâng.

- Mikael đã làm gì cô mà cô ghét anh ấy nhiều thế? Ý tôi nói là nếu không nhờ anh ấy, chắc đêm nay cô đã quay về lại phòng tạm giam rồi.

- Tôi không ghét Mikael. Anh ấy không làm gì tôi cả. Chỉ là tôi không muốn gặp anh ấy ngay bây giờ.

Giannini liếc ngang sang thân chủ mình.

- Tôi không có ý tò mò nhưng cô đã bị anh ấy lừa phải không?

Salander nhìn qua cửa xe không trả lời.

- Anh tôi hoàn toàn vô trách nhiệm về chuyện quan hệ này nọ. Sống kiểu ấy cả đời, anh ấy có vẻ không biết rằng cách đó đã làm tổn thương như thế nào đến những người phụ nữ suy nghĩ nghiêm túc về anh ấy chứ không phải chơi bời.

Salander bắt gặp Giannini nhìn mình.

- Tôi không muốn bàn với chị chuyện Mikael.

- Được rồi, - Giannini nói. Chị cho xe vào sát vỉa hè ngay trước đoạn giao nhau với đường Erstagatan. - Đỗ đây thì có OK không?

- Vâng, được ạ.

Họ ngồi im một lúc. Salander không giơ tay mở cửa. Rồi Giannini tắt máy.

- Bây giờ thì có chuyện gì đây? - Cuối cùng Salander nói.

- Chuyện bây giờ là từ hôm nay cô không còn chịu chế độ giám hộ nữa. Muốn sống thế nào cô cứ thế mà sống. Dù chúng ta đã thắng ở tòa nhưng vẫn còn cả một đống tú ụ giấy tờ quan liêu phải vượt qua. Sẽ có các báo cáo về trách nhiệm giải trình của Sở Giám hộ và vấn đề bồi thường vân vân... Và cuộc điều tra tội ác vẫn đang tiếp tục.

- Tôi không cần bồi thường gì. Tôi muốn được yên thân.

- Tôi hiểu. Nhưng ở đây cô muốn hay không muốn cũng chẳng có nghĩa lý quái gì hết. Công việc này vượt ra ngoài kiểm soát của cô. Tôi gợi ý cô nên kiếm một luật sư để thay mặt cô.

- Chị không muốn tiếp tục làm luật sư cho tôi sao?

Giannini dụi mắt. Sau cả một ngày căng thẳng chị thấy hết hơi vô cùng. Chị muốn về nhà tắm táp. Chị muốn chồng mát xa lưng cho.

- Tôi không biết. Cô không tin tôi. Và tôi không tin cô. Tôi không thích bị kéo vào một vụ án dài mê man là dài và rồi hễ tôi có một gợi ý hay muốn bàn bạc gì thì chỉ vấp phải sự im lặng đáng nản.

Salander không nói một lúc lâu.

- Tôi... tôi trong các quan hệ thì không được thạo. Nhưng tôi tin chị.

Câu nói nghe như một lời xin lỗi.

- Có thể là thế. Nhưng nếu cô có kém quan hệ với người khác thì chuyện đó hà cớ lại hóa thành vấn đề của tôi. Nhưng đó sẽ là vấn đề của tôi nếu như tôi phải đại diện cho cô.

Im lặng.

- Cô có muốn tôi tiếp tục làm luật sư cho cô nữa không đây?

Salander gật. Giannini thở dài.

- Tôi ở số 9 Fiskargatan. Trên Mosebacke Torg. Chị có thể đưa tôi đến đó không?

Giannini nhìn cô thân chủ rồi mở máy. Chị đưa Salander đến thẳng địa chỉ đó. Họ dừng sững ở trước tòa nhà.

- OK, - Giannini nói. - Ta hãy thử làm chuyện này xem. Đây là các điều kiện của tôi. Tôi đồng ý thay mặt cho cô. Khi tôi cần liên hệ với cô, tôi muốn cô trả lời. Khi tôi cần biết cô muốn tôi làm gì, tôi muốn cô trả lời cho rõ. Nếu tôi gọi và bảo cô nói chuyện với cảnh sát hay công tố viên hay bất cứ việc gì khác liên quan đến điều tra hình sự thì tôi đã quyết định đó là cần thiết. Cô sẽ phải có mặt đúng giờ tại chỗ hẹn, không làm gì lôi thôi rắc rối cho việc đó. Cô sống với các cái đó được không?

- Được.

- Và cô mà sinh sự là tôi thôi làm luật sư cho cô liền. Hiểu chứ?

Salander gật đầu.

- Một điều nữa. Tôi không muốn dây vào vở kịch lớn giữa cô và ông anh tôi. Nếu có chuyện với anh ấy thì cô sẽ tự giải quyết lấy. Nhưng nói trắng ra, anh ấy không là kẻ thù của cô.

- Tôi biết. Tôi sẽ giải quyết chuyện này. Nhưng tôi cần một ít thời gian.

- Cô định làm gì bây giờ?

- Tôi không biết. Chị có thể tìm tôi trên thư điện tử. Tôi hứa sẽ cố hết sức trả lời ngay, nhưng có thể là tôi không mở máy tính hàng ngày...

- Không phải vì có luật sư mà cô thành ra nô lệ đâu. OK. Thế là đủ cho lúc này. Cô xuống xe đi. Tôi đang mệt chết đi và muốn về nhà ngủ đây.

Salander mở cửa xe đi xuống. Cô ngừng lại ở bên cửa xe. Nom có vẻ muốn nói điều gì nhưng không tìm ra lời. Thoáng một lúc Giannini thấy cô gần như là yếu đuối mong manh.

- Thôi tốt rồi, Lisbeth, - Giannini nói. - Đi mà ngủ lấy một chút ít đi.

Salander đứng ở mép hè nhìn Giannini lái đi cho tới khi đèn đuôi xe biến mất vào sau góc đường.

- Cảm ơn, - cuối cùng cô nói.

CHƯƠNG 29

Thứ Bảy, 16 tháng Bảy
Thứ Sáu, 7 tháng Mười

Salander thấy chiếc máy tính Palm Tungsten T3 của cô ở trên bàn trong gian sảnh. Cạnh nó là chìa khóa xe hơi của cô và chiếc túi khoác vai cô bị mất khi Lundin tấn công cô trước cửa tòa nhà chung cư của cô trên đường Lundagatan. Cô cũng thấy những thư từ đã mở và chưa mở lấy ở hòm thư của cô trên đường Hornsgatan. *Mikael Blomkvist đây.*

Cô đi một lượt các phòng đã có đồ đạc trong căn hộ. Cô thấy dấu vết anh ấy ở mọi nơi. Anh ấy đã ngủ ở trên giường, làm việc ở bàn giấy của cô. Anh ấy đã dùng máy in của cô và trong sọt giấy cô tìm thấy các bản thảo của quyển *Bộ phận* cùng với những ghi chép đã bỏ.

Anh đã mua và cất vào tủ lạnh một lít sữa, bánh mì, phomát, trứng cá và một gói đại bánh Pizza Chảo của hãng Billy.

Trên bàn bếp cô thấy một phong bì trắng nho nhỏ có đề tên cô. Một mẩu tin của anh. Cụt lủn. Số máy di động của anh. Và hết.

Cô biết quả bóng đang ở bên cô. Anh sẽ không liên hệ với cô. Anh đã xong bài báo, trả lại khóa nhà cô và anh sẽ không gọi cô. Nếu cô muốn gì thì cô sẽ gọi anh ấy. *Cha ba láp đầu heo rách việc.*

Cô pha một bình cà phê, làm bốn sandwich rồi ra ngồi vào chỗ của cô ở cửa sổ nhìn sang công viên Djurgarden. Cô châm một điếu thuốc ngẫm nghĩ.

Mọi chuyện xong dứt cả rồi thế nhưng cô lại thấy đời cô bị tù túng hơn bao giờ hết.

Miriam Wu đã sang Pháp. *Tại lỗi của tớ mà suýt nữa thì cậu chết.* Cô đã nhún vai khi nghĩ phải gặp Miriam nhưng rồi lại quyết định khi được tha ra thì Miriam sẽ là chỗ cô dừng chân đầu tiên. *Nhưng nó đã đi Pháp mất rồi.*

Thình lình cô mắc nợ thiên hạ.

Palmgren, Armansky. Cô phải tiếp xúc các vị ấy để cảm ơn. Paolo Roberto. Và Dịch Bệnh và Bộ Ba. Cả những sĩ quan cảnh sát chết rấp Bublanski, Modig kia nữa, họ đã ủng hộ cô rõ ràng quá. Cô không thích cảm giác chịu ơn bất kỳ ai. Cô cảm thấy mình như một quân cờ trong một ván cờ mà cô không thể kiểm soát.

Kalle Blomkvist Hăng máu. Và cả *Erika Berger Hăng máu* với hai lúm đồng tiền và các bộ váy áo đắt đỏ cùng là cái vẻ đầy tự tin.

Nhưng chuyện đã xong rồi, Giannini nói như vậy khi họ rời Sở Chỉ huy cảnh sát. Đúng. Phiên tòa đã xong. Xong với Giannini. Và xong với Blomkvist. Anh đã xuất bản quyển sách của anh rồi cuối cùng đã lên tivi và chắc khi nào đó cũng sẽ lại nhận một cái giải.

Nhưng với Lisbeth Salander thì chưa xong. Đây mới chỉ là ngày đầu tiên của phần đời còn lại của cô mà thôi.

Đến 4 giờ sáng thì cô thôi nghĩ ngợi. Cô bỏ bộ đồ nhắng nhít của cô xuống sàn phòng ngủ, vào buồng tắm tắm. Cô gỡ bỏ sạch tất cả lệ bộ trang sức cô mặc ở phiên tòa, vận vào một quần lanh đen thùng thình, áo yếm ngắn và một áo khoác mỏng. Cô chuẩn bị túi xách để đi qua đêm với một bộ đồ lót để thay và mấy cái áo rồi đi một đôi giày đi bộ đơn giản.

Nhặt lấy chiếc Palm, cô gọi taxi đến đón cô ở Mosebacke Torg. Cô ra sân bay Arlanda và đến đó kịp trước 6 giờ. Cô xem bảng thông báo các chuyến đi, mua một vé đến cái nơi đầu tiên cô thấy hay hay. Cô dùng hộ chiếu mang tên cô. Cô ngạc nhiên thấy ở quầy kiểm tra không ai có vẻ nhận ra cô hay phản ứng với tên cô.

Cô đáp chuyến bay sáng đi Malaga, hạ cánh vào cái nóng giữa trưa bỏng rát. Cô ngồi ở sân bay một lúc, cảm thấy chập chờn trong dạ. Cuối cùng cô đi xem một bản đồ, nghĩ ở Tây Ban Nha thì lúc này có thể làm gì. Một phút sau cô quyết định. Cô không phí thì giờ để cố tìm ra các tuyến xe bus hay các phương tiện giao thông khác. Cô mua một cặp kính râm ở một cửa hàng trong sân bay, ra bãi taxi leo lên ghế sau của chiếc taxi đầu tiên.

- Gibraltar. Tôi trả bằng thẻ tín dụng.

Chuyến đi mất ba giờ qua xa lộ mới làm men theo bờ biển. Chiếc taxi buông cô xuống ở trạm kiểm soát hộ chiếu Anh rồi cô đi bộ qua biên giới tới khách sạn Núi Đá trên đường Europa, một phần ở trên sườn dốc của khối núi cao 425 mét. Cô hỏi phòng thì họ bảo có một phòng kép. Cô thuê hai tuần và chìa thẻ tín dụng.

Cô tắm rồi quấn khăn tắm ngồi ở ban công nhìn thẳng ra eo biển Gibraltar. Cô có thể thấy những tàu chở hàng và vài chiếc du thuyền. Cô chỉ có thể nhận ra được Maroc ở bên kia eo biển lấp lóa trong nắng. Nom nó yên bình.

Lát sau cô đi vào nằm xuống ngủ.

5 giờ sáng sau Salander tỉnh giấc. Cô dậy, tắm, uống cà phê trong gian sảnh tầng trệt. 7 giờ cô rời khách sạn ra ngoài mua xoài, táo. Cô đi taxi lên Mỏm, đi bộ đến với đàn dã nhân. Cô đến sớm, chỉ mới vài du khách có mặt và thực tế là cô ở một mình với đám thú vật.

Cô thích Gibraltar. Đây là lần thứ ba cô đến quả núi kỳ dị đang cho một thị trấn Anh đông dân đến độ phi lý nương náu ở bên bờ Địa Trung Hải. Gibraltar là một nơi không giống với bất cứ một nơi nào khác. Thị trấn bị tách biệt trong hàng thập niên, một thuộc địa dứt khoát không chịu sáp nhập vào Tây Ban Nha. Dĩ nhiên người Tây Ban Nha phản đối việc chiếm đóng. (Nhưng Salander nghĩ người Tây Ban Nha sẽ ngậm miệng với vệt nứt vỡ này chừng nào mà họ còn chiếm đóng chốt Ceuta ở trên lãnh thổ Maroc bên kia eo biển). Đây là một chỗ náu mình ngỗ ngộ ra khỏi thế giới, bao gồm một núi đá quái dị, cỡ chừng ba phần tư dặm vuông thị trấn và một sân bay bắt đầu cũng như chấm hết ở trên biển. Ngay để vào thị trấn, khách tham quan cũng phải đi bộ qua đường băng hạ cánh ở sân bay.

Gibraltar đã cho một ý nghĩa hoàn toàn mới vào khái niệm "sống nén".

Salander xem một con khỉ đực leo lên bức tường gần đường mòn. Nó sáng rực mắt lên nhìn cô. Nó là một khỉ độc của Gibraltar. Cô biết là đừng có mà dại thử xoa vuốt bất kỳ một con vật nào.

- Xin chào, anh bạn, - cô nói. - Tôi lại về rồi đây.

Lần đầu thăm Gibraltar, cô còn chưa nghe nói đến những con khỉ giống người này. Cô chỉ lên đỉnh núi để ngắm cảnh thì khi đi theo mấy du khách cô ngạc nhiên thấy mình lọt thỏm giữa một đàn khỉ đang leo trèo và chập chững ở hai bên lối đường mòn.

Đi dọc một đường mòn rồi thình lình có khoảng hai chục con khỉ lớn ở xung quanh ta, đó là một cảm giác đặc biệt. Cô hết sức cảnh giác theo dõi chúng. Chúng không nguy hiểm hay hung hãn gây gổ nhưng chắc chắn chúng có thể cho ta một cú đớp tai hại nếu như chúng bị náo động hay cảm thấy bị đe dọa.

Cô tìm một người bảo vệ đưa cho xem túi hoa quả và hỏi liệu cô có thể cho lũ khỉ ăn được không. Anh ta nói OK.

Cô lấy ra một quả xoài đặt lên trên một bức tường cách con khỉ đực một quãng ngắn.

- Ăn sáng nha, - cô nói, dựa vào tường cắn một miếng táo.

Con khỉ đực chằm chằm nhìn cô, nhe răng ra rồi bằng lòng nhặt quả xoài lên.

Năm ngày sau, giữa buổi chiều, Salander tụt xuống khỏi chiếc ghế đẩu ở quầy bar Harry trên một con phố ngách xa Phố Chính, cách khách sạn cô ở hai khối nhà. Từ khi rời các con khỉ độc ở trên núi đá, cô gần như say liên miên, phần lớn cô uống với Harry O'Connell, người chủ quán bar có giọng nói vờ làm ra vẻ Ireland chứ cả đời ông chưa từng đặt chân lên xứ sở đó bao giờ. Ông đang lo lắng nhìn cô.

Mấy hôm trước khi cô gọi uống lần đầu tiên, ông đã hỏi xem thẻ căn cước của cô. Tên cô là Lisbeth, ông biết, nhưng ông gọi cô là Liz. Sau bữa trưa cô sẽ đến ngồi lên chiếc ghế đẩu ở tận cuối cùng quầy bar, dựa lưng vào tường. Rồi cô sẽ uống một lượng đáng nể bia hay whisky.

Khi uống bia cô chẳng màng đến nhãn hay loại; ông đưa gì cô uống nấy. Khi gọi whisky cô luôn kén Tullamore Dew, trừ một lần khi cô xem xét các chai rượu ở đằng sau quầy bar rồi gọi Lagavulin. Ly rượu mang đến cô cầm lấy nó hít, đăm đăm nhìn một lúc rồi hơi nhấp một chút. Cô đặt ly rượu xuống, tiếp tục đăm đăm nhìn nó chừng một phút, vẻ mặt nom như muốn cho thấy cô đang coi cái thứ đựng ở trong ly này là một kẻ thù chí mạng.

Cuối cùng cô gạt ly rượu sang bên và bảo Harry lấy cho cô một thứ gì không phải để dùng trám tàu thủy ấy. Ông lại rót Tullamore Dew cho cô và cô uống tiếp. Trong bốn ngày qua, cô đã xài gần hết cả một chai. Bia thì ông chả tính đến làm gì. Harry ngạc nhiên thấy một phụ nữ trẻ, thân hình mảnh mai mà lại trụ được nhiều rượu đến thế, nhưng ông giữ quan điểm rằng nếu cô muốn rượu thì cô khắc là có rượu thôi, hoặc ở quán bar ông hoặc ở một nơi nào khác.

Cô uống thong thả, không nói năng với một khách hàng nào khác và không gây rối. Ngoài uống rượu ra, hình như hoạt động duy nhất của cô là chơi với một máy tính nhỏ cầm trong lòng bàn tay mà thỉnh thoảng cô nối với một điện thoại di động. Ông mấy lần cố bắt chuyện nhưng đều gặp phải sự im lặng lầm lì. Cô có vẻ tránh người muốn kết bè đánh bạn. Đôi khi, hễ trong bar có quá nhiều người cô lại xê ra ngoài, đến một cái bàn trên hè, có lần cô đi xuống một quán ăn Ý ở cách đó hai nhà và ăn tối. Rồi lại quay về bar Harry gọi một whisky Tullamore Dew nữa. Cô quen rời bar vào quãng 10 giờ, và loạng choạng đi, luôn lên phía bắc.

Hôm nay cô uống nhiều hơn và với nhịp độ nhanh hơn các ngày khác, Harry đã phải chú ý theo dõi cô. Khi cô đã gạt sang bên bảy ly Tullamore Dew trong khoảng hai giờ đôi chút, ông quyết định không rót thêm cho cô nữa. Chính lúc ấy ông nghe thấy tiếng cô đổ đánh rầm một cái ra khỏi chiếc ghế đẩu bên quầy bar.

Ông đặt chiếc ly đang lau khô xuống, đi vòng qua quầy bar ra đỡ cô lên. Cô có vẻ như bị xúc phạm.

- Tôi nghĩ cô thế là đủ rồi đấy, Liz, - ông nói.

Cô nhìn ông, mắt lờ đờ.

- Tôi tin là ông nói đúng đấy, - cô nói, giọng tỉnh táo đáng lạ.

Một tay bám vào bàn, tay kia mồi lấy vài tờ giấy bạc ở túi áo yếm ra, cô ngật ngưỡng ra cửa. Ông nhẹ nhàng giữ lấy vai cô.

- Chờ một tí. Sao cô không vào toa lét nôn chỗ whisky cuối cùng ra rồi ngồi ở bar thêm một lúc nữa? Tôi không muốn để cô đang người thế này mà lại đi.

Cô không phản đối khi ông đưa cô vào toa lét. Cô móc sâu ngón tay vào cổ họng. Khi cô trở lại quầy bar, ông rót cho cô một cốc lớn soda. Cô uống hết rồi ợ. Ông rót thêm cho cô cốc nữa.

- Sáng cô sẽ thấy mình hệt như đã chết rồi đấy nhá, - Harry nói.

Cô gật.

- Không phải việc của tôi nhưng nếu là cô thì tôi sẽ ngừng uống hai ba ngày.

Cô gật. Rồi cô vào toa lét nôn nữa.

Cô nán lại ở bar Harry thêm một giờ cho đến khi nom đủ tỉnh rượu, hết lơ ma lơ mơ. Cô rời quán bar, hai chân không vững đi xuống mạn sân bay rồi theo dọc bờ biển bao quanh bến du thuyền. Cô đi cho tới quá 8 giờ, khi cuối cùng mặt đất thôi đánh võng ở dưới chân cô. Rồi cô quay về khách sạn. Cô đi thang máy lên phòng, đánh răng rửa mặt, thay quần áo rồi xuống quầy bar khách sạn gọi một cà phê đen và một chai nước khoáng.

Cô ngồi ở đó cạnh một cái cột, im lặng và không dễ bị để ý thấy, quan sát những người trong bar. Cô nhìn một cặp trạc ba chục tuổi đang chuyện trò yên bình. Người phụ nữ mặc váy mùa hè sáng màu, người đàn ông thì cầm tay cô ta ở dưới bàn. Một gia đình da màu ngồi cách đó hai bàn, tóc ở thái dương người đàn ông bắt đầu muối tiêu, người phụ nữ mặc một chiếc váy đẹp ba màu vàng đen đỏ. Họ có hai đứa trẻ ở bên. Cô quan sát một nhóm doanh nhân mặc sơ mi trắng và cà vạt, áo jacket khoác lên lưng ghế. Họ uống bia. Cô nhìn thấy một nhóm người nhiều tuổi, không nghi ngờ một chút nào là du khách Mỹ. Đàn ông đội mũ lưỡi trai bóng chày, mặc sơ mi polo và quần rộng. Cô nhìn kỹ một người đàn ông mặc jacket sáng màu, sơ mi xám và cà vạt thẫm ở ngoài đường đi vào, lấy chìa khóa phòng ở quầy tiếp tân xong thì đi đến quầy bar gọi một lon bia. Ông ta ngồi cách cô ba mét. Cô nhìn ông ta với vẻ dò xét khi ông ta lấy điện thoại di động ra và nói bằng tiếng Đức.

- Chào em, em đấy phải không?... Mọi chuyện ổn chứ?... Sẽ tốt thôi, chiều mai bọn anh lại họp nữa... Không, anh nghĩ là chuyện sẽ xong thôi... Anh ở đây ít nhất năm sáu ngày rồi anh đi Madrid... Không, phải đến cuối tuần sau nữa anh mới về... Anh cũng thế. Anh yêu em... Chắc chắn rồi... Trong tuần anh sẽ gọi em sau... Hôn hôn.

Ông ta cao hơn mét tám mươi lăm một chút, khoảng năm mươi hay năm mươi lăm tuổi, tóc vàng bắt đầu bạc và hơi dài ở bên mái một ít, cằm lẹm và quá nhiều cân lạng ở khúc giữa thân hình. Nhưng vẫn được giữ gìn tốt ở mức phải chăng. Ông ta đọc *Thời báo Tài chính*. Khi ông ta uống xong bia đi ra thang máy, cô đứng lên đi theo.

Ông bấm nút lên tầng sáu. Salander đứng cạnh ông, tựa đầu vào thành thang máy.

- Tôi say, - cô nói.

Ông cúi xuống mỉm cười với cô.

- Ô, thật thế ư?

- Lần này là một trong mấy tuần nay. Để tôi đoán nào. Ông là một doanh nhân nào đó, ở Hanover hay đâu đó ở mạn bắc nước Đức. Ông đã có vợ. Ông yêu vợ. Và ông phải ở lại Gibraltar ít ngày nữa. Tôi nhặt được ngần ấy qua chuyện của ông ở di động dưới bar vừa rồi.

Người đàn ông sửng sốt nhìn cô.

- Tôi thì ở Thụy Điển. Tôi đang cảm thấy cần ngủ với một ai đó, không thể cưỡng lại nổi. Tôi bất cần ông có vợ hay không và tôi cũng không muốn có số điện thoại của ông.

Ông ta nom bàng hoàng.

- Tôi ở phòng 714, ngay trên phòng ông. Tôi đang về phòng, tắm rồi đi nằm. Nếu ông muốn có tôi ở bên thì trong vòng nửa giờ nữa cứ việc gõ cửa. Không là tôi ngủ mất đấy.

- Có phải là đùa không đấy? - Ông ta nói khi thang máy dừng.

- Không, chỉ là vì tôi chả bõ công ra một quán bar nào đó kiếm người. Ông, gõ cửa hoặc không, thế thôi.

Hai mươi lăm phút sau có tiếng gõ cửa phòng Salander. Cô ra mở cửa, một khăn tắm quấn quanh người.

- Vào đi.

Người đàn ông bước vào, nghi ngờ nhìn quanh gian phòng.

- Tôi có một mình ở đây, - cô nói.

- Đúng ra cô bao nhiêu tuổi?

Cô với tay lấy hộ chiếu để trên tủ đưa cho ông.

- Nom ngoài cô trẻ hơn.

- Tôi biết, - cô nói, cởi khăn tắm ném xuống ghế. Cô ra giường cúi xuống kéo tấm chăn ra.

Cô liếc qua vai thấy ông đang nhìn miết vào các hình xăm của cô.

- Đây không phải là cạm bẫy gì đâu. Tôi là một phụ nữ, tôi chưa chồng và tôi sẽ ở đây vài ngày nữa. Hàng tháng nay tôi chưa ngủ với đàn ông.

- Sao cô chọn tôi?

- Vì trong quầy bar ông là người đàn ông duy nhất nom vẻ như chỉ có một mình ở đây.

- Tôi đã có vợ…

- Tôi không thiết biết bà ấy là ai và thậm chí chả thiết biết ông là ai nữa. Tôi cũng không thiết thảo luận xã hội học. Tôi muốn đú. Cởi quần áo ra hoặc là trở lại xuống phòng ông.

- Chỉ có thế này thôi?

- Vâng. Sao cứ phải thế khác chứ nhỉ? Ông là người trưởng thành - người ta bảo ông làm gì thì ông biết chứ.

Ông ta nghĩ chừng nửa phút. Nom vẻ như ông sắp rời đi. Cô ngồi trên thành giường chờ. Ông cắn môi. Rồi ông tụt quần, cởi sơmi, ngập ngừng đứng trong chiếc quần đùi ống thùng thình.

- Bỏ hết ra, - Salander nói. - Tôi không thích đéo ai mặc quần lót. Và ông phải có bao cao su. Tôi biết tung tích tôi nhưng đâu biết tung tích ông.

Ông ta cởi quần đùi, đi đến cô, đặt tay lên vai cô. Salander nhắm mắt lại khi ông ta cúi xuống hôn. Ông sạch. Cô để ông ta đẩy lưng cô xuống giường. Ông đè nặng lên người cô.

Jeremy Stuart MacMillan, cố vấn pháp luật, cảm thấy tóc gáy dựng lên ngay khi ông toan mở khóa cửa văn phòng ông ở Buchanan House trên ke Queensway trông xuống bến du thuyền. Khóa của nó đã mở. Đẩy cửa, ông ngửi thấy mùi thuốc lá và nghe thấy tiếng ghế cót két. Mới vừa 7 giờ, ý nghĩ đầu tiên của ông là ông đã bắt quả tang một tên trộm vào nhà.

Rồi ông ngửi thấy mùi cà phê ở máy pha trong bếp. Sau một hai giây ngập ngừng bước qua ngưỡng cửa, ông đi xuôi hành lang nhìn vào gian văn phòng rộng rãi và trang bị nội thất sang trọng. Salander đang ngồi trên ghế làm việc của ông, lưng quay lại ông, gác chân lên bậu cửa sổ. Máy tính của ông đang mở. Rõ ràng cô ta phá mật mã của ông dễ như chơi. Cũng chả là vấn đề gì việc mở két sắt của ông ra. Trên đùi cô là tập hồ sơ thư tín bí mật nhất và sổ kế toán của ông.

- Chào cô Salander, - cuối cùng ông nói.

- A, ông đây rồi, - cô nói. - Có cà phê vừa mới xay và bánh sừng bò ở trong bếp đấy.

- Cảm ơn, - ông nói, thở dài nhẫn chịu.

Dẫu sao ông đã mua văn phòng này bằng tiền của cô, theo yêu cầu của cô nhưng ông không chờ cô đến mà không báo trước. Hơn nữa, chắc cô đã tìm thấy và hẳn là đã đọc một tờ tạp chí dâm ô của đồng tính nam ông giấu ở trong ngăn kéo tủ.

Phiền quá.

Hay cũng có thể là không.

Cứ nói đến Salander ông lại cảm thấy cô là người có óc phán xét nhất mà ông từng gặp. Nhưng cô không bao giờ nhướng lông mày lên trước các yếu kém của con người ta. Cô biết chính thức ra mà nói thì ông là tính dục khác giới nhưng điều bí mật tối mù ở ông lại là ông bị cánh đàn ông hấp dẫn; từ lần li hôn cách đây mười lăm năm, các hoang tưởng riêng tư nhất của ông đã được ông cho biến ra thành hiện thực.

Ngộ thật nhưng với cô ấy ta cảm thấy an toàn.

Do muốn gì cũng đã ở Gibraltar nên Salander quyết định đến thăm MacMillan, người nắm giữ tài chính của cô. Từ ngay sau Năm mới cô không liên hệ với ông, cô muốn biết liệu từ hồi ấy ông có mải bận phá tán tài sản của cô đi hay không.

Nhưng không có gì gấp lắm và sau khi được tha, đâu có phải vì ông mà cô đến thẳng Gibraltar. Cô đến đây vì cô cảm thấy thèm khát ghê gớm lìa xa tất cả và về khoản này thì Gibraltar là một lựa chọn rất tuyệt. Cô đã bỏ gần như một tuần ra say sưa rượu chè, rồi vài ngày ngủ nghê với ông doanh nhân Đức, ông ta cuối cùng đã tự giới thiệu là Dieter. Cô ngờ là tên giả nhưng cô cũng chả mất công kiểm tra. Ông họp hết ngày, tối thì ăn với cô rồi sau đó cả hai lên phòng ông hay phòng cô.

Trên giường ông cũng chả xoàng tẹo nào, Salander nghĩ, tuy ông hơi thiếu thực hành và đôi khi thô lỗ không cần thiết.

Dieter xem vẻ thật tình ngạc nhiên thấy thuần chỉ là nổi hứng mà cô đã nhặt một nhà kinh doanh Đức quá nặng cân không hề mong mỏi đến chuyện này. Ông có vợ thật và ông không quen bất nghì hay kiếm bạn gái trong các chuyến đi làm ăn. Nhưng khi cơ hội bày ra ở trên một cái khay mang hình dạng một thiếu phụ mảnh dẻ, xăm mình thì ông không thể cưỡng lại được cám dỗ. Hoặc theo như lời ông nói.

Salander bất cần ông nói gì. Cô chả tìm một cái gì ngoài tính dục giải khuây nhưng cô biết ơn rằng ông đã thật tâm cố gắng để làm cho cô vừa lòng. Mãi đến đêm thứ tư, lần cuối cùng với nhau của họ, ông mới lên cơn hoảng và bắt đầu lo về những điều mà vợ ông sẽ có thể nói. Salander nghĩ ông nên câm bặt, đừng nói gì với vợ hết.

Nhưng cô không nói với ông điều mà cô nghĩ.

Ông là một người lớn, ông có thể nói không lúc cô mời. Nếu bây giờ ông bị cảm giác phạm tội hành hạ, hay nếu ông sám hối gì đó với vợ, thì đó không phải là việc của cô. Cô đã nằm quay lưng lại ông trong vòng mười lăm phút cho tới lúc cuối cùng cô cáu tròn xoe mắt lên, quay lại, cưỡi lên người ông.

- Ông tưởng ông có thể xả xong các chuyện phiền lòng rồi lại tiếp tục ngủ với tôi phải không? - cô nói.

Jeremy MacMillan lại là một chuyện rất khác. Với cô, về hấp dẫn tính dục, ông ta là một con số không. Ông ta là một kẻ lừa đảo. Khá ngộ nghĩnh ông ta nom rất giống Dieter. Ông bốn mươi tám tuổi, hơi quá cân, bộ tóc vàng sẫm quăn đang hoa râm được ông chải thẳng từ vầng trán cao ra sau gáy. Ông đeo kính gọng vàng mảnh nhỏ.

Ông từng là luật sư chuyên về kinh tế, từng học ở Cambridge và người mua bán chứng khoán cổ phiếu ở London. Ông đã có một tương lai hứa hẹn và có chân trong một công ty luật được các tập đoàn lớn và đám trẻ tuổi giàu hoài bão quan tâm đến bất động sản và lập kế hoạch thuế khóa kéo đi. Ông đã bỏ cả những năm 80 giao du xả láng với các tên tuổi *nouveau riche*, bọn giàu sổi. Ông đã uống dữ và hít cocaine với những người mà ông không muốn sáng hôm sau tỉnh dậy lại thấy ở cạnh mình. Ông chưa bị khởi tố chuyện gì nhưng ông phạm sai lầm trong việc quản lý mấy vụ giao dịch, rồi say ngất ngưởng đến một phiên tòa hòa giải và sau đó thì mất vợ và hai con.

Chả nghĩ ngợi nhiều lắm về chuyện này, ông thôi rượu và tiu nghỉu bỏ chạy khỏi London. Tại sao chọn Gibraltar? Ông cũng không biết, nhưng năm 1991, ông làm ăn với một người mua bán chứng khoán ở Gibraltar và mở một văn phòng luật khiêm tốn ở một phố ngách, chính thức xử lý các vấn đề kém màu hơn nhiều: lập kế hoạch bất động sản, di chúc, đại loại thế. Không chính thức, MacMillan & Marks cũng đã giúp dựng lên các công ty ma và làm cái việc của kẻ canh cổng cho một số bộ mặt ẩn trong bóng tối ở châu Âu. Công ty này chỉ đủ kiếm sống lần hồi khi Salander chọn Jeremy MacMillan quản lý gần hai tỉ rưỡi đôla mà cô đã tháu từ đế chế sụp đổ của nhà tài phiệt Thụy Điển Hans-Erik Wennerstrom.

MacMillan là một tay lừa đảo, chuyện này không còn phải nghi ngờ, nhưng cô coi ông ta như một tay lừa đảo *cho cô* và bản thân ông cũng ngạc nhiên thấy mình lại lương thiện không chê vào đâu được trong các lần bàn công việc với cô. Đầu tiên cô thuê ông làm một việc đơn giản. Với một khoản lệ phí loàng xoàng ông đã dựng lên một chuỗi công ty ma để cô sử dụng; ở mỗi công ty này cô để một triệu đôla. Cô liên hệ với ông bằng điện thoại và chả có gì khác hơn ngoài một tiếng nói gọi đến từ xa. Ông không bao giờ cố tìm xem cô lấy đâu ra tiền này. Ông làm những gì cô bảo và ông được năm phần trăm hoa hồng. Ít lâu sau cô chuyển đến một khoản tiền lớn mà ông phải dùng để lập nên một tập đoàn, Ong Vò Vẽ lúc ấy đã có được một căn hộ ra dáng ở Stockholm. Việc làm ăn của ông với Salander đã trở thành hoàn toàn ra tiền, cho dù đây mới chỉ là những nhặt nhạnh khá là khiêm tốn.

Hai tháng sau cô đến thăm Gibraltar. Cô đã gọi ông và gợi ý ăn tối ở phòng cô tại khách sạn Núi Đá, cái khách sạn nếu không phải là lớn nhất Gibraltar thì chắc chắn cũng là nổi tiếng nhất. Ông không cầm chắc được vào điều ông trông đợi nhưng ông không thể tin rằng thân chủ của ông lại là cô gái giống như búp bê nom tựa hồ chỉ mới bắt đầu vào lứa tuổi vị thành niên kia. Ông nghĩ ông đang là cái đích của một trò đùa quái quỷ có thực nào đó.

Ông mau chóng thay đổi ý nghĩ. Người thiếu phụ kỳ lạ nói với ông thản nhiên như không, chẳng cười mà cũng chẳng lộ ra chút nồng ấm nào. Hoặc lạnh lùng, với loại chuyện này. Ông đã ngồi tê liệt đi, trong mấy phút, khi cô xóa sạch cái mặt tiền nghiệp vụ về sự tôn kính vờ vịt mà ông luôn luôn ra sức gìn giữ chu đáo.

- Đây là điều cô muốn à? - Ông hỏi.

- Tôi đã ăn cắp được một món tiền, - cô đáp lại rất nghiêm túc. - Tôi cần một tay lừa đảo có thể quản lý được nó.

Ông nhìn cô trừng trừng, thầm nghĩ liệu cô có bị chập cheng không nhưng ông đã lịch sự tham gia trò chơi. Có thể cô là một quân bài trong một trò bịp mang lại được khoản thu nhập nho nhỏ. Rồi ông ngồi như bị sét đánh khi cô nói rõ cô ăn cắp tiền của ai, lấy bằng cách nào và số tiền lên tới bao nhiêu. Vụ Wennerstrom từng đã là đề tài nóng bỏng nhất trong thế giới tài chính quốc tế.

- Tôi hiểu.

Các thứ khả năng bay vèo vèo qua đầu ông.

- Ông là một luật sư kinh doanh và người mua bán chứng khoán có tài. Nếu là một đứa ngu thì ông đã không bao giờ có nổi các công việc mà ông có trong những năm 80. Nhưng ông hành xử như một đứa ngu nên đã kiếm được ra cách nó khiến cho ông bị sa thải.

Ông nhăn mặt ngượng.

- Trong tương lai tôi sẽ là thân chủ duy nhất của ông.

Cô nhìn ông với vẻ hồn nhiên nhất ông chưa bao giờ trông thấy.

- Tôi có hai điều kiện. Thứ nhất, ông không bao giờ được phạm một tội nào hay dính líu vào bất cứ điều gì có thể sinh chuyện cho chúng ta và làm cho các nhà đương quyền tập trung chú ý vào các công ty và tài khoản của tôi. Thứ hai là ông không được bao giờ dối trá với tôi. Không bao giờ. Không một lúc duy nhất nào. Và không vì bất cứ một lý do gì. Nếu ông dối trá với tôi, ngay lập tức quan hệ làm ăn của chúng ta chấm dứt liền. Và nếu ông làm cho tôi đủ cáu sườn là tôi hủy diệt ông luôn.

Cô rót cho ông một li vang.

- Không có lý do nào để mà dối trá với tôi. Những gì đáng biết về đời ông thì tôi đã biết tỏng hết cả rồi. Tôi biết tháng lành lẫn tháng hung ông kiếm bao nhiêu. Tôi biết ông chi tiêu bao nhiêu. Tôi biết ông thực sự không bao giờ có đủ tiền. Tôi biết cả nợ dài lẫn ngắn hạn ông còn mắc 120.000 bảng Anh và ông luôn phải chơi liều cùng là hớt lấy chút tiền để trả nợ. Ông mặc quần áo đắt tiền và cố chú ý giữ cái mẽ ngoài nhưng trong thực tế ông đã nhẵn túi và chưa mua nổi lấy chiếc jacket thể thao mới trong vài tháng nay. Mà ông phải mặc chiếc jacket cũ đã phải vá lớp vải lót hai tuần trước. Ông quen mua sách hiếm nhưng lần lượt bán dần chúng đi. Tháng trước ông bán một quyển *Oliver Twist* xuất bản lần đầu lấy 760 bảng Anh.

Cô ngừng nói, đăm đăm nhìn ông. Ông nuốt nước miếng khó khăn.

- Tuần trước ông thực sự đã giết người. Một vụ gian lận thông minh gây ra với một bà góa mà ông đại diện. Ông cuỗm của bà ấy 6.000 bảng Anh, điều mà chắc bà ấy sẽ không bao giờ bỏ qua.

- Quái quỷ gì mà cô biết chuyện ấy thế chứ?

- Tôi biết ông đã kết hôn, ông có hai đứa con ở Anh và chúng không muốn nhìn ông, biết ông đã phới thẳng từ ngày li hôn và nay đang bắt đầu có các quan hệ đồng tính nam. Chắc xấu hổ về chuyện này, ông tránh các câu lạc bộ đồng tính nam, ông tránh không để bị nhìn thấy đi với bạn nam của ông trong thị trấn. Ông thường đều đặn qua biên giới sang Tây Ban Nha gặp đàn ông.

MacMillan rúng động đến tận ruột gan. Thình lình ông khiếp đảm. Ông không hiểu làm sao cô lại có được tất cả các thông tin này và cô đã biết đủ để hủy diệt được ông.

- Tôi sẽ chỉ nói điều này một lần thôi. Ông ngủ với nam hay nữ, cái đó tôi bất cần biết. Không phải việc tôi. Tôi muốn biết ông là ai nhưng tôi sẽ không bao giờ dùng đến các cái tôi biết. Tôi sẽ không dọa hay bắt chẹt ông.

MacMillan không phải đồ ngu. Dĩ nhiên, ông biết rõ rằng tất cả các thông tin mà cô biết về ông là một mối đe dọa. Cô đang nắm lấy chúng. Có lúc ông đã tính nhấc cô lên ném qua sân trời nhưng ông đã kìm lại được. Ông chưa sợ như thế này ở trong đời.

- Cô muốn gì vậy nào? - Ông cố hỏi.

- Tôi muốn ông là đối tác với tôi. Ông sẽ kết thúc mọi việc khác ông đang làm để chỉ chuyện làm cho một mình tôi. Ở công ty của tôi ông sẽ kiếm được nhiều tiền hơn là ông mơ tưởng làm ra nổi bằng bất kỳ cách nào khác.

Cô nói rõ cô yêu cầu ông làm gì, và cô muốn việc quản lý phải được làm theo cách nào cách nào.

- Tôi muốn tôi vô hình, - cô nói. - Tôi muốn ông lo toan cho công việc của tôi. Mọi việc đều là phải hợp pháp. Bất kể tiền nào tôi làm ra lấy đều sẽ không dính dáng gì đến công việc chung của chúng ta.

- Tôi hiểu.

- Ông có một tuần để thôi dần với các thân chủ khác rồi dừng hẳn mọi kế hoạch nhỏ khác của ông.

Ông cũng nhận thấy mình đang nhận một lời mời mà sẽ không bao giờ lại có được lần thứ hai nữa. Ông nghĩ chừng một phút rồi nhận lời. Ông chỉ hỏi một câu.

- Sao cô biết tôi sẽ không lừa cô?

- Đừng nghĩ tới chuyện ấy. Ông sẽ hối hận hết quãng đời thảm hại còn lại của ông.

Ông chả có lý do nào để mà gian lận sổ sách. Salander đã cho ông một khoản tương đương với một vận may như thế, có là ngu thì mới liều bỏ nó mà đi lấy một chút tiền lẻ ở bên lề. Chừng nào ông tương đối kín đáo và không để dính líu vào bất cứ vụ kiện cáo tài chính nào thì tương lai của ông sẽ được bảo đảm.

Vì lẽ đó ông chả có ý nghĩ nào lừa gạt Salander.

Vậy thì ông đi thẳng tắp hay giống với một gã luật sư trắng túi đang cai quản một khoản tiền ăn cắp khổng lồ có lẽ cũng đi như thế.

Salander chỉ đơn giản là không bận tâm đến việc quản lý tài sản của cô. Việc của MacMillan là đầu tư tiền của cô và trông coi sao cho có quỹ riêng để cô bù đắp vào các thẻ tín dụng mà cô sử dụng. Cô bảo ông cô muốn quản lý tiền nong của cô như thế nào. Việc của ông là đảm bảo làm đúng theo yêu cầu.

Một phần lớn tiền đã được đầu tư vào các nguồn tài chính thượng hạng, chúng sẽ làm cho cô được độc lập về kinh tế đến hết đời, dù cô có chọn sống văng tê đi và phóng túng nữa. Các nguồn tiền này là trả đập vào cho các thẻ tín dụng của cô.

Chỗ tiền còn lại ông có thể đùa chơi với nó và thấy chỗ nào hợp thì đầu tư vào, nhưng nhớ rằng ông đừng đầu tư vào bất cứ cái gì như thế nào đó mà có thể xảy chuyện với cảnh sát. Cô cấm ông không được dẫn vào các tội ác ti tiện, những trò lừa bịp - nếu ông ta không may - có thể dẫn tới các cuộc điều tra mà cô sẽ đến lượt bị theo dõi ngặt.

Tất cả vấn đề còn lại là thỏa thuận ông sẽ nhận được bao nhiêu ở các công việc quản lý và giao dịch này.

- Tôi sẽ trả ông 500.000 bảng Anh để làm việc quản gia. Với số tiền này ông có thể thanh toán đứt các món nợ mà còn dư lại một khoản kha khá. Sau đó ông sẽ xoay tiền cho ông. Ông sẽ bắt đầu bằng một công ty với hai chúng ta là thành viên. Ông được hai mươi phần trăm của tất cả các lờ lãi. Tôi muốn ông khá giàu để sẽ không còn hám thử làm lại các chuyện trước kia nữa, nhưng lại không được quá giàu để cho ông không còn muốn cố gắng.

Ông bắt đầu công việc mới ngày 1 tháng Hai năm ngoái. Cuối tháng Ba, ông đã trả đứt hết các món nợ và ổn định được tiền nong cá nhân. Salander nhấn mạnh ông phải coi là ưu tiên việc dọn dẹp sạch sẽ các vụ việc của ông để không còn bị vướng mắc nợ nần. Tháng Năm ông hủy quan hệ đối tác với George Mark, người đồng nghiệp rượu chè của ông. Ông cảm thấy đôi chút áy náy lương tâm với ông bạn cũ nhưng đưa Mark tham gia công việc của Salander thì không thể được.

Ông bàn chuyện này với Salander khi cô quay lại Gibraltar trong một chuyến thăm khác cũng không hề báo trước hồi đầu tháng Bảy mà phát hiện thấy MacMillan làm việc tại căn hộ của ông thay vì văn phòng ông đã ở trước đó.

- Ông bạn nghiện rượu của tôi không thể xoay xỏa việc này được. Anh ta có thể là một yếu tố rủi ro lớn. Nhưng mười lăm năm trước anh ấy đã cứu đời tôi khi cho tôi làm ăn cùng anh ấy.

Cô nhìn kỹ mặt MacMillan và ngẫm nghĩ một lúc.

- Tôi hiểu. Ông là một tay lừa đảo nhưng trung thành. Đó là một đức tính đáng được khuyến khích. Tôi gợi ý ông hãy để một tài khoản nho nhỏ để ông ấy có thể vui chơi qua quýt với nó. Trông sao cho ông ấy kiếm được mỗi tháng một hai nghìn để ông ấy có thể qua ngày.

- Cái ấy OK với cô chứ?

Cô gật đầu nhìn quanh khắp cái chỗ ông đang trú ngụ trong cảnh độc thân. Ông sống trong một căn hộ kiêm phòng ghi hình và thu âm với một góc bếp ở trên một trong những lối đi nho nhỏ gần bệnh viện. Nhưng nó nhìn ra một góc khó lòng mà bỏ qua nổi ở Gibraltar.

- Ông cần một văn phòng và một nơi đẹp hơn để sống, - cô nói.

- Tôi không có thì giờ.

Thế là cô đi ra tìm một văn phòng cho ông ta, chọn một chỗ 130 mét vuông với ban công xinh xinh trông ra biển ở Buchanan House trên ke Đường Nữ hoàng, và dứt khoát điều này thì là phải với cái giá ngất ngưởng ở Gibraltar. Cô thuê một nhà trang trí nội thất để tân trang và trang bị đồ đạc cho nó.

MacMillan nhớ lại trong khi ông đang bận dịch chuyển giấy tờ thì Salander đích thân xét duyệt việc lắp đặt hệ báo động, thiết bị máy tính và cái két sắt mà cô đã lục lọi khắp mọi xó lúc ông vào văn phòng sáng nay.

- Tôi có chuyện rắc rối không đấy? - Ông nói.

Cô để tập hồ sơ cùng với chỗ thư từ đang xem xuống.

- Không Jeremy. Ông không có chuyện gì rắc rối.

- Thế thì tốt, - ông nói và rót cà phê cho mình. - Cô có cái lối thình lình nhô ra lúc mà tôi ít để ý nhất.

- Vừa qua tôi bận. Tôi chỉ là muốn cập nhật những việc đang diễn ra thôi.

- Tôi tin là cô bị tình nghi giết ba người, cô bị bắn vào đầu và cô bị khởi tố về một loạt các tội. Một dạo tôi đã khá lo lắng. Tôi nghĩ cô vẫn bị tù. Cô vượt ngục à?

- Không, tôi được tha trắng án. Ông nghe được bao nhiêu về chuyện này nào?

Ông ngập ngừng một lúc.

- Vâng, lúc nghe cô bị rắc rối, tôi đã thuê một công ty phiên dịch để đọc kỹ không sót các báo chí Thụy Điển và hàng ngày báo tin kịp thời cho tôi. Tôi đã *au fait*, cập nhật với các chi tiết.

- Nếu ông căn cứ hiểu biết của ông ở trên những cái ông đọc ở báo thì ông chả có *au fait* gì hết. Nhưng tôi dám nói là ông đã phát hiện ra một số bí mật về tôi.

Ông gật.

- Bây giờ thì sẽ là chuyện gì đây? - Ông nói.

Cô ngạc nhiên nhìn ông.

- Không gì cả. Chúng ta cứ giữ y hệt như trước. Quan hệ của ông và tôi không có liên quan gì đến các vấn đề của tôi ở Thụy Điển sất. Cho tôi biết những gì đã xảy ra từ khi tôi đi khỏi đây. Ông đang làm tốt cả đấy chứ?

- Tôi không uống rượu, nếu cô muốn nói như thế.

- Chừng nào đời tư của ông không ngáng cản đến kinh doanh của chúng ta thì tôi chả bận tâm đến nó làm gì. Ý tôi là nói tôi giàu hơn hay nghèo hơn năm ngoái?

Ông kéo ghế khách ra ngồi xuống. Chả biết sao ông không thấy hề hấn chút nào việc cô ngồi vào ghế *của ông*.

- Cô trao cho tôi 2,4 tỉ đôla. Chúng ta để 200 triệu vào Quỹ cá nhân cho cô. Cô cho tôi chơi với chỗ còn lại.

- Và rồi?

- Quỹ riêng của cô không tăng lên nhiều hơn so với số tiền lãi. Tôi có thể tăng lời lãi lên nếu…

- OK. Ông đã chi một số tiền không đáng kể. Những khoản chi chính là căn hộ tôi mua cho ông và cái quỹ ông gây cho luật sư Palmgren. Ngoài ra ông chỉ chi tiêu bình thường. Lãi suất đang có lợi. Ông đang điều hành trơn tru.

- Tốt.

- Chỗ còn lại tôi đã đầu tư. Năm ngoái chúng ta không kiếm được nhiều lắm. Có chút nào bị han gỉ, tôi đang bỏ thì giờ ra học hiểu thị trường. Chúng ta có những chi tiêu. Cho tới năm nay, chúng ta quả thật đã không khởi động để cho tăng thu nhập. Từ đầu năm chúng ta đã lấy khoảng bảy triệu. Là nói đôla.

- Hai mươi phần trăm trong đó về cô.

- Hai mươi phần trăm trong đó về tôi.

- Như thế cô có hài lòng không?

- Tôi đã làm ra hơn một triệu đô la trong sáu tháng. Vâng, tôi hài lòng.

- Ông biết cho... ông không nên quá tham. Ông có thể giảm bớt giờ của ông đi khi ông đã hài lòng. Chỉ cốt bảo đảm sao cho ông thường xuyên bỏ một ít thì giờ vào công việc của tôi, thế thôi.

- Mười triệu đôla, - ông nói.

- Xin lỗi?

- Khi tôi kiếm được mười triệu cho chung cả hai, tôi sẽ xong việc. Cô xuất hiện trong đời tôi thật là tốt. Chúng ta có nhiều cái để bàn.

- Bắt đầu làm đi.

Ông giơ hai tay lên.

- Khoản tiền này lớn quá, tôi đến toát hết mồ hôi ra mất. Tôi không biết nắm nó làm sao. Ngoài việc kiếm thêm tiền, tôi không biết mục đích của công ty. Tất cả tiền này rồi sẽ dùng vào việc gì?

- Tôi không biết.

- Tôi cũng không nốt. Nhưng tiền tự thân nó có thể trở thành một mục đích. Cái ấy là điên. Cho nên vì sao tôi quyết định dừng nó lại khi tôi kiếm được mười triệu cho bản thân. Tôi không muốn cáng đáng trách nhiệm nữa.

- Khá hợp lý.

- Nhưng trước khi đến ngày ấy, tôi muốn cô quyết định xem nên quản lý tài sản này của cô ra sao trong tương lai. Phải có một mục đích và những nguyên tắc chỉ đạo và một kiểu tổ chức nào đó có thể tiếp quản được.

- Hừm.

- Không thể làm kinh doanh kiểu này. Tôi đã chia tổng số tiền ra thành những đầu tư cố định dài hạn - bất động sản, chứng khoán, vân vân... Có cả một danh sách đầy đủ trên máy tính.

- Tôi đã đọc.

- Nửa kia tôi để vào cho đầu cơ. Nhưng có quá nhiều tiền nên tôi khó có thể theo dõi được cái việc mà tôi không quản tốt nổi. Cho nên tôi mở một công ty đầu tư ở Jersey. Hiện nay cô có sáu nhân viên ở London. Hai người môi giới trẻ có tài và vài nhân viên văn phòng.

- Công ty Yellow Ballroom nhỉ? Tôi đang nghĩ nó là cái món gì đây.

- Công ty của ta. Ở Gibraltar đây tôi thuê một thư ký và một luật sư trẻ hứa hẹn. Nửa giờ nữa họ sẽ ở đây, nhân thể nói.

- Tôi biết. Molly Flint, bốn mươi mốt và Brian Delaney, hai mươi sáu.

- Cô có muốn gặp họ không?

- Không. Brian là người yêu của ông à?

- Gì chứ? Không. - Ông nom vẻ choáng. - Tôi không lẫn lộn...

- Tốt.

- Nhân tiện, tôi không để ý đến các đám trẻ ranh không có kinh nghiệm, ý tôi là vậy.

- Đúng,... ông hấp dẫn đám đàn ông có thái độ cứng rắn hơn là mấy đứa con nít vắt mũi chưa sạch. Nhưng đó vẫn không phải là việc của tôi. Nhưng này Jeremy...

- Vâng?

- Hãy cẩn thận.

Salander không có kế hoạch ở Gibraltar quá hai tuần, vừa đủ lâu, cô nghĩ, để giữ phong độ. Nhưng cô thình lình phát hiện ra cô không biết mình sẽ làm gì hay nên đi đâu, cô đã ở lại ba tháng. Mỗi ngày cô kiểm tra máy tính một lần và đáp lại ngay tắp lự các thư của Giannini trong vài dịp luật sư của cô liên hệ. Cô không bảo chị mình đang ở đâu. Cô không trả lời bất cứ một thư điện tử nào khác.

Cô vẫn đến Bar Harry nhưng nay đến chỉ để uống một hai chai bia vào buổi tối. Cô bỏ phần lớn thời gian ở khách sạn Núi Đá hoặc ở ban công của cô hoặc ở trên giường. Cô cặp với một sĩ quan Hải quân Hoàng gia Anh ba mươi tuổi nhưng chỉ bền có một đêm và nhìn chung thì là một trải nghiệm vô tích sự.

Cô buồn.

Đầu tháng Mười cô ăn tối với MacMillan. Trong thời gian ở đây hai người chỉ gặp nhau một ít lần. Họ uống một thứ vang trắng ngòn ngọt mùi hoa quả và bàn họ sẽ dùng các tỉ đôla của cô vào việc gì. Và rồi ông làm cô ngạc nhiên khi hỏi chuyện gì đang làm cho cô bồn chồn.

Cô nhìn kỹ mặt ông một lúc, nghĩ về câu hỏi này. Và cũng đáng ngạc nhiên như thế, cô đã kể với ông chuyện quan hệ của cô với Miriam Wu, Miriam đã bị đánh và suýt chết làm sao. Và cô, Lisbeth, là đáng trách. Ngoài một lời chào mừng ở ngả Giannini, Salander không nghe được một lời nào của Miriam sất. Hiện cô ấy ở Pháp.

MacMillan im lặng nghe.

- Cô có yêu cô ấy không? - Cuối cùng ông nói.

Salander lắc đầu.

- Không. Tôi nghĩ tôi không là loại người có thể yêu. Cô ấy là một người bạn. Và chúng tôi có quan hệ tính dục hay ho.

- Chả ai thoát được chuyện yêu đâu, - ông nói. - Người ta có thể muốn phủ nhận nó nhưng tình bạn chắc là hình thức yêu phổ thông nhất.

Cô sững ra nhìn ông.

- Cô có cáu nếu tôi nói một cái gì đó riêng tư không?

- Không.

- Đi Paris đi, vì Chúa, - ông nói.

Cô đáp xuống sân bay Charles de Gaulle lúc 2 rưỡi chiều, đi xe bus sân bay đến Khải Hoàn Môn và lang thang hai giờ quanh vùng lân cận tìm một phòng khách sạn. Cô xuôi xuống phía nam đến sông Seine và cuối cùng tìm được một phòng ở một khách sạn nho nhỏ, Victor Hugo, trên phố Copernic.

Cô tắm rồi gọi Miriam Wu. Tối ấy họ gặp nhau ở một quán bar gần nhà thờ Đức Bà. Miriam mặc sơmi trắng và jacket. Nom cô mê hồn. Lập tức Salander thấy ngượng. Họ hôn má nhau.

- Tớ xin lỗi là đã không gọi và không đến phiên tòa, - Miriam nói.

- Thế là OK. Đằng nào thì cũng xử kín cơ mà.

- Tớ nằm bệnh viện ba tuần, thế rồi về nhà ở Lundagatan thì rối bét. Tớ không ngủ được. Tớ bị ác mộng về cái thằng chó đẻ Niedermann. Tớ gọi điện cho mẹ, bảo rằng tớ muốn đến đây, đến Paris.

Salander nói rằng cô hiểu.

- Tha lỗi cho tớ, - Miriam nói.

- Đừng có ngu như thế đi. Tớ là đứa đến đây để xin cậu tha lỗi cho *tớ*.

- Về việc gì?

- Tớ không ngờ. Tớ không ngờ rằng trao căn hộ già lão của tớ cho cậu là đã đưa cậu vào chỗ nguy hiểm như thế. Lỗi của tớ là đã khiến cậu chỉ còn một ly nữa là dẫm chân vào cái chết. Cậu có mọi quyền để mà ghét tớ.

Miriam nom choáng.

- Lisbeth, tớ không nghĩ tí teo nào về chuyện đó. Ronald Niedermann định giết tớ đấy chứ, đâu phải cậu.

Họ ngồi im một lúc.

- Được, - cuối cùng Salander nói.

- Ừ, - Miriam nói.

- Tớ không vì yêu cậu mà theo cậu đến đây, - Salander nói.

Miriam gật.

- Chúng ta ngủ nghê với nhau rất hay nhưng tớ không yêu cậu.

- Lisbeth, tớ nghĩ...

- Điều tớ muốn nói là tớ hy vọng cậu... *con khỉ.*

- Gì?

- Tớ không có nhiều bạn...

Miriam gật.

- Tớ sẽ ở Paris một thời gian. Việc học hành ở nhà của tớ là một trò ất ơ nên tớ đã đăng ký vào đại học ở đây. Tớ chắc sẽ ở đây ít nhất một niên học. Sau đó tớ không biết. Nhưng tớ sắp về Stockholm. Tớ vẫn trả các khoản tiền dịch vụ ở Lundagatan và tớ có ý giữ căn hộ. Nếu cậu thấy OK.

- Nhà cậu mà. Cậu muốn gì với chuyện ấy?

- Lisbeth, cậu là một người đặc biệt, - Miriam nói. - Tớ vẫn thích là bạn của cậu.

Họ chuyện trò trong hai giờ. Salander không có lý do nào giấu giếm quá khứ với Miriam Wu. Vụ Zalachenko đã thành ra quen thuộc với bất cứ ai có đọc một tờ báo Thụy Điển và Miriam đã rất thích thú theo dõi câu chuyện. Cô kể tỉ mỉ lại với Salander câu chuyện đã xảy ra ở Nykvarn, cái đêm Paolo Roberto cứu sống cô.

Rồi họ về phòng trọ sinh viên của Miriam ở gần trường đại học.

PHẦN KẾT

Kiểm kê di sản

THỨ SÁU, 2 THÁNG MƯỜI HAI -
CHỦ NHẬT, 18 THÁNG MƯỜI HAI

Giannini gặp Salander ở bar nhà hát Sodra lúc 9 giờ. Salander đang uống bia và sắp xong cốc thứ hai.

- Xin lỗi đến muộn, - Giannini nói, liếc đồng hồ. - Tôi phải làm việc với một thân chủ khác.

- OK thôi, - Lisbeth nói.

- Cô mừng chuyện gì thế?

- Chả gì cả. Chỉ là muốn say tí ti.

Ngờ vực nhìn cô, Giannini ngồi xuống:

- Cô có hay thích say như thế này không?

- Sau khi được tha tôi đã bị say ngu say ngơ nhưng tôi không có xu hướng nghiện. Tôi chỉ thế này cho cái lần đầu trong đời tôi được quyền say ở Thụy Điển.

Giannini gọi một Campari.

- OK. Cô muốn uống một mình, - chị nói, - hay muốn uống có bạn?

- Một mình thì hơn. Nhưng nếu chị không nói quá lắm thì chị có thể ngồi với tôi. Tôi cho rằng chắc chị chẳng muốn về nhà với tôi rồi ngủ với nhau đâu.

- Xin lỗi?

- Không, tôi không nghĩ thế. Chị là một trong những người dị tính ái không lành mạnh.

Giannini thình lình nom thú vị.

- Lần đầu tiên trong đời, tôi có một thân chủ gạ tình tôi đây.

- Chị có thích không?

- Không, ít ra thì cũng không, xin lỗi. Nhưng cảm ơn là đã gạ nhé.

- Vậy chị muốn gì chứ cố vấn?

- Hai điều. Hoặc tôi thôi là luật sư của cô ngay tức khắc hoặc cô trả lời điện thoại khi tôi gọi. Khi cô được tha ra, chúng ta đã nhất trí như thế.

Salander nhìn Giannini.

- Tôi cố liên hệ với cô suốt cả tuần. Tôi gọi điện, tôi gửi thư.

- Tôi đi xa.

- Thật ra gần như suốt mùa thu tôi không liên hệ được với cô. Thế là không được. Tôi đã nói tôi sẽ thay mặt cô trong mọi cuộc thương lượng với Chính phủ rồi cơ mà. Có những thủ tục cần phải chú trọng. Những giấy tờ cần ký. Những câu hỏi cần phải trả lời. Tôi phải liên hệ được với cô và tôi không muốn bị biến thành một đứa ngu vì không biết cả đến cái chỗ cô ở là cái con khỉ gì ở đâu nữa.

- Tôi đi xa hai tuần. Về nhà hôm qua mới biết chị đang tìm là tôi gọi chị ngay đấy thôi.

- Tốt bụng như thế chưa đủ đâu. Cô phải luôn báo tôi biết cô đang ở đâu và cho tới khi các vấn đề về bồi thường, vân vân nhiều thứ khác nữa, đã được giải quyết xong, thì ít nhất hãy liên hệ với tôi mỗi tuần một lần.

- Tôi hê vào bồi thường. Tôi chỉ muốn Chính phủ để cho tôi yên.

- Nhưng Chính phủ sẽ không để cô yên, bất cần cô muốn yên nhiều đến đâu. Việc tha cô trắng án đã làm cho cả một chuỗi dài dằng dặc các thứ hệ quả liền lập tức mở máy. Không chỉ là chuyện về cô thôi đâu. Teleborian sẽ bị khởi tố về những điều hắn đã làm với cô. Cô sẽ phải làm chứng. Ekstrom là đề tài của một cuộc điều tra vì làm sai phận sự và ông ta có thể cũng bị khởi tố nếu rút cục ông ta vì theo lệnh của Bộ phận mà cố tình sao nhãng phận sự.

Salander nhướng lông mày lên. Cô có vẻ thích thú một lúc.

- Tôi không ngờ lại thành ra có cả một cáo trạng. Ông ta đã bị Bộ phận dắt mũi trong khi thực tế ông ta chả có dính líu gì đến chúng. Nhưng vừa mới tuần qua một công tố viên đã mở một cuộc điều tra sơ bộ với Sở Giám hộ. Họ dính đến mấy bản báo cáo gửi lên Nghị viện cũng như một báo cáo gửi đến Bộ Tư pháp.

- Tôi không báo ai cả.

- Đúng. Nhưng rõ ràng là đã có chuyện sao nhãng phận sự một cách trắng trợn. Cô không phải là người duy nhất bị hại.

Salander nhún vai.

- Cái này chả dính gì đến tôi. Nhưng tôi hứa sẽ liên hệ chặt chẽ hơn với chị. Hai tuần qua là một ngoại lệ. Tôi làm việc.

Giannini nom có vẻ không tin cô.

- Cô đang làm gì?

- Tham vấn.

- Tôi thấy rồi, - chị nói. - Điều thứ hai là về kiểm kê di sản.

- Kiểm kê di sản gì?

- Di sản của bố cô. Người đại diện hợp pháp của di sản đã tiếp xúc với tôi vì hình như không còn ai biết làm như thế nào để liên hệ được với cô. Cô và em gái cô là hai người thừa kế duy nhất.

Salander ngẩn ra nhìn Giannini. Rồi bắt được ánh mắt cô phục vụ bàn, Salander chỉ tay vào cốc bia.

- Tôi không muốn bất cứ thừa kế nào của bố hết. Muốn cái khỉ gì với nó thì chị cứ việc làm thôi.

- Sai. *Cô có thể làm bất cứ cái gì mà cô muốn về chuyện thừa kế.* Việc của tôi là trông nom sao cho cô có dịp nhận khoản thừa kế đó.

- Tôi không muốn một xu nào của con lợn ấy.

- Vậy đem tiền ấy cho tổ chức Hòa bình Xanh hay cái gì đó đi.

- Về cá voi là tôi không có cho một tí gì cả.

Giọng Giannini chợt mềm dịu.

- Lisbeth, nếu cô sắp là một công dân có trách nhiệm về pháp lý thì cô sẽ phải bắt đầu ứng xử giống như một công dân. Tiền của cô cô làm gì thì tôi kệ. Chỉ là ký vào đây rằng cô đã nhận, rồi sau đó thì cô cứ việc tha hồ mà yên tâm say xỉn.

Salander liếc chị rồi nhìn xuống bàn. Annika cho đó là một cử chỉ làm lành, coi tương đương được với một lời xin lỗi ở trong phạm vi biểu cảm hạn chế của Salander.

- Chúng ta đang nói đến những con số gì đây chứ?

- Không xoàng đâu. Bố cô có khoảng 300.000 curon trong cổ phần. Bán bất động sản ở Gosseberga sẽ được chừng 1 triệu rưởi - kể cả khu rừng nhỏ. Và có ba cơ ngơi khác nữa.

- Cơ ngơi kiểu gì?

- Hình như ông ấy đã đầu tư một món tiền không nhỏ. Không có gì là giá trị đồ sộ, nhưng ông ấy sở hữu một tòa nhà sáu buồng ở Udderalla, các cái này cũng mang lại được thu nhập. Nhưng cơ ngơi này không được ổn. Ông ấy không chú ý bảo quản và các căn hộ đã bị hội đồng người thuê kiện ra tòa. Cô sẽ không giàu lên vì nó nhưng nếu bán thì cô sẽ được giá hời. Ông ấy cũng sở hữu một căn nhà nhỏ mùa hè ở Smaland đáng chừng 250.000 curon. Cộng thêm ông ấy lại có một khu nhà xưởng ọp ẹp ở bên ngoài Norrtalje.

- Tại sao ông ta lại mua tất cả các cái của nợ ấy làm gì thế cơ chứ?

- Tôi không hiểu. Nhưng bất động sản ấy có thể mang lại hơn bốn triệu curon sau khi đã đóng thuế, nhưng...

- Nhưng gì?

- Di sản được chia đều cho hai chị em cô. Vấn đề là không ai biết em cô ở đâu cả.

Salander im lặng nhìn Giannini.

- Ừm...

- Ừm gì?

- Em cô ở đâu?

- Tôi không biết. Tôi không gặp nó mười năm nay rồi.

- Hồ sơ cô ấy được xếp hạng bí mật nhưng tôi tìm ra là cô ấy đã vào danh sách người Thụy Điển ở nước ngoài.

- Tôi hiểu, - Salander nói, tỏ ra hờ hững.

Giannini cáu thở dài.

- Có lẽ tôi gợi ý chúng ta cứ thanh lý hết các tài sản rồi gửi ngân hàng một nửa số tiền thu được, chờ cho đến khi tìm ra cô em cô. Tôi sẽ tiến hành thương lượng nếu cô bằng lòng.

Salander nhún vai.

- Tôi không muốn dính một tí nào vào tiền của lão ta.

- Tôi hiểu chỗ đó. Nhưng giấy tờ quyết toán thì vẫn cứ phải làm cho xong. Đấy là một phần trách nhiệm của cô ở tư cách công dân.

- Thế thì bán cái đống đồng nát ấy đi. Để một nửa vào ngân hàng còn chị muốn cho ai chỗ còn lại thì tùy chị.

Giannini nhìn cô chằm chằm. Chị biết Salander tiêu tiền như nước nhưng chị không ngờ nổi thân chủ của chị lại đoạn tuyệt với mọi sự đến độ có thể lờ đi một khoản thừa kế có lẽ lên tới một triệu curon hay hơn. Hơn nữa, chị không hiểu Salander đã lấy ở đâu ra tiền hay là đã bập vào tiền đến đâu. Mặt khác chị thạo việc hoàn tất các thủ tục giấy tờ quan liêu.

- Lisbeth, xin cô đấy... cô có thể đọc bản kiểm kê di sản rồi bật đèn xanh cho tôi để chúng ta giải quyết chuyện này được không nào?

Salander càu nhàu một lúc rồi cuối cùng bằng lòng, nhét tập hồ sơ vào túi khoác vai của cô. Cô hứa sẽ đọc hết rồi gửi ý kiến cho Giannini biết là cô muốn chị làm gì. Rồi cô quay lại với bia. Giannini ngồi với cô một giờ nữa, phần lớn uống nước khoáng.

Phải vài ngày sau, khi Giannini gọi điện thoại nhắc chuyện kiểm kê di sản, Salander mới lấy các giấy tờ nát nhàu ra. Cô ngồi ở bàn bếp, vuốt phẳng lại các tài liệu và đọc hết.

Bản kiểm kê dài mấy trang. Có một danh sách cụ thể về các thứ bà dần - đồ sứ trong tủ bát đĩa ở trong bếp tại Gosseberga, quần áo, camera và các đồ dùng cá nhân khác. Zalachenko không để lại nhiều các thứ có giá trị thực sự, còn đồ đạc có chút giá trị tình cảm nào thì tuyệt đối không với Salander. So với hôm cô gặp Giannini ở quầy bar nhà hát, cô vẫn quyết định không thay đổi thái độ. Bán chỗ đồng nát ve chai ấy đi và cho một nơi nào đó món tiền ấy. Hay một cái gì đó đại khái như vậy. Cô khẳng định không thiết một xu trong tài sản của ông bố nhưng cô cũng hoàn toàn tin rằng trong thực tế Zalachenko đã giấu tài sản vào một chỗ mà không thanh tra thuế vụ nào có thể tìm ra.

Rồi cô mở chứng thư về bất động sản ở Norrtalje.

Đấy là một khu công nghiệp gồm ba tòa nhà, tổng cộng hai chục nghìn mét vuông ở lân cận Skederid, giữa Norrtalje và Rimbo.

Người đánh giá bất động sản rõ ràng chỉ đến cưỡi ngựa xem hoa rồi ghi nhận rằng đây là một công trình bằng gạch cũ kỹ ít nhiều trống rỗng và bỏ không từ khi xưởng máy phải đóng cửa hồi những năm 60, trừ hồi thập niên 70, một dạo người ta có lấy nó để chứa gỗ phiến. Ông ghi rằng thực trạng các tòa nhà là "tồi tàn" và xem chừng không còn làm mới lại để dùng cho các hoạt động khác được nữa. Thuật ngữ "tồi tàn" cũng được dùng để mô tả "tòa nhà phía bắc" đã bị hỏa hoạn phá hủy và đánh sập thực sự. "Tòa nhà chính" có được sửa chữa phần nào, ông viết.

Điều làm cho Salander sốc là lịch sử của địa điểm đó. Ngày 12 tháng Ba năm 1984, với một cái giá bèo, Zalachenko đã có được bất động sản này nhưng người ký tên trên giấy tờ mua bán lại là Agneta Sofia Salander.

Vậy thực tế người sở hữu bất động sản là mẹ của Salander. Nhưng đến năm 1987 thì quyền sở hữu của bà chấm dứt. Zalachenko đã mua đoạn của bà với cái giá 2.000 curon. Sau đó trong vòng mười lăm năm bất động sản không được dùng vào việc gì. Bản kiểm kê cho thấy ngày 17 tháng Chín năm 2003, công ty Nhập khẩu KAB đã thuê công ty xây dựng Norrbygg tân trang lại, gồm có sửa chữa sàn và trần, cũng như cải thiện các hệ thống nước và điện. Sửa chữa trong hai tháng nhưng đến cuối tháng Mười một thì đứt đoạn. Norrbygg có gửi hóa đơn đến và đã được thanh toán.

Trong tất cả tài vật thuộc bất động sản của ông bố, đây là khoản duy nhất đáng ngạc nhiên. Salander hoang mang. Quyền sở hữu khu công nghiệp này chỉ có ý nghĩa khi bố cô muốn tạo ra ấn tượng rằng công ty Nhập khẩu KAB đang tiến hành các hoạt động hợp pháp hay đã sở hữu một số tài vật khác. Nó cũng có nghĩa rằng ông đã dùng mẹ cô làm tiền phương cho ông kiếm lợi rồi đã mua lại bất động sản với một khoản tiền còm.

Nhưng cớ gì đã khiến ông chi gần 440.000 curon ra tân trang một tòa nhà rách nát mà theo lời người đánh giá tài sản thì vào năm 2005 Zalachenko cũng không dùng nó vào việc nào hết?

Không hiểu được điều này nhưng cô cũng chả mất thì giờ suy nghĩ về nó. Cô đóng tập hồ sơ lại và gọi Giannini.

- Tôi đã đọc bản kiểm kê. Tôi vẫn giữ nguyên ý kiến ban nãy. Cứ bán chỗ đồng nát ấy đi rồi chị thích làm gì với số tiền đó thì làm. Tôi không muốn cái gì của ông ta sất.

- Rất tốt. Tôi sẽ lo việc chuyển một nửa số tiền vào tài khoản của em gái cô. Và tôi sẽ gợi ý một vài nơi thích đáng để nhận chỗ còn lại.

- Đúng, - Salander nói và đặt máy, không bàn cãi nhiều hơn.

Cô ngồi ở ghế bên cửa sổ, châm một điếu thuốc rồi nhìn về phía Saltsjon.

Salander bỏ tuần sau ra giúp Armansky một vấn đề khẩn cấp. Cô phải dò tung tích và nhận dạng một người bị nghi là đã thuê bắt cóc một đứa trẻ trong vụ tranh giành quyền nuôi con của một phụ nữ li hôn với ông chồng người Liban. Việc của Salander là kiểm tra thư điện tử của người bị cho rằng đã thuê kẻ bắt cóc. Vai trò của An ninh Milton đã bị đình lại khi hai bên đi tới một giải pháp hợp pháp.

Ngày 18 tháng Mười hai, Chủ nhật trước Chúa Giáng sinh, Salander dậy lúc 6 giờ và nhớ là cô phải mua quà tặng Palmgren. Thoáng một lúc cô nghĩ liệu có ai khác nữa cô nên mua quà tặng không - có lẽ là Giannini. Cô dậy, tà tà tắm gội, ăn bánh mì nướng lót dạ với phomát và mứt cùng cà phê.

Không có dự định đặc biệt gì cho hôm đó, cô bỏ một lúc ra dọn dẹp báo và tạp chí ở bàn làm việc. Rồi mắt cô đặt vào tập hồ sơ có bản kiểm kê di sản. Cô mở ra đọc lại trang đăng ký tên gọi cho cái địa điểm ở Norrtalje. Cô thở dài. *OK. Mình phải tìm cho ra xem ông ta làm cái đồ quý gì ở chỗ ấy mới được.*

Cô mặc quần áo ấm và đi ủng. 8 rưỡi thì cô lái chiếc Honda màu mận chín ra khỏi gara dưới hầm nhà số 9 Fiskargatan. Thời tiết lạnh buốt nhưng đẹp, nắng và bầu trời màu lam nhẹ phớt. Cô đi con đường qua Slussen và Klarabergsleden rồi lượn vòng vèo lên quốc lộ E18 hướng về phía bắc. Cô không vội. 10 giờ, cô rẽ vào một trạm xăng kiểm cửa hàng ở ngoài Skederid một vài dặm, hỏi đường đến khu nhà gạch cũ nát. Cô vừa đỗ xe thì nhận ra ngay là chả cần phải hỏi.

Cô đang ở trên sườn đồi nhìn thông sang tới thung lũng bên kia con đường. Bên trái lối đi Norrtalje, cô có thể nhìn thấy một nhà kho sơn, một kiểu sân bãi gì đó của tòa nhà và một sân bãi nữa với các cỗ xe ủi. Ở bên phải, cuối khu vực công nghiệp, cách đường cái chừng bốn trăm mét là một tòa nhà gạch âm u với một dãy ống khói đổ nát. Cái xưởng máy đứng như một tiền đồn cuối cùng của khu công nghiệp, có phần cô quạnh heo hút ở bên kia một con đường và một khe suối hẹp. Cô đăm chiêu theo dõi tòa nhà, thầm hỏi cái của khỉ gì nó đã ám, xui khiến cô lái xe từng ấy độ đường lên tới Norrtalje đây.

Cô quay lại liếc về trạm xăng OK, ở đó một xe tải đường trường kèm xe moóc mang huy hiệu Liên hiệp Vận tải Đường bộ Quốc tế đang đi vào. Cô nhớ rằng cô đang ở trên con đường chính của bến phà chót Kapellskar, nơi một số lượng lớn xe cộ chở hàng giữa Thụy Điển và các nước vùng Baltic chạy qua.

Cô nổ máy đi ra con đường dẫn tới khu nhà gạch già nua. Cô đỗ xe ở giữa sân và đi ra. Bên ngoài trời buốt cóng, cô phải đội một mũ mỏ vịt màu đen và đeo găng da.

Tòa nhà chính có hai tầng. Ở tầng dưới tất cả các cửa sổ đều bít kín bằng gỗ dán. Cô thấy nhiều cửa sổ tầng trên đã bị gẫy vỡ. So với cô tưởng tượng thì xưởng máy là một tòa nhà lớn hơn nhiều và tan hoang không thể ngờ nổi. Cô không thấy có bằng chứng sửa chữa. Không dấu vết của một bóng người nào đang sống nhưng cô có thể thấy một bao cao su đã dùng vất ở trong sân, và các nghệ sĩ viết graffitti đã tấn công vào một phần mặt tiền.

Tại sao Zalachenko lại có tòa nhà này?

Cô đi quanh xưởng máy, tìm thấy tòa nhà mạn bắc đổ nát ở phía đằng sau. Cô thấy các cửa vào tòa nhà chính đều khóa. Cô thất vọng xem xét kỹ một cửa ở đằng cuối của tòa nhà. Tất cả các cửa khác đều có khóa móc gắn vào các then sắt và dây an toàn mạ kẽm, nhưng cái khóa ở đằng cuối đầu hồi nom có vẻ mong manh hơn và thực tế chỉ được gắn vào những đầu nhọn sơ sài. *Con khỉ, thế mà là tòa nhà của tôi đấy nha.* Cô nhìn quanh thấy một ống sắt ở trong đống rác vụn. Cô lấy nó bẩy mở chiếc khóa móc.

Cô vào một lòng cầu thang có một lối cửa vào khu vực tầng trệt. Các cửa sổ bít gỗ dán có nghĩa là bên trong tối như hũ nút, trừ một ít tia sáng lọt qua khe các ván gỗ vào trong. Cô đứng im một lúc cho tới khi mắt quen với bóng tối. Cô nhìn thấy một biển những đồ bỏ đi, những palét gỗ, những bộ phận máy cũ và gỗ ván trong một gian nhà xưởng dài bốn mươi lăm mét, rộng khoảng hai chục mét, có những cây cột đồ sộ đỡ chống. Các lò gạch cũ hình như đã rệu rã, trên sàn ở chỗ của chúng là những vũng nước lớn và những vạt đất mốc meo. Có mùi hôi hám ngai ngái ở tất cả đống đổ nát này. Cô ghê rợn nheo mũi.

Cô quay lại và lên gác. Tầng trên khô ráo gồm hai phòng giống nhau, mỗi phòng khoảng hai mươi nhân hai mươi mét và cao tối thiểu tám mét. Gần trần có những cửa sổ cao không thể ra vào và không cho nhìn thấy bên ngoài nhưng để lọt vào nhiều ánh sáng. Tầng trên nữa, cũng giống xưởng máy tầng trệt đầy đồ bà dằn ba vạ. Có khoảng chục chiếc thùng đựng hàng cao mét tám chất đống lên nhau. Cô nắm lấy một thùng nhưng không xê dịch nổi nó ra được. Chữ trên thùng đề: *Các bộ phận máy 0-A77* với một hàng chữ Nga ở bên dưới có vẻ mang cái nghĩa tương ứng. Cô để ý thấy một thang máy chở hàng ở lưng chừng phía dưới một bức tường của phòng thứ nhất.

Một nhà kho máy móc gì đó nhưng sẽ khó lòng cho ra thu nhập chừng nào máy móc còn đứng gỉ sét cả ở đây.

Cô đi vào gian phòng bên trong và phát hiện ra đấy là chỗ người ta đã cho sửa chữa. Gian phòng lại ngập ngụa rác rến, thùng hộp và đồ dùng văn phòng để thành một trật tự bát nháo. Một phần sàn lộ ra ở chỗ mới lắp đặt ván. Salander đoán công việc sửa chữa đã bị đột ngột ngừng lại. Các dụng cụ, một bàn cưa ngang và một bàn cưa tròn, súng bắn đinh, xà beng, gậy sắt và những thùng dụng cụ vẫn còn đây. Cô cau mày. *Dù công việc bị dừng đột ngột thì các thợ mộc lẽ ra cũng phải thu nhặt hết dụng cụ của họ đi chứ.* Nhưng câu hỏi này đã được giải đáp khi cô giơ một tuốc nơ vít ra chỗ sáng và thấy chữ trên cán của nó là tiếng Nga. Zalachenko đã nhập dụng cụ vào và có lẽ cả công nhân.

Cô cho chiếc cưa tròn chạy thì một ánh sáng xanh bật lên. Có điện. Cô tắt máy cưa.

Ở đầu cùng gian phòng là ba cái cửa đưa đến những căn buồng nhỏ hơn, có lẽ ngày trước là các văn phòng. Cô thử tay nắm cánh cửa ở mạn bắc gian phòng. Khóa. Cô quay về đống dụng cụ lấy một xà beng. Cô mất một lúc phá mở cái cửa.

Gian phòng tối như bưng và sặc mùi mốc. Cô lướt tay lên tường, tìm được công tắc điện và bật, một bóng đèn trơ trụi trên trần sáng lên. Salander ngạc nhiên nhìn quanh.

Đồ đạc trong gian phòng gồm có ba cái giường với đệm vững chắc cùng ba cái đệm khác nữa ở trên sàn. Chăn, khăn rải giường hôi hám vất rải rác xung quanh. Ở bên phải là một dao phay lăn và vài cái bình ở gần một vòi nước han gỉ. Ở một góc là chiếc xô tôn và cuộn giấy vệ sinh.

Ai đó đã sống ở đây. Vài người.

Rồi cô thấy ở mặt bên trong cửa không có tay nắm. Một dòng băng lạnh toát chạy suốt dọc sống lưng cô.

Có một tủ lớn căng bằng vải ở đầu đằng kia gian phòng. Mở nó ra cô thấy hai chiếc vali. Trong một chiếc, ở trên cùng là một ít quần áo. Cô lục tìm, giơ lên một váy dài có nhãn hiệu Nga. Tìm thấy một túi xách tay, cô đổ các thứ ở trong ra sàn. Cô lấy từ trong đống mỹ phẩm và vài ba thứ khác ra một hộ chiếu của một phụ nữ trẻ, tóc đen. Một hộ chiếu Nga, cô đánh vần cái tên thì là Valentina.

Salander từ từ đi ra khỏi gian phòng. Cô có cảm giác *déjà vu*, đã thấy. Hai năm rưỡi trước cô đã từng làm một kiểu xem xét hiện trường tội phạm giống như thế này ở gian hầm tại Hedeby. Quần áo phụ nữ. Một nhà tù. Cô đứng suy nghĩ ở đó một lúc lâu. Cô thắc mắc sao tấm hộ chiếu và quần áo đã bị để lại. Điều này có vẻ không ổn.

Rồi cô quay lại chỗ dụng cụ, lục lọi cho tới khi tìm thấy một chiếc đèn pin lớn. Cô kiểm tra thấy pin còn tốt rồi xuống gác đi vào gian xưởng máy rộng hơn. Nước trong các vũng ngấm vào ủng cô.

Cô càng đi xa vào xưởng máy, mùi hôi thối của các thứ mục ruỗng càng nồng nặc và khi cô đến giữa xưởng thì hình như nó lên đến cực độ. Cô dừng lại ở gần nền của một trong các lò gạch cũ, nước đã ngập đầy đến mấp mé miệng lò. Cô chiếu đèn vào mặt nước đen thui nhưng không tìm thấy gì cả. Mặt nước bị rong rêu phủ mất một phần trông giống một chất nhớt màu xanh lá cây. Gần đó cô tìm thấy một cây gậy sắt, cô cầm nó thục vào trong khoảnh nước khoắng quanh. Nước chỉ sâu chừng nửa mét. Gần như ngay lập tức cây gậy bập vào phải một cái gì. Cô lùa cây gậy theo lối đó và rồi mấy giây sau, một xác người nổi lên, bộ mặt trước, một mặt nạ nhăn nhở và thối rữa của chết chóc. Thở bằng miệng, Salander nhìn vào bộ mặt trong luồng ánh sáng đèn pin và thấy đó là một phụ nữ, chắc là người phụ nữ trong tấm ảnh hộ chiếu. Cô không biết gì về tốc độ thối rữa trong nước tù và lạnh, nhưng cái xác có vẻ đã bị ngâm ở đây lâu rồi.

Có cái gì đó động đậy trên mặt nước. Đại loại một kiểu ấu trùng gì đó.

Cô để cái xác chìm lại vào trong nước rồi chọc dò quanh quần thêm bằng cây gậy. Ở rìa khoảnh nước, cô vướng phải một vật gì, có thể là một cái xác nữa. Cô để nó ở đấy, rút cây gậy lên, buông xuống sàn, còn cô thì đứng suy nghĩ ở cạnh khoảnh nước.

Salander quay về cầu thang. Cô lấy xà beng phá cái cửa ở giữa. Gian phòng trống không.

Cô đi đến cửa cuối cùng, lùa xà beng vào khe nhưng cô chưa kịp dùng sức thì cửa đã mở hé ra. Không khóa. Cô thúc xà beng đẩy nó mở rộng và nhìn quanh.

Gian phòng rộng chừng ba chục mét vuông. Có các cửa sổ ở độ cao bình thường có thể nhìn ra sân ở đằng trước khu nhà gạch. Cô có thể trông thấy trạm xăng OK ở trên đồi. Có một cái giường, bàn và một cái chậu với bát đĩa ở trong. Rồi cô trông thấy một cái túi để mở ở trên sàn. Có tiền giấy ở trong. Ngạc nhiên cô đi lên hai bước, nhận ra hơi ấm và nhìn thấy một máy sưởi điện ở giữa gian phòng. Rồi cô thấy đèn bật đỏ ở máy pha cà phê.

Một người nào đó đang sống ở đây. Không chỉ có mình cô trong tòa nhà.

Quay ngoắt lại cô chạy qua gian phòng bên trong, ra ngoài cửa, đến lối ra ở xưởng máy bên ngoài nữa. Cô dừng sững lại cách lòng giếng cầu thang năm bước thì trông thấy lối ra kia đã đóng lại và móc khóa. Cô bị nhốt ở bên trong. Cô từ từ quay lại nhìn quanh nhưng không có một ai.

- Hêlô em gái bé bỏng, - từ một chỗ nào đó bên phải cô vọng lên tiếng nói hí hửng.

Cô quay lại để thấy hiện lên từ đằng sau mấy cái thùng chất đồ hình thù đồ sộ của Niedermann.

Trong tay hắn có một con dao to đùng.

- Tao đang hy vọng có duyên gặp lại mày nữa đây, - Niedermann nói. - Lần trước mọi sự xảy ra nhanh quá.

Salander nhìn quanh mình.

- Đừng bận tâm, - Niedermann nói. - Chỉ có tao với mày thôi, và không có lối nào ra trừ cái cửa đã khóa ở đằng sau mày kia thôi.

Salander quay lại nhìn người anh cùng bố khác mẹ.

- Bàn tay sao rồi? - Cô nói.

Niedermann mỉm cười với cô. Hắn giơ bàn tay phải lên cho cô xem. Ngón út hắn cụt.

- Nó bị nhiễm trùng. Tao chặt đi rồi.

Niedermann không cảm thấy đau. Salander đã rạch toang tay hắn ra bằng một mũi giáo ở Gosseberga chỉ mấy giây trước khi hắn bắn vào đầu cô.

- Tao lẽ ra phải nhắm vào sọ mày mới phải, - Salander nói dửng dưng. - Mày làm cái trò khỉ gì ở đây? Tao tưởng mày bỏ nước đi từ mấy tháng trước rồi chứ.

Hắn lại mỉm cười với cô.

Nếu Niedermann cố trả lời câu Salander hỏi rằng hắn làm gì ở đây thì chắc hắn cũng không biết giải thích thế nào. Hắn chả giải thích nổi cho ngay cả hắn nữa mà.

Hắn bỏ Gosseberga đi với một cảm giác thoát thân. Hắn đang tính đến chuyện Zalachenko chết rồi thì hắn sẽ tiếp quản công việc làm ăn. Hắn biết hắn giỏi tổ chức.

Hắn thay xe ở Alingsas, cho cô y tá sợ cứng người Anita Kaspersson vào thùng xe rồi lái đến Boras. Hắn không có kế hoạch gì. Đi theo hứng bất chợt. Hắn không nghĩ đến số phận Kaspersson. Cô chết hay sống, hắn dửng dưng. Và hắn cho là hắn buộc phải dứt ra khỏi một nhân chứng phiền phức. Ở đâu đó tại ngoại ô Boras, hắn nảy ý có thể dùng cô theo một cách khác. Hắn rẽ về phía nam, kiếm một khu rừng vắng ở bên ngoài Seglora. Hắn trói cô lại trong một nhà kho rồi quẳng cô ở đó. Hắn nghĩ trong vài giờ đồng hồ cô có thể tìm ra cách cởi được trói và thế là sẽ dẫn dắt cảnh sát xuống tận phía nam săn lùng hắn. Còn nếu không tự sống ra được thì cô sẽ đói hay rét mà chết trong nhà kho, chuyện ấy không quan trọng, đó không phải là bận tâm của hắn.

Rồi hắn lái quay lại Boras, từ đấy đi về phía đông tới Stockholm. Hắn đã lái thẳng tới Svavelsjo nhưng hắn tránh căn nhà của Câu lạc bộ Xe máy. Điều cản trở hắn là Lundin đang bị tù. Thay vì thế hắn đến nhà của người bảo vệ câu lạc bộ, Hans-Ake Waltari. Hắn nói hắn đang tìm một chỗ để náu mình và Waltari đã chọn cách gửi hắn đến Goransson, người thủ quỹ của câu lạc bộ. Nhưng hắn chỉ ở đấy có vài ba giờ.

Về lý thuyết mà nói, Niedermann không bị rắc rối về tiền. Hắn để lại gần 200.000 curon ở Gosseberga nhưng hắn được quyền sử dụng một khoản tiền lớn hơn đáng kể gửi ở nước ngoài. Vấn đề là hiện tại hắn hết tiền lẻ, Goransson phụ trách tài chính của Câu lạc bộ Xe máy Svavelsjo và với Niedermann thì thuyết phục ông ta đưa hắn đến cái tủ cất giữ tiền để ở nhà kho là không có khó gì hết. Niedermann vớ may. Hắn đã có thể tự trợ cấp cho hắn được những 800.000 curon.

Hắn nhớ hình như trong nhà còn có một phụ nữ nhưng hắn không nhớ hắn đã làm gì bà ta.

Goransson cũng cấp cho một chiếc xe mà cảnh sát chưa lùng tìm. Niedermann đi lên phía bắc. Hắn mang máng có một dự định đi đến một trong những bến phà ở Kapellskar để qua đó hắn đến Tallinn.

Đến Kapellskar hắn ngồi nửa giờ ở bãi đỗ xe, nghiên cứu vùng này. Ở đây nhung nhúc cảnh sát.

Hắn lái đi không mục đích. Hắn cần một chỗ có thể náu núp một độ. Khi qua Norrtalje hắn nhớ đến khu nhà gạch cũ. Đã hơn một năm, từ khi chỗ này còn đang sửa chữa, hắn không hề nghĩ đến nó. Anh em nhà Harry và Atho Ranta đang dùng khu nhà gạch làm kho chứa các hàng hóa qua lại các cảng biển Baltic thì đã ra ngoài nước mấy tuần, từ khi tay nhà báo Svensson bắt đầu chõ mũi vào việc kinh doanh gái điếm. Khu nhà gạch sẽ vắng tanh.

Hắn lái chiếc Saab của Goransson vào một cái lán ở sau xưởng máy, đi vào trong. Hắn đã phải phá mở một cánh cửa ở tầng trệt và một trong những việc đầu tiên hắn làm là tạo ra một lối thoát khẩn cấp qua một khung gỗ dán lỏng lẻo ở một đầu của tầng trệt. Sau đó hắn thay chiếc khóa móc bị phá gẫy. Rồi hắn biến một gian phòng tử tế ở tầng trên cùng trở thành nơi hắn sống như ở nhà.

Cả một buổi chiều qua đi, rồi thì hắn nghe thấy những tiếng động vọng qua các bức tường. Thoạt tiên hắn ngờ đó là những con ma quen thuộc của hắn. Hắn ngồi cảnh giác nghe ngóng gần một giờ đồng hồ rồi đứng lên đi ra xưởng máy để nghe gần hơn. Thoạt tiên hắn không nghe thấy gì nhưng hắn kiên nhẫn đứng ở đó cho đến khi nghe thấy nhiều tiếng cạo nạy hơn.

Hắn tìm chiếc chìa khóa ở gần bồn rửa.

Hiếm khi Niedermann ngạc nhiên như lúc hắn mở cửa và thấy hai cô gái điếm Nga. Họ chỉ còn xương với da. Hình như hàng tuần nay họ không có gì ăn, toàn sống bằng trà và nước kể từ khi bịch gạo cuối cũng đã cạn.

Một cô kiệt quệ đến nỗi không ra được khỏi giường. Cô kia khá hơn. Cô chỉ nói tiếng Nga nhưng hắn biết tiếng này đủ để hiểu được rằng cô ấy đang cảm tạ Chúa và hắn đã đến cứu họ. Cô quỳ xuống, quàng hai tay ôm lấy chân hắn. Hắn đẩy cô ra rồi rời gian phòng, khóa trái cửa lại.

Hắn không biết làm gì với các cô điếm. Hắn hâm nóng cho họ một ít xúp ở các lon hắn tìm thấy trong bếp trong khi hắn suy nghĩ. Cô yếu hơn ở trên giường có vẻ lấy lại được đôi chút sức khỏe. Hắn bỏ buổi tối ra hỏi họ. Một lúc hắn mới nhận ra họ không hề là gái điếm mà là sinh viên đã trả tiền cho anh em nhà Ranta để chúng đưa họ đến Thụy Điển. Họ được bọn này hứa có thị thực, có giấy phép lao động. Hồi tháng Hai họ từ Kapellskar đến đây và được đưa thẳng vào nhà kho rồi bị nhốt chặt lại.

Niedermann tức tím mặt lại. Anh em thằng Ranta chó má kiếm được thêm thu nhập mà không báo cáo với Zalachenko. Rồi chúng quên phắt mất hai người phụ nữ hay có thể là khi vội vã chạy trốn khỏi Thụy Điển chúng đã cố ý vất họ lại với số phận họ.

Vấn đề là: hắn làm gì với họ đây? Hắn chả có lý do nào làm khổ họ nhưng thực sự hắn cũng không thể để cho họ ra đi, nghĩ đến chuyện chắc chắn họ sẽ đưa cảnh sát đến khu nhà gạch. Đơn giản là thế thôi. Hắn không thể đưa họ về lại Nga, vì như thế có nghĩa là hắn sẽ phải lái cho họ đi xuống Kapellskar. Việc này có vẻ quá khó. Người phụ nữ tóc sẫm màu, tên Valentina, mời hắn ngủ nếu hắn giúp đỡ họ. Hắn không phải không thiết đến chuyện ăn nằm với đàn bà nhưng cô gái mời hắn thì đã biến mình ra thành gái điếm mất rồi. Tất cả phụ nữ đều là gái điếm. Đơn giản như thế đấy.

Sau ba ngày thì hắn mệt với những lời cầu xin, những câu mè nheo và những tiếng đập cửa không dứt của họ. Hắn không nhìn thấy lối ra nào khác hơn. Nên hắn mở khóa cửa và giải quyết chóng vánh vấn đề một lần cho dứt điểm. Hắn xin Valentina tha thứ rồi vươn tay ra ngoéo một cái bẻ gẫy cổ của cô ở giữa đốt xương cổ thứ hai và thứ ba. Đoạn hắn đến chỗ cô gái tóc vàng ở trên giường mà hắn không biết tên. Cô nằm đó bị động, không có chút chống đỡ nào. Hắn mang hai cái xác xuống gác, thả vào trong một cái hố ngập nước. Cuối cùng hắn cảm thấy thư thái đôi phần.

Niedermann không có ý ở lại khu nhà gạch lâu. Hắn nghĩ hắn chỉ nằm im mai phục cho tới khi nào cuộc săn lùng của cảnh sát lắng đi. Hắn cạo đầu, để râu dài đến bốn phân tây và như vậy hình dạng hắn đã thay đổi. Hắn tìm thấy một bộ áo liền quần của một trong những người thợ của công ty Norrbygg, đủ rộng để vừa với hắn. Hắn đội một mũ mỏ vịt đánh bóng chày của đội Sơn Becker và nhét vào túi quần một chiếc thước cuộn. Tảng sáng hắn lái xe ra cửa hàng OK ở trên đồi mua thức ăn, vật dụng. Hắn có toàn bộ tiền mặt mà hắn cần do lấy được ở con heo đất cất tiền của Câu lạc bộ Xe máy Svavelsjo. Hắn nom giống bất kỳ người lao động nào dừng lại trên đường về nhà và hình như chả có ai để ý đến hắn. Một tuần hắn mua sắm hai lần vào đúng giờ giấc ở trong ngày. Ở cửa hàng OK, lúc nào họ cũng hết sức thân thiện với hắn.

Ngay từ ngày đầu tiên hắn đã phải bỏ rất nhiều thời gian ra xua đuổi những con côn trùng trú trong tòa nhà. Chúng sống ở trong tường và ban đêm lại chui ra. Hắn nghe được chúng nhốn nháo chạy trong xưởng máy.

Hắn giam mình lại ở trong phòng. Được mấy ngày hắn không chịu nổi nữa. Cầm một con dao to tìm thấy ở trong bếp, hắn đi ra ngoài đối đầu với bọn quái vật. Việc này phải chấm dứt.

Thình lình hắn phát hiện ra rằng chúng đang tháo lui. Lần đầu tiên trong đời hắn đã có thể chế ngự được những con ma của hắn. Chúng chùn lại về đằng sau khi hắn đến gần. Hắn có thể trông thấy những cái thân bị biến dạng và những cái đuôi ngó ngoáy của chúng ở sau các thùng đựng đồ và các cái tủ con. Hắn gầm gào với chúng. Chúng chạy.

Nhẹ người, hắn trở về gian phòng ấm cúng, ngồi suốt đêm, chờ chúng quay lại. Mờ sáng chúng mở cuộc tấn công thứ hai và hắn lại đương đầu với chúng để đuổi chúng một lần nữa. Chúng chạy.

Hắn chòng chành giữa hoảng sợ và hưng phấn.

Suốt đời, hắn đã bị những con vật này ám ảnh trong đêm tối và lần đầu tiên hắn cảm thấy hắn đang kiểm soát được tình hình. Hắn không làm gì. Hắn ngủ. Hắn ăn. Hắn nghĩ. Yên bình.

Ngày quay sang tuần, xuân quay sang hè. Qua chiếc radio bán dẫn của hắn và các báo chiều, hắn có thể nói cuộc săn đuổi tên giết người Ronald Niedermann đang đến hồi kết thúc. Hắn thích thú đọc các tường thuật về vụ giết Zalachenko. *Buồn cười thật. Đời Zalachenko ra lại bị một lão điên kết liễu cơ chứ lại.* Tháng Bảy niềm thích thú của hắn càng tăng lên khi theo dõi các tường thuật về phiên tòa xét xử Salander. Hắn hoảng hồn khi cô được tha bổng. Nghe như không phải. *Con ranh tự do trong khi ta thì buộc phải lẩn trốn kìa.*

Hắn mua số đặc biệt *Millennium* ở cửa hàng OK, đọc hết về Salander và Zalachenko và Niedermann. Một tay nhà báo tên Blomkvist đã mô tả Niedermann như một tên sát nhân bệnh hoạn và một kẻ tâm thần. Hắn nhăn mặt.

Mùa thu thình lình đến và hắn vẫn chưa động đậy gì. Khi trời lạnh hơn hắn mua một lò sưởi điện ở cửa hàng OK. Hắn không biết cái gì giữ hắn không rời khu nhà gạch.

Thỉnh thoảng vài ba thanh niên lái vào trong sân bãi, đỗ xe ở đấy nhưng không ai quấy rầy hắn hay thử xông vào tòa nhà. Tháng Chín, một chiếc xe đi đến, một người đàn ông mặc một áo gió xanh lam đã thử mở cửa và dò xét quanh khu bất động sản. Niedermann theo dõi ông ta qua cửa sổ ở tầng trên cùng. Người đàn ông ghi chép miết vào một quyển sổ tay. Ông ta đứng ở đó chừng hai mươi phút, nhìn quanh một lần cuối cùng rồi lên xe lái đi. Niedermann thở phào. Hắn không biết người đàn ông là ai cũng như việc gì kéo ông ta đến đây, nhưng xem vẻ ông ta đang để mắt trông coi tới bất động sản. Niedermann không hề nghĩ rằng việc Zalachenko chết đã thúc đẩy người ta kiểm kê dinh cơ bất động sản này.

Hắn nghĩ nhiều đến Salander. Hắn không bao giờ trông chờ còn gặp lại cô nữa nhưng cô vừa hấp dẫn lại vừa đe dọa hắn. Hắn không từng sợ qua một người sống nào. Nhưng em gái hắn - em cùng bố khác mẹ - đã gây một ấn tượng đặc biệt với hắn. Không ai từng đánh bại được hắn như cách của cô em này. Cô quay về với đời mặc dù hắn đã vùi cô xuống đất. Cô đã quay lại và săn lùng hắn. Hắn mơ thấy cô hằng đêm. Hắn sẽ toát dương mà tỉnh dậy, hắn thừa nhận rằng cô đã thay thế các bóng ma quen thuộc của hắn.

Tháng Mười một hắn quyết định. Chưa tìm ra và thủ tiêu cô em gái thì hắn sẽ chưa rời Thụy Điển. Hắn không có kế hoạch nhưng ít nhất bây giờ đời hắn đã có một mục tiêu. Hắn không biết cô ở đâu hay làm sao dò ra lõng của cô. Ngày này qua ngày khác, tuần này qua tuần khác, hắn cứ ngồi ở trong phòng trên tầng thượng của khu nhà gạch nhìn ra ngoài cửa sổ.

Cho tới một hôm một chiếc Honda màu mận chín đỗ ở bên ngoài tòa nhà và hắn kinh ngạc vô cùng thấy Salander xuống xe. *Chúa nhân từ*, hắn nghĩ. Salander sẽ nhập bọn với hai người phụ nữ hắn không nhớ tên nằm ở trong hố nước dưới nhà. Hắn sẽ thôi phải chờ với đợi và cuối cùng hắn có thể sống tiếp cuộc đời của hắn.

Salander đánh giá tình hình và thấy rằng không thể kiểm soát được nó. Não cô hoạt động cực nhanh. *Click, click, click.* Tay cô vẫn cầm chiếc xà beng nhưng cô biết nó chỉ là một vũ khí yếu ớt so với một người không có cảm giác đau đớn. Cô bị nhốt trong một khu vực chừng một nghìn mét vuông với một con robot giết người vừa ở dưới địa ngục lên.

Khi Niedermann bất ngờ xô đến, cô vung xà beng về phía hắn. Hắn né như bỡn. Salander di chuyển nhanh. Cô bước lên một tấm palét, quăng mình lên trên một thùng đựng đồ và cứ thế, như một con khỉ, trèo thêm hai thùng nữa. Cô dừng lại, nhìn xuống Niedermann bây giờ ở dưới cô bốn mét. Hắn nhìn lên cô chờ.

- Xuống đi, - hắn kiên nhẫn nói. - Mày không thoát được đâu. Mày không tránh được bước đường cùng đâu mà.

Cô nghĩ liệu hắn có súng hay cái gì đại loại không. Nay chuyện này *sẽ* thành vấn đề đây.

Hắn cúi xuống nhặt một chiếc ghế ném cô. Cô né người.

Niedermann cáu. Hắn đặt chân lên tấm palét, bắt đầu leo lên theo cô. Cô chờ hắn lên gần tới đỉnh mới vùng chạy nhanh hai bước và nhảy qua một ngăn trống giữa hai dẫy thùng rồi buông mình xuống nắp một cái thùng khác. Cô quăng mình xuống sàn nắm lấy cây xà beng.

Niedermann không đến nỗi vụng về, nhưng hắn biết hắn không thể nhảy đại từ trên đống thùng xuống, bàn chân hắn có cơ bị gẫy một cái xương nào đó. Hắn phải tụt cẩn thận xuống rồi đặt chân lên sàn. Hắn cứ luôn phải di chuyển từ từ, ngay ngắn, trong đời hắn đã phải bỏ công ra tập sai khiến cơ thể mình. Đã sắp xuống đến sàn thì hắn nghe thấy tiếng chân ở đằng sau. Hắn vừa kịp quay lại đúng lúc để giơ vai ra đỡ lấy cú xà beng. Con dao tuột khỏi tay hắn.

Salander ném xà beng đi ngay sau khi đánh. Không có thì giờ nhặt con dao, cô đá nó ra xa hắn, dọc theo các tấm palét, tránh một quả đấm ngược chiều từ bàn tay đồ sộ của hắn rồi lui lại lên đống thùng đựng đồ ở bên kia ngăn trống giữa hai dẫy thùng. Cô liếc thấy Niedermann dượt theo. Nhanh như chớp cô co hai chân lên. Các thùng xếp thành hai dẫy, chồng lên nhau cao tới ba mét ở đoạn giữa của khoảng trống và hai mét cao ở ngoài rìa. Cô quăng mình xuống hai cái thùng rồi hãm đà lại, lấy hết sức tì lên hai chân, đưa lưng ra đẩy cái thùng ở ngay cạnh cô. Nó phải nặng đến hai trăm kí. Cô cảm thấy nó bắt đầu lung lay và rồi đổ kềnh xuống đoạn giữa của ngăn trống giữa hai dãy thùng.

Thấy cái thùng đổ, Niedermann quăng mình sang một bên. Một góc thùng đập vào ngực hắn. Nhưng có vẻ hắn không bị thương. Hắn tự đứng lên. *Con ranh chống lại đây.* Hắn bắt đầu leo theo cô. Đầu hắn vừa nhô lên khỏi cái thùng thứ ba thì cô đá hắn. Ủng cô giáng hết sức mạnh vào trán hắn. Hắn làu nhàu và gắng sức leo lên nóc đống thùng đựng đồ. Salander chạy, nhảy trở lại lên các cái thùng ở dãy bên kia. Đến cuối dãy cô buông mình xuống và lập tức mất hút khỏi mắt hắn. Hắn có thể nghe thấy tiếng chân cô và thoáng thấy cô chạy qua khung cửa vào xưởng máy bên trong nữa.

Salander nhìn đánh giá địa thế. *Click.* Cô biết cô không có cơ hội. Cô có thể sống sót nếu tránh được quả đấm đồ sộ của hắn và ở xa hắn. Còn nếu cô phạm sai lầm - sớm muộn sẽ xảy ra thôi - thì cô chết. Cô phải thoát khỏi hắn. Chỉ cần hắn túm được cô là trận đấu xong.

Cô cần vũ khí.

Súng lục. Tiểu liên. Súng phóng lựu đạn. Mìn cá nhân.

Bất cứ thứ gì làm đổ máu.

Nhưng ở trong tay cô lại không có thứ nào như thế cả.

Cô nhìn khắp nơi.

Không có vũ khí.

Toàn là dụng cụ. *Click*. Mắt cô đặt vào một cái cưa đĩa nhưng hắn sẽ khó lòng mà chịu bề nằm xuống bàn cưa. *Click. Click*. Cô thấy một gậy sắt mà cô có thể dùng như một mũi mác nhưng nó lại quá nặng, cô khó mà sử dụng hiệu quả được. *Click*. Cô liếc qua cửa thấy Niedermann đang tụt từ trên đống thùng xuống và chỉ còn cách cô không quá mười lăm mét. Hắn lại đang đi đến cô. Cô bắt đầu dịch ra khỏi cửa. Có lẽ còn năm giây nữa thì Niedermann đến sát cô. Cô liếc một lần nữa vào các dụng cụ.

Một vũ khí... hay một chỗ nấp.

Niedermann không gấp. Hắn biết không có đường ra và sớm muộn hắn cũng bắt được đứa em gái. Nhưng nó là đứa nguy hiểm, chuyện ấy chả còn phải ngờ. Dẫu gì nó cũng là con của Zalachenko. Và hắn không thích bị thương. Tốt nhất là cứ để nó chạy quanh mà tự làm cho nó kiệt sức.

Hắn dừng lại ở khung cửa vào gian phòng trong, nhìn khắp lượt đống dụng cụ, bàn ghế và các ván sàn đang làm dở. Không thấy con bé ở đâu.

- Tao biết mày ở đây. Tao sắp tìm ra mày rồi.

Niedermann đứng im nghe. Hắn chỉ nghe thấy tiếng hắn thở. Con ranh đang nấp. Hắn mỉm cười. Con ranh lại thách thức hắn. Con ranh đến thăm thì hóa ra lại thành một trò chơi giữa anh với em.

Rồi hắn nghe thấy tiếng sột soạt là lạ ở đâu đó tại giữa gian phòng. Hắn quay đầu lại nhưng thoạt tiên hắn chưa thể nói được là tiếng động từ đâu đến. Rồi hắn lại mỉm cười. Ở giữa sàn, hơi cách xa các vật đổ nát khác là một mặt bàn máy bằng gỗ dài năm mét với một dãy ngăn kéo và các cửa trượt của cái tủ ở bên dưới đó.

Hắn đến gần mặt bàn máy từ bên cạnh và liếc ra đằng sau bàn để cầm chắc là cô không có ý định lừa hắn. Không có gì ở đó cả.

Con ranh nấp trong tủ này. Quá ngu.

Hắn cho trượt cái cánh cửa tủ ở đầu bên trái.

Hắn lập tức nghe thấy tiếng động đậy trong tủ, ở khúc giữa. Hắn nhào nhanh hai bước tới, mặt đầy vẻ đắc thắng mở toang cánh cửa giữa ra.

Rỗng không.

Rồi hắn nghe thấy một loạt tiếng tằng tằng sắc nhọn giống như tiếng súng lục bắn. Tiếng động gần quá đến nỗi thoạt tiên hắn không thể nói là nó đến từ đâu. Hắn quay lại nhìn. Rồi hắn thấy bàn chân trái hắn bị một cái gì là lạ đè lên. Hắn không thấy đau nhưng nhìn xuống sàn thì vừa đúng lúc ấy hắn trông thấy bàn tay Salander đưa khẩu súng bắn đinh vào bàn chân phải hắn.

Con ranh ở dưới gầm tủ.

Hắn đứng như tê liệt một vài giây, trong khi cô dí mũi súng vào giầy hắn rồi nã thẳng cho một loạt năm phát đinh hai mươi phân tây nữa vào bàn chân phải hắn.

Hắn cố bước đi.

Phải mất vài giây hắn mới nhận ra là chân hắn đã bị đinh đóng ngập cứng vào sàn gỗ mới tân trang. Bàn tay Salander lại dịch sang bàn chân trái hắn. Nghe giống như súng tự động phá nổ. Cô cẩn thận bắn thêm bốn đinh nữa để gia cố, phòng xa hắn có thể phản ứng.

Hắn với xuống để tóm lấy tay cô nhưng lập tức mất thăng bằng, hắn phải bám vào mặt bàn máy trong khi nghe cây súng bắn đinh nổ *plắp, plắp, plắp.* Cô đang lui trở về chân phải hắn. Hắn nhìn thấy cô bắn đinh theo đường chéo góc xuyên qua gót hắn vào sàn.

Thình lình nổi điên, Niedermann tru lên. Hắn lại toan nhào xuống túm lấy tay Salander.

Ở dưới gầm tủ, Salander thấy ống quần hắn kéo lên thì biết hắn đang cố cúi xuống. Cô để tuột khẩu súng đinh. Chưa kịp với tới cô, Niedermann đã thấy tay cô biến mất vào dưới gầm tủ nhanh như một con thằn lằn.

Hắn với lấy khẩu súng đinh nhưng đầu ngón tay hắn vừa chạm vào nó thì cô đã kéo nó vào gầm tủ.

Khe hở giữa đáy tủ và sàn nhà khoảng chừng hai chục phân tây. Hắn cố dồn hết sức lật đổ kềnh cái tủ ra. Vẻ như bị xúc phạm, Salander trợn mắt nhìn hắn. Cô giơ súng nhằm bắn ở khoảng cách nửa mét. Cái đinh trúng vào giữa cẳng chân hắn.

Liền sau đó cô quăng súng lăn nhanh như chớp ra xa hắn và đứng lên không cho hắn túm được. Lùi về sau chừng một mét cô dừng lại.

Niedermann định dịch chân đi thì lại mất thăng bằng, người đung đưa trước sau, hai tay vùng vẫy. Cố giữ cho khỏi ngã, hắn điên lên cúi xuống.

Lần này hắn đã xoay xở nắm được khẩu súng. Hắn chĩa nó vào Salander bóp cò.

Không nổ. Hắn ngán ngẩm nhìn khẩu súng rồi Salander. Cô thản nhiên nhìn lại hắn, giơ cái ổ cắm điện lên. Hắn nổi khùng ném cây súng vào cô. Cô tránh sang bên.

Rồi cô lại cắm ổ điện vào, thu khẩu súng về.

Nhìn phải đôi mắt dửng dưng như không của Salander, hắn hết sức kinh hoàng. Con bé đã đánh bại hắn. *Con bé này siêu nhiên.* Theo bản năng hắn thử nhắc một bàn chân lên khỏi sàn. *Con này đúng là quái vật.* Hắn mới chỉ nâng bàn chân lên được vài li thì ủng của hắn đã mắc kẹt vào các đầu đinh. Đinh đã bắn vào hai chân hắn ở nhiều góc khác nhau, muốn được tự do thì hắn sẽ phải rạch chân hắn cho nát ra tơi tả. Ngay với sức mạnh gần như siêu nhân của mình hắn cũng không thể rút lỏng giầy ra được. Hắn đung đưa người trước sau một lúc như thể đang bơi. Hắn nhìn thấy từ từ hiện ra một vũng máu ở giữa hai chiếc giầy của hắn.

Salander ngồi lên một chiếc ghế đẩu chờ dấu hiệu hắn có thể xé toạc được chân hắn cho tuột ra. Vì hắn không có cảm giác đau đớn nên đây chỉ là vấn đề liệu hắn có đủ sức khỏe để rút thẳng các đầu đinh ra khỏi chân hắn hay không thôi. Cô ngồi im như tượng quan sát hắn vật vã trong mười phút. Trong tất cả thời gian đó, mắt cô lạnh băng vô hồn.

Lát sau cô đứng lên đi ra sau lưng hắn, để khẩu súng bắn đinh vào xương sống hắn, ngay ở dưới gáy.

Salander nghĩ lung. Với phụ nữ, con người này đã chuyên chở, đã cho dùng ma túy và đã bán buôn bán lẻ họ. Hắn ít nhất cũng đã giết tám người, kể cả một cảnh sát ở Gosseberga và một thành viên của Câu lạc bộ Xe máy Svavelsjo cùng vợ ông ta. Cô không biết trong trương mục giết người của đứa anh khác mẹ này còn có bao nhiêu nhân mạng khác nữa, và nếu không phải do hắn cố tình thì cũng là vì hắn mà cô đã bị săn lùng khắp đất nước Thụy Điển như một con chó dại, nghi can của ba vụ giết người do chính hắn gây nên.

Ngón tay cô đè nặng lên cò súng.

Hắn đã giết nhà báo Dag Svensson và Mia Johansson, bạn cộng tác của anh.

Hắn đã cùng với Zalachenko giết *cô* rồi vùi cô xuống đất đen ở Gosseberga. Và bây giờ hắn lại nhoi ra để giết cô một lần nữa.

Không cần phải bị khiêu khích nhiều đến thế, người ta cũng đã đủ nổi điên lên rồi.

Cô không thấy lý do nào để cho hắn sống lâu thêm. Hắn thù ghét cô với một đam mê mà cô không thể lường. Nếu cô trao hắn cho cảnh sát thì chuyện gì sẽ xảy ra? Tòa sẽ xử? Tù chung thân? Khi nào thì hắn được hưởng ân xá? Hắn sẽ vượt ngục sớm chừng nào? Và nay cuối cùng khi bố hắn đã rồi đời - thì cô sẽ còn cứ phải ngoái đầu lại đằng sau trong bao nhiêu năm nữa chờ cái ngày đứa anh của cô lại hiện ra? Cô nhâng nhắc xem trọng lượng khẩu súng trong tay. Cô có thể kết thúc cái đồ này một lần cho xong mãi mãi.

Ước lượng nguy cơ.

Cô cắn môi.

Salander không sợ bất kỳ ai và bất kỳ cái gì. Cô nhận thấy mình đúng là chỉ thiếu có óc tưởng tượng cần thiết - và cái này cũng đã đủ là bằng chứng rằng đầu óc cô chẳng hề có gì bất ổn.

Niedermann thù ghét cô và cô đáp trả lại hắn bằng một thù ghét lì lợm tương đương. Hắn gia nhập hàng ngũ những người như Magge Lundin, Martin Vanger và Zalachenko và hàng chục những quân rắn rết sâu bọ khác mà theo đánh giá của cô thì tuyệt đối không được phép đòi tồn tại chung với nhân quần. Nếu cô đưa được chúng đến một hòn đảo rồi thả một quả bom nguyên tử xuống thì cô sẽ hài lòng.

Nhưng giết? Có đáng thế không? Nếu cô giết hắn thì chuyện gì sẽ xảy ra với cô? Cô tránh được bị phát hiện là đã nhờ vào những sự màu nhiệm nào? Cô sẽ sẵn sàng hy sinh cái gì để được bắn lần cuối cùng khẩu súng bắn đinh cho hả lòng hả dạ?

Cô có thể nói là mình tự vệ..., nói thế sao được khi mà hai chân hắn bị đóng đinh xuống sàn gỗ như thế kia.

Cô thình lình nghĩ đến Harriet Vanger Ẩm ương, người cũng bị bố và anh trai tra tấn hành hạ. Cô nhớ lần Mikael Blomkvist Ba láp chuyện trò với cô và cô đã rủa Harriet Vanger bằng những lời lẽ cay nghiệt nhất cô có thể nghĩ ra. Chính là tại lỗi của Harriet Vanger mà Martin Vanger, anh chị ấy mới được phép giết phụ nữ năm này qua năm khác.

- *Em sẽ làm gì...? - Blomkvist đã hỏi.*

- *Em giết luôn thằng khốn nạn. - Cô nói, đinh ninh câu này nó đến từ thẳm sâu tâm hồn lạnh ngắt của mình.*

Và bây giờ cô đang đứng ở đúng cái vị trí Harriet từng đứng ngày nào. Nếu cô để Niedermann đi thì hắn sẽ còn giết bao nhiêu phụ nữ khác nữa? Cô có quyền hợp pháp của một công dân và cô chịu trách nhiệm về mặt xã hội với các hành động của bản thân. Cô đã muốn hy sinh bao nhiêu năm tháng của đời mình? Harriet Vanger đã nguyện hy sinh bao nhiêu năm tháng?

Thình lình cô cảm thấy khẩu súng quá nặng, cô không thể cầm chĩa vào sống lưng hắn, dù bằng cả hai tay.

Cô hạ súng xuống, cảm thấy mình quay về lại với thực tại. Cô nhận ra Niedermann đang lầm rầm một cái gì đó không mạch lạc. Hắn đang nói tiếng Đức. Hắn đang nói đến một con quỷ tới bắt hắn.

Cô biết hắn không nói với cô. Có vẻ hắn nhìn thấy một ai đó ở đằng cuối gian phòng. Cô quay lại nhìn theo mắt hắn. Không có gì cả. Cô cảm thấy tóc gáy dựng ngược lên.

Cô quay gót, nắm lấy cây gậy sắt, đi đến gian phòng ngoài để tìm túi khoác vai của mình. Khi cúi xuống nhặt nó cô trông thấy con dao. Vẫn còn đi găng, cô cầm con dao lên.

Do dự một lúc, cô đặt con dao lù lù xuống ở ngay lưng chừng ngăn trống giữa hai chồng thùng đựng hàng. Cô mất ba phút lấy cây gậy sắt nậy lỏng chiếc khóa móc để đi ra ngoài.

Cô ngồi ở trên xe nghĩ hồi lâu. Cuối cùng cô mở điện thoại di động. Cô mất hai phút để tìm ra số điện thoại của trụ sở Câu lạc bộ Xe máy Svavelsjo.

- Hả?

- Nieminen, - cô nói.

- Chờ.

Cô chờ ba phút thì Sonny Nieminen đến cầm điện thoại.

- Ai đấy?

- Không dính gì đến công việc làm ăn bẩn thỉu của anh, - Salander nói khẽ để cho hắn chỉ có thể nhận ra lời. Hắn không thể xác định người ở đầu kia là đàn ông hay đàn bà.

- Được, vậy anh muốn gì?

- Có muốn được mách tin về Niedermann không?

- Tôi ấy ư?

- Đừng có mà giấu tôi. Có muốn biết hắn ở đâu không thì bảo đây?

- Thì tôi đang nghe đây mà.

Salander chỉ cho hắn lối đi đến khu nhà gạch ở ngoài Norrtalje. Cô nói Niedermann sẽ ở đấy đủ lâu để cho Nieminen tìm được hắn nếu gấp gáp lên.

Cô tắt di động, khởi động xe, lái đến trạm xăng OK ở bên kia đường. Cô đỗ xe sao cho có thể nhìn thấy rõ dãy nhà gạch.

Cô phải chờ hơn hai giờ đồng hồ. Đúng 1 rưỡi chiều thì cô thấy một xe van từ từ qua đường ở bên dưới cô. Nó đỗ lại ở chỗ quẹo khỏi đường cái, dừng lại chừng năm phút rồi lái xuống khu nhà gạch. Ngày tháng Chạp, trời đã bắt đầu nhá nhem.

Khi chiếc van đỗ lại, cô mở ngăn đựng găng tay, lấy một ống nhòm hai mắt Minolta 16x50 ra theo dõi. Cô thấy Nieminen và Waltari cùng với ba người mà cô không nhận ra. *Máu mới. Chúng đang xây dựng lại hoạt động.*

Lúc Nieminen và đồng bọn đã tìm ra chỗ cửa mở ở đằng cuối tòa nhà, cô lại mở điện thoại di động. Cô viết một tin nhắn gửi tới đồn cảnh sát ở Norrtalje.

> KẺ GIẾT CẢNH SÁT, RONALD NIEDERMANN, Ở TRONG KHU NHÀ GẠCH GẦN TRẠM XĂNG OK, BÊN NGOÀI SKEDERID. SẮP BỊ S. NIEMINEN VÀ CÁC THÀNH VIÊN CỦA CÂU LẠC BỘ XE MÁY SVAVELSJO GIẾT. HAI PHỤ NỮ CHẾT Ở TRONG HỐ NƯỚC TẦNG TRỆT.

Cô không thấy động tĩnh gì trong xưởng máy. Cô chờ lúc xảy ra chuyện.

Trong lúc chờ, cô bỏ thẻ SIM trong điện thoại ra, cắt vụn bằng chiếc kéo cắt móng tay rồi ném đi. Rồi cô lấy một thẻ SIM mới ở trong ví cho vào máy di động. Cô đang dùng thẻ Comviq trả tiền ngay, thẻ này không để lộ tung tích người dùng. Cô gọi Comviq và ghi trả 500 curon cho chiếc thẻ mới.

Tin nhắn của cô gửi đi được mười một phút thì hai chiếc xe cảnh sát tắt còi rú nhưng bật đèn xanh nhấp nháy từ Norrtalje phóng nhanh đến nhà máy. Họ đỗ trong sân bãi cạnh chiếc van của Nieminen. Một phút sau, hai xe tuần tra đến. Các sĩ quan hội ý rồi đi đến khu nhà gạch. Salander nâng ống nhòm lên. Cô thấy một cảnh sát đọc biển đăng ký chiếc van của Nieminen qua bộ đàm. Các sĩ quan đứng chờ xung quanh. Salander theo dõi trong khi một toán cảnh sát nữa đến rất nhanh sau đó hai phút.

Cuối cùng mọi sự đều xong.

Câu chuyện bắt đầu từ hôm Salander ra đời đã kết thúc ở khu nhà gạch này.

Cô đã tự do.

Khi các sĩ quan cảnh sát lấy súng xung phong từ trong xe ra, mặc áo chống đạn và xòe thành đội hình cánh cung vây lấy địa điểm nhà máy, Salander vào nhà hàng mua một cốc cà phê và bánh sandwich bọc trong giấy kính. Cô đứng ăn ở quầy trong quán cà phê.

Lúc cô ra xe thì trời đã tối. Đúng lúc cô mở cửa xe thì nghe thấy những tiếng nổ xa xa ở phía bên kia đường mà cô cho là tiếng súng cầm tay. Cô thấy mấy bộ mặt đen nhẻm, chắc của cảnh sát, áp vào tường gần lối vào ở một đầu tòa nhà. Cô nghe thấy còi rú khi một chiếc xe tuần tra khác từ phía Uppsala đi đến. Vài xe hơi dừng lại ở rìa đường bên dưới cô theo dõi vở kịch.

Cô nổ máy chiếc Honda, quay lên xa lộ E18 lái về nhà.

7 giờ tối hôm ấy, Salander rất ngán ngẩm nghe thấy chuông cửa réo. Cô đang tắm và nước vẫn còn bốc hơi. Thực sự chỉ mỗi một người là có thể đứng trước cửa nhà cô mà thôi.

Ban đầu cô nghĩ lờ đi nhưng đến hồi chuông thứ ba thì cô thở dài, ra khỏi bồn tắm, quấn khăn tắm vào người. Môi dưới mím lại, cô kéo lê nước thành vệt xuống sàn gian sảnh. Cô mở hé cửa.

- Chào, - Blomkvist nói.

Cô không trả lời.

- Cô có nghe tin chiều không?

Cô lắc.

- Tôi nghĩ chắc cô muốn biết là Ronald Niedermann đã chết. Hôm nay hắn bị một băng nhóm trong bọn Xe máy Svavelsjo giết ở Norrtalje.

- Thật ư? - Salander nói.

- Tôi đã nói chuyện với sĩ quan cảnh sát trực ở Norrtalje. Hình như là chuyện nội bộ tranh giành nhau. Niedermann rõ ràng đã bị tra tấn và mổ bụng bằng một con dao. Họ tìm thấy một cái túi đựng mấy trăm nghìn curon ở nhà máy đó.

- Ôi trời.

- Băng nhóm Svavelsjo đã bị bắt, nhưng chúng đã đánh trả ra trò. Hai bên bắn nhau và cảnh sát đã phải cho thêm quân từ Stockholm đến. 6 giờ thì đám bị vây đã hàng.

- Như vậy à?

- Bạn cũ Sonny Nieminen của cô thảm bại. Hắn hoàn toàn như phát điên phát rồ, cứ cố nổ súng tìm lối thoát.

- Thế thì hay.

Blomkvist đứng im lặng. Họ nhìn nhau qua khe cửa hé.

- Tôi có làm chuyện gì bị ngừng giữa chừng không đấy? - Anh nói.

Cô nhún vai.

- Tôi đang trong bồn tắm.

- Trông thì cũng thấy. Cô có muốn có người ở bên không?

Cô gay gắt nhìn anh.

- Tôi không nói là ở bên trong bồn tắm. Tôi có mang đến mấy cái túi, - anh nói, giơ một túi lên. - Và một ít cà phê espresso. Vì cô có một máy pha cà phê espresso Jura Impressa X7 thì ít nhất cũng nên học cách dùng nó đi thôi.

Cô nhướng lông mày. Cô không biết là mình đang khó chịu hay thênh thang nữa.

- Chỉ ở bên thôi đấy chứ?

- Chỉ ở bên, - anh khẳng định. - Đây là một người bạn tốt tới thăm một người bạn tốt. Tức là nói giả dụ như tôi được hoan nghênh.

Cô ngập ngừng. Hai năm nay cô cố hết sức giữ cho mình xa lánh Mikael Blomkvist. Nhưng hoặc trên máy tính hoặc trong đời thực, anh cứ dính bết lấy cô y như miếng kẹo cao su bám chết lấy đế giày. Trên máy tính thì OK. Ở đó anh không là gì hơn ngoài những bức thư điện tử và lời nhắn. Trong đời thật, đứng trên ngưỡng cửa nhà cô, anh vẫn cứ là cái của nợ hấp dẫn kia. Và anh biết các bí mật của cô như cô biết tất cả về anh.

Cô nhìn anh một lúc, nhận ra nay cô không có cảm giác gì với anh. Ít nhất không phải kiểu những cảm giác kia.

Mấy năm qua trong thực tế anh đã là một người bạn tốt của cô.

Cô tin anh. Có lẽ. Rầy rà là một trong số ít người mà cô tin cậy thì lại là cái tay đàn ông cô đã phải bỏ mất nhiều thì giờ ra để lẩn tránh này.

Rồi cô quyết định. Cho rằng anh không tồn tại là lố bịch. Gặp anh cô không còn thấy bị xúc phạm nữa.

Cô mở rộng cửa để anh lại đi vào đời cô.

STIEG LARSSON
CÔ GÁI
CHỌC TỔ ONG BẦU

Chịu trách nhiệm xuất bản:
Giám đốc NGUYỄN THỊ TUYẾT

Chịu trách nhiệm bản thảo:
Phó Giám đốc - Tổng biên tập KHÚC THỊ HOA PHƯỢNG

Biên tập:	Nguyễn Cẩm Linh
Bìa:	Theo nguyên bản
Trình bày:	Chu Hương
Sửa bản in:	Thanh Vân

NHÀ XUẤT BẢN PHỤ NỮ

39 Hàng Chuối - Hà Nội.
ĐT: (04) 39717979 - 39717980 - 39710717 - 39716727 - 39712832.
FAX: (04) 39712830
E-mail: nxbphunu@vnn.vn
Website: www.nxbphunu.com.vn

Chi nhánh:
16 Alexandre de Rhodes - Q. I - TP Hồ Chí Minh. ĐT: (08) 38234806

In 1.500 cuốn, khổ 15,5 x 23,2cm, tại Nhà in Hội Liên hiệp Phụ nữ Việt Nam, Phú Thị, Gia Lâm, Hà Nội. Giấy xác nhận KHXB số: 584-2014/CXB/43-42/PN ký ngày 28/3/2014. Giấy QĐXB số: 181/QĐ-PN. In xong và nộp lưu chiểu quý II năm 2014.